സി. വി. ബാലകൃഷ്ണൻ

കഥാകൃത്ത്, നോവലിസ്റ്റ്, തിരക്കഥാകൃത്ത്, വിവർത്തകൻ. പയ്യന്നൂരിനടുത്തുള്ള അന്നൂരിൽ ജനനം. വിദ്യാർത്ഥിയായിരിക്കുമ്പോൾത്തന്നെ എഴുതിത്തുടങ്ങി. ആയുസ്സിന്റെ പുസ്തകം, ദിശ, കാമമോഹിതം, അവനവന്റെ ആനന്ദം കണ്ടെത്താനുള്ള വഴികൾ, സിനിമയുടെ ഇടങ്ങൾ, പരൽമീൻ നീന്തുന്ന പാടം, ഏതേതോ സരണികളിൽ, പ്രണയകാലം, പരിമള പർവ്വതം, ലൈബ്രേറിയൻ, വാതിൽ തുറന്നിട്ട നഗരത്തിൽ, തഥ്യകൾ മിഥ്യകൾ, അന്യദേശകഥകൾ, പരേതൻ, വെജിറ്റേറിയൻ, സ്കോട്ടിഷ് ദിനരാത്രങ്ങൾ എന്നിങ്ങനെ വിവിധ ശാഖകളിലായി അറുപതിലേറെ കൃതികൾ. ആത്മാവിനു ശരിയെന്നു തോന്നുന്ന കാര്യങ്ങൾ (നോവൽ) കേരള സാഹിത്യ അക്കാദമി അവാർഡും (2000) വി.ടി. മെമ്മോറിയൽ അവാർഡും നേടി. ആത്മകഥയായ 'പരൽമീൻ നീന്തുന്ന പാടം' (2014) യാത്രാവിവരണമായ 'ഏതേതോ സരണികളിൽ' (2017) എന്നിവയ്ക്കും അക്കാദമി പുരസ്കാരങ്ങൾ. ദൃശ്യമാധ്യമവുമായി സജീവബന്ധം പുലർത്തുന്നു. ആദ്യമായി കഥയും തിരക്കഥയുമെഴുതിയത് കെ.ജി. ജോർജ്ജിന്റെ 'മറ്റൊരാൾ' എന്ന ചിത്രത്തിന് (1987). തുടർന്ന് മലയാളത്തിലെ പല പ്രമുഖ സംവിധായകർക്കുമൊപ്പം പ്രവർത്തിച്ചു. 2013 ൽ സമഗ്രസംഭാവനയ്ക്ക് മുട്ടത്തുവർക്കി അവാർഡ്, 2014 ൽ പത്മപ്രഭ പുരസ്കാരം, 2018 ൽ മുണ്ടൂർ കൃഷ്ണൻകുട്ടി പുരസ്കാരം. 'സിനിമയുടെ ഇടങ്ങൾ'ക്ക് (ചലച്ചിത്രപഠനം) സംസ്ഥാന അവാർഡ് (2002). 'കൊച്ചു കൊച്ചു സന്തോഷങ്ങൾ'ക്ക് (സംവിധാനം : സത്യൻ അന്തിക്കാട്) മികച്ച കഥയ്ക്കുള്ള കേരള ഫിലിം ക്രിട്ടിക്സ് അസോസിയേഷൻ ബഹുമതി. 'ഓർമ്മമാത്ര'ത്തിന് (സംവിധാനം : മധു കൈതപ്രം) മികച്ച തിരക്കഥയ്ക്കുള്ള കലാകേരളം പുരസ്കാരം.

Malayalam Language
Nerkkazchakalude Neru
(Selected Journalism)
by
C. V. Balakrishnan

♦

Published in July 2021
by Kairali Books Private Limited
Thalikkavu Road, Kannur.
Ph : 0497-2761200
E-Mail : kairalibooksknr@gmail.com

♦

Cover Photo
Selvaraj Kayyoor

♦

Cover Design
Prasanth Mangad

♦

15/21-22/Sl.No.1206/500/NS 18.6
ISBN 978-93-49726-63-5

നേർക്കാഴ്ചകളുടെ നേര്

സി. വി. ബാലകൃഷ്ണൻ

കൈരളി ബുക്സ്

Iam grateful to journalism for waking me up to the realities of the world.

-Eduardo Galeano

Journalism keeps you planted in the earth.

- Ray Bradbury

Journalism allows its readers to witness history ; fiction gives its readers an opportunity to live it.

-John Hersey

പാതകൾ പാടുമ്പോൾ

ഏതെങ്കിലും മോഹം, എന്നെങ്കിലും, മനസ്സിൽ കൊണ്ടുനടന്നിട്ടുണ്ടെങ്കിൽ അതൊരു പത്രപ്രവർത്തകനാവുകയെന്നതായിരുന്നു. പിൽക്കാലത്ത്, ഔപചാരിക ശിക്ഷണമില്ലാതെ, ഒരു സ്വതന്ത്ര പത്രലേഖകനായത് എഴുപതുകളുടെ ഒടുവിൽ പശ്ചിമ ബംഗാളിലെത്തിയപ്പോഴാണ്. അങ്ങനെ സ്വയം തീർത്ത ഒരു പരിവേഷത്തിലാണ് ജ്യോതിബസുവിനെയും സത്യജിത് റായിയെയും മദർ തെരേസയെയും മൃണാൾസെന്നിനെയും ബാദൽ സർക്കാരിനെയും ഉത്പൽ ദത്തിനെയുമൊക്കെ കാണുന്നത്. ആ കണ്ടുമുട്ടലുകൾ പ്രിയസ്മൃതികളായി അവശേഷിക്കുന്നു.

ബംഗാളി നാടകവേദിയെക്കുറിച്ചുള്ള പഠനമുദ്ദേശിച്ച് മഹാനഗരത്തിലേയ്ക്കു പുറപ്പെടുംമുമ്പ് കോഴിക്കോട് ചെറൂട്ടി റോഡിലെ മാതൃഭൂമി ഓഫീസിൽചെന്ന് മുഖ്യപത്രാധിപരായ എൻ.വി. കൃഷ്ണവാരിയരെ കാണുകയുണ്ടായി. സാദ്ധ്യമെങ്കിൽ മലയാളികളുടെകൂടെ താമസിക്കാതിരിക്കുകയെന്നതായിരുന്നു അദ്ദേഹത്തിന്റെ ഉപദേശങ്ങളിലൊന്ന്. നിർഭാഗ്യവശാൽ, നിസ്സഹായത നിമിത്തം, എനിയ്ക്കതു പാലിക്കാനായില്ല. പക്ഷേ ബംഗാളികളുമായി ഇടപെടാനുള്ള അവസരങ്ങളൊന്നും ഞാൻ പ്രയോജനപ്പെടുത്താതിരുന്നില്ല. അന്നൊരിയ്ക്കൽ, കൽക്കത്ത ഫിലിം സൊസൈറ്റിയുടെ ഓഫീസിൽവെച്ച്, അതിന്റെ സെക്രട്ടറിയായിരുന്ന മൃഗാങ്ക ശേഖർ റോയ് ഞാൻ ആനന്ദബസാർ പത്രികയുടെ തലക്കെട്ടുകൾ വായിച്ചപ്പോൾ അദ്ഭുതം കൂറിയതോർക്കുന്നു.

ബംഗാൾ പശ്ചാത്തലത്തിൽ ഞാൻ കൂടുതലായും എഴുതിയത് ദേശാഭിമാനിയിലും മാതൃഭൂമിയിലുമായിരുന്നു. തിരിച്ചെത്തി അധികം വൈകാതെ കർണാടകയിലേയ്ക്കു പോവുകയും പത്രപ്രവർത്തനം തുടരുകയും ചെയ്തു. റിപ്പോർട്ടുകൾ, ഫീച്ചറുകൾ, പി. ലങ്കേഷും മറ്റുമായുള്ള അഭിമുഖ സംഭാഷണങ്ങൾ.

1982ലെ ഇന്ത്യൻ അന്താരാഷ്ട്ര ചലച്ചിത്രമേള (ഫിലിമോത്സവ് 82) സത്യജിത് റായിയുടെ നഗരത്തിലായിരുന്നു. ഞാനതിൽ പങ്കെടുത്തത് ദേശാഭിമാനിയുടെ പ്രതിനിധിയായാണ്. ദേശാഭിമാനി പത്രം മുൻപേ

ജിൽ എന്റെ ബൈ–ലൈനോടെ എന്നും വാർത്തകൾ നൽകി മേളയെ കൊണ്ടാടിയെന്നുതന്നെ പറയാം. അതിനുമുമ്പ് അന്താരാഷ്ട്ര ചലച്ചിത്രമേളകൾ മലയാളത്തിൽ വിശദമായി റിപ്പോർട്ട് ചെയ്യപ്പെട്ടിരുന്നില്ല. മിക്കവാറും, ഏജൻസികൾ നൽകുന്ന ഉദ്ഘാടനത്തിന്റെയും സമാപനത്തിന്റെയും വാർത്തകളിൽ അവ ഒതുങ്ങുമായിരുന്നു. ആദ്യമായി സമഗ്രമായ കവറേജ് നൽകിയതിന്റെ ക്രെഡിറ്റ് തീർച്ചയായും ദേശാഭിമാനിയ്ക്കാണ്. അതുകഴിഞ്ഞ് ദേശാഭിമാനി വാരിക ഫിലിമോത്സവ് കവർ സ്റ്റോറിയാക്കിക്കൊണ്ട് ഒരു ലക്കമിറക്കി. (1982 ഫെബ്രുവരി 28). അന്ന് തായാട്ട് ശങ്കരനായിരുന്നു പത്രാധിപർ. സിദ്ധാർത്ഥൻ പരുത്തിക്കാട് സഹപത്രാധിപരും. ഫിലിമോത്സവ് കവർ സ്റ്റോറിയാക്കുകയെന്നത് സിദ്ധാർത്ഥന്റെ ആശയമായിരുന്നു. മറ്റൊരു പ്രസിദ്ധീകരണവും മുമ്പൊരിയ്ക്കലും ചെയ്യാത്തൊരു കാര്യം. അത് ഏറെ ശ്രദ്ധ നേടി. തുടർന്ന് ഡൽഹിയിലും ബോംബെയിലും നടന്ന മേളകളിലും ഞാൻ പ്രതിനിധിയായുണ്ടായിരുന്നു. അതെക്കുറിച്ച് പി. പ്രേമചന്ദ്രൻ നടത്തിയ, അനുബന്ധമായി ചേർത്തിട്ടുള്ള, അഭിമുഖത്തിൽ സാമാന്യം ദീർഘമായിത്തന്നെ വിവരിച്ചിട്ടുണ്ട്.

ഇന്നത്തെ വാർത്താവിനിമയ സൗകര്യങ്ങളൊന്നുമില്ലാതിരുന്ന കാലത്ത് ദേശാഭിമാനി തന്ന പ്രസ് ട്രങ്ക്കോൾ അഥോറിറ്റി കാർഡുമായി കൽക്കത്തയിലെ ടെലഗ്രാഫ് ഓഫീസിനുമുന്നിൽ നീണ്ട ക്യൂവിലായി ഇടംപിടിച്ച് വാർത്തകൾ എഴുതിയിട്ടുണ്ട്. കോഴിക്കോട് ഓഫീസിലിരുന്ന് എന്റെ പ്രിയസുഹൃത്ത് കോയ മുഹമ്മദ് അവ കേട്ടെഴുതും. പത്രത്തിന്റെ ഡസ്കിലായിരുന്ന കോയയ്ക്കായിരുന്നു വാരാന്തപ്പതിപ്പിന്റെ ചുമതലയും. നിരവധി കുറിപ്പുകൾ ഞായറാഴ്ചകളിലും വന്നു.

രാഷ് ബിഹാരി അവന്യു മേൽവിലാസത്തിലേയ്ക്ക് എൻ.വി. കൃഷ്ണവാരിയർ സ്നേഹത്തോടെ അയച്ച ഒരു കത്ത് (ഡിസംബർ 27, 1979) ഞാനിപ്പോഴും സൂക്ഷിക്കുന്നുണ്ട്. മാതൃഭൂമിയിലേയ്ക്ക് എന്തെങ്കിലുമൊക്കെ എഴുതാൻ എൻ.വി. നിർദ്ദേശിച്ചിരുന്നു. അക്കാലത്ത് മാതൃഭൂമി വാരാന്തപ്പതിപ്പ് കൈകാര്യം ചെയ്തിരുന്നത് കെ.സി. നാരായണനായിരുന്നു. എന്റെ എഴുത്തുകൾക്ക് കെ.സി. നൽകിയ പരിഗണന ഏറെ സഹായകമായി. ആഴ്ചപ്പതിപ്പിലായിരുന്ന വി.ആർ. ഗോവിന്ദനുണ്ണിയെയും ഞാൻ സൗഭ്രാത്രത്തോടെ ഓർക്കുന്നു.

എന്നെ സംബന്ധിച്ച് ഈ സമാഹാരം ഞാൻ താല്പര്യപൂർവ്വം പ്രവർത്തിച്ച ഒരു കാലത്തിന്റെ അടയാളപ്പെടുത്തലാണ്. അന്നെഴുതിയ മുഴുവൻ രചനകളും കണ്ടെടുക്കാനായിട്ടില്ല. അതിന്റെ ഖേദം മാറ്റി

നിർത്തിക്കൊണ്ട്, ഇത്രയും വർഷങ്ങൾക്കുശേഷം, ഞാൻ ഗൃഹാതുരത്വത്തോടെ ചെവിയോർക്കുകയാണ്: കടന്നുപോയ പാതകളുടെ ഒരിയ്ക്കലും നിലയ്ക്കാത്ത പാട്ടുകൾക്ക്.

സി.വി. ബാലകൃഷ്ണൻ

ഉള്ളടക്കം

ഗാലറികൾ

കൽക്കത്തയിലെ അക്കാദമി ഓഫ് ഫൈൻ ആർട്ട്സിന്റെ നാലു ഗാലറികളിലായി ഡിസംബർ ആദ്യവാരത്തിൽ സംഘടിപ്പിക്കപ്പെട്ട ചിത്രപ്രദർശനങ്ങളിൽ 'അരൂപ്യാൻ' വേറിട്ടു നിൽക്കുന്നു. മാണിക്‌ലാൽ ബാനർജി, സോവൻ സോം, രവീന്ദ്ര കൃഷ്ണപൗൾ, ദുർഗ്ഗാദാസ് ഗാംഗുലി തുടങ്ങി പതിനൊന്നു ചിത്രകാരന്മാരുടെ സമകാലീന രചനകളാണ് ഇതിൽ ഉൾക്കൊള്ളിച്ചിട്ടുള്ളത്.

'അരൂപ്യാൻ' ചിത്രകാരന്മാർ നഗരസങ്കീർണ്ണതകളെ കുറഞ്ഞ അളവിൽപോലും പ്രതിനിധീകരിക്കുന്നില്ല. എല്ലാ കണ്ണുകളും അകലെയെങ്ങോ നഷ്ടപ്പെട്ട ബംഗാൾ ഗ്രാമങ്ങളെ അന്വേഷിക്കുകയാണ്. അവിടങ്ങളിലാണ് അടിവേരുകൾ. അപ്പോൾ ഗൃഹാതുരത്വം ഒരു സഹജഭാവമാകാതെ വയ്യ.

രവീന്ദ്രകൃഷ്ണപൗളിന്റെ കാൻവാസുകളിലാണ് ഏറെ ആർദ്രത ദൃശ്യമാകുന്നത്. ഇവയിൽ ഋതുഭേദങ്ങൾക്കൊത്ത് പ്രകൃതി ദൃശ്യവത്ക്കരിക്കപ്പെട്ടിരിക്കുന്നു. മരച്ചുവട്ടിൽ ഇരിപ്പുറപ്പിച്ച ഗ്രീഷ്മത്തിലെ പരിക്ഷീണനായ ഗ്രാമപഥികൻ, മഞ്ഞവയലുകൾക്കിടയിലൂടെ ഒഴുകുന്ന പുഴ, കരിമ്പനകൾ ഉയർന്നു നിൽക്കുന്ന വിശാലതയ്ക്കു മുകളിലെ നീലാകാശം, കതിർക്കറ്റകളുമേന്തി യാത്ര തിരിക്കുന്ന ഗ്രാമകന്യകൾ, മരങ്ങളിലേയ്ക്കും നടവഴികളിലേക്കും ആഴ്ന്നിറങ്ങുന്ന തണുപ്പ്, ലജ്ജയുടെ തിളക്കമുള്ള കാമുകിയുടെ മുടിയിൽ പൂചൂടിക്കുന്ന വസന്തത്തിലെ കാമുകൻ, ഇവയെല്ലാമണ് പൗളിന്റെ രചനകളിലെ പ്രതിപാദ്യം. മാണിക്‌ലാൽ ബാനർജിയാകട്ടെ രചനകളുടെ വൈവിദ്ധ്യം മൂലമാണ് ശ്രദ്ധയാകർഷിക്കുന്നത്. യോഗധ്യാനം, ജിപ്സികൾ, ചിത്രകാരന്റെ ഭാര്യ, ഇരതേടുന്ന പൂച്ച തുടങ്ങി ഒട്ടേറെ വ്യത്യസ്തത പുലർത്തുന്ന വിഷയങ്ങൾ ബാനർജിയുടെ ക്യാൻവാസുകളെ ചടുലമാക്കുന്നു. ദുർഗ്ഗാദാസ് ഗാംഗുലിയുടെ 'വരൾച്ച'യും അതിഥി ചിത്രകാരനായ രാംകിങ്കറുടെ 'വിശപ്പ്', 'കുടുംബം' എന്നീ ചിത്രങ്ങളും സ്തോഭമുളവാക്കുന്നവയാണ്. പക്ഷേ, അമിതമായ വർണ്ണവൈകാരികത ഇവരുടെ കാൻവാസുകളെ വികൃതമാക്കുന്നുമില്ല.

സന്തോഷ് റൊഹ്തഗി മൈത്രയുടെ 'ഷി ആൻഡ് സീസൺസ്'

മാറുന്ന ഋതുക്കളോടുള്ള സ്ത്രൈണമനസ്സിന്റെ നനുത്ത പ്രതികരണ മുൾക്കൊള്ളുന്ന പന്ത്രണ്ട് ചിത്രങ്ങളുടെ ഒരു പരമ്പരയാണ്. സ്ത്രീ പ്രകൃതിയാണെന്ന ആദികവിയുടെ സങ്കല്പം ഈ ചിത്രപരമ്പരയിൽ തെളിവാർന്ന് കാണാം. വിന്റർ സീസണിലെ ഏകാന്തത, സ്നേഹത്തിന്റെ ഊഷ്മളത, ഇല കൊഴിയുന്നതും നോക്കിയിരിക്കെ മനസ്സിലുണരുന്ന പുതിയ ജീവിതത്തിന്റെ പ്രതീക്ഷ, മഴയുടെ താളം, വേനലിന്റെ പരുഷത, വീണ്ടും ഇലകൾ നിറഞ്ഞ വൃക്ഷങ്ങൾ, ഇങ്ങനെ പ്രകൃതിയുടെ ഭാവഭേദങ്ങളും മനസ്സിന്റെ ഉൾത്തടങ്ങളിലെ ചലനങ്ങളും സമന്വയിക്കുകയാണിവിടെ.

മിസ്സിസ് റൊഹ്തഗി മൈത്രക്ക് 1960–ൽ ഫ്രഞ്ചു ഗവൺമെന്റിന്റെ സ്കോളർഷിപ്പ് ലഭിക്കുകയുണ്ടായി. നിരവധി അന്താരാഷ്ട്ര ചിത്രകലാ പ്രദർശനങ്ങളിൽ പങ്കെടുത്തിട്ടുണ്ട്. ഇപ്പോൾ കൽക്കത്തയിൽ, പുതിയ തലമുറയ്ക്ക് ചിത്രരചനയിൽ പരിശീലനം നൽകുന്നതിനുള്ള ഒരു സ്റ്റുഡിയോ നടത്തി വരികയാണ്.

ടാഗോർ എഴുതി: “നമ്മുടെ ഭൂമിക്കുവേണ്ടി സ്വർഗ്ഗത്തിന്റെ ചുംബനം ഏറ്റുവാങ്ങിയ ഈ ധവളമായ ആത്മാവിനെ, ഈ കുരുന്നുഹൃദയത്തെ അനുഗ്രഹിക്കുക.”

സൈല ചക്രവർത്തിയുടെ നാൽപ്പത് ചിത്രങ്ങളുടെയും ഏതാനും പെൻസിൽ സ്കെച്ചുകളുടെയും കാർട്ടൂണുകളുടെയും പ്രദർശനത്തിന് മുൻകയ്യെടുത്തത് കലയുടെ രംഗത്ത് പതിനേഴുവർഷത്തോളമായി പ്രവർത്തിച്ചുവരുന്ന ‘ചിത്രാംഗ്സ്’ ഇൻസ്റ്റിറ്റ്യൂട്ടാണ്. സൈല ചക്രവർത്തിക്ക് ഇപ്പോൾ എഴുപത് വയസ്സ് പ്രായമായി. അദ്ദേഹം വളരെക്കാലമായി കുട്ടികൾക്കുവേണ്ടിയുള്ള ചിത്രമെഴുത്തിൽ വ്യാപൃതനാണ്. പ്രവൃത്തിയുടെ വിരസതയകറ്റാൻ സാഹിത്യമുൾപ്പെടെ വിവിധ മാധ്യമങ്ങൾ അദ്ദേഹം പരീക്ഷിച്ചുനോക്കാറുണ്ട്. ഒരുപക്ഷേ, യാഥാർത്ഥ്യങ്ങളോടുള്ള ഫലപ്രദമായ പ്രതികരണവും കൂടുതൽ മെച്ചപ്പെട്ട കമ്യൂണിക്കേഷൻ സാദ്ധ്യതകളുമാകാം ചക്രവർത്തി തേടുന്നത്. ‘കുട്ടിയും അവന്റെ ലോകവും’ എന്ന പൊതുശീർഷകത്തിലുള്ള രചനകൾ അതീവലളിതമാണ്. കുട്ടികളെ സംബന്ധിച്ചുള്ള ഉപരിവർഗ്ഗധാരണകൾക്കാണ് പല രചനകളിലും മുൻതൂക്കം. എങ്കിൽപോലും കുട്ടികളുടെ ഇന്ത്യൻ അവസ്ഥകൾ ഏതാനും ചിത്രങ്ങളിൽ വെളിപ്പെടുത്തപ്പെട്ടിട്ടുണ്ട്. ചക്രവർത്തി പിൻതുടരുന്നത് കാർട്ടൂൺ ശൈലിയാണ്. ലാഘവത്തോടെ, ചുണ്ടുകളിൽ തെളിഞ്ഞ ചിരിയോടെ, ഈ ഗാലറിയിലൂടെ കടന്നുപോകാം.

നിരന്തരമായി ദൃശ്യസ്വഭാവം പരിവർത്തനപ്പെട്ടുകൊണ്ടിരിക്കുന്ന പ്രകൃതിയെ വെളിച്ചത്തിന്റെ സഹായത്തോടെയാണ് മനുഷ്യനഭിമുഖീകരിക്കുന്നത്. പാശാത്യകലയിൽ വെളിച്ചവും ഇമേജറിയും തമ്മിലുള്ള വേർപെടുത്താനാകാത്ത ബന്ധം വ്യക്തമാക്കുന്ന ഒരു എക്സിബിഷൻ കൽക്കത്തയിൽ നടന്നു. തോമസ് ആൽവാ എഡിസൺ വൈദ്യുതദീപം കണ്ടുപിടിച്ചതിന്റെ (1879) ശതവാർഷികം ആഘോഷിക്കുന്നതിന്റെ ഭാഗമായി സംഘടിപ്പിക്കപ്പെട്ടതാണ് ഈ എക്സിബിഷൻ.

1570 മുതൽക്കിങ്ങോട്ടുള്ള പ്രശസ്തരചനകളുടെ പുനഃസൃഷ്ടികളാണ് പ്രദർശനത്തിൽ ഉൾകൊള്ളിച്ചിട്ടുള്ളത്. ചിത്രകലയുടെ സുദീർഘചരിത്രത്തിലെ വിവിധ ഘട്ടങ്ങളെ പ്രതിനിധീകരിക്കുന്ന പെയിന്റിംഗുകൾ, ഗ്രാഫിക്കുകൾ, പോസ്റ്ററുകൾ, ശില്പമാതൃകകൾ, ഇവ പ്രദർശനത്തെ അവിസ്മരണീയമായ ഒരനുഭവമാക്കിത്തീർക്കുന്നു.

ഏഴു ഗ്രൂപ്പുകളായാണ് സൃഷ്ടികളെ തരംതിരിച്ചിട്ടുള്ളത്. ഒന്നാമത്തെ ഗ്രൂപ്പിൽ മതചിന്തകൾക്ക് പ്രാമുഖ്യമുള്ള മധ്യകാലത്തെയും നവോത്ഥാനകാലത്തെയും സൃഷ്ടികൾ. റെബ്രാൻഡിന്റെ 'വിശുദ്ധ കുടുംബം', ജോർജ്ജ് ഡി ലാടൂറിന്റെ (1953–1652, ഫ്രാൻസ്) 'സ്ത്രീ', 'ചൂതുകളിക്കാർ' തുടങ്ങി ഇരുപത്തിരണ്ട് പെയിന്റിംഗുകൾ ഇവിടെ പ്രദർശിപ്പിച്ചിരിക്കുന്നു. വിൻസെന്റ് വാൻഗോഗിന്റെ (1853–1890, നെതർലാൻഡ്സ്) 'കഫെ ടെറസ് ബൈ നൈറ്റ്' 'പൊട്ടാറ്റോ ഈറ്റേഴ്സ്' തുടങ്ങിയ നാലു പ്രശസ്ത സൃഷ്ടികളും പാബ്ളോ പിക്കാസോയുടെ (1881–1973) 'ഗ്വാർണിക്ക'യും ഉൾപ്പെടുന്ന നാൽപ്പതൊമ്പത് പെയിന്റുംഗുകളുടെ രണ്ടാംനിര. ഇംപ്രഷനിസ്റ്റിക് പെയിന്റിംഗുകൾ, ല്യൂമിനിസ്റ്റിക് സൃഷ്ടികൾ, ഇന്ത്യയിൽ നിന്നും ജപ്പാനിൽനിന്നുമുള്ള ലൈറ്റിംഗ് പെയിന്റിംഗുകൾ, ലിതോഗ്രാഫുകൾ, പോസ്റ്ററുകൾ, ഇങ്ങനെയാണ് മറ്റു നിരകൾ. മനുഷ്യാവസ്ഥകളുടെ മാറ്റങ്ങളെ വെളിച്ചവുമായി ബന്ധപ്പെടുത്തി വിലയിരുത്താനുള്ള ശ്രമം തീർത്തും പുതുമയുറ്റതുതന്നെ. ഡിസംബർ 3 തൊട്ട് 9 വരെ നീണ്ടുനിന്ന ഈ പ്രദർശനം കാണാനുള്ള തിരക്ക് ന്യൂ സൗത്ത് ഗാലറിയിൽനിന്നും നഗരവീഥിയിലേക്ക് നിറഞ്ഞൊഴുകിയ സന്ദർഭങ്ങൾ ഏറെയായിരുന്നുന്നു.

(ദേശാഭിമാനി 1979
ഡിസംബർ 23)

കരകൗശലവസ്തുക്കൾകൊണ്ട് ഒരു വിരുന്ന്

അവർ, കൈകൾ നിറയെ വിരുന്നിന്റെ വിഭവങ്ങളുമായി കൽക്കത്തയിലേക്ക് വന്നു. അവരുടെ പാതകളിൽ ശിശിരം വീണുകിടന്നു.

എവിടെനിന്നെല്ലാമാണ് അവർ വന്നത്? ഡാർജിലിംഗ്, ജൽപായ്ഗുരി, കൂച്ച്ബിഹാർ, മാൽഡ, ബറായ്പൂർ, 24-പർഗാന, മുർഷിദാബാദ്, ഹൂഗ്ളി. അവർ ദൂരം താണ്ടി വന്നു.

അവർ ഗ്രാമങ്ങളിലെ കരകൗശലവിദഗ്ധരായിരുന്നു. അവരുടെ കൈകളിൽ ഷോലാ നിർമ്മിതികളും, ടെറാക്കോട്ടകളും, ബാത്തിക്കുകളും, വുഡ് കാർവിംഗുകളും (Wood Carvings), ചായംതേച്ച പൊയ്മുഖങ്ങളും, കളിമൺശില്പങ്ങളും പരവതാനികളും ചുവരലങ്കാരങ്ങളുമുണ്ടായിരുന്നു.

അഖിലേന്ത്യാ കരകൗശലവാരത്തോടനുബന്ധിച്ച് അവർ കൽക്കത്തയിൽ ഒരു വിരുന്നൊരുക്കാനെത്തിയതായിരുന്നു.

ഇന്ത്യൻ മ്യൂസിയത്തിലെ അശുതോഷ് ശതാബ്ദിമന്ദിരത്തിലാണ് കരകൗശല വസ്തുക്കളുടെ പ്രദർശനം സംഘടിപ്പിക്കപ്പെട്ടത്. കുടിൽ-ചെറുകിട വ്യവസായവകുപ്പുമന്ത്രി ചിത്തവ്രതമജുംദാർ ഡിസംബർ 8ന് പ്രദർശനം ഉദ്ഘാടനം ചെയ്തു. കരകൗശല വിദഗ്ധർക്കുള്ള പാരിതോഷികങ്ങൾ പ്രസ്തുത ചടങ്ങിൽ വെച്ചു നൽകപ്പെട്ടു. കഴിഞ്ഞ വർഷത്തേതിലും മെച്ചപ്പെട്ടതാണ് ഇത്തവണത്തെ പ്രദർശനമെന്ന് സംഘാടകർ അറിയിച്ചു.

ടെറാക്കോട്ടയിലുള്ള രണ്ട് ബാങ്കുറ കുതിരകളാണ് ആദ്യം കണ്ണിൽപ്പെടുക. ഗ്രാമീണകലയുടെ വൈശിഷ്ട്യം വിളിച്ചോതിക്കൊണ്ട് അവ നിലയുറപ്പിച്ചിരിക്കുന്നു.

രാംകിഷോർപൂരിലെ പ്രബീർ കുമാർ ബോസിന്റെ കോണാർക്ക് ക്ഷേത്രമാതൃക ഒരു ഷോലാ നിർമ്മിതിയാണ് (shola work). ഷോലാ മരത്തിന്റെ കൊമ്പുകളിൽനിന്ന് കരുപ്പിടിപ്പിച്ച ഈ ക്ഷേത്രമാതൃകയ്ക്കും ഗണേശന്റെയും സരസ്വതിയുടെയും വിഗ്രഹങ്ങൾക്കും മാർബിൾ

സൃഷ്ടികളുടെ ഭംഗിയും പൂർണതയുമുണ്ട്. മാൽഡ ജില്ലയിലെ ബറായ്പൂരിൽനിന്നുള്ള ഒട്ടേറെ സൃഷ്ടികൾകൂടി ഈ വിഭാഗത്തിൽ ഉൾപ്പെടുന്നു.

'ഒരു കാശ്മീരി പെൺകുട്ടി' എന്ന ബാത്തിക് സന്ദർശകരുടെ സവിശേഷശ്രദ്ധ പിടിച്ചുപറ്റുന്ന ഒന്നാണ്. പേപ്പർ പൾപ്പിൽ (Paper pulp) നിർമ്മിച്ച നൃത്തം ചെയ്യുന്ന പാവങ്ങൾക്ക് ഏറെ വശ്യതയുണ്ട്. എടുത്തുപറയേണ്ട ഒരു പേപ്പർ പൾപ്പ് രചനയാണ് 'ദാഹിക്കുന്ന കൂലിവേലക്കാർ.' മൂകനും ബധിരനുമായ സുബോധ് ചന്ദ്രപാലാണ് ഇതിന്റെ നിർമ്മാതാവ്.

മൃഗങ്ങളുടെ കൊമ്പുകളിൽനിന്ന് കൊത്തിയെടുത്ത നിരവധി അലങ്കാരവസ്തുക്കൾ (Horn products) ബറായ്പൂരിൽനിന്ന് പ്രദർശനത്തിനെത്തി. ബറായ്പൂരിന്റെ അനുഗൃഹീതരായ കലാകാരന്മാരുടെ സൃഷ്ടികളായിരുന്നു ഏറ്റവും കൂടുതൽ. ബറായ്പൂർ മുദ്രയുള്ളവ എവിടെയും കാണാമായിരുന്നു. മുളയും ചൂരലും ചേർത്ത് മെടഞ്ഞ സിംഹാസനം അതിമനോഹരമായ ഒരു സൃഷ്ടിയാണ്.

വുഡ് കാർവിംഗുകൾ (Wood Carvings) അധികവും വന്നത് ഡാർജ്ജിലിംഗിൽ നിന്നാണ്. ഐവറി ശില്പങ്ങൾ മുർഷിദാബാദിൽനിന്നും. ദുർഗ, കാളവണ്ടി തുടങ്ങിയ ഐവറി ശില്പങ്ങൾ കലാപരമായ തികവുറ്റവയാണ്. ശ്യാംചരൺ ചക്രവർത്തിയുടെ 'ചട്ടക്കൂടിനുള്ളിൽ മാല്യദാനം' (Nail and Thread) ബംഗാൾ കലയുടെ പാരമ്പര്യമത്രയും സ്വാംശീകരിച്ച് നിർമ്മിച്ച ഒരു മികച്ച സൃഷ്ടിയാണ്. നാടോടി നൃത്തങ്ങൾക്കുപയോഗിക്കുന്ന അനേം പൊയ്മുഖങ്ങൾ (Masks) ഒരുവശത്ത് നിരത്തിവെച്ചിരുന്നു. അവ കണ്ണുകൾക്കു കൗതുകത്തിന്റെ വിലപ്പെട്ട നിമിഷങ്ങൾ സമ്മാനിച്ചു.

(ദേശാഭിമാനി 1979
ഡിസംബർ 29)

കുട്ടികളുടെ ജീവിതം: ചില നിമിഷങ്ങൾ

ഒരു ആഫ്രിക്കൻ പഴഞ്ചൊല്ലുണ്ട്: ആനയ്ക്ക് തുമ്പിക്കൈ ഒരു ഭാരമല്ല, അമ്മയ്ക്ക് കുഞ്ഞും.

350 ദശലക്ഷം കുഞ്ഞുങ്ങൾ വെളിച്ചമേൽക്കാതെ വളർച്ച മുരടിച്ചു നിൽക്കുന്ന വികസ്വരരാഷ്ട്രങ്ങളിൽ ഈ പഴഞ്ചൊല്ലിന് പ്രസക്തിയെന്ത്? നഗരങ്ങളുടെ ഇടുങ്ങിയ തെരുവുകളിലും വരണ്ട ഗ്രാമഭൂമികളിലും നടുക്കുന്ന നിലവിളികളുമായി പിറന്നുവീഴുന്ന ദരിദ്രശിശുക്കൾ ആരുടെ സ്വപ്നങ്ങളെയാണ് സാക്ഷാത്ക്കരിക്കുന്നത്?

അമ്മയുടെ കണ്ണുനീർ ചുണ്ടുകളിലും അച്ഛന്റെ ദൈന്യത കണ്ണുകളിലും ഏറ്റുവാങ്ങി ഭൂമിയുടെ വിശാലതകളിൽ വിറങ്ങലിച്ചുനിന്ന് അവർ വിലപിക്കുന്നു: "വിശപ്പല്ലാതെ, ഞങ്ങൾക്ക് വേറൊരു സത്യമില്ല"

യുനിസെഫിന്റെ ആഭിമുഖ്യത്തിൽ ഡിസംബർ 15 തൊട്ട് 23 വരെ കൽക്കത്തയിലെ ബിർലാ പ്ലാനറ്റേറിയത്തിനു എതിർവശത്തുള്ള മൈതാനിയിൽ സംഘടിപ്പിക്കപ്പെട്ട 'ചെറിയ ആളുകൾ' (little people) എന്ന ശീർഷകത്തിലുള്ള ഫോട്ടോ എക്സിബിഷൻ ഇന്ത്യൻ ശിശുക്കളുടെ നിമിഷങ്ങൾ ഉൾക്കൊള്ളുന്നു. പ്രശസ്ത ഫോട്ടോഗ്രാഫറായ ടി.എസ്. സത്യന്റെ തൊണ്ണൂറ്റിരണ്ട് ബ്ലാക് ആന്റ് വൈറ്റ് ഫോട്ടോകളാണ് പ്രദർശിപ്പിക്കപ്പെട്ടത്.

പിറവിയുടേതാണ് ആദ്യഫോട്ടോ. ടാഗോറിന്റെ വാക്കുകളിൽ ദൈവം മനുഷ്യരുടെ ചെയ്തികളാൽ നിരാശാഭരിതനായിട്ടില്ലെന്നതിന്റെ തെളിവായി ഓരോ കുഞ്ഞും പിറവികൊള്ളുന്നു. പിന്നെ വേദനകളുടെ ഒരൊഴുക്കിൽ പെടുകയായി. ആശുപത്രിയുടെ ഇടനാഴിയിൽ നാവുകളിൽ അക്ഷരങ്ങളില്ലാത്ത കുഞ്ഞുങ്ങളുടെ ഒരു നീണ്ട നിര. ഉറങ്ങിക്കിടക്കുന്ന അമ്മയുടെ മുലപ്പാൽ നുകരുന്ന മുഗ്ദ്ധ നിമിഷം. വെറും നിലത്ത് ചുരുണ്ട് കിടന്നു ഒരു കുഞ്ഞ് മന്ത്രിക്കുന്നു:

'ഞാൻ തനിയെ, കൂട്ടിന് ഹൃദയത്തുടിപ്പുകൾ മാത്രം.'

മുപ്പതിലേറെ ഫോട്ടോകൾക്ക് വിഷയം കുട്ടികളുടെ വിശപ്പാണ്. ഇളം

മാംസത്തെയും ഞരമ്പുകളെയും കാർന്നുതിന്നുന്ന വിശപ്പ്. മൂപ്പെത്താത്ത എല്ലുകളെ ഉലയ്ക്കുന്ന വിശപ്പ്. വിശന്ന് മെഴുകുതിരിപോലെ കത്തിയെരിയാറായ കുഞ്ഞുങ്ങൾ. അവരുടെ വിശക്കുന്ന കണ്ണുകൾ. എഴുന്ന്നിൽക്കുന്ന വാരിയെല്ലുകൾ. ചടച്ച ഉടലുകൾ. ഉറക്കുത്തിയ ഉമ്മറപ്പടിയിൽ തളർന്നിരിപ്പ്. കുഞ്ഞിവീഴ്ത്തുകേന്ദ്രത്തിൽ നീണ്ട ക്യൂവിലുള്ള കാത്തുനിൽപ്പ്. അസഹ്യതയുടെ കരച്ചിൽ. ('കുഞ്ഞേ നീയെന്തിന് കേഴുന്നു? എവിടെ നിന്റെ മന്ദസ്മിതങ്ങൾ' - യൂറിപ്പിഡിസ്).

വിശപ്പിന്റെ ഒട്ടേറെ ദീനനിമിഷങ്ങളോടൊപ്പം, അതിന്റെ കടുത്തപ്രേരണയിൽ അഭിമുഖീകരിക്കാൻ നിർബന്ധിതമാകുന്ന സാഹചര്യങ്ങളെയും ശ്രീ. സത്യൻ പകർത്തികാട്ടുന്നുണ്ട്. കണ്ണുനീരിനും വേദനയ്ക്കുമിടയിൽ നിഷ്കളങ്കമായ പുഞ്ചിരിയുടെ നിമിഷങ്ങളും സ്ഥാനം പിടിച്ചിട്ടുണ്ട്. സത്യന്റെ ക്യാമറയ്ക്കുള്ളത് സത്യം കാണുന്ന കണ്ണുകളാണ്. അതുകൊണ്ടുതന്നെ അതൊരു കമ്മിറ്റഡ് ക്യാമറയാണ്.

(ദേശാഭിമാനി 1980
ജനുവരി 6)

'ഹീരക് രാജാർ ദേശേയ്' - റായിയുടെ പുതിയ ചിത്രം

സത്യജിത്റായിയുടെ പുതിയ ചിത്രമാണ് 'ഹീരക് രാജാർ ദേശേ യ്.' ഇതിന്റെ അവസാന ഷെഡ്യൂൾ ഷൂട്ടിംഗ് ടോളിഗഞ്ചിലെ ഇന്ദ്രപുരി സ്റ്റുഡിയോയിൽ നടന്നുകൊണ്ടിരിക്കുന്നു.

പശ്ചിമബംഗാൾ ഗവൺമെന്റ് നിർമ്മിക്കുന്ന ഈ ചിത്രം കുട്ടികൾക്ക് വേണ്ടിയുള്ളതാണ്. ഉത്പൽദത്ത്, സൗമിത്രചാറ്റർജി, റോബിഘോഷ്, തപൻചാറ്റർജി തുടങ്ങിയ പ്രമുഖ താരങ്ങൾക്ക് പുറമെ പന്ത്രണ്ട് ബാല നടന്മാരും ഇതിൽ അഭിനയിക്കുന്നു. സൗമേന്ദു റോയിയും പൂർണേന്ദു ബോസുമാണ് ഛായാഗ്രഹണം നിർവ്വഹിക്കുന്നത്.

'ഗൂപി ഗായേൻ ബാഘാബായേൻ' എന്ന മുൻ റായ് ചിത്രത്തിന്റെ തുടർച്ചയാണ് 'ഹീരക് രാജാർ ദേശേയ്'. തപൻചാറ്റർജി ഗൂപിയായും റോബിഘോഷ് ബാഘയായും വേഷമിടുന്നു.

ഇന്ദ്രപുരി സ്റ്റുഡിയോ, ടോളിഗഞ്ച്, ജനുവരി 14.

സെറ്റ് സംവിധാനം ചെയ്യുന്നവർക്ക് നിർദ്ദേശങ്ങൾ നൽകിക്കൊണ്ട് സത്യജിത്റായ്. ഏറ്റവും സൂക്ഷ്മമായ വിശദാംശങ്ങളിൽപ്പോലും അദ്ദേഹം ശ്രദ്ധാലുവാണ്. സെറ്റ് ഒരുങ്ങാത്തതിന്റെ അസ്വസ്ഥത മുഖത്തു നിഴലിച്ചുകാണാം. തലേന്ന് ഷൂട്ടിംഗ് നടക്കേണ്ടിയിരുന്നതാണ്. സെറ്റ് തയ്യാറാകാത്തതുമൂലം അവസാന നിമിഷം അത് മാറ്റിവെക്കേ ണ്ടിവന്നു.

നിരവധി ജോലിക്കാർ തിരക്കിട്ട് പണിയെടുത്തുകൊണ്ടിരുന്നു. മേക്കപ്പ് ചെയ്ത ചില നടന്മാരുമുണ്ട് അവരോടൊപ്പം. സെറ്റു തയ്യാറാ കുന്നതും കാത്ത് കുട്ടികൾ പുറത്തിരുന്നു. ഓമനകളായ, ചുറുചുറുക്കുള്ള പന്ത്രണ്ട് ബാലന്മാർ. അവർ ഉറക്കെ സംസാരിക്കുകയും ചിരിക്കുകയും പാടുകയും ചെയ്തു. പ്രൊഡക്ഷൻ മാനേജർ തിരക്കിനിടയിലും അവ രോട് കുശലം പറയാൻ നേരം കണ്ടെത്തി. കാന്റീൻ ജോലിക്കാർ അവർക്കിടയിൽ മൊരിച്ച റൊട്ടിയും ചായയും വിതരണം ചെയ്തുകൊ ണ്ടിരുന്നു.

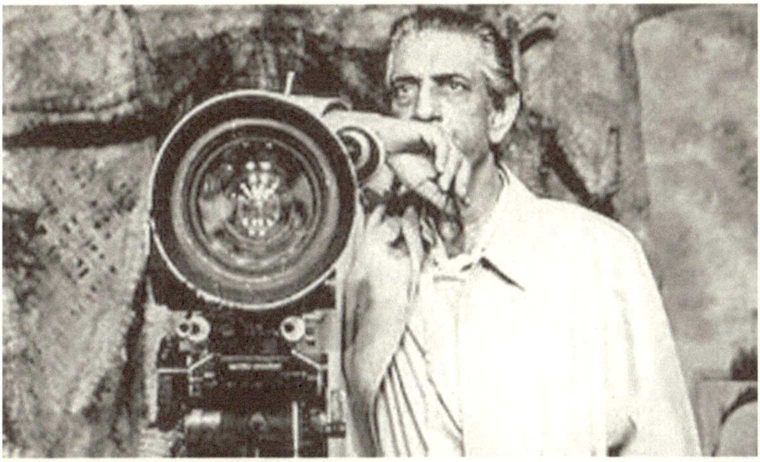

ഈ സിനിമയെക്കുറിച്ചെന്തു പറയുന്നുവെന്ന് ചോദിച്ചപ്പോൾ രാജീവ് ഗാംഗുലി എന്ന കുട്ടി പറഞ്ഞു: "നല്ല ഫിലിമാണ്. ഒരുപാട് ഫൈറ്റിംഗൊക്കെ ഉണ്ട്. തപൻ ചാറ്റർജി പാടുന്ന പന്ത്രണ്ട് പാട്ടുകളുണ്ട്. ഞങ്ങളുടെ ഗുരുവായി അഭിനയിക്കുന്നത് സൗമിത്ര ചാറ്റർജിയാണ്. മേക്കപ്പ്റൂമിലുണ്ട്."

ആ മിടുക്കൻ ആകെ ഉത്സാഹഭരിതനായിരുന്നു. റായിയുടെ 'ജയ് ബാബാ ഫേലുനാഥ്' ആണ് അവന്റെ ആദ്യചിത്രം. വെണ്ണ പുരട്ടിയ റൊട്ടി ചവച്ചുകൊണ്ട്, അന്ന് നടക്കാനിരിക്കുന്ന ഷൂട്ടിംഗിന്റെ വിശദവിവരം അവനെന്നെ പറഞ്ഞുകേൾപ്പിച്ചു.

"കണ്ടോ" പണി നടന്നുകൊണ്ടിരിക്കുന്ന സെറ്റിനുനേർക്ക് കൊച്ചുവിരൽ നീട്ടിക്കൊണ്ട് വെടിപ്പുള്ള ഹിന്ദിയിൽ പറഞ്ഞു: "അതൊരു ലബോറട്ടറിയാണ്. അതിനകത്തേക്ക് ഹീരക്രാജ ഞങ്ങളെ പിടിച്ചുകൊണ്ടുപോകും. പുറത്തുകടക്കുമ്പോൾ ചിലർക്കും ഭ്രാന്തുപിടിച്ചിരിക്കും. ചിലർ അന്ധരാകും. ചിലർ മൂകരും ബധിരരുമാകും. സാവധാനത്തിൽ മനുഷ്യരെ കൊല്ലുന്ന ഒരുതരം വിഷം ദേഹത്തെ നീലനിറമാക്കിയിരിക്കും."

"ഒരു ബ്രെയിൻ വാഷ്" മാനുഷ് മുഖർജി എന്ന് പേരുള്ള മറ്റൊരു ബാലനടൻ കൂട്ടിച്ചേർത്തു.

ലബോറട്ടറി സജ്ജമാക്കാൻ നിരവധി സ്ഫടികഭരണികളും നിറമുള്ള ദ്രാവകങ്ങളും പ്ലാസ്റ്റിക് ഉപകരണങ്ങളും അസ്ഥിപഞ്ജരവും തീപ്പന്തങ്ങളും കൊണ്ടുപോകുന്നു. വാതിൽക്കൽ കൂടുകളിൽ വവ്വാലുകളും മുയ

ലുകളും ഒച്ചയിട്ടു. ഛായാഗ്രാഹകനായ സൗമേന്ദു റോയി പറഞ്ഞു: "ഇത് വളരെ മെച്ചപ്പെട്ട ഒരു ചിത്രമായിരിക്കും. 'ഗുപി ഗായേൻ ബാഘാ ബായേൻ' എന്നതിന്റെ രണ്ടാം ഭാഗമാണെങ്കിലും അതിനെക്കാളും ഏറെ മെച്ചപ്പെട്ടതാണിത്. സാങ്കേതികമായി മാത്രമല്ല, എല്ലാ നിലയിലും. ഇതിന്റെ ഉള്ളടക്കത്തിന് ഒരു പ്രതീകാത്മകമാനമുണ്ട്. അതായത് ഒരു പൊളിറ്റിക്കൽ ബാക്ഗ്രൗണ്ട്."

അത് പൂർണേന്ദു ബോസ് എന്നെ അറിയിച്ചിരുന്നു.സ്വേച്ഛാധിപത്യമാണ് റായിയുടെ ഈ ചിത്രത്തിന്റെ പ്രമേയം. ഹീരക്രാജ സ്വേച്ഛാധിപതിയായ ഒരു ഭരണാധിപനായിരുന്നു. അയാൾക്ക് യോജിച്ച ദുർവൃത്തനായ ഒരു മന്ത്രിയും വൈതാളികരായ പരിവാരവുമുണ്ട്. ദേശം ദുഃഖങ്ങളിലൂടെ കടന്നുപോവുകയായിരുന്നു. ആ ദുഃഖം അമർഷമായി രൂപപ്പെടുമെന്ന് കണ്ട ഹീരക്രാജ തന്റെ രാജ്യത്ത് കരിനിയമങ്ങൾ പ്രഖ്യാപിച്ചു. സ്വാതന്ത്ര്യം പഴയൊരു സ്വപ്നമായി. പാഠശാലകളത്രയും അടച്ചിടപ്പെട്ടു. രാജ്യത്തുള്ളവരെ ഒന്നൊന്നായി തന്റെ പരീക്ഷണശാലയിൽ ബന്ധിച്ച്, മസ്തിഷ്കപ്രക്ഷാളനം നടത്തി, അനുസരണയുള്ള പ്രജകളെ വാർത്തെടുക്കാൻ ഹീരക്രാജ ശ്രമിച്ചു. അന്തിമവിജയം, പക്ഷേ ജനങ്ങളുടേതായിരുന്നു.

"സെൻഷർഷിപ്പ് പ്രയാസങ്ങൾ നേരിട്ടേക്കുമോ?" ഡെൽഹിയിലെ മാറ്റങ്ങൾ സൂചിപ്പിച്ചുകൊണ്ട് ഞാൻ ചോദിച്ചു.

"എന്ന് ഞാൻ കരുതുന്നില്ല. എന്തെങ്കിലും ഉണ്ടായിക്കൂടെന്നുമില്ല." സൗമേന്ദു റോയ് പറഞ്ഞു.

റോബി ഘോഷും തപൻ ചാറ്റർജിയും മേക്കപ്പ് ചെയ്ത് സ്റ്റുഡിയോ ഫ്ളോറിൽ കുട്ടികളോടൊപ്പം ചുറ്റിനടന്നു. കുട്ടികൾക്ക് ആകെക്കൂടി ഒരു ത്സവംപോലെ.

തൊപ്പിയും നീളൻ അങ്കിയും ധരിച്ചുവന്ന ഉത്പൽദത്തിനെ രാജീവ് ഗാംഗുലി എനിക്ക് പരിചയപ്പെടുത്തിത്തന്നു - ഹീരക്‌രാജ. തൊപ്പിയിൽ തൂവലുകളിളകി.

സൗമിത്രാ ചാറ്റർജി കടും ചുവപ്പുനിറമുള്ള ഷാൾ പുതച്ച്, മേൽമീശയില്ലാതെ താടി വളർത്തി, ഒരവധൂതന്റെ മട്ടിൽ കടന്ന് വന്നു.

"ഞങ്ങളുടെ ഗുരു," രാജീവ് പറഞ്ഞു.

എല്ലാവരുടെ ചമയവും പൂർത്തിയായിക്കഴിഞ്ഞിരിക്കുന്നു. അവരെല്ലാം കാത്തിരുന്നു; ക്ഷമയോടെ.

(ദേശാഭിമാനി 1980
ജനുവരി 21)

യാത്രക്കാരനായ കവി

കവി, നോവലിസ്റ്റ്, ചെറുകഥാകൃത്ത്, നിരൂപകൻ എന്നീ നിലകളിലെല്ലാം പ്രസിദ്ധനായ സച്ചിദാനന്ദ ഹീരാനന്ദ വാത്സ്യായന് ഡിസംബർ 28ന് കൽക്കത്തയിൽ ചേർന്ന വർണ്ണശബളമായ ഒരു ചടങ്ങിൽവെച്ച് 78ലെ ജ്ഞാനപീഠം അവാർഡ് നൽകപ്പെട്ടു.

സച്ചിദാനന്ദ വാത്സ്യായൻ കാലം തന്നെയോർത്ത് കരുതിവെച്ച ധന്യനിമിഷത്തിലേക്ക് നടന്നടുത്തു. പ്രശസ്ത നർത്തകി രുക്മിണി അരുണ്ഡേൽ ജ്ഞാനപീഠം അവാർഡിന്റെ പ്രതീകമായ വാഗ്ദേവി ശില്പം കവിയുടെ കൈകളിലേല്പിച്ചു.

അജ്ഞേയ് എന്ന തൂലികാനാമത്തിൽ അറിയപ്പെടുന്ന വാത്സ്യായനെ ഇന്ത്യയിൽ സാഹിത്യത്തിന് ലഭിക്കാവുന്ന ഈ പരമോന്നത ബഹുമതിക്ക് അർഹനാക്കിയത് 1967ൽ പ്രസിദ്ധീകൃതമായ 'കിത്നി നാവോം മെ കിത്നി ബാർ' എന്ന കാവ്യസമാഹാരമാണ്.

കവിയുടെ പശ്ചാത്തലം

1911-ലാണ് വാത്സ്യായന്റെ ജനനം. പിതാവ് ഒരു പുരാവസ്തു ഗവേഷകനായിരുന്നു. ചെറുപ്പം മുതൽ തന്നെ സാഹിത്യത്തിൽ ആകൃഷ്ടനായിത്തീർന്ന വാത്സ്യായൻ പന്ത്രണ്ടാമത്തെ വയസ്സിൽ ആദ്യത്തെ കഥയെഴുതി. ആരെയും ആശ്രയിക്കാതെ ജീവിതം നയിക്കാനുള്ള ആഗ്രഹം മൂലം പാചകകല, തുന്നൽ, ഫർണിച്ചർ നിർമ്മാണം, ചെരിപ്പു നിർമ്മാണം, ബുക്ക് ബൈൻഡിംഗ് എന്നിങ്ങനെ പലതുറകളിൽ പരിശീലനം നേടി.

പടക്കങ്ങളുണ്ടാക്കാനുള്ള ബാല്യകാല കൗതുകം പിൽക്കാലത്ത് യൂത്ത്ലീഗിന്റെ ഹിന്ദുസ്ഥാൻ സോഷ്യലിസ്റ്റ് റിപ്പബ്ലിക്കൻ ആർമിയിൽ അംഗമായപ്പോൾ പ്രയോജനപ്പെട്ടു. ഇത് ജീവിതത്തിലെ സുപ്രധാനമായ ഒരു വഴിത്തിരിവായിരുന്നു.

ഭഗത്സിംഗിന്റെ പ്രസ്ഥാനവുമായി പുലർത്തിയ ബന്ധം വാത്സ്യായനെ തടവുമുറികളിലെത്തിച്ചു. അതദ്ദേഹത്തെ സംബന്ധിച്ചിടത്തോളം ഒരനുഗ്രഹമായി. ഇരുമ്പഴികൾക്ക് പിന്നിലിരുന്നാണ് നിഷ്ഠാപൂർവ്വം രചനയാരംഭിച്ചത്.

1933ൽ പുറത്തിറങ്ങിയ 'ഭഗ്നദൂത്' (കാവ്യസമാഹാരം)യാണ് ആദ്യ കൃതി. കവിത, ചെറുകഥ, നോവൽ, നിരൂപണം, യാത്രാവിവരണം എന്നീ ശാഖകളിൽ ഉൾപ്പെടുന്ന 59 കൃതികളുടെ കർത്താവാണ്. ഇവ പ്രതിഫലിപ്പിക്കുന്ന ലോകം അതിവിസ്തൃതവും വൈവിദ്ധ്യപൂർണ്ണവുമാണ്. മുഖ്യമായും ഒരു കവിയായി അറിയപ്പെടുന്ന വാത്സ്യായൻ തന്റെ ചില രചനകളിലെ യൂറോപ്യൻ സ്വാധീനം നിഷേധിക്കുന്നില്ല. ഏതാനും കൃതികൾ പ്രകടിപ്പിക്കുന്ന മോഹഭംഗം വിഷാദാത്മകതയിലേക്ക് നയിക്കുന്നതല്ലെന്ന് അദ്ദേഹം ശക്തമായി വാദിക്കുന്നു.

ഹിന്ദി സാഹിത്യത്തിലെ വർത്തമാനകാല അവസ്ഥയിൽ വാത്സ്യായൻ തെല്ലും സംതൃപ്തനല്ല. പുതിയ തലമുറ ആശാവഹമായ ചലനങ്ങൾക്ക് തുടക്കം കുറിച്ചിട്ടില്ലെന്നാണ് അദ്ദേഹത്തിന്റെ പക്ഷം. അമ്പതുകളിലും അറുപതുകളുടെ തുടക്കത്തിലുമുണ്ടായ എഴുത്തുകാരാണ് ഇന്ന് ഹിന്ദി സാഹിത്യവേദിയിൽ നിറഞ്ഞുനിൽക്കുന്നത്. അദ്ദേഹത്തിന്റെ അഭിപ്രായത്തിൽ, അവരെ അതിശയിക്കുന്ന പ്രതിഭകൾ പിറക്കാനിരിക്കുന്നതേ ഉള്ളൂ.

വാത്സ്യായന്റെ 'ശേഖർ; ഏക് ജീവനി' (രണ്ടു ഭാഗങ്ങൾ) 'അപ്നേ അപ്നേ അജ്നബി', 'നദീ കെ ദ്വീപ്' എന്നീ നോവലുകൾ പ്രസിദ്ധങ്ങളാണ്. എഴുതിക്കൊണ്ടിരിക്കുന്ന 'ഛായാമേഘൽ' എന്ന നോവലിനെ അദ്ദേഹം തനിക്കേറ്റവും ഇഷ്ടപ്പെട്ട കൃതിയായി വിശേഷിപ്പിക്കുന്നു. ഈ നോവൽ മാർച്ച് മാസം ഒടുവിൽ പ്രസിദ്ധീകരിക്കപ്പെടും.

ശില്പകലയിലും ഫോട്ടോഗ്രാഫിയിലും അദ്ദേഹത്തിന് അമിതമായ

താല്പര്യമുണ്ട്. സാഹിത്യത്തിൽനിന്നും പിൻതിരിപ്പിക്കത്തക്കവണ്ണം അത്രയും ശക്തമായി ശില്പകല അദ്ദേഹത്തെ സ്വാധീനിച്ച ഒരു ഘട്ട മുണ്ടായിരുന്നു. അത് ആപത്കരമാണെന്നു തിരിച്ചറിഞ്ഞ് അദ്ദേഹം സാഹിത്യത്തിലേക്കുതന്നെ കൂടുതലടുത്തു. ഒരഭിമുഖ സംഭാഷണത്തിൽ അദ്ദേഹം അത് ഇങ്ങനെ വെളിപ്പെടുത്തുകയുണ്ടായി. “ജ്ഞാനപീഠം അവാർഡ് കിട്ടിയേക്കുമോ എന്ന ഭയം എന്റെ ഉള്ളിലുണ്ടായിരുന്നു!”

മൗനത്തിന് സ്തുതി

സ്വാഗതമാശംസിച്ച ശ്രീ സാഹു ശ്രേയസ് പ്രസാദ് ജെയ്ൻ, വാത്സ്യാ യനെ എക്കാലത്തെയും യാത്രക്കാരനെന്ന് വിളിച്ചു. അദ്ദേഹത്തിന്റെ നൗക ഇപ്പോൾ മൂലസ്രോതസ്സിന്റെ തീരത്തണിഞ്ഞിരിക്കുകയാണ്. ഇനിയും കൂടുതൽ മഹത്വപൂർണ്ണമായ യാത്രകൾ അദ്ദേഹം തുടരട്ടെ - ശ്രീ ജെയ്ൻ പറഞ്ഞു.

അവാർഡ് നിർണയക്കമ്മറ്റിയുടെ അദ്ധ്യക്ഷനായ ഡോ. വിനായക് കൃഷ്ണ ഗോകക്, പതിന്നാലാമത് അവാർഡുദാനത്തിനായി തിരഞ്ഞെ ടുത്ത കൽക്കത്തയുടെ പ്രസക്തി ചൂണ്ടിക്കാണിച്ചുകൊണ്ടാണ് പ്രസംഗ മാരംഭിച്ചത്. ഉർവ്വരമായ ബംഗാൾ മണ്ണിലാണ് ജ്ഞനപീഠം അവാർഡ് പിറ വികൊണ്ടതെങ്കിലും അവാർഡുദാനച്ചടങ്ങ് കൽക്കത്തയിൽ ഇതാദ്യമാ യാണ് സംഘടിപ്പിക്കുന്നത്. കൽക്കത്തയുടെ ആഹ്ലാദമാണീ ചടങ്ങ്.

പോയവർഷങ്ങളിൽ അവാർഡിനർഹരായ എഴുത്തുകാരുടെ സംഭാ വനകൾ ഡോ. ഗോകക് വിലയിരുത്തി. വാത്സ്യായൻ ആധുനിക ഹിന്ദി കവിതയിലെ ഹോപ്കിൻസ് ആണെന്ന് അദ്ദേഹം അഭിപ്രായപ്പെട്ടു. ‘കിത്നി നാവോം മെ കിത്നി ബാർ’ എന്ന സമാഹാരത്തിലെ കവിത കൾ അനുഭവത്തിന്റെയും സങ്കേതത്തിന്റെയും ഇമേജറിയുടെയും ശൈലി യുടെയും വജ്രസൃഷ്ടികളാണ്. യാഥാർത്ഥ്യത്തിന്റെ വേരുതേടുന്ന ഒര ന്വേഷകന്റെ വ്യക്തിത്വം അവയിലുടനീളം പ്രതിഫലിച്ചിരിക്കുന്നു. വിശ്വ പ്രകൃതിയുമായി കവി പ്രതിഭ താദാത്മ്യം പ്രാപിച്ചിരിക്കുന്നു ഈ കവി തകളിൽ.

സുപ്രസിദ്ധ ബംഗാളി നോവലിസ്റ്റായ ബിമൽമിത്ര, ബംഗാളി സാഹി ത്യത്തെ പ്രതിനിധീകരിച്ച്, കവിയ്ക്ക് മംഗളം നേർന്നു.

അവാർഡ് സമ്മാനിച്ച രുക്മിണി അരുണ്ഡേൽ, ആ നിമിഷത്തിന്റെ ധന്യതയെ വാഴ്ത്തി. ജ്ഞാനപീഠം അവാർഡ് ഏറ്റുവാങ്ങുന്ന വ്യക്തി യോടൊപ്പം സമ്മാനിക്കുന്ന വ്യക്തിയും അതിന് സാക്ഷിനിൽക്കുന്നവരും ബഹുമാനിക്കപ്പെടുകയാണെന്ന് അവർ പറഞ്ഞു. തന്നെ സംബന്ധിച്ച് ഈ മുഹൂർത്തം അമൂല്യമാണ്. വാത്സ്യായന്റെ കാവ്യജീവിതത്തെ അവർ

പ്രകീർത്തിച്ചു. "സൗന്ദര്യത്തിന്റെ സത്യമറിഞ്ഞ കവിയാണ് വാത്സ്യായൻ. അദ്ദേഹം പറഞ്ഞിരിക്കുന്നത് നോക്കുക", ശ്രീമതി അരുണ്ഡേൽ കവിയെ ഉദ്ധരിച്ചു. "ഭാഷയല്ല കവിത, വാക്കുകളുമല്ല. വാക്കുകൾക്കിടയിലെ നിശ്ശബ്ദതയാണ്."

ശിലകളെ ഉണർത്താനുള്ള പാട്ട്

അവാർഡിന് നന്ദി പ്രകാശിപ്പിച്ചുകൊണ്ട് വാത്സ്യായൻ പറഞ്ഞു:

"ഇന്ത്യൻ സാഹിത്യകാരന്മാർ മറ്റേതൊരു ചരിത്രദശയിലെ എഴുത്തുകാരേക്കാളും പ്രയാസകരവും പ്രതികൂലവുമായ സാഹചര്യങ്ങളിലാണ് സാഹിത്യനിർമ്മാണം നടത്തിക്കൊണ്ടിരുന്നത്. പാരമ്പര്യത്തിന്റെ അടിവേരുകളെക്കുറിച്ചുള്ള ശരിയായ ബോധം വളർത്തിയെടുത്തവർ മാത്രമേ, ഈ സാഹചര്യങ്ങളെ അതിജീവിച്ചിട്ടുള്ളൂ."

മൺമറഞ്ഞ എഴുത്തുകാരെയും സമകാലികരെയും അദ്ദേഹം ഓർമ്മിച്ചു. ആദരിക്കപ്പെടേണ്ട പൂർവ്വികർക്കുവേണ്ടിയും സമകാലികർക്കുവേണ്ടിയുമാണ് വിനയപൂർവ്വം താൻ ഈ അവാർഡ് കൈപ്പറ്റുന്നതെന്ന് അദ്ദേഹം ഉണർത്തിച്ചു. കവി ഇങ്ങനെ തുടർന്നു: "ഈ രാജ്യത്തിലെ, സംസ്ഥാനത്തിലെ, നഗരത്തിലെ അവസ്ഥകൾ പരിഗണിക്കുമ്പോൾ ഇത്തരത്തിലൊരു വർണ്ണപ്പകിട്ടേറിയ ചടങ്ങ് അനുചിതമാണ്. ബഹുമതികൾ മോഹിപ്പിക്കുന്നവയാണ്. പണം പ്രയോജനകരവും. പക്ഷേ ആർജ്ജിക്കാത്ത ധനം വ്യക്തികളെ ദുഷിപ്പിക്കുന്നതാണ്. അതിന്റെ ഭീകരസ്വാധീനം എമ്പാടും നിറഞ്ഞുനിൽക്കുകയുമാണ്. രാഷ്ട്രീയരംഗത്ത് അതൊരു നിർണായക ശക്തിയായി മാറിക്കഴിഞ്ഞിരിക്കുന്നു. എനിക്ക് കിട്ടുന്ന സമ്മാനത്തുകയുടെ സ്വഭാവമെന്ത്? ഇത് ആർജ്ജിത ധനമാണോ? തേന ത്യക്തേന ഭുഞ്ജീഥാ എന്ന ഉപനിഷദ് സൂക്തം പിന്തുടരപ്പെടേണ്ട ഒരാദർശമല്ലെന്നു വരുമോ?"

സാഹിത്യരചന അതീവ ലളിതമായ ഒരു പ്രവൃത്തിയായി അദ്ദേഹം വിവരിച്ചു. ഈ ലാളിത്യമാണ് സൃഷ്ടിയുടെ കരുത്ത്. എന്നാൽ ഇത് നേടിയെടുക്കാൻ ഒരു ജീവിതകാലം മുഴുവൻ പരിശ്രമിക്കേണ്ടതുണ്ട്. എഴുത്തുകാരന്റെ അന്വേഷണം മനുഷ്യരാശിയുടേതായി മാറുമ്പോഴാണ് അയാൾ ഈ ലാളിത്യം നേടിയെടുക്കുന്നത്. മനുഷ്യന്റെ അന്വേഷണവ്യഗ്രത ജീവിതസുരക്ഷിതത്വത്തിനും ഭക്ഷണത്തിനും പാർപ്പിടത്തിനും ഇണയ്ക്കും മാത്രം വേണ്ടിയുള്ളതല്ല - ഒരിക്കലും നിലയ്ക്കാത്തതും അനുസ്യൂതമായി പ്രവഹിക്കുന്നതുമായ മൂല്യധാരയുടെ ഉറവിടമാണ് അവൻ ആരായുന്നത്. മനുഷ്യൻ മഹത്വം തേടുന്നു. പ്രാഥമികാവശ്യങ്ങൾ നിറവേറ്റപ്പെടുന്നതോടെ സംതൃപ്തരാകുകയെന്നത് മനുഷ്യരുടെ

പൊതുസ്വഭാവമായി കരുതുക വയ്യ.

'ചോദ്യങ്ങൾ ഉന്നയിക്കാനും അവയുടെ ഉത്തരങ്ങൾ കണ്ടെത്താനുള്ള അന്വേഷണത്തിന്റെ കൊടും വേദനയെ അതിജീവിക്കാനും മനുഷ്യരെ സഹായിക്കുകയാണ് എന്റെ ലക്ഷ്യം.' കവിയുടെ ശബ്ദം മുഴക്കമുറ്റതായിത്തീർന്നു: എന്റെ കൃതികളിൽ മൂല്യത്തിന്റെ അനുസ്യൂതധാരയുടെ ഉറവിടത്തിലേക്ക് നിങ്ങളെ നയിക്കുകയോ അതിന്നു നേർക്ക് ചൂണ്ടുപലകയായി നിലയുറപ്പിക്കുകയോ അതുമല്ലെങ്കിൽ അതിന്റെ അസ്തിത്വത്തെക്കുറിച്ച് ഓർമ്മിപ്പിക്കുകയോ ചെയ്യാത്തവയെ നിങ്ങൾ തള്ളിക്കളയുക. നിങ്ങളത് നിറവേറ്റുന്നില്ലെങ്കിൽ തന്നെയും അവയ്ക്കൊരു സ്വാഭാവികമായ അന്ത്യമുണ്ട്. കാലത്തിന്റെ വിധി നിർണ്ണയം വേദനാജനകമായേക്കാം. പക്ഷേ അതാണ് നീതി. അത് സ്വീകരിക്കാതെ നിവൃത്തിയില്ല. സൃഷ്ടിപ്രക്രിയയെക്കുറിച്ചുള്ള ഒരു കവിത ചൊല്ലി കവി തന്റെ പ്രസംഗം ഉപസംഹരിച്ചു. ശീർഷകമില്ലാത്ത ആ കവിതയിൽ കവി പറയുന്നു: 'വയലുകളിൽ ഉഴവുചാലുകൾ കീറിയുണ്ടാക്കുന്നതിന്റെ പരമമായ ആനന്ദംപോലും മറ്റൊരാൾക്കു പങ്കിടാൻ ഞാൻ ഒരുക്കമാണ്. പക്ഷേ, അവനും എന്നെപ്പോലെ പഴയ ചാലുകളെ അവഗണിച്ചിരിക്കണമെന്ന നിബന്ധനയുണ്ട്. അപ്പോൾ അവന്റെ മുന്നിലും വിശാലഭൂമികൾ തെളിയും. പണി ചെയ്യുമ്പോൾ ഞാൻ പാടുന്നു, അവനുവേണ്ടി. അവന്റെ കർമ്മത്തിൽ ശക്തിയേകുന്നതിന്. അവനായി മാത്രമല്ല, സകലർക്കും വേണ്ടി ഞാൻ പാടുന്നു. അവരുടെയുള്ളിൽ ശിലയായി മാറിയ അഹല്യയെ ഒരു സ്പർശംകൊണ്ടുണർത്തുന്നതിന്; അതിനുവേണ്ടിയാണെന്റെ പാട്ട്.'

ആവശ്യപ്പെട്ടതനുസരിച്ച് തന്റെ അസാദ്ധ്യവീണ എന്ന കവിത കൂടി കവി അവതരിപ്പിച്ചു.

കവിതയുടെ ചലനങ്ങൾ

യശസ്സിന്റെ ഗോപുരം പണിത ഉദയശങ്കറിന്റെ മകനായ ആനന്ദ് ശങ്കറിന്റെയും പത്നി തനുശ്രീ ശങ്കറിന്റെയും നേതൃത്വത്തിൽ വാത്സ്യായന്റെ അസാദ്ധ്യവീണ, കിത്നി നാവോം മെ കിത്നി ബാർ എന്നീ കവിതകളുടെ സൂക്ഷ്മഭാവം രംഗത്താവിഷ്ക്കരിക്കപ്പെട്ടു. അത് അത്യന്തം ഹൃദയഹാരിയായ ഒരനുഭവമായിരുന്നു.

അമൂർത്തമാണ് കവിത. ആശയവും പദബന്ധങ്ങളും താളവും ഇഴുകിച്ചേർന്ന് കവിതക്കൊരു നക്ഷത്രദീപ്തി കൈവരുന്നു. കവിതയുടെ ഉൾത്തുടിപ്പ് സംഗീതധ്വനികളും വാദ്യോപകരണങ്ങളും ദീപസംവിധാനവും പ്രയോജനപ്പെടുത്തി ദൃശ്യവത്ക്കരിക്കുകയെന്നത് തീർച്ചയായും

ഒരു സാഹസമാണ്. കവിയുടെ സാന്നിദ്ധ്യം കൂടിയാകുമ്പോൾ ആ സാഹസത്തിന്റെ തീക്ഷ്ണതയേറുന്നു. പിന്നെ രുക്മിണി അരുണ്ഡേലും..!

ആനന്ദും തനുശ്രീയും അതൊരു വെല്ലുവിളിയായിത്തന്നെ ഏറ്റെടുത്തെന്നു തോന്നി. നൃത്തത്തിന്റെ മാന്ത്രികനിമിഷങ്ങൾ ഒടുങ്ങിയപ്പോൾ കവിയും രുക്മിണി അരുണ്ഡേലും വേദിയിലേക്ക് കയറിച്ചെന്ന് സ്നേഹത്തിന്റെ കൈകൾകൊണ്ട് അവരെ ആശീർവദിച്ചു.

അതായിരുന്നു അവാർഡ്ദാനച്ചടങ്ങിന്റെ അവസാനനിമിഷം. അതുതന്നെയായിരുന്നു കവിക്ക് തന്റെ യാത്ര പുനരാരംഭിക്കാനുള്ള നിമിഷവും.

(മാതൃഭൂമി
1980 ജനുവരി 26)

കൽക്കത്താ,
ഞാൻ നിന്നെ സ്നേഹിക്കുന്നു

പൂർണേന്ദു ബോസ്, റൈറ്റേഴ്സ് ബിൽഡിംഗിന്റെ കോണിപ്പടികളിറങ്ങി ഡൽഹൗസി സ്ക്വയർ എന്നു വിളിക്കപ്പെട്ടിരുന്ന ബി.ബി.ഡി ബാഗിലൂടെ നടക്കുമ്പോൾ പറഞ്ഞു: “ഞാനൊരു ഡോക്യുമെന്ററി ഫിലിം നിർമ്മിച്ചുകൊണ്ടിരിക്കുകയാണ്. അതിന്റെ പേര് കൽക്കത്താ ഞാൻ നിന്നെ സ്നേഹിക്കുന്നു.”

ഞങ്ങൾക്കു ചുറ്റിലും മധ്യാഹ്നവെയിലിലെ കൽക്കത്തയായിരുന്നു. പൂർണേന്ദുവിന്റെ കൈയിൽ മൂവിക്യാമറയും ട്രിപ്പോഡുമുണ്ടായിരുന്നു.

സ്നേഹം അർഹിക്കുന്ന ഒരു നഗരമാണോ കൽക്കത്ത? എന്റെ സംശയം പൂർണേന്ദുവിനെ നൊമ്പരപ്പെടുത്തിയെന്നു തോന്നി. പഴയ കെട്ടിടങ്ങളുടെ നിഴലുകളിലൂടെ ഞങ്ങൾ നടന്നു. അയാൾ പറഞ്ഞു : “എനിക്കറിയാം ഇത് ഒരു തകർന്ന നഗരമാണ്. രോഗാതുരമായ നഗരമാണ്, മരിച്ചുകൊണ്ടിരിക്കുന്ന നഗരമാണ്. മുപ്പതുലക്ഷത്തിലധികം പേർ ഇവിടെ തിങ്ങിഞെരുങ്ങിപ്പാർക്കുന്നു. ഇത്രയേറെ വിശപ്പും വേദനയും ഒരു പക്ഷെ വേറെയെങ്ങും കാണില്ല. ഓരോ തെരുവുമൂലയും നമ്മെ ദുഃഖിപ്പിക്കും. എല്ലാം ചിതറിയും അലങ്കോലപ്പെട്ടുമിരിക്കുന്നു. തെരുവുകളുടെ പാർശ്വങ്ങളിൽ വേരുറപ്പിച്ച തലമുറകൾ, ചേരികൾ, ട്രാഫിക് ജാം, ജലക്ഷാമം, ആൾക്കൂട്ടം, അഭയാർത്ഥികൾ, വേശ്യകൾ, രോഗികൾ– വസ്തുതകൾ മനം മടുപ്പിക്കുന്നവയാകാം.”

ട്രാഫിക് സ്ക്വയർ മുറിച്ചു കടന്നു സുരേന്ദ്രനാഥ പാർക്കിലെത്തി. ഇത് മുമ്പ് കഴ്സൺ പാർക്കായിരുന്നു. ഇരിക്കാനുള്ള ഒരിടം തേടി നടക്കുമ്പോൾ, പാർക്കിലെ ഓരോരോ ദൃശ്യങ്ങൾ പൂർണേന്ദു ചൂണ്ടിക്കാട്ടി. ഭേൽപുരിയും ഉരുളക്കിഴങ്ങും വിൽക്കുന്നവർ, ഹസ്തരേഖാ വിദഗ്ദ്ധർ, പാമ്പാട്ടികൾ, കലണ്ടർ വിൽപ്പനക്കാർ, തണലിലിരുന്ന് ചിത്രം വരക്കുന്ന പെൺകുട്ടി, ചീട്ടുകളിക്കുന്ന വൃദ്ധന്മാർ. അവർക്കിടയിൽ ഒരു ചെറിയ വൃത്തം വരച്ച് ഞങ്ങൾ അതിനകത്തിരുന്നു.

“കൽക്കത്ത പലരെ സംബന്ധിച്ച് ഒരു സ്വപ്നനഗരമാണ്. ഭാവി കെട്ടി

പ്പടുക്കാനുള്ള ത്വരയുമായി ആളുകൾ ഇങ്ങോട്ടിരച്ചെത്തുന്നു. ബസ്തിക ളിലും ചണമില്ലുകൾ നിറഞ്ഞ ഹുഗ്ലിയുടെ കരകളിലും മനുഷ്യജീവികൾ അടിഞ്ഞു വീണഴുകിക്കൊണ്ടിരിക്കുന്നു. എല്ലാ വൃത്തികേടുകളും ഇവിടെ യുണ്ട്. പക്ഷേ എന്നിട്ടും ഞാൻ കൽക്കത്തയെ സ്നേഹിക്കുന്നു."

പൂർണേന്ദുവിന്റെ കണ്ണുകളിൽ ഒരാകാശമത്രയും ഒതുങ്ങി. ദൂരെ യുള്ള പൗരാണിക മന്ദിരങ്ങളും ശഹീദ് മിനാറും ചൂണ്ടിക്കാട്ടിക്കൊണ്ട് അയാൾ തുടർന്നു. "ഇവിടെ വൈരുപ്യം മാത്രമല്ല, സൗന്ദര്യവുമുണ്ട്. കൽക്കത്ത കൊല്ലപ്പെടാൻ ഞാൻ അനുവദിക്കയില്ല. ഇത് എന്റെ നഗര മാണ്."

കൽക്കത്തയെക്കുറിച്ചുള്ള ഈ കാഴ്ചപ്പാടാണ് പൂർണേന്ദുവിന്റെ ഡോക്യുമെന്ററി ചിത്രത്തിന്റെ അന്തസ്സത്ത നഗരത്തിന്റെ ഹൃദയമായ വിസ്തൃതിയേറിയ മൈതാനവും വിക്ടോറിയാ മെമ്മോറിയലുമാണ് ലൊക്കേഷൻ. പ്രഭാതത്തിനും അസ്തമയത്തിനുമിടക്ക് ഒരു പകലിന്റെ ചൈതന്യം പൂർണേന്ദു ക്യാമറയിലേയ്ക്കാവാഹിക്കുന്നു. സൂം ലെൻസില്ലെന്നത് ഒരു ദുഃഖമാണ്. സാമ്പത്തികമായ ഞെരുക്കങ്ങളുമു ണ്ട്. ഒരു ഘട്ടത്തിൽ മൂന്നു ലെൻസുകൾ വിൽക്കേണ്ടിവന്നു. ഈസ്റ്റു മാൻ കളറിലുള്ള ഈ ചിത്രത്തിന്റെ എൺപതുശതമാനം ഷൂട്ടിംഗ് തീർന്നു.

"ഏതെങ്കിലും പ്രത്യേക ആവിഷ്ക്കരണസമ്പ്രദായം മനസ്സിലുണ്ടോ" ഞാൻ ചോദിച്ചു:

"അങ്ങനെയൊന്നുമില്ല." പൂർണേന്ദു പറഞ്ഞു: "ഇത്രമാത്രം- ഒരു നൊസ്റ്റാൾജിക് സെന്റിമെന്റ്."

മറ്റു ചിത്രങ്ങളുടെ ക്യാമറാ ജോലി കഴിഞ്ഞു കിട്ടുന്ന നേരങ്ങളി ലാണ് സ്വന്തം ഷൂട്ടിങ്ങ് നടത്തുന്നത്. ചിത്രം എളുപ്പത്തിൽ തീരാത്ത തിന്റെ ഒരു കാരണം സമയക്കുറവുതന്നെ. ഇതു തീർന്നാൽ ആസ്സാ മിലെ ആനകളെക്കുറിച്ചുള്ള ഒരു ഡോക്യുമെന്ററി നിർമ്മിക്കാൻ ആലോ ചനയുണ്ട്. സത്യജിത്റായിയുടെ പുതിയ ചിത്രമായ 'ഹീരക് രാജാർ ദേശേയ്' എന്ന ചിത്രത്തിന്റെ യൂനിറ്റിലാണ് ഇപ്പോൾ പ്രവർത്തിച്ച് കൊണ്ടിരിക്കുന്നത്. റായിയെക്കുറിച്ച് ഏറെ പറയാനുണ്ട് പൂർണേന്ദു വിന്. മുപ്പതിലേറെ കൊല്ലമായി പൂർണേന്ദു റായിയുടെ ക്യാമറ യൂനിറ്റി ലാണ്. 'പഥേർ പാഞ്ചാലി' യുടെ ക്യാമറ കൈകാര്യം ചെയ്ത സുബ്ര തോമിത്രയാണ് ഗുരു. 'ജൽസാഗർ' മുതല്ക്കിങ്ങോട്ട് സൗമേന്ദു റോയു മൊത്ത് ക്യാമറക്ക് പിന്നിൽ നിൽക്കുന്നു. സൗമേന്ദു റോയ് തനിക്ക് സഹോദരനെപോലെയാണെന്ന് പൂർണേന്ദു പറഞ്ഞു.

ടോളിഗഞ്ചിലെ സൊസൈറ്റി ഓഫ് സിനിമാട്ടോഗ്രാഫേർസിന്റെ സെക്രട്ടറിയാണ് പൂർണേന്ദു; ബ്രിട്ടീഷ് സിനിമാട്ടോഗ്രാഫ് ആൻഡ് ടെലിവിഷൻ സൊസൈറ്റിയിലെ അംഗവും. കുറേക്കാലം ഛായാഗ്രഹണകലയുടെ വിവിധ വശങ്ങൾ പഠിക്കാൻ അമേരിക്കയിൽ ജീവിച്ചു. ബ്രിട്ടീഷ് ടെലിവിഷനും അമേരിക്കൻ ടെലിവിഷനും വേണ്ടി ഡോക്യുമെന്ററി ചിത്രങ്ങൾ നിർമ്മിച്ചിട്ടുണ്ട്. ഡോ. മൊറോയ്സിന്റെ Ancient City Nalanda, ക്ലൈവ് ഡെനേർട്ടിന്റെ The gaint calcutta എന്നിവ ഓർമ്മിക്കുന്ന രണ്ടു ചിത്രങ്ങളാണ്, ഇപ്പോൾ മുഖം നിറയെ സ്നേഹത്തിന്റെ തിളക്കവുമായി ഒരു സ്വപ്നത്തെ കൈപ്പിടിയിലൊതുക്കാൻ ഈ ക്യാമറാമാൻ കൽക്കത്തയിൽ അലയുകയാണ്. ചുണ്ടുകൾ മന്ത്രിക്കുന്നു. “കൽക്കത്താ, ഞാൻ നിന്നെ സ്നേഹിക്കുന്നു.”

(ദേശാഭിമാനി
1980 ഫെബ്രുവരി 3)

തോണിക്കാരാ,
എന്നെ മറുകരയിലെത്തിച്ചുതരൂ!

"തോണിക്കാരാ എന്നെ മറുകരയിലെത്തിക്കൂ..." ഗോവയിലെ ഏറ്റവും പ്രസിദ്ധമായ ദേഖ്നി ഗാനമാണിത്. നിലാവുപെയ്യുന്ന രാത്രികളിൽ ഗോവയുടെ മണ്ണിൽ നിന്ന് ദേഖ്നിനൃത്തത്തിന്റെ ചുവടുകൾക്കൊപ്പം ഖുമദ് വാദ്യത്തിന്റെ അകമ്പടിയോടെ ഈ വശ്യമായ ഗാനം ഉയർന്നുകേൾക്കാം.

ഗോവയ്ക്ക് സവിശേഷമായ ഒരു സാംസ്കാരിക പൈതൃകമുണ്ട്. ഭാരതീയവും ആംഗലവുമായ സംസ്കാരങ്ങളുടെ ഒരു പൂർണസമന്വയമാണ് ഗോവൻസംസ്കാരത്തിന്റെ കാതൽ. കടലിനപ്പുറത്തുനിന്നും മലകൾക്കിപ്പുറത്തുനിന്നും രണ്ടു ഭിന്ന സംസ്കാരങ്ങൾ പ്രകൃതിയുടെ മടിത്തട്ടിൽ കിടക്കുന്ന ഈ മനോഹരഭൂമിയിലേക്ക് വന്നണഞ്ഞും. ഇവയുടെ ഒത്തുചേരലിന്റെ ചരിത്രം അതിദീർഘമാണ്.

ദക്ഷിണകൊങ്കണത്തിലെ പുരാതന ജനസമൂഹമായ ഗോമന്തിൽ നിന്നാണ് ഗോവ എന്ന സ്ഥലനാമത്തിന്റെ ഉല്പത്തി. അത് ഭാർഗ്ഗവക്ഷേത്രത്തിന്റെ ഏഴു വിഭാഗങ്ങളിൽ ഒന്നായിരുന്നു. ടോളമിയുടെ ഭൂമിശാസ്ത്രത്തിൽ പരാമർശിക്കപ്പെട്ട കൗബനഗരം ഗോവയാണെന്ന് കരുതപ്പെടുന്നു.

ഗോവയുടെ രേഖപ്പെടുത്തപ്പെട്ട ചരിത്രം ക്രിസ്തുവിന് മൂന്നു നൂറ്റാണ്ടുകൾക്കുപിന്നിൽ, മൗര്യരാജാക്കന്മാരുടെ കാലഘട്ടത്തിൽ നിന്നാണ് തുടങ്ങുന്നത്. ഈജിപ്തുകാരും ഫിനീഷ്യക്കാരും പ്രാചീനകാലത്ത് ഗോവയിലേക്ക് വ്യാപാരത്തിനെത്തിയെന്നതിന് തെളിവുകളുണ്ട്. ഇന്നത്തെ സങ്കരസംസ്കാരത്തിലേക്ക് ഗോവയെ എത്തിച്ചത് ഈ പ്രാചീനബന്ധങ്ങളാണ്.

ബുദ്ധമത തത്വങ്ങൾ ഗോവയെ പ്രബലമായി സ്വാധീനിച്ച ഒരു ചരിത്രദശയുണ്ടായിരുന്നു. മൂന്നാം നൂറ്റാണ്ടിൽ നിർമ്മിതമായ ഒരു ബുദ്ധവിഗ്രഹം 1930ൽ കണ്ടെടുക്കപ്പെടുകയുണ്ടായി. ഗോവ ഭരിച്ച ആദ്യകാല രാജവംശങ്ങളിൽ കുടുംബ, മൗര്യ, വിജയനഗർ എന്നിവ ഉൾപ്പെടുന്നു.

ചാലൂക്യന്മാരുടെയും രാഷ്ട്രകൂടരുടെയും ഭരണം ഗോവയിൽ നിലനിന്നിരുന്നു. നദികളും പർവ്വതങ്ങളും അഴകാർന്ന കടൽത്തീരങ്ങളുമുള്ള ഗോവ പോർട്ടുഗീസ് നിയന്ത്രണത്തിൽ നിന്ന് മോചിപ്പിക്കപ്പെട്ടത് 1961 ഡിസമ്പർ 19 നാണ്. 451 കൊല്ലങ്ങളായി നടന്നുവന്ന ധീരോദാത്തമായ സ്വാതന്ത്ര്യസമരം അന്ന് ഫലപ്രാപ്തി കൈവരിച്ചു. ഗോവയുടെ സ്വാതന്ത്ര്യത്തിന് മരിച്ചവരുടെ ആത്മാക്കൾ അന്ന് ആഹ്ലാദിച്ചു.

ഗോവൻകലയുടെ വിരുന്ന്

ഇന്ത്യാഗവൺമെന്റിന്റെ സംസ്ഥാനാന്തര സാംസ്കാരിക വിനിമയ പരിപാടി പ്രകാരം തമിഴ്നാട്ടിലും കേരളത്തിലും പര്യടനം നടത്തിയ ഗോവൻ സാംസ്കാരികസംഘം ഗോവയുടെ തനതായ സൗന്ദര്യത്തെക്കുറിച്ചും സംസ്കാരത്തെക്കുറിച്ചും ഉൾക്കാഴ്ച പകരാൻ ഉതകുന്ന ഒട്ടേറെ നാടോടി നൃത്തങ്ങളും ഗാനങ്ങളും വിവിധ അരങ്ങുകളിൽ അവതരിപ്പിക്കുകയുണ്ടായി. കേരളത്തിൽ തിരുവനന്തപുരം, കൊല്ലം, കോട്ടയം, ഇടുക്കി, എറണാകുളം, തൃശ്ശൂർ, കോഴിക്കോട് എന്നീ ഏഴു കേന്ദ്രങ്ങളിലായിരുന്നു ഈ കലാവിരുന്ന്.

ഫെബ്രുവരി 12 ന് എറണാകുളം ടൗൺഹാൾ ഈ സാംസ്കാരിക വിനിമയത്തിന് സാക്ഷ്യം വഹിച്ചു. നിറഞ്ഞ സദസ്സിനെ ഗോവയിൽ നിന്നുള്ള കലാകാരന്മാർ രണ്ടുമണിക്കൂർ നേരം ഗോവൻകലയുടെ വിരുന്നൂട്ടി. ഗ്രാമസൗന്ദര്യം വെളിവാക്കുന്ന ആകർഷകമായ വേഷങ്ങളണിഞ്ഞ നാടോടി നർത്തകർ ഖുമടും ഢോലും താശയും സ്റ്റാൻസുമായി വന്നു വേദിയിൽ തുടിച്ചു. ലഹരിയേറ്റുന്ന ഗോവൻമദ്യമായ ഫെനി പോലെ ഗോവയുടെ സംഗീതം പതഞ്ഞൊഴുകി.

സൗന്ദര്യനൃത്തമായ 'ദേഖ്നി'യിൽ നിന്നായിരുന്നു തുടക്കം. ഒരു സംഘം യുവതികൾ ചേർന്ന് സൗന്ദര്യസങ്കല്പങ്ങളെ സാക്ഷാൽക്കരിക്കും മട്ടിൽ അവതരിപ്പിച്ച 'ദേഖ്നി' യിലെ പാശ്ചാത്യ ഈണത്തിലുള്ള ഗാനവും ഇന്ത്യൻ ശൈലിയിലുള്ള ചുവടുവെപ്പുകളും ഭാരതീയ ആംഗല പാരമ്പര്യങ്ങളുടെ ഇഴുകിച്ചേരലിന് ഒരു മികച്ച മാതൃകയാണ്. പ്രേമാനുഭൂതിയുടെ ആഴത്തെക്കുറിച്ച് ബോദ്ധ്യപ്പെടുത്തുന്ന 'മാൻഡോ' യ്ക്ക്മുണ്ട് ഇത്തരത്തിലുള്ള പ്രസക്തി. 'മാൻഡോ' ഒന്നര നൂറ്റാണ്ടുമുമ്പ് ആവിഷ്കൃതമായ അർദ്ധനാഗരികമെന്ന് വിളിക്കാവുന്ന ഒരു സംഘഗാനമാണ്. ഈ പ്രേമഗീതം നനുത്ത ദുഃഖത്തിൽനിന്നു തുടങ്ങി 'ദുൽപോഡ്' എന്ന ദ്രുതതാളത്തിലെത്തിയപ്പോൾ സദസ്സ് മന്ത്രമുഗ്ദ്ധമായിത്തീർന്നു.

പടയാളികളുടെ വിജയാഘോഷനൃത്തമായ 'ഘോഡഢേ മോദ്നി' അതിന്റെ ചരിത്രമൂല്യം കൊണ്ട് ഏറെ ശ്രദ്ധേയമാണ്. പടിഞ്ഞാറൻ തീരത്ത് കടന്നാക്രമിച്ച പോർട്ടുഗീസുകാരെ പരാജയപ്പെടുത്തിവന്ന ക്ഷത്രിയരായ റാണമാരുടെ രണശൂരത ഇതിൽ കണ്ടറിയാം. രജപുത്ര പാരമ്പര്യം തുടിച്ചുനിൽക്കുന്ന 'ഘോഡഢേമോദ്നി കുതിരരൂപങ്ങളേറ്റി വാളുയർത്തി നൃത്തം വെക്കുന്ന നാലുയോദ്ധാക്കളുടെയും അവർക്കു പിന്നിലെ ആവേശഭരിതരായ വാദ്യക്കാരുടെയും പ്രകടനമാണ്. ഗോവയിലെ കർഷകരുടെയും സാധാരണ ജനങ്ങളുടെയും ജീവിതത്തിന്റെ ആമോദം നിറഞ്ഞ മുഹൂർത്തങ്ങൾ വെളിപ്പെടുത്തുന്നവയാണ് 'ഗോഫ്', 'ടോന്യാമേൽ', 'താൽഗാഡി', 'ധാൻഗാർ' എന്നീ നാടോടിനൃത്തങ്ങൾ. ഉയരെത്തൂക്കിയിട്ട എട്ടു വർണ്ണച്ചരടുകൾ കൈയിൽ ചേർത്ത് ചുവടുവെച്ച് താളാത്മകചലനങ്ങൾ കൊണ്ട് ചരടുകൾ ഇഴ കലർത്തുകയും ഇഴ പിരിക്കുകയും ചെയ്യുന്ന 'ഗോഫ്' ഹരമുള്ള ഒരു സ്മൃതിയായി കാണികളുടെ മനസ്സിൽ തങ്ങിനിൽക്കും. വീരരസം തുളുമ്പുന്ന 'വീരഭദ്ര' നൃത്തവും 'ഹാൻപെഡ്' വാൾനൃത്തവും ഹൈന്ദവേതിഹാസങ്ങളുടെ കരുത്ത് പകരുന്നു. ഗോവൻ സ്ത്രീകൾക്കവകാശപ്പെട്ട 'ഫുഗ്ഡി'യും 'ഡാലോ'യും നമ്മുടെ തിരുവാതിരക്കളിയുമായി സാമ്യമുള്ളവയാണ്. ഇവയിൽ രണ്ടുസംഘം സ്ത്രീകൾ ഉപകരണസംഗീതമില്ലാതെ സ്വയം പാടി കൈകൊട്ടി ചുവടുവെക്കുന്നു.

അനുവാചകരെ ഹഠാദാകർഷിച്ച ഒരിനമാണ് 'സാഗോർ' എന്ന നാടോടി നാടകം. ഗൗഡസമുദായക്കാരുടെ ഈ പരമ്പരാഗത കലാരൂപം ഗോവയുടെ വ്യത്യസ്തഭാഗങ്ങളിൽ രാത്രി മുഴുവൻ അരങ്ങേറിവരുന്നതാണ്. അതിന്റെ സത്ത ഏതാനും നിമിഷങ്ങൾക്കൊണ്ട് പ്രേക്ഷകർക്ക് അനുഭവവേദ്യമാക്കിത്തീർക്കുന്നതിൽ നർത്തകർ അസൂയാവഹമായ പാടവം പ്രദർശിപ്പിച്ചു. മറ്റൊരു സവിശേഷ നൃത്തരൂപമായിരുന്നു 'കോറിഡിനോ'. ഈ പോർട്ടുഗീസ് നാടോടിനൃത്തം ഗോവയിലെ യുവതീയുവാക്കളുടെ ലഹരിയാണ്. യുവത്വം അരങ്ങിൽ ഒരു ജ്വാലയായി കത്തിപ്പടരുന്നപോലെ തോന്നി 'കോറഡിനോ' കണ്ടിരുന്നപ്പോൾ.

നൃത്തങ്ങൾക്കുപുറമെ ചില നാടോടിഗാനങ്ങളും അവതരിപ്പിക്കപ്പെട്ടു. അവയിലൊന്നാണ് 'സുധാരി'. ഇതിൽ വാക്കുകൾ ചുരുക്കമായിരുന്നെങ്കിലും ഘുമട്, ഷാമെൽ, സിംബാൽസി എന്നീ വാദ്യോപകരണങ്ങളുടെ ധ്വനികൾ ഒരുമിച്ച് താളലയങ്ങളുടെ ഒഴുക്കായി മാറി.

വിവിധദേശങ്ങളെ അന്യോന്യം പരിചയപ്പെടുത്തുകയെന്നതാണ് ഈ സാംസ്കാരിക വിനിമയ പരിപാടിയുടെ ഉദ്ദേശ്യം. ഓരോ മണ്ണിലും നൂറ്റാ

ണ്ടുകളായി തലമുറകളിലൂടെ നിലനിൽക്കുന്ന നൃത്തവും സംഗീതവും ഭിന്ന ജനവിഭാഗങ്ങൾക്ക് പരസ്പരം അറിയാനുള്ള ഏറ്റവും നല്ല മാധ്യമങ്ങളാണ്. ഇന്ത്യൻ സംസ്കാരത്തെക്കുറിച്ചുള്ള ഒരു പൊതുധാരണ ഉളവാക്കാൻ ഇത്തരം പരിപാടികൾ വിപുലമായി നടത്തണം.

(ദേശാഭിമാനി
1980 ഫെബ്രുവരി 17)

സോവിയറ്റ് സിനിമയുടെ ആറ് ദശകങ്ങൾ

1919 ആഗസ്ത് 27. അന്ന് റഷ്യൻ ചക്രവാളങ്ങളിൽ മുഴങ്ങിക്കേട്ട വ്ളാദിമിർ ലെനിന്റെ പ്രഖ്യാപനമാണ് (On the placing of the photographic and cinematographic industry and trade under the peoples commissariat for education) സോവിയറ്റ് സിനിമക്ക് തുടക്കം കുറിച്ചത്. അറുപതുവർഷം പിന്നിട്ട സോവിയറ്റ് സിനിമയുടെ ചരിത്രത്തിൽ മൂന്നു വിഭജനരേഖകൾ തെളിഞ്ഞുകാണാം. ആദ്യഘട്ടം പ്രഖ്യാതരായ ഐസെൻസ്റ്റീൻ, പുഡോവ്കിൻ, ഡോവ്ഷെങ്കോ, സീഗാ വെർടോവ് എന്നിവരുടേതാണ്. ശാശ്വതമുദ്രയുള്ള സ്ട്രൈക്ക്, ബാറ്റിൽഷിപ്പ് പോടെംകിൻ, ഒക്ടോബർ, മദർ, എർത്ത് തുടങ്ങിയ ചിത്രങ്ങളിലൂടെ സോവിയറ്റ് നിശ്ശബ്ദ സിനിമ വിശ്വസിനിമയുടെ മുൻനിരയിലെത്തിയ സുവർണ്ണ കാലമായിരുന്നു അത്.

നിശ്ശബ്ദ സിനിമയ്ക്കുശേഷം കരുത്തും ആശയവ്യക്തതയുമുറ്റ സോവിയറ്റ് റിയലിസത്തിന്റെ ആരംഭമായി. വാസില്ലേവിന്റെ 'Chapaev' ഗെരാസമോവിന്റെ 'Teacher' ഗ്രിഗറി കോസിൻസ്സെവിന്റെ 'Youth of Maxim' റെയ്സ്മാന്റെ 'Last Night' മിഖായേൽ റോമിന്റെ 'Lenin in October, Lenin in 1918' തുടങ്ങിയ രചനകൾ സിനിമയുടെ വിനിമയ മൂല്യം ഉയർത്തിപ്പിടിച്ചു.

ഫാസിസ്റ്റ് കടന്നാക്രമണം സോവിയറ്റ് സിനിമയുടെ മൃദുലതകൾ ചീന്തിയെറിഞ്ഞപ്പോൾ, മൂവിക്യാമറ വിമോചനസേനയോടൊപ്പം പടനിലങ്ങളിലേക്ക് കുതിച്ചു. അഗ്നിയുടെയും ചോരയുടെയും കഥകൾ ആലേഖനം ചെയ്യപ്പെട്ടു. ചോരയിൽ വസന്തസ്വപ്നങ്ങൾ കുതിർന്നു. ചോര ചീറ്റുന്ന മുഖവും ആയുധമുയർത്തിപ്പിടിച്ച കൈകളുമുള്ള ഒരു സോവിയറ്റ് പടയാളിയായിരുന്നു അക്കാലത്ത് റഷ്യൻ ചലച്ചിത്രം. നോക്കുക, ചുക്രായിയുടെ 'The Ballad of a Soldier',കളട്ടസോവിന്റെ 'The Cranes are Flying, ബോൺ ധർച്ചുക്കിന്റെ 'The Fate of a Man', ഓസെറോവിന്റെ 'Liberation' എന്നിങ്ങനെ എത്രയെത്ര അവിസ്മരണീയ സൃഷ്ടികൾ. യുദ്ധത്തിന്റെ ഭീകരത വെളിപ്പെടുത്തുന്ന ചിത്രങ്ങളുടെ ആധിക്യം

അന്യനാടുകളിലെ പ്രേക്ഷകരെ മടുപ്പിച്ചേക്കാം. പക്ഷേ, അത് സോവിയറ്റു യൂണിയനെ സംബന്ധിച്ച് ഒരനിവാര്യതയായിരുന്നു. നാം കുറ്റപ്പെടുത്തേണ്ടത് സോവിയറ്റ് ചലച്ചിത്രകാരന്മാരെയല്ല, ഹിറ്റ്ലറെയാണ്.

സമകാലീന സോവിയറ്റ് സിനിമ ബോൻധർച്ചുക്, ഗെരാസിമോവ്, ഗുബെൻകോ, മിഖായിലോവ്, ഒകീവ് തുടങ്ങിയവരുടെ മികച്ച ചില സൃഷ്ടികളിലൂടെ അനുവാചക ശ്രദ്ധയാകർഷിക്കുന്നു. വർത്തമാനകാല സാമൂഹ്യ വ്യവസ്ഥയുടെ ഭിന്നവശങ്ങൾ സസൂക്ഷ്മം അപഗ്രഥിച്ച്, അതിലൂടെ മനുഷ്യജീവിതത്തിന്റെ താളം രൂപപ്പെടുത്താനുള്ള ശ്രമമാണ് സമകാലീന സോവിയറ്റ് സിനിമയിൽ നടന്നുകൊണ്ടിരിക്കുന്നത്.

സോവിയറ്റ് സിനിമയുടെ അറുപതാം വാർഷികത്തോടനുബന്ധിച്ച്, ഏഴു സമകാലീന ചിത്രങ്ങളടങ്ങിയ ഒരു ഫെസ്റ്റിവൽ ഡിസംബർ മാസമാദ്യം കൽക്കത്തയിൽ സംഘടിപ്പിക്കപ്പെടുകയുണ്ടായി. കൽക്കത്ത ഫിലിം സൊസൈറ്റിയും സോവെക്സ് പോർട്ട് ഫിലിമും സംയുക്തമായി സംഘടിപ്പിച്ച ഈ ഫെസ്റ്റിവലിൽ, സോവെക്സ്പോർട്ട് ഫിലിമിന്റെ വൈസ് പ്രസിഡണ്ടായ വൈ. പി ഓർലോവും പ്രസിദ്ധ നടിയായ ഐറിന കപ്ചെങ്കോയും ഡെലിഗേറ്റുകളായി പങ്കെടുത്തു.

ഓർലോവ തന്റെ ഉൽഘാടന പ്രസംഗത്തിൽ സോവിയറ്റ് യൂണിയനിലെ ചലച്ചിത്ര നിർമ്മാണത്തിന്റെ ഒരു വിശദചിത്രം വരച്ചുകാട്ടി. മോസ്കോവിലും ലെനിൻഗ്രാഡിലുമുള്ള നാൽപത് സ്റ്റുഡിയോകളിലായി വർഷംതോറും 300 ഫീച്ചർ ചിത്രങ്ങളും 1500 ഡോക്യുമെന്ററികളും ഹ്രസ്വചിത്രങ്ങളും നിർമ്മിക്കപ്പെടുന്നുണ്ട്. 200 ഫീച്ചർ ചിത്രങ്ങൾ തിയേറ്ററുകളെയും ശേഷിക്കുന്നവ ടെലിവിഷനെയും ഉദ്ദേശിച്ചുള്ളതാണ്. സോവിയറ്റ് യൂണിയനിൽ ആകെയുള്ള പ്രൊജക്ടറുകളുടെ എണ്ണം 1,60,000 ആണ്. 1913 ൽ ഇത് 1510 ആയിരുന്നു. 1977 ലെ കണക്കുപ്രകാരം പ്രേക്ഷകരുടെ സംഖ്യ 5,000 മില്യനാണ്.

സോവിയറ്റ് സിനിമയുടെ വിതരണ ഏജൻസിയായ സോവെക്സ് പോർട്ട് ഫിലിം നൂറിലേറെ രാഷ്ട്രങ്ങളിൽ പ്രവർത്തിച്ചുവരുന്നു. ഇന്ത്യയിൽ 1947 തൊട്ട് ഈ സ്ഥാപനം നിലനിൽക്കുന്നു. ഇംഗ്ലീഷ്, ഹിന്ദി, ബംഗാളി, തമിഴ് ഭാഷകളിലേക്ക് ഡബ്ബു ചെയ്ത ചിത്രങ്ങളാണ് സോവെക്സ് പോർട്ട് ഫിലിം വിതരണം ചെയ്യുന്നത്.

ഫെസ്റ്റിവൽ ചിത്രങ്ങൾ

ദി ഇൻ ഓൺ വ്യാനിൻസ്കായാ സ്ട്രീറ്റ് (അലക്സാണ്ടർ ഫെയിൻസിമ്മർ), വൈറ്റ് ബിം ബ്ലാക് ഇയർ (സ്റ്റാനി സ്ലാവ് റോസ് ടോവ് സ്കി), ദി സ്റ്റാർ ഓഫ് ഹാപ്പിനസ് (വ്ളാദിമിർ മോട്ടിൽ) മാൻ ലിവ്സ് വിത്ത് ദി

ബേഡ് (അലി കാമറേയ്വ്), എ ഹണ്ടിങ്ങ് ആക്സിഡന്റ് (എമിൽ ലോട്ടിയാനു) ആരോസ് ഓഫ് റോബിൻഹുഡ്സ് (സെർജി ടാരസോവ്), ഇവാൻ ദി ടെറിബിൾ (യാദിം ദെർബനേവ്, യൂറിഗ്രിഗോറോവിച്ച്) എന്നിവയായിരുന്നു കൽക്കത്തയിലെ ഫെസ്റ്റിവൽ ചിത്രങ്ങൾ,

1925 കാലത്ത് വ്യാനിൻസ്കയാ തെരുവിലെ സത്രത്തിൽ തമ്പടിച്ചുകൂടിയ ഒരു സംഘം അക്രമികളെ മിലിറ്ററി ഓഫീസർമാർ കീഴ്പ്പെടുത്തിയതിന്റെ കഥയാണ് 'ദി ഇൻ ഓൺ വ്യാനീൻസ്കയാ സ്ട്രീറ്റ്'. മിലിറ്ററി ഓഫീസർമാർ തങ്ങളുടെ നീക്കങ്ങളെക്കുറിച്ച് അക്രമികൾക്ക് വിവരം നൽകുന്ന ചാരനെയും, അക്രമികൾ മിലിറ്ററി ഓഫീസർമാരുടെ ചാരനെയും ഒരേസമയത്ത് അന്വേഷിക്കുന്നതിന്റെ ഫലിതവും ഉദ്വേഗവും ഇതിൽ ഇടകലർന്ന് നിഴലിച്ചിരിക്കുന്നു.

'വൈറ്റ് ബിം ബിം ബ്ലാക് ഇയർ' ഇവാൻ ഇവാനോ വട്ട് എന്നെ മധ്യവയസ്കനും ബിം എന്ന പട്ടിയും തമ്മിലുള്ള ഗാഢസൗഹൃദത്തിന്റെ ഹൃദയാവർജകമായ ചിത്രീകരണമാണ്. ഒഴുക്കുള്ള ശൈലി ഈ ചിത്രത്തെ ആസ്വാദ്യകരമാക്കുന്നു. നീണ്ട ഫ്ളാഷ്ബാക്ക് പ്രേക്ഷകരെ തെല്ലും ക്ലേശിപ്പിക്കുന്നില്ല.

'ദി സ്റ്റാർ ഓഫ് ഹാപ്പിനസ്' ഒരു പഴയകഥ. 1825 ഡിസംബറിൽ സാർ ചക്രവർത്തിയായ അലക്സാണ്ടർ ഒന്നാമൻ ദിവംഗതനായി. കോൺസ്റ്റാന്റീൻ പുതിയ ചക്രവർത്തിയായി അവരോധിക്കപ്പെടേണ്ടതായിരുന്നു. അയാൾ സഹോദരനായ നിക്കോളയ്ക്കുവേണ്ടി സിംഹാസനം ഒഴിഞ്ഞുകൊടുത്തു. അടിമവേലയുടെ ഭീകരാവസ്ഥ കണ്ടറിഞ്ഞ പട്ടാള ആപ്പീസർമാർ സ്വേച്ഛാധിപത്യത്തിനെതിരെയാരംഭിച്ച കലാപം ഒരു രാഷ്ട്രീയ പ്രതിസന്ധിയ്ക്കിടയാക്കി. നിക്കോളായ് ഒന്നാമൻ കലാപം നിഷ്കരുണം അടിച്ചമർത്തി. കലാപനായകന്മാർ നാടുകടത്തപ്പെട്ടു, വധിയ്ക്കപ്പെട്ടു. പരാജിതരായ പോരാളികളുടെ പത്നിമാർ വീണ്ടും കലാപക്കൊടികളുയർത്തി. അവരുടെ പാതയും ചുവന്നു. അവരുടെ കൈകളിലും ചങ്ങല വീണു. ദൂരെ സൈബീരിയൻ ഖനികൾ അവരെ കാത്തു കിടന്നു. ആ ധീര വനിതകൾക്ക് സമർപ്പിക്കപ്പെട്ട ഈ കൃതിയിൽ, ഫെസ്റ്റിവൽ ഡെലിഗേറ്റായ ഐറിന കപ്ചെങ്കോ കിടയറ്റ അഭിനയം കാഴ്ചവെച്ചിരിക്കുന്നു.

ഒരു വസന്തത്തിന്റെ തുടക്കത്തിൽ ഗ്രാമവീഥിയിലൂടെ ഓടിയോടി, ഓരോ വാതിലിലും ചെന്നുമുട്ടി, പർവ്വതത്തിൽ ബദാംമരം പൂത്ത വിശേഷമറിയിച്ച ചെറുപ്പക്കാരൻ മദ്ധ്യകാല ഭീകരതകളെ അഭിമുഖീകരിച്ച് എങ്ങനെ ഒരു പരുക്കൻ പോരാളിയായി പരിണമിച്ചുവെന്ന് 'മാൻ ലിവ്സ്

വിത്ത് ദി ബേഡ്' എന്ന ചിത്രത്തിൽ കാണാം. 'എ ഹണ്ടിംഗ് ആക്സിഡന്റ്' ആന്റൺ ചെക്കോവിന്റെ നോവലിനെ ഉപജീവിച്ച് തയ്യാറാക്കിയ അഭ്രകാവ്യമാണ്. രണ്ടു പുരുഷന്മാർക്കിടയിൽ സ്നേഹത്തിന്റെ അർത്ഥമാരാഞ്ഞ ഓൾഗാ സ്കോർട്സോവയുടെ ദുരന്തം പ്രേക്ഷകരെ സ്പർശിക്കും. പത്തൊമ്പതാം നൂറ്റാണ്ടിലെ റഷ്യൻ സാമൂഹ്യാന്തരീക്ഷം ഇതിൽ മിഴിവോടെ പകർത്തപ്പെട്ടിരിക്കുന്നു. ചെക്കോവിന്റെ കഥയുടെ ആർദ്രതയും കരുത്തും രൂപഘടനയും പുനരാവിഷ്ക്കരിക്കാൻ സംവിധായകനായ ലോട്ടിയാനുവിനു കഴിഞ്ഞിട്ടുണ്ട്.

പന്ത്രണ്ടാം നൂറ്റാണ്ടിലെ ഇതിഹാസപുരുഷനായ റോബിൻഹുഡ് എന്ന ഇംഗ്ലീഷുകവർച്ചക്കാരന്റെ വീരചരിതമാണ് 'ആരോസ് ഓഫ് റോബിൻ ഹുഡ്'. ധനികരുടെ ശത്രുവും ദരിദ്രരുടെ മിത്രവുമായ റോബിൻഹുഡ്, ഇംഗ്ലണ്ടിലെ വനങ്ങളുടെ സാന്ദ്രതയിൽ നൂറ്റാണ്ടുകളായി നിലനിന്നുപോരുന്ന കഥാപാത്രമാണ്. ആജ്ഞാശക്തി തുളുമ്പുന്ന കണ്ണുകളും, സ്നേഹമസൃണമായ പെരുമാറ്റവും, അസ്ത്രപ്രയോഗത്തിലുള്ള നൈപുണ്യവും റോബിൻ ഹുഡ്ഡിന്റെ സവിശേഷതകളാണ്. എവിടെയും വീരസാഹസിക ചിത്രങ്ങളുടെ ആരാധകർക്ക് ഒരു നല്ല വിരുന്നാണ് ടാരസോവ് ഒരുക്കിയിരിക്കുന്നത്.

'ഇവാൻ ദി ടെറിബിൾ' ലോകമെമ്പാടും അറിയപ്പെടുന്ന റഷ്യൻ ബാലേ ട്രൂപ്പായ ബോൾഷോയ് തിയേറ്റർ അവതരിപ്പിക്കുന്ന ബാലേചിത്രമാണ്. ബോൾഷോയ് തിയേറ്ററിന് ഒരു മുഖവുര വേണ്ടതില്ല. ബാലേ ആസ്വാദകരുടെ മനസ്സുകളിൽ ആദ്യചിത്രമായ സ്പാർട്ടക്കസ്സിലൂടെ സ്ഥിരപ്രതിഷ്ഠനേടിയ ബോൾഷോയ് തിയേറ്റർ 'ഇവാൻ ദി ടെറിബിളി'ൽ ചിത്രീകരിക്കുന്നത് ഐസെൻസ്റ്റീൻ തന്റെ ചിത്രത്തിന് വിഷയമാക്കിയ ചരിത്രസാഹചര്യങ്ങൾ തന്നെയാണ്. മനോഹരമായ ബാലേ രൂപവും അതിവിദഗ്ദ്ധമായ കൊറിയോഗ്രാഫിയും ഈ ചിത്രത്തെ ഓർമ്മിക്കാനുള്ള ഒരനുഭവമാക്കിത്തീർക്കുന്നു. വിഭജിക്കപ്പെട്ട സ്ക്രീൻ (Split screen) ഒന്നിലധികം ക്യാമറകൾ ഉപയോഗിച്ചുള്ള ദൃശ്യവൽക്കരണം (Multi camera method) തുടങ്ങിയ സങ്കേതങ്ങളുപയോഗപ്പെടുത്തി അരങ്ങിന്റെ പരിമിതികളെ സംവിധായകർ അതിലംഘിച്ചിരിക്കുന്നു. യൂറി വിയോഡി മിറോക്സിന്റെ ഇവാനും, നതാലിയ ബെസ്മെക്ട് നോവയുടെ അനസ്തേഷ്യയും പ്രേക്ഷകരുടെ സ്മൃതികളിലേക്ക് വീണ്ടും വീണ്ടും ചുവടുവെച്ച് വന്നെത്താതിരിക്കില്ല.

(ദേശാഭിമാനി വാരിക
1980 ഫെബ്രുവരി 24)

ബംഗാളി തിയേറ്ററിന്റെ ചരിത്രം

രണ്ടു നൂറ്റാണ്ടിന്റെ ചരിത്രമുണ്ട് ബംഗാളി തിയേറ്ററിന്. കൽക്കത്തയിലെ ആദ്യനാടകശാലയുടെ വർഷമാണ് 1753. വ്യാപാരികളും ഭരണാധികാരികളുമായ ബ്രിട്ടീഷ് സമൂഹത്തിന്റെ മാത്രം നാടകശാലയായിരുന്നു അത്. സിറാജ് ഉദ്ദൗളയുടെ ആക്രമണത്തെത്തുടർന്ന് 1756 ൽ അതിന്റെ പ്രവർത്തനം നിലച്ചു. യുദ്ധനിപുണനായ ക്ലൈവ് ആറുമാസത്തിനകം നഗരം വീണ്ടെടുത്തെങ്കിലും നാടകശാല അടഞ്ഞുതന്നെ കിടന്നു.

ക്ലൈവിനുശേഷം അധികാരമേറ്റെടുത്ത വാറൻൺ ഹേസ്റ്റിങ്ങ്സ് 1779 ൽ കൽക്കത്താ തിയേറ്റർ സ്ഥാപിച്ചു. അപ്പോഴേക്കും ബ്രിട്ടീഷ് സാമ്രാജ്യത്തിന്റെ അടിത്തറ ഉറച്ചുകഴിഞ്ഞിരുന്നു. ഹേസ്റ്റിംഗ്സ് തലസ്ഥാനം മൂർഷിദാബാദിൽ നിന്ന് കൽക്കത്തയ്ക്കു മാറ്റി. നഗരം ത്വരിതഗതിയിൽ വളർന്നു; അതോടൊപ്പം ഇംഗ്ലീഷ് തിയേറ്ററും. മിസ്സിസ് ബ്രിസ്റ്റാവിന്റെ തിയേറ്റർ, വീലർ ഫ്ളെയ്സ് തിയേറ്റർ, ഡംഡം തിയേറ്റർ, ബായ്താ കൊനാഹ് തിയേറ്റർ, ചൗരംഗി തിയേറ്റർ അങ്ങനെ അക്കാലത്ത് നിരവധി അരങ്ങുകൾ.

കാലക്രമത്തിൽ ബ്രിട്ടീഷ് സമൂഹവുമായി സമ്പർക്കത്തിലേർപ്പെട്ട കുലീന ബംഗാളി കുടുംബങ്ങൾക്കും ഇവയിൽ പ്രവേശനം ലഭിച്ചു. 1848ൽ സാൻസോഡിയിൽ ബൈഷ്ണവചരൺ ഔഡി 'കറുത്ത ഒഥല്ലോ' ആയി രംഗത്തുവന്നു.

ഒരു റഷ്യൻ യാത്രികനായ ഹെരാസിം ലെബ്ഡെഫ് (Herasim Lebedeff) 1787 ൽ കൽക്കത്തയിലെത്തിച്ചേർന്ന് ബംഗാളിഭാഷ പഠിക്കുകയും ബംഗാളിരീതിയിൽ രണ്ട് ആംഗല നാടകങ്ങളുടെ വിവർത്തനം അവതരിപ്പിക്കുകയും ചെയ്തിരുന്നു. അദ്ദേഹം ഇന്ത്യ വിട്ടതോടെ ആ മട്ടിലുള്ള നീക്കവും അവസാനിച്ചു. വീണ്ടും ബംഗാളി നാടകങ്ങൾ അരങ്ങിലെത്തിയത് 1831 ലാണ്. പ്രസന്നകുമാർ ടാഗോർ ഒരു സംസ്കൃത നാടകം പരിഭാഷപ്പെടുത്തി തന്റെ ഗൃഹാങ്കണത്തിൽ അവതരിപ്പിച്ചു. ഏതാനും വർഷം കഴിഞ്ഞ് 1835ൽ നോർത്ത് കൽക്കത്തയിൽ, നവീൻ ചന്ദ്രബോസിന്റെ ഭവനത്തിൽ 'ബിദ്യാ സുന്ദർ' എന്ന ഒന്നാമത്തെ ഒറി

ജിനൽ ബംഗാളി നാടകം അരങ്ങേറി. ധനികമന്ദിരങ്ങളിൽ നാടകാവതരണം അക്കാലത്ത് സർവ്വസാധാരണമായിത്തീർന്നു. ടാഗോർ ഭവനത്തിലെ ജരാസങ്കോ തിയേറ്ററും, പൈക് പാ രാജാവിന്റെ ബെൽഗാച്ചിയാ നാട്യശാലയും അക്കാലത്തെ ശ്രദ്ധേയങ്ങളായ രണ്ടു നാടകവേദികളായിരുന്നു. ഇത്തരം സ്വകാര്യഗൃഹനാടകവേദികൾ പ്രകടമായും ഇംഗ്ലീഷ് തിയേറ്ററിന്റെ സവിശേഷതകൾ അനുകരിച്ചുപോന്നു.

ഈ കാലഘട്ടത്തിൽ തന്നെ അനുകരണങ്ങളോ പരിഭാഷകളോ അല്ലാത്ത ബംഗാളിനാടകങ്ങൾക്കുവേണ്ടിയുള്ള തീവ്രശ്രമവും നടക്കുകയുണ്ടായി. മധുസൂദൻ ദത്ത്, രാം നാരായൺ തർക്കരത്ന, ദീനബന്ധുമിത്ര എന്നീ എഴുത്തുകാർ യഥാക്രമം ശർമ്മിഷ്ഠ, കുലീൻ കല സർവ്വസ്വ, നീൽ ദർപ്പൺ എന്നീ നാടകങ്ങളിലൂടെ ഇംഗ്ലീഷ് നാടകങ്ങളുടെ ദുസ്സ്വാധീനത്തിൽ നിന്ന് കുതറിയൊഴിഞ്ഞ് തങ്ങളുടെ പാരമ്പര്യത്തിലേക്കും സമകാലീന പ്രശ്നങ്ങളിലേക്കും ചുഴിഞ്ഞിറങ്ങാൻ യത്നിച്ചു. ഒന്നാമത്തെ പൊതു നാടകവേദി രൂപീകരിക്കപ്പെടുന്നതിനുമുമ്പു ബംഗാളി നാടകസാഹിത്യം നേടിയ വികാസം അഭിമാനാവഹമാണ്.

1872 ഡിസംബർ 7 ബംഗാളി തിയേറ്ററിന്റെ ചരിത്രത്തിലെ ഏറ്റവും പ്രാധാന്യമർഹിക്കുന്ന ദിനമാണ്. അന്നാണ് ആദ്യമായി പ്രോസീനിയം സ്റ്റേജിൽ പൊതുജനങ്ങൾക്കുവേണ്ടി കൽക്കത്തയിൽ ഒരു നാടകം ഒരുക്കപ്പെട്ടത്. അത് ബംഗാളികളുടെ സ്വന്തം അരങ്ങായിരുന്നു. ആർഭാടം മുറ്റിയ ഗൃഹനാടകങ്ങൾക്കും ബ്രിട്ടീഷുകാരുടെ ധവള നാടകങ്ങൾക്കും പകരം എല്ലാവർക്കും വേണ്ടിയുള്ള ഒരു നാടകമാണ് അവിടെ അരങ്ങേറിയത്. ആ നാടകവേദി വിദേശ സ്വാധീനത്തിൽ നിന്ന് പക്ഷേ, മുക്തമായിരുന്നില്ല. ഇങ്ങനെയൊരു തുടക്കം സാദ്ധ്യമായിത്തീർന്നത് ഇംഗ്ലീഷ് വിദ്യാഭ്യാസത്തിന്റെ പ്രചാരംമൂലമായിരുന്നു. ഇംഗ്ലീഷ് വിദ്യാഭ്യാസം സിദ്ധിച്ച ഒരു പറ്റം മദ്ധ്യവർഗ്ഗക്കാരാണ് ഇതിന്റെ പിന്നിൽ പ്രവർത്തിച്ചത്. ബാദൽ സർക്കാർ പറയുന്നു: നഗരത്തിലെ നാടകവേദി (City Theatre) പരമ്പരാഗതമോ നാടോടിയോ ആയ (traditional or folk theatre) തിയേറ്ററിന്റെ ഒരു സ്വാഭാവിക പരിണതിയല്ല. അതിന്റെ അടിസ്ഥാനം പാശ്ചാത്യ നാടകവേദിയാണ്. കഥ, പ്രതിപാദനം, പാത്രസൃഷ്ടി, അരങ്ങ്, ലൈറ്റിംഗ്, ഓഡിറ്റോറിയം, അഭിനയരീതി- ഇങ്ങനെ ഇന്ത്യൻ നഗരനാടകവേദിയുടെ എല്ലാ അംശങ്ങളുടെയും വേരുകൾ പടിഞ്ഞാറൻ മണ്ണിലാണ്.

നാഷണൽ തിയേറ്ററിന്റെ ആദ്യനാടകമായ 'നീൽദർപ്പൺ' (ദീനബന്ധു മിത്ര) തോട്ടമുടമസ്ഥരായ (ഇൻഡിഗോ) ബ്രിട്ടീഷ് ഉദ്യോഗസ്ഥ

ന്മാർ നടത്തിവന്നിരുന്ന ചൂഷണമാണ് ചിത്രീകരിച്ചതെന്നത് കൗതുകമുളവാക്കുന്ന ഒരു വസ്തുതയാണ്. ഈ നാടകം ഇംഗ്ലീഷിൽ പരിഭാഷപ്പെടുത്തി പ്രസിദ്ധീകരിച്ച ബ്രിട്ടീഷ് മിഷണറി റവ: ജെയിംസ് ലോംഗിന് ഒരു മാസത്തെ തടവുശിക്ഷ അനുഭവിക്കേണ്ടിവന്നു. ബ്രിട്ടീഷ്പത്രങ്ങൾ ഈ നാടകത്തിനെതിരെ ശക്തമായി പ്രതികരിച്ചു. അങ്ങനെ ആദ്യത്തെ തനിമയാർന്ന ബംഗാളി നാടകാവതരണം ഒരു സംഭവമായി കലാശിച്ചു. അവിടംതൊട്ട് ബംഗാളി അരങ്ങ് അതിശയകരമായ വേഗത്തിലാണ് പുരോഗതി പ്രാപിച്ചത്. അർധേന്ദു മുസ്താഫി, ഗിരീഷ്ഘോഷ് തുടങ്ങിയവരുടെ ബലിഷ്ഠഹസ്തങ്ങളുടെ പരിചരണം അരങ്ങിനെ സമ്പന്നമാക്കി. ശിശിർകുമാർ ബാദുരി, രവീന്ദ്രനാഥടാഗോർ തുടങ്ങിയവർ പിന്നീട് അരങ്ങിലേക്ക് വന്നെത്തി. നിരവധി തീയേറ്റർ ഗ്രൂപ്പുകളും പ്രഗത്ഭമതികളായ നാടകകൃത്തുക്കളും അഭിനേതാക്കളും ഉയർന്നുവന്നു.

പക്ഷേ കൽക്കത്തയിലെ വരേണ്യസമൂഹം ഇത്തരം അരങ്ങുകളെ അവജ്ഞയോടെയാണ് വീക്ഷിച്ചത്. മാന്യമല്ലാത്ത ഒരേർപ്പാടായി അവർ നാടകവേദിയെ വിലയിരുത്തി. ഈ സമീപനം കാരണം നാടകവേദിയുടെ പ്രവർത്തകരായ മദ്ധ്യവർഗക്കാർക്ക് നിലനില്പിന് തങ്ങളുടെ വർഗത്തെത്തന്നെ ആശ്രയിക്കേണ്ടിവന്നു. അത് തിയേറ്ററിന് സവിശേഷമായ ഒരു മദ്ധ്യവർഗരൂപം നൽകാൻ ഇടയാക്കി.

(ദേശാഭിമാനി
1980 മാർച്ച് 2)

പരശുറാം

ബംഗാളി സിനിമയുടെ പ്രാഗ് രൂപം അരങ്ങിൽനിന്നുള്ള ചിത്രീകരണങ്ങളാണ്. അതു പിന്നീട് തിയേറ്ററിനോടുള്ള ഒരു വിധേയത്വമായി പല ചലച്ചിത്രകാരന്മാരും ഏറ്റെടുക്കുകയുണ്ടായി. തന്മൂലം സിനിമ അതിന്റെ തനതായ മൂല്യവും പ്രസക്തിയും നഷ്ടപ്പെട്ട് ദൃശ്യവൽക്കൃതമായ അരങ്ങ് എന്നൊരു പതനത്തിലെത്തിച്ചേർന്നു. ഈ പശ്ചാത്തലത്തിലാണ് ഏറെ പ്രതികൂല സാഹചര്യങ്ങൾക്കിടയിൽ ബംഗാളി സിനിമക്ക് പ്രാദേശിക നാടകവേദി സഹായകമായ ഒരു ഘടകമാണെന്ന മൃണാൾ സെന്നിന്റെ നിരീക്ഷണം അപകടഭീതിയുണർത്തുന്നത്. സെൻ തിയേറ്ററിന്റെ പരിമിതികളിലേക്കും വാതോരാതെയുള്ള സംഭാഷണങ്ങളിലേക്കും അളന്നുതിട്ടപ്പെടുത്തിയ ചലനങ്ങളിലേക്കും സ്വയം ചുരുങ്ങിപ്പോവുകയാണോയെന്ന ഭയം 'കോറസ്' പ്രദർശനത്തിനെത്തിയതോടെ അസ്ഥാനത്താണെന്നു വന്നു. ബ്രെഹ്തിയൻ തിയേറ്ററിന്റെ സവിശേഷതകൾ പലതും ഇണക്കിച്ചേർത്ത 'കോറസ്' ഒരു പുതിയ ചലച്ചിത്രാവസ്ഥ തന്നെ സൃഷ്ടിച്ചു. അത്രയും പക്വമല്ലെങ്കിലും, തിയേറ്റർ സങ്കല്പങ്ങൾ പ്രയോജനപ്പെടുത്തി സെൻ രചിച്ച രണ്ടാമത്തെ ചിത്രമാണ് 'പരശുറാം.'

പ്രമേയഘടന, പാത്രാവിഷ്കരണം, ടെക്നിക്കുകൾ, സീനുകളുടെ നൈരന്തര്യം എന്നിങ്ങനെ 'പരശുറാമിന്റെ' സമഗ്രരൂപത്തെ, കോറസ്സിനെക്കാളേറെ അരങ്ങിന്റെ അംശങ്ങൾ സ്വാധീനിച്ചിട്ടുണ്ട്. അഭിനേതാക്കൾ മിക്കവരും സ്റ്റേജിൽനിന്നുള്ളവരാണ്. അവർ ബോധപൂർവ്വം പിന്തുടരുന്നത് അരങ്ങിലെ അഭിനയരീതിയാണെന്നതും കൗതുകമുളവാക്കുന്നു. അരുൺ മുഖർജിക്ക് (ചേതന അവതരിപ്പിച്ച മാരീച സംവാദ്, ജഗന്നാഥ് എന്നീ പ്രസിദ്ധ നാടകങ്ങളുടെ സംവിധായകനാണ് അരുൺ മുഖർജി) ഏറ്റവും നല്ല നടനുള്ള ദേശീയ അവാർഡു നേടിക്കൊടുത്ത ഇതിലെ മുഖ്യകഥാപാത്രം നൂതനമായ ഒരവതരണശൈലികൊണ്ട് പ്രേക്ഷകരുടെ ശ്രദ്ധ പിടിച്ചുപറ്റുന്നു. കൃത്രിമത്വം മുറ്റിയ ചലനരീതികളും സ്തോഭം കലർന്ന പെരുമാറ്റവും ഭ്രമകല്പനകളിലേക്ക് അതിഭാവുകത്വത്തോടെയുള്ള എടുത്തുചാട്ടവും അമിതാഭിനയവും മറ്റും ഏകോ

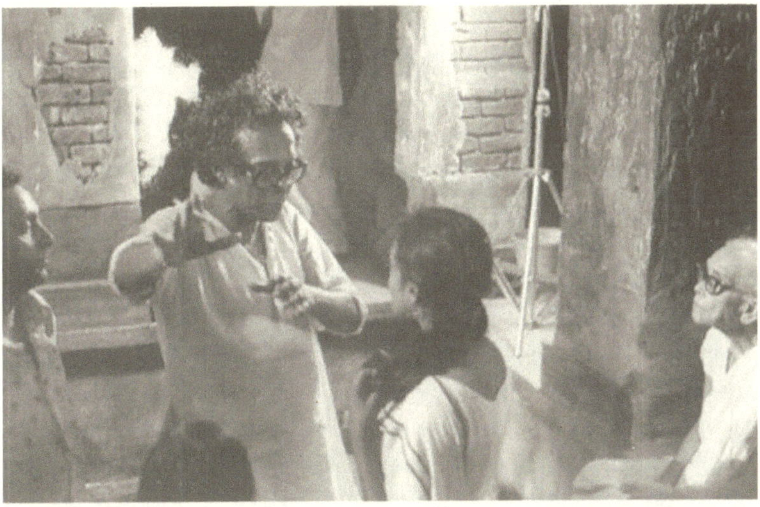

പിച്ചു ചേർന്ന് രൂപപ്പെട്ട ഈ പാത്രസൃഷ്ടി ഇന്ത്യൻ സിനിമയിൽ അഭൂതപൂർവമാണ്.

ഒരു പേഴ്സ് കൈക്കലാക്കിയെന്ന സംശയത്തിന്മേൽ ധനികനായ ഗൃഹനാഥൻ തന്റെ വീട്ടുവേലക്കാരനെ മർദ്ദിക്കുന്നിടത്തുനിന്നാണ് ചിത്രത്തിന്റെ തുടക്കം. പേഴ്സ് മുറിയിൽനിന്നു തന്നെ കിട്ടിയെന്ന ഗൃഹനായികയുടെ പ്രസ്താവം, അടിയേറ്റ അവശനായ വേലക്കാരനെ ത്രസിപ്പിച്ചു. ഓരോ പ്രഹരവും തിരിച്ചുനൽകുന്നതായി അവൻ സങ്കല്പിക്കുന്നു. ഈ രംഗത്തിന്റെ ദൃശ്യപരമായ വാചാലത തനിക്കു ലഭിച്ച നല്ലൊരസരമായി ഉപയോഗപ്പെടുത്തിയിരിക്കുന്നു അരുൺ മുഖർജി.

ചുമലിൽ പരശുവും മാറാപ്പുമായി തെരുവിലിറങ്ങിയ നായകന് അവന്റെ സ്വത്വത്തെക്കുറിച്ചുള്ള ബോധം പകരുന്നത് വഴിവക്കിലെ ഒരഭ്യാസിയാണ്. ഈ റോളിൽ പ്രത്യക്ഷപ്പെടുന്ന നീലകാന്ത് സെൻഗുപ്തയെ പ്രേക്ഷകർ മറക്കില്ല. സെൻഗുപ്ത ബംഗാളിലെ ശ്രദ്ധിക്കപ്പെടുന്ന നാടകസംഘമായ തിയേറ്റർ കമ്യൂണിന്റെ ജീവനാഡിയാണ്. കറതീർന്ന അഭിനയശേഷി സെൻഗുപ്തക്കു കൈമുതലായുണ്ടെന്ന് ഈ തെരുവുരംഗം സാക്ഷ്യപ്പെടുത്തും.

ജന്മിത്തത്തിന്റെ നിഴലുള്ള ഗ്രാമത്തിൽനിന്ന്, രക്ഷപ്പെടാനുള്ള അദമ്യമായ ആഗ്രഹത്തോടെ കൽക്കത്തയിലെത്തിയ നായകൻ പരശുറാമായിത്തീർന്നത് ഒരു ചേരിപ്രദേശത്തുവെച്ചാണ്. അവന്റെ ചുമലിലെ മഴു ഒരു വൃദ്ധന്റെ ഭാവനയെ ഉണർത്തി. അയാൾ അവനെ വിളിച്ചു: പര

ശുറാം.

പരശുറാം എന്നു പേരുള്ള മിത്തിക്കൽ ഹീറോയും തന്റെ ആധുനിക നായകനും, ഒരേ ആയുധം ചുമലിലേറ്റിയിരിക്കുന്നു എന്ന പ്രത്യക്ഷത്തിലുള്ള സാദൃശ്യം മാറ്റിനിർത്തിയാൽ കാതലായ പ്രശ്നത്തിൽ എങ്ങനെ വ്യത്യാസപ്പെട്ടിരിക്കുന്നു എന്ന അപഗ്രഥനമാണ് സെൻ ഈ ചിത്രത്തിൽ ലക്ഷ്യമാക്കിയിട്ടുള്ളത്. അച്ഛനെ കൊന്നവരോട് പ്രതികാരം വീട്ടാൻ പുരാണകഥാപാത്രം രാജാവിന്റെ വംശക്കാരെ ഇരുപത്തൊന്നു വട്ടം അരിഞ്ഞുവീഴ്ത്തി. പ്രതികാരതൃഷ്ണയ്ക്ക് ഇതിലും നല്ലൊരുദാഹരണം പുരാണങ്ങളിൽ കണ്ടെത്താൻ കഴിഞ്ഞേക്കില്ല. സെന്നിന്റെ പുതിയ കാലഘട്ടത്തിലെ നായകന്റെയുള്ളിലും പ്രതികാരദാഹത്തിന്റെ അലയടികളുണ്ട്. അവമതികളുടെയും പീഡനങ്ങളുടെയും ഓർമ്മകൾ അനുനിമിഷം മനസ്സിനെ നീറ്റിക്കൊണ്ടിരിക്കുന്നു. എങ്കിലും, മുമ്പൊരിക്കൽ വനത്തിൽവെച്ച് ഒരു പുലിയെ കൊല്ലാനുപയോഗിച്ച മഴു തന്റെ ശത്രുക്കൾക്കെതിരെ വീശാൻ അവന് സാധ്യമാകുന്നില്ല. അവന്റെ ദുരന്തം അതാണ്. ഉള്ളിൽ ആളിക്കത്തുന്ന രോഷം. അതോടൊപ്പം തന്നെ മജ്ജകൾ തണുത്തുറയ്ക്കുന്ന നിസ്സഹായതയും. പുരാണനായകൻ പ്രതികാരത്തിന്റെ തീക്ഷ്ണമുഹൂർത്തങ്ങളെ ഉദാഹരിക്കുമ്പോൾ ആധുനിക പരശുറാം നിറവേറ്റപ്പെടാത്ത പ്രതികാരമോഹത്തെ പ്രതിനിധീകരിക്കുന്നു. ഇന്ത്യൻ ജീവിതത്തിന്റെ ഏറ്റവും പ്രകടമായ സവിശേഷതയാണല്ലോ ഇത്.

ഒരു പടുകൂറ്റൻ കെട്ടിടത്തിന്റെ ഉയരത്തിൽ നിന്ന് താഴേക്ക് വീണ് നിരത്തിൽ തകർന്നടിയും വരെ, പരശുറാം കൽക്കത്തയിലെ ചേരികളുടെ ഒരു ഭാഗമായാണ് നിലനിൽക്കുന്നത്. ചേരികൾ ഇടക്കിടെ നഗരശുചീകരണത്തിന്റെ പേരിൽ പൊളിച്ചുനീക്കപ്പെടുന്നു. ദുർബലമായ ചെറുത്തുനില്പിനുശേഷം അങ്ങനെയൊരനിവാര്യതയ്ക്ക് ഓരോ തവണയും ചേരിനിവാസികൾ കീഴ്പ്പെടുന്നു. ശുചീകരണജോലിക്കാരും നിയമസംരക്ഷകരും പോയിക്കഴിയുന്നതോടെ, അതേ സ്ഥലത്ത് അവർ പൂർവ്വരൂപത്തിൽ ചാളകൾ വീണ്ടും കെട്ടിയുയർത്തുന്നു.

വൃദ്ധനായ ഒരു യാചകന്റെ ഒപ്പം ഒരു ശവപ്പറമ്പിലെ ഇടിഞ്ഞു പൊളിഞ്ഞ കെട്ടിടത്തിൽ താമസിച്ച്, തന്നെപ്പോലൊരാൾക്ക് കിട്ടാനിടയുള്ള എല്ലാതരം ജോലികളിലൂടെയും പരശുറാം കടന്നുപോകുന്നു. നഗരത്തിലെവിടെയും പരശുറാമിനെ കാണാം - മെട്രോ പണിതുകൊണ്ടിരിക്കുന്നിടത്ത്, അഗതികൾക്ക് അന്നദാനം നടക്കുന്ന സ്ഥലത്ത്, പിന്നെ ചുമലിൽ കൂറ്റൻ സിനിമാ പോസ്റ്ററോടെ, മറ്റൊരവസരത്തിൽ യാചക

ന്റെയൊപ്പം, ഇനിയൊരിക്കൽ പുണ്യം നേടാനായി കുളപ്പടവിലേക്ക് നാണയമെറിയുന്ന കുബേരന്റെ മുന്നിൽ തിക്കിപ്പുളയുന്ന തെണ്ടികൾക്കിടയിൽ. പരശുറാം എല്ലായിടത്തുമുണ്ട്. തന്റെ ഭക്ഷണം മോഷ്ടിക്കാൻ ഇരുളിൽ നിന്ന് കയറിവന്ന പെണ്ണിന് (ശ്രീലമജുംദാർ) പരശുറാം അഭയം നൽകി. അവളിലൂടെ ജീവിതത്തിന് ഒരർത്ഥം കണ്ടെത്താനുള്ള വിഫല ശ്രമത്തിൽ അവൻ മുഴുകി. എന്നാൽ അതിന്റെ നിരർത്ഥകത വെളിപ്പെടുത്തിക്കൊണ്ട് അവളൊരു രാത്രിയിൽ എവിടെയോ മറഞ്ഞു. വൃദ്ധയാചകൻ മരിക്കുകകൂടി ചെയ്തപ്പോൾ പരശുറാമിന്റെ മാനസികമായ ദുരന്തം പൂർണ്ണമായി. അവന്റെ സ്വേച്ഛാകല്പന വിചിത്രമായ ഒരു ഫാന്റസിക്ക് രൂപം നൽകി. ചുറ്റിലും നിറഞ്ഞ കൂരിരുട്ടിൽ തൂങ്ങിയാടുന്ന വെളുവെളുത്ത, മാർബിളിന്റെ പ്രതീതിയുളവാക്കുന്ന, ഒരു ഗോദ. അതിൽ സമരോത്സുകനായ പരശുറാം ഒറ്റയ്ക്ക്. മുമ്പുകണ്ട ബോക്സി ങ്ങ് പരിശീലനത്തിന്റെ ഓർമ്മയിൽ അവൻ കൈകൾ ചുരുട്ടി ഇടിച്ചു തുടങ്ങുന്നു. ഇടിക്കുന്നത് ഇരുട്ടിനെയാണ്. ശത്രു ഇരുട്ടിലാണ്. ഒരു സർറിയലിസ്റ്റിക് അനുഭൂതി പകരുന്നതായിട്ടുണ്ട് ഈ ദൃശ്യം. രഞ്ജിത് റേയുടെ ക്യാമറ ഉദാത്തതയുടെ പരിവേഷമണിഞ്ഞ നിമിഷങ്ങളാണിവ. എന്നാൽ, കെ. കെ. മഹാജനെപ്പോലെ, ചിത്രത്തിലുടനീളം ഒരേ ടോൺ നിലനിർത്താൻ രഞ്ജിത് റേയ്ക്ക് കഴിഞ്ഞിട്ടില്ല.

(ദേശാഭിമാനി വാരിക
1980 ഏപ്രിൽ 6)

ശേഷഗിരി അപ്പയുടെ മരണം

ആരെയും നടുക്കുന്ന ഒരു ദുരന്തകഥയാണ് ശേഷഗിരി അപ്പയുടേത്. കർണാടകയിലെ ഹുനിസകോട്ട ഗ്രാമത്തിന്റെ മണ്ണിൽ ആ ദുരന്ത കഥ ചോരയിൽ കുറിച്ചുവെക്കപ്പെട്ടിരിക്കുന്നു.

കോലൻ ജില്ലയിലെ മാലൂർതാലൂക്കിൽ ഉൾപ്പെട്ട ഗ്രാമമാണ് ഹുനീസകോട്ട. കോലാറിൽ നിന്ന് അവിടേയ്ക്ക് പതിനാലുകിലോമീറ്റർ ദൂരമുണ്ട്. പാറകളെഴുന്നുനിൽക്കുന്ന, കുന്നുകൾ പൊതിഞ്ഞ ഹുനിസകോട്ടയ്ക്ക് ഏതാനും നാളുകളായി അതിന്റെ പ്രശാന്തി നഷ്ടപ്പെട്ടിരിക്കുന്നുവെന്നതാണ് സത്യം.

കോലാർ– തെക്കൻറോഡിൽ ശേഷഗിരി അപ്പയുടെ തല്ലിച്ചതയ്ക്കപ്പെട്ട മൃതദേഹം കാണപ്പെട്ടത് മാർച്ച് 31 നാണ്. അന്ധവും ബധിരവുമായ നിയമവാഴ്ചയ്ക്കുമുമ്പിൽ ഒരു ചോദ്യചിഹ്നമായി തന്റെ ചോരയുടെ വൃത്തത്തിൽ ആ വൃദ്ധൻ മരിച്ചുകിടന്നു.

അതിന്റെ പശ്ചാത്തലം ഇതാണ്: ഏതാനും മാസങ്ങൾക്കുമുമ്പ് ഹുനീസകോട്ടയിലെ എച്ച്.എം. കൃഷ്ണപ്പ തന്റെ ഭൂമിയിൽ ഒരു ഭാഗം വിൽക്കാൻ തീരുമാനിച്ചു. മൺപാത്രങ്ങളുണ്ടാക്കി വിറ്റിരുന്ന ശേഷഗിരി അപ്പ ആ നിലം വാങ്ങാൻ ആഗ്രഹം പ്രകടിപ്പിച്ചു. ഗ്രാമത്തിലെ ജന്മിമാരിലൊരാളായ കൃഷ്ണഗൗഡയ്ക്കും ആ തുണ്ടുനിലത്തിൽ കണ്ണുണ്ടായിരന്നു. അയാൾക്കായല്ല അയാളുടെ വലയത്തിൽപ്പെട്ട വേറൊരാൾക്കു വേണ്ടി. കൃഷ്ണഗൗഡയുടെ ആഗ്രഹത്തിന് വിപരീതമായി കൃഷ്ണപ്പ തന്റെ ഭൂമി മാലൂരിൽവെച്ച് ശേഷഗിരി അപ്പയുടെ പേരിൽ രജിസ്റ്റർ ചെയ്തു. അതായിരുന്നു കുഴപ്പങ്ങളുടെ തുടക്കം.

കൃഷ്ണഗൗഡയും സഹോദരനും മറ്റു ജന്മിമാരും പാവപ്പെട്ട ശേഷഗിരി അപ്പയുടെ നേർക്ക് ആക്രമണമാരംഭിച്ചു. അയാളുടെ കുടുംബം നിരന്തരം പീഡിപ്പിക്കപ്പെടുകയും, ഒരുതരത്തിലുള്ള ഒറ്റപ്പെടുത്തലിന് വിധേയമാവുകയും ചെയ്തു.

ശേഷഗിരി അപ്പയുടെ പിതാവായ കുമ്പാരൻ മുനിസ്വാമി ഷെട്ടി അമ്പതുവർഷങ്ങൾക്കപ്പുറത്തു അവിടെയൊരു വീട് പണിതിരുന്നു. അതിന്റെ മുറ്റത്തിരുന്നാണ് മുനിസ്വാമിയും ശേഷഗിരി അപ്പയും മൺപാത്രങ്ങൾ

നിർമ്മിച്ചിരുന്നത്. വില്ലേജ് പഞ്ചായത്ത് രേഖകൾ വീട് മുനിസ്വാമി ഷെട്ടിയുടെ ആയിരുന്നുവെന്ന് അസന്ദിഗ്ദ്ധമായി സാക്ഷ്യപ്പെടുത്തുന്നു. അയാൾ പതിവായി വീട്ടുനികുതി അടച്ചിരുന്നു. എന്നാൽ അടുത്ത കാലത്ത്, മാലൂർ താലൂക്ക് ഡവലപ്മെന്റ് ബോർഡ് ചീഫ് എക്സിക്യൂട്ടീവ് ഓഫീസറിൽനിന്ന്. ആ വീട് അനധികൃതമാണെന്നും ഏഴുനാൾക്കകം പൊളിച്ചുനീക്കിയിരിക്കണമെന്നും കാണിച്ച് ഒരസാധാരണ ഉത്തരവ് ശേഷഗിരി അപ്പയ്ക്കു കിട്ടി.

അയാൾ പരിഭ്രമിച്ചിരിക്കുമ്പോൾ, കോലാർ ഡിസ്ട്രിക് കലക്ട്രേറ്റ് ഓഫീസിൽനിന്ന് മറ്റൊരു കൽപന- ഭൂമിയില്ലാത്തവർക്ക് കൈവശഭൂമി നൽകാനുള്ള പദ്ധതി നടപ്പാക്കേണ്ടതിലേക്കായി, ശേഷഗിരി അപ്പ തന്റെ അരയേക്കർ നിലം ഉടൻ സർക്കാരിലേക്ക് കൈമാറണം.

ഗ്രാമത്തോട് ചേർന്ന് ഗവൺമെൻറുവക മിച്ചഭൂമി നിലനിൽക്കെയാണ് ഈ കൽപനയുണ്ടായിരുന്നതെന്നാണ് ഏറ്റവും രസകരമായ വശം. ആ അരയേക്കർ നിലമാകട്ടെ ശേഷഗിരി അപ്പയുടെ എട്ടംഗകുടുംബത്തിന്റെ ആകെയുള്ള കൃഷിയിടമായിരുന്നു.

റവന്യൂ കുടിശികയായി 2780 രൂപ ഉടൻ അടച്ചുകൊള്ളണമെന്ന് അറിയിക്കുന്ന വേറൊരു കല്പന മാലൂർ തഹസിൽദാരുടെ വകയായി ആ നാളുകളിൽതന്നെ ശേഷഗിരി അപ്പയെ തേടിവന്നു. അത്തരത്തിലുള്ള യാതൊരുവിധ പിഴയും അയാൾ അടച്ചുതീർക്കാനുണ്ടായിരുന്നില്ല. അയാൾ അധികൃതരെ വസ്തുതകൾ ബോദ്ധ്യപ്പെടുത്താൻ പലവുരു പാടുപെട്ടു. എല്ലാം നിഷ്ഫലം. അധികൃതർ അയാൾക്കെതിരെ കണ്ണും കാതും കൊട്ടിയടച്ചിരിക്കയായിരുന്നു.

അധികൃതർക്കുവേണ്ടി ഗ്രാമത്തിലെ കുറെപ്പേർ നിയമം നടപ്പിലാക്കാനുള്ള ശ്രമങ്ങളാരംഭിച്ചതോടെ ശേഷഗിരി അപ്പ തികച്ചും നിസ്സഹായനായിത്തീർന്നു. അവർ അയാളുടെ വീടിന്റെ മേൽപ്പുരയുടെ ഒരു ഭാഗം ബലമായി പൊളിച്ചുനീക്കുകയും അരയേക്കർ നിലം കയ്യേറുകയും മുനിസ്വാമി ഷെട്ടി നട്ടുവളർത്തിയ ഇരുപതുവർഷം പ്രായമുള്ള മരങ്ങൾ പാടെ വെട്ടിനശിപ്പിക്കുകയും ചെയ്തു. ശേഷഗിരി അപ്പ അവരെ ഒറ്റയ്ക്കെങ്ങനെ എതിരിടാനാണ്? അയാൾ നിയമത്തിന്റെ വഴിക്കുതന്നെ നീങ്ങി. ഗ്രാമത്തിലെ ചിലർ തന്റെ കുടുംബത്തോടു കാട്ടിവരുന്ന അതിക്രമങ്ങൾ വിവരിച്ച് അയാൾ ഉന്നതസ്ഥാനങ്ങളിലേയ്ക്ക് നിരന്തരം പരാതികളയച്ചു. പോലീസ് സംരക്ഷണം ആവശ്യപ്പെട്ടു.

പക്ഷെ, അതിശയമെന്നു പറയട്ടെ, അയാൾ സമർപ്പിച്ച പരാതികളിന്മേൽ നടപടികൾ കൈക്കൊള്ളുന്നതിനുപകരം പോലീസുകാർ അയാളെ

വേട്ടയാടാനാണ് ആരംഭിച്ചത്. അയാളുടെയും സ്ത്രീകളുൾപ്പെടെയുള്ള മറ്റ് കുടുംബാംഗങ്ങളുടെയും പേരിൽ അവർ നിരവധി കള്ളക്കേസുകൾ ചാർജ് ചെയ്തു. അയാൾ നിസ്സഹായതയിൽ തളർന്നു മരവിച്ചു നിൽക്കുന്ന ആ നാളുകളിലൊന്നിൽ ചിലർ ചെന്ന് അയാളുടെ മകളെ അതിക്രൂരമായി ബലാൽസംഗം ചെയ്തു.

അയാൾ കരഞ്ഞലറിക്കൊണ്ട് വീണ്ടും നിയമപാലകരെ സമീപിച്ചു. അവർക്ക് അയാളുടെ ദയനീയതയും ദുഃഖങ്ങളും സിനിമയിലെ തമാശ രംഗങ്ങൾപോലെ പ്രയോജനപ്പെട്ടു. അയാൾ മരണത്തെ ഭയന്ന് ഹുനീസ കോട്ടയിലൂടെ വിവശനായി ഉഴറിനടന്നു. ആരെയും കരയിക്കാൻ പോന്ന രൂപഭാവങ്ങളോടെ അയാൾ ആ വഴിയിലൂടെയത്രയും വേച്ചുനടന്നു. അയാൾക്ക് ആരിൽനിന്നും കരുണ ലഭിച്ചില്ല. കാരുണ്യം കാട്ടാൻ ചുമതലപ്പെട്ടവരെല്ലാം അയാളെ അവഗണിച്ചു. എല്ലാവരും അയാളെ ചെന്നായ്ക്കളുടെ നേർക്ക് വലിച്ചെറിഞ്ഞു.

മാർച്ച് 28 നാണ് അയാൾ തന്റെ അവസാനത്തെ പരാതി സമർപ്പിച്ചത്. അത് അയാൾ അതിദാരുണമായി പീച്ചിചീന്തപ്പെട്ട ആ ദിവസമായ മാർച്ച് 31 നാണ് ലക്ഷ്യസ്ഥാനത്തെത്തിയത്. അവശജനതയുടെ സംരക്ഷണം 'ഉറപ്പുനൽകു' ന്ന ഒരു ഭരണകൂടത്തിന്റെ പൊള്ളവാക്കുകളുടെ പരിഹാസ്യതയും തികഞ്ഞ ക്രൗര്യവും ആക്രമണ സ്വഭാവവും വെളിപ്പെടുത്തിക്കൊണ്ട് ആരും തുണക്കെത്താത്ത ആ വൃദ്ധൻ തന്റെ ഗ്രാമത്തിലെ പൊതുനിരത്തിൽ ചോരയിൽക്കുളിച്ച്, വീണുറങ്ങി. അയാളുടെ ചോരയുടെ അംശമായ ബന്ധുക്കളെല്ലാം മർദ്ദിക്കപ്പെട്ട് പരിക്കുകളോടെ ദീനമായി നിലവിളിച്ചുകൊണ്ടിരുന്നു. അവരുടെ നിലവിളി ഹുനീസകോട്ടയ്ക്ക് ചുറ്റുമുള്ള കുന്നുകളിൽ മുഴങ്ങിയിരിക്കണം.

(ദേശാഭിമാനി
1980 ഏപ്രിൽ 16)

ബരഗുരു എന്ന ഗ്രാമത്തിൽനിന്ന്

ബരഗുരുവാണ് രാമചന്ദ്രപ്പയുടെ ഗ്രാമം. ആദ്യസൃഷ്ടിയായ 'ഒന്തു ഊരിന കഥ'യുടെ പശ്ചാത്തലവും ആ ഗ്രാമം തന്നെ. ഗ്രാമവുമായുള്ള ആത്മബന്ധത്തെപ്പറ്റി ആരാഞ്ഞപ്പോൾ രാമചന്ദ്രപ്പ ഓർമ്മകളിൽ നിഷ്ട പ്പെടുകയായി.

"ചിത്രത്തിൽ നായികയും നായകനുമാരെന്നു ചോദിച്ചവരോടെല്ലാം ഞാൻ പറഞ്ഞു... എന്റെ ഗ്രാമം. എല്ലാം എന്റെ ഗ്രാമം."

'ഒന്തു ഊരിന കഥ' ഗ്രാമജീവിതത്തിന്റെ സത്യസന്ധമായ ഒരു വിശ കലനമാണ്. എല്ലാ സങ്കീർണതകളോടെയും ജീവിതം ഇതിൽ അവ തീർണമാകുന്നു. രാമചന്ദ്രപ്പ പറഞ്ഞു:

"ഹരിജനങ്ങളുടെ പ്രശ്നമാണ് പ്രതിപാദ്യം. ഈയിടെയായി പലർക്കും ഇതൊരു ചലച്ചിത്രവിഷയമാണ്. എല്ലാവരുടെയും കാഴ്ചപ്പാട് ഏകസ്വഭാവമുള്ളതായിരിക്കണമെന്നില്ലല്ലോ. എന്റേത് മൗലികമായും ഭിന്നമാണ്. എങ്ങനെയെന്നോ?"

തന്റെ രചനയുടെ ഉള്ളടക്കമെന്തെന്ന് രാമചന്ദ്രപ്പ വിവരിച്ചുകേൾപ്പി ച്ചു. ബിരുദം നേടി മടങ്ങിവന്ന രാമു എന്ന ഹരിജൻ യുവാവ് തന്റെ സത്യങ്ങളെ എങ്ങനെ അഭിമുഖീകരിക്കുന്നുവെന്നതാണ് അതിന്റെ കാതൽ.

ചൂഷണവും മർദ്ദനവും അനീതികളും അവയുടെ ഏറ്റവും പരുഷ മായ രൂപത്തിൽ നിലനിൽപ്പുണ്ടായിരുന്നുവെങ്കിലും, രാമുവിന്റെ കണ്ണു കൾക്ക് അവയൊന്നും ഉൾക്കൊള്ളാൻ കഴിഞ്ഞില്ല. ഒരു സ്വപ്നജീവി യെപ്പോലെ അവൻ ഗ്രാമത്തിൽ നടന്നു. ഹരിജനായി പിറന്നതിലുള്ള അധമബോധത്തിൽനിന്ന് അവന് ഒരിക്കലും വിടുതൽ നേടാനൊത്തി ല്ല. രാമുവിന്റെ നിലപാടുകളെ വെറുത്ത 'പുട്ടി' അവനെ വിവാഹം ചെയ്യാൻ വിസമ്മതിച്ചു; ഒടുവിൽ അവൾക്കതിന് വഴങ്ങേണ്ടിവന്നുവെ ങ്കിലും. ഗ്രാമത്തിലെ പരിശുദ്ധ നീരുറവ തീണ്ടിയശുദ്ധമാക്കിയതിന് വിചാരണ ചെയ്യപ്പെടുകയും മർദ്ദിച്ച് കൊല്ലപ്പെടുകയും ചെയ്ത 'കെഞ്ചി' യുടെ ദുരന്തമാണ് മറ്റൊന്ന്. ഭൈരപ്പയുടെ വീട്ടുപണിക്കാരനായ 'ഹട്ടി ഹനുമന്ത'യുടെ ജീവിതത്തിലും ദുരന്താംശമുണ്ട്. ഭൈരപ്പ സ്വയം ഒരു

ഹരിജനാണ്. പക്ഷെ പണമുള്ളതുകൊണ്ട് അയാൾ തന്റെ വർഗത്തിൽപ്പെട്ട ഒരുവനെ അടിമയായി വെക്കുന്നു. ഹരിജനങ്ങൾക്ക് മേൽജാതിക്കാരുടെ മാത്രമല്ല, പണക്കാരായ തങ്ങളുടെ വംശക്കാരുടെയും വിഴുപ്പ് ചുമക്കേണ്ടിവരുന്നു. അവരോടുള്ള സഹാനുഭൂതിയാണ് 'ഒന്തു ഊരിന കഥ' യുടെ പ്രയത്നത്തിനു പിന്നിലുള്ളത്. ചൂഷിതരും നിസ്സഹായരും നിഷ്കളങ്കരുമായ ഒരു ജനവിഭാഗത്തോടുള്ള അനുകമ്പ. മാനുഷികമൂല്യങ്ങളെക്കുറിച്ചുള്ള ഒരന്വേഷണം.

സുന്ദർനാഥ് സുവർണ്ണയാണ് ഛായാഗ്രഹണം, അഭിനേതാക്കളിൽ പ്രൊഫഷണൽ നടനെന്നു പറയാവുന്ന ഒരാൾ മാത്രമുണ്ട്- വാസുദേവറാവു. പുട്ടിയായി അഭിനയിക്കുന്ന പ്രമീള രാമചന്ദ്രപ്പയുടെ ഭാര്യാസഹോദരിയാണ്. രാമുവിന്റെ റോളിൽ ഒരു ഫാക്ടറിത്തൊഴിലാളിയാണ്. യഥാർത്ഥ ഹരിജനങ്ങളും ചിത്രത്തിൽ പ്രത്യക്ഷപ്പെടുന്നുണ്ട്. അവരുടെ പുലിനൃത്തവും നാടോടിശീലുകളും ചിത്രത്തിന്റെ രൂപഘടനയിൽ ലയിച്ചു ചേർന്നിരിക്കുന്നു.

'ഉന്തു ഊരിന കഥ' രാമചന്ദ്രപ്പയുടെ ഒരു നോവലാണ്. നോവലിസ്റ്റ് എന്ന നിലയ്ക്ക് അദ്ദേഹം സുസമ്മതനാണ്. സൂത്ര, ഹുത്ത, സീളുനെല, സുന്ദരഗാളി (കഥാസമാഹാരം) എന്നിവയാണ് പ്രധാനകൃതികൾ. കർണാടകയിലെ റെബൽ ലിറ്റററി ഗ്രൂപ്പിന്റെ (ദണ്ഡായ സാഹിത്യസംഘടന) സംസ്ഥാന കൺവീനറാണ്. (സിദ്ധലിംഗയ്യ, ഇന്ദുധര ഹൊണ്ണപ്പാറ എന്നിവരാണ് മറ്റു രണ്ട് കൺവീനർമാർ). പുരോഗമന പ്രസ്ഥാനങ്ങളിൽ രാമചന്ദ്രപ്പയ്ക്ക് സജീവ പങ്കാളിത്തമുണ്ട്. ബാംഗ്ലൂർ യൂനിവേഴ്സിറ്റിയിലെ കന്നഡ ലക്ചർ കൂടിയാണ് രാമചന്ദ്രപ്പ.

"ചലച്ചിത്ര രംഗത്തേക്ക് കാൽവെക്കാൻ പ്രേരിപ്പിച്ചതെന്ത്?"

"താല്പര്യം തന്നെ. എനിയ്ക്കും ചിലത് ചെയ്യാൻ കഴിയുമെന്ന് തോന്നി."

"പക്ഷെ അതെളുപ്പമായിരുന്നോ?"

"ഒട്ടും എളുപ്പമായിരുന്നില്ല. മുടക്കുമുതലിന്റേതായിരുന്നു പ്രധാന പ്രശ്നം. ബാങ്കിൽനിന്ന് ഒരു ലക്ഷം രൂപ കടമെടുത്താണ് നിർമ്മാണം തുടങ്ങിയത്. പിന്നെ കിട്ടുന്നിടത്തുനിന്നെല്ലാം കടമെടുത്തു. ഇവിടെ സബ്സിഡി രണ്ടുവർഷം കഴിഞ്ഞേ കിട്ടൂ. പടം വിജയിച്ചില്ലെങ്കിൽ നിർമ്മാതാവിന്റെ സ്ഥിതി നോക്കുക. പലിശപോലും കൊടുത്തുതീർക്കാനൊക്കില്ല. പടം പൂർത്തിയായിക്കഴിഞ്ഞാൽ സെൻസറിംഗ് ഒരു വിഷമസന്ധിയാണ്. ചലച്ചിത്രത്തെക്കുറിച്ച് യാതൊരു വിവരവും ഇല്ലാത്തവരായിരിക്കും അതിന് നിയോഗിക്കപ്പെടുന്നത്. ചിത്രത്തിന്റെ ഓരോ

അടിയും അവരെ പറഞ്ഞു ബോധ്യപ്പെടുത്തണം. ഓരോ ടേക്കിനും ആവശ്യമായ ഫിലിമും വാങ്ങിയ ഫിലിമും രേഖപ്പെടുത്തിവെക്കണം. ചിത്രത്തിന് നികുതിയിളവ് അനുവദിക്കുന്നത് അവരുടെ മാനസികാവസ്ഥ പോലെയാണ്. നികുതിയിളവ് പ്രതീക്ഷിച്ച് ഞാൻ റിലീസ് തീയതി പ്രഖ്യാപിച്ചു. പക്ഷേ, അവസാനനിമിഷം ആരുടെയോ കൈകടത്തൽ മൂലം കിട്ടാതെ പോയി. പടം തിയേറ്ററുകളിൽ ദയനീയമായി പരാജയപ്പെട്ടു. നികുതിയിളവുണ്ടെങ്കിൽ ഇങ്ങനെയുള്ള ചിത്രങ്ങൾ എങ്ങനെയെങ്കിലും രക്ഷപ്പെടും."

"പ്രേക്ഷകരെക്കുറിച്ചെന്ത് പറയുന്നു?"

"പ്രേക്ഷകർ തമിഴ്നാടിനെയാപേക്ഷിച്ച് ഇവിടെ ഭേദമാണ്. നല്ല ചിത്രങ്ങളോട് താരതമ്യേന അയവുള്ള ഒരു സമീപനമാണ് ഇവിടെ. എന്നാൽ പ്രദർശനവിജയം മറ്റു പല ഘടകങ്ങളെയും ആശ്രയിച്ചിരിക്കും- പത്രങ്ങളുടെ അഭിപ്രായവും നികുതിയിളവും മറ്റും."

"ഗവൺമെന്റിന്റെ സമീപനം എങ്ങനെ?"

"സഹായകരമല്ല. ഗവൺമെന്റിന് ഒരു കാഴ്ചപ്പാടും ഇക്കാര്യത്തിലില്ല. മറ്റു ചില സംസ്ഥാന ഗവൺമെന്റുകൾ, പ്രത്യേകിച്ചും ബംഗാൾ ഗവൺമെന്റ്, നല്ല സിനിമയെ നിഷ്ഠാപൂർവ്വം തുണയ്ക്കുന്നുവെന്ന സത്യവും പരിഗണിക്കേണ്ടതുണ്ട്."

വർത്തമാനത്തിനിടയിൽ രാമചന്ദ്രപ്പ, സംസ്ഥാനത്തുനടക്കുന്ന അതിക്രമങ്ങളിൽ പ്രതിഷേധിക്കുന്ന ഒരു പ്രമേയം തയ്യാറാക്കിക്കൊണ്ടിരുന്നു. അന്ന് ഒരു പ്രതിഷേധപ്രകടനത്തിനുശേഷം, അത് ഗവൺമെന്റിന് സമർപ്പിക്കാനുള്ളതാണ്. വിവിധ പുരോഗമന സംഘടനകളുടെ കോ-ഓർഡിനേഷൻ കമ്മറ്റി കൺവീനർ സ്ഥാനവും രാമചന്ദ്രപ്പ വഹിക്കുന്നുണ്ട്.

(ദേശാഭിമാനി
1980 മെയ് 11)

കാസറവള്ളിയുടെ 'മൂറു ദാരിഗളു'

'ഘടശ്രാദ്ധ' യിലൂടെ ദേശീയാംഗീകാരം നേടിയെടുത്ത, ഗിരീഷ് കാസറവള്ളിയുടെ പുതിയ ചിത്രമാണ് 'മൂറു ദാരിഗളു' (മൂന്ന് വഴികൾ) . യശ്വന്ത് ചിത്താളിന്റെ ഒരു നോവലിനെ ഉപജീവിച്ച് തയ്യാറാക്കപ്പെട്ട ഈ ചിത്രം നിർമ്മലയെന്ന പെൺകുട്ടിയുടെ ദുരന്തം പ്രതിപാദിക്കുന്നു.

നിർമ്മല കാർവാറിലെ കോളേജിൽ പഠിച്ചുകൊണ്ടിരിക്കുമ്പോൾ, ഒരു കൂട്ടുകാരിയുടെ സഹോദരന്റെ പേര് കൂട്ടിച്ചേർത്തുള്ള അപവാദപ്രചരണത്തിന് ഇരയായി. ഒരു ഫോട്ടോഗ്രാഫറായ അയാൾ അവളെ കടന്നുപിടിക്കാൻ ശ്രമിച്ചുവെന്നത് നേര്. പക്ഷെ, അവൾ പരാജയപ്പെടുത്തി. ഈ സംഭവം മറ്റൊരു രൂപത്തിലാണ് കോളേജിൽ പ്രചരിച്ചത്. ഒരു അദ്ധ്യാപകൻ നിർമ്മലയുടെ അച്ഛനെ ചെന്നുകണ്ട് വിവരമറിയിച്ചു. അച്ഛൻ അതിന്റെ സത്യാവസ്ഥ തിരക്കി അറിയുന്നതിനുപകരം നിർമ്മലയ്ക്കൊരു ഭർത്താവിനെ കണ്ടുപിടിക്കാനാണ് ഒരുമ്പെട്ടത്. മകളെ ഏതു വിധേനയും കയ്യൊഴിക്കാൻ അയാൾ തിടുക്കപ്പെട്ടു. തന്റെ അഭിമാനം രക്ഷിക്കാനായിരുന്നു അയാളുടെ വ്യഗ്രത. ഒരു ആദർശവാദിയായ വാസുദേവൻ വിവാഹത്തിന് സമ്മതം മൂളി. എന്നാൽ നിർമ്മല എതിരുനിന്നു. പൊള്ളയായ ആദർശത്തിന്റെ പേരിൽ തന്നെ രക്ഷപ്പെടുത്താൻ വന്ന വാസുദേവനുമായുള്ള വിവാഹം വേണ്ടെന്ന് അവൾ ഖണ്ഡിതമായി പറഞ്ഞു. തന്റെ നിഷ്ക്കളങ്കത അംഗീകരിക്കാത്ത സമൂഹത്തോടുള്ള പ്രതികാരത്തിനാഗ്രഹിച്ച നിർമ്മല അപവാദത്തിനു കാരണക്കാരനായ ഫോട്ടോഗ്രാഫറെയാണ് താൻ വിവാഹം കഴിക്കുകയെന്നറിയിച്ചപ്പോൾ വീടാകെ നടുങ്ങി. അതിനു മുൻകൈ എടുക്കാമെന്നു പറഞ്ഞ് മുന്നോട്ടുവന്ന വാസുദേവനെ അവൾ തട്ടിമാറ്റി. അവൾ തനിയെ അയാളുടെ മുറിയിലേയ്ക്കുപോയി. അവളെ മനസ്സിലാക്കാൻ അയാളും ഉദ്യമിച്ചില്ല. വിഷയലമ്പടത്വത്തിനപ്പുറം മൃദുലവശങ്ങളൊന്നുമില്ലാത്ത അയാൾ വീണ്ടും ആക്രമണത്തിനു മുതിർന്നപ്പോൾ, അവൾ അമർഷത്തോടെ അയാളെ ചവിട്ടിയകറ്റി. മനസ്സിൽ നിരാശയും പകയും ആളിക്കൊണ്ടിരുന്ന ആ പെൺകുട്ടിക്ക് ഒരു മാർഗ്ഗമേ അവശേഷിച്ചിരുന്നുള്ളൂ-മരണം.

പഴയ തലമുറയിലെ പ്രശസ്തനടനായ കൃഷ്ണസ്വാമിയുടെ മകൾ ശ്രീരംഗയാണ് നിർമ്മലയ്ക്ക് ജീവൻ നൽകുന്നത്. പ്രീഡിഗ്രി വിദ്യാർത്ഥിനിയായ ശ്രീരംഗ സിനിമയിൽ പുതുമുഖമാണ്. ഏതാനും നാടകങ്ങളിലഭിനയിച്ച മുൻപരിചയമുണ്ടെന്നുമാത്രം.

മറ്റു റോളുകൾ കൈകാര്യം ചെയ്യുന്നവരും പുതുമുഖങ്ങളാണ്. ഓഫീസുകളിൽ ജോലി ചെയ്യുന്നവരും, സ്വസ്ഥമായ ഗൃഹജീവിതം നയിക്കുന്നവരും മറ്റും. ഫിലിം ഇൻസ്റ്റിറ്റ്യൂട്ടിൽ ഗിരീഷിന്റെ ജൂനിയറായിരുന്ന എസ്.ആർ. ഭട്ടാണ് ഛായാഗ്രഹണം. സംഗീതം പകരുന്നത് ബി.വി. കാറന്തും. ജേർണലിസത്തിൽ എം.എ. ബിരുദമുള്ള എം.ബി. ജയറാം എന്ന ചെറുപ്പക്കാരനാണ് ചിത്രത്തിന്റെ എക്സിക്യൂട്ടീവ് പ്രൊഡ്യൂസർ. പ്രേക്ഷകരിൽ വർണ്ണഭ്രമം പെരുകിക്കൊണ്ടിരിക്കെ, ഒരു ബ്ലാക് ആൻഡ് വൈറ്റ് ചിത്രം നിർമ്മിക്കാൻ തീരുമാനിച്ചതെന്തുകൊണ്ടെന്ന് ചോദിച്ചപ്പോൾ ജയറാം പറഞ്ഞു: കളറിനോട് കാണികൾക്ക് ആഭിമുഖ്യമുണ്ട്. ഉവ്വ്. പക്ഷേ സിനിമയെ ഗൗരവപൂർവം സമീപിക്കുന്നവർ അതൊരു മാനദണ്ഡമായി സ്വീകരിക്കില്ല. ഗ്രാമങ്ങളിലുള്ളവർക്കാണ് പൊതുവെ കളറിനോടും താരങ്ങളോടും പാട്ടിനോടും മറ്റും ഭ്രമം. നഗരങ്ങളിൽ ഗൗരവപ്രകൃതമുള്ള പ്രേക്ഷകരുണ്ട്. അവർക്കു വേണ്ടിയാണ് ഈ ചിത്രം.

ചിത്രത്തിന്റെ എഡിറ്റിംഗ് നടന്നു കൊണ്ടിരിക്കുന്ന ബാംഗ്ലൂർ സിനി ലാബോറട്ടറിയിൽ വെച്ച് ഗിരീഷ് കാസറവള്ളിയുമായി സിനിമയുടെ

നാനാവശങ്ങളെക്കുറിച്ചും ഒരു സംവാദത്തിലേർപ്പെടുകയുണ്ടായി. കൂട്ടത്തിൽ 'മൂറുദാരിഗളു' വും പരാമർശവിഷയമായി.

ഗിരീഷ് പ്രതിപാദ്യത്തെ വിശദീകരിച്ചു: ഇവിടെ മൂന്നു വഴികൾ പ്രകടമാണ്. ഒന്ന് ഫ്യൂഡൽ മുല്യങ്ങളിൽ കടിച്ചുതൂങ്ങുന്ന അച്ഛന്റേത്. രണ്ടാമത്തേത് യാഥാർത്ഥ്യത്തെ നേരിടാൻ ഭയപ്പെടുന്ന വെറും ആദർശവാദിയായ വാസുദേവന്റേത്. മൂന്ന്, നിർമ്മലയുടെ വഴി. അവളാണ് ഏറ്റവും പ്രായോഗികമായ കാഴ്ചപ്പാട് പ്രകടിപ്പിക്കുന്നത്. അവളെ മനസ്സിലാക്കാൻ ആരും ശ്രമിക്കുന്നില്ല. നമ്മുടെ നാട്ടിലെ മുഴുവൻ പെൺകുട്ടികളുടെയും ദുഃഖമാണല്ലോ ഇത്. 'ഘടശ്രാദ്ധ' യിലും 'ആക്രമണ' യിലും പെൺകുട്ടികളുടെ മനസ്സുതന്നെയായിരുന്നു എന്റെ വിഷയം.

പക്ഷേ, അവളെ ആത്മഹത്യയിലേക്ക് നയിച്ചത് ന്യായീകരിക്കാവുന്നതാണോ?

ആത്മഹത്യ അവളുടെ പ്രതിഷേധമാണ്. പരമമായ പ്രതിഷേധം എന്ന അർത്ഥത്തിൽ വേണം അതിനെ കാണാൻ. വിയറ്റ്നാമിലെ അമേരിക്കൻ ഭീകരതയിൽ പ്രതിഷേധിച്ചു ദേഹത്ത് മണ്ണെണ്ണയും പെട്രോളുമൊഴിച്ച് ആത്മാഹുതി ചെയ്ത ജാപ്പനീസ് ബുദ്ധസന്ന്യാസികളെ ഓർമ്മിക്കുക- ഗിരീഷ് പറഞ്ഞു.

(ദേശാഭിമാനി
1980 മെയ് 25)

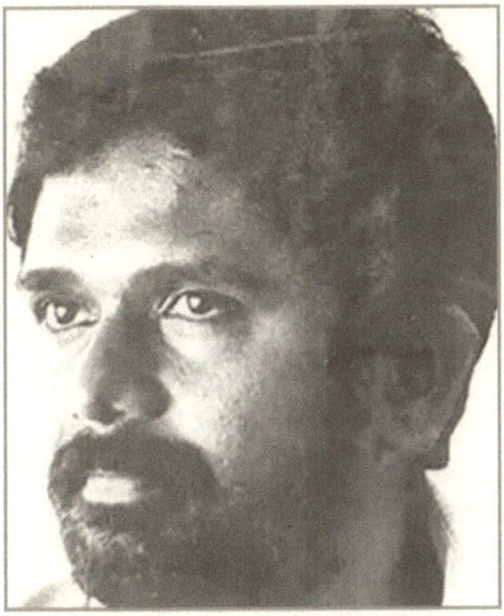

ദലിതരുടെ കവി

ആയിരം നദികളെ-
പ്പോലെ അവർ വരുന്നു
ദലിതർ.
രാജ്യം അവർക്കു നൽകുക.
കോടിക്കണക്കിന് സ്വ-
പ്നങ്ങളുമായി അവർ വരുന്നു
ദലിതർ.
ഇടിമുഴക്കങ്ങളും മിന്നൽ
വെട്ടങ്ങളുമായി അവർ വരുന്നു
ദലിതർ.
ഭൂകമ്പങ്ങളുടെ നീണ്ട പാതകൾ
പിന്നിട്ട് അവർ വരുന്നു.
ദലിതർ...

കർണാടകയിലെ ഏറ്റവും ജനപ്രിയ കവിയായ സിദ്ധ ലിംഗയ്യയുടെ വരികളാണിവ. ഈ മെലിഞ്ഞ ചെറുപ്പക്കാരൻ ഇന്ന് കർണാടകയിലെങ്ങും തന്റെ വരികളിലൂടെ തീ പടർത്തുന്നു. തെരുവുകളിലും ഗ്രാമ

ങ്ങളിലും ചേരികളിലുമുള്ളവർ സിദ്ധലിംഗയ്യ കവിത ചൊല്ലുന്നതുകേട്ട് പ്രകമ്പനം കൊള്ളുന്നു. മണ്ണിൽ വാക്കുകളുടെ തീ വീണ് പടരുന്നു.

ബാംഗ്ലൂർ യൂണിവേഴ്സിറ്റിയിലെ അധ്യാപകനായ സിദ്ധ ലിംഗയ്യ ഒരു ചേരിയിലാണ് താമസം. അമ്മയും അച്ഛനും ഇപ്പോഴും തോട്ടികളാണ്. അതിൽ അവർക്കും സിദ്ധലിംഗയ്യയ്ക്കും നാണക്കേടില്ല.

വിദ്യാർത്ഥി സംഘടനാരംഗത്ത് പ്രവർത്തിച്ചാണ് സിദ്ധലിംഗയ്യ ശ്രദ്ധേയനായിത്തീർന്നത്. പലരുടെയും സഹായത്തോടെ ബിരുദം നേടി. എങ്കിലും വേരുകൾ മറന്നില്ല.

തിരിച്ചെത്തിയത് ഇടുങ്ങിയ ചേരിയിലും അതിന്റെ രൂക്ഷഗന്ധത്തിലുമാണ്. അഴുക്കിൻകൂനകളിലും അലങ്കോലപ്പെട്ട ചാളകളിലുമാണ്. ചോരയിലും വിയർപ്പിലും കണ്ണീരിലുമാണ്.

അവയിലത്രയും കാലൂന്നിനിന്ന് തലമുറകളുടെ അമർഷവും ദുഃഖവും സമാഹരിച്ച് സിദ്ധലിംഗയ്യ അലറി:

അവരെ തകർക്കുക
അവരെ തൊഴിയ്ക്കുക
അവരുടെ തോലുരിക്കുക
അവരുടെ വീടുകളിൽ
പട്ടിക്ക് പ്രവേശനമുണ്ട്:
നമ്മുടെ മാംസം തിന്നുന്ന
                    പട്ടിക്ക്
പക്ഷേ നാമങ്ങോട്ട്
                    കടന്നുകൂടാ
ആ പുലയാടിമക്കളെ
                    തകർക്കുക
അവരെ തൊഴിയ്ക്കുക
അവരുടെ തോലുരിക്കുക-

സിദ്ധലിംഗയ്യ ഉപയോഗിക്കുന്നത് ദലിതരുടെ ഭാഷയാണ്. ചമൽക്കാരലേശമില്ലാത്ത തെറിച്ച ഭാഷ. പരുക്കനും മൂർച്ചയേറിയതുമായ ഭാഷ. ഹൊലയ മാതികരഹാഡു, സാവിരാര നദികളു എന്നീ സമാഹാരങ്ങളിൽ ആക്രമണോദ്യുക്തനായ ഈ കവിയെ കാണാം.

തന്റെ ചേരിയിലുള്ളവർക്ക് വിദ്യാഭ്യാസം നൽകാൻ സിദ്ധലിംഗയ്യ പരിശ്രമിച്ചുവരുന്നു. അധഃകൃതശിശുക്കളും നിരക്ഷരരായ മുതിർന്നവരും സിദ്ധലിംഗയ്യയുടെ വിദ്യാർത്ഥികളും ശ്രോതാക്കളുമാണ്. ഗവൺമെന്റുവക പാഠപുസ്തകങ്ങളിലെ പാഠങ്ങൾ സിദ്ധലിംഗയ്യ സ്വന്തം

വ്യാഖ്യാനം നൽകി അവതരിപ്പിക്കുന്നു. വീടുകൾ നിർമ്മിച്ചതാരെന്നും, ജീവിക്കുന്നതിന് ചതി നടത്തുന്നവരാണെന്നും മറ്റും സാധാരണക്കാരെ ബോധവാന്മാരാക്കാൻ സിദ്ധലിംഗയ്യ ഏറ്റവും ലളിതമായ ഗുണപാഠമുൾക്കൊള്ളുന്ന കഥകൾ ഉപയോഗിക്കുന്നു. അടിച്ചമർത്തപ്പെട്ട ശബ്ദങ്ങളെല്ലാം ഒരു കൊടുങ്കാറ്റായി ഈ കവിയിലൂടെ ബഹിർഗമിക്കുന്നു. അവമതികൾ പേറി മരിച്ചവരെല്ലാം കവിയുടെ മനസ്സിൽ പിടഞ്ഞുണരുന്നു. ഭൂവുടമകൾ കൊന്ന് കൊഴിച്ചുമൂടിയ കറുത്തവർ പ്രതിഷേധശബ്ദങ്ങൾ മുഴക്കുന്നു. തലമുറകൾ പ്രതികാരത്തിനൊരുങ്ങുന്നു. കത്തിയുടെ വായ്ത്തലയ്ക്ക് മൂർച്ചയേറുന്നു. അസ്ത്രമുനകളിൽ വിഷം പുരളുന്നു. പോർവിളികളുയരുന്നു. സിദ്ധലിംഗയ്യ പാടുന്നു.

ആദ്യമാദ്യം ദലിതരെന്ന പദത്തിന് പരിമിതമായ അർത്ഥവ്യാപ്തി മാത്രം കല്പിച്ചിരുന്ന സിദ്ധലിംഗയ്യ, ഇന്ന് ആ പദംകൊണ്ട് വിവക്ഷിക്കുന്നത് മുഴുവൻ മർദ്ദിതവർഗ്ഗത്തെയുമാണ്. ഇത് കവിയുടെ മുഴുവൻ കണ്ടെത്തലിനെയും വികാസപരിണാമത്തെയും സൂചിപ്പിക്കുന്നു. ഹിംസാത്മകവ്യക്തിത്വമുള്ള സിദ്ധലിഗയ്യ 'ഭണ്ഡായ സാഹിത്യസംഘടന'യുടെ സംസ്ഥാന കൺവീനർമാരിൽ ഒരാളാണ്. അഭിജാതരുടെ സംഘങ്ങളോടുള്ള ഏറ്റുമുട്ടലിൽ നിന്നാണ് ഈ സംഘടനയുടെ പിറവി.

കർണാടകയിലെ പുരോഗമന സാസ്കാരികസംഘടനയായ 'സമുദായ'യുമായി സിദ്ധലിംഗയ്യക്ക് ഉറ്റബന്ധമുണ്. സമീപകാലത്ത് ഗ്രാമങ്ങളിലൂടെ നടത്തിയ പര്യടനം - ഇത് ഒരു മാസം നീണ്ടുനിന്നു- സമുദായയുടെ പ്രവർത്തനത്തിന്റെ ചടുലത ബോദ്ധ്യപ്പെടുത്താൻ പര്യാപ്തമാണ്. ഗ്രാമീണജനതയെ ജീവിതത്തിന്റെ അസന്തുലിതാവസ്ഥയെക്കുറിച്ച് ബോധവാന്മാരാക്കുകയെന്ന ലക്ഷ്യത്തോടെ സംഘടിപ്പിക്കപ്പെട്ട ഈ പര്യടനത്തിൽ സിദ്ധിലിംഗയ്യയും പങ്കെടുത്തിരുന്നു. തെരുവുകളിലൂടെ, ഗ്രാമങ്ങളിലൂടെ തന്റെ കവിതകൾ ചൊല്ലിക്കൊണ്ട് സിദ്ധലിംഗയ്യയും യാത്ര ചെയ്തു. കേൾവിക്കാരോടൊപ്പം കവിയ്ക്കും ആവേശകരമായിരുന്നു ആ അനുഭവം.

(ദേശാഭിമാനി
1980 ജൂൺ 1)

നൃത്തം ചെയ്തവർ

ഓർക്കുക, നമ്മുടെ ജീവിതമായിരുന്നു ഉദയ്ശങ്കറിന്റെ നൃത്തങ്ങൾ. ഉദയ്ശങ്കർ നൃത്തം ചെയ്തത് നമുക്കു വേണ്ടിയായിരുന്നു.

നാലു ദശകങ്ങൾക്കുമുമ്പ് ഉദയ്ശങ്കർ അരങ്ങിലെത്തിയപ്പോൾ, ഭാരതീയ നൃത്തകലയിൽ, അംഗീകൃത ക്ലാസിക്കൽ - നാടോടി നൃത്തശൈലികളിൽ നിന്ന് പ്രകടമായും വേർതിരിഞ്ഞു നിൽക്കുന്ന ഒരു പുതിയ ശൈലി ഉരുത്തിരിഞ്ഞു. അത് ആധുനിക ഭാരതീയ നൃത്തശൈലിയായി പരിഗണന നേടി. ഒപ്പം തന്നെ വിവാദങ്ങളുമുയർന്നു.

ഇങ്ങനെ ചോദ്യങ്ങളുണ്ടായി: എന്താണ് ആധുനിക ഭാരതീയ നൃത്തം? അതിനെ ഒരു നിർവചനപരിധിയ്ക്കുള്ളിൽ ഒതുക്കാമോ? പഴയ പരമ്പരാഗത രീതികളിൽനിന്നും സമകാലീന ക്ലാസിക്കൽ രീതിയിൽനിന്നും അതെങ്ങനെയാണ് ഭിന്നത പുലർത്തുന്നത്? ശില്പകല, ചിത്രകല, സാഹിത്യം തുടങ്ങിയ മേഖലകളിലെ ആധുനികതയുമായി പൊരുത്തപ്പെടുന്ന പുതുമകൾ നൃത്തകലയിൽ സാദ്ധ്യമാണോ?

ഈ ചോദ്യങ്ങൾ അപ്രസക്തങ്ങളല്ലതന്നെ. ആധുനികതയെന്ന വിവക്ഷ നൃത്തകലയിൽ സമന്വയിപ്പിക്കുന്നതെങ്ങനെയെന്നത് കുഴക്കുന്ന പ്രശ്നമാണ്. ഇതരകലകൾക്ക് ഈ സങ്കീർണതയില്ല. ചിത്രകല, ശില്പകല, സാഹിത്യം തുടങ്ങിയവ നൂറ്റാണ്ടുകളായി മാറ്റങ്ങൾക്ക് വിധേയമായിക്കൊണ്ടിരിക്കുകയാണ്. പുതിയ അറിവുകളുടെ തീ ഇവയലെല്ലാം പുതിയ നിയമങ്ങൾ കുറിക്കുന്നു. വീണ്ടും തീയാളുന്നു. എല്ലാം സൂക്ഷ്മമായ വിലയിരുത്തലിന് വിധേയമാക്കപ്പെടുന്നു.

നൃത്തകലയിലോ? ഇതരകലകളിൽ ആവിർഭവിച്ച ആധുനികതയുടെ പശ്ചാത്തലത്തിൽ, നൃത്തകലയിലെ യാഥാസ്ഥിതികത്വത്തെ നോക്കിക്കാണാൻ ചിലരെങ്കിലും യത്നിക്കുകയുണ്ടായി. സമകാലീന ജീവിതത്തിന്റെ സ്തോഭവും സങ്കീർണ്ണതയും ആവിഷ്ക്കരിക്കുന്നതിന് സഹായകമാംവിധത്തിൽ ഒരു നൂതനചലനസംഹിത രൂപപ്പെടുത്തുകയെന്ന ചിന്ത, പക്ഷേ, മുരടിച്ച മനസ്സുകളിൽ പ്രതിഷേധമുണർത്തി. സമകാലീന സാഹചര്യങ്ങളുമായി നൃത്തകലയ്ക്ക് ബാന്ധവം വയ്യെന്ന് അത്തരക്കാർ ശഠിച്ചുനിന്നു. പരമ്പരാഗത മിഥോളജിയിൽനിന്ന് സ്വീകരിക്കപ്പെട്ട

സമയബന്ധിതമല്ലാത്ത പ്രമേയവും, അർത്ഥബോധമുളവാക്കുന്നതിനുള്ള അംഗീകൃത മുദ്രകളും പ്രേക്ഷകരിൽ ജനിപ്പിക്കേണ്ട അതീന്ദ്രിയാനുഭൂതിയെക്കുറിച്ചുള്ള സങ്കല്പവും ഉൾച്ചേർന്ന ക്ലാസിക്കൽ ശൈലി ഒരു പോറലുമേല്പിക്കാതെ സംരക്ഷിക്കാൻ പ്രതിജ്ഞാബദ്ധരാണ് തങ്ങളെന്ന് അവർ ഭാവിച്ചു.

റഷ്യൻ ബാലേ നർത്തകിയായ അന്നാ പാവലോവയുമായി (1885-1931) പരിചയപ്പെടുന്നതിനുമുമ്പ്, ഇന്ത്യയിലെ അതിസമ്പന്നവും പരിമിതമായ വൃത്തത്തിൽ നിലനിൽക്കുന്നതുമായ ക്ലാസിക്കൽ നൃത്തരീതികളെക്കുറിച്ച് ഉദയ്ശങ്കർ ഏറെയൊന്നും ബോധവാനായിരുന്നില്ല. പാവലോവയുടെ സൗഹൃദത്തിന്റെ ഛായയിൽ നിന്ന്, ചലനത്തെക്കുറിച്ചും സ്ഥലകാലബന്ധത്തെക്കുറിച്ചും തനിക്കുണ്ടായിരുന്ന കാഴ്ചപ്പാടുകൾ മാറ്റിവെച്ച്, സ്വന്തം പാരമ്പര്യത്തെ ശൈശവകൗതുകത്തോടെ നോക്കിക്കാണാൻ ഉദയ്ശങ്കർ ശ്രമിച്ചു. ക്ലാസിക്കൽ രൂപത്തിൽനിന്ന് വേറിട്ട ചലനരീതികളെപ്പറ്റി, ഇസഡോറ ഡങ്കനെയോ (1875-1927) ആധുനിക യൂറോപ്യൻ നർത്തകരെയോപോലെ, പക്വമായ ഉൾക്കാഴ്ച നേടേണ്ടതുണ്ടെന്നും ഉദയ്ശങ്കറിന് തോന്നി. ഈ അന്വേഷണങ്ങളുടെ അവസാനം തന്റെ സാന്നിദ്ധ്യത്തിന്റെ അർത്ഥമെന്തെന്ന് അദ്ദേഹം വെളിപ്പെടുത്തുകയായി.

ഉവ്വ്, ഉദയ്ശങ്കറിന്റെ സാന്നിദ്ധ്യം ഏറെ അർത്ഥപൂർണ്ണമായിരുന്നു. ആംഗ്യഭാഷയുടെ സഹായമില്ലാതെ ആശയവിനിമയം ചെയ്യാനുള്ള ഒരു പാധിയായി ഉദയ്ശങ്കർ നൃത്തകലയെ വികസിപ്പിച്ചു. അംഗീകൃതമുദ്രകൾക്ക് പകരം, ശരീരത്തെ അതിന്റെ പൂർണ്ണതയിൽ കണ്ടറിഞ്ഞ്

അദ്ദേഹം ഉപയോഗപ്പെടുത്തി. കഥകളിയിലെയും മണിപുരിയിലെയും ഭരതനാട്യത്തിലെയും ചലനമാതൃകകളും, നാടോടിനൃത്തങ്ങളിലെ രമ്യോദാരമായ താളാത്മകതയും സ്നിഗ്ധചിന്തകളും അദ്ദേഹത്തിന്റെ നൃത്തബോധത്തിൽ ഇതൾ വിടർത്തിനിന്നു. 'ലേബർ ആൻഡ് മെഷിനറി', 'റിഥം ഓഫ് ലൈഫ്' തുടങ്ങിയ നൃത്തങ്ങളിലൂടെ സമകാലജീവിതത്തിന്റെ ഉൾത്തുടിപ്പുകളും വൈകാരിക തീവ്രതയും അദ്ദേഹം ആവിഷ്ക്കരിച്ചു.

നൃത്തചലനങ്ങളിലും ഉള്ളടക്കത്തിലും അവതീർണമായ നൂതനത്വം മാത്രമല്ല ഇൻഡ്യൻ നൃത്തവേദിയ്ക്ക് ഉദയ്ശങ്കറിന്റെ സംഭാവന. നൃത്തവും സംഗീതവും തമ്മിലുള്ള ബന്ധത്തെ അദ്ദേഹം നിഷ്കൃഷ്ടമായ പുനർചിന്തനത്തിന് വിധേയമാക്കി. സംഗീതത്തെ വ്യാഖ്യാനിക്കുകയോ ദൃശ്യവത്ക്കരിക്കുകയോ ചെയ്യുന്ന പരമ്പരാഗതരീതിയിൽനിന്ന് വിട്ടുമാറി, ശരീരത്തിന്റെ പൂർണ്ണപ്രകടനത്തിന് ഊന്നൽ നൽകുന്ന നൃത്തത്തിന് ഒരു സഹായഘടകമെന്നോണം മാത്രം സംഗീതധ്വനികളെ ഉപയോഗിക്കുകയെന്ന സവിശേഷ ശൈലിയ്ക്കാണ് ഈ വിചിന്തനം വഴിവെച്ചത്. അത് നർത്തകന് കുറേക്കൂടി ആത്മപ്രകാശനസ്വാതന്ത്ര്യം നൽകി; കുറേക്കൂടി അവസരങ്ങൾ നൽകി.

ഉദയ്ശങ്കറിന് ലോകമെമ്പാടും ആരാധകരുണ്ടായി. പുത്തൻ ലാവണ്യനിയമങ്ങൾ ദീക്ഷിക്കുന്ന നൃത്തങ്ങളുമായി അദ്ദേഹം ലോകമെങ്ങും സഞ്ചരിച്ചു. ഇന്ത്യൻ സിനിമ ശൈശവപ്രകൃതം വെടിഞ്ഞിട്ടില്ലാത്ത നാളുകളിൽ 'കല്പന' (1948) എന്ന ബാലേ ചിത്രത്തിലൂടെ ഉദയ്ശങ്കർ പ്രകടിപ്പിച്ച ധീരതയ്ക്ക് തുല്യമായി വേറൊരുദാഹരണം ചൂണ്ടിക്കാട്ടാനില്ല, അതൊരു ദൗത്യം തന്നെയായിരുന്നുവെന്ന് വർഷങ്ങളേറെക്കഴിഞ്ഞ് സമചിത്തതയോടെ നോക്കിക്കാണുമ്പോൾ നാം അറിയും. ഉദയ്ശങ്കറിനെയോർത്ത് നമുക്ക് നൊമ്പരം തോന്നും. ആ നർത്തകന്റെ ചുവടുവയ്പുകൾക്കായി നമ്മുടെ കണ്ണുകൾ തുടിക്കും. ഒരിക്കലുമുയരാനിടയില്ലാത്ത ഒരു തിരശ്ശീലയ്ക്കു മുന്നിലിരുന്ന് നമ്മൾ വിഷാദമെന്തെന്നറിയും. ഉദയ്ശങ്കർ ഇനി നമുക്കുവേണ്ടി നൃത്തം ചെയ്യില്ല. എന്തൊരു നഷ്ടപ്പെടൽ!

ഭാര്യ അമലാശങ്കറും മക്കൾ ആനന്ദ് ശങ്കറും മമതാ ശങ്കറും (മൃഗയ, ദൂരത്വ, ഏക്ദിൻ പ്രതിദിൻ എന്നീ ചിത്രങ്ങളിലെ നായിക) ഉൾപ്പെട്ടതാണ് ഉദയ്ശങ്കറിന്റെ കുടുംബം. ഉദയ്ശങ്കർ ഇന്ത്യാ കൾച്ചറൽ സെന്റർ എന്ന ട്രൂപ്പ് അമലാശങ്കറിന്റെ നേതൃത്വത്തിൽ കൽക്കത്തയിലുണ്ട്. ഉദയ്ശങ്കറിന്റെ എൺപതാം ജന്മവാർഷികത്തോടനുബന്ധിച്ച് ഈ ട്രൂപ്പ്

വികാരസാന്ദ്രമായ ഒരുകൂട്ടം അനുസ്മരണനൃത്തങ്ങൾ അവതരിപ്പിക്കുകയുണ്ടായി - മിസ്സിംഗ് യു (Missing you). ഇവയിൽ സ്നാനം, ഗ്രാമോത്സവം, കാർത്തികേയ, അസ്ത്രപൂജ, ഹാർമണി എന്നീ നൃത്തങ്ങളുടെ കോറിയോഗ്രാഫി ഉദയ്ശങ്കറിന്റേതു തന്നെയാണ്. ഉദയ്ശങ്കറിന്റെ ഇന്ദ്ര, ഗന്ധർവ്വ, താണ്ഡവ തുടങ്ങിയ നൃത്തങ്ങളിൽ നിന്നുള്ള ഖണ്ഡങ്ങൾ സംയോജിപ്പിച്ച് അമലാശങ്കർ അവതരിപ്പിച്ച സോളോ (മിസ്സിംഗ് യു) ഓർമ്മകളുടെ ലോകത്തിലേയ്ക്ക് എണ്ണമറ്റ ചില്ലുവാതിലുകൾ തുറന്നിട്ടു.

(ദേശാഭിമാനി
1980 ജൂലായ് 13)

ഒരു വഴി, ജീവിതത്തിന്റെ

കേമോനേ ധോർബേ താ രേ, ഓ മോൻ, മോനേർ മാനുഷ് ബോലിഷ് യാരെ...

ഒട്ടുനേരം ചെവിയോർക്കുക. ബാവുൽ ഗായകരാണ്. ബംഗാൾ ഗ്രാമങ്ങളിൽ അങ്ങിങ്ങ് കാണാം അവരെ.

അയഞ്ഞുനീണ്ട മഞ്ഞയുടുപ്പിൽ ഒരു പുരുഷൻ. മുടിയും താടിയും വളർന്നിരിക്കുന്നു. വിരലുകൾ എക്താരയിൽ ഏകാഗ്രമായി ചലിക്കുന്നു. ഒപ്പം പാടാൻ ഒരു പെണ്ണുമുണ്ട്. അവളുടെ വേഷവും മഞ്ഞയാണ്. മുടി നെറുകയിൽ കെട്ടിവെച്ചിരിക്കുന്നു. ഓർത്തോർത്ത് പാടുന്ന നാടോടിശീലിന്റെ ലഹരിയിൽ കണ്ണുകൾ താനേ അടയുന്നു.

'പഥേർ പാഞ്ചാലി'യിലൊരിടത്ത് റായ് ഒരു ബവുലിനെ ചിത്രീകരിച്ചിട്ടുണ്ട്. സർവ്വജയയോട് അയാൾ പറയുന്നു: എന്നെ ആശ്വസിപ്പിക്കുമെങ്കിൽ ഞാൻ നിങ്ങളെ ഹൃദയത്തിൽ കൊണ്ടുനടക്കും...

ദേഷാഘാരയിൽ നിന്ന് ബരിഹറിന്റെ കത്തുകിട്ടി ചിന്താകുലയായിരിക്കുന്ന സർവ്വജയ ബവുലിനെ ശ്രദ്ധിച്ചില്ല. അയാൾക്ക് ഭിക്ഷ കൊടുത്തത് ദുർഗ്ഗയാണ്. അതിന് ദുർഗ്ഗക്ക് അനുഗ്രഹം കിട്ടി: ഞാൻ പ്രാർത്ഥിയ്ക്കുന്നു, നീയൊരു രാജ്ഞിയാവട്ടെ...

ബംഗാളികളിൽ ഒരു ചെറിയ വിഭാഗമാണ് ബവുൽ ഗായകർ. പക്ഷേ അവരെക്കൂടാതെ ഉൾനാടുകളിലെ ജീവിതം പൂർണ്ണമാകുന്നില്ല. ബിർഭൂമിലും ബർദ്വാനിലും ബാങ്കുറയിലുമാണ് ബവുൽഗായകരെ കൂടുതലായി കാണുക. അവർക്ക് തങ്ങളുടേതു മാത്രമായ പ്രപഞ്ചസങ്കല്പവും ആരാധനാസമ്പ്രദായങ്ങളും ജീവിതരീതിയുണ്ട്. മറ്റുള്ളവരുടെ ആചാരങ്ങളെ അവർ പിന്തുടരുന്നില്ല. ബുദ്ധമതം, ഹിന്ദുമതം, ഇസ്ലാം മതം എന്നിങ്ങനെ പല മതങ്ങളിൽനിന്നും നാനാക്ക്, ചൈതന്യ തുടങ്ങിയ മതാചാര്യന്മാരിൽനിന്നും സ്വീകരിച്ച ദർശനങ്ങളുടെ സമാഹാരമാണ് ബവുൽചിന്തയെന്ന് പറയാം. അവരുടെ ദൈവം പ്രപഞ്ചമാണ്. അതുകൊണ്ടുതന്നെ മഹാക്ഷേത്രങ്ങളും പ്രതിഷ്ഠകളുമില്ല അവർക്ക്. സ്വന്തം ആത്മാവാണ് ദൈവത്തെ അറിയാനുള്ള വഴിയെന്ന് അവർ വിശ്വസിക്കുന്നു. അതിനുവേണ്ടി മാത്രമായി അവർ പാടുന്നു. നാവുകളിൽനിന്ന് നാവുകളിലേക്ക്

പകരുന്ന ഈ ശിലുകകളല്ലാതെ എഴുതിവെച്ചതൊന്നും അവരുടെ സമൂഹങ്ങളിൽ ഇല്ല. ബവുൽ സമൂഹത്തിന്റെ ചിന്തകളത്രയും പ്രകാശിപ്പിക്കുന്നു ബവുൽ ഗാനങ്ങൾ. നാടോടി സാഹിത്യത്തിന്റെ ഒരമൂല്യഘടകമായി അവ പരിഗണിക്കപ്പെടുന്നു. ജനപ്രീതി നേടിയ ടാഗോർഗീതികളെ ഉള്ളടക്കത്തിലും രൂപത്തിലും അവ കാര്യമായി സ്വാധീനിക്കുകയുണ്ടായി.

ബവുൽഗായകരധികവും ഹിന്ദു-ഇസ്ലാം മതങ്ങളിൽ നിന്ന് വന്നവരാണ്. തന്റെ പൂർവ്വാശ്രമം വെടിഞ്ഞ് പുതിയ വേഷവും പാതയും സ്വീകരിക്കുന്നയാൾക്ക് ബവുൽ എന്ന പേരു കിട്ടുന്നു. അതിനപ്പുറം ജാതിയുടെയോ മതത്തിന്റെയോ പരിഗണനകളില്ലെങ്കിലും ഹിന്ദുമതത്തിലുൾപ്പെട്ടിരുന്നവർ വൈഷ്ണവബവുലുകളായും ഇസ്ലാംമതത്തിൽ നിന്നെത്തിയവർ ഫക്കീറുകളായും അറിയപ്പെടുന്നു.

വേറൊരാത്മാവിന്റെ സൗഹൃദവും വേറൊരു നിഴലിന്റെ സാന്ത്വനവുമായി സ്വയം മറന്ന് പരമമായ നിർവൃതിയിൽ ഏക്താര മീട്ടിപ്പാടിയും ചുവടുവെച്ചും നോക്കെത്താത്ത മൺപരപ്പിലൂടെ നീങ്ങുന്നതിനിടയിൽ ഏതെങ്കിലും മരത്തണലിൽ ഒരല്പം വിശ്രമം.

യാത്ര തുടരുമ്പോൾ പെണ്ണിന്റെ കൈകളിൽ ചെറിയൊരു കുഞ്ഞു

കൂടി. അതിന്റെ വിസ്മയപ്പെടുന്ന കൊച്ചുകണ്ണുകളിൽ മുകളിലെ ആകാശം നിഴലിക്കുന്നു. കാതുകളിലേക്ക് ഒരു ബവുൽഗാനമൊഴുകിയെത്തുന്നു. നാജലേ അനലേ അനിലേ ഹായ് രേ... നഹി മിലേ പശ്ചിമേ ആകുൽ പഥാരേ...

(മാതൃഭൂമി വാരാന്തപ്പതിപ്പ്,
26 ജൂലൈ 81)

രാം കിങ്കർ

മറ്റുള്ളവരുടെ പാതകൾ വെടിഞ്ഞ്, തന്റെ വ്യക്തിത്വത്തിലും പരിചിത സാഹചര്യങ്ങളിലും വേരുറച്ച, തനതായ ഒരു രചനാശൈലി ആവിഷ്കരിച്ചുവെന്നതാണ് ഭാരതീയ ശില്പകലയിൽ രാംകിങ്കറിന്റെ പ്രസക്തി. പരമ്പരാഗത രചനാബോധത്തിൽനിന്ന് ആധുനികതയിലേക്കുള്ള പരിവർത്തനദശയിൽ ഏറ്റവും മൗലികത പ്രകടിപ്പിച്ച ശില്പിയായി രാംകിങ്കർ പരിഗണിക്കപ്പെടുന്നു.

ദേശീയവും കാല്പനികവുമായ കല രൂപപ്പെടുത്താൻ ശ്രദ്ധവെച്ച ബംഗാൾ സ്കൂളിന്റെയും പടിഞ്ഞാറൻ മാതൃകകളെ മുറുകപ്പിടിച്ചു അക്കാദമിസത്തിന്റെയും രണ്ടു വഴികളിലായിരുന്നു അക്കാലത്ത് കലാകാരന്മാരത്രയും. രാംകിങ്കറുടെ കലയാകട്ടെ പുതയൊരു കാഴ്ചപ്പാടും തികഞ്ഞ വൈയക്തികതയും വെളിവാക്കി. അത് നാൾതോറും വികാസപരിണാമങ്ങൾക്ക് വഴിപ്പെടുകയും ചെയ്തു.

രാംകിങ്കർ രചിച്ച ശില്പങ്ങൾ ഭൂമിയുടെ ഉൾത്തുടിപ്പുകളും കരുത്തും കൊണ്ട് വേർതിരിഞ്ഞുനിന്നു. ഒട്ടുമുക്കാൽ രചനകളും വാതിൽപ്പുറങ്ങ

ളിലാണ് തീർക്കപ്പെട്ടതെന്ന വസ്തുത പ്രത്യേകപ്രാധാന്യമർഹിക്കുന്നു. അവ കാറ്റും മണ്ണുമായും ബന്ധം പുലർത്തി. അത്യുദാത്തമായ ജീവിത സത്തയെ പ്രതിനിധീകരിച്ചു.

ആഗസ്ത് ഒന്നിന് രാത്രി, കൽക്കത്തയിൽ വെച്ച്, സെറിബ്രൽ ത്രോംബോസിസ് മൂലം രാംകിങ്കർ നിര്യാതനായി. അദ്ദേഹത്തിന് എഴു പത് വയസ്സ് പ്രായമുണ്ടായിരുന്നു.

കഴിഞ്ഞ ജനുവരിയിൽ ശാന്തിനികേതനിലൂടെ പോയ്ക്കൊണ്ടിരിക്കെ, ബീഹാറിയായ സൈക്കിൾറിക്ഷക്കാരൻ വഴിയോരത്ത് ചൂണ്ടുവിരൽ നീട്ടി ഉത്സാഹപൂർവ്വം രാംകിങ്കറിന്റെ പ്രഖ്യാതമായ 'സന്താൾ കുടുംബം' കാണിച്ചു തന്നതോർക്കുന്നു. സിന്താൾവർഗ്ഗം നൂറ്റാണ്ടുകളായി പ്രകടി പ്പിച്ചുപോന്ന വീറ് തുടിച്ചുനിൽക്കുന്ന ആ കോൺക്രീറ്റു ശില്പം ഭോൽപൂർ സമതലത്തിലെ ഏറ്റവും സ്വാഭാവികമായ കാഴ്ചയായി യാത്ര

ക്കാരെ ആകർഷിക്കുന്നു. കലാഭവനിൽ ശില്പങ്ങൾ മുറ്റിനിറഞ്ഞ ഒരു സ്റ്റുഡിയോയിലിരുന്ന് ഞാൻ, വൃദ്ധനായി ഏതോ സമീപഗ്രാമത്തിൽ വിശ്രമിക്കുന്ന രാംകിങ്കറെക്കുറിച്ചു തിരക്കി. രാംകിങ്കറിന്റെ ഒരു പോർട്രെയിറ്റ് ആ മുറിയിലുണ്ടായിരുന്നു.

രാംകിങ്കർ ജനിച്ചത് ബാങ്കുറയിലാണ്. ചെറുപ്പംതൊട്ടു തന്നെ കലയിൽ ആകൃഷ്ടനായിരുന്നു. 'മോഡേൺ റിവ്യു' സ്ഥാപിച്ച രാമാനന്ദ ചാറ്റർജിയാണ് ആ ഇരുണ്ട ഗ്രാമബാലനെ കണ്ടെടുത്ത് ശാന്തിനികേതനിലെത്തിച്ചത്. അവിടെ പ്രഗത്ഭനായ നന്ദലാൽ ബോസിന്റെ കീഴിൽ പരിശീലിച്ചുകൊണ്ട് വിശ്വഭാരതി സർവ്വകലാശാലയിൽനിന്ന് ഫൈൻ ആർട്സിൽ ബിരുദം നേടി. പിന്നെ നീണ്ട മുപ്പത്തിയേഴ് സംവത്സരക്കാലം രാംകിങ്കർ ശാന്തിനികേതന്റെ ഭാഗമായിരുന്നു.

ടാഗോറിന്റെയും നന്ദലാൽ ബോസിന്റെയും സാമീപ്യം, ഭോൽപൂരിലെ അനവദ്യയായ പ്രകൃതി, സന്താൾ വർഗ്ഗക്കാരുമായുള്ള അകളങ്കബന്ധം എന്നിവയെല്ലാം രാംകിങ്കറിലെ ശില്പിയെ സമഗ്രമായി സ്വാധീനിച്ചു. സംഗീതത്തിലും നാടകത്തിലും നാടോടി നൃത്തങ്ങളിലും രാംകിങ്കറിന് അനല്പമായ താല്പര്യം ഉണ്ടായിരുന്നു. ശാന്തിനികേതനിലെ ആർട്ട് സ്കൂളായ കലാഭവനിൽ വേനൽ സൂര്യനെയും ഇരുട്ടിനെയും വെളിച്ചത്തെയും ശ്രദ്ധിക്കാതെ അദ്ദേഹം പ്രവൃത്തിയിൽ മുഴുകി. സമയത്തെയോ, വരുംവരായ്കകളെയോ സംബന്ധിച്ച് ഒരിക്കലും വ്യാകുലപ്പെട്ടില്ല. യശസ്സോ സമ്പത്തോ മോഹിച്ചില്ല.

സിമന്റിലും പ്ലാസ്റ്ററിലും ശിലകളിലും അദ്ദേഹം തന്റെ സങ്കല്പങ്ങളെ മൂർത്തമാക്കി അവതരിപ്പിച്ചു. സന്താൾ കുടുംബം, സുജാത, പെൺകുട്ടിയും നായയും എന്നീ വിശ്രുതരചനകൾ രാംകിങ്കറിന്റെ ജീവിതത്തിലെ ഏറ്റവും ഫലവത്തായ ഘട്ടത്തിൽ (1930-40) പിറന്നവയാണ്. പിന്നീട് അദ്ദേഹം അമൂർത്തമായ സർറിയലിസ്റ്റിക് കല്പനകളുടെ ദശകത്തിലേയ്ക്ക് കടന്നു. 1942ൽ ആദ്യത്തെ വൺമാൻഷോ ന്യൂഡൽഹിയിൽ. അതിൽപ്പിന്നെ ലോകത്തിലെ വിവിധ ഗാലറികളിൽ തന്റെ ശില്പങ്ങളും പെയിന്റിങ്ങുകളുമായി. രാംകിങ്കർ പലതവണ പ്രത്യക്ഷപ്പെട്ടിട്ടുണ്ട്. എത്ര ദുഃഖകരം, ഇപ്പോൾ ആ രചനകൾ മാത്രം നമ്മുടെ മുന്നിൽ അവശേഷിക്കുന്നു.

(ദേശാഭിമാനി
1980 ആഗസ്ത് 10)

അനാമിക

കൽക്കത്തയിലെ ഒരു പ്രമുഖ തിയേറ്റർ ഗ്രൂപ്പായ അനാമിക കാൽനൂറ്റാണ്ട് പിന്നിട്ടു. എങ്കിലും ബംഗാളി നാടകവേദിയെന്ന പൊതുനിരീക്ഷണത്തിൽ ഈ തിയേറ്റർ ഗ്രൂപ്പിനെ ഉൾപ്പെടുത്തുക വയ്യ. മൊത്തം അമ്പത്തിനാലു നാടകങ്ങളും പതിമൂന്ന് ഏകാങ്കങ്ങളും നാല് നൃത്തനാടകങ്ങളും അവതരിപ്പിച്ചിട്ടുള്ള അനാമിക എന്തുകൊണ്ട് വേർതിരിഞ്ഞു നിൽക്കുന്നുവെന്ന ചോദ്യത്തിന് ഒരു ചെറിയ വിശദീകരണമേ വേണ്ടതുള്ളൂ. അനാമിക അവതരിപ്പിച്ചവയെല്ലാം ഹിന്ദി നാടകങ്ങളായിരുന്നു.

ബംഗാളിന്റെ തലസ്ഥാനനഗരിയിൽ ഇരുപത്തഞ്ചുവർഷമായി ഇടതടവില്ലാതെ ഹിന്ദി നാടകങ്ങൾ അരങ്ങേറിയെന്നതുതന്നെയാണ് അനാമികയുടെ സവിശേഷത. അതിന്റെ പ്രവർത്തനചരിത്രം ആദ്യന്തം വർണശബളവുമാണ്.

ശ്യാമാനന്ദ ജലാൻ സംവിധാനം ചെയ്ത 'ഹം ഹിന്ദുസ്ഥാനി ഹേ' എന്ന നാടകത്തിൽ നിസിംഘി, പ്രതിഭാ-അഗർവാൾ, നരേന്ദ്ര അഗർവാൾ എന്നിവർ വർഷങ്ങൾക്കുശേഷമുള്ള പുതിയ അവതരണത്തിൽ പങ്കെടുത്ത്, നവീനസാഹചര്യങ്ങളിലും നാടകത്തെ ഓർമ്മിക്കാനുള്ള ഒരനുഭവമാക്കി മാറ്റി.

ഇന്ത്യൻ നാടകവേദിയിലെ ഏറ്റവും ശ്രദ്ധേയനായ ബദൽസർക്കാറിന്റെ 'ബല്ലാഭപുർ കി രൂപകഥ' അതിശക്തമായ ഒരു കോമഡിയാണ്. ഇടിഞ്ഞുവീഴാനോങ്ങുന്ന ഒരു പ്രഭുമന്ദിരം. അതാർക്കെങ്കിലും വിറ്റ് കടം വീട്ടിക്കഴിഞ്ഞ് നഗരത്തിലേയ്ക്കുപോകാനാഗ്രഹിക്കുന്ന ഭൂപതിയെന്ന ചെറുപ്പക്കാരൻ. വീട് പക്ഷേ, വില്ക്കുക എളുപ്പമല്ല. അനേകം നൂറ്റാണ്ടുകളുടെ പഴക്കമുണ്ടെന്നതു മാത്രമല്ല കാരണം. അതിന്റെ ഉൾമുറിയിൽ ഗായകനും കവിയുമായ രഘുദായുടെ പ്രേത സാന്നിദ്ധ്യമുണ്ട്. പുരാവസ്തുക്കൾ ശേഖരിക്കുകയെന്നതിൽ തികഞ്ഞ മത്സരബുദ്ധി കാട്ടുന്ന ഹിൽദാർ, ചൗധരി എന്നിവരുടെ വരവ് ഭൂപതിയുടെ പ്രശ്നങ്ങളെ അത്യന്തം സങ്കീർണമാക്കിത്തീർത്തു. നാടകം തുടങ്ങി അവസാനിക്കുംവരെ കലാമന്ദിർ ഓഡിറ്റോറിയത്തിൽ ചിരിയുടെ മുഴക്കം നിലനിന്നു.

'ആഷാഢ് കാ ഏക്ദിൻ' എഴുതിയ ഹിന്ദി നാടകകൃത്ത് മോഹൻ രാകേഷിന്റെ പ്രശസ്തരചനയായ 'ആധേ അധൂരെ' നഗരത്തിലെ മദ്ധ്യ വർഗ്ഗ ജീവിതത്തിന്റെ ഒരു പരിച്ഛേദമാണ് അവതരിപ്പിക്കുന്നത്. മദ്ധ്യ വർഗ്ഗദൈന്യതകൾക്കിടയിൽ പൂർണ്ണതയാഗ്രഹിക്കുന്ന ഒരുപറ്റം മനുഷ്യർ. അവർ പ്രേക്ഷകരെത്തന്നെ പ്രതിനിധീകരിക്കുന്നു. ആധുനികനാടകങ്ങളുടെ കൂട്ടത്തിൽ 'ആധേ അധൂരേ' മുൻപന്തിയിൽ നിൽക്കുന്നു. ഇത്തരം നാടകങ്ങളുമായുള്ള പരിചയം കുറേക്കൂടി ഗാഢമാക്കാൻ ഉദ്ദേശിച്ചിട്ടുള്ളതാണ് തുടർന്നവതിപ്പിക്കപ്പെട്ട 'ദോ ഏകാന്ത്'. നിർമ്മൽ വർമ്മയുടെ രണ്ടു കഥകളാണ് ഇതിന്നാധാരം. നിഴലിന്റെ പിന്നാലെ അലഞ്ഞുനടന്ന യുവതിയുടെയും ദീനവും വിഫലവുമായ ഒരന്വേഷണത്തിൽ മുഴുകിയ ചെറുപ്പക്കാരന്റെയും ദുരന്തങ്ങൾ ഹൃദയസ്പർശിയാംവണ്ണം ആവിഷ്കൃതമായിരിക്കുന്നു. മനുഷ്യസ്വഭാവത്തെ അവധാനതയോടെ അപഗ്രഥിക്കുന്ന 'വൃക്ഷം' എന്ന ഏകാങ്കം ഖ്യാതി നേടിയ ഗുജറാത്തി നാടകകൃത്ത് ലാഭ്ശങ്കർ ഠാക്കറുടേതാണ്. പല്ലവിമേത്തയുടെ രംഗ നിർദ്ദേശങ്ങൾ ഈ ഏകാങ്കത്തിന് അവിസ്മരണീയമായ രൂപപ്പൊലിമ നൽകിയിരിക്കുന്നു, ഒടുവിലത്തെ നാടകമായ 'ഹാനൂശ്' ചെക്ക് നാടോടിക്കഥയെ ആധാരമാക്കി ഭീഷ്മസാഹ്നി രചിച്ചതാണ് - സാഹ്നിയുടെ ആദ്യത്തെ നാടകമെങ്കിലും അത്യന്തം ഹൃദ്യമായ ഒരു രംഗാവിഷ്കാരം.

മൂന്ന് നാടകങ്ങളും മൂന്ന് ഏകാങ്കങ്ങളുൾപ്പെട്ട അഞ്ചുദിവസത്തെ നാട്യോത്സവത്തോടൊപ്പം, പോയ വർഷങ്ങളിലെ പ്രധാന അവതരങ്ങളുടെ സ്മരണ പുതുക്കാനുതകുന്ന ഒരു പ്രദർശനവും സംഘടിപ്പിക്കപ്പെടുകയുണ്ടായി.

രജത ജയന്തി ആഘോഷങ്ങളിലെ രണ്ടാമത്തെ പരിപാടി മാർച്ചിൽ നടന്ന നാടകവേദിയെക്കുറിച്ചുള്ള പരിസംവാദമായിരുന്നു. ഠാക്കൂർ ജയദേവ് സിംഗ്, ഡോ. പ്രേമലതാശർമ്മ, ഡോ. കുഞ്ഞുണ്ണി രാജ, കപില വാത്സ്യായൻ, സുരേഷ് അവസ്ഥി തുടങ്ങിയ നിരവധി പേർ ഈ സംവാദത്തിൽ പങ്കെടുത്തു.

ആഗസ്ത് - സപ്തംബർ മാസങ്ങളിലായി നാടകകൃതികളെ അവലംബിച്ച് നിർമ്മിച്ച ചലച്ചിത്രങ്ങളുടെ പ്രദർശനം സംഘടിപ്പിക്കപ്പെട്ടു. ഹിന്ദി, ബംഗാളി, കന്നഡ, മറാഠി എന്നീ ഭാഷകൾക്ക് പുറമെ റഷ്യൻ, ജർമൻ, ഇംഗ്ലീഷ് തുടങ്ങിയ വിദേശ ഭാഷകളിലെ ചലച്ചിത്രങ്ങളും ഈ മേളയിൽ ഉൾപ്പെട്ടു. നാടകകൃതികൾ ചലച്ചിത്രമാധ്യമത്തിലൂടെ ആവിഷ്ക്കരിക്കപ്പെടുമ്പോൾ ഉളവാകുന്ന ദശാപരിണാമത്തിന്റെ സ്വഭാവം

പ്രേക്ഷകരെ ബോദ്ധ്യപ്പെടുത്താൻ ഈ മേള പ്രയോജനപ്പെട്ടുവെന്നതിൽ തർക്കമില്ല.

ഒക്ടോബർ-നവംബർ മാസങ്ങളിലായി അന്താരാഷ്ട്രീയ രംഗശിബിരമാണ് അനാമികയുടെ പരിപാടി. വിശ്വവ്യാപകമായ നാടകതത്വങ്ങളെക്കുറിച്ചുള്ള ഫലപ്രദമായ അന്വേഷണം ഉദ്ദേശിക്കുന്ന ശിബിരത്തിൽ ഭാരതത്തിലെ പ്രമുഖ നാടകസംവിധായകരും രംഗശില്പികളും മാത്രമല്ല, ലോക നാടകവേദിയിലെ ശ്രദ്ധേയരായ പലരും പങ്കെടുക്കുന്നു. ഇതിന് നേതൃത്വം നൽകുന്നത് ഡോ. സുരേഷ് അവസ്ഥിയാണ്.

നവമ്പറിലും ഡിസംബറിലുമായി പരസ്പരവിനിമയത്തിൽ ഊന്നൽ നൽകുന്ന അന്താരാഷ്ട്രീയ നാട്യോത്സവം, ഭാരതീയ നാടകവേദിയുടെ ഭാവിയെക്കുറിച്ചുള്ള ചർച്ച, വിവിധ ഏഷ്യൻരാജ്യങ്ങളിലെ നാടകപാരമ്പര്യത്തക്കുറിച്ച് ധാരണ നൽകുന്ന ഒരു പ്രദർശനം എന്നിവ ആസൂത്രണം ചെയ്യപ്പെട്ടിരിക്കുന്നു. അതോടൊപ്പം കൽക്കത്ത നാടകവേദിയുടെ പോയ ഇരുപത്തഞ്ചു വർഷങ്ങൾ എന്ന ശീർഷകത്തിൽ, ഈ കാലയളവിൽ കൽക്കത്തയിലുണ്ടായ ശ്രദ്ധേയമായ നാടകചലനങ്ങളെ സമഗ്രമായി ഉൾക്കൊള്ളുന്ന ഒരു പ്രദർശനവും സംഘടിപ്പിക്കുന്നതാണ്. സ്റ്റേജ് മാതൃകകളും നാടകകൃതികളും പരസ്യക്കുറിപ്പുകളും വസ്ത്രശേഖരവും മറ്റും ഉൾക്കൊള്ളുന്ന ഈ പ്രദർശനം കൽക്കത്ത തിയേറ്ററിന്റെ കരുത്തും തനിമയും വിളംബരം ചെയ്യുന്നതായിരിക്കും. അതുകൊണ്ടുതന്നെ ഏറെ പ്രയോജനപ്രദവും.

(ദേശാഭിമാനി
1980 ഒക്ടോബർ 26)

ബാദൽസർക്കാരിന്റെ ദരിദ്ര നാടകവേദി

ഒരു നാടകകൃത്തിന്റെ സ്വാഗതവ്യാഖ്യാനം:

ഞാൻ നിരവധി നാടകങ്ങളെഴുതിയിട്ടുണ്ട്. പക്ഷേ... കഷ്ടപ്പെടുന്ന ജനങ്ങളെക്കുറിച്ച് എനിക്കൊന്നുമറിയില്ല. കഠിനാദ്ധ്വാനം ചെയ്യുന്ന കർഷകർ, വിയർക്കുന്ന ഖനിവേലക്കാർ, പാമ്പാട്ടികൾ, ഗോത്രവർഗ്ഗ നായകന്മാർ, തോണിക്കാർ ഇവരെക്കുറിച്ചൊന്നും എനിക്കറിയില്ല.

1965 സെപ്തംബർ. കൽക്കത്തയിൽ 'ഏവം ഇന്ദ്രജിത്ത്' എന്ന നാടകം അരങ്ങേറുകയായിരുന്നു. ആർകിടെക്റ്റിന്റെ ജോലിവെടിഞ്ഞ്, തിയേറ്ററിനെ ജീവിതരീതിയാക്കാൻ ദൃഢനിശ്ചയം ചെയ്ത് നൈജീരിയയിൽ നിന്ന് സ്വന്തം നഗരത്തിൽ തിരിച്ചെത്തിയ, വെളുത്തുമെലിഞ്ഞ് കഷണ്ടിക്കാരനായ, സൗമ്യസ്വഭാവവും തീക്ഷ്ണമായ ശബ്ദവും ജ്വലിക്കുന്ന കണ്ണുകളുമുള്ള ബാദൽ സർക്കാരായിരുന്നു 'ഏവം ഇന്ദ്രജിത്തി'ന്റെ ശില്പി.

ആകാശത്തിന്റെ സാന്ത്വനം

ഒരു നാടകമെഴുതാൻ ശ്രമപ്പെടുന്ന എഴുത്തുകാരനിൽനിന്നാണ് 'ഏവം ഇന്ദ്രജിത്ത്' തുടങ്ങുന്നത്. എഴുതിയതത്രയും കൊടിയ അസംതൃപ്തിയിൽ അയാൾ പിച്ചിച്ചീന്തി. അനുഭവങ്ങളില്ലായ്മയാണ് അയാളുടെ പ്രശ്നം. അയാൾക്ക് അടിസ്ഥാനവർഗ്ഗത്തിന്റെ നോവും വ്യഗ്രതകളുമറിയില്ല. ജീവിതത്തിന്റെ പരുക്കൻ ഭാവം അയാൾക്ക് പാടേ അജ്ഞാതമാണ്.

വിഷമസന്ധിയിൽ ഒരു പോംവഴി കണ്ടെത്തിയ മട്ടിൽ, തന്റെ മുന്നിൽ ഓഡിറ്റോറിയത്തിൽ ഇരിക്കുന്നവരെക്കുറിച്ചാകാം നാടകമെന്ന് അയാൾ നിശ്ചയിച്ചു. അവരെല്ലാം സ്വാഭാവികമായും മദ്ധ്യവർഗ്ഗത്തിന്റെ പ്രതിനിധികളാണ്. അവരുടെ കൂട്ടത്തിൽ നിന്ന്, വൈകിയെത്തി ഇരിക്കാനിടം തേടുന്ന നാലുപേരെ അയാൾ അല്പനേരത്തേക്ക് അരങ്ങിലേക്ക് വിളിച്ചുകയറ്റി. അമൽ, വിമൽ, കമൽ, നിർമ്മൽ എന്നിങ്ങനെയായിരുന്നു അവരുടെ പേരുകൾ. പ്രകോപിതനായ നാടകകൃത്ത് നാലാമന്റെ നേർക്കലറി: ഇല്ല... അതങ്ങിനെയായിരിക്കില്ല... നിങ്ങൾക്ക് തീർച്ചയായും മറ്റൊരു പേരുണ്ട്. നേര് പറയൂ, എന്താണ് നിങ്ങളുടെ പേര്!

ഇരുണ്ട, മേഘാവൃതമായ ആകാശത്തിന്റെ സാന്ത്വനം മോഹിക്കുന്ന ഇന്ദ്രജിത്ത് റായ് ആയിരുന്നു അത്. അകാരണമായി ഭയന്ന് വേറൊരു പേര് പറഞ്ഞതാണ്. തനിക്ക് നൂറു വയസ്സുണ്ടെന്ന് അയാൾ കരുതുന്നു, അല്ലെങ്കിൽ ഇരുന്നൂറ്, മെട്രിക്കുലേഷൻ സർട്ടിഫിക്കറ്റ് പ്രകാരം മുപ്പത്തിയഞ്ച്.

ജനിച്ചതും വിദ്യാഭ്യാസം ചെയ്തതും, ജോലി നേടിയതും വിവാഹം കഴിച്ചതുമെല്ലാം കൽക്കത്തയിലാണെന്ന് ഇന്ദ്രജിത്ത് വിവരിച്ചപ്പോൾ എഴുത്തുകാരൻ തിരക്കി: മരണം?

ഇനിയും മരിച്ചിട്ടില്ല.

തീർച്ചയാണോ?

ഒരു നീണ്ട നിശ്ശബ്ദതയ്ക്കുശേഷം ഇന്ദ്രജിത്ത് പ്രതിവചിച്ചു: ഇല്ല, എനിക്ക് തീർച്ചയില്ല.

ബാദൽ സർക്കാരിന്റെ അസൂയാർഹമായ രചനാവൈഭവം വെളിപ്പെടുത്തിക്കൊണ്ട്, നഗരത്തിലെ മദ്ധ്യവർഗ്ഗ ജീവിതത്തിന്റെ ഭിന്നതലങ്ങളിലൂടെ നായകൻ കടന്നുപോകുന്നു. കോളേജ് ദിനങ്ങൾ, സൗഹൃദ സന്ദർശനങ്ങൾ, ബാലിശമായ പ്രണയം, ഇന്റർവ്യൂ, ഓഫീസ് ജോലി, വരണ്ട ഗൃഹാന്തരീക്ഷം.

അത് സൃഷ്ടിച്ചുവെന്നറിയാത്ത നിയമങ്ങളംഗീകരിച്ചുകൊണ്ട്, തന്നെ ചുറ്റിവരിയുന്ന മതിലുകളെ നിസ്സഹായമായി നോക്കിക്കൊണ്ട് ഇന്ദ്രജിത്ത് കഴിഞ്ഞുകൂടുന്നു. ഉള്ളിൽ നിരാശയും പ്രതിഷേധവുമുണ്ട്. പക്ഷേ, അതെല്ലാം വ്യർത്ഥവും അശക്തവുമാണെന്ന് അയാൾക്കറിയാം. മറുപടി കിട്ടുക 'പൂജ്യ'മാണെന്നറിയാവുന്നതിനാൽ ഒരു മുഴുചോദ്യം ഉന്നയിക്കാനുള്ള തന്റേടം പോലും ഇന്ദ്രജിത്തിനില്ല. ചോദ്യത്തെ തനിക്കിണങ്ങുന്ന രൂപത്തിലേക്ക്, ജീവിതം എന്ന ഉത്തരത്തിനുവേണ്ടി, അയാൾ വെട്ടിച്ചുരുക്കുന്നു. കൺമുന്നിൽ ചവിട്ടിമെതിക്കപ്പെട്ട ഭൂമി. ക്ഷീണിപ്പിക്കുകയും തകർക്കുകയും ചെയ്യുന്ന രാപ്പലുകൾ.

വാക്കുകളും ചോദ്യങ്ങളും ന്യായവാദങ്ങളും കാത്തിരിപ്പിന്റെ നിമിഷങ്ങളും ഇന്ദ്രജിത്തിന് വേണ്ട. അയാളാഗ്രഹിക്കുന്നത് നിഴലുകളുടെ ആഴത്തിൽ നിഴലുകളുടെ ഇരുണ്ട ഗർഭപാത്രത്തിൽ, എല്ലാം മറന്നുള്ള ഒരുറക്കമാണ്. അയാളെ സംബന്ധിച്ചിടത്തോളം ഒരു കയറിന്റെ രണ്ടറ്റങ്ങളാണ് ഭൂതവും വർത്തമാനവും. അനിശ്ചിതവും ധൂമിലവുമായ ഭാവിയെ മരണത്തിന്റെ ബിന്ദുവിലൊതുക്കാനുള്ള അഭിവാഞ്ഛ നിറവേറ്റാൻ അയാൾക്ക് സാധിക്കുന്നുമില്ല. ജീവിതത്തെ യഥാതഥമായി നോക്കിക്കാണുന്ന അവസരത്തിൽത്തന്നെ അതേപ്പറ്റി റൊമാന്റിക് സ്വപ്നങ്ങൾ നെയ്യുന്നുവെന്നതാണ് അയാളുടെ വ്യക്തിപരമായ ദുരന്തം. എല്ലാറ്റിനും കീഴടങ്ങിനിൽക്കുകയെന്ന പതനമാണ് അയാളുടെ അനിവാര്യത.

എഴുത്തുകാരൻ അയാളോട് പറയുന്നു: നമുക്ക് പാത മാത്രമേയുള്ളൂ. അതുകൊണ്ട് നടക്കുക. നമ്മൾ സിസിഫസ്സിന്റെ ശപിക്കപ്പെട്ട ആത്മാക്കളാണ്. പാറ മുകളിലേക്ക് തള്ളുക - അത് താഴേക്ക് ഉടൻതന്നെ വീഴുന്നുവെങ്കിലും. ഭാവിയെന്തെന്നറിയാവുന്നതുകൊണ്ട് നമുക്ക് പ്രതീക്ഷകളില്ല. ഭൂതവും ഭാവിയും ഒന്നുതന്നെ. പിന്നിട്ടതുതന്നെയാണ് മുന്നിലുള്ളതും. എങ്കിലും നാം ജീവിക്കണം. നമുക്ക് തീർത്ഥകേന്ദ്രങ്ങളറിയില്ല. എന്നിരുന്നാലും നാം തീർത്ഥാടനം തുടരുകതന്നെ വേണം. ഒന്നുമാത്രമേ മുന്നിലുള്ളൂ: അനന്തമായ പെരുവഴി.

പ്രജ്ഞയുടെ പരിണാമം

മഹാനഗരത്തിലെ മദ്ധ്യവർഗ്ഗത്തിന്റെ രൂപവും സത്തയും ഉൾക്കൊണ്ട സൃഷ്ടിയെന്ന ഖ്യാതി 'ഏവം ഇന്ദ്രജിത്തി'ന് ലഭിച്ചു. ഒരു രാഷ്ട്രീയ വിധേയത്വം ഇന്ദ്രജിത്തിന്റെ വിധിയെ വ്യത്യസ്തമാക്കുകയില്ലെന്ന സത്യദേവ് ദുബെയുടെ നിരീക്ഷണം പ്രസക്തമാണ്. അത് ബാദൽ സർക്കാ

റിന്റെ തന്നെ കാഴ്ചപ്പാടായിരുന്നു. കമ്യൂവിനെ കൂട്ടുപിടിച്ച് ജീവിതം ഒരസംബന്ധമാണെന്ന് സ്പഷ്ടമാക്കാനാണ് ബാദൽസർക്കാർ 'ഏവം ഇന്ദ്രജിത്ത്' രചിച്ചത്. തുടക്കത്തിലുദ്ധരിച്ച നാടകകൃത്തിന്റെ സ്വാഗതാഖ്യാനം സർക്കാരിന്റെതന്നെ ശബ്ദമായിരുന്നു. അക്കാലത്തെഴുതിയ ലേഖനങ്ങളിൽ സർക്കാർ തന്റെ നിലപാടുകൾ ആവർത്തിച്ചതായി കാണാം.

എന്നാൽ, എത്ര വിസ്മയകരം, ഈ വർഷം ജനുവരിയിൽ, ഒരു ശനിയാഴ്ച മധ്യാഹ്നത്തിൽ, കൽക്കത്തയിലെ സുരേന്ദ്രനാഥ് പാർക്കിലിരുന്ന് ബാദൽ സർക്കാർ എന്നോടു പറഞ്ഞു: 'ഏവം ഇന്ദ്രജിത്ത്' എഴുതിയത് ഞാനല്ല; വേറൊരു ബാദൽ സർക്കാരാണ്.

ഉവ്വ്, എനിയ്ക്കത് ആ മധ്യാഹ്നനിമിഷത്തിനു മുമ്പുതന്നെ 'ശതാബ്ദി'യുടെ നാടകങ്ങളിൽനിന്ന് ബോദ്ധ്യപ്പെട്ടിരുന്നു.

എഴുപതുകളുടെ ആരംഭത്തിലാണ് ബാദൽ സർക്കാരിന്റെ 'ശതാബ്ദി' എന്ന തിയേറ്റർ ഗ്രൂപ്പ് നിലവിൽ വന്നത്. അരങ്ങിനെക്കുറിച്ചും ജീവിതത്തെക്കുറിച്ചുള്ള സർക്കാരിന്റെ പുതിയ കാഴ്ചപ്പാടുകൾ 'ശതാബ്ദി' സാക്ഷാൽക്കരിച്ചു.

മറ്റുള്ളവരുടെ അരങ്ങ്

രണ്ടു നൂറ്റാണ്ടിന്റെ ദീർഘമായ ചരിത്രപശ്ചാത്തലമുള്ള ബംഗാളി നാടകവേദി നഗരത്തിലെ വൻ വ്യവസായങ്ങളിലൊന്നാണ്. ഇന്നതിന് രണ്ട് അംഗീകൃത രൂപങ്ങളുണ്ട്.

കമേഴ്സ്യൽ നാടകവേദിയിലെ ഹിറ്റ് നാടകമായ 'ബാർ ബധു'വിന്റെ പരസ്യം അതിലെ കിടപ്പറരംഗങ്ങളെക്കുറിച്ചായിരുന്നു. പല തെരുവുകളിലും ഇത്തരം കൂറ്റൻ പരസ്യപ്പലകകൾ യാത്രികരെ മാടിവിളിക്കുന്നു. സ്റ്റാർ, മിനർവ, രങ്കന, ബിശ്വരൂപ തുടങ്ങിയ തിയേറ്ററുകൾ. പഴയ മുഗൾ സദസ്സിനെ ഓർമ്മിപ്പിക്കുംവിധത്തിൽ, മുൻനിരയിലിരുന്ന് നൃത്തക്കാരികളുടെ നേർക്ക് നോട്ടുകൾ വലിച്ചെറിഞ്ഞ് 'വാഹ് വാഹ്' പറയുന്ന ധനാഢ്യരായ മാർവാഡികൾ.

രണ്ടാമത്തെ വിഭാഗം കൽക്കത്തയിലെ ഒട്ടുമിക്കവാറും തിയേറ്റർ ഗ്രൂപ്പുകൾ ഉൾപ്പെട്ടതാണ്. ബഹുരൂപി, ചേതന, പി.എൽ.ടി, നന്ദികാർ, നന്ദിമുഖ്, ശൂദ്രക്, സുന്ദരം, അനാമിക, ദ്വാന്തിക്, തിയേറ്റർ കമ്മ്യൂൺ, തിയേറ്റർ വർക്ഷോപ്പ്, ഷായക് തുടങ്ങി നിരവധി. പ്രധാനമായും അക്കാദമി ഓഫ് ഫൈൻ ആർട്സ് ഹാളിലും കലാമന്ദിറിലുമാണ് ഈ നാടകസംഘങ്ങൾ അരങ്ങേറുന്നത്. ഇവക്ക് സ്വന്തം നാടകശാലകളില്ല. സമ

കാല ജീവിതത്തിലെ നീരസവും വരുംകാല സ്വപ്നങ്ങളുടെ തിളക്കവുമാണ് ഇവ അവതരിപ്പിക്കുന്ന നാടകങ്ങളുടെ പൊരുൾ. ജഗന്നാഥ്, മാരീച് സംവാദ്, സാജാനോ ബാഗാൻ, ഏകാലയ് ഏകലവ്യ, ബല്ലാഭപുർകി രൂപകഥ, അമൃതാക്ഷർ, നവ്ജീവൻ, മുച്ഛകടികം തുടങ്ങിയ നാടകങ്ങളുടെ രൂപഘടന മോഹിപ്പിക്കുന്നതാണ്. ലൈറ്റിംഗിനെ അമിതമായി ആശ്രയിക്കുകമൂലം ഇവയത്രയും ചലച്ചിത്ര പ്രതീതി ജനിപ്പിക്കും. ടെക്സ്റ്റിന് ഷെനറിയോ രൂപത്തോടാണ് കൂടുതൽ സാമ്യം.

ശതാബ്ദി

ഈ രണ്ടുതരം അരങ്ങിനോടുമുള്ള ഒത്തുതീർപ്പില്ലാത്ത വിടപറയലാണ് 'ശതാബ്ദി'. പ്രൊസീനിയം സ്റ്റേജ്, ലൈറ്റിംഗ്, സംഗീതം, കഥ, കഥാപാത്രങ്ങൾ എന്നീ ഘടകങ്ങളെ ശതാബ്ദി നാടകങ്ങൾ തീർത്തും നിരാകരിച്ചു. നാടകാവതരണം പ്രേക്ഷകർക്കിടയിലേക്ക് മാറ്റി. പരസ്പരം കാണാനുള്ള ഉപാധി മാത്രമായി വെളിച്ചം. സംഗീതം വെറും വായ്ത്താരികളും. അഭിനയരീതി ഫിസിക്കൽ ആക്ടിംഗ് ആയി മാറി. കഥയ്ക്കുപകരം 'തീമും' കഥാപാത്രങ്ങളുടെ സ്ഥാനത്ത് 'ടൈപ്പു'കളും ആവിഷ്കരിക്കപ്പെട്ടു. ടൈപ്പുകൾ പിന്നീട് സംഘങ്ങളായിത്തീർന്നു. ശതാബ്ദി അവതരിപ്പിച്ച 'സ്പാർട്ടാക്കസ്' ഒറ്റ അടിമയല്ല, ഒരുപറ്റം അടിമകളാണ്.

'സ്പാർട്ടാക്കസ്' 1973ൽ സുരേന്ദ്രനാഥ് പാർക്കിൽ അവതരിപ്പിച്ചപ്പോ

ഴുണ്ടായ അനുഭവം ബാദൽ സർക്കാർ ഇങ്ങനെ വിവരിക്കുന്നു. അഭിനേതാക്കൾക്ക് ഒരു പുതിയ അനുഭവമായിരുന്നു അത്. പുല്ലു വളർന്ന മണ്ണ്, ആകാശത്തിൽ സൂര്യൻ, നിലത്തിരിക്കുന്ന ആൾക്കാർ ഇതെല്ലാം നാടകത്തിന് ഒരു പുതിയ അർത്ഥം നൽകി. പ്രത്യേകിച്ചും അടിമകളുടെ റോളിലുണ്ടായിരുന്നവർക്ക്. വിയർപ്പു പൊതിഞ്ഞ അടിമകളുടെ നഗ്നമേനികളിൽ പുൽനുറുങ്ങുകളും പൊടിയും പറ്റിപ്പിടിച്ചിരുന്നു. തറയിലെ ചരൽക്കല്ലുകൾകൊണ്ടുണ്ടായ പോറലുകളിൽ ചോര പൊടിഞ്ഞു. അത് നാടകത്തെ, ഉദ്ദേശിച്ചപോലെ, ചോരയുടെയും വിയർപ്പിന്റെയും നാടകമാക്കിത്തീർത്തു.

ബാഷി ഖബർ, സുഖേപഠ് ഭാരതേർ ഇതിഹാഷ്, ഭോമ, ഹോട്ടമലേർ ഓപ്പറ, മിച്ചിൽ, ത്രിംഗ്ഷ ശതാബ്ദി, ഗോന്ദി എന്നിവയാണ് ശതാബ്ദി ഇപ്പോഴവതരിപ്പിച്ചുവരുന്ന നാടകങ്ങൾ. ബാദൽ സർക്കാർ ഒരു നാടകകൃത്തെന്നല്ല, Performer എന്നാണ് ഈയിടെയായി സ്വയം വിശേഷിപ്പിക്കുക.

മൂന്നാം അരങ്ങ്: ഒരു സംവാദം

ഞാൻ ചോദിച്ചു: ബാദൽ ദാ, താങ്കൾ ശതാബ്ദിയെ മൂന്നാം അരങ്ങ് എന്നാണല്ലോ വിളിക്കുന്നത്. എന്താണതിന്റെ സാംഗത്യം.?

ബാദൽ സർക്കാർ: അത് നഗരനാടകവേദിയെയും നാടോടി നാടകവേദിയേയും സംയോജിപ്പിക്കാനുള്ള ഒരുദ്യമമാണ്. ഞാനത് കുറേക്കൂടി വിശദമാക്കാം. നഗരത്തിലെ നാടകവേദി പരമ്പരാഗതമോ നാടോടിയോ ആയ തിയേറ്ററിൽ നിന്നല്ല രൂപപ്പെട്ടത്. അതിന്റെ അടിസ്ഥാനം പാശ്ചാത്യനാടകവേദിയാണ്. കഥ, പ്രതിപാദനം, പാത്രസൃഷ്ടി, അരങ്ങ്, ലൈറ്റിംഗ്, ഓഡിറ്റോറിയം, അഭിനയശൈലി ഇങ്ങനെ ഇന്ത്യൻ നഗരവേദിയുടെ എല്ലാ അംശങ്ങളുടെയും വേരുകൾ പടിഞ്ഞാറൻ മണ്ണിലാണ്. അതേസമയം, അതിനുസമാനമായി മാറ്റങ്ങളില്ലാതെ ഗ്രാമനാടകവേദി നിലനിന്നു വരികയും ചെയ്യുന്നു. ഗ്രാമ നാടകവേദി സമകാലീനമായ സാമൂഹ്യസാമ്പത്തിക സാംസ്കാരിക യാഥാർത്ഥ്യങ്ങൾ പ്രതിഫലിപ്പിക്കുന്നില്ലെന്നു തന്നെ പറയാം. അത് നിശ്ചലവും നിഷ്ഫലവുമാണ്. നഗരനാടകവേദി മിക്കവാറും മദ്ധ്യവർഗ്ഗ ബുദ്ധിജീവികളുടെ നിയന്ത്രണത്തിലാണ്. അത് സുശിക്ഷിതരായ കാണികൾക്ക് അനുദിനമെന്നോണം പുത്തൻ ആശയങ്ങൾ നൽകുന്നു. എന്നാൽ മാനസികമായി പ്രചോദിപ്പിക്കുന്നതിനപ്പുറം ക്രിയാത്മകമായ എന്തെങ്കിലും പ്രതികരണം ഉളവാക്കുന്നതിൽ അതസമർത്ഥമാണ്. പൂർണ്ണത മുറ്റിയ ജനപ്രിയ രൂപമുണ്ടാ

യിട്ടും സമകാലീന സത്യങ്ങൾ ഉൾക്കൊള്ളുന്ന കാര്യത്തിൽ ഗ്രാമനാടകവേദിയും പരാജയപ്പെടുന്നു. ഈ വൈരുദ്ധ്യം രണ്ടു നാടകവേദിയേയും സംയോജിപ്പിച്ച് പരിഹരിക്കാമോ എന്നാണ് ഞാനന്വേഷിച്ചത്. എന്റെ അന്വേഷണഫലമാണ് 'ശതാബ്ദി'.

ചോദ്യം: പക്ഷേ നഗരങ്ങളിലെയും ഗ്രാമങ്ങളിലെയും സാമ്പത്തികവും സാംസ്കാരികവുമായ അസന്തുലിതാവസ്ഥയെ എങ്ങനെ മറികടക്കാം?

ബാദൽ സർക്കാർ: വ്യവസ്ഥിതിയിൽ അടിസ്ഥാനപരമായ മാറ്റങ്ങളുണ്ടായാലേ ഈ പ്രശ്നങ്ങൾ പരിഹൃതമാവുകയുള്ളൂ: ആ മാറ്റം കൈവരുത്താനുള്ള പ്രവർത്തനങ്ങളിൽ സഹായകമായ ഒരു ഘടകമായിരിക്കണം തിയേറ്റർ.

ചോദ്യം: ഒരു പൂർണ്ണരൂപത്തിലേക്ക് താങ്കളുടെ തിയേറ്റർ സങ്കല്പം വളർന്നുകഴിഞ്ഞോ?

ബാദൽ സർക്കാർ: എന്നു പറയാൻ വയ്യ.

ചോദ്യം: മൂന്നാം അരങ്ങിന് ഗ്രോട്ടോവ്സ്കിയുടെ ദരിദ്ര നാടകവേദിയുമായുള്ള ബന്ധം ഒന്ന് വിശദീകരിക്കാമോ?

ബാദൽ സർക്കാർ: ആ ആശയം ഗ്രോട്ടോവ്സ്കിയിൽനിന്ന് കടംകൊണ്ടതാണെന്ന് പറയുന്നതിൽ തെറ്റില്ല. പക്ഷേ, അത് ചെലവുകുറഞ്ഞ നാടകവേദി എന്ന അർത്ഥത്തിൽ മാത്രമാണ്. നാട്ടുകാരെപ്പോലെ ഞങ്ങളും ദരിദ്രരാണ്. ദാരിദ്ര്യത്തെ ഒരു പരിമിതി എന്നതിൽനിന്ന് ഒരു നേട്ടമായി ഉപയോഗപ്പെടുത്താനാണ് ഞങ്ങൾ യത്നിച്ചത്. സെറ്റുകൾ, വെളിച്ചം, പശ്ചാത്തലസംഗീതം, വേഷവിധാനം ഇവയെല്ലാം ഞങ്ങൾ അനുക്രമം കുറച്ചുകൊണ്ടുവന്നു. ടേപ്പ് റിക്കാർഡർ, പ്രോജക്ടർ തുടങ്ങിയ യാന്ത്രികസൗകര്യങ്ങളൊന്നും പ്രയോജനപ്പെടുത്തില്ലെന്നും നിശ്ചയിച്ചു. ഞങ്ങൾക്കൊരു നാടകത്തിന് നൂറു രൂപയിലധികം ചെലവ് വരില്ല. പ്രേക്ഷകരിൽനിന്ന് ഒരു രൂപയാണീടാക്കുന്നത്. നൂറോ നൂറ്റിരുപതോ പേർക്കിരിക്കാവുന്ന ഹാളാണെന്നും ഓർക്കണം. പൊതുസ്ഥലത്ത് നാടകമവതരിപ്പിക്കുമ്പോൾ ആളുകൾ തരുന്ന സംഭാവന, അതെത്ര തുച്ഛമായാലും, ഞങ്ങൾ സ്വീകരിക്കുന്നു.

ചോദ്യം: മൂന്നാം അരങ്ങിന് ദേശവ്യാപകമായ പ്രസക്തി കൈവന്നിട്ടുണ്ടോ? അല്ല, ഇപ്പോഴും ഒരേകാന്തശ്രമമാണോ?

ബാദൽ സർക്കാർ: തുടക്കത്തിൽ അതങ്ങനെയായിരുന്നു. പക്ഷേ ഇന്ന് പല സംസ്ഥാനങ്ങളിലും ഇതിന് സമാനമായ പ്രവർത്തനങ്ങൾ നടക്കുന്നുണ്ട്. ഉദാഹരണത്തിന് ബാംഗളൂരിലെ 'സമുദായ', അത് സുസം

ഘടിതവും ശക്തവുമാണ്.

ചോദ്യം: താങ്കൾ തിയേറ്ററിന്റെ അടിസ്ഥാന ഘടന മാറ്റിയല്ലോ. എന്നാലിപ്പോൾ, താങ്കളുടെ നാടകങ്ങൾ സ്റ്റീരിയോ ടൈപ്പ്ഡ് ആണെന്ന് പരാതിയുണ്ട്. അതെക്കുറിച്ചെന്ത് പറയുന്നു?

ബാദൽ സർക്കാർ: ആളുകൾ എന്നെക്കുറിച്ച് പലതും പറയും. എന്റെ നാടകങ്ങളുടെ സ്വഭാവം നിങ്ങൾ നേരിട്ടറിഞ്ഞതാണല്ലോ. അവ എത്രത്തോളം സ്റ്റീരിയോ ടൈപ്പ്ഡ് ആണ്?

ചോദ്യം: ഒരേ രൂപത്തിലുള്ള ചലനങ്ങളും സീനുകൾ തന്നെയും ചില നാടകങ്ങളിൽ ആവർത്തിച്ചു കണ്ടിട്ടുണ്ട്. അതൊഴിവാക്കാമായിരുന്നില്ലേ?

ബാദൽ സർക്കാർ: അവ അവിടെ ആവശ്യമായി വരുന്നതാണ്. ഒരു കാര്യം ഊന്നിപ്പറയാൻ ഒരേ രീതി രണ്ടിടങ്ങളിൽ ഉപയോഗിച്ചു കൂടെന്നില്ലല്ലോ. എന്റെ ഊന്നൽ പറയുന്ന കാര്യത്തിലാണ്. അതെങ്ങനെ പൂർണ്ണമായി പ്രേക്ഷകർക്ക് അനുഭവവേദ്യമാക്കിത്തീർക്കാമെന്നാണ് ഞാൻ നോക്കുക. പ്രമേയത്തിൽ എന്റെ സമകാല നാടകങ്ങളെല്ലാം തീർത്തും ഭിന്നമാണ്.

ചോദ്യം: താങ്കൾ പ്രേക്ഷകരെ ഉറ്റുനോക്കുന്നതെന്തിന്? എനിക്ക് ആ കണ്ണുകളുമായി ഏറ്റുമുട്ടിയപ്പോഴെല്ലാം ഒരുതരം അസ്വസ്ഥതയാണ് തോന്നിയത്.

ബാദൽ സർക്കാർ: (ചിരിച്ചുകൊണ്ട്) ഞാനും പ്രേക്ഷകരും തമ്മിലുള്ള ദൂരം കുറയ്ക്കുന്നതിനാണത്. ഞാൻ നിങ്ങളെ നോക്കിയപ്പോൾ നിങ്ങളിൽനിന്ന് ഊർജ്ജം പകർന്നെടുക്കുകയായിരുന്നു.

(ദൃശ്യകല,
1980 ഒക്ടോബർ-നവംബർ)

ഗിരീഷ് കാസറവള്ളിയോടൊപ്പം

(ദേശീയ ബഹുമതി നേടിയ ഘടശ്രാദ്ധ എന്ന ചിത്രത്തിന്റെ സംവിധായകനുമായി ഒരു കൂടിക്കാഴ്ച)

ചോദ്യം: ഘടശ്രാദ്ധ കന്നഡ സിനിമയിലെ നവതരംഗത്തിന്റെ ഹംസ ഗാനമായിരുന്നുവെന്ന് ഫിലിം വേൾഡിൽ വിലയിരുത്തിക്കണ്ടു. അതേ ക്കുറിച്ചെന്തു പറയുന്നു?

ഉത്തരം: ഒരുകണക്കിന് അത് ശരിയാണ്. എഴുപതുകളുടെ തുടക്ക ത്തിൽ ഏതാനും നല്ല ചിത്രങ്ങൾ ഉണ്ടായിരുന്നു. പിന്നീടാചലനം പാടെ നിലച്ചുവെന്നുതന്നെ പറയാം. മൂന്ന് ചിത്രങ്ങൾ പൂർത്തിയാക്കിയ ഒരേ യൊരു സംവിധായകൻ, പുതിയ തലമുറയിൽ, ഞാൻ മാത്രമാണ്. പല രുടേയും ആദ്യചിത്രങ്ങൾ വൻപരാജയങ്ങളായിരുന്നു. അതോടെ അവർ പിൻവാങ്ങി. ചിലർ രണ്ടെണ്ണമെടുത്ത് അവസാനിപ്പിച്ചു. ഇപ്പോൾ കച്ചവ ടസിനിമയുടെ തള്ളിക്കയറ്റത്തിന്റെ സമയമാണ്.

ചോദ്യം: പുതിയ സംവിധായകർ അഭിമുഖീകരിക്കുന്ന മുഖ്യപ്രശ്ന മെന്താണ്?

ഉത്തരം: മുഖ്യമായ പ്രശ്നം പ്രൊഡ്യൂസറെ കിട്ടുകയെന്നതുതന്നെ. ആ കാര്യത്തിൽ ഞാൻ ഭാഗ്യവാനാണ്. എനിക്ക് പ്രൊഡ്യൂസർമാരുണ്ട്. എന്റെ ഘടശ്രദ്ധയും ആക്രമണയും സാമ്പത്തികമായി വിജയിക്കുകയും ചെയ്തു.

ചോദ്യം: വിനിമയത്തെയും പ്രതിജ്ഞാബദ്ധതയെയും കുറിച്ചുള്ള കാഴ്ചപ്പാട് വ്യക്തമാക്കാമോ?

ഉത്തരം: കമ്യൂണിക്കേഷന്റേതാണ് കാതലായ വശമെന്ന് ഞാൻ കരുതുന്നു. കൂടുതൽക്കൂടുതൽ പ്രേക്ഷകരുമായും ആശയവിനിമയം നടത്താനാണ് ഞാനാഗ്രഹിക്കുന്നത്. പക്ഷേ അതിനുവേണ്ടി ഒരുതരത്തിലുള്ള കോംപ്രമൈസിനും ഞാൻ തയ്യാറുമല്ല. എന്റെ ചിത്രങ്ങൾ അനാവശ്യമായ ബുദ്ധിപരതകൊണ്ട് പ്രേക്ഷകരെ ക്ലേശിപ്പിക്കുന്നില്ല. പൂർണമായ ആശയവിനിമയമാണ് ഞാനുദ്ദേശിക്കുന്നത്. പ്രതിജ്ഞാബദ്ധതയെക്കുറിച്ചാണെങ്കിൽ എന്റെ നിലപാട് മാനവികതയിൽ അധിഷ്ഠിതമാണ്. ഒരു പ്രത്യേക രാഷ്ട്രീയകക്ഷിയോടോ ആശയത്തോടോ ഉള്ള വിധേയത്വത്തേക്കാൾ പ്രധാനപ്പെട്ടത് ഹ്യൂമാനിറ്റിയോടുള്ള കമ്മിറ്റ്മെന്റാണെന്ന് ഞാനുറച്ചുവിശ്വസിക്കുന്നു. മാനുഷികത കണ്ടറിയുന്ന ഒരാൾ എത്തിച്ചേരുന്നത്, തീർച്ചയായും ഇടതുപക്ഷവിശ്വാസികൾക്കരികിലാണെന്നത് ഒരു സ്വാഭാവികതയുമാണല്ലോ.

ചോദ്യം: സമാന്തരസിനിമയുടെ വക്താക്കൾ കൈക്കൊള്ളുന്ന ഒരു പൊതുനിലപാടായി ഇത് സ്വീകരിക്കാമോ?

ഉത്തരം; തീർച്ചയായും പറ്റില്ല. സമാന്തരസിനിമ എന്നത് തീർത്തും അവ്യക്തമായ ഒരു നിർവ്വചനമാണ്. വ്യത്യസ്തങ്ങളായ ആശയഗതികൾ വെച്ചു പുലർത്തുന്നവർ പലരും അതിന്റെ പരിധിയിലുൾപ്പെടുന്നു. രണ്ട് ധ്രുവങ്ങളിൽ നിൽക്കുന്ന മൃണാൾസെന്നും കുമാർ സാഹ്നിയും മറ്റും.

ചോദ്യം: സമാന്തരസിനിമ വ്യാപാരസിനിമയിൽ നിന്ന് വേറിട്ടുനിൽക്കുന്നതെങ്ങനെയാണ്?

ഉത്തരം: നല്ല ചിത്രങ്ങൾ ചീത്ത ചിത്രങ്ങൾ എന്നീ തരംതിരിക്കൽ മാത്രമേ എന്റെ കണ്ണിലുള്ളൂ. നല്ല ചിത്രങ്ങളുടെ സംവിധായകർ ഒരു പ്രശ്നത്തെ ശാസ്ത്രീയമായി അപഗ്രഥിക്കുകയും വ്യക്തമായ ചില നിഗമനങ്ങളിൽ എത്തിച്ചേരുകയും ചെയ്യുന്നു. അയാൾക്കത് സൃഷ്ടിയുടെ പ്രശ്നമാണ്. ഒരു വേദനയാണ്. അതേസമയം ചീത്ത പടങ്ങളെടുക്കുന്ന

ഒരാൾക്ക് അയാൾ സ്വീകരിക്കുന്ന കഥയോ കഥാപാത്രങ്ങളോ പരിതഃസ്ഥിതികളോ ഒന്നും ഗൗരവമുള്ളതല്ല. അയാൾക്കവയെല്ലാം പ്രദർശന വിജയം നേടാനുള്ള ഉപാധികൾ മാത്രമാണ്. അതിനപ്പുറം ഒരു വൈകാരിക ബന്ധമില്ല. എന്നാൽ സർഗ്ഗാത്മകരചയിതാവിന് അയാളുടെ കഥാപാത്രങ്ങളും അവർ ജീവിക്കുന്ന പരിതഃസ്ഥിതികളും അത്യന്തം പ്രിയപ്പെട്ടതാണ്. അവ അവതരിപ്പിച്ചുകഴിയുമ്പോൾ പ്രേക്ഷകരുമായി ഒരു ചർച്ചയിലേർപ്പെടുകയാണയാൾ. പ്രേക്ഷകരെ ചിന്തിക്കാനും ചില നിലപാടുകൾ സ്വീകരിക്കാനും അയാൾ പ്രേരിപ്പിക്കുന്നു. അതാണ് അയാളുടെ രചനയുടെ ആത്യന്തികഫലം.

ചോദ്യം: ചലച്ചിത്ര നിരൂപണം പ്രേക്ഷകരെ എങ്ങനെ സ്വാധീനിക്കുന്നു?

ഉത്തരം: ഒരു ചെറിയ അളവിൽ മാത്രം.

ചോദ്യം: സംവിധായകരെയോ?

ഉത്തരം: സംവിധായകരെ അതൊരു തരത്തിലും സ്വാധീനിക്കുന്നില്ലെന്നതാണ് യാഥാർത്ഥ്യം. ഇന്ത്യയിൽ ഇന്ന് നിലവിലുള്ള ചലച്ചിത്ര നിരൂപണ സമ്പ്രദായം സംവിധായകർക്ക് ഒട്ടും സഹായകമല്ല. അതിന് ചില പൊതുനിയമങ്ങളുണ്ട്. പ്രതിപാദ്യത്തെ വിശദീകരിക്കുക. താരങ്ങളുടെ അഭിനയത്തെക്കുറിച്ച് പറയുക. ഒന്നോ രണ്ടോ രംഗങ്ങളെടുത്ത് ഉപരിപ്ലവമായി വിലയിരുത്തുക. തീർന്നു. ഇതാണ് ഇവിടുത്തെ ചലച്ചിത്രനിരൂപണ രീതി. എന്നാൽ സാഹിത്യത്തെക്കുറിച്ച് നോക്കുക. ഒരു നോവൽ ഉദാഹരണം. അതേപ്പറ്റി മുപ്പതും നാൽപ്പതും പേജുള്ള നിരൂപണം വരും. അതിലെ കഥ, കഥാപാത്രങ്ങൾ, സന്ദർഭങ്ങൾ, പ്രകൃതി, കാലം, വാക്യഘടന, പദബന്ധങ്ങൾ തുടങ്ങി ഓരോ കാര്യവും തലനാരിഴ കീറി അതിസൂക്ഷ്മമായി പരിശോധിക്കപ്പെടും. ചലച്ചിത്രങ്ങളോ? മിക്കവാറും ചലച്ചിത്ര നിരൂപണങ്ങൾ, പ്രസ്തുതചിത്രത്തിന് ആധാരമായിത്തീർന്ന കൃതിയെക്കുറിച്ചായിരിക്കും. ആ കൃതിയുടെ നിരൂപണം ചലച്ചിത്രത്തിനും ചലച്ചിത്ര നിരൂപണം മറച്ചും ഉപയോഗപ്പെടുത്തിയാലും തെറ്റില്ല. ചലച്ചിത്രങ്ങളെ നിഷ്കൃഷ്ടമായി പരിശോധിച്ച് ചലച്ചിത്രകാരനു പ്രയോജനം ചെയ്യുന്ന രീതിയിൽ വിലയിരുത്താനുള്ള ഏർപ്പാടുകൾ ഇവിടെ നടക്കുന്നില്ല. 'സൈറ്റ് ആന്റ് സൗണ്ട്' പോലൊരു പ്രസിദ്ധീകരണവും നമുക്കില്ല.

ചോദ്യം: കന്നഡ സിനിമയിലെ നവതരംഗചിത്രങ്ങൾ പലതും പോയ കാലത്തിന്റെ ചിത്രീകരണങ്ങളായി തീർന്നതെന്തുകൊണ്ട്?

ഉത്തരം: സംസ്കാര, ചോമനദുഡി, ഘടശ്രാദ്ധ എന്നിങ്ങനെ മൂന്നോ

നാലോ ചിത്രങ്ങൾ മാത്രമേ അത്തരത്തിലുള്ളൂ. ഇവ സമകാലീന പ്രസക്തിയുള്ളതുമാണ്. കഥ മാത്രം നിരീക്ഷിക്കുന്ന അപകടകരമായ ഇന്ത്യൻ ചലച്ചിത്ര നിരൂപണ സമ്പ്രദായത്തിനു ഈ സമകാലീനമൂല്യം നിരക്കുന്നതല്ല. അത് അനുവർത്തിക്കുന്നവർക്കിടയിൽ കാര്യങ്ങളെക്കുറിച്ച് ഉപരിപ്ലവവിചാരം മാത്രം നടക്കുന്നു. ഗൗരവപൂർണ്ണമായ വിചിന്തനം ഒരിക്കലുമില്ല. കാലഹരണപ്പെട്ട സമസ്യകളല്ല നേരത്തെ സൂചിപ്പിച്ച ചിത്രങ്ങളിൽ അടങ്ങിയിരിക്കുന്നത്. ജാതികളുടെ അകൽച്ചയും ചൂഷണും മർദ്ദനവും ഇവിടെ അവസാനിച്ചിട്ടില്ലെന്ന് മാത്രമല്ല, അധികരിക്കുകകൂയി ചെയ്തിരിക്കുന്നു. ഈ സാഹചര്യങ്ങൾ നിലനിൽക്കുമ്പോൾ ഇത്തരം ചിത്രങ്ങളും പ്രസക്തമാണ്. സമകകാലീന പ്രശ്നത്തെ അടിസ്ഥാനമാക്കി നിർമ്മിക്കപ്പെട്ടതെന്ന കീർത്തി ചില ചിത്രങ്ങളെ സംബന്ധിച്ച് പരിഹാസ്യമാണ്. ഉദാഹരണം 'തബ്ബലയു നീനാതെ മകനെ'. എന്തു സമകാലീന പ്രസക്തിയാണ് ഈ ചിത്രത്തിനുള്ളത്? എത്ര പരിഹാസ്യമാണിതിലെ നിലപാടുകൾ.

ചോദ്യം: കർണാടക ഗവർമെണ്ടിന്റെ സമീപനം പുതിയ സിനിമക്ക് ഗുണകരമാണോ?

ഉത്തരം: ഗവർമെണ്ടിന് സുചിന്തിതമായ ഒരു നയമോ സമീപന രീതിയോ ഇല്ല. 'എ' സർട്ടിഫിക്കറ്റ് ചിത്രങ്ങളുടെ ടാക്സ് വർദ്ധനവ് നോക്കുക. ഇത് നിർമ്മാണരംഗത്ത് ഒരു സ്തംഭനം തന്നെ സൃഷ്ടിച്ചിട്ടുണ്ട്. ഏതുതരം ചിത്രങ്ങൾക്കാണ് 'എ' സർട്ടിഫിക്കറ്റ് കൊടുക്കുന്നതെന്നത് മറ്റൊരു കാര്യം. 'ഘടശ്രാദ്ധ' അത്തരം ചിത്രമായാണ് പരിഗണിക്കപ്പെട്ടത്. അതിൽ തരിമ്പും സെക്സുണ്ടായിരുന്നില്ല. സബ്സിഡി നൽകുന്നതിനുള്ള കാലവിളംബം അസഹ്യമാണ്. രണ്ടുകൊല്ലത്തോളം കാത്തിരിക്കേണ്ടിവരുന്നു. ഇതൊക്കെ ഗവൺമെന്റിന് എളുപ്പത്തിൽ പരിഹരിക്കാവുന്നതേ ഉള്ളൂ.

ചോദ്യം: തിയേറ്റർ മൂവ്മെന്റും ഇതര കലാസാഹിത്യ രംഗങ്ങളും കന്നട സിനിമയെ എങ്ങനെ സഹായിച്ചുവെന്ന് പറയാമോ?

ഉത്തരം: ഒരു ഘട്ടത്തിൽ സാഹിത്യത്തിലും മറ്റും പുതിയ രക്തത്തിന്റെ ഒരു കുത്തിയൊഴുക്കുണ്ടായിരുന്നു. അത് സ്വാഭാവികമായും ചലച്ചിത്രമേഖലയിലേക്ക് സംക്രമിച്ചു. അക്കാലത്ത് നിരവധിപേർ ചലച്ചിത്രമേഖലയിലേക്ക് വന്നു. പുതിയ സംവിധായകരുടെ ഒരു വേലിയേറ്റം തന്നെയുണ്ടായി. പലർക്കും നല്ല ആശയങ്ങളുണ്ടായിരുന്നു, ലങ്കേഷിനെപ്പോലെ. എന്നാൽ അതുമാത്രം പോരല്ലോ. മാധ്യമബോധമാണ് ഇവിടെ പ്രധാനം. സിനിമ ഒരു സാങ്കേതിക കലയാകയാൽ അതിന്റെ

സങ്കീർണതകളെ അതിജീവിക്കുകയെന്നത് പരമപ്രധാനമാണ്. ഒരു പുതിയ ആശയമുണ്ടായതുകൊണ്ട് കാര്യമില്ല. അതെങ്ങനെ ചലച്ചിത്ര മാധ്യമത്തിലൂടെ ഫലപ്രദമായി പുനരാവിഷ്കരിക്കാമെന്നുകൂടി അറിയണം. മാധ്യമബോധത്തിന്റെ അഭാവം കന്നട സിനിമയെ പ്രതികൂലമായി ബാധിച്ച മുഖ്യഘടകമാണ്. ഇന്നിപ്പോൾ നാടകവേദിയും സാഹിത്യവുമെല്ലാം ഏറെക്കുറെ നിശ്ചലമാണ്. അതുപോലെ തന്നെ സിനിമാരംഗവും.

ചോദ്യം: കുട്ടിക്കാലം എല്ലാ കലാകാരന്മാരുടെയും രചനകളെ സ്വാധീനിക്കാറുണ്ടല്ലോ. നിങ്ങളിൽ അതെന്തുമാത്രമുണ്ട്?

ഉത്തരം: കുട്ടിക്കാലം തരളിതമാകുന്ന ഒരോർമ്മയാണ്. എന്റെ എല്ലാ ചിത്രങ്ങളിലും ഇൻസ്റ്റിറ്റ്യൂട്ടിലെ ഡിപ്ളോമ ചിത്രമായ 'അവശേഷനു'വിലുൾപ്പെടെ എന്റെ ബാല്യം ചിതറിക്കിടപ്പുണ്ട്. ഞാൻ ജനിച്ചത് കാസറവള്ളി എന്ന വിദൂരഗ്രാമത്തിലാണ്. വർഷത്തിലേഴു മാസവും പെരുമഴ പെയ്യും എന്റെ ഗ്രാമത്തിൽ. അവിടെ ജീവിതം സ്ഥിരവും ചലനരഹിതവുമാണ്. ഒരുതരം യാന്ത്രികമായ ആവർത്തനം. കൃഷിക്കാരന്റെ മകൻ കൃഷിക്കാരൻ, കൂലിപ്പണിക്കാരന്റെ മകൻ കൂലിപ്പണിക്കാരൻ, ഭൂവുടമയുടെ മകൻ ഭൂവുടമ. ആവർത്തനവിരസത മുറ്റിയ ഈ അന്തരീക്ഷം എന്നെ മടുപ്പിച്ചിട്ടുണ്ട്. മൈസൂർ പോലുള്ള പട്ടണങ്ങളിലും സ്ഥിതി അധികം ഭിന്നമല്ല. ഫ്യൂഡലിസത്തിന്റെ കാളിമ ഇവിടങ്ങളിലുമുണ്ട്. ഇവിടെയൊക്കെ കുട്ടിക്കാലത്ത് ഞാൻ നേരിട്ടറിഞ്ഞ ചുറ്റുപാടുകളും ആൾക്കാരും സംഭവങ്ങളുമെല്ലാം, അബോധപൂർവ്വമെന്ന് പറയാം, എന്റെ ചിത്രങ്ങളിൽ നിഴലിക്കുന്നു.

ചോദ്യം: പല പ്രഗത്ഭ സംവിധായകരും അഭിനേതാക്കളുടെ പ്രാധാന്യത്തെ നിരാകരിച്ച്, അവരെ വെറും ഉപകരണങ്ങളായിക്കാണുന്നതിനോട് യോജിക്കുന്നുണ്ടോ?

ഉത്തരം: ഇല്ല. എനിക്കതിനോട് പൂർണ്ണ വിയോജിപ്പാണുള്ളത്. എന്നെ സംബന്ധിച്ച് പറയുകയാണെങ്കിൽ വലിയ ഒരളവോളം ഞാൻ അഭിനേതാക്കളെ ആശ്രയിക്കുന്നു. ഒരു പ്രത്യേക അവസ്ഥയോട് പ്രതികരിക്കാൻ, ആ വൈകാരിക ഭാവവുമായി താദാത്മ്യം പ്രാപിക്കാൻ ഞാനവരോട് ആവശ്യപ്പെടുന്നു. എന്റെ മനസ്സിലുള്ള സങ്കല്പത്തെ മൂർത്തവല്ക്കരിക്കാൻ എനിക്കവരുടെ സഹായം വേണം. ബ്രെസ്സനെപ്പോലുള്ള പലരും അഭിനേതാക്കളുടെ പങ്ക് കുറച്ചുകാണുന്നവരാണ്. ബ്രെസ്സൻ അഭിനേതാക്കളുടെ പ്രതികരണത്തെ വിലമതിക്കുന്നില്ല. അത് തന്റെ പ്രതികരണവുമായുള്ള ഒരിടച്ചിലിന് ഇടയാക്കുമെന്നാണ് ബ്രെസ്സൻ പറയുന്നത്.

ചോദ്യം: ഗിരീഷിന്റെ ഷൂട്ടിംഗ് സമ്പ്രദായം ഒന്ന് വിശദീകരിക്കാമോ?

ഉത്തരം: ഷൂട്ടിംഗിന് മുമ്പ് ഞാൻ വിശദമായ ഒരു സ്ക്രിപ്റ്റ് തയ്യാറാക്കും. എന്നാൽ ഷൂട്ടിംഗ് നേരങ്ങളിൽ അതിനെ തീരെ ആശ്രയിക്കാറില്ലെന്നതാണ് രസകരമായ വശം. വാതിലും ജനലുകളുമടച്ച് ഒറ്റയ്ക്കൊരു മുറിയിലിരുന്ന് തയ്യാറാക്കിയ ഷൂട്ടിങ്ങ് സ്ക്രിപ്റ്റിൽനിന്ന് പല വ്യതിയാനങ്ങളും ക്യാമറയ്ക്കു മുന്നിൽ സംഭവിക്കും.

ചോദ്യം: മറ്റുള്ളവരുടെ അഭിപ്രായങ്ങൾ കണക്കിലെടുക്കാറുണ്ടോ?

ഉത്തരം: ഉവ്വ്, ഞാൻ ഒരു സീൻ കുറഞ്ഞത് അഞ്ച് തവണയെങ്കിലും റിഹേഴ്സൽ നടത്തും. അതിനെക്കുറിച്ച് മേക്കപ്പുമാനോടും ക്യാമറാമാനോടും യൂണിറ്റിലുള്ള മറ്റുള്ളവരോടും അഭിപ്രായം ചോദിക്കും. അവരത് നന്നല്ലെന്ന് ഏതെങ്കിലും കാരണം ചൂണ്ടിക്കാണിച്ച് പറയുകാണെങ്കിൽ ഞാനാ രംഗം മറ്റൊരു രീതിയിൽ ചിത്രീകരിക്കാൻ ശ്രമിക്കും. വെറുതെ ഷൂട്ടിംഗ് കണ്ട് നിൽക്കുന്നവരോടുപോലും ഞാൻ പ്രതികരണമാരായാറുണ്ട്. ചുരുക്കത്തിൽ എല്ലാവരുടേയും സജീവമായ സഹകരണം ഞാൻ തേടുന്നു. അത് ചിത്രത്തിന്റെ മൊത്തത്തിലുള്ള രൂപത്തെ ബാധിക്കുമെന്നതിൽ സംശയമില്ല.

ചോദ്യം: ഛായാഗ്രഹണം നടത്തുന്നവർ ചില ചിത്രങ്ങളിൽ സംവിധായകരെ മറികടന്ന് ഫ്രെയിമുകളെ മനോഹരമാക്കിയതായി കണ്ടിട്ടുണ്ട്. ഫ്രെയിമിങ്ങിൽ നിങ്ങൾ പാലിക്കുന്ന നിയമമെന്ത്?

ഉത്തരം: ഫ്രെയിമുകളുടെ മനോഹാരിതയ്ക്ക് ഊന്നൽ നൽകുന്നത് തീർത്തും തെറ്റാണ്. അർത്ഥപൂർണതയ്ക്കാകണം ഊന്നൽ. ഓരോ ഫ്രെയിമും അർത്ഥപൂർണമായിരിക്കണം. എന്നെ മറികടക്കാൻ ഞാൻ എന്റെ ഛായാഗ്രാഹകരെ അനുവദിക്കാറില്ല. വസ്തുക്കളിൽ കൂടുതൽ ശ്രദ്ധ പതിപ്പിക്കുന്ന ഛായാഗ്രഹണമാണ് 'ഘടശ്രാദ്ധ'യിലേത്. അതെന്റെ നിർദ്ദേശപ്രകാരമാണ്.

ചോദ്യം: എഫ്.എഫ്.സി.യെക്കുറിച്ചെന്തു പറയുന്നു?

ഉത്തരം: എഫ്.എഫ്.സി. അതിന്റെ ആദ്യകാല നിലപാടുകളിൽ നിന്ന് ഒട്ടേറെ വ്യതിചലിച്ചിട്ടുണ്ടെന്ന് കാണാൻ പ്രയാസമില്ല. ഇന്നതിന്റെ ഭാരവാഹികൾ പരിഗണന നൽകുന്നത് മധ്യവർത്തി ചിത്രങ്ങൾക്കാണ് (In between films). നല്ലതും ചീത്തയുമല്ലാത്തതരം ചിത്രങ്ങൾ. ഇവയാണ് ഏറ്റവും അപകടകരമെന്ന് ഞാൻ ദൃഢമായി വിശ്വസിക്കുന്നു. അവ പ്രേക്ഷകരെ വഴിതെറ്റിക്കുന്നു. അവരുടെ അഭിരുചികളെ കളങ്കപ്പെടുത്തുന്നു. എഫ്.എഫ്.സി. അതിന്റെ നയം മാറ്റിയില്ലെങ്കിൽ അത്തരമൊരു സ്ഥാപനത്തിന്റെ പ്രസക്തിതന്നെ നഷ്ടപ്പെടും.

ചോദ്യം: മലയാളസിനിമ എത്രത്തോളം പരിചിതമാണ്?

ഉത്തരം: വളരെ കുറച്ചുമാത്രം. അയൽ സംസ്ഥാനങ്ങളായിട്ടും ഏറെ അകൽച്ചയുണ്ട്.

ചോദ്യം: ലാറ്റിൻ അമേരിക്കൻ രാജ്യങ്ങളിൽ പ്രബലമായിക്കൊണ്ടിരിക്കുന്ന ചലച്ചിത്രപ്രവണതകൾ പരിചയപ്പെട്ടിരിക്കുമല്ലോ. 'ദി ഫവർ ഓഫ് ദി ഫർണാണ്ടസ്' പോലെ രേഖാചിത്രങ്ങളുടെ മാതൃകയിലുള്ള അതിശക്തങ്ങളായ പല ചിത്രങ്ങളും അവിടെ രൂപപ്പെട്ടിട്ടുണ്ട്. ഈ മാതൃക നമുക്ക് അനുകരണീയമല്ലേ?

ഉത്തരം: ഇന്ത്യൻ പരിസ്ഥിതികളിൽ 'ദി ഹവർ ഓഫ് ദി ഫർണസസ്' പോലുള്ള ചിത്രങ്ങൾക്ക് സാംഗത്യമുണ്ട്. ആ രീതി അതിശക്തം തന്നെയാണ്. പക്ഷേ, വ്യക്തിപരമായി അത്തരമൊരു ചിത്രം രൂപപ്പെടുത്താൻ എനിക്ക് കഴിയില്ല. ഒരു ചിത്രത്തിനുള്ള മുടക്കുമുതൽ എന്റെ ഒരു വെറും സ്വപ്നമാണ്.

ചോദ്യം: എന്തിനുവേണ്ടിയാണ് ഗിരീഷ് ചിത്രങ്ങളെടുക്കുന്നത്?

ഉത്തരം: ഈ മാധ്യമമാണ് എന്റെ ആത്മാവിഷ്കാരത്തിന് ഏറ്റവും ഇണങ്ങിയതെന്ന് ഞാൻ കരുതുന്നു. എന്റെ പ്രതികരണങ്ങൾ പ്രകാശനം ചെയ്യാനാണ് ഞാൻ ചിത്രങ്ങളെടുക്കുന്നത്. അവ പ്രേക്ഷകരിലും സമാനമോ വിപരീതമോ ആയ പ്രതികരണങ്ങളുളവാക്കണമെന്ന് ഞാനാഗ്രഹിക്കുന്നു. പ്രേക്ഷകരെ എന്റെ വാദമുഖങ്ങളിലൂടെ പ്രകോപിതരാക്കാൻ ഞാൻ ശ്രമിക്കുന്നു. അവർക്കെന്നെ സ്വീകരിക്കാം. നിരാകരിക്കാം. പക്ഷേ എനിക്കവരോട് ചിലത് പറയാനുണ്ട്. ഓരോ ചിത്രത്തിലൂടെയും ഞാനവരുമായി ഗൗരവപൂർവ്വം സംവാദത്തിൽ മുഴുകുകയാണ്.

(ദേശാഭിമാനി വാരിക,
1980 ജൂലൈ 6)

സൈബർബർഗിന്റെ സത്യാന്വേഷണം

പുതിയ തലമുറയിൽപ്പെട്ട പശ്ചിമജർമ്മൻ സംവിധായകരിൽ പലതുകൊണ്ടും ശ്രദ്ധേയനാണ് ഹാൻസ് ജർഗൻ സൈബർബർഗ്.

അഡോൾഫ് ഹിറ്റ്ലറുടെ ജീവിതവും കാലഘട്ടവും പ്രതിപാദിക്കുന്ന 'ഹിറ്റ്ലർ എ ഫിലിം ഫ്രം ജർമ്മനി' എന്ന തന്റെ ചിത്രത്തോട് ജർമ്മനിയിലെ നിരൂപകർ കൈക്കൊണ്ട നിഷേധാത്മകമായ നിലപാട് സൈബർബർഗിനെ അത്യധികം പ്രകോപിപ്പിക്കുകയുണ്ടായി. പശ്ചിമജർമ്മനിയെ ഒരു മൃതരാഷ്ട്രമെന്ന് വിളിച്ചുകൊണ്ട് താൻ ജർമ്മൻ ചലച്ചിത്രത്തോട് വിടപറയുകയാണെന്ന് സൈബർബർഗ് പ്രഖ്യാപിച്ചപ്പോൾ ഓരോ ദിവസം കഴിയുന്തോറും ജർമ്മനി കൂടുതൽ സാധാരണവും സങ്കുചിതവും പിന്തിരിപ്പനുമാവുകയാണെന്നും ദിനംപ്രതി അതിന്റെ സ്വാതന്ത്ര്യം നഷ്ടപ്പെട്ടുവരികയാണെന്നുമുള്ള ഫാസ് ബൈൻഡറുടെ നിഗമനത്തിനു മൂർത്തമായ സാധൂകരണം ലഭിക്കുകയായിരുന്നു.

ആധുനിക ജർമ്മനിയുടെ ചരിത്രത്തെയും സംസ്കാരത്തെയും നിർണ്ണായകമായി സ്വാധീനിച്ച നാല് പ്രമുഖ വ്യക്തികളുടെ ജീവിതത്തെക്കുറിച്ചുള്ള സുദീർഘമായ അന്വേഷണത്തിലൂടെയാണ് സൈബർബർഗ് തന്റെ സാന്നിദ്ധ്യം വെളിപ്പെടുത്തിയത്. ബവേറീയൻ രാജാവായ ലുഡ്വിഗ് രണ്ടാമൻ, പ്രശസ്ത നോവലിസ്റ്റ് കാൾമേ, സംഗീതജ്ഞനായ റിച്ചാർഡ് വാഗ്നർ, ഏകാധിപത്യത്തിന്റെ ചരിത്രമെഴുതിയ അഡോൾഫ് ഹിറ്റ്ലർ എന്നിവരാണ് സൈബർബർഗിന്റെ നായകന്മാർ. നേരിയ താരതമ്യത്തിനുപോലും വഴങ്ങാത്ത ഈ നാലുപേരുടെ വ്യക്തിത്വവും ജർമ്മനിയോടുള്ള സ്നേഹത്തിലും നഷ്ടസ്വർഗ്ഗത്തെക്കുറിച്ചുള്ള നൊസ്റ്റാൾജിക് വേദനയിലും ഇവർ പ്രകടിപ്പിച്ച പരസ്പര ബന്ധവും സൂക്ഷ്മമായി അപഗ്രഥിക്കാൻ മുതിർന്ന സൈബർബർഗ്, ലളിതവത്ക്കരിക്കപ്പെട്ട ചരിത്രപാഠങ്ങളെയും സാമാന്യധാരണകളെയും ഒന്നൊഴിയാതെ തിരസ്കരിച്ചു. അപ്പോഴെല്ലാം, തന്റെ ചിന്തയുടെ സ്വാതന്ത്ര്യത്തിനു പോറലുകളേൽക്കില്ലെന്നായിരുന്നു സൈബർബർഗിന്റെ ധാരണ. ഫാസ്ബൈൻഡറുടെ വാക്കുകൾ ശ്രദ്ധിക്കുക: 'ഇവിടെ സെൻസർഷി

പ്പുണ്ട്. പക്ഷേ അത് സെൻസർഷിപ്പാണെന്ന് ഉറപ്പിച്ചു പറയാനാവില്ല. കലാകാരന്മാരുടെ ചിന്തകളിൽ സെൻസറിംഗ് ഏർപ്പെടുത്തുകയെന്ന നികൃഷ്ടമായ കൃത്യമാണ് ഈ നാട്ടിൽ നടന്നുകൊണ്ടിരിക്കുന്നത്.'

ലുഡ്‌വിഗ് – റെക്വിം ഫോർ എവർജീൻ കിംഗ് (1972), 'കാൾമേ' (1974) എന്നീ ചിത്രങ്ങൾക്കുശേഷം സൈബർബർഗ് സംവിധാന ചെയ്ത 'ദി കൺഫെഷൻസ് ഓഫ് വിനിഫ്റെഡ് വാഗ്നർ' (1975) ഒട്ടേറെ വിവാദങ്ങൾക്കിട നൽകി. റിച്ചാർഡ് വാഗ്നറുടെ സ്നുഷയായ വിനിഫ്റെഡ് വാഗ്നറുമായുള്ള അഞ്ചുമണിക്കൂർ നീണ്ടുനിന്ന അഭിമുഖസംഭാഷണം നൂറ്റിരുപത് മിനുട്ട് നേരത്തേക്ക് പരിമിതപ്പെടുത്തിയതാണ് ഈ ചിത്രം. സിനിമാറ്റിക് സവിശേഷതകളൊന്നും ഉദാഹരിക്കാനില്ലാതെ ആദ്യകാല നിശ്ശബ്ദചിത്രങ്ങളെപ്പോലെ 'സ്റ്റാറ്റിക് ട്രീറ്റ്മെന്റ്' അനുവർത്തിക്കുകമൂലം പരാമൃഷ്ട വിഷയത്തിൽ താല്പര്യമില്ലാത്തവരെ സംബന്ധിച്ചിടത്തോളം ഇതിന്റെ ഏകതാനമായ ദൃശ്യതലം തീർത്തും വിരസമായേക്കാനിടയുണ്ട്.

ഹിറ്റ്ലറെക്കുറിച്ച് വിനിഫ്റെഡിനു നിരവധി ഓർമ്മകളുണ്ട്. വൂൾഫ് എന്ന് സ്നേഹപൂർവ്വം വിളിക്കപ്പെടുന്ന ഹിറ്റ്ലറുടെ സാമീപ്യം മനസ്സിലവശേഷിപ്പിച്ച സ്മൃതിബിംബങ്ങൾ വിനിഫ്റെഡ് ഒന്നൊന്നായി പുറത്തെടുക്കുന്നു. നഗരത്തിലൂട കാറോടിച്ച് പോകവെ റോഡിൽ ഒരു വനിതാ ഡ്രൈവറെ കാണാനിടയായാൽ അതിശയപൂർവം ഒച്ചയെടുക്കുന്ന ഹിറ്റ്ലറും മരണത്തിലേക്ക് നീങ്ങിക്കൊണ്ടിരിക്കെ വിജയത്തിന്റെ മാലാഖയുടെ ചിറകടികൾ കേൾക്കുന്നതായി വീമ്പടിച്ച ഹിറ്റ്ലറും അവരുടെ സ്വകാര്യ സ്മൃതികളാണ്.

ഇവാബ്രൗണുമായി ഹിറ്റ്ലർക്കുണ്ടായിരുന്നതായി പറയപ്പെടുന്ന ബന്ധത്തെക്കുറിച്ചുള്ള ചോദ്യത്തിന് വിനിഫ്രെഡിൽനിന്നു തണുത്ത പ്രതികരണമാണുണ്ടാകുന്നത്. ഇവാബ്രൗണുമൊത്തു വൂൾഫ് ഒരിക്കലും പൊതുവേദിയിൽ പ്രത്യക്ഷപ്പെട്ടിരുന്നില്ലെന്ന് അവർ അനുസ്മരിക്കുന്നു. വിനിയും ഹിറ്റ്ലറും വിവാഹിതരാവുമെന്ന് അക്കാലത്ത് ശ്രുതിയുണ്ടായിരുന്നതായി സൈബർബർഗ് ഈ ഘട്ടത്തിൽ അവരെ ഓർമ്മിപ്പിക്കുന്നത് തീർച്ചയായും വിനിഫ്രെഡിന്റെ ആത്മനിഷ്ഠമായ നിലപാടുകളെ വിശദീകരിക്കാൻ ഉദ്ദേശിച്ചാണ്.

നാസിസത്തിന്റെ അർത്ഥവ്യാപ്തി വിനിഫ്രെഡ് അറിഞ്ഞിരുന്നില്ലേ? ഹിറ്റ്ലറുടെ പതനത്തിനുശേഷം കോടതിയിൽ പ്രത്യക്ഷപ്പെട്ടപ്പോൾ ഒരു അരാഷ്ട്രീയ വനിതയുടെ മുഖമായിരുന്നു വിനിഫ്രെഡിന്. വൂൾഫ് നിർദ്ദേശിച്ചില്ലെങ്കിലും നാസി സംഘടനയിൽ താനും അംഗമായിരുന്നുവെന്ന് അവർ സൈബർബർഗിനോട് വെളിപ്പെടുത്തുന്നു. ഇന്ന് ഹിറ്റ്ലർ ഇല്ലാ

ത്തതുകൊണ്ടുമാത്രമാണ് നമ്മൾ നാസികളല്ലാത്തതെന്ന നിശിതവചനങ്ങളിലൂടെ വിനിഫ്രഡ് സ്വയം ന്യായീകരിക്കുന്നു.

വിനിഫ്രെഡുമായുള്ള നീണ്ട അഭിമുഖസംഭാഷണത്തെ ഇടയ്ക്കിടെ ഓരോ ശീർഷകം നൽകി വേർതിരിച്ചും അവരുടെ പരാമർശങ്ങൾക്ക് ആധികാരിക ഗ്രന്ഥങ്ങളിൽനിന്നും ചരിത്രരേഖങ്ങളിൽനിന്നുമുള്ള ഉദ്ധരണികളിലൂടെ അപ്പപ്പോൾ ഊന്നൽ നൽകിയും, അന്ത്യത്തിൽ വിനിഫ്രെഡിന്റെ പ്രസ്താവനയടങ്ങുന്ന പോസ്റ്റ്സ്ക്രിപ്റ്റ് ചേർത്തും ചിത്രത്തിന് ദൃഢബദ്ധമായ ഒരു രൂപഘടന നൽകിയിരിക്കുന്നു സൈബർബർഗ്. മൂന്നു ദശാബ്ദങ്ങളായി മൗനം പൂണ്ടിരുന്ന വിനിഫ്രെഡ് വാഗ്നറുടെ കുമ്പസാരം, പലപ്പോഴും അവ്യക്തമാണെങ്കിലും, നിരവധി സൂചനകൾ ഉൾക്കൊള്ളുന്നതാണ്. പ്ലേഗ് പോലെ നിറഞ്ഞുനിന്ന ഹിറ്റ്ലറെക്കുറിച്ച് അനുയായി സമൂഹത്തിനുണ്ടായിരുന്ന വ്യാമോഹത്തിന്റെ പ്രകൃതം ഇവിടെ വെളിവാക്കപ്പെടുന്നു. റിച്ചാർഡ് വാഗ്നർക്ക് താരതമ്യേന അപ്രധാനമായ സ്ഥാനമേ ഈ ചിത്രത്തിലുള്ളൂ.

ചിത്രപരമ്പരയിൽ അവസാനത്തേതായ ഹിറ്റ്ലർ ചിത്രത്തിന്റെ ദൈർഘ്യം ആറു മണിക്കൂറാണ്. ഇതിവൃത്തത്തിന്റെ ഭാവം മറ്റ് ഹിറ്റ്ലർ കൃതികളിൽനിന്ന് ഭിന്നമായി സഹതാപപൂർണമാണെന്ന് ഇതിന്റെ രചയിതാവ് പറയുന്നു. ഹിറ്റ്ലറെക്കുറിച്ച് ഒരു ചിത്രമെടുക്കുന്നതിന് എന്തെങ്കിലും ന്യായീകരണം ആവശ്യമാണെന്ന് സൈബർബർഗ് കരുതുന്നില്ല. ഈ നൂറ്റാണ്ടിന്റെ വിഷയമാണ് ഹിറ്റ്ലർ. ജനാധിപത്യത്തിന് ഏറ്റവും വലിയ വിപത്തായിരുന്ന ഹിറ്റ്ലർക്ക് ആ വ്യവസ്ഥിതി നിലനിൽക്കുന്ന കാലത്തോളം പ്രസക്തിയുണ്ട്. കുറ്റപ്പെടുത്തുന്ന ചൂണ്ടുവിരൽ നീട്ടി എല്ലാം ഹിറ്റ്ലറുടെ കുറ്റമായിരുന്നുവെന്ന് സ്ഥാപിക്കാനല്ല, പ്രത്യുത യുദ്ധാനന്തരം ആരും ഏറ്റടുക്കാൻ തയ്യാറാകാത്ത ആ കുറ്റഭാരം മറ്റുള്ളവർക്കുകൂടി നൽകി ലഘൂകരിക്കാനാണ് സൈബർബർഗിന്റെ ശ്രമം. ഹാംലെറ്റ്, നെപ്പോളിയൻ, കാലിഗരി, ചാപ്ലിന്റെ ഗ്രെയിറ്റ് ഡിക്റ്റേറ്റർ തുടങ്ങി പത്ത് വ്യത്യസ്ത കാഴ്ചപ്പാടുകളിൽ അവതരിപ്പിക്കപ്പെടുന്ന നവീന ഹിറ്റ്ലർ, ജർമ്മൻ ജനതയുടെ മൗഢ്യത്തെ ക്രൂരമായ പരിഹാസംകൊണ്ട് നെടുകെ കീറുകയും നന്മതിന്മകളെക്കുറിച്ചുള്ള സത്യസന്ധമായ വിലയിരുത്തലിന് വർത്തമാനകാലസമൂഹത്തെ നിർബ്ബദ്ധമാക്കുകയും ചെയ്യുന്നു.

(മാതൃഭൂമി
1980 ആഗസ്ത് 31)

ഹംഗറിയിൽനിന്ന് സ്നേഹപൂർവ്വം

വിമോചനത്തിന് മുമ്പുള്ള കാലം ഹംഗറിയിലെ ചലച്ചിത്രമേഖലയെ സംബന്ധിച്ചിടത്തോളം ക്ലേശപൂർണവും മടുപ്പിക്കുന്നതുമായിരുന്നു. നാല്പത്തഞ്ച് ഏപ്രിലിൽ സ്വാതന്ത്ര്യപ്പുലരി പിറന്നപ്പോൾ ഹംഗേറിയൻ സിനിമ നിർണായകമായ ഒരു നാഴികക്കല്ല് പിന്നിട്ടുവെന്ന് പറയാം. ചലച്ചിത്രവ്യവസായം ദേശസാൽക്കരിക്കപ്പെട്ടത് നാല്പത്തെട്ട് മാർച്ച് ഇരുപത്തിയൊന്നിനാണ്. ദേശസാൽകൃത ഹംഗേറിയൻ ചലച്ചിത്ര നിർമ്മാണത്തിന്റെ ആദ്യത്തെ രണ്ടുവർഷങ്ങൾ തന്നെ ഗണനീയമായ നേട്ടങ്ങൾ വെളിപ്പെടുത്തുകയുണ്ടായി. ചലച്ചിത്രമാധ്യമത്തിന്റെ അസദൃശമായ സാധ്യതകൾ വിപ്ലവത്തിനുവേണ്ടി പ്രയോജനപ്പെടുത്തുന്ന ആഹ്ലാദകരമായ സംരംഭത്തിൽ അവിടെയുള്ള സംവിധായകർ തിക്തമായ പൂർവ്വകാലസ്മൃതികൾ വെടിഞ്ഞ് വ്യാപൃതരായിത്തീർന്നു. അമ്പതുകളിൽ 'ദി സ്റ്റോം', 'ഫോർട്ടീൻ ലൈവ്സ് സെയ്‌വ്ഡ്' എന്നീ മികച്ച രചനകളോടെ സോൾട്ടൻ ഫാബ്രി അരങ്ങിലെത്തിയപ്പോൾ ഹംഗേറിയൻ സിനിമയുടെ സുവർണ ദശകങ്ങൾ പിറക്കുകയായിരുന്നു. അമ്പതുകളിൽ സ്ഥാപിതമായ ഫിലിം കോളേജ് യുവാക്കളായ ചലച്ചിത്രശില്പികളുടെ ശക്തിനിര സൃഷ്ടിക്കുന്നതിൽ വിജയിച്ചുവെന്നു ബോധ്യപ്പെടാൻ അറുപതുകളിൽ വെളിച്ചം കണ്ട കൃതികളിലൂടെ ഒന്ന് കണ്ണോടിച്ചാൽ മാത്രം മതിയാകും. ആ നിരയിലെ ഏറ്റവും ശ്രദ്ധേയനായ സംവിധായകൻ കരോളിമാക്ക് ആയിരുന്നു. കരോളിമാക്കിന്റെ ചലച്ചിത്ര സങ്കല്പങ്ങൾ മൂർത്തമായി പ്രകടമാക്കപ്പെട്ട ചിത്രമാണ് 'ലൗവ്.'

ഈ രചനയെ നഷ്ടസ്വപ്നങ്ങളുടെയും ആകാംക്ഷകളുടെയും സമാഹൃതരൂപമെന്ന് വിളിക്കാവുന്നതാണ്. മൃതപ്രായയായ ഒരു വൃദ്ധ. മരണശയ്യയിലത്രയും പഴയ ഫോട്ടോഗ്രാഫുകൾ ചിതറിക്കിടക്കുന്നു. അവരുടെ മനസ്സ് പിൻതള്ളിയ ദൂരകാലങ്ങളിലൂടെ വ്യസനകരമായ ഒരു ദീർഘയാത്രയിൽ വ്യാപരിക്കുന്നു. ഹംഗേറിയൻ ജയിലിൽ ഒരു രാഷ്ട്രീയത്തടവുകാരനായി കഴിഞ്ഞുകൂടുന്ന മകനെ അവർ അമേരി

ക്കയിൽ സമ്പന്നനായ ഒരുഫിലിം ഡയറക്ടറായി സങ്കല്പിക്കുന്നു. മകന്റെ വാചാലമായ കത്തുകളിൽനിന്ന്, അവർ ഒരു കുതിരപ്പുറത്തിരുന്ന്, പട്ടാളനീക്കങ്ങൾക്ക് നേതൃത്വം നൽകുന്ന ആപ്പീസറെപ്പോലെ, തന്റെ ചിത്രം സംവിധാനം ചെയ്യുന്നത് അവർ മനസ്സിന്റെ കിളിവാതിലുകളിലൂടെ നോക്കിക്കാണുന്നു. അങ്ങനെ വൃദ്ധയുടെ മനസ്സിലെ മിഥ്യകളും പുറംലോകത്തെ യാഥാർത്ഥ്യങ്ങളും വിഭജനരേഖയില്ലാതെ കൂടിക്കലരുന്നു.

ടീബോർഡേനയുടെ രണ്ടു ചെറുകഥകളെ അവലംബിച്ചു നിർമ്മിച്ച 'ലൗവ്' അതിന്റെ മൗലികതയിൽ അഗീകൃത ഹംഗേറിയൻ രചനാശൈലികളിൽനിന്ന് വേർതിരിഞ്ഞുനിൽക്കുന്നു. ഇതിന്റെ ഫോട്ടോഗ്രാഫിക് അവതരണത്തിന് രണ്ട് മാനങ്ങളുണ്ട്. അമ്മ, മകൻ, മകന്റെ ഭാര്യ എന്നിവരുൾക്കൊള്ളുന്ന യഥാർത്ഥ ജീവിതം. അതാകട്ടെ രാഷ്ട്രീയസംഭവവികാസങ്ങൾമൂലം അതീവസങ്കീർണവുമാണ്. മറുവശത്ത്, വൃദ്ധ യായ അമ്മയുടെ അതീതകാല സ്മരണകളും ഭ്രമകല്പനകളും നിറഞ്ഞ സാങ്കല്പികലോകം. ഓർമ്മയുടെ വാസ്തവികതയെക്കുറിച്ച് അവർക്ക് ആശങ്കകളുണ്ട്. കൺമുന്നിലില്ലാത്ത മകന്റെ അയഥാർത്ഥമായ വർത്തമാനകാലം തികച്ചും അനായാസമായി തന്റെ ചിന്തകളിലൂടെ കരുപ്പിടിപ്പിക്കാൻ അമ്മയ്ക്ക് കഴിയുന്നു.

സ്മൃതികളും അയഥാർത്ഥ ചിന്തകളും കൂടെക്കൂടെ തെളിഞ്ഞുവരുന്ന മനസ്സിന്റെ ആവിഷ്കാരം നിർവഹിക്കുന്നതിൽ ഛായാഗ്രാഹകനായ ജാനോസ് ടോത്തിന്റെ സംഭാവന ഏറെ വലുതാണ്. ഹംഗേറിയൻ ഫിലിം കൃതികളിൽ ചലച്ചിത്രകാരന്റെയത്രതന്നെ പ്രാമുഖ്യം പുലർത്തുന്നു ഛായാഗ്രാഹകനും. സിനിമാട്ടോഗ്രാഫറുടേത് നിയതമായ പങ്കാളിത്തമല്ല ഹംഗേറിയൻ സിനിമയിൽ. സിനിമാട്ടോഗ്രാഫി ബുഡാഫെസ്റ്റ് അക്കാദമി ഓഫ് ഫിലിം ആർട്ടിൽ നിഷ്കൃഷ്ടമായി നിരവധി വർഷങ്ങൾകൊണ്ട് അഭ്യസിക്കേണ്ട ഒരു വിഷയമാണ്. ഈ വർഷങ്ങളിലെ അതിവിപുലമായ മാധ്യമപരിചയമാണ് സിനിമാട്ടോഗ്രാഫർക്ക് ചലച്ചിത്രകാരനോളം തന്നെ പരിഗണന നേടിക്കൊടുക്കുന്നത്. ഇസ്തവാൻ എയ്ബൻ, ഗോർഗി ഇൽസ് എന്നിവരുടെ വിദഗ്ധശിക്ഷണത്തിന് നന്ദി പറയുക.

സമകാല ഹംഗറിയിലെ ഏറ്റവും താല്പര്യമുണർത്തുന്ന പ്രതിഭകളിലൊന്നായി വിശേഷിപ്പിക്കാവുന്ന ജാനോസ് ടോത്തിന്റെ ജീവിതം സിനിമക്കുവേണ്ടി സമർപ്പിക്കപ്പെട്ടതാണ്. ചലച്ചിത്രവേദിയുമായി ബന്ധം വെച്ച നാൾ മുതൽ പൂർണതയ്ക്കുവേണ്ടിയുള്ള അന്വേഷണത്തിൽ

വ്യാപൃതനായ ടോത്ത് എന്നും അസംതൃപ്തനായിരുന്നു. ടോത്ത് ഒരു പ്രസ്താവനയിൽ പറയുന്നു: സിനിമ ഒരുമിച്ചു ചേർന്ന സർഗാത്മകവൃത്തിയുടെ ഉല്പന്നമാണ്. ക്യാമറക്കു പിന്നിലുള്ള വ്യക്തിയുടെയും എഴുത്തുകാരന്റെയും സംവിധായകന്റെയും പ്രേക്ഷകരുടെയുമെല്ലാം സ്ഥിരവും പൂർണവുമായ സാന്നിധ്യം അതാവശ്യപ്പെടുന്നു. ഈ നിലക്കുള്ള പ്രവർത്തനം ബുദ്ധിപരമായ സൗഹൃദത്തിനും പോരാട്ടത്തിനും ഇട നൽകുന്നു. ചിത്രത്തിന്റെ നിർമ്മാണത്തെ പ്രചോദിപ്പിക്കുംമട്ടിൽ സവിശേഷമായ വൈയക്തികബന്ധത്തിന് അത് പ്രേരണയായിത്തീരുന്നു. അവരെല്ലാം സിനിമാറ്റിക് പ്രകാശനത്തിന് കൂട്ടായി നിന്നേ മതിയാകൂ. വേർതിരിഞ്ഞുനിന്ന് ബഹുമതിയും മഹത്വവും അവകാശപ്പെടാൻ ഏതൊരാൾക്കും കഴിയില്ല: എല്ലാ നേട്ടവും ഒരാൾക്കായി ഒരിക്കലും ലഭിക്കില്ല.

സെല്ലുലോയ്ഡിൽ ദൃശ്യബിംബങ്ങൾ നിസ്സംഗമായി പകർത്തിവെയ്ക്കുന്നതിനു പകരം, ചലച്ചിത്രകാരന് സർഗ്ഗാത്മക സഹകരണം നൽകുന്നതിലൂടെയാണ് ഹംഗറിയിലെ ഛായാഗ്രാഹകർ വ്യതിരിക്തത പ്രകടിപ്പിക്കുന്നത്. നിരവധി വർഷങ്ങൾക്കിടയിൽ ഈ മട്ടിലുള്ള സഹവർത്തിത്വത്തിന്റെ എത്രയോ ഉദാഹരണങ്ങൾ ദർശിക്കാവുന്നതാണ്. മിക്കലോസ് യാങ്ചോ തുടക്കത്തിൽ തമാസ്സോംലായിലും പിന്നീട് ജോനാസ് കെൻഡെയിലും ഇങ്ങനെയൊരു സഹചാരിയെ കണ്ടുമുട്ടി. പീറ്റർ ബാക് -ജോനാസ് സോംബോലീ, പോൾ സാൻഡോർ - എലിമർറാഗാലി തുടങ്ങിയ കൂട്ടുകെട്ടുകളും ഹംഗേറിയൻ സിനിമയിൽ നവതരംഗങ്ങൾ സൃഷ്ടിച്ചു.

ജാനോസ് ടോത്ത് വർഷങ്ങളോളം ചേർച്ചയുള്ള ഒരു പങ്കാളിയെ തേടുകയായിരുന്നു. ആദ്യം തമാസ്റെനിയുമൊത്ത് രണ്ട് ഹ്രസ്വചിത്രങ്ങൾ നിർമ്മിച്ചു. പിന്നെ പോൾ സോൾനായുടെ കൂടെനിന്ന് ഒരു ഹ്രസ്വചിത്രവും (Betrothel) ഒരു ഫീച്ചർ ചിത്രവും (April Alarm) രൂപപ്പെടുത്തി. സോൾട്ടന് ഹസാരിക്കുമായുള്ള ബന്ധം മൂന്നു ലഘുചിത്രങ്ങൾക്കു മാത്രമേ ഇടയായിത്തീർന്നുള്ളൂവെങ്കിലും ആ സഹവർത്തിത്വകാലം ശ്രദ്ധേയമായിരുന്നു. ഇവയിലൊന്ന് - Elegy - നിരവധി ഫെസ്റ്റിവൽ ബഹുമതികൾ വാരിക്കൂട്ടുകയുണ്ടായി. പിന്നീടുള്ള വർഷങ്ങളിൽ സോൾട്ടൻ ഫാബ്രി, ഫെലിക്സ് മാരിയാസി, മിക്കലോസ് സിനെറ്റർ തുടങ്ങി പല പ്രഗല്ഭ സംവിധായകരുമൊത്ത് പ്രവർത്തിച്ച ടോത്ത്, കരോളിമാക്കുമായി ഒത്തുചേരുന്നത് 1968ലാണ്. അവർ ചേർന്നൊരുക്കിയ ആദ്യചിത്രം - Before God and Men ഒരു പരാജയമായിരുന്നെങ്കിലും, അത് ഇരു

വരും വേർപിരിയാൻ ഇടയാക്കിയില്ല. അങ്ങനെ സംഭവിച്ചിരുന്നെങ്കിൽ Love, A Very Moral Night, Cat's Play എന്നീ ദൃശ്യക്കുറിപ്പുകൾ ഹംഗേറിയൻ സിനിമയ്ക്ക് നഷ്ടപ്പെടുമായിരുന്നല്ലോ; നമുക്കും.

(ദേശാഭിമാനി വാരിക,
1981 ഫെബ്രുവരി 22)

ഫാബ്രിയുടെ സിനിമ

ഹംഗേറിയൻ സിനിമയുടെ പൊതുസ്വരൂപത്തെക്കുറിച്ച് വ്യക്തമായ ധാരണയുണ്ടാക്കാൻ പര്യാപ്തമായ ഏതാനും പ്രകൃഷ്ടരചനകൾ - മിക്കലസ് യാങ്ചൊ, സോൾട്ടൻ ഫാബ്രി, ഇസ്തവാൻ സാബോ, ഫെറൻസ്കോസ, ഫ്രിയസ്ബാൻ തുടങ്ങിയവരുടേത് - സമീപകാലത്ത് കേരളത്തിലെ ഫിലിം സൊസൈറ്റികൾക്ക് പ്രദർശനത്തിന് ലഭിക്കുകയുണ്ടായി. ആണ്ടോപ്പിച്ച് നമ്മുടെ വൻ നഗരങ്ങളിലായി സംഘടിപ്പിക്കപ്പെട്ടുവരുന്ന അന്താരാഷ്ട്ര ചലച്ചിത്രമേളകൾ പല കാരണങ്ങളാലും സത്യസന്ധമായ ആസ്വാദനത്തിന് വലുതായൊന്നും പ്രയോജനപ്പെടാത്ത നിലയ്ക്ക്, വ്യത്യസ്തനാടുകളിലെ സമകാലസിനിമയെ അടുത്തറിയുന്നതിന് അനൗപചാരികവും അർത്ഥപൂർണവുമായ ലഘുമേളകളിലാണ് പ്രേക്ഷകരുടെ മുഴുവൻ പ്രതീക്ഷയും. ഈ പാശ്ചാത്തലത്തിൽ ഹംഗേറിയൻ എംബസ്സി മുൻകയ്യെടുത്ത് പ്രദർശനത്തിന് ലഭ്യമാക്കിയ ചിത്രങ്ങളുടെ നിര, ഗൗരവപൂർവ്വം ചലച്ചിത്രത്തെ നോക്കിക്കാണുന്നവരെ സംബന്ധിച്ചിടത്തോളം മാധ്യമപരിചയത്തിനുള്ള വിലപ്പെട്ട അവസരമൊരുക്കി. യാങ്ചൊയുടെ 'എലക്ട്രിയ', ഫാബ്രിയുടെ 'അൺഫിനിഷ്ഡ് സെന്റൻസ്', 'പ്രൊഫ. ഹാനിഫാൾ', സാബോയുടെ 'ലൗ ഫിലിം', കോസയുടെ 'സ്നോഫാൾ', ഫ്രിയസ്ബാന്റെ 'ദ സോയിൽ അണ്ടർ യുവർ ഫീറ്റ്' എന്നീ ചിത്രങ്ങളാണ് ഫിലിം സൊസൈറ്റികൾക്കിടയിൽ വിതരണം ചെയ്യപ്പെട്ടത്. ഈ സംവിധായകരിൽ കേരളത്തിലെ ചലച്ചിത്രാസ്വാദകർക്ക് ഏറ്റവും പരിചിതൻ ഫാബ്രെയായിരിക്കാനാണിട. മെറിഗോറൗണ്ട്, റ്റു ഹാഫ് ടൈംസ് ഇൻ ഹെൽ, ഫിഫ്ത്ത് സീൽ, ടോട് ഫാമിലി, ആന്റ്സ് നെസ്റ്റ്, ഹംഗേറിയൻസ് തുടങ്ങി ഫാബ്രിയുടെ ഒട്ടുമുക്കാൽ ചിത്രങ്ങളും പലപ്പോഴായി ഇവിടെ പ്രദർശിപ്പിച്ചിട്ടുള്ളതാണ്. ഫാബ്രിയുടെ കരുത്തുറ്റ സിനിമ അതിനിട നൽകിയ ചരിത്രാവസ്ഥയെക്കുറിച്ചും സൗന്ദര്യശാസ്ത്രപരമായ സാഹചര്യങ്ങളെക്കുറിച്ചും നമ്മെ ഓർമ്മപ്പെടുത്തും.

1917ൽ ബുഡാപെസ്റ്റിൽ ജനിച്ച ഫാബ്രി ചെറുപ്പംതൊട്ടു തന്നെ കലകളിൽ ആഭിമുഖ്യം പ്രദർശിപ്പിച്ചിരുന്നു. അക്കാദമി ഓഫ് ഡ്രമാറ്റിക്

ആർട്സിൽനിന്ന് 1941ൽ ബിരുദം നേടിയശേഷം ഒരു സെറ്റ് ഡിസൈനറായി ഫാബ്രി പ്രവർത്തനം തുടങ്ങി. ഇപ്പോഴും തന്റെ ചിത്രങ്ങൾക്ക് അദ്ദേഹം സെറ്റൊരുക്കുന്നു - കൂടാതെ നാടകങ്ങൾക്കും. അക്കാദമി ഓഫ് ഡ്രമാറ്റിക് ആന്റ് സിനിമാട്ടോഗ്രാഫിക് ആർട്ടിൽ പ്രൊഫസറായി ജോലി നോക്കുന്ന ഫാബ്രി കാർലോ വിവാരി, ലൊകാർണോ, മോസ്കോ, റോം, ദൽഹി എന്നിങ്ങനെ നിരവധി ഫെസ്റ്റിവലുകളിൽ സമ്മാനിതനായിട്ടുണ്ട്. ഏഴാം ദൽഹി മേളയിൽ ഗോൾഡൻ പീക്കോക്ക് ബഹുമതി മുദ്ര നേടിയത് ഫാബ്രിയുടെ 'ഹംഗേറിയൻസാ'ണ്. ഋതുചക്രം കറങ്ങുന്നതിനൊത്ത് നീങ്ങിക്കൊണ്ടിരിക്കുന്ന മനുഷ്യജീവിതത്തിന്റെ ആഖ്യാനമായ ഈ ചിത്രം ആദ്യന്തം താളാത്മകമാണ്. ശൈത്യം, വസന്തം, ഗ്രീഷ്മം, ഹേമന്തം, പിന്നെയും ശൈത്യം എന്നിങ്ങനെ മുറതെറ്റാത്ത പ്രകൃതിയുടെ താളം ഇതിലെ ദൃശ്യഖണ്ഡങ്ങളെ സവിശേഷമായ പാറ്റേൺ നൽകി സമ്പന്നമാക്കുന്നു. ഹംഗറിയിലെ ഉൾഗ്രാമത്തിൽനിന്ന് ജർമ്മനിയിലെ ഭൂവുടമയുടെ കൃഷിയിടത്തിലേക്ക് ജോലിയ്ക്കു പോയ സരളചിത്തരായ ഗ്രാമീണരുടെ പ്രജ്ഞ ഒന്നിനു പിറകെ മറ്റൊന്നായി ഏൽക്കാനിടയായ ആഘാതങ്ങളുടെ വിവരണം പ്രേക്ഷകമനസ്സിനെ സദാ മഥിയ്ക്കുന്ന അനുഭവമാക്കി മാറ്റാൻ ഫാബ്രിയ്ക്ക് കഴിയുന്നു. യുദ്ധനാളുകളിലെ കൊടിയ ദാരിദ്ര്യത്തിന്റെ പ്രേരണയ്ക്ക് വഴങ്ങി യാത്ര പുറപ്പെട്ടവർ, നാടുകടത്തപ്പെട്ട പോളിഷ് സ്ത്രീകളിൽനിന്നും കൺമുന്നിൽ മരിച്ചുവീണ റഷ്യൻ യുദ്ധത്തടവുകാരിൽനിന്നും ഉല്ലാസയാത്രയ്ക്ക് പോയപ്പോൾ പെട്ടെന്ന് പെയ്ത മഴയിൽ നിന്ന് രക്ഷപ്പെടാൻ കയറിപ്പറ്റിയ സങ്കേതത്തിൽ കാണാനിടയായ അനാഥജഡത്തിൽനിന്നും, ജീവിതത്തിന്റെ പരുക്കൻ യാഥാർത്ഥ്യങ്ങളെക്കുറിച്ചറിഞ്ഞു. ജന്മനാടിനെച്ചൊല്ലിയുള്ള ആകാംക്ഷ അവരിലോരോരുത്തരിലും വർഷകാലമേഘങ്ങളുടെ ഇരുണ്ട മൂടാപ്പ് തീർത്തു. ഒടുവിലവർ പ്രവാസം വെടിഞ്ഞ് പിറന്ന മണ്ണിലേക്ക് തന്നെ മടങ്ങി. അവിടെ പുരുഷന്മാർക്ക് യുദ്ധവും സ്ത്രീകൾക്ക് അശാന്തമായ കാത്തിരിപ്പും വിധിയ്ക്കപ്പെട്ടിരുന്നു. അത്യസാധാരണമാം വിധം വിളറിയ ഒരു രാത്രിയിൽ വിറങ്ങലിച്ച വൃക്ഷങ്ങൾക്കിടയിലൂടെ ഹംഗറിക്കാരെയന്വേഷിച്ച് ഉഴറിയ ചെറുപ്പക്കാരനായ ഒരു തൊഴിലാളിയുടെ ചിത്രമുണ്ടിതിൽ. ഹംഗറിക്കാർ ഒരിക്കലും ഒടുങ്ങുകയില്ലെന്ന ദൃഢവിശ്വാസവുമായി അവരെ വിളിച്ചുംകൊണ്ട് മരങ്ങൾക്കിടയിലൂടെയോടുന്ന സ്വപ്നം മരണശയ്യയിലായിരുന്ന ആ ചെറുപ്പക്കാരന് മാത്രമല്ല, രചയിതാവിനും പ്രിയപ്പെട്ടതാണ്.

ആദ്യകാല ചിത്രമായ 'പ്രൊഫസർ ഹാനിബാളിൽ, അധികാര

ശ്രേണിയുമായി ഇടയേണ്ടിവന്ന ഒരു പാവം സ്കൂളദ്ധ്യാപകന്റെ പ്രമേയത്തിലൂടെ മുപ്പതുകളിലെ ഹംഗറിയുടെ പശ്ചാത്തലത്തിൽ ചരിത്രത്തോടുള്ള വ്യത്യസ്തമായ പ്രതികരണങ്ങൾ രേഖപ്പെടുത്തുകയാണ് ഫാബ്രി. പഴക്കമേറിയ ഒരു ബുഡാപെസ്റ്റ് തെരുവിൽ കഴിയുന്ന ആ അധ്യാപകൻ, കടുത്ത ദാരിദ്ര്യമനുഭവിയ്ക്കേണ്ടി വരുന്നുവെങ്കിലും ഹാനിബാളെന്ന ചരിത്രപുരുഷനെക്കുറിച്ചുള്ള തന്റെ ധാരണകൾ തിരുത്താൻ തയ്യാറില്ല. അയാൾ തയ്യാറാക്കിയ പഠനപ്രബന്ധം സ്വീകരിക്കപ്പെട്ടത് പ്രതീക്ഷിച്ച രീതിയിലൊന്നുമായിരുന്നില്ല. അതയാൾക്ക് ഉദ്യോഗക്കയറ്റമോ, ശമ്പളവർദ്ധനവോ നേടിക്കൊടുത്തില്ലെന്ന് മാത്രമല്ല, ദയാഹീനമായ ആക്രമണത്തിനുള്ള നിമിത്തമായി തീരുകയും ചെയ്തു. സ്നേഹവും സഹാനുഭൂതിയുമൊക്കെ കവിഞ്ഞ അളവിൽ സമ്മേളിച്ച ആർദ്രമനസ്കനായ നായകൻ ഒറ്റപ്പെടുകയും പ്രതീകാത്മകമായ മരണത്തിന് കീഴ്പ്പെടുകയും ചെയ്യുമ്പോൾ ആ ദുരന്തത്തിന് വഴിവെച്ച ചരിത്രദശയെ നിഷ്കൃഷ്ടമായി വിലയിരുത്തുകയാണ് ഫാബ്രി ചെയ്യുന്നത്. മൈതാനത്തിൽ ഒരുമിച്ചു ചേർന്ന ജനക്കൂട്ടം തനിയ്ക്കെതിരെ മുറവിളി കൂട്ടുന്ന വേളയിൽ ഒരുഭാഗത്ത് നിസ്സഹായനായി വിളറി നിൽക്കുന്ന നായകന്റെ രൂപം ഹൈ ആംഗിളിലൂടെ ഫാബ്രി പകർത്തിക്കാട്ടുമ്പോൾ ഫ്രെയിമിലാകെ ദുരന്തച്ഛായ കലരുന്നു. ഈ ചിത്രത്തിന്റെ അതീവലളിതമായ പ്രതിപാദനരീതിയുമായി പരിചയിച്ചവരെ ഒട്ടൊന്ന് പരിഭ്രമിപ്പിക്കുന്ന സങ്കേതങ്ങളാണ് എഴുപതുകളിലെ 'ദി അൺഫിനിഷ്ഡ് സെന്റൻസിൽ' ഫാബ്രി പ്രയോഗിച്ചിരിയ്ക്കുന്നത്. പ്രമേയം തന്നെ വളരെ സങ്കീർണ്ണം. ഇതിലെ നായകൻ ലോർണിക് തന്റെ വർഗ്ഗപശ്ചാത്തലത്തെ നിരാകരിച്ച് തൊഴിലാളി വർഗ്ഗത്തോട് ആഭിമുഖ്യം പുലർത്താൻ യത്നിയ്ക്കുന്നു. എന്നാൽ അയാളുദ്ദേശിച്ചതുപോലെ അതത്ര എളുപ്പമായിരുന്നില്ല. ലോർണിക് സഹായഹസ്തം നീട്ടുമ്പോൾ തൊഴിലാളി കുടുംബത്തിലെ പീറ്ററെന്ന കുട്ടി അയാളുടെ മുഖത്ത് കാറിത്തുപ്പുന്നു. ഉപരിവർഗത്തിന്റെ സഹാനുഭൂതിയുടെ നാട്യങ്ങൾ പീറ്റർ കുടുംബം അവജ്ഞയോടെ തള്ളിക്കളയുകയാണ്. നിഷ്കപടമായ വൈകാരികാവസ്ഥയിലേക്ക് ചെന്നെത്തുന്നതുവരെ ലോർണിക് ഈ അവമതിയും തെരുവിൽവെച്ചുള്ള പീഡനവും അർഹിക്കുന്നു. വെറും ആദർശപരതയുടെ പ്രകടനം തൊഴിലാളി വർഗത്തിന് ഒരിക്കലും സ്വീകാര്യമല്ലെന്നും അവർക്കതിന്റെ ആവശ്യമില്ലെന്നും പീറ്ററിന്റെ പെരുമാറ്റം ഉദാഹരിച്ചുകൊണ്ട് ഫാബ്രി സാക്ഷ്യപ്പെടുത്തുന്നു. മർദ്ദനമേറ്റ് ചോരയൊഴുകുന്ന കൈപ്പടങ്ങൾകൊണ്ട് കോഫീഹൗസിന്റെ കണ്ണാടിച്ചില്ലു

കളിൽ ചോരിച്ചാലിട്ട് ഇടറിവീഴുന്ന കമ്യൂണിസ്റ്റുകാരന്റെ ചിത്രം പ്രേക്ഷകരെ നടുക്കം കൊള്ളിയ്ക്കും.

ഫെറൻസ്കോയുടെ 'സ്നോഫാൾ' സൈന്യത്തിൽ നിന്ന് ഒരിടവേളയിൽ ഗ്രാമത്തിലെത്തിയ സൈനികന്റെ അസ്വസ്ഥമായ മനസ്സിനെ സമഗ്രമായി പ്രതിഫലിപ്പിക്കുന്ന ചിത്രമാണ്. ഒരു സൈന്യദളം പ്രതിബന്ധങ്ങളെയെല്ലാം എതിരിട്ട് ഒരു നിശ്ചിതസ്ഥലത്തേയ്ക്ക് കുതിപ്പിക്കുന്നതിന്റെ വിഭ്രമിപ്പിക്കുന്ന ദൃശ്യപരമ്പരകളിലൂടെയാണ് ഇതിന്റെ തുടക്കം. ഇത്രയും ഉദ്വേഗമുളവാക്കുന്നതും അതുവഴി പ്രേക്ഷകരുടെ പങ്കാളിത്തം പിടിച്ചുപറ്റുന്നതുമായ ഓപ്പണിംഗ് അപൂർവ്വമായേ കാണാറുള്ളൂ.

ഫാബ്രി, യാങ്ചൊ തുടങ്ങിയവരിലൂടെ ഹംഗേറിയൻ സിനിമ അന്താരാഷ്ട്ര ശ്രദ്ധ നേടുന്നതിന് മുമ്പ്, വിമോചനത്തിന്റെ ആഹ്ലാദവായ്പിനിടയിൽ ഫ്രിയസ്ബാൻ നിർമിച്ച 'ദി സോയിൽ അണ്ടർ യുവർ ഫീറ്റ്' ഹൃദയസ്പർശിയായ ഒരു കൃതിയാണ്. പാൾസാബോയുടെ നോവലിനെ ഉപജീവിയ്ക്കുന്ന ഈ ചിത്രം ഹംഗറിക്കാരുടെ കഠിനതകൾ നിറഞ്ഞ കാലത്തെക്കുറിച്ചു വികാരഭരിതമായ ഭാഷയിൽ സംസാരിക്കുന്നു. ഗ്രാമത്തിൽ ഒരു വിവാഹം നടക്കുകയാണ്. ഇരുണ്ട് നിശ്ശബ്ദമായ വീടുകളെ പൊതുനിരീക്ഷണത്തിന് വിധേയമാക്കിയശേഷം ക്യാമറ വെടിപ്പായ ഒരു മുറ്റത്ത് നടക്കുന്ന ചടങ്ങുകളിൽ ശ്രദ്ധ പതിപ്പിക്കുന്നു. അതിന്റെ വിശദാംശങ്ങളെത്തുടർന്ന്, ദ്രുതതാളത്തിലുള്ള ഷോട്ടുകളിലൂടെ കാര്യങ്ങളുടെ ഗൗരവം അറിയിക്കപ്പെടുന്നു - വധുവിന്റെ തളർന്ന മുഖം, ധനികനായ ശ്വശുരന്റെ ആഹ്ലാദത്തിമിർപ്പ്, വധുവായ മാരീക്കയുടെ നിർധന കുടുംബത്തിന്റെ നിസ്സഹായതകൾ, കാമുകനായ ജോസ്കയുടെ ഏകാന്തത.

മാരീക്ക ഇങ്ങനെയൊരു വിവാഹത്തിന് നിർബദ്ധയായത് അച്ഛന്റെ ഋണബാധ്യത മൂലമാണ്. വിവാഹാഘോഷം കൂടുതൽ സജീവമായിക്കൊണ്ടിരിക്കുന്നതിനിടയിൽ മാരീക്ക ജോസ്കോയുമൊത്ത് ഒളിച്ചോടി. ഇത്രയും ഭാഗങ്ങൾ വീരരസപ്രധാനമാണ്. ഇനിയുള്ളവയാകട്ടെ, സെന്റിമെന്റൽ മെലോഡ്രാമയായി തരംതാഴാനിട നൽകുന്നുവെങ്കിലും അത്യന്തം അവധാനതയോടെ പരിചരിക്കപ്പെട്ടതിനാൽ ചലച്ചിത്രത്തിലൂടെ പ്രകടമാക്കാവുന്ന യാഥാർത്ഥ്യബോധത്തിന് മികവുറ്റ ദൃഷ്ടാന്തമായി കലാശിച്ചിരിക്കുന്നു. ആദ്യസീനുകളിലെ ടോൺ പാടേ മാറുന്നു - ഒപ്പം ദൃശ്യതലങ്ങളും. മുപ്പതുകളിലെ കർഷകരുടെ ദരിദ്രസാഹചര്യങ്ങളാണ് ഇനിയങ്ങോട്ട് നിരീക്ഷണവിധേയമാകുന്നത്. ഛായാഗ്രാഹകനായ ആർപാഡ് മാക്കായ് രേഖാചിത്രകാരന്റെ സൂക്ഷ്മതയോടെ പ്രകൃ

തിയെയും മനുഷ്യരെയും നോക്കിക്കാണുന്നു. മനുഷ്യാധ്വാനത്തിന്റെയും പ്രണയത്തിന്റെയും ഉദാത്തത വെളിപ്പെടുത്തുന്ന ദൃശ്യങ്ങൾ കൊണ്ട് ഈ കൃതി പ്രേക്ഷകരെ ചലിപ്പിക്കുന്നു. അർഥഗർഭവും ചരിത്രബോധമുളവാക്കുന്നതുമായ ഒരു കുറിപ്പ് ചൂണ്ടിക്കാട്ടിയാണ് ചിത്രം അവസാനിക്കുന്നത്. ജോസ്കോയുടെ തടവുമുറിയുടെ പുറത്ത് ഇങ്ങനെ എഴുതിവെച്ചിരിക്കുന്നു - '1945ൽ മോചിപ്പിക്കുന്നതിനുവേണ്ടി.'

(ദേശാഭിമാനി
1981 മെയ് 10)

വനത്തിൽ വഴിതെറ്റിയവർ

പോളീഷ് സിനിമയുടെ വികാസത്തിന് വഴിതുറന്നത് അമ്പതുകളുടെ പകുതിയോടെ പ്രകടമായ പുതിയ രചനാബോധമാണ്. ആന്ദ്രേവൈദ, ആന്ദ്രേ മങ്ക്, ജെഴ്സി കാവലറോവിസ്, വൊഴ്സിക് ഹാസ് എന്നിവരായിരുന്നു മുഖ്യമായും ഈ രചനാബോധത്തിന്റെ പ്രതിനിധികൾ. പുഡോവ്കിന്റെ വാക്കുകൾ കടമെടുത്ത് പറയട്ടെ, ചലച്ചിത്രങ്ങൾ നിർമ്മിക്കുക എന്നതിൽനിന്ന് വിട്ടുമാറി ചലച്ചിത്ര കലതന്നെ നേരിട്ട് സൃഷ്ടിക്കുകയെന്ന അന്വേഷണമാണ് അക്കാലത്ത് പോളിഷ് ചലച്ചിത്രവേദിയിൽ ദൃശ്യമായത്. പ്രതിഭാശാലികളായ ഒരു സംഘം ചെറുപ്പക്കാർ അതിന്നായി സ്വയം സമർപ്പിച്ചിറങ്ങി. ഒറ്റൊറ്റ ദൃശ്യങ്ങളുടെ സന്നിവേശത്തിലൂടെ അവർ രൂപം നൽകിയ ഭാഷ മൗലികമായും പഴയതിൽനിന്ന് വ്യത്യസ്തമായിരുന്നു. അവർ സ്വീകരിച്ച പ്രമേയങ്ങൾ മുമ്പൊരിക്കലും പരിഗണിക്കപ്പെടാത്തവയും. ഈ നിരയിലെ ഏറ്റവും ശ്രദ്ധേയങ്ങളായ ചിത്രങ്ങളിലൊന്നാണ് കാവലറോവിസ്സിന്റെ (Jerzy Kawalerowicz) 'മദർ ജോൺ ഓഫ് ദി എയ്ഞ്ചൽസ്.'

പ്രശസ്ത പോളീഷ് സാഹിത്യകാരനായ ജറസ്ലോവ് ഇവാവ് കീവിസ്സ് പതിനേഴാം നൂറ്റാണ്ടിൽ ലൗണ്ടുനെന്ന പ്രവിശ്യയിലെ കന്യാസ്ത്രീമഠത്തിലുണ്ടായ പിശാചുബാധയെക്കുറിച്ചെഴുതിയ കഥയാണ് കാവലറോവിസ്സിന്റെ ചിത്രത്തിന്നാധാരം. അരങ്ങുകളിലും സിനിമയിൽത്തന്നെയും പലതവണ ഉപയോഗിക്കപ്പെട്ട ഈ ഇതിവൃത്തത്തിന് കാവലറോവിസ്സ് നൽകിയ നൂതനഭാഷ്യം പോളീഷ് സിനിമയിലെ തനതായ സൗന്ദര്യസിദ്ധാന്തങ്ങൾക്ക് അറുപത്തിയൊന്നിലെ കാൻ ഫിലിം ഫെസ്റ്റിവലിൽനിന്നു ബഹുമതി മുദ്ര നേടിയെടുക്കുകയുണ്ടായി.

'മദർ ജോൺ ഓഫ് ദി എയ്ഞ്ചൽസ്' ഒരു കോൺവെന്റിന്റെ ഇടുങ്ങിയ ഭിത്തികൾക്കുള്ളിൽ വീർപ്പുമുട്ടിയവർ സ്വാതന്ത്ര്യത്തിനും വ്യക്തിത്വത്തിനും വേണ്ടി നടത്തിയ കലാപശ്രമത്തിന്റെ ദൃശ്യാഖ്യാനാണ്. പതിനേഴാം നൂറ്റാണ്ടിലെ കന്യാസ്ത്രീ മഠത്തിൽ പിശാചുബാധയ്ക്കടിപ്പെട്ട അന്തേവാസികളുടെ അഭിശപ്തജീവിതത്തിന്റെ ചിത്രീകരണം സ്വാതന്ത്ര്യത്തിനായുള്ള കലാപമെന്ന നിലയ്ക്ക് ഏതൊരു ജനവിഭാഗത്തെയും

ചരിത്രാവസ്ഥയെയും സംബന്ധിച്ച് പ്രസക്തിയുള്ളതായിത്തീരുന്നു. പ്രേതബാധയെന്ന പ്രശ്നം ഇതിൽ അവതീർണമാകുന്നത് മനുഷ്യന്മാരുടെ മേൽ ചെലുത്തപ്പെടുന്ന ബാഹ്യനിയന്ത്രണങ്ങളോടുള്ള പ്രതിഷേധത്തിന്റെ രൂപത്തിലാണ്. മനുഷ്യന്റെ സത്തയെ നിഷേധിച്ചുകൊണ്ട് നിലനില്പിന് പരുപരുത്ത തറയും കരിങ്കൽച്ചുവരുകളും ഏകാന്തതയും ഒരുക്കുന്ന മതങ്ങളുടെ അധികാര സ്വരൂപങ്ങളുമായാണ് ഇവിടെ സ്പഷ്ടമായും കാവലറോവിസ് ഇടയുന്നത്. ഇതിന് ദാർശനികമായ അടിത്തരയൊരുക്കുന്നു, ചിത്രത്തിലൊരിടത്ത് പ്രത്യക്ഷപ്പെടുന്ന റാബിയെന്ന കഥാപാത്രത്തിന്റെ സ്നേഹം മരണത്തേക്കാൾ ശക്തമാണെന്ന വെളിപാട്.

വനത്തിൽ വഴിതെറ്റിയവർക്കുവേണ്ടി മണിമുഴങ്ങുന്നതറിയിച്ചുകൊണ്ടാണ് ഈ ദുരന്തകൃതിയുടെ തുടക്കം. വനം കടന്ന് വരണ്ടുവിളറിയ മൺപരപ്പിനു നടുവിൽ ഉയർന്നുനിൽക്കുന്ന കോൺവെന്റിലേക്ക് ജോസഫെന്ന പുരോഹിതൻ വന്നുചേരുന്നു. കോൺവെന്റിനു സമീപം അഡ്വൂഷയുടെ വീഞ്ഞുകട. ഭാവിഫലങ്ങൾ പ്രവചിയ്ക്കാനുള്ള കഴിവുണ്ടെന്ന് പറയപ്പെടുന്ന അഡ്വൂഷയിൽനിന്നും വീഞ്ഞുകടയിലെത്തിയ പ്രാകൃതരിൽനിന്നും ജോസഫ് കോൺവെന്റിന്റെ നിഗൂഢതകളെക്കുറിച്ച് കേൾക്കുന്നു. കോൺവെന്റിലെ പതിനെട്ടു കന്യാസ്ത്രീകളെയും അവരുടെ മദർ സുപ്പീരിയറെയും പിശാചുക്കൾ ആവേശിച്ചിരിക്കയാണ്. അല്പനാൾ മുമ്പ് അതുമായി ബന്ധപ്പെട്ട്, ഒരു പുരോഹിതനെ ആഭിചാരക്കാരനെന്ന മുദ്രകുത്തി തീയിലിട്ട് കൊല്ലുകയുണ്ടായി. ആ പുരോഹിതന്റെ അനാഥരായ മക്കൾ ദൂരെ മണലിൽ ഓടിക്കളിക്കുന്നത് ജോസഫ് കണ്ടു. അവരെ സംരക്ഷിക്കുന്ന വൃദ്ധനോട് കോൺവെന്റിലെ പ്രേതാവേശം നീക്കുന്നതിനുള്ള കരുത്ത് നേടുന്നതിനായി കഴിഞ്ഞ ഹേമന്തം മുഴുവനും ഉപവാസവും ആത്മപീഢനവുമായി കഴിയുകയായിരുന്നു താനെന്ന് ജോസഫ് വെളിപ്പെടുത്തുന്നു. അയാൾക്ക് കോൺവെന്റിന്റെ ഗേറ്റ് തുറന്നുകൊടുത്തത് ചെറിയ കുട്ടികളുടെ പ്രസരിപ്പ് ഓരോ ചനലത്തിലും വെളിവാക്കുന്ന മാർഗരറ്റാണ്. കന്യാസ്ത്രീകളുടെ കൂട്ടത്തിൽ മാർഗരറ്റിനുമാത്രമേ പിശാചുക്കളുടെ ഉപദ്രവമില്ലാതുള്ളൂ. ജോസഫ് മദർജോണിനെ അഭിമുഖീകരിക്കാൻ തയ്യാറെടുത്തു. സംസാരിച്ചുതുടങ്ങുമ്പോൾ പ്രത്യേകതകളൊന്നും കാണിച്ചില്ലെങ്കിലും ഒരല്പം കഴിഞ്ഞപ്പോൾ ശക്തമായ പ്രകടനങ്ങളിലൂടെ മദർജോൺ അയാളെ ഭയപ്പെടുത്തി. (മദർജോണായി വേഷമിട്ട ലൂസിയാനാ വിനീക്ക നിസ്തുലമായ അഭിനയപാടവമാണ് കാഴ്ചവെക്കുന്നത്. നിസ്സഹായതയും പ്രതിഷേധവും മാറിമാറിത്തെളിയുന്ന ആ മുഖം എളുപ്പത്തിലൊന്നും വിസ്മരി

ക്കുക വയ്യ. ശക്തരായ എട്ട് പിശാചുക്കൾ തന്റെയുള്ളിലുണ്ടെന്ന് ഒരു പ്രാർത്ഥനയ്ക്കിടയിൽ അവർ വിളിച്ചറിയിച്ചു. പുരോഹിതന്മാരുടെ അഭ്യർത്ഥനകളും ആക്രോശവുമൊന്നും അവരെ തളർത്തിയില്ല. വാക്കുകളിലൂടെ വെളിപ്പെടുത്തുന്നില്ലെങ്കിലും ലൈംഗികതൃഷ്ണയുടെ സൂചനകൾ മദർ സുപ്പീരിയറുടെ ചലങ്ങളിൽ കാണാവുന്നതാണ്. ജോസഫും മദർ ജോണും തമ്മിലുള്ള ബന്ധത്തിനടിസ്ഥാനം, അന്യോന്യമറിയിക്കാനൊരുമ്പെടാതെ മനസ്സിന്റെ ഉൾത്തലങ്ങളിൽ ഒതുക്കിവെക്കാൻ പണിപ്പെടുന്ന, പ്രണയമാണെന്നത് വ്യക്തമാണ്. പിശാചുബാധയില്ലാത്ത മാർഗരറ്റിന് അഡൂഷയുടെ വീഞ്ഞുകടയുമായുള്ള സമ്പർക്കം ഇതേക്കാൾ ഗാഢവും അർത്ഥപൂർണവുമാണ്. കോൺവെന്റിൽനിന്ന് ഒളിച്ചുകടന്ന്, വെള്ളയുടുപ്പ് ഇരുകൈകളിലും തെല്ലുയർത്തിപ്പിടിച്ച് വീഞ്ഞുകടയിലേക്കോടിവരുന്ന മാർഗരറ്റ് പ്രസാദാത്മകമായ സംവേദനാനുഭവം പകരുന്നു. വീഞ്ഞു രുചിച്ചും അഡൂഷയോടൊത്ത് പാടിയും പിന്നീട് ഒരു പ്രണയത്തിലേർപ്പെട്ടും മാർഗരറ്റ് തന്റെ സാഹചര്യങ്ങളെ നിഷേധിക്കുന്നു. പക്ഷേ, ബാഹ്യലോകം മാർഗരറ്റിന് തെല്ലും വെളിച്ചം നൽകിയില്ല.

മദർ ജോണിന്റെ പ്രേതബാധ മാറ്റുന്നതിനുള്ള ശ്രമത്തിലേർപ്പെട്ട ജോസഫ് ഉപദേശത്തിനായി സമീപത്തുള്ള റാബിയെ സമീപിക്കുന്നത് ഈ ചിത്രത്തിന്റെ കേന്ദ്രരംഗമാണ്. എന്നാൽ ജോസഫിനെപ്പോലെതന്നെ നിസ്സഹായനാണ് റാബിയും. (മീസിസ്ലാവ് വോയ്ട് എന്ന നടനാണ് രണ്ടു കഥാപാത്രങ്ങളെയും അവതരിപ്പിക്കുന്നത്. ജോസഫ് തന്നോടുതന്നെ സസാരിക്കുകയാണെന്നാവാം ഇവിടെ സംവിധായകന്റെ വിവക്ഷ) മദറിനെ പിശാചുക്കൾ ആവേശിച്ചിട്ടില്ലെന്നും അത് അവരിലടങ്ങിയ മനുഷ്യപ്രകൃതമാണെന്നും റാബി പായുന്നു. മാനസികസംഘർഷത്തിന്റെ പ്രകടനമത്രേ അവരിലെ പ്രേതാവേശം. മഹത്വമാർജ്ജിക്കാനുള്ള വെമ്പലും മനുഷ്യസ്വഭാവവും തമ്മിലുള്ള അഭിമുഖമാണ് അതിന് കാരണം. ഒരാളെ പിശാചു ബാധിക്കുന്നത് അയാളാഗ്രഹിക്കുമ്പോഴാണെന്നാണ് റാബിയുടെ പക്ഷം..

പുരോഹിതനായ ജോസഫിന്റെയുള്ളിൽ മദർ ജോണിനോടുള്ള ദൃഢമായ മോഹം പിന്നെയും ശക്തിപ്പെടുകയാണെന്നതിന്റെ സൂചനയാണ് ഒടുവിലത്തെ പ്രാർത്ഥനാകർമ്മത്തിന്റെ ഒരുക്കമെന്ന നിലക്കുള്ള ആത്മപീഡനം. നഗ്നമായ ഉടലിലെങ്ങും ചാട്ടകൊണ്ട് സ്വയം തല്ലിനോവിച്ച് അയാൾ മനസ്സിനെ ബലമുറ്റതാക്കാൻ ശ്രമിക്കുന്നു. മദർ ജോണിന് പുണ്യാത്മാവായി ഉയരാനുള്ള അവസരം കൊടുക്കുന്നതിനായി കുതിരലായത്തിൽ ഉറങ്ങിക്കിടക്കുന്ന രണ്ട് നിരപരാധികളെ കൊലപ്പെടുത്തി

പാപമേറ്റെടുക്കുന്ന ഭീതിദമായ ക്രിയയാണ് അയാൾ തെരഞ്ഞെടുത്തത്. കാമുകനാൽ പരിത്യക്തമായ മാർഗരറ്റിനോട് കോൺവെന്റിലേക്കു ചെന്ന് മദർ ജോൺ പാപവിമുക്തയായെന്നും പാപം തന്നിൽ പതിച്ചിരിക്കുന്നുവെന്നും, അറിയിക്കാൻ അയാൾ ആവശ്യപ്പെടുന്നു. തുടക്കത്തിൽ കേട്ടതുപോലെ കാട്ടിൽ വഴികാണാതെയലയുന്നവർക്കായി വീണ്ടും മണി മുഴങ്ങിത്തുടങ്ങുന്നു.

ഒരു കറുത്ത ചിത്രമെന്ന് (Black Film) വിളിക്കാം, 'മദർജോൺ ഓഫ് ദി എയ്ഞ്ചൽസി'നെ. ഓരോ ഫ്രെയിമിലും നിഗൂഢതയുടെ നിഴൽ പതിഞ്ഞുകിടപ്പുണ്ട്. വിസ്തൃതമായ പൂഴിപ്പരപ്പുമാത്രം തെളിയുന്ന പശ്ചാത്തലത്തിന് വനത്തെക്കുറിച്ചുള്ള സൂചനകൾ ആഴമേറ്റുന്നു. ഈ ചിത്രത്തിന് മുഖവുരയും അനുബന്ധവുമാണ് ആദ്യം മണിമുഴങ്ങുന്നതിന്റെ ശബ്ദചിത്രവും അന്ത്യത്തിൽ ഭീമൻ മണിയുടെ സമീപദൃശ്യവും. ജെഴ്സി വൊജോയ്ക്കിന്റെ ക്യാമറ മണൽപ്പരപ്പിന്റെ ഉദാസീനതയും കോൺവെന്റിന്റെ ചുവരുകൾക്കുള്ളിലെ നിഗൂഢതയും ഒരാഭിചാരകർമ്മത്തിന്റെ രഹസ്യമയവും സൂക്ഷ്മവുമായ ശ്രദ്ധയോടെ പകർത്തിയെടുക്കുന്നു. കന്യാസ്ത്രീകളുൾക്കൊള്ളുന്ന ഷോട്ടുകളുടെ കോമ്പോസിഷൻ, ചുവരുകളുടേയോ ഗേറ്റിന്റെയോ വേലിയുടേയോ പരുക്കൻ സാന്നിധ്യം വെളിപ്പെടുത്തിക്കൊണ്ടുള്ളതാണ്. അവരുടെ ചലനങ്ങൾ വിദഗ്ധമായ കോറിയോഗ്രാഫിയുടെ ദൃഷ്ടാന്തങ്ങളും.

(ദേശാഭിമാനി വാരിക
1981 മെയ് 5)

അരവിന്ദ് ദേശായി കി അജീബ് ദാസ്താൻ

അരവിന്ദ് ദേശായി ഒരു വ്യാപാരിയാണ്. നഗരത്തിലെ അയാളുടെ വില്പനശാലയിലെത്തുന്നതിനുമുമ്പ് അവിടേക്കുള്ള ഉല്പന്നങ്ങളൊരുങ്ങുന്ന പശ്ചാത്തലം നാം പരിചയപ്പെടുന്നു. പരവതാനികളും മറ്റലങ്കാരങ്ങളും നെയ്തുണ്ടാക്കുന്നവരുടെ ഗ്രാമത്തിന്റെ ദൂരദൃശ്യം, ഗ്രാമവീഥി, വീടുകൾ, നെയ്ത്തുവേലയുടെ വിശദാംശങ്ങൾ എന്നിവയിൽനിന്ന് വ്യാപാരികൾക്കിടയിലേയ്ക്ക് നീങ്ങുന്ന ഓപ്പണിംഗ് ശ്രദ്ധേയമാണ്. അവസാനഘട്ടത്തിൽ അരവിന്ദ് ദേശായി അബദ്ധത്തിൽ വെടിയേറ്റ് വർണഭംഗിയാർന്ന പരവതാനിയിലേയ്ക്ക് വീഴുമ്പോൾ സംവിധായകൻ പരവതാനി നെയ്യുന്നവരിലേയ്ക്ക് മടങ്ങിപ്പോകുന്നു. ഇങ്ങനെ ഒരേ അർത്ഥതലമുള്ള ദൃശ്യനിരകൾക്കിടയിലാണ് അരവിന്ദ് ദേശായിയുടെ ചരിത്രം നിബന്ധിച്ചിരിക്കുന്നത്. ചിത്രത്തിന്റെ സ്വരൂപത്തെ നിർണയിക്കുന്ന വേറൊരു ഘടകം, അരവിന്ദിന്റെ അപ്പപ്പോഴുള്ള മാനസികാവസ്ഥയ്ക്ക് ദൃശ്യവ്യാഖ്യാനമായി തെരുവിൽ നിന്ന് കണ്ടെടുക്കുന്ന ആകസ്മികരംഗങ്ങളാണ് - പാമ്പാട്ടി, ഹിജഡകളുടെ ആഭാസനൃത്തം, ആത്മപീഡനത്തിന്റെ പ്രകടനം, തെരുവുവാണിഭക്കാർ തുടങ്ങിയവ. അരവിന്ദിന്റെ അനുഭവങ്ങളും അവയ്ക്ക് സമാന്തരമെന്നോണം തെരുവിൽ രൂപപ്പെടുന്ന കാഴ്ചകളും പരസ്പരപൂരകങ്ങളായിത്തീരുമ്പോൾ ഇവിടെ അവലംബിച്ച രചനാരീതി പ്രമേയത്തിനു എത്രയും അനുയോജ്യമാണെന്ന് നാം കണ്ടറിയുന്നു.

അരവിന്ദ് ദേശായിയുടെ വിധിയിൽ, ശീർഷകം സൂചിപ്പിക്കുന്ന വിധത്തിൽ വിചിത്രമായി യാതൊന്നുമില്ല. ധനിക വ്യാപാരി വർഗ്ഗത്തിലുൾപ്പെടുന്ന ആ യുവാവിന്റെ മനസ്സ് തെല്ല് വ്യത്യസ്തമാണെന്നതിൽ തർക്കമില്ല. സ്വയം ആദർശവൽക്കരിക്കാനും മഹത്വവൽക്കരിക്കാനുമുള്ള വെമ്പൽ അയാളുടനീളം പ്രദർശിപ്പിക്കുന്നുണ്ട്. ഫാത്തിമയെന്ന വേശ്യയുമായും ഇടതുപക്ഷക്കാരനായ സുഹൃത്തുമായും അയാൾ പുലർത്തുന്ന ബന്ധത്തിലാണ് ഇത് വളരെ സ്പഷ്ടമായിത്തീരുന്നത്. മുഖത്തൊരു

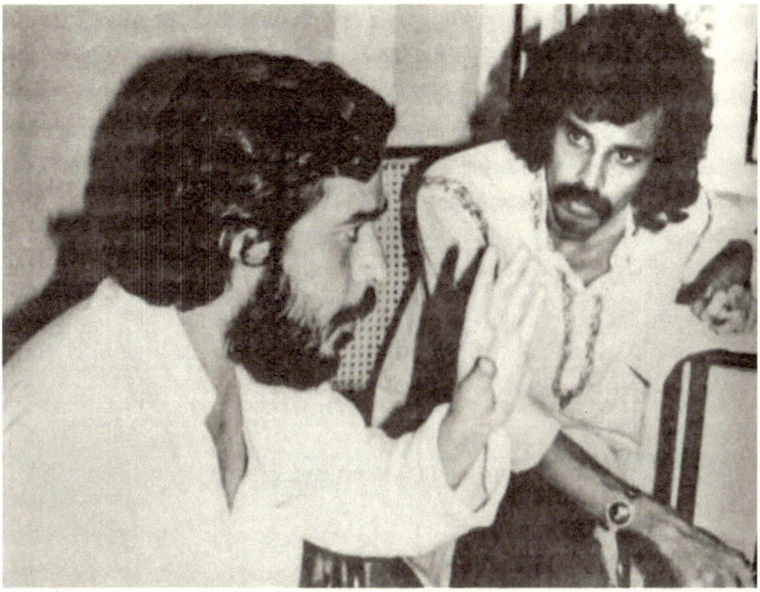

കറുത്ത പുള്ളിയുള്ള ഫാത്തിമ തന്റെയൊരു ദൗർബല്യമാണെന്ന ഭാവമാണ് അരവിന്ദിന്. ഒരുതവണ അയാൾ കോണികയറി ചെല്ലുമ്പോൾ ഫാത്തിമ വേറെയാരുടെയോ ഒപ്പം മുറിയിലാണ്. പുറത്തുള്ള മറ്റ് വേശ്യകളെയൊന്നും അയാൾക്ക് വേണ്ട. കാത്തിരുന്ന് മടുത്ത് അരവിന്ദ് ഇറങ്ങിപ്പോകുമ്പോൾ അവരുടെ മുഖങ്ങളിൽ പരിഹാസച്ചിരി പരക്കുന്നു.

ഫാത്തിമയോടുള്ള വികാരവായ്പിന് തുല്യമാണ് ഇടതുപക്ഷ സുഹൃത്തുമായുള്ള ബന്ധം. അരവിന്ദ് ഒരവസരത്തിൽ പറയുന്നു: "ഈ വൃത്തികെട്ട നഗരം - ഇതിനെ ഞാൻ വെറുക്കുന്നു." അതിന്റെ കാരണം അപമാനവീകരിക്കപ്പെട്ട അസ്തിത്വമാണെന്ന് അയാൾ കണ്ടെത്തിയിട്ടുണ്ട്. ഇടതുപക്ഷത്തിന്റെ വക്താവായ സുഹൃത്തിനോട് അയാൾക്ക് ആദരവും അസൂയയും തോന്നുന്നത് തന്റെ ജീവിതം ശിഥിലമാണെന്നും അയാളുടേത് ആസൂത്രിതമാണെന്നുമുള്ള ധാരണമൂലമാണ്. സ്നേഹിതന് ജീവിതത്തെയും സമൂഹത്തെയും കുറിച്ച് സുചിന്തിതമായ കാഴ്ചപ്പാടുകളുണ്ട്. അയാളവ മറ്റുള്ളവർക്ക് വിശദീകരിച്ചുകൊടുക്കുകയും ചെയ്യുന്നു. നാലുകുപ്പി ബിയറുമായി സൗഹൃദം സ്ഥാപിക്കാനെത്തിയ അരവിന്ദ് അയാൾ കൂട്ടുകാരുമായി തന്റെ ചിന്തകൾ പങ്കിടുമ്പോൾ വിമുഖനായി ത്തീരുന്നു. പുറത്ത് തീവണ്ടികൾ നീങ്ങുന്നത് നോക്കിനിൽക്കാനാണ്

അരവിന്ദിന് കൗതുകം. ഇടതുപക്ഷ നിഗമനങ്ങളിൽ അയാൾ തെല്ലും തല്പരനല്ല. ചുമരിലെ ചിത്രത്തിൽ അയാൾ പ്രകടിപ്പിക്കുന്ന കമ്പവും വ്യാജമാണ്. എന്താണ് ഇഷ്ടപ്പെടാൻ കാരണമെന്ന ചോദ്യത്തിന് മുന്നിൽ അരവിന്ദ് വല്ലാതെ പരുങ്ങുന്നു. ഒരു ചുവരലങ്കാരമെന്നതിനപ്പുറം ഒന്നുമല്ല അയാൾക്കത്. എന്നാൽ ഇടതുപക്ഷ സുഹൃത്തിന് അതയാളുടെ ആശയലോകവുമായി ബന്ധപ്പെട്ടതാണ്.

തന്റെ ടൈപ്പിസ്റ്റുമായി അരവിന്ദൻ പുലർത്തുന്ന അടുപ്പത്തിലുമുണ്ട് പ്രകടനപരത. ആലീസ് ഒരു ആംഗ്ലോ ഇന്ത്യൻ കുടുംബത്തിലെ പരാധീനതകളുള്ള പെൺകുട്ടിയാണ്. അവളെ തനിക്കിഷ്ടമാണെന്ന് അരവിന്ദ് ഒന്നിലധികം തവണ തുറന്നുപറയുന്നു. അവളെ കാറിൽ ഒപ്പം കൊണ്ടുപോവുകയും റെസ്റ്റോറന്റിൽ നേരം ചെലവഴിക്കുകയും ചെയ്യുന്നു. അതിഥിയായി അവളുടെ വീട്ടിലെത്തുന്നു. ഭവ്യമായ പെരുമാറ്റം കൊണ്ട് വീട്ടുകാരെയെല്ലാം സ്വാധീനിക്കുന്നു. ഹിന്ദി സിനിമയിൽ കണ്ടുപഴകിയ കാമുകന്റെ ശൈലി അരവിന്ദിന് സ്വായത്തമാണ്. എന്നാൽ ഒരു തവണ കാറിൽവെച്ച് ആലീസ് തന്റെ ഭാവിയെച്ചൊല്ലി ആശങ്ക പ്രകടിപ്പിച്ചപ്പോൾ അയാൾ വീണ്ടും സമർത്ഥനായ വ്യാപാരിയായി മാറുന്നു. "നീ എന്നെ വിട്ടുപോയാൽ ഞാൻ നിരാശാഭരിതനായി പാട്ടുംപാടി അലഞ്ഞുനടക്കുമെന്നാണോ നിന്റെ വിചാരം? നിങ്ങളെല്ലാം ഒരുപോലെയാണ്. ഗെറ്റ് ഔട്ട് യു ബ്ലഡി ബിച്ച്" ഡോർ തുറന്ന് അയാൾ അലറുമ്പോൾ ആലീസിനെപ്പോലെ പ്രേക്ഷകരും മരവിച്ചുപോകുന്നു.

വില്പനശാലയിൽ കീഴ്ജീവനക്കാരൻ തട്ടിപ്പു കാണിച്ചതായി വെളിപ്പെട്ടപ്പോഴും ഇതേപോലെ സജീവമായിത്തന്നെ അരവിന്ദ് പ്രതികരിക്കുന്നു. എന്നാൽ തിരക്കേറിയ തെരുവിൽവെച്ച് അവൻ അപമാനിക്കാൻ മുതിരുമ്പോൾ അയാൾ നിസ്സഹായനാണ്. തന്റെ വലിയ കസേരയില്ലെങ്കിൽ അയാൾ ഒന്നുമല്ല. നമ്മളൊക്കെ എന്തൊരു വിചിത്രമായ ജീവിതമാണ് നയിക്കുന്നതെന്ന അയാളുടെ അച്ഛന്റെ ചോദ്യം അർത്ഥപൂർണമാണ്. അതിൽനിന്ന് രക്ഷപ്പെടാൻ അയാൾക്കാഗ്രഹമുണ്ട്. റിവോൾവർ എടുത്തത് ആത്മഹത്യ ചെയ്യാൻതന്നെ. പക്ഷേ, അതിനുള്ള തന്റേടം വേറെയാരിൽനിന്നെങ്കിലും കടം വാങ്ങേണ്ട സ്ഥിതിയാണ്. കസേരയിലിരുന്ന് റിവോൾവർ തുടയ്ക്കുമ്പോൾ പ്രതീക്ഷിക്കാതെ വെടിയേൽക്കുന്നു. തന്റെ മരണം ഒരു വലിയ ദുരന്തമാണെന്ന് അയാൾ കരുതുന്നു. ചോര പുരണ്ട കൈമണത്തുനോക്കി അയാളറിയാൻ ശ്രമിക്കുന്നത് ആ ദുരന്തത്തിന്റെ ആഴമാണ്.

സംവിധായകനായ സയ്യിദ് മിർസയെ സംബന്ധിച്ചിടത്തോളം അര

വിന്ദ് ദേശായിയുടെ പതനം ഒരു പ്രശ്നമല്ല. ബൂർഷ്വാവർഗത്തിന്റെ പൊതുസ്വഭാവത്തിന് നിരക്കാത്ത ബന്ധങ്ങളും ആശയങ്ങളും നില നിർത്തുന്നുവെങ്കിൽതന്നെയും ഒരുപ്രതിസന്ധിയുടെ ഘട്ടത്തിൽ അയാൾ തന്റെ വർഗപരമായ കൂറ് വെളിപ്പെടുത്തുമെന്ന് മിർസ വിശ്വസിക്കുന്നു. അത് അരവിന്ദ് ദേശായിയുടെ പരിമിതിയാണ്. അയാളുടെ പതനം ആക സ്മികമല്ല. അതൊരു അനിവാര്യതയാണ്.

ഇവിടെ സംഭവിച്ചിരിക്കുന്നത് ചലച്ചിത്രകാരൻ തന്റെ മുഖ്യ കഥാ പാത്രത്തിന് എതിരാവുകയെന്നതാണ്. സിനിമയിൽനിന്ന് അയാളെ നീക്കം ചെയ്യുകയെന്ന നിഗൂഢമായ താല്പര്യത്തോടെയാണ് മിർസ പ്രവർത്തിച്ചതെന്ന് കാണാവുന്നതാണ്. പതിവിന് വിപരീതമായി സംവി ധായകന്റെ പരിചരണം തനിക്ക് ലഭിക്കുന്നില്ലെന്ന് ബോദ്ധ്യപ്പെട്ടതിനാൽ ഒരു കെണിയിലകപ്പെട്ടതിന്റെ അസ്വസ്ഥത മുഴുവനുമുണ്ട് അരവിന്ദിന്റെ പെരുമാറ്റത്തിൽ.

സയ്യിദ് മിർസയുടെ ആദ്യചിത്രമാണിത്. പക്ഷേ, മണി കൗളിന്റെയും കുമാർ സാഹ്നിയുടെയും ചിത്രങ്ങളോടൊപ്പം അരവിന്ദ് ദേശായിയും തകരപ്പെട്ടിയിൽ സുരക്ഷിതമായിരിക്കുന്നു! പര്യാപ്തമായ വിതരണശൃം ഖലയോ, പ്രദർശനഗൃഹങ്ങളോ സ്ഥാപിക്കാതെയാണ് ഫിലിം ഫിനാൻസ് കോർപറേഷൻ (ഇപ്പോൾ നാഷണൽ ഫിലിം ഡവലപ്മെന്റ് കോർപറേഷനിൽ ലയിച്ചിരിക്കുന്നു) ഇവയ്ക്ക് സാമ്പത്തിക സഹായമ നുവദിച്ചത്. ബോംബെ സിനിമയുടെ ഉപരോധം ആരും പ്രതീക്ഷിച്ചി ല്ലെന്നുണ്ടോ? എൻ.എഫ്.ഡി.സി. ഇനിയെന്തെങ്കിലും പോംവഴികൾ ആവിഷ്കരിക്കുമോ?

(ദേശാഭിമാനി വാരിക
1981 ആഗസ്ത് 2)

വാടകമുറിയിൽ മരണം

രാവിലെ വരാമെന്നു പറഞ്ഞ സുഹൃത്ത് നേരം തെറ്റാതെ വന്നു. വാടകമുറിയുടെ വാതിൽ തുറന്ന് ഉള്ളിലേയ്ക്ക് കടന്നതും വീർപ്പുമുട്ടി നിന്ന് അവനത്ഭുതപ്പെടുകയായി, അതിനകത്തെങ്ങനെ കഴിയുന്നുവെന്ന്. ചെറിയൊരു ഗന്ധമൊക്കെയുണ്ടെന്ന് ഞാൻ സമ്മതിച്ചു. അതിൽ നിന്ന് രക്ഷപ്പെടാനാണെന്ന് വ്യക്തം - അവൻ അധികം നിൽക്കാതെ സ്ഥലംവിട്ടു.

ഊണുകഴിച്ച് വന്നപ്പോൾ അതല്പം രൂക്ഷമായെന്നു തോന്നി. എങ്കിലും അസഹ്യത ഭാവിയ്ക്കാതെ ചില്ലുജനൽ വരാന്തയിലേയ്ക്ക് തുറന്നിട്ട് ഉറങ്ങാൻ കിടന്നു. ഫാൻ പരമാവധി വേഗത്തിൽ സോത്സാഹം കറങ്ങിക്കൊണ്ടിരുന്നു. ഉറക്കം പിടിച്ചുതുടങ്ങുമ്പോഴാണ് വെളിയിൽ കാൽപ്പെരുമാറ്റങ്ങൾ. രണ്ടു പോലീസുകാർ നീങ്ങിപ്പോകുന്നത് കണ്ടു; പിന്നാലെ വേറെ ചിലരും.

വാടകമുറികളിൽ യാദൃച്ഛികമായി സംഭവിയ്ക്കുന്നതും പറയത്തക്ക വാർത്താപ്രാധാന്യമൊന്നും ഇല്ലാത്തതുമായ മരണങ്ങൾ നഗരങ്ങളിലെ സമസ്യകളിലൊന്നാണ്. ഒരാൾ ആശ കൈവെടിയുന്നതല്ല കാര്യം. അയാളുടെ ചലനമറ്റ ശരീരം മുറിയിൽ അവശേഷിയ്ക്കുന്നുവെന്നതാണ്. ലോഡ്ജ് ഉടമസ്ഥർക്ക് ചില പ്രശ്നങ്ങൾ സൃഷ്ടിച്ചുകൊണ്ട് അത് പതുക്കെപ്പതുക്കെ ചീഞ്ഞഴുകുന്നു. ഇവിടെ സംഭവിച്ചതുപോലെ രണ്ടുദിവസത്തേയ്ക്കൊന്നും അതാരുമറിയില്ല. നിത്യേന വാടകമുറികൾ ശുചിയാക്കുന്ന പതിവ് ചുരുക്കം ലോഡ്ജുകളിൽ മാത്രമേ പാലിക്കപ്പെടാറുള്ളൂ. അങ്ങനെയൊരു നിഷ്ഠയുണ്ടെങ്കിൽ ജഡങ്ങളുടെ സാന്നിദ്ധ്യം എളുപ്പത്തിൽ അറിയാൻ കഴിയും. അതില്ലെന്ന് വെയ്ക്കുക. മുറിയുടെ പഴുതുകളിലൂടെയൊക്കെ ഗന്ധമായി പുറത്തുകടന്ന് മറ്റുള്ളവരുടെ ശ്രദ്ധയാകർഷിക്കുകയെന്നത് മരിച്ചയാളുടെതന്നെ ജോലിയായിത്തീരുന്നു.

ലോഡ്ജുകളിലും വിശ്രമഗൃഹങ്ങളിലും താൽക്കാലികമായി തങ്ങാനെത്തുന്നവർ അവിടെ സൂക്ഷിക്കപ്പെടുന്ന രജിസ്റ്ററിൽ വരവിന്റെ ഉദ്ദേശം രക്ഷപ്പെടുത്തുകയെന്ന ചടങ്ങുണ്ട്. ഏറെക്കുറെ എല്ലാവരും സന്ദർനമെന്നാണ് കുറിയ്ക്കുക. വളരെ പ്രകടമായും അതൊരു ഒഴിഞ്ഞുമാറ

ലാണെങ്കിലും റിസപ്ഷനിസ്റ്റ് സംതൃപ്തി ഭാവിയ്ക്കുന്നു. ചിലപ്പോൾ അങ്ങനെയൊരു ചോദ്യം തന്നെ ഉണ്ടായെന്നുവരില്ല. വെറും സന്ദർശന മാണെന്ന് ഒറ്റനോട്ടത്തിൽ റിസപ്ഷനിസ്റ്റ് തീരുമാനിച്ചുകൊള്ളും. മരി ക്കാനെത്തുന്നവരെ എങ്ങനെ തിരിച്ചറിയാനാണ്? അവരുടെയുള്ളിലെ നിഗൂഢമായ പ്രേരണയറിയാൻ ഇന്നത്തെ സ്ഥിതിയ്ക്ക് ഉപായങ്ങളില്ല. ഭാവിയിൽ ഒരുപക്ഷേ, അതറിയുന്നതിന് ഫലപ്രദമായ എന്തെങ്കിലും സംവിധാനം നിലവിൽ വന്നേയ്ക്കാം. അതുവരെ നഗരങ്ങളിലെ തിര ക്കിൽ ഇങ്ങനെ ചില ദുരന്തങ്ങൾ തുടരുകതന്നെ ചെയ്യുമെന്നുറപ്പാണ്.

നമ്മൾ ഉന്മേഷപൂർവ്വം ജീവിതചര്യകളിൽ വ്യാപൃതരായിരിയ്ക്കെ തൊട്ടടുത്ത മുറിയിൽ ഒരപരിചിതൻ സീലിംഗ്ഫാനിൽ കുരുക്കിട്ട് നിശ്ച ലനായി നിൽപ്പുണ്ടായിരുന്നുവെന്നറിയുക ഒട്ടും സുഖമുള്ള കാര്യമല്ല. നമ്മെ പതുങ്ങിനിന്ന് നിരീക്ഷിക്കുന്നതിന് തുല്യമാണ് ഈ നില്പ്. പുറ ത്തെങ്ങും വെയിലും കാറ്റും ചലനങ്ങളും. ഒരു മുറിയ്ക്കുള്ളിൽ മാത്രം നിശ്ചലത. ജീവൻ വേർപെട്ടു കഴിഞ്ഞ ഉടൽ തണുത്തുവിറങ്ങലിച്ച് കാലൊച്ചകൾക്കായി കാത്തുനിൽക്കുന്നു. സമയം ചെല്ലുന്തോറും അതിന്റെ അക്ഷമ പെരുകുന്നു.

ഒട്ടൊരു ധൈര്യം സംഭരിച്ച് ആൾക്കൂട്ടത്തിനിടയിലൂടെ ഞാനും ചെന്നു നോക്കി. സപ്തനാഡികളും തളർന്നുപോയെന്ന് പറഞ്ഞാൽ മതിയല്ലോ. ഇരുണ്ട നീലനിറമായിത്തീർന്നിരുന്ന ഒരു ശരീരം മുറിയുടെ ഒത്ത നടു വിൽ നിൽക്കുകയായിരുന്നു. കൃഷ്ണമണികൾ മറഞ്ഞുപോയ കണ്ണു കൾ ഭീതി പകർന്നുകൊണ്ട് തുറന്നു കിടന്നു. ഷർട്ട് ധരിച്ച്, മുണ്ട് മട ക്കിക്കുത്തി, വളരെ സ്റ്റൈലായിട്ടാണ് നിൽക്കുന്നതെങ്കിലും ഉടൽ വല്ലാതെ ചീർത്തിരുന്നു. മുറി മുഴുവനും ജഡം നിറഞ്ഞു നിൽക്കുകയാ ണെന്ന് തോന്നി. അയോണസ്കോ 'അമെദി'യിൽ ചൂണ്ടിക്കാട്ടിയ ജഡ ത്തിന്റെ വളർച്ച എനിയ്ക്കിപ്പോൾ അസ്വാഭാവികമായോ, അസംബന്ധ മായോ തോന്നുന്നില്ല.

അവിടെനിന്ന് അസ്തപ്രജ്ഞനായി പതുക്കെ പിൻവലിഞ്ഞു. ഇട നാഴിയിലെങ്ങും രൂക്ഷഗന്ധമാണ്. ചിലർ ചന്ദനത്തിരി കത്തിച്ചുപിടിച്ച് സ്വയം ആശ്വസിപ്പിക്കുന്നു. നാലാമത്തെ ഫ്ളോറിലേയ്ക്ക് കണ്ണുനട്ട് ഒരു പാടുപേർ താഴെ കൂടിനിൽക്കുന്നു. മുറിയെടുത്തവർ പലരും സൂട്ട്കെ യ്സുകളും തൂക്കി കൗണ്ടറിലെത്തിയിരിക്കുന്നു. മാനേജർ വിവശനാ യി പിറുപിറുക്കുന്നു: അല്പം കഴിയട്ടെ, പ്ലീസ്.

രണ്ട് മണിക്കൂർകൊണ്ട് എല്ലാ നടപടികളും പൂർത്തിയായി. താഴെ വന്നെത്തിയ വാഹനത്തിൽ ശവം കയറ്റി. പോലീസുകാരിലൊരാൾ

മാനേജരെക്കൊണ്ട് സ്റ്റേറ്റ്മെന്റിൽ ഒപ്പ് വെയ്പ്പിച്ചു. മാനേജർ അയാളുടെ കയ്യിലേയ്ക്ക് എന്തോ ചുരുട്ടിപ്പിടിച്ച് നീട്ടി. അതൊരു കാര്യമല്ലെന്ന ഭാവത്തിൽ പോലീസുകാരൻ ആ ചുരുൾ പോക്കറ്റിൽ നിക്ഷേപിച്ചു.

മൃതദേഹം ഒഴിവായിക്കിട്ടിയപ്പോൾ കുറച്ചുനാൾ മുമ്പുണ്ടായ വേറൊരു ആത്മഹത്യയെപ്പറ്റി ഏതാണ്ടൊരാത്മഗതംപോലെ മാനേജർ സംസാരിച്ചു. അയാളുടെ സ്വരത്തിൽ ഈർഷ്യയും പരിഭവവുമുണ്ടായിരുന്നു. അധികനേരം ശ്രദ്ധിക്കാൻ നിൽക്കാതെ മുറിയൊഴിയുകയെന്ന നിശ്ചയത്തോടെ ഞാൻ കോണിപ്പടികൾ കയറാൻ തുടങ്ങി. അവയിൽ ചോരയിറ്റു വീണിരുന്നു. ആ ചുവന്ന വൃത്തങ്ങൾ നോക്കിനോക്കി മരണം നടന്ന മുറിയിൽ വീണ്ടുമെത്തി. ഇന്നു നിശ്ശബ്ദമായ വിലാപമെന്നോണം ചന്ദനത്തിരികൾ പുകയുന്ന ആ മുറിയിലേക്ക് നാളെയോ രണ്ട് നാൾ കഴിഞ്ഞോ പുതിയൊരു പാർപ്പുകാരൻ കടന്നുവരും. ഈ മരണത്തെക്കുറിച്ചോ ഇതുണർത്തിയ അസഹ്യതയെക്കുറിച്ചോ അയാൾ അറിയില്ല. അറിയാവുന്ന താമസക്കാരെല്ലാം അതിനകം പിരിഞ്ഞുപോയിരിക്കും. അതൊരു ദുഃസ്വപ്നം പോലെ ചിലരുടെ മാത്രം ഓർമ്മയിൽ അവശേഷിക്കും. അവർപോലും അത് മറന്നുകളയാനാണ് ആഗ്രഹിക്കുക. വീണ്ടും നഗരത്തിലെത്തി വിശ്രമത്തിന്നു അല്പം സ്ഥലം തേടി നടക്കുമ്പോൾ ആ ലോഡ്ജ് മാത്രം അവരൊഴിവാക്കും - കുറഞ്ഞപക്ഷം ആ മുറിയെങ്കിലും. എന്നാൽ അവരുടെ പുതിയ മുറി വിശുദ്ധമാണെന്നതിന്ന് എന്താണുറപ്പ്? ഒരു ഗന്ധം മായ്ച്ചുകളയാൻ അതിനകത്തും വെളുത്ത പുക നിറഞ്ഞിരിക്കില്ലേ? അങ്ങനെയോർക്കുമ്പോഴാണ് മനസ്സ് മ്ലാനമായിത്തീരുക.

ജീവിതത്തെ നിരാകരിക്കാനുള്ള വെമ്പൽ ആയുഷ്കാലത്തിനിടയിൽ ഒന്നുരണ്ടു തവണയെങ്കിലും അതിശക്തമായിത്തന്നെ അറിഞ്ഞിട്ടില്ലാത്തവർ ചുരുങ്ങും. ശുഭാപ്തിചിന്തയോ ഭീരുത്വമോ അപ്പോഴെല്ലാം രക്ഷയ്ക്കെത്തുന്നു. പൊതുവിൽ അനുഭവപ്പെടുന്ന സാമൂഹ്യമായ തിന്മകളെയോർത്തുള്ള ആശങ്കയ്ക്ക് വളരെയൊന്നും ഇടനൽകാത്ത സാഹചര്യങ്ങളിൽപ്പോലും ഹൃദയങ്ങൾ ഞെരുങ്ങുകയും മരണത്തിന്റെ വഴിതേടാൻ നിർബന്ധിതമാവുകയും ചെയ്യാം. സോഷ്യലിസ്റ്റ് വ്യവസ്ഥിതി നിലവിലുള്ള ഹംഗറിയിൽ ആത്മഹത്യ ചെയ്യുന്നവരുടെ സംഖ്യ വർഷം തോറും അധികരിച്ചുകൊണ്ടിരിക്കുന്നുവെന്ന വസ്തുത ഇതിന്നു ഉപോദ്ബലകമായി ഉദ്ധരിക്കാവുന്നതാണ്.

ആത്മഹത്യയുമായി ബന്ധപ്പെട്ട വേറൊരു പ്രശ്നം ഇവിടെ പരിഗണനയർഹിക്കുന്നു. മരണശേഷം മിക്കവരും പിടിച്ചുപറ്റുന്ന ദുഃഖം

കലർന്ന ആദരവും അനുസ്മരണയുമില്ലാതെ വെറുപ്പോടെയും അസഹിഷ്ണുതയോടെയും മോർച്ചറിയിലേയ്ക്കു നീക്കംചെയ്യപ്പെട്ട ചെറുപ്പക്കാരനു ആത്മഹത്യ ചെയ്യാനായി എണ്ണിയെണ്ണിപ്പറയാവുന്ന നിരവധി കാരണങ്ങളുണ്ടായേക്കാം. ഉവ്വ്, പക്ഷേ, അവൻ മരണത്തിന് ഒരു വാടകമുറിയെ ആശ്രയിച്ചതിനു എന്താവാം കാരണം? വേറൊരിടത്തും സ്വൈരമായ മരണം സാദ്ധ്യമാവില്ലെന്ന നിഗമനം? വാടകമുറിയിലെ ജീവിതവും മരണവുമാഗ്രഹിച്ച ആൽബേർ കമ്യുവിന്റെ സ്വാധീനം?

(മാതൃഭൂമി വാരാന്തപ്പതിപ്പ്
20 സെപ്തംബർ 1981)

മനുഷ്യന്റെ ചേരിയിലെ എഴുത്തുകാരൻ

ബസവനഗുഡിയിലെ ഗോവിന്ദപ്പ റോഡിലാണ് ലങ്കേഷിന്റെ വസതി. കർണ്ണാടകയിലുള്ള ഒരേയൊരു നോൺ ക്യാപിറ്റലിസ്റ്റ് പ്രസിദ്ധീകരണമെന്ന് അദ്ദേഹം വിശേഷിപ്പിക്കുന്ന 'ലങ്കേഷ് പത്രിക'യുടെ ഓഫീസ് അതിന്റെ മുകൾനിലയിൽ പ്രവർത്തിക്കുന്നു. സെൻട്രൽ കോളേജിൽ വളരെക്കാലം ഇംഗ്ലീഷ് അദ്ധ്യാപകനായിരുന്ന ലങ്കേഷ് ജോലിയുപേക്ഷിച്ച് ഇപ്പോൾ മുഴുവൻ സമയവും തന്റെ പത്രികയ്ക്കായി നീക്കിവെച്ചിരിക്കയാണ്.

അദ്ദേഹം പറഞ്ഞു: 'എന്നെ സംബന്ധിച്ച് ലങ്കേഷ് പത്രികയുടെ തുടക്കം ഒരു ചരിത്രസംഭവം പോലെ അതിപ്രധാനമായ ഒന്നാണ്. അതിനുമുമ്പുതന്നെ ഞാനൊരു പത്രപ്രവർത്തകനായിരുന്നു. 'പ്രജാവാണി'യിൽ പതിവായി ഒരു കോളമെഴുതാറുണ്ടായിരുന്നു, മുഖ്യമായും രാഷ്ട്രീയത്തിൽ കേന്ദ്രീകരിച്ചുകൊണ്ട്. വായനക്കാരിൽനിന്ന് വളരെ നല്ല പ്രതികരണമായിരുന്നു അതിന്. പക്ഷേ, മാനേജ്മെന്റുമായി അഭിപ്രായവ്യത്യാസമുണ്ടായിനെത്തുടർന്ന് അത് നിർത്തേണ്ടിവന്നു. അങ്ങനെയാണ് സ്വന്തമായി ഒരു പ്രസിദ്ധീകരണം തുടങ്ങുന്നതിനെക്കുറിച്ച് ചിന്തിച്ചുതുടങ്ങിയത്. അന്നത്തെ സാഹചര്യങ്ങൾ ഒട്ടും അനുകൂലമായിരുന്നില്ല. എന്നിട്ടും വ്യവസായികളുടെയും വൻഗ്രൂപ്പുകളുടെയും പ്രസിദ്ധീകരണങ്ങൾക്കിടയിൽ സാധാരണക്കാരന്റെ പത്രികയായി അത് പുറത്തുവന്നു.'

കന്നഡവായനക്കാർക്കിടയിൽ 'ലങ്കേഷ് പത്രിക'യ്ക്കുള്ള സ്വാധീനം എത്ര അഗാധമാണെന്ന് സംസ്ഥാനത്ത് എത്തുന്ന ഒരു സന്ദർശകന് എളുപ്പത്തിൽ ബോദ്ധ്യപ്പെടും. അതിനുവേണ്ടി കാത്തിരിയ്ക്കുകയായിരുന്നുവെന്ന വെമ്പലോടെയാണ് ഓരോ ലക്കവും സ്വീകരിക്കപ്പെടുന്നത്. ഇതിനു കാരണം നിസ്സന്ദേഹമായും ലങ്കേഷിന്റെ തീക്ഷ്ണമായ ശൈലി തന്നെ. അദ്ദേഹം സംവിധാനം ചെയ്ത 'എല്ലിന്താലോ ബന്തവരു' എന്ന ചിത്രത്തിന് അനുവദിച്ച വിനോദനികുതിയിളവ് പിൻവലിപ്പിക്കാൻ കർണാടക മന്ത്രിസഭ ധൃതിപിടിച്ചേ തീരുമാനമെടുത്തതും അതേ കാര

ണംകൊണ്ടുതന്നെ. അധികാരസ്വരൂപങ്ങൾ തന്നെ വെറുക്കുന്നതിൽ ലങ്കേഷ് തെല്ലും അതിശയപ്പെടുന്നില്ല. അവരിൽനിന്നു വേറെ എന്താണ് പ്രതീക്ഷിക്കുക? പക്ഷേ സാധാരണക്കാരിൽ അദ്ദേഹത്തിന് വിശ്വാസമുണ്ട്. മൂന്നാഴ്ചയ്ക്കുള്ളിൽ പത്രികയുടെ സർക്കുലേഷൻ ഒമ്പതിനായിരത്തിൽനിന്ന് ഇരുപത്തഞ്ചായിരമായി വർദ്ധിച്ചത് അദ്ദേഹം ആവേശപൂർവ്വം അനുസ്മരിക്കുന്നു. പതിനഞ്ച് മാസങ്ങൾക്കുശേഷം ഇപ്പോഴത് എഴുപതിനായിരമാണ്. എട്ട് പേജും എഴുപതു പൈസ വിലയുമുള്ള, നിറപ്പൊലിമയോ തുടർക്കഥകളോ ഇല്ലാത്ത ഈ പ്രസിദ്ധീകരണം പരസ്യങ്ങൾ ചേർക്കാറില്ല.

തിരഗളു, ഉമാപതിയാർ സ്കോളർഷിപ്പ് യാത്ര, പോലീസരിദ്ദാരെയെച്ചിരിക്കെ, ടി. പ്രസന്നാന ഗൃഹസ്ഥാശ്രമ തുടങ്ങി പതിനഞ്ച് കൃതികളുടെ കർത്താവാണ് ലങ്കേഷ്. അദിൽ ജുസ്സാവാലാ പെൻഗ്വിന് വേണ്ടി സമാഹരിച്ച 'ന്യൂ റൈറ്റിംഗ് ഇൻ ഇൻഡ്യ'യിൽ അദ്ദേഹത്തിന്റെ കഥയുൾപ്പെടുന്നു. ആദ്യമായി സംവിധാനം ചെയ്ത 'പല്ലവി'യെന്ന ചിത്രം 76-ൽ മികച്ച സംവിധായകനുള്ള ദേശീയ ബഹുമതി ലങ്കേഷിന് നേടിക്കൊടുത്തു. അനുരൂപ, ഖണ്ടാവിടെ കോ മാംസാവിടെ കോ, എല്ലിന്താലോ ബന്തവരു എന്നിവയാണ് മറ്റു ചിത്രങ്ങൾ.

സിനിമയെപ്പറ്റി സംസാരത്തിനിടയിൽ ഗോവിന്ദ് നിഹലാനിയുടെ

'ആക്രോശ്' ഉദാഹരിച്ചുകൊണ്ട് ലങ്കേഷ് പറഞ്ഞു: ഇന്നുള്ള പല സംവിധായകരെക്കാളും കേമരാണ് അവരുടെ ഛായാഗ്രാഹകർ. സിനിമയെന്തെന്ന് ശ്യാംബെനഗലിലേക്കാൾ അറിയാവുന്നത് ഗോവിന്ദ് നിഹലാനിയ്ക്കാണ്.

കന്നഡസാഹിത്യം അന്നും ഇന്നും

ചോ: തരാസു, അനാകൃഷ്ണറാവു തുടങ്ങിയവരുൾപ്പെടുന്ന സാഹിത്യത്തിലെ പഴയ തലമുറയെ താങ്കളെങ്ങനെയാണ് വിലയിരുത്തുക?

ലങ്കേഷ്: അവർ പൂർണമായും യാഥാർത്ഥ്യങ്ങളിൽനിന്ന് അകന്നുനിന്നുകൊണ്ടാണ് രചന നടത്തിയത്. വെറും റൊമാന്റിക് രചനകളിൽ അവരുടെ സേവനം ഒതുങ്ങിനിൽക്കുന്നു. പാരായണസുഖമല്ലാതെ വായനക്കാർക്ക് മറ്റൊന്നും നൽകാൻ അവരുദ്ദേശിച്ചില്ല.

ചോ: അതിനെത്തുടർന്നുണ്ടായാ 'നവ്യ'പ്രസ്ഥാനമോ?

ലങ്കേഷ്: വളരെ പ്രതികരണാത്മകം, ധീരം എന്നൊക്കെ അതിനെക്കുറിച്ച് പറയാവുന്നതാണ്. അതിലുൾപ്പെട്ട എഴുത്തുകാരെല്ലാം ഇടതുപക്ഷ വിശ്വാസികളായിരുന്നു. ഏതെങ്കിലും പാർട്ടിയോടുള്ള വിധേയത്വമല്ല, ലിബറൽ വീക്ഷണമായിരുന്നു അവരുടെ പൊതുസ്വഭാവം. അഡിഗ, ശർമ്മ, കെ. സദാശിവ, ശാന്തിനാഥ് ദേശായി തുടങ്ങിയ നിരവധി എഴുത്തുകാർ ചേർന്ന് ഈ പ്രസ്ഥാനത്തെ ശ്രദ്ധേയമാക്കി.

ചോ: പാശ്ചാത്യസാഹിത്യം 'നവ്യ' എഴുത്തുകാരെ എത്രത്തോളം സ്വാധീനിച്ചിരുന്നുവെന്നു വ്യക്തമാക്കാമോ?

ലങ്കേഷ്: പടിഞ്ഞാറൻനാടുകളിലെ ആധുനികചിന്തകളുമായി അവർ അടുപ്പം പുലർത്തിയിരുന്നു. എന്നാൽ വ്യർത്ഥതാവാദവും നിരർത്ഥകമായ ദുഃഖവുമൊന്നും അവരെ സ്വാധീനിച്ചില്ല. ആയുധമെടുത്ത് പോരാടിയില്ലെങ്കിലും ജനങ്ങളുടെ തീവ്രദുഃഖങ്ങളിൽ അവർ ഉള്ളുതുറന്നു സഹതപിച്ചു.

ചോ: പുതിയ സഹിത്യത്തിലും സിനിമയിലും പ്രമേയങ്ങൾ മിക്കവാറും പണ്ടുകഴിഞ്ഞ കാര്യങ്ങളാണല്ലോ?

ലങ്കേഷ്: അതീതഭൂതത്തിലാണ് അവ പ്രതിഷ്ഠിക്കപ്പെട്ടിരിക്കുന്നതെങ്കിലും അവയ്ക്ക് ഇന്നും പ്രസക്തിയുണ്ട്. 'സംസ്കാരയിലെയും ഘടശ്രാദ്ധയിലെയും സാഹചര്യങ്ങൾ ഇന്നും നിലനിൽക്കുന്നു. വർത്തമാനകാലത്ത് അപമാനിക്കപ്പെട്ടുവരുന്ന സ്ത്രീത്വത്തിന്റെ പ്രതീകാത്മകചിത്രണമായിരുന്നു ഘടശ്രാദ്ധയിൽ. കാലമേതെന്നല്ല, അവയിലുന്നയിച്ച പ്രശ്നങ്ങൾ കാലഹരണപ്പെട്ടുപോയോ എന്നാണ് നോക്കേണ്ടത്. അങ്ങനെ വിലയിരുത്തുമ്പോൾ ഘടശ്രാദ്ധയിലേ അന്തരീക്ഷം വലുതാ

യൊന്നും മാറിയിട്ടില്ലെന്നു കാണാം. ആ ചടങ്ങുതന്നെ കർണ്ണാടകയുടെ പല ഭാഗങ്ങളിലും ഇന്നുമുണ്ട്.

ചോ: കർണ്ണാടകയിൽ സാക്ഷരത മുപ്പത് ശതമാനത്തോളമാണ്. സാഹിത്യത്തിന് ജനങ്ങളിൽ വളരെ കുറഞ്ഞ സ്വാധീനമല്ലേ ചെലുത്താനാവൂ?

ലങ്കേഷ്: ഉവ്വ്. ഞാനതിനോട് യോജിക്കുന്നു. സാഹിത്യം വളരെ കുറഞ്ഞ അളവിൽ മാത്രമേ എവിടെയും സമൂഹത്തെ സ്വാധീനിക്കുന്നുള്ളൂ. ഏലിയറ്റിന്റെ കവിത ഇംഗ്ലീഷുകാരെ വലുതായൊന്നും ചലിപ്പിച്ചിട്ടില്ല. അതൊരു സാമൂഹികമാറ്റത്തിന്നു കാരണമായിട്ടുമില്ല. സാഹിത്യം ചെലുത്തുക പരോക്ഷമായ സ്വാധീനം മാത്രമാണ്. നല്ല സാഹിത്യം ജനങ്ങളോടൊപ്പം നിൽക്കണമെന്നുമില്ല. ചിലപ്പോഴത് പിശാചുമായി കൂട്ടുചേർന്നെന്നുവരും. മിൽട്ടൻ ചെകുത്താനെ പിന്തുണച്ചുവല്ലോ.

പ്രതിജ്ഞാബദ്ധത

ചോ: പ്രതിജ്ഞാബദ്ധതയെക്കുറിച്ച് എന്താണ് സങ്കല്പം?

ലങ്കേഷ്: തികഞ്ഞ കമ്മിറ്റ്മെന്റ് ഭാവിക്കുന്ന എഴുത്തുകാരുടെ ഒരു സംഘടന ഇവിടെയുണ്ട്. ഭണ്ഡായ സാഹിത്യസമിതി. എന്നാൽ ശ്രദ്ധയർഹിക്കുന്ന ഒറ്റ രചനപോലും അവരിൽ നിന്നുണ്ടായിട്ടില്ല. കമ്മിറ്റ്മെന്റ് സാഹിത്യത്തിലെ ഗുണനിർണ്ണയത്തിന് ഉതകുന്ന ഒരു ഘടകമല്ല. അത് ചിന്തയ്ക്ക് പരിധി കല്പിക്കുന്നു. കാര്യങ്ങളെ സമഗ്രമായി കാണുന്നതിൽനിന്ന് തടയുന്നു.

ചോ: സിനിമ, ചിത്രകല തുടങ്ങിയവയിലുണ്ടായ നൂതനപ്രസ്ഥാനങ്ങൾ പാശ്ചാത്യസാഹിത്യത്തിലുയർത്തിയ ചലനങ്ങൾ താങ്കൾ ശ്രദ്ധിച്ചിരിക്കുമല്ലോ. ഇവിടെയത്തരം പരിണാമം എന്തുകൊണ്ട് സംഭവിക്കുന്നില്ല?

ലങ്കേഷ്: ഇതരകലകളിലെ പ്രസ്ഥാനവിശേഷങ്ങൾ സാഹിത്യത്തിൽ, പ്രത്യേകിച്ചും നോവൽ ശാഖയിൽ ഉണ്ടാക്കിയ പരിവർത്തനങ്ങൾ താൽക്കാലികങ്ങളാണ്. റോബ്ഗ്രിയോ നോവലിന്റെ രൂപത്തിൽ പരിവർത്തനം വരുത്തിയിട്ടുണ്ടാവാം. പക്ഷേ, അടിസ്ഥാനഘടന തുടരുക തന്നെ ചെയ്യുന്നു. താൽക്കാലിക പ്രവണതകൾ സ്ഥാനം കയ്യടക്കുമ്പോഴും പഴയ റിഥം അവിടെത്തന്നെയുണ്ട്. അതെന്നും അങ്ങനെ തന്നെയായിരിക്കും. നമ്മുടെ കാര്യം പറയുകയാണെങ്കിൽ, ഇന്ത്യൻ സിനിമയും ചിത്രകലയും അതാതിന്റെ പരിതോവസ്ഥകളിലാണ്. സാഹിത്യത്തെ സ്വാധീനിക്കാനുള്ള വികാസം അവയാർജ്ജിച്ചിട്ടില്ല.

കൊടികളും കൂടാരങ്ങളും

ജനപ്രതിനിധികൾ താമസിക്കുന്ന പരിശുദ്ധമായ ക്വാർട്ടേഴ്സിൽ പതിവായി വ്യഭിചാരവും ഗാംബ്ലിംഗും നടക്കുന്നുവെന്ന് ഒരു എം.എൽ.എ. കുറച്ചുനാൾ മുമ്പ് കർണ്ണാടക അസംബ്ലിയിൽ പരാതിപ്പെടുകയുണ്ടയി. അടുത്ത മുറിയിലെ വളകിലുക്കങ്ങളും മദ്യപിച്ചുള്ള വഴക്കുകളും കേട്ട് അയാൾക്കുറങ്ങാൻ കഴിയാറില്ലത്രെ. ഭരണത്തിലെ ഉന്നതന്മാർ തന്നെയാണ് രാത്രിവിരുന്നിന് അവിടേയ്ക്കെത്തുന്നതെന്ന് നിഷ്കളങ്കമായ കണ്ണുകൾ അയാളെ ബോദ്ധ്യപ്പെടുത്തിയെന്നും റിപ്പോർട്ടിൽ തുടർന്നുപറയുന്നു. ഈ മട്ടിലുള്ള വിനോദങ്ങളും ഒരു ഇബ്രാഹിമിന്റെ പാപങ്ങളും ഗുണ്ടുറാവുവിന്റെ വ്യാപാര ഇടപാടുകളുമൊക്കെ കർണ്ണാടകരാഷ്ട്രീയത്തെ വേണ്ടുവോളം ചടുലമാക്കുന്നുണ്ട്. ഇവയിലുള്ള പ്രതിഷേധം തീക്ഷ്ണവ്യംഗ്യവും ക്ഷോഭവും കലർത്തി തന്റെ പത്രികയുടെ താളുകളിൽ നിറയ്ക്കുന്നതിനാൽ ലങ്കേഷ് ഭരണകക്ഷിക്ക് തീർത്തും അനഭിമതനാണ്. എന്നാൽ ഏതെങ്കിലുമൊരു പാർട്ടിയുടെ പിൻബലം അദ്ദേഹത്തിനില്ല. തന്റെ രാഷ്ട്രീയ നിലപാടുകൾ അദ്ദേഹം ഇങ്ങനെ വിവരിച്ചു: 'ഞാൻ ഒരു ലോഹ്യാസോഷ്യലിസ്റ്റാണ്. അടിയുറച്ച ഒരു ഗാന്ധിയനും. ഇന്ത്യക്കാരിലെ പ്രവർത്തനോർജ്ജം സ്വരൂപിച്ചത് ഗാന്ധിജിയാണെന്ന് ഞാൻ കരുതുന്നു. ലോഹ്യയുടെയും ഗാന്ധിജിയുടെയും ആശയങ്ങൾക്ക് വളരെ അടുപ്പമുണ്ടായിരുന്നു. സമത്വത്തിലും ജനാധിപത്യത്തിലും ഒപ്പം വ്യക്തിയുടെ അവകാശങ്ങളിലും ഞാൻ വിശ്വസിക്കുന്നു. കമ്യൂണിസത്തെ നിരാകരിക്കേണ്ടിവരുന്നത് അത് വ്യക്തിസത്തയുടെ വികാസത്തിന് വഴിവിലക്കി, വഴങ്ങുന്ന ജനക്കൂട്ടങ്ങളിൽമാത്രം ശ്രദ്ധിക്കുന്നുവെന്നതുകൊണ്ടാണ്.

ചോ: മാർക്സിസവുമായുള്ള വിയോജിപ്പിന്റെ അടിസ്ഥാനം ഒന്നുകൂടി വിശദീകരിച്ചാൽ കൊള്ളാം.

ലങ്കേഷ്: മാർക്സിസ്റ്റുകൾ വ്യക്തിയെ ഒരു ഘടകമായി പരിഗണിക്കുന്നില്ല. അവർ ഉല്പാദനോപകരണങ്ങൾ ചലിപ്പിക്കുന്ന മനുഷ്യരെ മാത്രം കാണുന്നു. മാർക്സിസ്റ്റ് ജനാധിപത്യമെന്ന ഒന്ന് ലോകത്തെവിടെയുമില്ല. ഉള്ളത് കേന്ദ്രീകൃത അധികാരം മാത്രമാണ്.

ഉന്മൂലനവും ഉന്മാദവും

ചോ: നക്സലൈറ്റ് പ്രസ്ഥാനത്തെ താങ്കളെങ്ങനെയാണ് കാണുന്നത്?

ലങ്കേഷ്: എനിക്കവരോട് സഹതാപമുണ്ട്. പക്ഷേ, അവർ നടത്തുന്ന രക്തച്ചൊരിച്ചിൽ പിന്തുണയർഹിക്കുന്നില്ല. ഒരിക്കൽ ചോര ചിന്തിയാൽ

അതിന്റെ തുടർച്ചയായി എന്നും ചോരയൊഴുക്കേണ്ടിവരും. ഖൊമേനി ഇറാനിലിപ്പോൾ അതാണ് ചെയ്തുകൊണ്ടിരിക്കുന്നത്. ഭീകരതയിലൂടെ സമത്വം കൈവരുത്താമെന്ന് ഒരിക്കലും സങ്കല്പിക്കാനാവില്ല. ഇന്ത്യയെപ്പോലുള്ള അവികസിത രാജ്യങ്ങളിലെ പ്രശ്നങ്ങൾ വളരെ സങ്കീർണ്ണമാണ്. ഇന്ന് സോഷ്യലിസ്റ്റ് നാടുകളിലുള്ളത് സ്വേച്ഛാധിപത്യമാണെന്നും അതും ജനാധിപത്യവും ഒരുമിച്ചുനിൽക്കുക സാദ്ധ്യമല്ലെന്നുമാണ് എന്റെ മതം. മാർക്സിയൻ വിപ്ലവം ഇന്ത്യയെ വേറൊരു ദിശയിലേക്ക് നയിക്കുമെന്നതിനു എന്താണൊരുറപ്പ്? അതു ലക്ഷ്യമാക്കി നക്സലൈറ്റുകൾ നടത്തുന്ന ഉന്മൂലനവും മറ്റും ഒരുതരം ഉന്മാദമാണ്. അവർക്ക് ന്യായീകരണങ്ങളുണ്ടായേക്കാം. പക്ഷേ, അത് വ്യർത്ഥമാണ്. ഒരുപിടി സാഹസികർ വിധികർത്താക്കളായി മാറുന്ന സ്ഥിതി ആശാവഹമല്ല. അതിന്ന് അവർക്ക് കിട്ടുന്ന തിരിച്ചടികൾ ഭീകരമാണ്.

പാവപ്പെട്ടവർക്കുവേണ്ടി വതോരാതെ സംസാരിക്കുന്നവരുടെ വഞ്ചനയാണ് സ്വാതന്ത്ര്യാനന്തര ഭാരതത്തിലെ ഏറ്റവും ക്രൂരമായ സത്യം. ജനങ്ങൾ എക്കാലവും വഞ്ചിക്കപ്പെടുകയായിരുന്നു. ശാസ്ത്രീയവീക്ഷണം പുലർത്തുന്നതായി പറയപ്പെടുന്ന കമ്മ്യൂണിസ്റ്റ് പാർട്ടികൾ ആവർത്തിച്ചുചെയ്യുന്ന തെറ്റുകൾമൂലം പരിഹാസ്യമായ അവസ്ഥയിലാണ്. അവ ഏതാനും പോക്കറ്റുകളിൽ ഒതുങ്ങിനിന്നു സാർവദേശീയ പ്രശ്നങ്ങളെച്ചൊല്ലി പരസ്പരം കലഹിക്കുന്നു.

സിദ്ധാന്തങ്ങൾകൊണ്ട് മാത്രം എല്ലാ പ്രശ്നങ്ങളും പരിഹൃതമാവുകയില്ല. മനുഷ്യന്റെ മഹത്വത്തിലേയ്ക്ക് വിരൽ ചൂണ്ടുന്ന ദർശനം മാത്രം പോരാ. മാർക്സിസത്തിന് എന്തു സംഭവിച്ചുവെന്നു നോക്കൂ. ബ്രെഷ്നെവും ടിറ്റോയും മാവോയും നയിച്ചത് ആ നാടുകളിലെ സാധാരണക്കാരുടെ ജീവിതമായിരുന്നോ? സാധാരണക്കാരൻ എവിടെയും സാധാരണക്കാരൻ തന്നെ. സ്വാധീനമുണ്ടെങ്കിൽ നിങ്ങൾക്ക് എളുപ്പം കാര്യങ്ങൾ സാധിക്കാം. നിങ്ങളാരുമല്ലെങ്കിൽ രണ്ട് ദിവസം ക്യൂവിൽ നിൽക്കും.

ഇവയ്ക്കൊക്കെ എന്താണ് പ്രതിവിധിയെന്ന ചോദ്യത്തിന് എനിക്ക് മറുപടിയില്ല. ഒരുദിവസം എന്തെങ്കിലും സംഭവിച്ചേക്കാം; ഇന്നുള്ളതിൽനിന്ന് തികച്ചും വ്യത്യസ്തമായ ചിലത്. അങ്ങനെ പ്രതീക്ഷിച്ചുകൂടേ?

(മാതൃഭൂമി വാരാന്തപ്പതിപ്പ്,
6 ഡിസംബർ 1981)

കല്ലുകൾ

ഹളേബീഡ് തെരുവിൽ ഓവർക്കോട്ട് ധരിച്ച വൃദ്ധന്മാർ നിരവധിയാണ്. അവർ കറുത്ത ഓവർക്കോട്ടിനു കീഴെയായി കാലപ്പഴക്കം വെളിവാക്കുന്ന മുണ്ട് തറ്റുടുത്ത് തെരുവിലൂടെ ഉദാസീനരായി നടന്നു നീങ്ങുന്നത് കാണുമ്പോൾ, ചെറിയ ചിറകുകളും വലിയ ഉടലുകളുമുള്ള പറക്കാനാവാത്ത പക്ഷികളെ ഓർമ്മ വരും.

ജൈനബസ്തിയിലേയ്ക്കുള്ള വഴിയിൽ വലതുവശത്ത് നിരവധി കാളവണ്ടികളും ആൾത്തിരക്കും കണ്ട് ഒരു വൃദ്ധനോട് പതുക്കെ വിശേഷം തിരക്കി. "സന്തെ" അയാൾ പറഞ്ഞു.

വിദേശീയരായ സഞ്ചാരികൾ പൊയ്ക്കൊണ്ടിരുന്ന ഋജുവായ പാതയിൽനിന്ന് ഒരല്പം ഉയർന്ന വിതാനത്തിൽ, വിസ്തൃതിയേറിയ വെളിമ്പറമ്പിലത്രയും പ്രാകൃതമായ ചന്ത നിറഞ്ഞുനിന്നിരുന്നു. വണിക്കുകൾക്ക് പിന്നിൽ അവർ യാത്രയ്ക്കുപയോഗിച്ച കാളവണ്ടികൾ മുഖം കുത്തിനിന്നു. അവയ്ക്കു ചുവട്ടിലെ നേർത്ത തണലിൽ കുഞ്ഞുങ്ങളുടെ എല്ലാം മറന്നുള്ള ഉറക്കം. മണ്ണു പുരണ്ട ഗ്രാമവിഭവങ്ങൾ. നിറപ്പൊലിമയും രൂക്ഷഗന്ധവുമുള്ള പലഹാരങ്ങൾ, പഴയ ഉടുപ്പുകൾ, മഞ്ഞനിറമുള്ള പൂക്കൾ തുടങ്ങിയവ വില്പനയ്ക്ക് നിരത്തിവെച്ചിരുന്നു. കാറ്റിൽ

സമൃദ്ധമായി പൊടിയുയർന്നു.

ചന്ത വളരെ സജീവമായിരുന്നു. നായ്ക്കളും കാളകളും ഉൾപ്പെട്ട നിരവധി ചെറിയ വൃത്തങ്ങൾ. കവുങ്ങിൻപാളകളിൽ നിരത്തിയ തുടുത്ത വേരുകളുടെയും കൂമ്പാരംകൂട്ടിയ പഴന്തുണികളുടെയും ഉയരുന്ന മണ്ണിന്റെയും സമ്മിശ്രഗന്ധത്തിലൂടെ മുറുക്കിത്തുപ്പിയും വിലപേശിയും ഹളേബീഡുകാർ നടന്നുനീങ്ങി. അനങ്ങാതെ ഒരു വായയുമില്ലെന്ന് തോന്നി. പുകയിലഞെട്ടും ചുണ്ണാമ്പും ചേർത്ത് ചവച്ചുകൊണ്ടോ, ചുട്ടെടുത്ത കിഴങ്ങ് കാർന്നുകൊണ്ടോ ആണ് വിലപേശൽ. വിലയൊക്കാതെ മടങ്ങാൻ ഭാവിച്ചവരെ സ്നേഹമസൃണമായ പിൻവിളി തെല്ലകലത്തിൽ പിടിച്ചുനിർത്തി. ഒരു തുറന്ന ചിരിയോടെ അവർ തിരിച്ചുവന്നു.

ഹൊയസാലേശ്വരക്ഷേത്രവും ആർക്കിയോളജിക്കൽ മ്യൂസിയവും മതിലുകൾക്കുള്ളിലാണ്. ഗെയ്റ്റിൽ ഒരുപറ്റം കുതിരകൾ ഒന്നും ചെയ്യാനില്ലാത്തതിന്റെ മടുപ്പും വ്യഥയുമായി വെയിലേറ്റ് നിന്നു. കരിങ്കല്ലിന്റെ ചെറിയ നന്ദി ശില്പങ്ങളും ശിവലിംഗങ്ങളും വില്ക്കാനിറങ്ങിയ പെൺകുട്ടികൾ കുതിരകളുടെ നേർക്ക് മാറിനിൽക്കാൻ പറഞ്ഞുകൊണ്ട് കൈവീശി. തെല്ലപ്പുറത്ത് മരച്ചുവട്ടിൽ ചുറ്റികയും ഉളിയുമേന്തിയ കറുത്തിരുണ്ട കൊത്തുപണിക്കാർ. മുന്നിൽ വലിയ കല്ലുകൾ. പഴയ കൽക്ഷേത്രം അവർക്കൊരു പശ്ചാത്തലമായി നിലകൊള്ളുന്നു.

അകം നിറയെ പ്രാചീനശിലകളുടെ മൂകത തളംകെട്ടി നിൽക്കുന്ന ക്ഷേത്രത്തിന്റെ വാതിൽക്കൽ സൂരണ്ണയെന്ന പൂജാരി സന്ദർശകരെ കാത്തുനിന്നു. ഈ സംരചനയ്ക്ക് തുറന്ന സ്വഭാവമാണെങ്കിലും ഉള്ളിൽ അരണ്ട വെളിച്ചമേയുള്ളൂ. ശിലാസ്തംഭങ്ങളിലും കൽമണ്ഡപങ്ങളിലും കിളികൾ ചിലച്ചുകൊണ്ടിരുന്നു. ഹൊയസാല ശൈലിയിലെ വാസ്തുവിദ്യാമാതൃകയിൽ നിന്ന് ലോലമായ കിളിക്കൂടുകളുടെ ചുള്ളികൾ ഇടയ്ക്കിടെ ഊർന്നുവീണു. സംരചനാവൈശിഷ്ട്യം കണ്ട് വിസ്മയഭരിതരായ ദമ്പതികളുടെ മുന്നിൽ ഒരു ഗൈഡ് വാചാലനായി. കല്ലിലെ ആലേഖ്യങ്ങളിൽ കണ്ണുകൾ ഇടറി. പ്രവേശനകവാടങ്ങളിലൂടെ മഴക്കോളു തീണ്ടിയ ഒരു കാറ്റ് ഉള്ളിലേയ്ക്ക് കടന്നെത്തിയതോടെ തണുപ്പ് കുറേക്കൂടി സാന്ദ്രമായി.

പുല്ത്തകിടിയ്ക്ക് കിഴക്കുള്ള ആർക്കിയോളജിക്കൽ മ്യൂസിയത്തിന്റെ വെണ്മയേറിയ ചുവരുകൾ പഴയ ശാസനങ്ങളെ ഉദ്ധരിച്ചുകൊണ്ട് ചരിത്രസൂചന നൽകുന്നു. കാവേരി, തുംഗഭദ്ര നദികൾക്കിടയിലെ ഭൂമി പതിനൊന്നാം നൂറ്റാണ്ടുതൊട്ട് പതിനാലാം നൂറ്റാണ്ടുവരെ ഹൊയസാലരുടേതായിരുന്നു. ഒന്നാമത്തെ രാജാവായ നൃപകാമന്റെ (എം.ഡി. 1006-1046)

വിജയത്തിൽനിന്ന് തുടങ്ങി ദൽഹി സുൽത്താന്റെ മൂന്നാമത്തെ ആക്രമണത്തിൽ (എ.ഡി. 1310) തോൽവിയടഞ്ഞ ബള്ളാളയുടെ മരണത്തിലേയ്ക്കു വന്ന് ചരിത്രമൊടുങ്ങുന്നു. സന്ദർശകരുടെ മുന്നിൽ ഇപ്പോഴുള്ളത് ആർക്കും നശിപ്പിക്കാനാവാത്ത കല്ലുകൾ മാത്രമാണ്.

വേദകാലഘട്ടത്തിന്റെ (ബി.സി. 1500-300) അവസാനമാണ് കലല രചനയ്ക്കായി സ്വീകരിക്കപ്പെട്ടുതുടങ്ങിയതെന്ന് കാണുന്നു. ശിലാശില്പങ്ങൾ ദാരു നിർമ്മിതികളുടെ അനുകരണത്തിൽ നിന്ന് സ്വതന്ത്രമാവാൻ പിന്നെയും നൂറ്റാണ്ടുകൾ വേണ്ടിവന്നു. അതുവരെ മരത്തടികളിലെ സംരചനാതത്ത്വങ്ങൾ അതേപടി കല്ലുകളിൽ പകർത്തുകയായിരുന്നു പതിവ്. ശില ഒരു സ്വതന്ത്രനിർമ്മാണ വസ്തുവായി പരിണമിച്ചത് ബൗദ്ധശൈലിയുടെ കാലയളവിലാണ് (ബി.സി. 250 - എ.ഡി. 750). അത് പിന്നീട് രചനയുടെ മുഖ്യഉപാധിയായി മാറി. ശില്പികൾ പുതിയ കല്ലുകളും അന്വേഷിച്ചു. ഹൊയസാലരുടെ കാലത്ത് കനത്ത തരികളുള്ള വലിയ മണൽക്കല്ലുകൾക്കു പകരം സൂക്ഷ്മമായ സംരചനയ്ക്ക് വഴങ്ങുന്ന ചെറിയ തരികളുള്ള ഇളംനില കരിങ്കല്ല് കണ്ടെടുക്കപ്പെട്ടു. തനതും പരിപുഷ്ടവുമായ ഒരു സംസ്കാരത്തിന്റെ ഉടമകളായിരുന്ന ഹൊയസാലർ മുമ്പുള്ളതിൽനിന്ന് വ്യതിരിക്തമായ വാസ്തുവിദ്യാരീതിക്ക് രൂപം നൽകി. വിസ്താരമേറിയ തറകൾക്കുമുകളിൽ പണിതുയർത്തിയ നിരവധി കോണുകളുള്ള ക്ഷേത്രങ്ങൾ ഹൊയസാല കാലഘട്ടത്തിന്റെ സംരചനാരീതി വിളിച്ചോതുന്നു.

ദ്വാരസമുദ്രമെന്ന പുഴയ്ക്ക് പുറംതിരിഞ്ഞ് ഗോമടേശ്വരന്റെ പൂർണകായപ്രതിമ. മ്യൂസിയത്തിന്റെ മുറ്റത്ത് ചിതറിക്കിടക്കുന്ന അവശിഷ്ടങ്ങളിൽ ഒരു സാന്ത്വനമെന്നോണം വെയിൽ വീഴുന്നു. പന്ത്രണ്ടാം നൂറ്റാണ്ടിലേതെന്ന് കീഴെ രേഖപ്പെടുത്തിയ ശില്പങ്ങൾക്കിടയിലൂടെ അലയുമ്പോൾ നമുക്ക് ഉടലുകളില്ലെന്ന് തോന്നും. അംഗഭംഗം വന്നിട്ടുണ്ടെങ്കിലും അലങ്കാരസമൃദ്ധി വെളിവാക്കുന്ന മദനികളെയും മൃദംഗവാദകരെയും വിഷകന്യകളെയും കാമശില്പങ്ങളെയും പിന്നിട്ട്, കാലവും ചരിത്രവും അധികാരവും സ്പർശിക്കാത്ത ആത്മാവുകളായി നാം നീങ്ങും. തെക്ക് ഇരുമ്പുവേലിയ്ക്കുള്ളിലായി ഹിയറോഗ്ളിഫിക് സിംബലുകളുള്ള ശിലാഖണ്ഡങ്ങൾ കാണാം. അർത്ഥം മറന്ന സൂചനകളായി അവ ഉപേക്ഷിക്കപ്പെട്ടിരിക്കുന്നു. അവ എന്തോ പറയാൻ തുടങ്ങുന്നതുപോലെ തോന്നുന്നു. പക്ഷേ, ഒരുവാക്കും കാതിലെത്തുന്നില്ല. കല്ലുകൾ മൂകമാണല്ലോ; ചരിത്രവും.

ചന്ത പിരിഞ്ഞ് കാളവണ്ടികൾ മടങ്ങിത്തുടങ്ങിയിരുന്നു. അവയിൽ

നിറയെ യാത്രക്കാരുണ്ട്. തെരുവിൽ മഴ ചാറിക്കൊണ്ടിരുന്നു. വലിപ്പമേറിയ പക്ഷികളെ അനുസ്മരിപ്പിക്കുന്ന വൃദ്ധന്മാർ ഓവർക്കോട്ടിനുള്ളിൽ ചൂളി വിറച്ചുകൊണ്ട് ഗണേശപൂജയ്ക്ക് കെട്ടിയ പന്തലിന്നകത്ത് നിന്നു. ചന്തയിൽ നിന്നെത്തിയ പട്ടികൾ ചാറ്റൽമഴയിലൂടെ തലങ്ങനെയും വിലങ്ങനെയും ഓടി.

മടങ്ങിപ്പോകുന്ന കാളവണ്ടികളിൽ ഇടംതേടിക്കൊണ്ട്, തലയിൽ ചാക്കുകെട്ടുകളേറ്റിയ വയസ്സന്മാരും പെൺകുട്ടികളും അവയ്ക്കു പിന്നിലായി തിടുക്കത്തിൽ നീങ്ങി. അവർ ദീനമായി എന്തൊക്കെയോ വിളിച്ചുപറഞ്ഞുവെങ്കിലും കാളകൾ അതൊന്നും പരിഗണിയ്ക്കാതെ നനഞ്ഞ മരങ്ങൾ കടന്ന് യാത്ര തുടർന്നു. അല്പം കഴിഞ്ഞപ്പോൾ ഒരു ബേലൂർ ബസ്സ് തെരുവിലേയ്ക്ക് കടന്നു. അതിന്റെ പിന്നാലെ ഒരു പടയോട്ടം പോലെ തെരുവിലുള്ളവർ കുതിച്ചുപാഞ്ഞു. പക്ഷേ, വാഹനത്തെ കീഴടക്കാനാവാതെ അവർക്കെല്ലാം പിന്തിരിയേണ്ടി വന്നു. ഇച്ഛാഭംഗം തെരുവിനെ കലുഷിതമാക്കി.

ഹളേബീഡിൽനിന്ന് പതിനേഴു കിലോമീറ്റർ അകലെയുള്ള ബേലൂരിന് ഒരിടത്തരം നഗരത്തിന്റെ രൂപമാണെങ്കിൽക്കൂടി, ചെന്ന ശിവക്ഷേത്രത്തിന്റെ പരിസരം കരിങ്കല്ലും ഇഷ്ടികയും അങ്ങിങ്ങ് നിശ്ശബ്ദരായിരിക്കുന്ന പ്രായം ചെന്നവരുമൊക്കെ ചേർന്നതാണ്. പാതയ്ക്കിരുവശവും പഴയ മുദ്രകൾ കാണാം. പണ്ടെന്നോ പണിതുയർത്തിയ ഒറ്റക്കൽ സ്തൂപങ്ങളും കരിങ്കൽത്തറകളും പിന്നിടുന്ന യാത്രക്കാരനിൽ വിസ്മയാദരങ്ങളുയർത്തിക്കൊണ്ട് ക്ഷേത്രം ഉയർന്നു നിൽക്കുന്നു. ഗോപുരദ്വാരത്തിൽ പ്രാവുകൾ സദാ കുറുകിക്കൊണ്ടിരിക്കുന്നു. അവ കൊണ്ടുവന്ന് നിക്ഷേപിച്ച വിത്തുകൾ മുളപൊട്ടി വളർന്ന കുരുന്നുചെടികൾ ഗോപുരദ്വാരത്തിലെ ശില്പങ്ങളുമായി രമ്യതയിൽ കഴിയുന്നു.

ജൈനമതം വെടിഞ്ഞ് ഹിന്ദുവായി മാറിയതിന്റെ സ്മരണയ്ക്ക് ഹൊയസാല രാജാവായ വിഷ്ണുവർദ്ധന എ.ഡി. 1116ൽ പണികഴിപ്പിച്ചതാണ് ചെന്നകേശവക്ഷേത്രം. പക്ഷേ, ഇത് അഭികല്പന ചെയ്ത ശില്പിയുടെ കഥയാവും ഇവിടെയുള്ള കല്ലുകൾ ഓർക്കുക. പണ്ടുപണ്ട് – എങ്ങും കല്ലുകളായിരുന്നു. ക്ഷേത്രത്തിന് നവരംഗവും അന്തരാളവും ഗർഭഗൃഹവുമെല്ലാം ഒരുങ്ങിക്കഴിഞ്ഞിരുന്നു. പ്രതിഷ്ഠയുടെ പണിയും തീരാറായി. അഭിവന്ദ്യനായ ജകനാചാരിയുടെ കൈകൾ കല്ലിനു മുകളിൽ വിശ്രമമറിയാതെ ചലിച്ചുകൊണ്ടിരുന്നു. അപ്പോൾ അവിടേയ്ക്ക്, ദേശാടനം ചെയ്യുന്ന ഒരു യുവാവ് അപശകുനം പോലെ കയറിവന്ന്, ആ കല്ലിനു നേർക്ക് വിരൽ ചൂണ്ടി, അത് പ്രതിഷ്ഠയ്ക്ക് പറ്റിയതല്ലെന്ന്

വിളിച്ചുപറഞ്ഞു. പൊടിയും കൽച്ചീളുകളും നിറഞ്ഞ വൃദ്ധന്റെ ഉടൽ മനസ്സുമുറിഞ്ഞ നോവിൽ അടിമുടി വിറപൂണ്ടു. അയാൾ നിലവിളിയ്ക്കുകയും ചെറുപ്പക്കാരന്റെ നേരെ ഭർത്സനങ്ങൾ ചൊരിയുകയും ചെയ്തു. പിന്നെ ഭ്രാന്തനെപ്പോലെ ഓടിനടന്ന് ചുറ്റുമുള്ളവരെ ക്ഷേത്രത്തിലേയ്ക്ക് വിളിച്ചുകൊണ്ടുവന്നു.

'ഞാൻ കണ്ടെടുത്ത കല്ല് ദോഷമുള്ളതാണെന്ന് ഇവൻ പറഞ്ഞു. എനിയ്ക്കീ അവമതി താങ്ങാൻ വയ്യ. ഇവൻ പറഞ്ഞത് വാസ്തവമാണെന്നു വരികിൽ എന്റെ ഈ കൈ, അമ്പതിനായിരത്തിലേറെ ശിലാശില്പങ്ങളുണ്ടാക്കിയ ഈ വലതുകൈ, ഞാൻ ഛേദിച്ചുകളയും." ജകനാചാരി എല്ലാവരോടുമായി പറഞ്ഞു.

ദേഷ്യവും സങ്കടവും നിറഞ്ഞ ആ വാക്കുകൾ ചെറുപ്പക്കാരനെ നടുക്കിക്കളഞ്ഞു. "വേണ്ട ഞാൻ പോയേക്കാം." അങ്ങനെ പിറുപിറുത്ത്, പരാജിതനെപ്പോലെ മുഖം കുനിച്ചുകൊണ്ട് അവൻ പിൻവാങ്ങാൻ തുടങ്ങി. പക്ഷേ, ജകനാചാരി അതിന് സമ്മതിച്ചില്ല. "അങ്ങനെ രക്ഷപ്പെടാമെന്ന് കരുതണ്ട. ഈ കല്ല് പ്രതിഷ്ഠയ്ക്ക് ചേരാത്തതാണെന്ന് തെളിയിക്കാൻ നിനക്ക് കഴിയുന്നില്ലെങ്കിൽ, നിന്റെ വലതുകരം മുറിച്ചുമാറ്റി കഴുതപ്പുറത്തിരുത്തി നാടുനീളെ പ്രദർശിപ്പിയ്ക്കും."

തുംകൂറിൽനിന്ന് ഏതാനും നാഴിക അകലെയുള്ള കൃദാപുരമെന്ന ഗ്രാമത്തിലേയ്ക്ക് ജകനാചാരി തന്റെ മകനോടൊപ്പം മടങ്ങിപ്പോകുന്നതോടെ കഥയവസാനിയ്ക്കുന്നു. കല്ല് കളങ്കപ്പെട്ടതായിരുന്നു. ചെറുപ്പക്കാരൻ എത്രയോ വർഷങ്ങൾക്കുശേഷം തന്റെ പിതാവിനെ കണ്ടുമുട്ടുകയായിരുന്നു. പരീക്ഷണത്തിൽ തോല്ക്കുകയാണെങ്കിൽ കൈവെട്ടി നീക്കുമെന്ന ശപഥം, മകൻ കരഞ്ഞുപറഞ്ഞതുമൂലം ജകനാചാരി നിറവേറ്റിയില്ല. പക്ഷേ പിന്നീടൊരിക്കലും അയാൾ കല്ലുകളെ സ്പർശിച്ചില്ല. ഈ ശിലാമണ്ഡപങ്ങൾക്കിടയിലെങ്ങോ, വ്രണിതമായ ഒരാത്മാവ്, അതറിഞ്ഞ തോൽവിയെച്ചൊല്ലി വിലപിയ്ക്കുന്നുണ്ടാവാം.

നൂറ്റാണ്ടുകളായി കണ്ണാടിയിൽ മുഖം നോക്കിനിൽക്കുന്ന സുന്ദരിയും വ്യാഖ്യാനമുദ്രയിലുള്ള പണ്ഡിതനും ആടകളിൽ തേളിനെ തിരഞ്ഞ് ഏറെക്കുറെ നഗ്നമായിത്തീർന്ന യുവതിയും പൊടുന്നനെ, ഏകാഗ്രത നഷ്ടപ്പെട്ട് അസ്വസ്ഥരായി. ഗോപുരത്തിലൂടെ വലിയൊരു സംഘം തീർത്ഥാടകർ ഓടിയും ഒച്ചയെടുത്തും കടന്നുവരികയായിരുന്നു. തമിഴകത്തുനിന്നുള്ളവരാണ്. വെടിപ്പായി മുണ്ഡനം ചെയ്ത ശിരസ്സുകൾ നിരവധിയുണ്ട് കൂട്ടത്തിൽ. മുണ്ഡനം അനുഷ്ഠിച്ചതിന്റെ തൃപ്തി മുഖങ്ങളിൽ തെളിവാർന്ന് കാണാമായിരുന്നു.

പ്രദക്ഷിണപഥത്തിലെ കരിങ്കൽപ്പടവുകളിൽ ഇരിയ്ക്കുകയായിരുന്ന ഗൈഡുകളിൽ ഒരാൾ അവരോടൊപ്പം ചേർന്നു. 'ശങ്കരാഭരണ'ത്തിലെ ചില ദൃശ്യങ്ങൾ അവിടെവെച്ചാണ് ചിത്രീകരിച്ചതെന്ന മുഖവുരയോടെ അയാൾ വിവരണം തുടങ്ങി. തമിഴ്നാട്ടുകാർക്ക് സിനിമയിലുള്ള അനന്യമായ കമ്പം ഓർമ്മിച്ചാവാം തന്ത്രപരമായ ഈ നീക്കം. ആനകളുടെ ജീവസ്സുറ്റ രൂപങ്ങൾക്കു മുകളിലായി ക്ഷേത്രപാർശ്വങ്ങളിൽ കൊത്തിയ ശില്പങ്ങളുടെ മുദ്രകളൊക്കെയും മഞ്ജുഭാർഗവി പകർത്തിക്കാട്ടിയെന്ന് അയാൾ പറഞ്ഞു. ഉയരത്തിലെ ഒരു ശില്പം ചൂണ്ടി തെല്ലൊരു ധാർഷ്ട്യം സ്ഫുരിക്കുന്ന ശബ്ദത്തിൽ അയാൾ തുടർന്നു: 'പക്ഷേ, അതുപോലെ നിൽക്കാൻ എത്ര ശ്രമിച്ചിട്ടും അവൾക്കു കഴിഞ്ഞില്ല. വീണുമുറിഞ്ഞ് ഒടുവിലത് വേണ്ടെന്നുവെയ്ക്കേണ്ടിവന്നു."

തീർത്ഥാടകർ അത്ഭുതം കൂറിയ കണ്ണുകളോടെ, നിഷ്കളങ്കമായ കൗതുകത്തോടെ കേട്ടുനിന്നു. ചിലർ അയാൾ ചൂണ്ടിക്കാട്ടിയ കൽപ്രതിമയെ സാദരം തൊഴുതു. തന്റെ വാക്കുകൾ അവരിലുളവാക്കിയ പ്രതികരണം വഴികാട്ടിയെ സംതൃപ്തനാക്കി. "വരൂ" അയാൾ അവരെ കരിങ്കൽത്തറയിലൂടെ നയിച്ചു.

ക്ഷേത്രം ചുറ്റി നടന്നു കണ്ട് അവർ പോയ്ക്കഴിഞ്ഞപ്പോൾ വീണ്ടുമവിടെ മൗനം നിറഞ്ഞു. അത് മൗനത്തിന്റെ മഹാക്ഷേത്രമായി. ക്ഷേത്രസംരക്ഷകരും വഴികാട്ടികളും ഗോപുരത്തിലൂടെ കാണാവുന്ന പാതയെ ഉറ്റുനോക്കിക്കൊണ്ട് കരിങ്കൽപ്പടവുകളിൽ ഇരുന്നു.

അപ്പോഴാണ് ഒരവതാരംപോലെ ചെന്ന ബസവണ്ണയുടെ വരവ്. അകലേയ്ക്കു നോക്കി ഒരാൾ വിളംബരം ചെയ്തു, ചെന്ന ബസവണ്ണ വരു

ന്നുവെന്ന്. അവരൊക്കെ ആഹ്ലാദഭരിതരായി നോക്കിയിരിക്കെ ചെന്ന ബസവണ്ണ വന്നു. തടിച്ച് കുറിയ ശരീരപ്രകൃതി. നന്നേ ചെറിയ മുഖം. സ്ത്രീകളുടേതെന്നു തോന്നിക്കുന്ന മാറിടം. മുടി പറ്റെ വെട്ടിയിരുന്നു. മുഷിഞ്ഞ കാവിമുണ്ട് ചുറ്റിയിരുന്നു.

"ഹായ്, ചെന്ന ബസവണ്ണാ, ഇല്ലി ബന്നി" കരിങ്കൽപ്പടവുകളിലിരുന്നവർ വിളിച്ചു. ബസവണ്ണ തെളിഞ്ഞ് ചിരിച്ചുകൊണ്ട് അവരുടെ നേർക്ക് നടന്നു. അവനെയവർ പാടാൻ നിർബന്ധിച്ചു. വായ ഇരുവശത്തേയ്ക്കും വികൃതമായി നീട്ടിക്കൊണ്ട് അവൻ ഏതോ പഴമ്പാട്ട് പാടാൻ തുടങ്ങി. നാവ് വേണ്ടതുപോലെ വഴങ്ങാത്തതിനാൽ വാക്കുകളൊന്നും വ്യക്തമായില്ല. എങ്കിലും അവൻ പാടി. അതു തീർന്നപ്പോൾ നൃത്തം ചെയ്യാനുള്ള നിർദ്ദേശമായി. അതിനും ബസവണ്ണ വഴങ്ങി. ഉയരം കുറഞ്ഞ ഉടൽ ഇടയ്ക്കിടെ വെട്ടിച്ചും കൈകളുയർത്തിയും അവൻ താളാത്മകമായി ചുവടുവെച്ചു. അതോടൊപ്പം എന്തോ പാടുന്നുണ്ടായിരുന്നു. മറ്റുള്ളവർ ബസവണ്ണയുടെ പ്രാകൃതനൃത്തം കണ്ട് ആർത്തു ചിരിച്ചു. അവൻ നൃത്തം അവസാനിപ്പിച്ച് കൈനീട്ടി നിന്നു. അതിൽ ഒന്നും രണ്ടുമായി നാണയങ്ങൾ വന്നവീണു. ഒരു പാട്ടുകൂടി പാടാൻ പറഞ്ഞുവെങ്കിലും ബസവണ്ണ നിന്നില്ല. പക്ഷേ, ക്ഷേത്രത്തിന്റെ അരികുകളിൽനിന്ന് അവന്റെ ശബ്ദം പിന്നെയും ഉയർന്നുകേട്ടു.

മഞ്ഞച്ചേല കൊണ്ട് ദേഹം മറച്ച ഒരു വൃദ്ധ പ്രദക്ഷിണം കഴിഞ്ഞു വന്ന് കൊടിമരത്തിനരികിലായി ചാഞ്ഞിരുന്ന് ഉള്ളിലേയ്ക്ക് കണ്ണയച്ചുകൊണ്ട് അസ്പഷ്ടമായി ഓരോന്നു പറയുകയും ഒപ്പം കരയുകയും ചെയ്തു. എന്താവാം ഇത്രമേൽ അവരെ മഥിക്കുന്നതെന്ന് ഓർത്തിരിക്കെ, കുഞ്ഞുതല ഒരുവശത്തേയ്ക്ക് ചരിച്ച് അലസമായ കാൽവെയ്പുകളോടെ ചെന്ന ബസവണ്ണ തെക്കുഭാഗത്തായി പ്രത്യക്ഷപ്പെട്ടു. തന്നെ വിളിക്കുന്നത് കേൾക്കാത്ത ഭാവത്തിൽ, തല തെല്ലുമിളക്കാതെ നടന്ന്, ചലിക്കുന്ന ഒരു പ്രതിമയെപ്പോലെ അവൻ തെരുവിലേയ്ക്കിറങ്ങി. അല്പനേരം കഴിഞ്ഞപ്പോൾ കരഞ്ഞാശ്വസിച്ച വൃദ്ധയും എഴുന്നേറ്റു. ചേലത്തുമ്പു നീട്ടി കണ്ണുനീരൊപ്പിയശേഷം എങ്ങോട്ടെന്നും എന്തിനെന്നും അറിയാത്തതുപോലെ വേച്ചുവേച്ച് നടന്നുതുടങ്ങി. പിന്നിൽ നിശ്ശബ്ദതയുടെ മാറ്റൊലികൾക്കിടയിൽ കല്ലുകൾ അവശേഷിച്ചു. അവ സ്മൃതികളുമായി ഉയർന്നുനിന്നു.

(മാതൃഭൂമി ആഴ്ചപ്പതിപ്പ്
1981 ഡിസംബർ 13-19)

നഗരത്തിലെ ഇടുങ്ങിയ വഴികളിൽ

പ്രശസ്ത കന്നഡ നോവലിസ്റ്റും നാടകകൃത്തുമായ ബി.വി. വൈകുണ്ഠരാജുവിനെ പരിചയപ്പെടുത്തുന്നതിനുമുമ്പ് അദ്ദേഹത്തിന്റെ 'ഉത്ഭവ'യെന്ന നാടകത്തെക്കുറിച്ച് കേൾക്കുക. ഇടുങ്ങിയതും തിരക്കേറിയതുമായ ഒരു പാത യാത്രക്കാരിൽ ഉണർത്തുന്ന ദുരന്തബോധമാണ് 'ഉത്ഭവ'യുടെ പശ്ചാത്തലം. ഓഫീസ് ജീവനക്കാരും ഫാക്ടറി തൊഴിലാളികളും തൊഴിൽരഹിതരുമൊക്കെ, തങ്ങൾക്കെന്നും കടന്നുപോകേണ്ടി വരുന്ന ആ പാതയെ വെറുക്കുകയും ഭയപ്പെടുകയും ചെയ്തിരുന്നു. ചെറിയ അകലത്തിൽ മുഖാമുഖം നിലയുറപ്പിച്ച അങ്ങാടികൾക്കിടയിലൂടെ, അലറിപ്പാകുന്ന വാഹനങ്ങൾക്കിടയിലൂടെ, വളരെ ഞെറുങ്ങി വിഷമിച്ച് അവർ നീങ്ങി. കൺമുന്നിൽ അപകടങ്ങളും മരണങ്ങളും കണ്ടു. ശകാരങ്ങളും ആക്രന്ദനങ്ങളും കേട്ടു. ദുസ്സഹമായ യാത്രയെക്കുറിച്ച് അവരെന്നും പിറുപിറുത്തു. പക്ഷേ, അതവർക്ക് വിധിക്കപ്പെട്ടതായിരുന്നു. ഈ നിസ്സഹായതയിൽ മനംമടുത്ത രാഗണ്ണയെന്ന തൊഴിൽരഹിതനായ ചെറുപ്പക്കാരൻ ഒരു പോംവഴി തേടുന്നതോടെ വേറൊരു പ്രമേയതലം രൂപപ്പെടുകയായി. റോഡിനു വീതികൂട്ടാനുള്ള ഒരു അപേക്ഷ തയ്യാറാക്കി എല്ലാ യാത്രക്കാരെക്കൊണ്ടും കീഴെ ഒപ്പുവെയ്പ്പിച്ച് അവൻ അധികാരികൾക്ക് സമർപ്പിച്ചു. ഭീമഹരജി എന്തായാലും പരിഗണിയ്ക്കപ്പെടുകതന്നെ ചെയ്തു. ഇരുവശത്തുമുള്ള കടകൾ പൊളിച്ചുമാറ്റി പാതയുടെ വിസ്തൃതിയേറ്റാൻ ഉത്തരവുണ്ടായി. പരിഭ്രാന്തരായ വ്യാപാരികൾ സംഘം ചേർന്ന് ചിന്തിച്ചു. രാഗണ്ണയെ രഹസ്യമായി കയ്യിലെടുക്കുകയല്ലാതെ വേറെ നിവൃത്തിയില്ലെന്നവർ കണ്ടു. രോഷവും പ്രതിഷേധവുമൊക്കെ കൊണ്ടുനടന്ന രാഗണ്ണ അനിവാര്യമായും അവരുടെ പ്രലോഭനങ്ങൾക്കു വഴങ്ങി. വളരെ തന്ത്രപൂർവ്വമായിരുന്നു അവന്റെ അടുത്ത നീക്കം. അത് പക്ഷെ, വളരെ ലളിതവുമായിരുന്നു. ഗണേശപൂജയുടെ നാളുകളിൽ പാതവക്കത്ത് സ്വയംഭൂവായ ഒരു വിഗ്രഹം കാണായി. അവിടെ പതിവുപോലെ ഒരു ക്ഷേത്രമുയർന്നു. നിരത്തിന് വീതി

കൂട്ടാനുള്ള തീരുമാനം നടപ്പിലാകുമ്പോൾ ക്ഷേത്രം തകർക്കപ്പെടുമെന്ന് മനസ്സിലാക്കിയ ജനത്തിന് പരിഭ്രാന്തിയായി. നിരത്ത് വീതി കൂട്ടരുതെന്നായി പിന്നീടുള്ള മുറവിളി. 'ഉദ്ഭവ' ഒരു പ്രസ്താവനയോടെ അവസാനിക്കുന്നു. 'ഇത് ഗണേശന്റെ ഉദ്ഭവമല്ല. രാഗണ്ണയുടെ ഉദ്ഭവമാണ്. നാം കരുതലോടെ ഇരുന്നില്ലെങ്കിൽ നിരവധി രാഗണ്ണമാർ ഇനിയും ഉയർന്നു വരും.'

കർണാടകയിൽ വളരെയേറെ ചർച്ച ചെയ്യപ്പെട്ട ഈ നാടകം ആദ്യമെഴുതിയത് നോവലായാണ്. നാടകരൂപം കാണാനിടയായ മൃണാൾ സെൻ അതിനൊരു ചലചിത്രാഖ്യാനം നൽകുന്നതിനെക്കുറിച്ച് മുമ്പൊരിക്കൽ പറഞ്ഞിരുന്നു. ഇരുപത്തിയഞ്ചോളം തവണ അരങ്ങേറിയിട്ടും ബാംഗ്ലൂരിലത് നിറഞ്ഞ പ്രേക്ഷകസദസ്സുണ്ടാക്കുന്നുവെന്നതുതന്നെ അതിന്റെ ജനസമ്മതിയ്ക്കു തെളിവാണ്. അതിനോടുള്ള പ്രേക്ഷകരുടെ പ്രതികരണം ആവേശകരമാണ്. അവരെ നാടകം പിടിച്ചിരുത്തുകയല്ല ചെയ്യുന്നത്, പിടിച്ചുലയ്ക്കുകയാണ്.

'നാടകം തീർന്ന് ഓഡിറ്റോറിയത്തിനു വെളിയിലെത്തിയാൽ അവർ വീണ്ടും പഴയ പടി നിസ്സംഗരായി മാറുന്നു' വൈകുണ്ഠരാജു പറഞ്ഞു.

അദ്ദേഹത്തെ കണ്ടത് കന്നഡ പത്രമായ 'പ്രജാവാണി'യുടെ ഓഫീസിൽ വെച്ചാണ്. അതിന്റെ മാഗസിൻ എഡിറ്ററാണ് അദ്ദേഹം. 'ഉദ്ഭവ'യ്ക്കു പുറമെ മരണമെന്ന ദുരൂഹതയെ അപഗ്രഥിക്കുന്ന 'അന്ത്യ' സ്ത്രീപുരുഷബന്ധങ്ങളിൽ കേന്ദ്രീകരിച്ചുള്ള 'ആക്രമണ' (ഗിരീഷ് കാസറവള്ളിയുടെ രണ്ടാമത്തെ ചിത്രം ഈ നോവലിനെ അവലംബിച്ചായിരുന്നു) കുടുംബവും ചുറ്റുപാടുകളുമായും വിനിമയം സാധിക്കാനാവാതെ അശാന്തമായി അലയുന്ന ഒരു യാത്രികന്റെ കഥയായ 'പര്യടന' എന്നീ നോവിലുകളും സമകാലരാഷ്ട്രീയ രംഗത്തെ വിമർശനദൃഷ്ടിയോടെ വിശ്കലനം ചെയ്യുന്ന 'സന്ദർഭ' എന്ന നാടകവും രണ്ടു ചെറുകഥാസമാഹാരങ്ങളും വൈകുണ്ഠരാജുവിന്റെ കൃതികളായുണ്ട്. മുഖ്യമായും തിയേറ്ററിലാണ് അദ്ദേഹം ഈയിടെയായി ശ്രദ്ധ പതിപ്പിക്കുന്നത്. തന്റെ 'രംഗ സമ്പദ'യെന്ന തിയേറ്റർ ഗ്രൂപ്പുമായി ഡിസംബറിൽ അദ്ദേഹം വിവിധ ഇന്ത്യൻ നഗരങ്ങളിൽ പര്യടനം നടത്തും.

വൈകുണ്ഠരാജുവിന്റെ രചനകളെല്ലാം നഗരത്തെ പശ്ചാത്തലമാക്കിയുള്ളവയാണ്. ദൂരെ, ചിത്രദുർഗ്ഗയ്ക്കടുത്ത്, കൂടുതലായും തെലുങ്ക് സംസാരിക്കുന്ന ഒരു ഗ്രാമത്തിലാണ് ജനിച്ചതെങ്കിലും നിരവധി വർഷങ്ങളുടെ അകൽച്ച അദ്ദേഹത്തെ ഒരു നാഗരികനാക്കിത്തീർത്തിരിക്കുന്നു. നഗരത്തിൽ താനുൾപ്പെടുന്ന മധ്യവർഗ്ഗത്തിന്റെ ദുരന്തങ്ങളിലാണ്

അദ്ദേഹത്തിന്റെ കണ്ണുകൾ. എഴുത്തുകാരന്റെ പ്രതിജ്ഞാബദ്ധത ജീവിതത്തോട് മാത്രമായിരിക്കണമെന്ന് അദ്ദേഹം വിശ്വസിക്കുന്നു.

'ഉദ്ഭവ'യെക്കുറിച്ചും കൃതികളെക്കുറിച്ച് പൊതുവെയുമുള്ള ചർച്ചയിൽനിന്ന് മറ്റു ചില കാര്യങ്ങളിലേയ്ക്കു കടന്നു. കന്നഡ സാഹിത്യം ഇന്ത്യൻ സാഹിത്യത്തിന് നൽകിയ സംഭാവനകളെന്തെന്ന് ആരാഞ്ഞപ്പോൾ വൈകുണ്ഠരാജു പറഞ്ഞു: 'ദേശീയ സാഹിത്യമെന്ന സങ്കല്പത്തിന് വലിയ പ്രസക്തിയൊന്നുമില്ല; അങ്ങനെ അമൂർത്തമായ പരാമർശങ്ങൾ ഇടയ്ക്കിടെ കേൾക്കാറുണ്ടെങ്കിലും മലയാളം, ബംഗാളി എന്നീ ഭാഷകളോട് ചേർത്തുനിർത്താവുന്ന ശ്രേഷ്ഠത കന്നഡയ്ക്കുണ്ട്. വലിയ എഴുത്തുകാരുടെയും ഉൾക്കനമുള്ള കൃതികളുടെയും കാര്യത്തിൽ കന്നഡ ഒട്ടും പിറകിലല്ല. ജ്ഞാനപീഠം അവാർഡ് നേടിയ കാറന്ത്, ബേന്ദ്രെ, പുട്ടപ്പ തുടങ്ങിയവരെയോർക്കുക.'

'കേരളത്തിലും ബംഗാളിലും കർണ്ണാടകയിലുമുള്ള എഴുത്തുകാർക്ക് ചില പൊതു സാഹചര്യങ്ങളുണ്ടെന്നു തോന്നുന്നു.'

'ഉവ്വ്, പ്രധാനമായത് രാഷ്ട്രീയബോധം തന്നെ. ബംഗാളിലും കേരളത്തിലും കമ്മ്യൂണിസ്റ്റ് ചിന്ത വിപുലമായി പ്രചരിച്ചപ്പോൾ കർണാടകയിൽ സ്വീകരിക്കപ്പെട്ടത് സോഷ്യലിസ്റ്റ് ആശയഗതിയാണ്. പൊതുവെ ശ്രദ്ധേയരായ എഴുത്തുകാർ മുഴുവനും ഇവിടെ സോഷ്യലിസ്റ്റ് പാർട്ടിയുമായി അടുപ്പം പുലർത്തിയിരുന്നു. ഗോപാൽ ഗൗഡയെപ്പോലെ ആദരണീയരായ നേതാക്കൾ എഴുത്തുകാരുമായും നിരന്തരം ബന്ധം വെച്ചിരുന്നു. ഇത് സാഹിത്യത്തെ നിർണ്ണായകമായി സ്വാധീനിക്കുകയുണ്ടായി.'

'കന്നഡസാഹിത്യം, തിയേറ്റർ, സിനിമ ഇവയുടെ ഇന്നത്തെ അവസ്ഥ എങ്ങനെ വിലയിരുത്തുന്നു?'

'സാഹിത്യവും അരങ്ങും ഇന്ന് സജീവമാണ്. ഏറ്റവും സജീവം അരങ്ങുതന്നെ. ഇവിടത്തെ നിരക്ഷരത പരിഗണിക്കുമ്പോൾ ദൃശ്യമാധ്യമങ്ങൾക്കാണ് പ്രസക്തി. സാഹിത്യത്തിന്റെ പ്രവർത്തനമേഖല വളരെ പരിമിതമാണല്ലോ. എന്നാൽ വായിക്കാൻ ഒരുമ്പെടുന്നവരെഅത് ചിന്തിപ്പിക്കുമെന്നത് നിഷേധിക്കാനാവില്ല. ഭൂരിപക്ഷത്തെ സംബന്ധിച്ചാണെങ്കിൽ ദൃശ്യമാധ്യമങ്ങൾക്കേ സാംഗത്യമുള്ളൂ. കർണ്ണാടകയിൽ ഇന്ത്യയിലെ ഏറ്റവും സജീവമായ ഒരു തിയേറ്റർ പ്രസ്ഥാനമുണ്ട്. പക്ഷേ, സിനിമ വളരെ തളർന്നിരിക്കുന്നു. കഴിഞ്ഞ ദശകത്തിൽ വളരെ ശ്രദ്ധപിടിച്ചുപറ്റിയ കന്നഡ സിനിമയിൽ ഇന്നിപ്പോൾ ന്യൂവേവ് സംവിധായകർക്ക് ആധിപത്യമില്ല. അവരിലാരും നിർമ്മാണരംഗത്ത് ഇല്ലെന്നുതന്നെ പറയാം.'

'ജനങ്ങളിൽനിന്നുള്ള പ്രതികരണം അനുകൂലമാവാതിരുന്നതാണോ ഇതിനു കാരണം?

'ജനങ്ങളെ കുറ്റപ്പെടുത്തുക വയ്യ. ഗിരീഷ് കർണാടിനെപ്പോലുള്ളവരുടെ വഞ്ചനയാണ് ഞാൻ പ്രധാന കാരണമായി കാണുന്നത്. അയാൾ പണക്കൊതിമൂലം തന്റെ പഴയ നിലപാടുകൾ പാടെ മാറ്റി ബോംബെയിലെ കച്ചവടസിനിമയിൽ അഭയം തേടി. നാമെങ്ങനെ ജനങ്ങളെ പഴിപറയും? കർണാടിനെപ്പോലെ ബി.വി കാറന്തിനെയും ഇനിയിവിടെ കിട്ടുമെന്ന് കരുതാൻ ന്യായമില്ല. പക്ഷേ, ജനങ്ങൾ ഇവിടെത്തന്നെയുണ്ട്. സിനിമ വളരെ ചെലവുകൂടിയ മാധ്യമമായതുകൊണ്ട് ഞങ്ങൾ തിയേറ്ററിൽ ശ്രദ്ധ ചെലുത്തുന്നു.'

'പുതിയ എഴുത്തുകാർക്കൊക്കെ സാമാന്യമായി ഒരു പ്രത്യേക ആശയഗതിയോട് അടുപ്പമുണ്ടോ? അതോ അവർ വെറും ഹ്യൂമനിസ്റ്റുകൾ മാത്രമോ?'

'മിക്കവാറും എഴുത്തുകാർക്ക് ആശയപ്പൊരുത്തമുണ്ട്. എന്നാലത് ഏതെങ്കിലും പാർട്ടിയോടുള്ള വിധേയത്വമല്ല. ജീവിതമാണ് അവരുടെ മുന്നിലുള്ള സമസ്യ. അവരുടെ പ്രതിജ്ഞാബദ്ധത ജീവിതത്തോടാണ്. അതിനുമാത്രമേ അർത്ഥമുള്ളൂതാനും.'

'വിപ്ലവത്തെക്കുറിച്ച് അവർ സംസാരിക്കാറുണ്ടോ?'

'ദലിതസാഹിത്യത്തിലെ സിദ്ധലിംഗയ്യയെപ്പോലെ ചുരുക്കം ചിലർ. മറ്റുള്ളവരാകട്ടെ, മനുഷ്യനും മനുഷ്യനും തമ്മിലും മനുഷ്യനും പ്രകൃതിയും തമ്മിലുമുള്ള ബന്ധങ്ങൾ അപഗ്രഥിക്കുന്നു. സാമൂഹ്യമാറ്റം അനിവാര്യം തന്നെ. പക്ഷേ, അത് സാഹിത്യത്തിലൂടെ സാധ്യമല്ല. റഷ്യൻ വിപ്ലവമുണ്ടായത് പുസ്തകങ്ങൾ വായിച്ചതിന്റെ ഫലമായിട്ടായിരുന്നില്ലല്ലോ. നമ്മുടെ ഫാക്ടറികളിൽ തികച്ചും പ്രതികൂലമായ സാഹചര്യങ്ങൾ നിലനിൽക്കെ, വളരെ നാൾ നീണ്ടുപോകുന്ന സമരങ്ങളുണ്ടാകാറുണ്ട്. അവയൊന്നും സാഹിത്യകൃതികളുടെ പ്രേരണമൂലമല്ല. സ്ഥിതിഗതികൾ തൊഴിലാളികളെന്നതിന് നിർബദ്ധരാക്കുകയാണ്. പൊതുവെയുള്ള സാമൂഹ്യമാറ്റത്തിനും ബാധകമാണിത്.'

'മറ്റ് പ്രമുഖ എഴുത്തുകാരെ താങ്കൾ എങ്ങനെയാണ് കാണുന്നത്?'

'ശിവരാമ കാറന്ത് ഒരപൂർവ്വ പ്രതിഭയാണ്. അദ്ദേഹത്തിന്റെ കൃതികളിൽ അതിവിസ്തൃതമായ ഒരു ലോകമുണ്ട്. മണ്ണിൽ പുഴുക്കളായി ഇഴഞ്ഞുനടക്കുന്ന മനുഷ്യരെ അദ്ദേഹം കണ്ടു. അവരുടെ ദുഃഖം അറിയുകയും തന്റെ കൃതികളിലേക്ക് ആവഹിക്കുകയും ചെയ്തു.'

'പക്ഷെ, ജ്ഞാനപീഠപുരസ്കാരം നേടിയ 'മൂകാജിയ കനസുഗ

ളു'വോ?'

'അത് അദ്ദേഹത്തിന്റെ ഇതരകൃതികളിൽനിന്ന് മൗലികമായും വ്യത്യ സ്തമാണ്. എങ്കിലും സാഹിത്യത്തിന് അമൂല്യമായ ഒരു ഉപലബ്ധി യെന്നുതന്നെ പറയേണ്ടി വരും. അതിലെ മുഖ്യകഥാപാത്രമായ മുത്ത ശ്ശിയുടെ വിചിത്രമായ മാനസികാവസ്ഥയിലായിരുന്നിരിക്കാം അദ്ദേഹം ആ കൃതിയെഴുതുമ്പോൾ.'

'ആധുനിക എഴുത്തുകാരായ യശ്വന്ത് ചിറ്റാൾ, അനന്തമൂർത്തി തുട ങ്ങിയവരോ? ചിറ്റാളിന്റെ 'ശിക്കാറി' ഒരു പ്രകൃഷ്ടരചനയാണല്ലോ?'

'അതെ. പക്ഷേ, ആ കൃതി കാഫ്കയോട് ഏറെ കടപ്പെട്ടിരിക്കുന്നു. രൂപത്തിൽ ഒന്നാന്തരം. എന്നാൽ ഉള്ളടക്കത്തിൽ അങ്ങനെയല്ല. അതെ ന്തായാലും മരണത്തെക്കുറിച്ച് ഹൃദയസ്പർശിയായ നിരവധി കഥകൾ അദ്ദേഹമെഴുതിയിട്ടുണ്ട്. അനന്തമൂർത്തിയെ നോവലിസ്റ്റെന്നതിലേറെ ചെറുകഥാകൃത്തായാണ് ഞാൻ ഇഷ്ടപ്പെടുന്നത്. ഗ്രാമങ്ങളിലെ ജീവിതം ചിത്രീകരിക്കുന്ന അതിമനോഹരങ്ങളായ അനേകം ചെറുകഥകൾ അദ്ദേ ഹത്തിന്റേതായുണ്ട്.

'കന്നഡയിലെ മികച്ച രചനകൾ വളരെ കുറച്ചേ മറ്റു ഭാഷകളിലെ ത്തിയിട്ടുള്ളൂ.'

'അതൊരു സത്യമാണ്. മികച്ച രചനകളല്ല പലപ്പോഴും മൊഴിമാറ്റ ത്തിന് പരിഗണിക്കപ്പെടുന്നത്. ആഴമില്ലാത്ത, ബാലിശമായ മട്ടിൽ സെക്സ് പ്രതിപാദിക്കുന്ന പല കൃതികളും ഇതരഭാഷകളിലേയ്ക്കു കട ന്നുചെന്നിട്ടുമുണ്ട്. വിവർത്തനംമൂലം അവയൊന്നും മേന്മയുറ്റവയായി ത്തീരുന്നില്ല. മലയാളവായനക്കാർക്ക് ബേന്ദ്രെയെ അറിയാമോ? കർണാ ടകയിലെ എക്കാലത്തേയും മഹാനായ കവിയാണ് ബേന്ദ്രെ. പക്ഷേ, അദ്ദേഹത്തിന്റെ രചനകൾ വിവർത്തനം ചെയ്യപ്പെടുന്നില്ല. വിവർത്തനം ചെയ്യുന്നവരും എഴുത്തുകാരും ഒരു നാഷണൽ റാക്കറ്റുതന്നെ ഇവിടെ സംഘടിപ്പിച്ചിട്ടുണ്ട്. അവർ അന്യോന്യം ബന്ധപ്പെടുന്നു. ഉത്തമ സാഹി ത്യത്തെ പരിചയപ്പെടുത്തുകയെന്നതല്ല ഈ ക്ലിക്കിന്റെ ലക്ഷ്യം. ഇതി ലൊന്നിലും ചെന്നുപെടാത്തതാണ് ബെന്ദ്രെയെപ്പോലുള്ളവരുടെ ദുര ന്തം.'

'താങ്കളുടെ പുതിയ നാടകമായ 'സന്ദർഭ' സമകാലരാഷ്ട്രീയാവസ്ഥ യെയാണല്ലോ പകർത്തുന്നത്. കർണാടകയിലെ ഇന്നത്തെ രാഷ്ട്രീയ സ്ഥിതിയെന്ത്?'

'ഓ അസഹനീയം. അതാകെ കുഴഞ്ഞു മറിഞ്ഞിരിയ്ക്കയാണ്. ഏറ്റവും കുഴപ്പം പിടിച്ച ഒരു കാലം. അഴിമതിയും സ്വാർത്ഥതയും സ്വജ

നപക്ഷപാതവും അതിക്രമങ്ങളും അരങ്ങു തകർക്കുന്നു. രാഷ്ട്രീയചലനങ്ങൾ ഒന്നുപോലും പ്രകടമല്ല. ആളുകൾ എല്ലാം നിസ്സംഗരായി കണ്ടുനിൽക്കുന്നു. നഗരത്തിലെ തൊഴിലാളികളുടെ സംഖ്യ രണ്ടുലക്ഷത്തിലധികമാണ്. അവർക്കിടയിൽ ശക്തമായ ട്രേഡ് യൂണിയനുകളുണ്ട്. തൊഴിലാളികളും അവരുടെ ആശ്രിതരുമാണ് ബാംഗ്ലൂരിലെ പകുതിയിലധികം ജനങ്ങൾ. പക്ഷേ, ഇടതുപക്ഷ പാർട്ടികൾക്കൊന്നും അവരെ സ്വാധീനിക്കാൻ കഴിഞ്ഞിട്ടില്ല. ഒരു നേരിയ ശമ്പളവർദ്ധനവിനോ, അല്പം ബോണസ്സിനോ വിലപേശുന്നതോടെ ട്രേഡ് യൂണിയനുകളുടെ ചുമതല തീരുന്നു. മഹാരാജാക്കന്മാരുടെ ദയാവാത്സല്യങ്ങളേറ്റ് വളർന്ന ജനതയാണ് ഈ സംസ്ഥാനത്തിൽ. വൻകിട ജന്മിമാരെയോ വൻ വ്യവസായികളെയോ അവരിവിടെ അഭിമുഖീകരിക്കുന്നില്ല. തങ്ങളുടെ എളിയ സാഹചര്യങ്ങളിൽ സാമാന്യജനങ്ങൾ ഏറെക്കുറെ സംതൃപ്തരാണ്. അവർക്ക് മുകളിലുള്ള മധ്യവർഗ്ഗത്തിന് നഗരത്തിലെ ഇടുങ്ങിയ വഴികൾ സ്വീകാര്യമാവും.

(മാതൃഭൂമി വാരാന്തപ്പതിപ്പ്
1981 ഡിസംബർ 20)

ഫിലിമോത്സവ് - 82

ഇവിടെ, സത്യജിത്റായിയുടെയും മൃണാൾസെന്നിന്റെയും ഋത്വിക് ഘട്ടക്കിന്റെയും നഗരത്തിൽ, ഒരു അന്തർദേശീയ ചലച്ചിത്രമേളകൂടി അരങ്ങേറുകയാണ്. ഫിലിമോത്സവ് - 82ന് ഇന്ന് തുടക്കം കുറിയ്ക്കുന്നു.

ബംഗാളി സിനിമയ്ക്കും ഇന്ത്യൻ സിനിമയ്ക്ക് പൊതുവെയും ഇത് എത്രത്തോളം അർത്ഥവത്തായിരിയ്ക്കുമെന്ന് ഇപ്പോൾ പറയുകവയ്യ. ഒരു പക്ഷേ, വളരെ വർഷങ്ങൾ കഴിഞ്ഞ് അപ്പോഴേയ്ക്കും ശ്രദ്ധേയനായി ത്തീർന്ന ഒരു പുതിയ ചലച്ചിത്രകാരനിൽനിന്ന് നാം അതേക്കുറിച്ചറിയും. നിമായ്ഘോഷ് ചിന്ന മൂൽ നിർമ്മിച്ചത് ഒന്നാമത്തെ അന്താരാഷ്ട്ര ചലച്ചിത്രമേളയ്ക്ക് ശേഷമായിരുന്നെങ്കിലെന്ന് അതിനെ നിഷ്കൃഷ്ടമായി വിലയിരുത്തിക്കൊണ്ട് സെൻ പിന്നീടെഴുതിയത് ഈ നിഗമനത്തിന് ഒരു സാധൂകരണമാണ്.

അത് അമ്പത്തിരണ്ടിലായിരുന്നു. സെൻ ഒരു മെഡിക്കൽ റപ്രസന്റേറ്റീവായി നഗരം ചുറ്റുന്ന കാലം. എന്നെങ്കിലും സിനിമയിലെത്താമെന്ന അടിസ്ഥാനമേതുമില്ലാത്ത ശുഭചിന്ത മനസ്സിൽ കൊണ്ടുനടന്നിരുന്നുവെന്നതല്ലാതെ, ചലച്ചിത്രലോകവുമായി തെല്ലും ബന്ധമുണ്ടായിരുന്നില്ല അക്കാലത്ത് സെന്നിന്.

ഫെസ്റ്റിവലിന്റെ 'ഇംപാക്ട്' അറിയിക്കാനായി സെൻ തന്റെ ഡയറിയിലെ ഒരേട് ഉദ്ധരിയ്ക്കുന്നു: "ഒരു വെള്ളിയാഴ്ച. രാവിലെ പത്തുമുതൽ പന്ത്രണ്ടുവരെ നാല് ഡോക്ടർമാരെ ചെന്നുകാണൽ (ദിവസേന എട്ടുപേരെന്നതായിരുന്നു പതിവുചിട്ട), മൂന്നുമണിയ്ക്ക് പൂർണാ തിയേറ്ററിൽ റോബർട്ടോ റോസ്സല്ലിനിയുടെ ഓപ്പൺ സിറ്റി, ആറിന് മേനകയിൽ ജാക്വിസ് ടാറ്റിയുടെ ജോർഡി ഫെസ്റ്റ്, ഒമ്പതിന് ലൈറ്റ് ഹൗസിൽ വിറ്റോറിയോ ഡിസീക്കയുടെ മിറക്ക്ൾ ഇൻ മിലാൻ, അങ്ങനെയൊരു കാലമായിരുന്നു എനിക്കന്ന്. അങ്ങനെയൊരു കാലമായിരുന്നു എന്റെ സുഹൃത്തുക്കൾക്ക്. അങ്ങനെയൊരു കാലമായിരുന്നു ചലച്ചിത്ര പ്രേമികൾക്ക്. യുദ്ധാനന്തര ലോകസിനിമയെന്ന അത്ഭുതം ദർശിച്ചുകൊണ്ട് എന്നെപ്പോലെതന്നെ ഒരു പ്രദർശന ഗൃഹത്തിൽനിന്ന് മറ്റൊന്നിലേയ്ക്ക് അവർ തിരക്കുപിടിച്ച് പാഞ്ഞു. കൽക്കത്തയിലുള്ളവർ അങ്ങനെ വളരെ സജീ

വരായി; കൂടുതൽ ആവശ്യപ്പെടുന്നവരും. ആ വ്യാധി വളരെപ്പെട്ടെന്ന് പടർന്നു. അത് ഫിലിം സ്റ്റുഡിയോകളിലെത്താനും ചെറുപ്പക്കാരായ സാങ്കേതിക വിദഗ്ധരെ 'ദുഷിപ്പിയ്ക്കാനും' -എന്നു തന്നെ പറയട്ടെ - ഏറെ സമയമെടുത്തില്ല. അത്രയ്ക്ക് ഗാഢമായിരുന്നു ആ അനുഭവം. ഒടുവിൽ 1955ൽ ക്ലേശത്തിന്റെയും സമ്മർദ്ദത്തിന്റെയും നിരവധി വർഷ ങ്ങൾക്കുശേഷം ഇന്ത്യൻ സിനിമയുടെ ചരിത്രത്തിലെ ഏറ്റവും മഹ ത്തായ സംഭവമുണ്ടായി: പഥേർ പാഞ്ചാലി.'(മൂവി മേക്കിങ്ങ് ഇൻ കൽക്ക ത്ത).

റായ് ചിത്രം സാധ്യമാക്കിത്തീർത്തത് അന്നോളം വിപണിയിലിങ്ങിയ ദീനംപൂണ്ട സിനിമയായിരുന്നില്ലെന്ന് ഏവരും സമ്മതിക്കും. ഒന്നാം അന്താരാഷ്ട്ര ചലച്ചിത്രമേളയ്ക്ക് അഞ്ചുവർഷമപ്പുറം തുടങ്ങിയ കൽക്കത്ത ഫിലിം സൊസൈറ്റി, ആസൂത്രിതമായ ഒരു പ്രദർശനപര മ്പരവഴി നേടിയെടുക്കാവുന്ന ചലച്ചിത്രാവബോധത്തിന് അടിത്തറ പാകി യിരുന്നുവെന്ന വസ്തുതയും ഇവിടെ ഓർമ്മിക്കേണ്ടിയിരിക്കുന്നു. ഫിലിം സൊസൈറ്റി പ്രസ്ഥാനമാണ് ചലച്ചിത്രമേളകൾക്ക് പ്രേരണയായി ത്തീർന്നതുതന്നെ. അതിനുമുമ്പ് ഹോളിവുഡിൽനിന്നും ലണ്ട നിൽനിന്നും ചിറകുവീശി വന്നിറങ്ങിയ കപട സിനിമ മാത്രമേ പ്രേക്ഷ കന്റെ പരിചയസീമയിൽ ഉൾപ്പെട്ടിരുന്നുള്ളൂ.

ഴാങ്ങ് റെനോർ 'ദ റിവറി'ന്റെ ചിത്രീകരണത്തിന് വന്നപ്പോൾ, അറി യപ്പെടാത്ത ഒരാളെ അത്തരമൊരു ദൗത്യത്തിന് പറഞ്ഞയച്ചുവെന്ന് ബംഗാളി ചലച്ചിത്ര സംവിധായകർ കുണ്ഠിതപ്പെട്ടതായി ചിദാനന്ദദാസ് ഗുപ്ത ഒരു ലേഖനത്തിൽ അനുസ്മരിക്കുന്നു. റായിയും ദാസ് ഗുപ്തയും സെന്നും മറ്റുമടങ്ങിയ കൽക്കത്ത ഫിലിം സൊസൈറ്റിയാണ് ഫ്രഞ്ച് സിനിമയ്ക്ക് റെനോർ നൽകിയ സംഭാവനയുടെ പേരിൽ അദ്ദേഹത്തെ ആദരിച്ചത്. ഏതാനും വർഷം കഴിഞ്ഞ് പുഡോവ്കിൻ വന്നപ്പോഴും ഇതേ നിലപാടുകൾ ആവർത്തിക്കുകയുണ്ടായി.

കാലം ഒരുപാട് മാറി. പക്ഷേ, ഒന്നാം ചലച്ചിത്രമേള പരിചയപ്പെടു ത്തിയ രചനാരീതി - നിയോ റിയലിസം - ഇന്നുമിവിടെ കാലഹരണ പ്പെട്ടിട്ടില്ല. അത്രത്തോളം ഇന്ത്യൻ സിനിമയെ സ്വാധീനിച്ച വേറൊരു ഫെസ്റ്റിവൽ ഉണ്ടായിട്ടില്ലെന്നതാണ് വാസ്തവം! അതുളവാക്കിയ ധാര ണകളെ ചിലരിലെങ്കിലും (ഉദാ:സെൻ) പൊളിച്ചെഴുതിയത്, ഫിലിം സൊസൈറ്റികളുടെ ഫെഡറേഷൻ സംഘടിപ്പിച്ചതും ബർഗ്മാൻ, ഗോദാർദ് തുടങ്ങിയവരുടെ കൃതികളുൾപ്പെട്ടതുമായ ലഘുമേളകളാണ്. ഔപചാരികമേളകൾ ആദ്യഘട്ടങ്ങളിൽ പുലർത്തിയിരുന്ന സങ്കുചിത

വീക്ഷണം അവയുടെ വിശ്വസനീയത കുറയ്ക്കുന്നതിന് ഇടയാക്കിയിരുന്നു. ഇന്നാകട്ടെ സ്ഥിതി ഒട്ടുവളരെ മാറിയിട്ടുണ്ടെന്ന് കാണാവുന്നതാണ്.

എങ്കിലും ലോകത്തിൽ പ്രതിവർഷം നടന്നുവരുന്ന ഇരുന്നൂറിലേറെ ചലച്ചിത്രമേളകളിൽ വളരെയൊന്നും അഭിമാനിക്കാനില്ലാത്ത ഒരു സ്ഥാനമേ ഇന്ത്യൻ മേളകൾക്കുള്ളൂ. കൊല്ലങ്ങൾക്കപ്പുറമെന്ന പോലെ ഇന്നും കമേഴ്സ്യൽ സിനിമയ്ക്കുള്ള വിപണി മാത്രമാണ് വിദേശരാഷ്ട്രങ്ങൾ ഇന്ത്യയിൽ കാണുന്നതെന്നാണ് ഇതിന്റെ മുഖ്യഹേതു. ഫെല്ലിനിയുടെയോ ഗോദാർദിന്റെയോ, അന്റോണിയോണിയുടേയോ ചിത്രങ്ങൾ ഉൾക്കൊള്ളുന്ന പ്രദർശനശാലകൾ കണ്ടെത്തുക ഇവിടെ ഒട്ടും എളുപ്പമല്ല. ബോംബെ സിനിമയെ കയ്യൊഴിയാൻ അധികാരപീഠങ്ങൾ തയ്യാറുമല്ല.

ഈ സാഹചര്യങ്ങളിൽ സിനിമയെ സത്യസന്ധവും നിഷ്കളങ്കവുമായ പ്രതിപത്തിയോടെ സമീപിക്കുന്നവർക്ക് ആശ്രയിക്കാവുന്ന ഒരവസരമാണ് അന്തർദേശീയ ചലച്ചിത്രമേള. മത്സരാടിസ്ഥാനത്തിലല്ലാത്ത ഫിലിമോത്സവ്-82 അങ്ങനെ പ്രസക്തമായിത്തീരുന്നു.

(ദേശാഭിമാനി
1982 ജനുവരി 3)

സിനിമ രണ്ടായിരാമാണ്ടിൽ

അടുത്ത നൂറ്റാണ്ടിലെ സിനിമ എങ്ങനെയായിരിക്കും? ലോകപ്രശസ്തരായ ചലച്ചിത്രകാരന്മാരും ചലച്ചിത്ര സാങ്കേതികവിദഗ്ദ്ധരും പങ്കെടുക്കുന്ന ഫിലിമോത്സവ് -82ന്റെ എടുത്തുപറയത്തക്ക സവിശേഷതകളിലൊന്ന് രണ്ടായിരാമാണ്ടിലെ സിനിമയെക്കുറിച്ചുള്ള സിമ്പോസിയമാണ്.

ജനുവരി 10ന് ആരംഭിക്കുന്ന 'സിനിമ 2000' സിമ്പോസിയത്തിൽ അടുത്ത നൂറ്റാണ്ടിലെ സിനിമയുടെ നാനാവശങ്ങളെക്കുറിച്ചുമുള്ള വിദഗ്ദ്ധ നിഗമനങ്ങൾ അവതരിപ്പിക്കപ്പെടും.

രണ്ടായിരാമാണ്ടിലെ സാങ്കേതികവിദ്യ, രണ്ടായിരാമാണ്ടിലെ പ്രദർശന സംവിധാനം, രണ്ടായിരാമാണ്ടിലെ ഇന്ത്യൻ സിനിമ, രണ്ടായിരാമാണ്ടിലെ ദൃശ്യബഹുലസിനിമ, രണ്ടായിരാമാണ്ടിലെ ചലച്ചിത്രനിരൂപകർ, രണ്ടായിരാമാണ്ടിലെ ചലച്ചിത്രപ്രേക്ഷകർ എന്നിവയാണ് സെമിനാറിൽ അവതരിപ്പിക്കുന്ന മുഖ്യപ്രബന്ധങ്ങൾ. വീഡിയോ മാദ്ധ്യമവും വിശേഷിച്ച് ചർച്ചാവിഷയമാകും.

ചലച്ചിത്ര സാങ്കേതികവിദ്യയിൽ ഭാവിയിലുണ്ടാകുന്ന മാറ്റങ്ങൾ ഉൾക്കൊള്ളാൻ ഇന്ത്യൻ ചലച്ചിത്ര വ്യവസായം പഠനഗ്രൂപ്പിനെ നിയോഗിക്കേണ്ടതും അതാതു കാലത്തെ വളർച്ച പ്രയോജനപ്പെടുത്തേണ്ടതുമാണെന്ന് ഞായറാഴ്ച ഫിലിമോത്സവ് ഉൽഘാടന ചടങ്ങിൽ അധ്യക്ഷത വഹിച്ച കേന്ദ്രവാർത്താവിതരണ പ്രക്ഷേപണ വകുപ്പുമന്ത്രി വസന്ത്സാഥേ നിർദേശിക്കുകയുണ്ടായി.

വിദേശനാടുകളെ അപേക്ഷിച്ച് ഇന്ത്യൻ സിനിമ സാങ്കേതികമായി ഈ അടുത്തകാലം വരെ പ്രായേണ ദുർബലമായിരുന്നു. ഇടക്കാലത്തുണ്ടായ വീണ്ടുവിചാരം ഭരണകർത്താക്കളുടെയും ചലച്ചിത്ര വ്യവസായത്തിന്റെയും ചലച്ചിത്രകലയുടെയും വികസനത്തിന് ഉത്തരവാദപ്പെട്ട പൊതുസ്ഥാപനങ്ങളുടെ മേധാവികളുടെയും വീക്ഷണത്തിൽ ഔപചാരികമായെങ്കിലും പ്രതിഫലിക്കുമെന്നതിന് നിദർശനമാണ് കേന്ദ്രമന്ത്രിസഭയുടെ പ്രസംഗത്തിലെ നിർദ്ദേശവും ഫെസ്റ്റിവലിൽ സംഘടിപ്പിക്കുന്ന സിനിമ 2000വും സിമ്പോസിയവുമെന്ന് ചൂണ്ടിക്കാണിക്കപ്പെടുന്നു.

ഇന്ത്യൻ ശബ്ദസിനിമയുടെ സുവർണജൂബിലി പ്രമാണിച്ച് ഫിലിമോത്സവത്തിൽ ഏർപ്പെടുത്തിയ ഇന്ത്യൻ ശബ്ദസിനിമ പാശ്ചാത് പ്രദർശനത്തിൽ അച്യുത്കന്യ, കിസ്മത്. പുനർമിലൻ, അമർജ്യോതി, സ്ട്രീറ്റ്സിംഗർ (ഹിന്ദി),ചാണ്ഡിദാസ്, മുക്തി, വിദ്യാപതി(ബംഗാളി) സന്ത് തുക്കാറാം, രാംശാസ്ത്രി (മറാത്തി), മല്ലേശ്വരി (തെലുഗു) പഹിദ്വാർ, സഭാപതി(തമിഴ്) എന്നീ ചിത്രങ്ങൾ ഉൾപ്പെടുന്നു.

കേന്ദ്ര ഗവണ്മെന്റിന്റെ ഫിലിം സെൻസർഷിപ്പ്നയം ഇന്ത്യൻ സിനിമയുടെ കഴിഞ്ഞകാലത്തെക്കുറിച്ച് ഫിലിമോത്സവിലെ വിദേശ പ്രതിനിധികൾക്ക് മുഖപരിചയം നൽകാൻ ഈ ററെട്രോസ് പക്ടീവ് ഉപകരിക്കും. ഇവിടെ കടുത്ത വിമർശനത്തിന് വിധേയമായി. പ്രശസ്ത സംവിധായകരും നിർമാതാക്കളും മറ്റു ചലച്ചിത്രപ്രവർത്തകരും കേന്ദ്രഗവൺമെന്റിന്റെ അശാസ്ത്രീയമായ സെൻസർഷിപ്പ് നയത്തെ വെട്ടിത്തുറന്ന് വിമർശിച്ചു.

അധാർമികവും അശ്ലീലവും സാമുദായികമായ അനൈക്യത്തിനും അക്രമപ്രവർത്തനങ്ങൾക്കും പ്രോത്സാഹിപ്പിക്കാത്ത കൃതികളുടെ മേൽ സെൻസർഷിപ്പ് അടിച്ചേല്പ്പിക്കാൻ ഗവർമെണ്ടിന് അധികാരമില്ലെന്ന് ഹിന്ദി ചലച്ചിത്ര നിർമ്മാതാവായ ജി പി സിപ്പി പറഞ്ഞു. ചലച്ചിത്രകാരന്മാർ സ്വയം ഉത്തരവാദിത്തബോധം പ്രകടിപ്പിക്കേണ്ടതാണെന്നും സിപ്പി പ്രസ്താവിച്ചു. സിനിമ ജനങ്ങൾക്ക് കാണാനുള്ളതാണ്. അവരെ ദ്രോഹിക്കുന്നതൊന്നും സിനിമയിൽ ഉണ്ടായിക്കൂടാ - ഹിന്ദി വ്യാപാര സിനിമയുടെ പ്രമുഖ നിർമാതാവായ സിപ്പി പറഞ്ഞു.

ഭാവിപൗരന്മാരെ വാർത്തെടുക്കാൻ തക്കവിധമാണ് ചലച്ചിത്ര നിർമാണം നടത്തേണ്ടതെന്നു യോഗത്തിൽ വിമർശനങ്ങൾക്ക് മറുപടിയായി കേന്ദ്രമന്ത്രി സാഥേ പറഞ്ഞു.

സെൻസർഷിപ്പ് നിയമങ്ങളിൽ ചില ഭേദഗതികൾ അനിവാര്യമാണെന്ന് നേഷണൽ ഫിലിം ഡവലപ്മെന്റ് കോർപറേഷൻ ചെയർമാൻ ഡോ. വി.എസ്. രാജു ചൂണ്ടിക്കാട്ടി. വിനോദനികുതിയുടെയും ചലച്ചിത്ര നിർമാണവസ്തുക്കളുടെ മേൽ ചുമത്തുന്ന ഇറക്കുമതി ചുങ്കത്തിന്റെയും കാര്യത്തിലും പുനഃപരിശോധന വേണം. ഗവൺമെന്റ് യുക്തമായ നടപടി സ്വീകരിച്ചാൽ മാത്രമേ ചലച്ചിത്രത്തിന്റെ വികസനം സാധ്യമാവുകയുള്ളുവെന്ന് ഡോ. രാജു ചൂണ്ടിക്കാട്ടി.

(ദേശാഭിമാനി
1982 ജനുവരി 5)

ചലച്ചിത്രങ്ങൾ യുവാക്കളെ ദുഷിപ്പിക്കരുത്

ചലച്ചിത്രകാരന്മാർ സമൂഹത്തോട് തങ്ങൾക്കുള്ള ഉത്തരവാദിത്തത്തെക്കുറിച്ച് ബോധവാന്മാരായിരിക്കണമെന്നും തങ്ങളുടെ കൃതികൾ ഇളംതലമുറയെ ദുഷിപ്പിക്കാനിടയാക്കാതെ നോക്കണമെന്നും പ്രശസ്ത സംവിധായകനായ കെ.എസ്. സേതുമാധവൻ ഇവിടെ പ്രസ്താവിച്ചു.

1980ലെ ഏറ്റവും മികച്ച രണ്ടാമത്തെ ചിത്രത്തിനുള്ള വെള്ളിത്താമര നേടിയ 'ഓപ്പോളി'ന്റെ സംവിധായകൻ കേന്ദ്രഗവർമെന്റിന്റെ സെൻസർഷിപ്പ് നയത്തെക്കുറിച്ചുള്ള ചർച്ചയിൽ പങ്കെടുത്ത് സംസാരിക്കുകയായിരുന്നു.

ദക്ഷിണേന്ത്യൻ ചിത്രങ്ങളിൽ ഇടക്കാലത്ത് കാണാറായ ആഭാസങ്ങളും ലൈംഗികാതിപ്രസരവും സേതുമാധവൻ അപലപിച്ചു. എളുപ്പത്തിൽ വിറ്റഴിക്കാമെന്നതുകൊണ്ട് അശ്ലീലപ്രദർശനം നിറഞ്ഞ ചിത്രങ്ങളുടെ എണ്ണം ഇപ്പോൾ വളരെ പെരുകിയിട്ടുണ്ട്. ഇത്തരം ചിത്രങ്ങൾക്ക് പ്രദർശനാനുമതി നൽകുന്ന സെൻസർബോർഡാണ് ഈ പ്രവണതയ്ക്ക് വളംവെച്ച് കൊടുക്കുന്നതെന്ന് സേതുമാധവൻ ചൂണ്ടിക്കാട്ടി.

ഓരോ ചലച്ചിത്രകാരനും സമൂഹത്തോട് തനിക്കുള്ള ഉത്തരവാദിത്തം മനസ്സിലാക്കണം. നമുക്ക് നമ്മുടെ ഇളംതലമുറയെ പരിരക്ഷിക്കേണ്ടതുണ്ട്. അവരെ നാം വഴിപിഴപ്പിച്ചുകൂടാ' സേതുമാധവൻ പറഞ്ഞു.

ലൈംഗികത നിറഞ്ഞ ചിത്രങ്ങളിലൂടെ നാമിവിടെ നിർവഹിക്കുന്നത് ലൈംഗികവിജ്ഞാനബോധമല്ലെന്നും അരാജകത്വപ്രചാരണമാണെന്നും അദ്ദേഹം ചൂണ്ടിക്കാട്ടി. സെക്സിനെക്കുറിച്ച് ചിത്രം നിർമ്മിക്കുമ്പോഴും കലാപരമായാണ് അത് നിർവഹിക്കേണ്ടത്, ആഭാസമായിട്ടല്ല.

'ഓപ്പോൾ' ഹിന്ദിയിൽ നിർമ്മിക്കാൻ ബോംബെയിൽനിന്ന് തനിക്ക് ഓഫറുകൾ കിട്ടിയിട്ടുണ്ടെന്നും അതേ സംബന്ധിച്ച് തീരുമാനമെടുത്തിട്ടില്ലെന്നും സേതുമാധവൻ വെളിപ്പെടുത്തി. മലയാളത്തിലും കന്നഡ, ഹിന്ദി, സിംഹള എന്നീ ഭാഷകളിലുമായി 60ൽ അധികം ചിത്രങ്ങൾ സംവിധാനം ചെയ്ത സേതുമാധവന് ബംഗാളിയിൽ ചിത്രം നിർമ്മിക്കാൻ

താല്പര്യമുണ്ട്. സാമ്പത്തികബാധ്യത ഏറ്റെടുക്കാൻ ആളെ കിട്ടിയിട്ടില്ലാത്തതുകൊണ്ട് ആ വഴിക്ക് ഏറെ മുന്നോട്ടുപോകാൻ കഴിഞ്ഞിട്ടില്ല.

സെൻസർഷിപ്പ് നയത്തെക്കുറിച്ച് തിങ്കളാഴ്ച നടന്ന ചർച്ചയിൽ ബോംബെ നിർമ്മാതാക്കളും സംവിധായകരും അധികൃതരെ കൂട്ടായി ആക്രമിക്കുകയായിരുന്നു. കേന്ദ്രമന്ത്രി വസന്ത് സാഥേയുടെ സാന്നിധ്യത്തിൽ ചലച്ചിത്രവ്യവസായം അതിന്റെ പ്രാരാബ്ധങ്ങൾ ഒന്നൊന്നായി കെട്ടഴിക്കുകതന്നെ ചെയ്തു.

പ്രാദേശിക ചിത്രങ്ങളുടെ കയറ്റുമതിക്ക് കേന്ദ്രഗവൺമെന്റ് ഫലത്തിൽ ഒന്നും ചെയ്യുന്നില്ലെന്ന് ഈസ്റ്റേൺ ഇന്ത്യാ മോഷൻ പിക്ചർ അസോസിയേഷൻ കേന്ദ്രമന്ത്രിക്ക് നൽകിയ നിവേദനത്തിൽ ചൂണ്ടിക്കാട്ടി. ഇന്ത്യ ലോകത്തിൽ ഏറ്റവും കൂടുതൽ ചലച്ചിത്രങ്ങൾ നിർമ്മിക്കുന്ന രാജ്യമാണെങ്കിലും ചിത്രങ്ങളുടെ കയറ്റുമതിയിൽ താരതമ്യേന അപ്രധാനമായ സ്ഥാനമേ നമ്മുടെ നാട്ടിനുള്ളൂ. 1980–81ൽ ചലച്ചിത്രങ്ങളുടെ കയറ്റുമതിയിലൂടെ ഇന്ത്യക്ക് 11 കോടി രൂപ ലഭിച്ചു. ഹിന്ദി സിനിമയ്ക്കാണ് കയറ്റുമതിയുടെ സൗകര്യം ഭൂരിഭാഗവും ലഭിച്ചത്. ദക്ഷിണേന്ത്യൻ സിനിമകൾക്കാണ് പിന്നെ മെച്ചം കിട്ടിയത്. കഴിഞ്ഞവർഷം കിഴക്കൻ മേഖലക്ക് 2.5 ലക്ഷം രൂപയുടെ പ്രയോജനം മാത്രമാണ് കയറ്റുമതി സൗകര്യത്തിലൂടെ ലഭിച്ചതെന്ന് നിവേദനത്തിൽ വ്യക്തമാക്കപ്പെട്ടു.

വിദേശരാജ്യങ്ങളിലെ ഇന്ത്യൻ നയതന്ത്രകാര്യാലയങ്ങൾ ചിത്രങ്ങളുടെ കയറ്റുമതിക്ക് വ്യവസായത്തെ സഹായിക്കായ്കയല്ല. എന്നാൽ ഇന്ത്യയെ പോലെ ചലച്ചിത്ര വ്യവസായത്തിൽ അന്താരാഷ്ട്ര നിലവാരത്തിൽത്തന്നെ മുൻപന്തിയിൽ നിൽക്കുന്ന രാജ്യത്തിന് ചലച്ചിത്രങ്ങളുടെ വ്യാപാരാടിസ്ഥാനത്തിലുള്ള പ്രചാരണത്തിനും മുഴുവൻ സമയം പ്രവർത്തിക്കുന്ന സ്ഥിരം സംവിധാനം തന്നെ ആവശ്യമാണ്. വിതരണ-പ്രദർശനശൃംഖലകളിലേക്ക് കയറിച്ചെല്ലുക പ്രത്യേക പരിശീലനവും കാര്യക്ഷമതയുള്ള സംവിധാനം കൊണ്ടേ സാധിക്കാനാവൂ.

ഗവൺമെന്റ് സ്വീകരിച്ച ഒറ്റപ്പെട്ട ചില നടപടികൾ വിശേഷിച്ചു ഫലമൊന്നും ചെയ്തിട്ടില്ലെന്ന് കിഴക്കേ ഇന്ത്യൻ ചലച്ചിത്രനിർമ്മാതാക്കളുടെ അസോസിയേഷൻ നിവേദനത്തിൽ പറഞ്ഞു. ചിത്രങ്ങളുടെ കയറ്റുമതിക്ക് ഫ്രാൻസിലും ഇറ്റലിയിലും മറ്റും ഉള്ളതുപോലെ ദേശീയ ചലച്ചിത്ര കയറ്റുമതി സ്ഥാപനം വല്ലതുംവേണം. അധികൃതരുടെ തന്ത്രജ്ഞതയുടെ അഭാവവും വിമർശിക്കപ്പെട്ടു.

കയറ്റുമതി പ്രോത്സാഹിപ്പിക്കാൻ അഞ്ചുവർഷത്തേക്ക് ചലച്ചിത്രങ്ങളുടെ മേൽ കയറ്റുമതി ഇനത്തിൽ ചുങ്കമൊന്നും ഈടാക്കാതിരിക്കാനും

ചലച്ചിത്രത്തെ മുൻഗണനാവ്യവസായമായി അംഗീകരിക്കാനും നിവേദനത്തിൽ അഭ്യർത്ഥിച്ചു.

'ചിലിയുടെ പോരാട്ടം' എന്ന പേരിൽ പ്രശസ്ത ക്യൂബൻ സംവിധായകൻ പട്രീഷ്യോ ഗുസ്മാൻ മൂന്നു ഭാഗങ്ങളിലായി നിർമ്മിച്ച ചലച്ചിത്ര ശൃംഖല ഫിലിമോത്സവിന്റെ 16 എം.എം. വിഭാഗത്തിൽ പ്രദർശിപ്പിക്കുന്നതാണ്. ജനുവരി 7, 8, 9 തീയതികളിലാണ് ഈ ചിത്രത്തിന്റെ ഒന്നും രണ്ടും മൂന്നും ഭാഗങ്ങൾ യഥാക്രമം പ്രദർശിപ്പിക്കുക.

ഫിലിമോത്സവിൽ ഇതാദ്യമായി ഏർപ്പെടുത്തിയ 16 എം.എം. മേളയിൽ ജനുവരി 10ന് മൈക്കൽ റോമറുടെ 'പിൽഗ്രിം ഫെയർവെൽ' എന്ന അമേരിക്കൻ ചിത്രം പ്രദർശിപ്പിക്കും. പാറ്റ്മർഫിയും ജോൺ ഡേവിഡും സംവിധാനം ചെയ്ത 'മേവേ' തിങ്കളാഴ്ച സരളാറായ് സ്മാരകഹാളിൽ പ്രദർശിപ്പിച്ചു. ബ്രിട്ടനിലെതന്നെ ക്രിസ് ഓസ്റ്റിന്റെ 'എവേക്ക് ഫ്രം മോണിങ്ങ്', മെനെലിക് ഷാബാസിന്റെ 'ബേണിങ്ങ് ആൻ ഇല്യൂഷനും' അമേരിക്കൻ ചലച്ചിത്രകാരനായ ചാൾസ് ബർണറിന്റെ 'കില്ലർ ഓഫ് ഷിപ്പും' ആണ് ഈ വിഭാഗത്തിൽ പ്രദർശിപ്പിച്ച ചിത്രങ്ങൾ.

(ദേശാഭിമാനി
1982 ജനുവരി 6)

ഇത് കൽക്കത്തയാണ്; കൽക്കത്ത

മൂന്ന് ദശകങ്ങൾക്ക് മുമ്പ്, 1952ൽ, കൽക്കത്താ നഗരം ആതിഥേയത്വം വഹിച്ച ഇന്ത്യയുടെ പ്രഥമ അന്താരാഷ്ട്ര ചലച്ചിത്രോത്സവത്തിലെ അനുഭവങ്ങൾ ഗൃഹാതുരതയോടെ ഇപ്പോഴും മനസ്സിൽ സൂക്ഷിക്കുന്നവരാണ് ഇവിടത്തെ ചലച്ചിത്രപ്രവർത്തകരും ചലച്ചിത്രാസ്വാദകരും. ഒരു അന്താരാഷ്ട്ര ചലച്ചിത്രോത്സവം, ഉചിതമായ രീതിയിൽ സംഘടിപ്പിച്ചു നടത്തിയാൽ എത്ര ഫലപ്രദമാകുമെന്ന് ഇതിനകം ലോകചലച്ചിത്ര ഭൂപടത്തിൽ സ്ഥിരസ്ഥിതി നേടിക്കഴിഞ്ഞ ബംഗാളി സിനിമ തെളിയിച്ചതാണല്ലോ.

ഇന്റർനാഷണൽ ഫിലിം ഫെസ്റ്റിവൽ എന്നു കേൾക്കുമ്പോൾ ഇന്ത്യയിലെ മറ്റു നഗരങ്ങളിലുണ്ടാകുന്ന പ്രതികരണമെന്തായാലും ഇത്തരം അസുലഭാവസരങ്ങളെക്കുറിച്ച് ഇവിടത്തെ ചലച്ചിത്രപ്രേമികൾക്ക് തികച്ചും കുലീനമായ സങ്കല്പമുണ്ട്.

എന്നാൽ ഫിലിമോത്സവ് 82ന് തിരശ്ശീല ഉയരുന്നത് ആകാംക്ഷയോടെ കാത്തിരുന്ന ചലച്ചിത്രപ്രേമികളെ നിരാശപ്പെടുത്തിക്കൊണ്ടാണ് ഈ ദിവസങ്ങളോരോന്നും ഇവിടെ കൊഴിഞ്ഞുപോകുന്നത്.

ഇന്ത്യൻ സിനിമക്ക് അമൂല്യമായ സംഭാവനകളർപ്പിച്ച ചലച്ചിത്രകാരന്മാരുടെ ആസ്ഥാനമായ കൽക്കത്തയിൽ ജനുവരി 3ന് ഫിലിമോത്സവിന്റെ വേദിയിൽ ചലച്ചിത്രപ്രേമികൾ പ്രതീക്ഷിച്ച പല മുഖങ്ങളും കാണാനുണ്ടായിരുന്നില്ല. ബോംബെ സിനിമയിലെ ഗ്ലാമർ താരങ്ങളില്ലെങ്കിൽ പിന്നെ ഈ വേദി അലങ്കരിക്കാൻ ആർക്കുണ്ട് യോഗ്യതയെന്നാണ് അധികൃതരുടെ ധാരണയെന്ന് ഇന്ത്യയുടെ കഴിഞ്ഞ പല ചലച്ചിത്രോത്സവങ്ങളിലുമെന്നപോലെ ഇവിടെ കാണാൻ കഴിഞ്ഞു.

സുവർണജൂബിലി ആഘോഷിക്കുന്ന ഇന്ത്യൻ സിനിമയ്ക്ക് എന്നും അഭിമാനിക്കാവുന്ന നിതിൻബോസ്, ഉമാ ശശി, കാനൻദേവി, ചന്ദ്രവതി, ഛായാദേവി, ജമുന തുടങ്ങിയവരുടെ സാന്നിധ്യം ഫിലിമോത്സവിന് എത്രമേൽ പ്രൗഢി നൽകിയേനെ. ശബ്ദസിനിമയുടെ സുവർണജൂബിലിയോടനുബന്ധിച്ച് ഫിലിമോത്സവിൽ ഉൾപ്പെടുത്തിയ ടോക്കീ റട്രോസ്പക്ടിവിൽ പോയകാലത്തെ ഇന്ത്യൻ സിനിമയിലെ പ്രിയപ്പെട്ട ഗായി

കനടിയായ ഉമാ ശശിയുടെ ചാണ്ഡിദാസ് പ്രദർശിപ്പിക്കാൻ തീരുമാനിച്ചപ്പോൾ ആ കലാകാരിയെ ഒന്നു ക്ഷണിച്ചാദരിക്കാൻ സംഘാടകർ ഓർത്തില്ല. മേളയിൽ പ്രദർശിപ്പിക്കുന്ന 'അധികാറി'ലെ നായികയായഭിനയിച്ച ജമുനയെയും അവർ വിസ്മരിച്ചു. കാനൻദേവിയോടും അവർ ഇതുതന്നെ ചെയ്തു. ഉദ്ഘാടനച്ചടങ്ങിന് തനിക്ക് ക്ഷണം കിട്ടിയിരുന്നുവെന്നും പ്രശസ്ത നടനായ ഭർത്താവിന് ക്ഷണമില്ലാതിരുന്നതുകൊണ്ട് തനിക്ക് ഏകയായിചടങ്ങിൽ സംബന്ധിക്കാൻ കഴിഞ്ഞില്ലെന്നും കാനൻദേവി ഒരഭിമുഖസംഭാഷണത്തിൽ പറഞ്ഞു. അതിൽ ഖേദമില്ല. താൻ അഭിനയിച്ച ചിത്രം ടോക്കീ റട്രോസ്പക്ടീവിൽ പ്രദർശിപ്പിക്കുമ്പോൾ അതൊന്നു കാണാൻപോലും തന്നെ ക്ഷണിച്ചില്ലെന്നതാണ് ഈ കലാകാരിയെ വേദനിപ്പിച്ചത്.

മേളയുടെ നടത്തിപ്പിന്റെയോ കാര്യനിർണ്ണയത്തിന്റെയോ ഏത് മേഖലയാണീ പ്രകടമായ അവഗണന ആസൂത്രണം ചെയ്യപ്പെട്ടതെന്നറിയില്ല. ഏതായാലു തുടക്കത്തിന് മുമ്പ് തന്നെ ചിലമുൻവിധികൾ അധികൃതരുടെ പക്ഷത്ത് പ്രകടമായിരുന്നു.

ഫിലിമോത്സവ് 82ന്റെ നടത്തിപ്പുകാര്യനിർണയം തുടങ്ങുന്നതിന് വളരെ മുമ്പ്, 1981 ജൂൺ 27ന് സയിദ്മിർസ, കുമാർഷഹാനി, മണികൗൾ, വിഷ്ണുമാഥൂർ, വിജേന്ദ്രസെയ്നി തുടങ്ങിയ ചലച്ചിത്രകാരന്മാർ പ്രധാനമന്ത്രി ഇന്ദിരാഗാന്ധിയോടുതന്നെ ഒരഭ്യർത്ഥന നടത്തി. ഇന്ത്യൻ സിനിമയുടെ ഏറെ ഉപേക്ഷിക്കപ്പെട്ട, എന്നാൽ ഏറെ അറിയപ്പെടാൻ ശേഷിക്കുന്ന ബംഗാളി ചലച്ചിത്രകാരനായ ഋഥിക്ക് ഘട്ടക്കിന്റെ നാട്ടിൽ നടക്കുന്ന ഫിലിമോത്സവ് 82ൽ അതുല്യനായ ആ കലാകാരനെ അടുത്തറിയാനവസരം നൽകുംവിധം അദ്ദേഹത്തിന്റെ കൃതികളുടെ പശ്ചാത്പ്രദർശനം ഏർപ്പെടുത്തണമെന്നായിരുന്നു അവരുടെ നിവേദനം. സമയമില്ലാഞ്ഞിട്ടില്ല. ഘട്ടക്കിന്റെ ചിത്രങ്ങൾ പ്രദർശനത്തിനുകിട്ടാൻ പ്രയാസമുണ്ടായിട്ടല്ല. ചലച്ചിത്രപ്രവർത്തകരുടെയും ചലച്ചിത്രാസ്വാദകരുടെയും ആഗ്രഹം അവഗണിച്ചുകൊണ്ട് അധികൃതസ്ഥാനങ്ങൾ പ്രകോപനപരമായ മൗനം ഭജിച്ചു.

കൽക്കത്തയിലെ ചലച്ചിത്രാസ്വാദകർക്ക് അന്താരാഷ്ട്ര ചലച്ചിത്രമേള എന്നാൽ ലോകത്തിനുനേരെ കണ്ണും കാതും മനസ്സും തുറന്നു സജീവമായി പ്രതികരിക്കാനുള്ള വേറൊരു സന്ദർഭമാണ്. ഫിലിമോത്സവ് സംഘാടകരോട് ഉള്ളഴിഞ്ഞു സഹകരിച്ച ഫിലിം സൊസൈറ്റി പ്രവർത്തകരുടെ ആവശ്യം സംഘാടകർക്ക് പക്ഷേ, ഗൗരവമായി കാണാൻ കഴിഞ്ഞില്ല. 17000 അംഗങ്ങളുള്ള എഫ് എഫ് എസ് ഐ 35000 ടിക്കറ്റുകൾ

സംഘാടകരോടാവശ്യപ്പെട്ടു. സൗജന്യമായിട്ടല്ല. ഇളവ് നിരക്കിലല്ല. മുഴു നിരക്കിൽ. റൊക്കം പണത്തിൽ. 5600 ടിക്കറ്റ് തരാമെന്നാണ് ആദയം ലഭിച്ച മറുപടി. ഫിലിം സൊസൈറ്റി അത് സ്വീകരിച്ചില്ല. എന്നാൽ ഫിലിമോത്സവിന്റെ വിജയകരമായ നടത്തിപ്പിനുവേണ്ടിയുള്ള സഹകരണത്തിൽനിന്ന് പിൻമാറില്ലെന്നും അവർ വ്യക്തമാക്കി. അവരത് കാണിച്ചുകൊടുക്കുകയും ചെയ്തു. പ്രഥമ അന്താരാഷ്ട്രമേള നടക്കുന്നതിനു അഞ്ചുവർഷം മുമ്പ്, ഇന്ത്യയിലാദ്യമായി ഫിലിം സൊസൈറ്റി പ്രസ്ഥാനം പ്രവർത്തിച്ചുതുടങ്ങിയ നഗരമാണിത്. ഈ പ്രസ്ഥാനത്തിന്റെ ധർമ്മമെന്തെന്ന് അതിന്റെ പ്രവർത്തകർക്കറിയാം.

ഫിലിം ഫെസ്റ്റിവൽ ഭാരവാഹികൾ പിന്നീട് 18,000 ടിക്കറ്റ് ഓഫർ ചെയ്തു. അതും കഴിഞ്ഞ് 20,000 വരെ ആകാമെന്നായി. മേളയിലെ ചിത്രങ്ങൾ കാണാനാഗ്രഹിക്കുന്ന അംഗങ്ങൾക്കോരോരുത്തർക്കും രണ്ടു ചിത്രം വീതം കാണാൻതക്കവിധം 35000 ടിക്കറ്റ് തരാൻ വയ്യെങ്കിൽ തങ്ങൾ ചിത്രങ്ങൾ കാണാനില്ലെന്ന് എഫ് എഫ് എസ് ഐ പ്രഖ്യാപിച്ചു.

30,000 ടിക്കറ്റുകൾ വരെ നൽകാൻ അധികൃതർ പിന്നീട് സന്നദ്ധത പ്രകടിപ്പിച്ചു. അപ്പോഴേക്കും വൈകിക്കഴിഞ്ഞിരുന്നു. കൽക്കത്തയെപ്പോലൊരു മഹാനഗരത്തിൽ മണിക്കൂറുകൾക്കുള്ളിൽ അംഗങ്ങളെ മുഴുവൻ കൂട്ടി ടിക്കറ്റ് വിതരണവും മറ്റും നടത്തുക പ്രായോഗികമല്ല.

പ്രശ്നം ഒരുവിധം പരിഹരിച്ചുവെന്ന് ഫെസ്റ്റിവൽ ഡയരക്ടർ എം. വി. കൃഷ്ണസ്വാമി പിന്നീട് പത്രലേഖകരോട് പറഞ്ഞു. സംസ്ഥാന ഗവൺമെന്റും ഫിലിം സൊസൈറ്റി പ്രസ്ഥാനവും നൽകുന്ന സഹകരണത്തിലും അദ്ദേഹം സംതൃപ്തനാണ്.

കൽക്കത്തയിൽ അന്താരാഷ്ട്ര ചലച്ചിത്രോത്സവങ്ങൾക്കിടയിൽ ഏറെ വർഷങ്ങളുടെ ഇടവേളയുണ്ടാകാതെ നോക്കണമെന്ന് ഇവിടത്തെ ചലച്ചിത്രപ്രേമികളെ മുഴുവൻ പ്രതിനിധീകരിച്ചുകൊണ്ട് സത്യജിത്റായ് ഫിലിമോത്സവിന്റെ ഉദ്ഘാടനച്ചടങ്ങിൽ സംസാരിക്കവെ അധികൃതരോടഭ്യർത്ഥിക്കുകയുണ്ടായി.

സംഘാടകരുടെ ഭാഗത്തുനിന്ന് എന്തുതന്നെ വീഴ്ചയുണ്ടായാലും ഇതുപോലൊരു ഉദ്യമം പരാജയപ്പെടാൻ കൽക്കത്ത അനുവദിക്കില്ലെന്ന് ഫിലിം സൊസൈറ്റി പ്രസ്ഥാനത്തിന്റെ നായകൻ കൂടിയായ റായ് അന്യവാക്കുകളിലൂടെ പ്രഖ്യാപിക്കുകയായിരുന്നോ?

(ദേശാഭിമാനി
1982 ജനുവരി 7)

36 ചൗരങ്കി ലെയ്ൻ ഓസ്കാറിന് മത്സരിക്കും

പ്രശസ്ത ബംഗാളി നടിയായ അപർണാസെൻ സംവിധാനം ചെയ്ത 36, ചൗരങ്കി ലെയ്ൻ ഇത്തവണ ലോസ് ആഞ്ചലസിൽ ഓസ്കർ അവാർഡിന് മത്സരിക്കുമെന്ന് ചിത്രത്തിന്റെ നിർമ്മാതാവും പ്രശസ്ത ഹിന്ദി താരവുമായ ശശികപൂർ പത്രസമ്മേളനത്തിൽ വെളിപ്പെടുത്തി. ജനുവരി 18ന് ആരംഭിക്കുന്ന പ്രഥമ മനില ഫിലിം ഫെസ്റ്റിവലിൽ ഇന്ത്യയുടെ ഔദ്യോഗിക എൻട്രിയാണ് ഈ ഇംഗ്ലീഷ് ചിത്രം.

അപർണാസെന്നിന്റെ രണ്ടാമത്തെ ചിത്രത്തിന്റെ നിർമ്മാണവും താൻ ഏറ്റെടുക്കുമെന്ന് ശശികപൂർ പറഞ്ഞു. എന്നാൽ രണ്ടാമതൊരു ചിത്രം സംവിധാനം ചെയ്യാൻ തനിക്ക് ധൃതിയില്ലെന്നായിരുന്നു പത്രസമ്മേളനത്തിൽ പങ്കെടുത്ത അപർണാസെന്നിന്റെ പ്രതികരണം. 36, ചൗരങ്കിലേൻ ഫിലിമോത്സവിലെ ഇന്ത്യൻ പനോരമയിൽ പെടുന്ന ചിത്രമാണ്. ഇതിലെ നായികയായി അഭിനയിച്ച ജന്നിഫർ കപൂറും ഫിലിമോത്സവിൽ പങ്കെടുക്കുന്നുണ്ട്.

പ്രശസ്ത ഫ്രഞ്ച് സംവിധായകനായ ക്ലോഡ് ലെലൗഷ് ഫിലിമോത്സവിൽ പങ്കെടുക്കാൻ തിങ്കളാഴ്ച ഇവിടെ എത്തും. ലെലൗഷിന്റെ റോബർട് ആന്റ് റോബർട് ശനിയാഴ്ച വിദേശചലച്ചിത്രവിഭാഗത്തിൽ പ്രദർശിപ്പിക്കുന്നതാണ്.

ഫിലിമോത്സവിനെത്തിയ വിദേശ ചലച്ചിത്ര പ്രതിനിധികളും പത്ര പ്രതിനിധികളുമടങ്ങിയ ഒരു സംഘം ബുധനാഴ്ച കിഴക്കൻ കൽക്കത്തയിൽ മൃണാൾസെന്നിന്റെ പുതിയ കൃതിയുടെ ചിത്രീകരണസ്ഥലം സന്ദർശിച്ചു. നഗരസായാഹ്നങ്ങളിലെ മധ്യവർഗ സദാചാരത്തെക്കുറിച്ചാണ് തന്റെ പുതിയ ചിത്രമെന്ന് മൃണാൾസെൻ പറഞ്ഞു. ചിത്രത്തിന് പേരിട്ടിട്ടില്ല.

നേഷണൽ ഫിലിം ഡവലപ്മെന്റ് കോർപറേഷന്റെ ഫിലിം മാർക്കറ്റിൽ മലയാളത്തിൽനിന്നുള്ള അഞ്ചെണ്ണമടക്കം 56 ചിത്രങ്ങൾ വിപണനസാധ്യത തേടിയിരിപ്പുണ്ട്. ഇന്തോനേഷ്യ, ഫ്രാൻസ് എന്നീ രാജ്യങ്ങ

ളിൽനിന്നുള്ള നാല് ചിത്രങ്ങളുമുണ്ട്. 25 ഇന്ത്യൻ ചിത്രങ്ങളുടെ വീഡിയോ കാസറ്റുകളും വിദേശപ്രതിനിധികൾക്ക് പ്രദർശിപ്പിക്കാൻ ഇവിടെ ഒരുക്കിയിട്ടുണ്ട്.

ലളിതമെങ്കിലും നിരവധി ചലച്ചിത്ര പ്രവർത്തകർ പങ്കെടുത്ത ചടങ്ങിൽ 'ഇന്ത്യൻ സിനിമ ഇന്നലെ, ഇന്ന്' എന്ന പ്രദർശനം അജയ്കർ ഉദ്ഘാടനം ചെയ്തു. ഇന്ത്യൻ സിനിമയുടെ ചരിത്രം പോസ്റ്ററുകളിലും സ്റ്റില്ലുകളിലുമായി അനാവരണം ചെയ്യുന്ന പ്രദർശനം വിദേശ പ്രതിനിധികൾക്ക് മാത്രമല്ല, ഇന്ത്യൻ ചലച്ചിത്ര കുതുകികൾക്കാകെ പ്രയോജനപ്രദമാണ്.

ഇന്ത്യൻ പനോരമയിൽ പ്രദർശിപ്പിക്കുന്ന ചിത്രങ്ങൾ പല വിദേശചിത്രങ്ങളെക്കാളും താല്പര്യമുളവാക്കുന്നതായി കാണാനുണ്ട്. അപർണാ സെന്നിന്റെ 36, ചൗരങ്കി ലേനിന് പുറമെ വിക്ടർ ബാനർജി എന്ന എഫ് ടി ഐ ഐ ഗ്രാജ്വേറ്റിന്റെ ഏൻ ഓഗസ്റ്റ് റക്വീം എന്ന ഇംഗ്ലീഷ് ചിത്രവും ഇന്ത്യൻ പനോരമയിൽ ഉൾപ്പെടുന്നു. അശോക് അഹൂജയുടെ 'ആദർശില' (ഹിന്ദി)യും പൂന ഇൻസ്റ്റിറ്റ്യൂട്ടിന് അഭിമാനിക്കാവുന്ന സൃഷ്ടി തന്നെ.

സത്യജിത് റായ്, മൃണാൾ സെൻ, എം.എസ്. സത്യ, ശ്യാം ബെനെഗൽ തപൻസിഹ്ന, അരവിന്ദൻ, മുസാഫർ അലി എന്നീ ലബ്ധപ്രതിഷ്ഠരുടെ കൃതികളും ഇന്ത്യൻ പനോരമയെ സമ്പന്നമാക്കുന്നു.

വിദേശചിത്രങ്ങളിൽ പലതും ചലച്ചിത്രാസ്വാദകരെ നിരാശപ്പെടുത്തി.

ഫിലിമോത്സവ് 82ന് തിരശ്ശീല വീഴുന്നതിനടുത്ത ദിവസം ഫിലിപൈൻസിന്റെ തലസ്ഥാനത്താരംഭിക്കുന്ന പ്രഥമ മനിലാ ഫെസ്റ്റിവലാണ് നല്ല വിദേശ ചിത്രങ്ങൾ ഈ മേളയിലേക്കാകർഷിക്കാൻ തടസ്സം നിന്നതെന്ന് വിശദീകരിക്കപ്പെട്ടു. അന്താരാഷ്ട്ര ചലച്ചിത്രോത്സവങ്ങൾക്ക് അംഗീകാരം നൽകാൻ ഉത്തരവാദപ്പെട്ട സംഘടന മനിലാ ഫെസ്റ്റിവൽ ഈ ദിവസങ്ങളിൽതന്നെ നടത്താനനുവദിച്ചത് സംബന്ധിച്ച് ഇന്ത്യയുടെ ഫിലിം ഫെസ്റ്റിവൽ സംഘാടകർ പ്രതിഷേധമറിയിച്ചിട്ടുണ്ടോ എന്നറിയില്ല. മനിലാ ഫെസ്റ്റിവലിന്റെ തീയതി ഇങ്ങനെ തുടർന്നാൽ ഭാവിയിൽ ഇന്ത്യൻ ചലച്ചിത്രോത്സവങ്ങൾ കൂടുതൽ ശുഷ്കമാകുമെന്ന് തീർച്ചയാണ്.

ഗോദാർദ് റട്രോസ്പക്ടീവിൽ ഉൾപ്പെടുത്തിയ ചിത്രങ്ങളുടെ 16 എം.എം. പ്രിന്റുകളാണ് പ്രദർശിപ്പിക്കുന്നത്. ഇതും പൊതുവെ വിമർശനത്തിനിടയാക്കി. പല പ്രിന്റുകളും കേടുവന്നവയുമാണ്. വിഖ്യാതനായ ഫ്രഞ്ച് ചലച്ചിത്രകാരനെ പരിചയപ്പെടുത്താൻ ഏർപ്പെടുത്തിയ പശ്ചാത്

പ്രദർശനം ആ കലാകാരനെക്കുറിച്ച് അനിഷ്ടമുളവാക്കാൻ ഇടയാകുന്നത് പരിതാപകരമാണ്.

വിദേശപ്രതിനിധികൾ ഇനിയും പലരുംഎത്താനിരിക്കുന്നതേയുള്ളൂ. ക്ലോഡ് ലെലൗഷിനോടൊപ്പം പ്രശസ്ത നടി അനൗക് ഐമിയും എത്തിച്ചേരുമെന്നു പ്രതീക്ഷിക്കപ്പെടുന്നു. സ്വിസ് വനിതാ സംവിധായക പട്രീഷ്യാ മൊറാസ് ഇവിടെ എത്തിയിട്ടുണ്ട്.

(ദേശാഭിമാനി
1982 ജനുവരി 8)

ജോഷി ദമ്പതികൾ നീതിയ്ക്കായി കോടതിയെ സമീപിക്കുന്നു

സയ്യീദ് മിർസയുടെ പുതിയ ചിത്രമാണിത് : ജോഷി ദമ്പതികൾ നീതിയ്ക്കായി കോടതിയെ സമീപിക്കുന്നു. എൻ.എഫ്.ഡി.സിയും ഒരു പശ്ചിമജർമൻ കമ്പനിയും നിർമാണച്ചെലവ് പങ്കിടുന്ന ഈ ചിത്രം ഇന്ത്യൻ നീതിന്യായവ്യവസ്ഥയെ നിഷ്കൃഷ്ടമായി വിലയിരുത്തുമെന്ന് സയ്യീദ് മിർസ പറഞ്ഞു.

ഫിലിമോൽസവ് 82 ൽ ഘട്ടക് റട്രോസ്പെക്ടീവിനുവേണ്ടി നടത്തിയ ശ്രമങ്ങളെക്കുറിച്ചു ചോദിച്ചപ്പോൾ മിർസ പറഞ്ഞു: മന്ത്രി കാര്യാലയത്തിലേയ്ക്ക് നിരവധി തവണ എവുതി. പക്ഷേ, അവരുടെ നിലപാട് തീർത്തും നിഷേധാത്മകമായിരുന്നു. അതെന്നെ വേദനിപ്പിക്കുകയല്ല, അത്ഭുതപ്പെടുത്തുകയാണ് ചെയ്യുന്നത്. എന്തുകൊണ്ടും ഒരു ഘട്ടക്ക് റട്രോസ്പെക്ടീവിനുള്ള സാഹചര്യമായിരുന്നു ഈ ഫിലിമോത്സവ്. ഒരു പക്ഷെ, ഘട്ടക്കിനെ അവർക്കറിഞ്ഞുകൂടായിരിക്കാം.

അങ്ങനെ പറയുമ്പോൾ തന്റെ കഥാപാത്രമായ ആൽബർട്ട് പിന്റോയെപ്പോലെ സയ്യീദ് മിർസയും രോഷാകുലനായിത്തീർന്നു.

ഫിലിമോത്സവ് 82 ൽ അഭിമാനിയ്ക്കാവുന്ന പ്രാതിനിധ്യമുണ്ട് മലയാളസിനിമയ്ക്ക്. ഓപ്പോൾ, ഒരിടത്തൊരു ഫയൽവാൻ, വളർത്തുമൃഗങ്ങൾ, പോക്കുവെയിൽ എന്നീ ചിത്രങ്ങൾ ഇന്ത്യൻ പനോരമയിൽ പ്രദർശിപ്പിക്കുന്നു.

കെ.എസ്.സേതുമാധവൻ, പി.പത്മരാജൻ, അരവിന്ദൻ, മധു, വിധുബാല, മധു അമ്പാട്ട് ശ്രീകുമാരൻതമ്പി എന്നിങ്ങനെ അണിയറ പ്രവർത്തകരുമുണ്ട്.

ഒരു ചലച്ചിത്ര വിദ്യാർത്ഥിയെന്ന നിലയ്ക്കാണ് താൻ ഫിലിമോത്സവിന് വന്നിരിക്കുന്നതെന്ന് ശ്രീകുമാരൻ തമ്പി പറഞ്ഞു. തന്റെ ചിത്രങ്ങളുമായി മറ്റു പ്രമുഖ രാഷ്ട്രങ്ങളിൽനിന്നെത്തുന്ന ചിത്രങ്ങളെ താരതമ്യം ചെയ്യാൻ ഇന്ത്യൻ നവ സിനിമയിൽ വളരെ പ്രകടമായ നാട്യങ്ങൾ വേർതിരിച്ചറിയാനുള്ള ഒരവസരം - അദ്ദേഹം ഈ മേളയെ വിലയി

രുത്തുന്നതങ്ങനെയാണ്. സനൂസ്സിയുടെ 'ദ കോൺസ്റ്റന്റ്' (പോളണ്ട്) മാർഗരതെ വോൺ ട്രോട്ടയുടെ 'സിസ്റ്റേഴ്സ്' (പശ്ചിമജർമ്മനി) മാർട്ടിൻ സ്കോർസിസിയുടെ 'റെയ് ജിംഗ് ബുൾ' (അമേരിക്ക), കാറെൽ കാച്ചിനയുടെ 'ലൗവ് ബിറ്റ്വീൻ ഡ്രോപ്സ് ഓഫ് റെയ്ൻ' (ചെക്കോ സ്ളോവാക്യ) തുടങ്ങിയ ചിത്രങ്ങൾ പത്രപ്രതിനിധികൾ പലർക്കും നഷ്ടപ്പെട്ടു. തലേന്ന് പ്രദർശനമുണ്ടെന്ന് നേരത്തെ അറിയാതിരുന്നതിനാൽ ഉദ്ഘാടന ദിവസമാണ് പലരും എത്തിയത്.

പതിവുപോലെ ഈ മേളയും ഉദാരമായ ലൈംഗികത അടങ്ങിയതുതന്നെ. ഡേവിഡ് നീവിസിന്റെ 'നൈസ് ടു മീറ്റ് യു' (ബ്രസീൽ), യോഷിതാരോ നോമുറയുടെ 'ദി ഇൻസിഡന്റ്' (ജപ്പാൻ) ബോറിസ്ലാവ് ഷരാലിവിന്റെ 'ആൾ ഈസ് ലൗവ്' (ബൾഗേറിയ) തുടങ്ങിയ ചിത്രങ്ങൾ അത്തരം ആകാംക്ഷകൾ ശമിപ്പിക്കുന്നവലയായിരുന്നു. കഴിഞ്ഞ തവണ ദൽഹിയിൽ സുവർണമയൂരം നേടിയ ബൾഗേറിയയും കുറോസോവയുടെ ജപ്പാനും പ്രേക്ഷകരെ നിരാശപ്പെടുത്തുകതന്നെ ചെയ്തു. നൈജീരിയയിൽ നിന്നുവന്ന "ക്രൈം ഫ്രീഡം' (ഓലാ ബഗോഗൺ) ആഴം കുറഞ്ഞതായിരുന്നുവെങ്കിലും സ്വാതന്ത്ര്യത്തിനുവേണ്ടി ആഫ്രിക്കൻ രാജ്യങ്ങളിലുയർന്ന ശബ്ദങ്ങൾ കേൾപ്പിക്കുന്ന ചിത്രമായിരുന്നു. വളരെ ഉപരിപ്ലവമായ പ്രതിപാദനം പക്ഷേ, അതിനെ പ്രേക്ഷകരിൽനിന്നകറ്റി. ആഫ്രിക്കയിൽനിന്ന് കൂടുതൽ ചിത്രങ്ങൾ പ്രതീക്ഷിക്കപ്പെടുന്നു.

ചലച്ചിത്രത്തെ വ്യവസായമായി അംഗീകരിക്കണമെന്ന് ഫിലിം ഫെഡറേഷൻ ഓഫ് ഇന്ത്യയുടെ പ്രസിഡണ്ട് കെ.കെ. ചൗധരി വെള്ളിയാഴ്ച ഇവിടെ പത്രസമ്മേളനത്തിൽ പറഞ്ഞു. ബേങ്കുകളിൽനിന്നും മറ്റു ധനസഹായ സ്ഥാപനങ്ങളിൽനിന്നും വായ്പ ലഭിക്കാൻ ഇതാവശ്യമാണ്.

ഫെഡറേഷന്റെ പ്രതിനിധി സംഘം പ്രധാനമന്ത്രി ഇന്ദിരാഗാന്ധിയെയും ധനകാര്യമന്ത്രി വെങ്കിടരാമനെയും വാർത്താവിതരണ പ്രക്ഷേപണവകുപ്പുമന്ത്രി വസന്ത്സാഥേയെയും സന്ദർശിച്ച് ദേശീയ ചലച്ചിത്രനയം രൂപീകരിക്കേണ്ടതിന്റെ ആവശ്യം ബോധ്യപ്പെടുത്തുമെന്ന് ചൗധരി പറഞ്ഞു.

ഫിലിമോത്സവിൽ സിനിമ വാങ്ങാനെത്തിയ ഒമ്പത് വിദേശി സംഘങ്ങൾ സത്യജിത് റായിയുടെ അപുത്രയത്തിലെ ചിത്രങ്ങളും ശത്‌രഞ്ജ് കെ ഖിലാഡിയും കാണാൻ താല്പര്യം പ്രകടിപ്പിച്ചു. പഥേർ പാഞ്ചാലി, അപരാജിത, അപൂർ സൻസാർ തുടങ്ങിയ ചിത്രങ്ങളൊന്നും ഫിലിം മാർക്കറ്റിലില്ല. റായിയുടെ പാരസ് പത്ഥർ മാത്രമാണ് മാർക്കറ്റിലുള്ളത്.

ഫ്രഞ്ച് സംഘത്തിന് ഋത്വിക് ഘട്ടക്കിന്റെയും ഗുരുദത്തിന്റെയും ചിത്രങ്ങളിലും കുട്ടികൾക്കുവേണ്ട ചിത്രങ്ങളിലുമാണ് താല്പര്യം.

പാക്കിസ്ഥാനിലെ പ്രശസ്ത ഫിലിം-ടെലിവിഷൻ താരമായ മിസ് റൂഹി ബാനൊ കുട്ടികൾക്കുവേണ്ടിയുള്ള നിരവധി ചിത്രങ്ങൾ കാണുകയും ചിലത് പാക്കിസ്ഥാൻ ടെലിവിഷനുവേണ്ടി വാങ്ങാൻ ആഗ്രഹം പ്രകടിപ്പിക്കുകയും ചെയ്തു.

ദേശാഭിമാനി
1982 ജനുവരി 22

സെൻ ചിത്രങ്ങൾക്ക് യൂറോപ്പിലെങ്ങും പ്രിയം

ചൈനയിൽ ഇക്കൊല്ലം ഒരു ഇന്ത്യൻ ചലച്ചിത്രവാരം സംഘടിപ്പിയ്ക്കാനുദ്ദേശിയ്ക്കുന്നതായി ഫെസ്റ്റിവൽ ഡയറക്ടറേറ്റിന്റെ ഒരു വക്താവ് കൽക്കത്തയിൽ പറഞ്ഞു. മുപ്പതുകളിലെയും നാല്പതുകളിലെയും പഴയ ചൈനീസ് ചിത്രങ്ങളുടെ ഒരു പശ്ചാത്ദർശനം അടുത്തുതന്നെ ഇന്ത്യയിൽ പ്രതീക്ഷിക്കാം.

ഫിലിമോത്സവ് 82ൽ ചൈനയിൽ നിന്നുള്ള 'ടു ആക്ട്രസസ്സ്', 'പയനിയർ ഓഫ് ദ റവല്യൂഷ്ണറി ആർമി' എന്നീ ചിത്രങ്ങൾ പ്രദർശിപ്പിക്കുകയുണ്ടായി.

അടുത്തമാസം നടക്കാനിരിക്കുന്ന ബർലിൻ ഫെസ്റ്റിവലിൽ പ്രശസ്ത ഇന്ത്യൻ സംവിധായകനായ മൃണാൾസെൻ ജൂറിയായി തെരഞ്ഞെടുക്കപ്പെട്ടിരിക്കുന്നു. അതറിയിയ്ക്കുന്ന ഒരു കമ്പിസന്ദേശം ലഭിച്ചതായി സെൻ പത്രലേഖകരോട് പറഞ്ഞു.

മൃണാൾസെൻ ചിത്രങ്ങൾക്ക് യൂറോപ്പിലെങ്ങും പ്രിയം വർദ്ധിച്ചുവരുന്നതായി സ്വീഡനിലെ കാക്ടസ് ചലച്ചിത്ര വിതരണ സ്ഥാപനത്തിന്റെ പ്രതിനിധിയായ എലൈൻ സ്റ്റട്ടർഹീം ഒരു വാർത്താസമ്മേളനത്തിൽ പറഞ്ഞു. ഈ മാറ്റമുണ്ടായത് 80 മുതൽക്കാണ്. കഴിഞ്ഞ രണ്ടുവർഷത്തിനുള്ളിൽ സെന്നിന്റെ അഞ്ച് ചിത്രങ്ങൾ രണ്ടര ദശലക്ഷം രൂപ നേടുകയുണ്ടായി. കാൻ ഫെസ്റ്റിവലിൽ 'ഏക്ദിൻ പ്രതിദിന്' ലഭിച്ച ആവേശകരമായ സ്വീകരണമാണ് ഈ പ്രദർശനവിജയത്തിന് കാരണം. സെന്നിന്റെ സമീപകാല ചിത്രമായ 'അകലേർ സന്ധാനേ' സ്വിറ്റ്സർലണ്ടിൽ വിപുലമായി പ്രദർശിപ്പിച്ചുകൊണ്ടിരിക്കയാണെന്ന് ശ്രീമതി എലൈൻ അറിയിച്ചു.

മൃണാൾസെൻ ശശികപൂറിനുവേണ്ടി ഒരു ചിത്രം സംവിധാനം ചെയ്തേക്കും. 'ചലച്ചിത്ര'യുടെ പ്രദർശനത്തിനുശേഷം വിളിച്ചുകൂട്ടിയ പത്രസമ്മേളനത്തിൽ സെൻ തന്നെയാണ് ഇക്കാര്യമറിയിച്ചത്. റായിയും താനും വിദേശരാഷ്ട്രങ്ങൾക്ക് ഇന്ത്യയുടെ ദാരിദ്ര്യം വിൽക്കുകയാണെന്ന ആരോപണം സെൻ നിരാകരിച്ചു. ഇന്ത്യൻ പരിതോവസ്ഥകൾ

പകർത്തുക മാത്രമാണ് തങ്ങൾ. മധ്യവർഗ്ഗത്തിലുൾപ്പെടുന്ന തനിക്ക് ആ വിഭാഗത്തെ കൂടുതലറിയാമെന്നതാണ് അതേ പ്രതിപാദ്യം ആവർത്തിക്കുന്നതിന് കാരണമെന്ന് സെൻ വിശദീകരിച്ചു. നിരവധി തവണ താൻ പരാജയപ്പെടുകയും നിലംപതിക്കുകയും ചെയ്തിട്ടുണ്ട്. തന്നെ സ്നേഹിക്കുന്നവരും വെറുക്കുന്നവരുമുണ്ട്. ശത്രുക്കളുടെ എണ്ണം വർധിക്കുമ്പോഴാണ് ഒരു സംവിധായകനെന്ന നിലയിൽ തനിക്ക് സംതൃപ്തി: സെൻ പറഞ്ഞു.

സെന്നിന്റെ പുതിയ ചിത്രം 'ഖരീജ്' ആണ്. കിഴക്കൻ കൽക്കത്തയിലെ അറോറ സ്റ്റുഡിയോയിൽ ഇതിന്റെ ചിത്രീകരണം നടന്നുവരികയാണ്. ഇത് പൂർത്തിയായിക്കഴിഞ്ഞാൽ പ്രേംചന്ദിന്റെ 'മുക്തിമാർഗ്' എന്ന കഥയെ അവലംബിച്ച് ഒരു ചിത്രമെടുക്കും. ഇതിന്റെ ചിത്രീകരണം നടക്കുക രാജസ്ഥാനിലാണ്.

വിമർശനം

ഫിലിമോത്സവ് 82ന്റെ ചിഹ്നം മതേതര സ്വഭാവത്തിന് നിരക്കുന്നതല്ലെന്ന് പ്രശസ്ത ചലച്ചിത്രകാരനായ മൃണാൾസെൻ ചൂണ്ടിക്കാട്ടി. ഫിലിമോത്സവിന്റെ ക്ഷണപത്രത്തിൽ ആലേഖനം ചെയ്ത ശംഖും ഉദ്ഘാടനച്ചടങ്ങിൽ ഉപയോഗിച്ച നിലവിളക്കും മതേതരത്വത്തിന് യോജിച്ചതല്ലെന്ന് സെൻ പറഞ്ഞു.

പ്രശസ്ത മലയാളസംവിധായകനായ അടൂർഗോപാലകൃഷ്ണന്റെ 'എലിപ്പത്തായം' എന്ന ചിത്രത്തിന്റെ പ്രദർശനം ഗോർക്കി സദനിൽ നടന്നു.

ഫ്രഞ്ച് സംവിധായകനായ ക്ലോഡ് ലെലൗഷിന്റെ റോബർട് ആന്റ് റോബർടിൽനിന്നു തുടങ്ങിയ ഫിലിമോത്സവിന്റെ രണ്ടാംവാരം ആദ്യവാരത്തേക്കാൾ പ്രതീക്ഷയുളവാക്കുന്നു.

ജോൺ ഹൂസ്റ്റൺ (അമേരിക്ക), ഒസ്മാനെ സെംബനെ (സെനെഗൽ), ഫ്രാൻസിസ്കോ റോസ്സി (ഇറ്റലി), കൊബായാഷി (ജപ്പാൻ), ഇസ്തവാൻ സാബൊ (ഹങ്കറി), അലൻ ടാനർ (സ്വിറ്റ്സർലണ്ട്) തുടങ്ങിയവരുടെ ചിത്രങ്ങളാണ് ഈ ആഴ്ച പ്രദർശിപ്പിക്കുന്നത്. കൂടാതെ ഗോദാർദ്, യാങ്ചോ തുടങ്ങിയവരുടെ പശ്ചാത് പ്രദർശനവുമുണ്ട്.

സെംബനെയുടെ സെഡ്ഡോ ഫിലിമോത്സവിലെ ഏറ്റവും നല്ല ചിത്രമായിരിക്കും. ജർമനിയും നാസിസവും പ്രമേയമാക്കിയ സാബോയുടെ മെഫിസ്റ്റോയും ഫാസിസത്തിനെതിരെ പ്രതിഷേധിക്കുന്ന 'ക്രൈസ്റ്റ് സ്റ്റോപ്പ്ഡ് അറ്റ് എബോളി' എന്ന ചിത്രവും ഏറെ ശ്രദ്ധ പിടിച്ചുപറ്റി

(ദേശാഭിമാനി
1982 ജനുവരി 13)

തടവറ ഭേദിച്ച ചലച്ചിത്രകാരൻ

'ജീവിച്ചിരിക്കുന്ന ഏറ്റവും മഹാനായ ചലച്ചിത്രകാരൻ' എന്ന് പ്രശസ്ത അമേരിക്കൻ സംവിധായകൻ എലിയാ കസാൻ വിശേഷിപ്പിച്ച യിൽമാസ് ഗുനെയുടെ റട്രോസ്പക്ടീവ് ഇന്ത്യയുടെ ഫിലിമോത്സവ് 82ന് സവിശേഷമായ പ്രാധാന്യവും ഗൗരവവും പ്രദാനം ചെയ്തു.

ആധുനിക ടർക്കിഷ് സിനിമയിൽ ഉയർന്നുവന്ന ഏറ്റവും പ്രമുഖരായ ചലച്ചിത്രസംവിധായകരിൽ ഒരാളാണ് യിൽമാസ് ഗുനെ. എഴുപത്തൊമ്പതിൽ ബ്രിട്ടീഷ് ഫിലിം ഇൻസ്റ്റിറ്റ്യൂട്ട് അവാർഡ് നേടിയ 'ഹോപ്', 'ദി ഹേർഡ്' തുടങ്ങിയ ചിത്രങ്ങളാണ് ഗുനെയെ ശ്രദ്ധേയനാക്കിയത്. നിരവധി യൂറോപ്യൻ രാഷ്ട്രങ്ങളിൽ ഗുനെ ചിത്രങ്ങളുടെ പശ്ചാത് പ്രദർശനങ്ങൾ ഇതിനകം സംഘടിപ്പിക്കപ്പെട്ടിട്ടുണ്ട്. അവയിൽ ഏറ്റവും പ്രധാനപ്പെട്ടത് 77ലെ സാൻ റിമോ ഫെസ്റ്റിവലാണ്.

1937ൽ ജനിച്ച ഗുനെ കലാശാലയിൽ പഠിക്കുമ്പോൾ ഒരു തൊഴിലാളി കൂടിയായിരുന്നു. നടനും എഴുത്തുകാരനുമെന്ന നിലയിൽ സിനിമയുമായി ബന്ധപ്പെട്ടു. 1958ൽ വളരെ പെട്ടെന്ന്, ഏതാനും ലഘുബജറ്റ് ചിത്രങ്ങളിലൂടെ അദ്ദേഹം തുർക്കിയിലെ ഏറ്റവും പ്രശസ്ത നടനായിത്തീർന്നു. ഒരേ സമയത്ത് എഴുത്തുകാരനും നടനും സംവിധായകനുമായി പ്രവർത്തിച്ച ഗുനെയ്ക്ക് വലതുപക്ഷ രാഷ്ട്രീയ പ്രതിരോധത്തോടൊപ്പം സെൻസർഷിപ്പിന്റെ വിലക്കുകളും അഭിമുഖീകരിക്കേണ്ടിവന്നു.

ഒരു ജഡ്ജിയെ വധിക്കാൻ ശ്രമിച്ചുവെന്ന കുറ്റാരോപണം, നീണ്ട വിചാരണയ്ക്കുശേഷം പത്തൊമ്പതുവർഷത്തെ തടവുശിക്ഷ നേടിക്കൊടുത്തു ഗുനെയ്ക്ക്.

തടവിൽ കിടക്കുമ്പോഴും തന്റെ നിർമാണയൂണിറ്റിന്റെ സഹകരണത്തോടെ ഗുനെ ചിത്രങ്ങളെടുത്തുകൊണ്ടിരുന്നു. പരുക്കൻ സാങ്കേതികത്വം പ്രകടമായിരുന്നുവെങ്കിലും തീവ്രവികാരങ്ങളും മയമില്ലാത്ത സാമൂഹ്യവിമർശനവുമടങ്ങിയ ഗുനെ ചിത്രങ്ങൾ പുതിയ സംവേദനതലങ്ങളിലേയ്ക്ക് പ്രേക്ഷകനെ നയിക്കുന്നവയാണ്.

(ദേശാഭിമാനി
1982 ജനുവരി 14)

ഗോദാർദിനെപ്പോലെ ഗോദാർദ് മാത്രം

ഴാങ് ലുക് ഗോദാർദ് (Jeen Luc - Godarad). ഇത്രയേറെ വിവാദങ്ങളുയർത്തിയ വേറൊരു പേരില്ല ചലച്ചിത്രത്തിൽ. പലരെ സംബന്ധിച്ചും ഗോദാർദ് ഈ തലമുറയിലെ ഏറ്റവും ശ്രദ്ധേയനായ സംവിധായകനാണ്. മറ്റുള്ളവർക്കാകട്ടെ ഏറ്റവും സഹിക്കാൻ പറ്റാത്തയാൾ. ഒരു ഫ്രഞ്ചു യുവതി തന്റെ ഭർത്താവിന്റെ മാംസം ആസ്വാദ്യതയോടെ ചവച്ചിറക്കുന്നതും (വീക്കെൻഡ്), സൗന്ദര്യവർധക വസ്തുക്കളുടെ വാചാലമായ പരസ്യപ്രക്ഷേപണത്തിനൊപ്പം ഒരു വൃദ്ധ ക്യാമറയെ ഗൗനിക്കാതെ സവിസ്തരം കുളിയ്ക്കുന്നതും (ന്യൂമറെ ഡൂയി) മറ്റുമായ കാഴ്ചകൾ അവർക്കെങ്ങനെ സഹിക്കാൻ കഴിയും? പക്ഷേ, ഗോദാർദ് എന്തുചെയ്യുന്നുവെന്ന് അവരും ഉറ്റുനോക്കുന്നു.

ഴാങ് പോൾ ബെൽമോണ്ടോ ഒരു നടപ്പാതയിലൂടെ ഴാങ് സെബേർദിന്റെ പിറകെയോടുന്ന ഷോട്ടിനൊപ്പം പാരീസിലെ പ്രസിദ്ധ തെരുവായ ഷാംപ് എലീസെ (Champs Elysees) യിലൂടെ ജനറൽ ഡിഗോൾ അമേരിക്കൻ പ്രസിഡണ്ട് ഐസനോവറെ പിന്തുടരുന്ന ഷോട്ട് ചേർത്തുവെച്ച് ഡിഗോളിനെ നീരസപ്പെടുത്തിക്കൊണ്ടാണ് ഗൊദാർദ് ഫീച്ചർ ചിത്രങ്ങളെടുത്ത് തുടങ്ങിയത്. (ചിത്രം ബ്രെത്‌ലസ് - 1959) ഈ കളിയാക്കൽ ദൃശ്യം അമേരിക്കൻ പ്രേക്ഷകരറിഞ്ഞില്ല. അമേരിക്കയിൽ പ്രദർശി

പ്പിച്ച പ്രിന്റിൽ അങ്ങനെയൊരു ദൃശ്യമുണ്ടായിരുന്നില്ല.

ഗോദാർദിന്റെ രണ്ടാമത്തെ ഫീച്ചർ ചിത്രമായ 'ലാ പെറ്റിറ്റ് സോൾഡാറ്റ്' (കൊച്ചുപടയാളി) അൾജീരിയൻ യുദ്ധത്തിലെ കൗതുകകരമായ ചില കാര്യങ്ങളിലേക്ക് തുറന്ന ഉദാസീനമായ ഒരു കണ്ണായിരുന്നു. ആരോടും കമ്മിറ്റ്മെന്റില്ലാത്ത ഒരു ബുദ്ധിജീവിയുടെ കാഴ്ചപ്പാടിൽ പകർത്തിയ ഈ ചിത്രം രണ്ടുവർഷത്തേക്ക് നിരോധിക്കപ്പെട്ടു. വെനീസ് ഫിലിം ഫെസ്റ്റിവലിലേക്ക് തെരഞ്ഞെടുത്ത 'ലാഫെമി മേരി'യെയും (ഒരു വിവാഹിത) ഫ്രഞ്ച് ഗവർമെണ്ട് തകരപ്പെട്ടിയിൽ ഭദ്രമായി സൂക്ഷിച്ചു. വിവാഹിതരായ ആധുനിക ഫ്രഞ്ച് വനിതകളോടുള്ള ഗോദാർദിന്റെ പ്രകോപനപരമായ നിലപാടുകളാണ് ഇതിന് കാരണമായി ചൂണ്ടിക്കാണിക്കപ്പെട്ടത്.

ഇങ്ങനെ എസ്റ്റാബ്ലിഷ്മെന്റുമായുള്ള ഉരസലുകളുടെ കഥ ഗോദാർദിന്റെ ചലച്ചിത്ര ജീവിതവുമായി കെട്ടുപിണഞ്ഞു കിടക്കുന്നു. ഗോദാർദിനേക്കാളും പ്രതിബദ്ധതയും വീറും കാണിയ്ക്കുന്നതായി ഭാവിക്കുന്ന ചലച്ചിത്ര നിർമാതാക്കൾക്ക് ഭരണാധികാരികളിൽനിന്ന് ഇത്രയും അലോസരപ്പെടുത്തലുണ്ടായിട്ടില്ല. എന്താവാം അതിന് കാരണം? മിക്ക ഇടതുപക്ഷ സംവിധായകരും, ഫ്രാൻസെസ്കോ റോസിയെപ്പോലെ ചുരുക്കം ചിലരൊഴികെ, പ്രശ്നങ്ങളെ കേവലമായ സമസ്യകളെന്നനിലയിൽ സാർവദേശീയാടിസ്ഥാനത്തിൽ അവതരിപ്പിയ്ക്കുന്നുവെന്നതു തന്നെ. വളരെ വിശാലവും രക്ഷപ്പെടാൻ നിരവധി പഴുതുകളുള്ളതുമാണ് ഈ സമീപനം. മനുഷ്യരെ അവരുടെ യഥാർത്ഥമായ ചുറ്റുപാടുകളിൽ അവതരിപ്പിക്കുന്നതിനു പകരം സ്ഥലകാലങ്ങൾ നിർണയിക്കാതെ അവരൊഴിഞ്ഞുമാറുന്നു.

ഡിസീക്കയുടെ 'ബൈസിക്കിൾ തീവ്സ്' ആണ് ഇക്കാര്യത്തിൽ അവരുടെ മാതൃകയെന്ന് അമേരിക്കൻ വിമർശകനായ ആന്ദ്രൂ സാരിസ്സ് ചൂണ്ടിക്കാട്ടുന്നു. അപ്രകാരം അമൂർത്തമായ ഒരു മാനുഷിക രേഖയെ കമ്മ്യൂണിസ്റ്റെന്നോ മാർക്സിസ്റ്റെന്നോ വിളിക്കാൻ ആരു ധൈര്യപ്പെടും? എന്തായാലും നമ്മളൊക്കെ സഹോദരന്മാരല്ലേ, ഓരോരുത്തർക്കും സ്വന്തം സൈക്കിൾ വേണ്ടേ - ഇത്രയുമേ ആ ചിത്രത്തിലുള്ളൂ. ആരും തലകുലുക്കി സമ്മതിച്ചുകൊടുക്കുന്ന ലളിതസുഭഗമായ ഒരു പ്രസ്താവം. ഹിറ്റ്ലർക്കും മുസ്സോളിനിക്കും ഫ്രാങ്കോക്കുമെല്ലാം, സ്വീകാര്യമായിത്തീർന്നേക്കാവുന്ന ഒരു നിഷ്കളങ്ക നിലപാട്. എന്നാൽ ഇത്തരമൊരു ഒഴിഞ്ഞുമാറലിന് ഗോദാർദ് എതിരാണ്.

സ്ഥൂലമായ പരാമർശങ്ങൾ നടത്തി ആത്മരക്ഷ തേടാതെ സൂക്ഷ്മ

സത്യങ്ങൾ തിരഞ്ഞ് നമ്മുടെ സംവേദനതലങ്ങളിൽ അഗ്നി വാരിയെറിയുന്ന ഈ സംവിധായകനാണ് 'ഹ്യൂമാനിറ്റ്' എന്നൊരു കമ്യൂണിസ്റ്റ് പത്രം പാരീസിലുണ്ടെന്നും അത് ആളുകൾ വായിക്കാറുണ്ടെന്നും ആദ്യമായി വെള്ളിത്തിരയിൽ കാണിച്ചത്. (വുമൺ ഈസ് എ വുമൺ എന്ന ചിത്രം). അതിനുമുമ്പും പാരീസിൽ 'ഹ്യൂമാനിറ്റ്' ഉണ്ടായിരുന്നു. കമ്യൂണിസ്റ്റ് പാർട്ടിയുണ്ടായിരുന്നു; ഇടതുപക്ഷ സംവിധായകരും.

സമകാല സിനിമയിലെ ഏറ്റവും നിർണായക സാന്നിധ്യം നിസ്സംശയമായും ഗോദാർദിന്റേതാണ്. ചലച്ചിത്ര ഭാഷയിലും ദൃശ്യ-ശബ്ദ സംയോജനത്തിലും ഗോദാർദിനോളം ഉയർന്ന മറ്റൊരു സംവിധായകനില്ല. ആദ്യകാല്യചിത്രങ്ങളിലെ ശബ്ദ പ്രയോഗത്തിന്റെയും നിശിതമായ കട്ടിങ്ങിന്റെയും പേരിൽ ലൂകാസും കപോളയും അദ്ദേഹത്തെ ആദരിക്കുമ്പോൾ, അമേരിക്കയിലും യൂറോപ്പിലെയും പുതിയ ചലച്ചിത്ര സംവിധായകർക്ക് ഗോദാർദ് ആചാര്യനായിത്തീരുന്നത് ശബ്ദവും ദൃശ്യവും തമ്മിലുള്ള ബന്ധത്തിൽ അദ്ദേഹം ചെയ്ത പരീക്ഷണങ്ങളെക്കൊണ്ടാണ്. മൂന്നാംലോകത്തിന്റെ അവികസിതാവസ്ഥയ്ക്ക് കാരണമായ പാശ്ചാത്യ സമ്പദ്വ്യവസ്ഥയുടെ വിമർശകനെന്ന നിലയ്ക്ക് ഗോദാർദിനെ വിലയിരുത്തുന്നു മൂന്നാംലോക ചലച്ചിത്ര സംവിധായകർ.

'എബൗട്ട് ഡി സൗഫ്ൾ' (About de Souffle) എന്ന ചിത്രത്തിനുശേഷം പ്രദർശന വിജയ നേടിയ ചിത്രങ്ങളുടെ ഒരു പരമ്പര സൃഷ്ടിച്ചുവെങ്കിലും പതിവ് ചലച്ചിത്ര രീതിയിൽ സിനിമയെടുക്കുക വയ്യെന്ന് ഗൊദാർദ് കണ്ടറിഞ്ഞു. ലോകത്തങ്ങുമുണ്ടായ രാഷ്ട്രീയവ്യതിയാനങ്ങളോടൊപ്പം സിനിമയുടെ ഭാഷയിൽ പുതിയ സാധ്യതകൾ തേടിയതിന്റെയും ഫലമായിരുന്നു ഈ പരിണാമം. കൺസ്യൂമർ സൊസൈറ്റിയിൽ ദൃശ്യങ്ങളുടെ പ്രവർത്തനരരീതിയും ലൈംഗികതയുടെ നിലനിൽപ്പും ആരാഞ്ഞ ഗോദാർദ് പിന്നീട് തികച്ചും വ്യത്യസ്തമായ ഒരു രചനാരീതി ആവിഷ്ക്കരിച്ചു. പ്രേക്ഷകരുമായുള്ള ബന്ധവും സിനിമ സാദ്ധ്യമാക്കുന്ന സാഹചര്യങ്ങളും വിലയിരുത്തിയപ്പോൾ, ചലച്ചിത്രത്തിന്റെ സാംഗത്യത്തെ തന്നെ ചോദ്യം ചെയ്യുന്ന പ്രേക്ഷകരിൽ താല്പര്യം നശിച്ച ഗോദാർദിന് തുടർന്നും അന്വേഷണങ്ങൾ സാധ്യമാക്കിയത് ടെലിവിഷൻ കമ്പനികളാണ്. സീഗാ വെർട്ടോവ് ഗ്രൂപ്പിനുവേണ്ടി അദ്ദേഹം രചിച്ച ചിത്രങ്ങളുടെ പരമ്പര ചലച്ചിത്ര രൂപത്തിൽ മുമ്പൊരിക്കലും നടന്നിട്ടില്ലാത്ത പരീക്ഷണങ്ങൾ വെളിവാക്കുന്നതായിരുന്നു.

ചലച്ചിത്ര രചനയുടെ എല്ലാ ഘട്ടത്തിലും ചെലുത്തേണ്ട നിയന്ത്രണത്തിന്റെ പ്രാധാന്യവും ആധുനിക വീഡിയോ ടെക്നോളജിയുടെ സാധ്യ

തകളുമാണ് ഗോദാർദിയൻ കൃതികളുടെ കാതൽ. 1973ൽ 'ആനി മേരി മീവിൽ' എന്ന ചിത്രത്തോടെ സ്വന്തമൊരു ടെക്നോളജിക്കുതന്നെ ഗോദാർദ് തുടക്കമിട്ടു. ഗോദാർദിന്റെ രീതികൾ പലരും അനുകരിക്കുകയുണ്ടായിട്ടുണ്ട്; പക്ഷേ അവരൊന്നും ഗോദാർദിനും തുല്യരായില്ല. എല്ലാം പിഴുതെറിഞ്ഞ് മുന്നേറുന്ന ഒറ്റയാൻ പ്രകൃതത്തോടെ ഗോദാർദ് തന്റെ ചലച്ചിത്രജീവിതം തുടരുന്നു.

ഗോദാർദ് സിനിമയിലെത്തിയത് ചലച്ചിത്രനിരൂപണം വഴിയാണ്. ഫ്രഞ്ച് ന്യൂവേവിന് അടിത്തറയൊരുക്കിയ 'കഹേ ദു സിനിമ'യെന്ന പ്രസിദ്ധീകരണമായിരുന്നു ഗോദാർദിന്റെ കളരി. ട്രൂഫോ ഷാബ്രോൾ തുടങ്ങിയവരെപ്പോലെ ഗോദാർദും അക്കാലത്തുതന്നെ ഭാവിയിലെ ചലച്ചിത്രകാരനായി സങ്കല്പിച്ചു. ആന്ദ്രേ ബസീൻ മാത്രമായിരുന്നു അവരിൽ പൂർണമായും നിരൂപകനായി ഉണ്ടായിരുന്നത്. ഒറ്റ സിനിമയെങ്കിലുമെടുക്കാതെ, ബസീൻ സിനിമയുടെ വിനിമയസാധ്യതകളെക്കുറിച്ച് ദീർഘപ്രവചനങ്ങൾ നടത്തി.

ഹെൻറി ലാംഗ്ളോയിസ്സിന്റെ സിനിമാത്തെക്കിലും ഫിലിം സൊസൈറ്റി വൃത്തങ്ങളിലും കറങ്ങിനടന്ന് മാധ്യമപരിചയം നേടിയ ഗോദാർദ് സിനിമയിലേയ്ക്ക് കടന്നു ചെന്നത് ഒരുകൂട്ടം കുറ്റാരോപണങ്ങളുമാണ്. 'കഹേ ദു സിനിമ'യോട് സംസാരിക്കവേ ഗോദാർദ് പറഞ്ഞു: "നിങ്ങൾക്ക് എന്തെങ്കിലും പറയണമെന്നുണ്ടെങ്കിൽ ഒരു പോംവഴി മാത്രമേയുള്ളൂ - അതങ്ങ് പറയുക.'

തനിക്ക് പറയാൻ തോന്നിയതെല്ലാം ഗോദാർദ് പറഞ്ഞുപോന്നിട്ടുണ്ട്. 'ബ്രെത്‌ലെസ്' തൊട്ട് 'എവരി മാൻ ഫോർ ഹിംസെൽഫ്' വരെയുള്ള ചിത്രങ്ങളിലൂടെ ലോകമെങ്ങുമുള്ള പ്രേക്ഷകർക്ക് സ്വരൂപിച്ചെടുക്കാവുന്ന നിഗമനം ഇതായിരിക്കും; ഗോദാർദിനെപ്പോലെ ഗോദാർദ് മാത്രം.

(ദേശാഭിമാനി
1982 ജനുവരി 17)

ഫിലിമോത്സവ് സമാപിച്ചു

പതിനഞ്ച് ദിവസം നീണ്ടുനിന്ന ഇന്ത്യയുടെ ഫിലിമോത്സവ് 82ന് ഞായറാഴ്ച തിരശ്ശീല വീണു.

ജനുവരി 3ന് ഇവിടെ ആരംഭിച്ച മത്സരേതര ചലച്ചിത്രോത്സവത്തിൽ ഇന്ത്യക്കകത്തും പുറത്തുമുള്ള ചലച്ചിത്രകാരന്മാരും നിരൂപകരും ലോകത്തിന്റെ വിവിധഭാഗങ്ങളിലെ ചലച്ചിത്രോത്സവ സംഘാടകരും പങ്കെടുത്തു.

പ്രദർശനശാലകളിലെ ജീവനക്കാരുടെ സമരത്തിന്റെ പശ്ചാത്തലത്തിൽ ഫിലിമോത്സവിന്റെ അരങ്ങേറ്റത്തെക്കുറിച്ച് ആശങ്കയുണ്ടായിരുന്നെങ്കിലും പശ്ചിമബംഗാൾ ഗവർമെണ്ടിന്റെ കാര്യക്ഷമമായ സമീപനവും ജീവനക്കാരുടെ സഹകരണവും മൂലം പുതുവർഷപ്പിറവിയോടുകൂടിത്തന്നെ മേളയുടെ അന്തരീക്ഷം തെളിഞ്ഞു. ചലച്ചിത്രോത്സവത്തിന്റെ തലേന്നാൾ പുലർച്ചെ മുതൽ സിനിമാസ്വാദകർ, ഫിലിമോത്സവ് ചിത്രങ്ങളുടെ പ്രദർശനത്തിന് നിശ്ചയിക്കപ്പെട്ട തിയേറ്ററുകൾക്കുമുന്നിൽ ടിക്കറ്റുകൾക്കുവേണ്ടി വരിനിന്നുതുടങ്ങിയിരുന്നു. ദീർഘനേരത്തെ കാത്തിരിപ്പിനിടയിൽ അല്പമൊന്ന് വിശ്രമിക്കാൻ ചെറുതായൊന്ന് മയങ്ങാൻ അവരിൽ ചിലരെങ്കിലും ഭാരംകുറഞ്ഞ കിടക്കയും വിരിപ്പും മറ്റും കരുതിയിരുന്നു.

35 രാജ്യങ്ങളിൽനിന്നുള്ള 88 ഫീച്ചർ ചിത്രങ്ങൾ ഫിലിമോത്സവിൽ പ്രദർശിപ്പിക്കപ്പെട്ടു. 13 രാജ്യങ്ങളുടെ 30 ഹ്രസ്വചിത്രങ്ങളും.

ഴാങ് ലൂക് ഗോദാർദ് (ഫ്രാൻസ്), മിക്കലസ് യാങ്ചോ (ഹങ്കറി), യിൽമാസ് ഗുനെ (തുർക്കി) എന്നീ വിശ്വോത്തര ചലച്ചിത്രകാരന്മാരുടെ 23 കൃതികൾ റട്രോസ്പക്ടീവ് വിഭാഗത്തിൽ പ്രദർശിപ്പിക്കുന്നു. ഇതിന് പുറമെ ഇന്ത്യയുടെ വിവിധ ഭാഗങ്ങളിൽ നിന്നുള്ള 21 ഫീച്ചർ ചിത്രങ്ങളും മുൻകാലങ്ങളെ അപേക്ഷിച്ച് ഇന്ത്യൻ പനോരമ ഇത്തവണ ഫിലിമോത്സവിനെത്തിയവരുടെ മുഴുവൻ ശ്രദ്ധ പിടിച്ചുപറ്റി. മലയാളത്തിൽനിന്ന് നാല് ചിത്രങ്ങൾ ഇന്ത്യൻ പനോരമയിലുണ്ടായിരുന്നു. പ്രശസ്ത മലയാളസംവിധായകരും ചലച്ചിത്രപ്രവർത്തകരും മേളയിൽ ഉടനീളം പങ്കെടുക്കുകയുണ്ടായി.

ഫിലിമോത്സവ് 82ന്റെ പരിപാടികൾ മറ്റേത് അന്താരാഷ്ട്ര ചലച്ചിത്ര മേളയെയും പോലെ നിലവാരം പുലർത്തുകയുണ്ടായെന്ന് ഫിലിം ഫെസ്റ്റിവൽ ഡയറക്ടർ എം.വി. കൃഷ്ണസ്വാമി പറഞ്ഞു. ഗോദാർദിന്റെയും ഗുനെയുടെയും യാങ്ചോയുടെയും കൃതികൾക്ക് കൽക്കത്തയിൽ ലഭിച്ച സ്വീകരണം ആവേശകരമാണ്.

റട്രോസ്പക്ടീവ് പ്രദർശനശാലകൾ നിറഞ്ഞുകവിയുക അസാധാരണമാണ്. കൽക്കത്തയിൽ പക്ഷേ അതാണ് സംഭവിച്ചത്. ആഫ്രിക്കയിൽനിന്നും ക്യൂബയിൽനിന്നും ബ്രിട്ടീഷ് ഫിലിം ഇൻസ്റ്റിറ്റ്യൂട്ടിൽനിന്നുമുള്ള 16 എം.എം. ചിത്രങ്ങളുടെ പ്രദർശനം ഫിലിമോത്സവ് 82ന്റെ സവിശേഷതയായിരുന്നു. മൂന്നു ഭാഗങ്ങളായുള്ള 'ചിലിയുടെ പോരാട്ടം' എന്ന ക്യൂബൻചിത്രം ഈ വിഭാഗത്തിൽ ഏറെ ശ്രദ്ധേയമായി.

16 എം.എം. ചിത്രങ്ങൾക്ക് ലഭിച്ച സ്വീകരണം ആഹ്ലാദകരമാണെന്ന് ബ്രിട്ടീഷ് ഫിലിം ഇൻസ്റ്റിറ്റ്യൂട്ടിലെ മിസ് മേരി ജെയിൻ വാൽഷ് പ്രസ്താവിച്ചു. മറ്റു പല വിദേശപ്രതിനിധികളും ഇതേ അഭിപ്രായമാണ് പ്രകടിപ്പിച്ചത്.

1975 ലെ ഫിലിമോത്സവിനുശേഷം 7 വർഷം കഴിഞ്ഞാണ് കൽക്കത്തയിൽ ഈ മേള നടന്നത്. ഇത്ര വലിയ ഇടവെളയുണ്ടാകാതെ ചലച്ചിത്രോത്സവങ്ങൾ സംഘടിപ്പിക്കാൻ ശ്രദ്ധിക്കണമെന്ന് ഉദ്ഘാടനച്ചടങ്ങിൽ അധികൃതരോട് സത്യജിതറായ് ആവശ്യപ്പെട്ടപ്പോൾതന്നെ ഈ നഗരം ഇതുപോലൊരു മേളയെ എങ്ങനെ കാണുന്നുവെന്ന് വ്യക്തമായിരുന്നു.

(ദേശാഭിമാനി
1982 ജനുവരി 18)

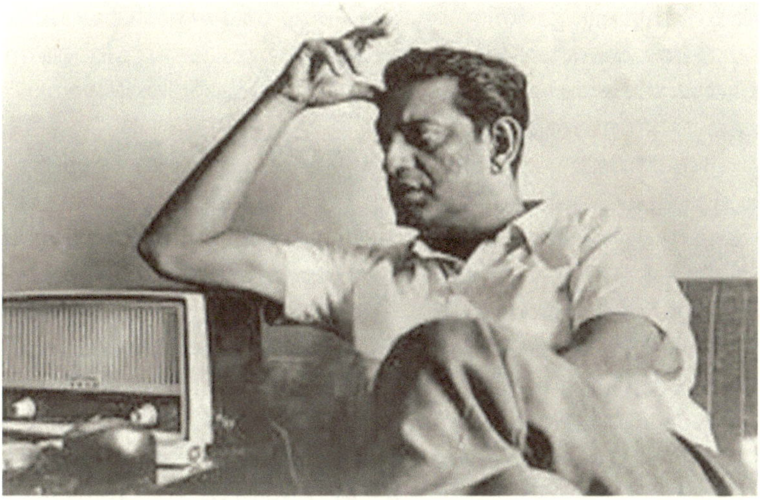

സത്യജിത് റായ് ഇങ്ങനെ പറയുന്നു

ബംഗാളിലെ അപ്പർ മിഡിൽ ക്ലാസ് ജീവിതവും സ്വാതന്ത്ര്യത്തിനുള്ള ഉദ്യമങ്ങൾ നടത്തിയ ഭീകരപ്രസ്ഥാനവും പശ്ചാത്തലമാക്കി രവീന്ദ്രനാഥ് ടാഗോർ എഴുതിയ "ഘരെ ബൈരെ" (വീടും ലോകവും) സത്യജിത്റായ് സാക്ഷാത്കരിക്കുന്നതാണ്. മനില ഫെസ്റ്റിവലിനുശേഷം അതിന്റെ ചിത്രീകരണം തുടങ്ങുമെന്ന് റായ് ഒരു പത്രസമ്മേളനത്തിൽ അറിയിച്ചു. പഥേർ പാഞ്ചാലിക്ക് പകരം തന്റെ ആദ്യചിത്രം അതായിരുന്നെങ്കിലെന്ന് റായ് ആഗ്രഹിച്ചിരുന്നു. എന്നാൽ മുപ്പത് വർഷംമുമ്പ് അത് അസാധ്യമായിരുന്നുവെന്നും ഇത്രയുംകാലം താനതിന് ക്ഷമയോടെ കാത്തിരിക്കുകയായിരുന്നുവെന്നും തെല്ലൊരു ഗൃഹാതുരതയോടെ റായ് പറഞ്ഞു. മുഖ്യസമസ്യ അഭിനേതാക്കളുടേതായിരുന്നു. അവരെ കണ്ടെത്തിയത് ഇപ്പോഴാണ്. "ഘരെ ബൈരെ"ക്കു ശേഷം മഹാശ്വേതാദേവിയുടെ ഒരു കഥ ചിത്രമാക്കാനും റായ്ക്കുദ്ദേശമുണ്ട്.

അവസാനചിത്രമായ "പികുവിന്റെ ദിവസം" ഫ്രഞ്ച് ടെലിവിഷനു വേണ്ടി നിർമ്മിച്ചതാണ്. ഇനിയും ടെലിവിഷൻ ചിത്രങ്ങളെടുക്കാൻ സാധ്യതയുണ്ടെങ്കിലും വീഡിയോ ചിത്രങ്ങളിൽ റായ് തല്പരനല്ല. ഇന്ത്യൻ പനോരമയിൽ 'പികുവിന്റെ ദിവസ'ത്തോട് ചേർത്ത് കാണിച്ച 'സദ്ഗതി' ഒരു ഹ്രസ്വചിത്രമായിരുന്നു. ഹ്രസ്വചിത്രങ്ങളുടെ രചനയിൽ

ഫീച്ചർ ഫിലിമുകളിൽനിന്ന് വ്യത്യസ്തമായ നിയമങ്ങൾ പാലിക്കാനി ല്ലെന്ന് റേ അഭിപ്രായപ്പെട്ടു... 'ഹ്രസ്വചിത്രമെന്നാൽ ചെറിയ ചിത്രമെന്നു മാത്രമേ അർത്ഥമാക്കാനുള്ളൂ. എൺപത് മിനുട്ടിൽ അധികരിക്കുമ്പോൾ അത് മുഴുനീള ചിത്രമാകുന്നു.'

'സദ്ഗതി'യിലുപയോഗിച്ച രാവണപ്രതിഷ്ഠ ബ്രാഹ്മണർക്കെതിരാ യുള്ള ഒരു ചിഹ്നമായിരുന്നില്ലെന്ന് റായ് വിശദീകരിച്ചു. അതിന്റെ ഷൂട്ടിംഗ് നടന്ന റായ്പൂർ ഗ്രാമങ്ങളിലെവിടെയും കാണാവുന്നതാണ് രാവണപ്ര തിഷ്ഠകൾ. "നിങ്ങളതിന് ഒരു സവിശേഷമായ അർത്ഥം കല്പിക്കുന്നു വെങ്കിൽ അങ്ങനെയാവാം."

'സദ്ഗതി'യിലെ മഴയ്ക്കും അതിലുപരിയായ പ്രസക്തിയൊന്നും റായ് കാണുന്നില്ല. ചിത്രീകരണത്തിനിടയിൽ മഴ പെയ്തു തുടങ്ങിയപ്പോൾ ഷൂട്ടിംഗ് നിർത്ത് മടങ്ങിപ്പോകാമെന്ന് തീരുമാനിച്ചതാണ്. എന്നാൽ പിന്നീട് മഴ പ്രയോജനപ്പെടുത്താൻ നിശ്ചയിച്ചു. എല്ലാ ഷോട്ടുകളും രൂപ പ്പെടുത്താൻ സൗകര്യപ്രദമായ മട്ടിൽ നാല്പത്തഞ്ചു മിനുട്ടിലേറെ തുടരെ മഴ പെയ്തു. മഴയിലേയ്ക്ക് നയിക്കുന്ന ദൃശ്യങ്ങൾ അതേത്തു ടർന്ന് കൂട്ടിച്ചേർത്തതാണ്.

പ്രേംചന്ദ് മുപ്പതുവർഷംമുമ്പെഴുതിയ ചെറുകഥയാണ് 'സദ്ഗതി'. അതിലെ പ്രമേയം ഇന്നും കാലഹരണപ്പെട്ടിട്ടില്ല. ഹരിജനങ്ങളും കുലീ നസമൂഹങ്ങളും തമ്മിലുള്ള അഭിമുഖം നിത്യേന സംഭവിച്ചുകൊണ്ടിരി ക്കുന്ന പ്രശ്നമാണ്. അതിന്റെ ഷൂട്ടിങ്ങിനായി റായ്പൂരിൽ ചെന്ന റായി യും യൂണിറ്റും പലരുടെയും എതിർപ്പുകളെ അഭിമുഖീകരിക്കുകയു ണ്ടായി. അവയൊക്കെ ചിത്രീകരണത്തിന്റെ നേരമായപ്പോഴേയ്ക്കും ശമി ച്ചു. കാലികൾ കഴുത്തിലേറ്റുന്ന മണികളുടെ ഒച്ചയും മറ്റുമല്ലാതെ സംഗീ തമുദ്രണത്തിന് റായ് തുടക്കത്തിൽ ഉദ്ദേശിച്ചിരുന്നു. പിന്നീട് ഏതാനും ദൃശ്യനിരകൾ സംഗീതമാവശ്യപ്പെടുന്നുവെന്നു തോന്നി. മൂലകഥയോട് വളരെയടുത്തുനിൽക്കുന്നു ആ ചിത്രം.

- റായ് പറഞ്ഞു.

പതിനഞ്ചു വർഷത്തിനപ്പുറേതന്നെ വാക്യങ്ങളുടെ ഘടനയിലോ അക്ഷരശുദ്ധിയിലോ നിഷ്കർഷിക്കാതെ ഒരു കുട്ടിയുടെ മനോഗതങ്ങൾ പകർത്തിയ ആ കഥക്കുമുമ്പ് തൊഴിലെടുക്കുന്ന കുട്ടികളെക്കുറിച്ചുള്ള വാക്കുകളില്ലാതെ ഒരു ഡോക്യുമെന്ററിയായിരുന്നു റായ് ഫ്രഞ്ച് ടെലി വിഷന് നിർദേശിച്ചത്. എന്നാൽ വിദേശമന്ത്രകാര്യാലയം അതിന് അനുമതി നൽകിയില്ല. ആ മറുപടി - അത് അത്യന്തം വിനയപൂർവ്വമാ യിരുന്നുവെന്ന് റായ് പരിഹസിക്കുന്നു - കിട്ടിയപ്പോഴാണ് പികുവെന്ന

ആറു വയസ്സുകാരൻ ഡയറിയെക്കുറിച്ചോർക്കാനിടയായത്.

ഒരു ഉപരിവർഗ്ഗകുടുംബാംഗമായ പികുവിന്റെ ജീവിതത്തിലെ ഒരു സായാഹ്നമാണ് റായ് കാട്ടിത്തരുന്നത്. അന്ന് രണ്ട് പ്രധാന സംഭവങ്ങളുണ്ടായി. പികുവിന്റെ അമ്മയും കാമുകനും തമ്മിലുള്ള അകൽച്ചയും ഹൃദയസ്തംഭനത്തെത്തുടർന്ന് മുത്തച്ഛന്റെ മരണവും. താനാണ് ഇവക്ക് നിമിത്തമെന്നറിയാതെയാണ് പികു ഈ സംഭവങ്ങളോട് പ്രതികരിക്കുന്നത്. റായ് ആ ചിത്രത്തിൽ സംതൃപ്തനാണ്.

കഴിഞ്ഞ അഞ്ചാറ് വർഷക്കാലമായി ഇന്ത്യൻ സിനിമയിൽ നിരവധി പുതിയ പ്രതിഭകൾ ഉടലെടുത്തിട്ടുണ്ടെന്ന് റായ് കരുതുന്നു.

റായിയെക്കുറിച്ച് ശ്യാം ബെനഗൽ പ്രഖ്യാപിച്ച ഡോക്യുമെന്ററിയുടെ കാര്യമോർമ്മിപ്പിച്ചുകൊണ്ട് സ്വയം ഒരു ഡോക്യുമെന്ററി എന്തുകൊണ്ട് ചെയ്യുന്നില്ലെന്ന ചോദ്യത്തിന് ഉള്ളുതുറന്ന ഒരു ചിരിയായിരുന്നു റായിയുടെ മറുപടി.

പത്തുവർഷം മുമ്പ് താനെടുത്ത 'സിക്കിം' എന്ന ഡോക്യുമെന്ററി നിരോധിക്കാനുള്ള കാരണമെന്തെന്ന് തനിക്കിന്നും ബോധ്യപ്പെട്ടിട്ടില്ലെന്ന് വേറൊരു ചോദ്യത്തിനു മറുപടിയായി റായ് പറഞ്ഞു.

ഫിലിമോത്സവിൽ പ്രദർശിപ്പിച്ച ചിത്രങ്ങളിൽ അസാധാരണ അനുഭവമെന്നു പറയാവുന്ന ഒന്നുമുണ്ടായിരുന്നില്ല റായ്‌യുടെ നിഗമനത്തിൽ. കൂട്ടത്തിൽ മികച്ചുനിന്നത് സ്പെയിനിലെ കാർലോസ് സൗറയുടെ 'ബ്ലഡ് വെഡ്ഡിംഗ്' ആണ്.

ഇ.എം. ഫോസ്റ്ററുടെ വിഖ്യാതമായ 'എ പാസേജ് ടു ഇന്ത്യ' ചിത്രമാക്കുന്നത് റായ് മുമ്പൊരിക്കൽ പറഞ്ഞിരുന്നു. അതിപ്പോൾ ഡേവിഡ് ലീൻ സംവിധാനം ചെയ്യുമെന്ന് തീരുമാനിക്കപ്പെട്ടിരിക്കുന്നു. ബംഗാളി ചെറുകഥകളെ അവലംബമാക്കി കൽക്കത്ത ടെലിവിഷനായി ആറു ചിത്രങ്ങളുടെ ഒരു പരമ്പര റായ് അടുത്തുതന്നെ തയ്യാറാക്കുന്നതാണ്. പിൽക്കാലത്തുണ്ടായ കൃതികൾ ആദ്യരചനകളോളം ആകർഷകങ്ങളായിരുന്നില്ലെന്ന അഭിപ്രായത്തോട് വിയോജിച്ചുകൊണ്ട് റായ് പറഞ്ഞു: "എനിക്കിന്നും ചെറുപ്പമാണ്."

(ദേശാഭിമാനി
1982 ജനുവരി 24)

ടോളിഗഞ്ചിൽ നവോന്മേഷം

ടോളിഗഞ്ചിന്റെ നവോന്മേഷം നമുക്ക് കണ്ടറിയാൻ കഴിയും. പ്രദർശനഗൃഹങ്ങളുടെ വിമുഖതയും വിതരണമേഖലയിൽ ബോംബെ സിനിമയുമായുള്ള കിടമത്സരവും മറ്റനവധി പ്രതികൂല സാഹചര്യങ്ങളും നിലനിൽക്കെതന്നെ അസൂയാവഹമായ ചലനാത്മകത കാട്ടാൻ ടോളിഗഞ്ചിന് സാധിച്ചത് പശ്ചിമബംഗാൾ ഗവൺമെന്റിന്റെ അത്യുദാരമായ ചലച്ചിത്രനയം മൂലമാണ്.

കഴിഞ്ഞ വർഷം ഗവൺമെന്റിന് വേണ്ടി ആറ് ഫീച്ചർ ചിത്രങ്ങൾ നിർമിക്കപ്പെട്ടു. അത്രയും തന്നെ നിർമ്മാണത്തിന്റെ വിവിധ ഘട്ടങ്ങളിൽ ഇപ്പോഴുണ്ട്. അവയിലൊന്ന് എം.എസ്. സത്യുവിന്റേതാണ് കഹാം കഹാം സേ ഗുസർ ഗയാ. പൂർത്തിയായ ആറ് ചിത്രങ്ങളിൽ ശ്യാം ബെനെഗലിന്റെ 'ആരോഹണും' ഉൾപ്പെടുന്നു. ബംഗാളിഭാഷയിൽ വിനിമയ സാദ്ധ്യതകളാരായുന്നവർക്ക് മാത്രമല്ല അന്യഭാഷകളിലുള്ള സംവിധായകർക്കും അവസരങ്ങൾ നൽകുമെന്നുള്ള ഗവൺമെന്റ് നിലപാടാണ് ബെനഗലിനെയും സത്യുവിനെയും ബംഗാളിലേയ്ക്ക് ആകർഷിച്ചത്.

ഗവൺമെന്റ് നിർമിച്ചതും നിർമാണദശയിലിരിക്കുന്നതുമായ രചനകൾ ഇവയൊക്കെ :

ദാക്കൽ

തെലുങ്കിൽ 'മാഭൂമി' യെടുത്ത ഗൗതംഘോഷിന്റെ 'ദാക്കൽ' (The Occupation) ഒരു നാടോടി സ്ത്രീയുടെ വ്യഥകളാണ്. കാക്ക വേട്ടക്കാരെന്നറിയപ്പെടുന്ന ഒരിടത്തും വേരുകളില്ലാത്ത ഗോത്രത്തിലുൾപ്പെട്ട അന്ദി (മമതാ ശങ്കർ) വേറൊരു വംശക്കാരനായ ജോഗോയോടൊപ്പം ഒളിച്ചോടുന്നു. ഗംഗയുടെ ശാദ്വല തീരങ്ങളിലൊരിടത്ത് അവർ വീടുകെട്ടി. അന്ദിക്ക് രണ്ടാമത്തെ കുഞ്ഞ് വയറ്റിലുള്ളപ്പോൾ ജോഗ പാമ്പുകടിയേറ്റ് മരണപ്പെട്ടു. അവരുടെ ഭൂമിയിൽ കണ്ണുണ്ടായിരുന്ന ജോത്ദാർക്ക് അതൊരു സൗകര്യമായിത്തീർന്നു.

ഊരുചുറ്റി വന്ന അന്ദിയുടെ കൂട്ടുകാരെ ജോത്ദാറുടെ സഹായിയായ ഗോവിന്ദ ഉപചരിച്ച് വശത്താക്കി. അന്ദിയെ കോടതിയിൽ തങ്ങളുടെ വംശ

ത്തിലെ അംഗമായി തിരിച്ചറിയാനും ജോഗയുമായി നടത്തിയ വിവാഹം നിയമസാധുതയില്ലാത്തതാണെന്ന് സ്ഥാപിക്കാനും നാടോടികളുടെ നായകനായ ബാഗംബറീനെ അയാൾ പ്രേരിപ്പിച്ചു. അന്ദിയുടെ വീടിന് ഒരു രാത്രി ഗോവിന്ദയുടെ അനുയായികൾ തീ കൊളുത്തി. അപ്പോഴാണ് ബാഗംബറിന് ദുഃഖമായത്. അയാൾ അന്ദിക്ക് തന്റെ വർഗ്ഗത്തിന്റെ സംരക്ഷണം വാഗ്ദാനം ചെയ്തുവെങ്കിലും അവളത് സ്വീകരിച്ചില്ല. തന്റെ മണ്ണിന് വേണ്ടിയുള്ള പോരാട്ടം ഒറ്റക്ക് തന്നെ തുടരുമെന്ന ദൃഢനിശ്ചയവുമായി അവൾ അവിടെത്തന്നെ നിന്നു.

എഴുപത്തൊാമ്പതിൽ സ്വർണത്താമര നേടിയ 'ശോധി'ന്റെ (ഹിന്ദി) രചയിതാവായ ബിപ്ലബ് റോയ് ചൗധരി 'മഹാപൃഥ്വി'യിൽ ചില പ്രത്യേക സാഹചര്യങ്ങളാൽ വലയിതരായ ഒരു പറ്റം മത്സ്യത്തൊഴിലാളികളുടെ ജീവിതം പ്രതിപാദിക്കുന്നു.

ഡംഡം വിമാനത്താവളത്തിലേയ്ക്ക് ഇന്നത്തെ വി.ഐ.പി. റോഡ് കടന്നുപോകുന്ന വഴിയിൽ മുമ്പൊരു ചതുപ്പു വനമുണ്ടായിരുന്നു. അവിടെ താമസിച്ച് മീൻകച്ചവടം നടത്തി വന്ന കുടുംബങ്ങളിലൊന്നാണ് ശുബോളിന്റേത്.

വി ഐ പി റോഡ് വന്നുതുടങ്ങിയപ്പോൾ ചതുപ്പു വനത്തിൽ താമസിച്ചിരുന്നവർ കൂട്ടത്തോടെ സ്ഥലമൊഴിഞ്ഞ് പലവഴിക്കും ചിതറിപ്പോയി. ശുബോളിന്റേതുപോലെ ചുരുക്കം വീടുകൾമാത്രം അവിടെ അവശേഷിച്ചു. ഒരു സൈക്കിൾ കമ്പനി ആ സ്ഥലത്തിന് വില പറഞ്ഞെങ്കിലും പെറ്റുവീണ മണ്ണിനെ സ്നേഹിച്ച അമ്മയുടെ ശാഠ്യംമൂലം ശുബോളിന് അത് വിൽക്കാൻ കഴിഞ്ഞില്ല. എണ്ണമറ്റ യാതനകളിലും ദുഃഖങ്ങളിലും അയാളവിടെ ജീവിതം തുടർന്നു. നഗരദാരിദ്ര്യത്തെക്കുറിച്ചുള്ള അതിതീക്ഷ്ണമായ ഒരു വിവരണം ഈ ചിത്രത്തിൽ ബിപ്ലബ് റോയ് ചൗധരി സാധിച്ചിരിക്കുന്നു.

ബംഗാളിയിലെ ഏറ്റവും അറിയപ്പെടുന്ന എഴുത്തുകാരിലൊരാളായ മാണിക് ബന്ദോപാദ്ധ്യായയുടെ മൂന്നു ചെറുകഥകൾ ഒരു പാക്കേജിൽ (Three- in-one) സമാഹരിച്ചതാണ് പശ്ചിമബംഗാൾ ഗവർമ്മെണ്ടിന്റെ മറ്റൊരുനിർമാണ പദ്ധതി.

നാൽപതുകളുടെ ഒടുവിൽ, കമ്മ്യൂണിസ്റ്റ് പാർട്ടിയുടെ നേതൃത്വത്തിൽ നടന്ന കർഷകസമരമാണ് 'ഛോട്ടോ ബാകുൽ പുരേർ ജാത്രി' യിലെ ഇതിവൃത്തം. സൈകത് ഭട്ടാചാര്യ സംവിധാനച്ചുമതല നിർവഹിച്ച 'ജാകേയ് ഘുഷ് ദിതേയ് ഹോയ്' ഉന്നതസ്ഥാനങ്ങളിലെ തിന്മകളും, ജോച്ചൻ ദാസ്ദാറുടെ 'പ്രഗായ് തിഹാസിക്' മനുഷ്യബന്ധങ്ങളുടെ

അനാദികാലം മുതല്ക്കുള്ള വൈകാരികതയും ദൃശ്യവൽക്കരിക്കുന്നു.

ദേബീ ഗർജൻ (പീയൂഷ് ഗാംഗുലി), മധുബൻ (അജോയ്കർ), കോനി (സരോജ് ഡെ), ഗൃഹയുദ്ധ (ബുദ്ധദേവ് ദാസ് ഗുപ്ത), ചോഖ് (ഉത്പ ലേന്ദു ചക്രവർത്തി) എന്നിവയാണ് ഈ വർഷത്തെ പൂർത്തിയാകാനി രിക്കുന്ന ചിത്രങ്ങൾ. ഇവയുടെ നിർമാണം ദ്രുതഗതിയിൽ നടന്നുവരു ന്നു.

പീയൂഷ് ഗാംഗുലിയും അജോയ്കറും സരോജ്ഡെയും ബംഗാളിലെ ജനപ്രിയ സംവിധായകരാണ്. മുടക്കുമതലിന് തീരെ ക്ലേശിക്കേണ്ടതി ല്ലാത്ത ഇത്തരം സംവിധായകർക്കും ഗവൺമെന്റ് ക്ഷണപത്രങ്ങൾ നൽകുന്നത് ആശാസ്യമാണോയെന്നതിനെച്ചൊല്ലിയുള്ള ഒരു വിവാദം ഈയിടെ നഗരത്തിലുണ്ടായി. ഫിലിമോത്സവിന്റെ ടി വി റിപ്പോർട്ടിൽ നിന്നായിരുന്നു അതിന്റെ തുടക്കം. ടി വി പ്രതിനിധി പൂർണേന്ദു പത്രി യോടും മറ്റൊരു സംവിധായകനായ ആദിനാഥ് ഭട്ടാചാര്യയോടും ഇതേ ക്കുറിച്ച് ചോദിച്ചത് വേറെയാരെയോ തൃപ്തിപ്പെടുത്താനാണെന്ന് വ്യക്തം. സംവിധായകരുടെ കുലമഹിമയും പൂർവചരിത്രവുമല്ല, സ്വീകാ ര്യമായ സ്ക്രിപ്റ്റുകളാണ് ഗവൺമെണ്ട് പരിഗണിക്കാറെന്ന് ടി വിയുടെ പ്രതിനിധിക്ക് അറിയാത്തതാവില്ല. കമേഴ്സ്യൽ സിനിമയുടെ ഒരനുബ ന്ധവും ദൽഹി ഭരണകൂടത്തിന്റെ പ്രചരണമാധ്യമവുമായ ടി വി ഡോക്യു മെന്ററിയുടെ നിശിതത്വമുള്ള ചിത്രങ്ങൾ തുടരെ നിർമിക്കപ്പെടുന്നതിൽ പ്രകടിപ്പിക്കുന്ന അസ്വസ്ഥതയ്ക്ക് വ്യാഖ്യാനമെന്തിന്?

ഈ അനാവശ്യ വിവാദത്തിൽ നിന്നൊഴിഞ്ഞ് അർഥപൂർണ്ണമായ രച നാസംരംഭങ്ങളിലേക്ക് തന്നെ തിരിച്ചു പോവുക. 'ദൂരത്വ'യുടെയും നീം അന്നപൂർണയുടെയും സ്വരൂപങ്ങൾ ബുദ്ധദേവ് ദാസ് ഗുപ്തയുടെ പുതിയ ചിത്രത്തെക്കുറിച്ച് വലിയ പ്രതീക്ഷകൾക്കിട നൽകുന്നു. സമ കാല നഗരത്തിന്റെ നിഷ്കൃഷ്ടപഠനമാണ് 'ഗൃഹയുദ്ധ'യുടെ ഭാവം. ഒരു റാഡിക്കൽ ട്രേഡ് യൂണിയൻ പശ്ചാത്തലത്തിൽ രാഷ്ട്രീയമാർജിക്കുന്ന ഒരു സാധാരണ സ്ത്രീയുടെ കഥയിലൂടെ ഇത് നിറവേറ്റപ്പെടുന്നു. നിർമാണം ഏറെക്കുറെ പൂർത്തിയായിക്കഴിഞ്ഞ 'ഗൃഹയുദ്ധ'യിൽ, വ്യക്തിഗതമായ ഒളിച്ചോട്ടങ്ങളുടെതായ വർത്തമാനത്തിൽ അരാഷ്ട്രീ യജീവിയായി ആർക്കും കഴിയാനാവില്ലെന്നതാണ് താൻ ഊന്നിപ്പറയാ നാഗ്രഹിക്കുന്ന കാര്യമെന്ന് ബുദ്ധദേവ് ദാസ് ഗുപ്ത വിശദീകരിക്കുന്നു.

നിർമാണത്തിലിരിക്കെത്തന്നെ വളരെയേറെ ശ്രദ്ധ നേടിക്കഴിഞ്ഞ 'ചോഖി' ന്റെ (കണ്ണ്) സംവിധായകനായ ഉത്പലേന്ദു ചക്രവർത്തി അരങ്ങത്തുവന്നത് രാഷ്ട്രീയ തടവുകാരെക്കുറിച്ചുള്ള വിവാദപരമായ

ഒരു ഡോക്യുമെന്ററിയുമായാണ്. (മുക്തിചരായ് 1977) ബംഗാളിലെയും ബീഹാറിലെയും ഒറീസ്സയിലെയും ആദിവാസി ഗോത്രങ്ങൾക്കിടയിൽ നിരവധി വർഷങ്ങൾ കഴിച്ചുകൂട്ടിയ ഉത്പലേന്ദുവിന്റെ പക്ഷപാതം ഒരു സഹജാവബോധമായി കാണേണ്ടിയിരിക്കുന്നു.

'ചോഖ്' വർഗചൂഷണത്തെക്കുറിച്ച് അർധസർ റിയലിസ്റ്റിക് ശൈലിയിൽ തയ്യാറാക്കപ്പെടുന്ന ഒരു പ്രബന്ധചിത്രമാണ്. മുൻചിത്രങ്ങളെ ഉദാഹരിച്ചു പറയുമ്പോൾ, സിനിമയിലെ വേറൊരു കലാപശ്രമം.

(ദേശാഭിമാനി
1982 ഫെബ്രുവരി 7)

കാർമെനും പ്രിനോം കാർമെനും

കാർമെൻ : ഒരു ദൃശ്യവിസ്മയം

ആസക്തിയിലൂടെയും സ്പർദ്ധയിലൂടെയും നമ്മെ ദുരന്തത്തിലേയ്ക്കു നയിക്കുന്ന ഒരു മിത്തിക്കൽ കഥാപാത്രമായ കാർമെന്റെ ഇതിവൃത്തത്തിലൂടെ സ്പാനിഷ് ചലച്ചിത്രകാരനായ കാർലോസ് സൂറ സാക്ഷാത്ക്കരിക്കുന്നത് ഒരു തികഞ്ഞ ദൃശ്യവിസ്മയമത്രെ. സൂറ ലോർക്കയുടെ ബ്ലഡ് വെഡ്ഡിങ്ങിന് നൽകിയതും ഏറെക്കുറെ ഇതേ പരിചരണമായിരുന്നുവെങ്കിലും കാർമെനിൽ അന്റോണിയോ ഗാഡെസ് സ്പാനിഷ് രീതിയിൽ ചിട്ടപ്പെടുത്താൻ തുനിയുന്ന ബീസെയുടെ (Bizet) ഓപ്പറയിലെ കഥയ്ക്ക് സമാന്തരമായി അതിന്റെതന്നെ ആവർത്തനമായ കഥ രൂപപ്പെടുന്നുവെന്ന അന്തരം മൗലികമാണ്. സമാന്തരമായി നീങ്ങി അവസാനം ഒരേ അന്ത്യത്തിലെത്തുന്ന ഇരുകഥകളുടെയും പശ്ചാത്തലത്തിൽ ഓപ്പറയ്ക്ക് ബീസെ ക്രമപ്പെടുത്തിയ സംഗീതവും റിഹേഴ്സൽ ക്യാമ്പിൽ ഗിറ്റാർ വാദകരും ഗായകരും ചേർന്നൊരുക്കുന്ന ഫ്ളമെൻകോ സംഗീതവും മാറി മാറി കേൾക്കാം; ഓപ്പറയിലെയും ജീവിതത്തിലെയും കഥകളുടെ സമാനതകൾക്കൊത്ത് ഇടയ്ക്കിടെ അവ പരസ്പരം ലയിക്കുന്നുമുണ്ട്.

കാർമെൻ എന്ന സുന്ദരി ജൂവാനെ കണ്ടുമുട്ടുന്നതും പ്രണയത്തിലാകുന്നതും അയാളെ വഞ്ചിച്ച് മറ്റു പലരുമായും ഇടപഴകുന്നതും ഒടുവിൽ ജൂവാന്റെ കൈകൊണ്ട് കൊല്ലപ്പെടുന്നതുമാണ് ബീസെയുടെ ഓപ്പറയിലെ കഥ. ഈ ഓപ്പറ അവതരിപ്പിക്കാനുള്ള ശ്രമത്തിലേർപ്പെട്ട ഒരു നൃത്തസംഘത്തിന്റെ ഡയരക്ടറായ അന്റോണിയോയാണ് സൂറയുടെ ചിത്രത്തിലെ നായകൻ. അയാൾ കാർമെന്റെ റോളിന് ഇണങ്ങുന്ന ഒരു നർത്തകിയ്ക്കായി വളരെ അന്വേഷിക്കുന്നു. അങ്ങനെ വളരെ മെച്ചമന്നൊന്നും പറയാനാവാത്ത പക്ഷേ ഉടലിന് തീക്ഷ്ണ വശ്യതയുള്ള ഒരുവളിൽ തൃപ്തി തോന്നി അവളെ പരിശീലിപ്പിച്ചുതുടങ്ങുന്നു. അവളുടെ പേരും കാർമെൻ എന്നുതന്നെ ആയിരുന്നു. അന്റോണിയോ അവളെ പ്രേമിച്ചുതുടങ്ങുന്നതോടെ റിഹേഴ്സൽ ചെയ്യുന്ന ഇതിവൃത്തം അയാളുടെ തന്നെ ജീവിതകഥയായി പരിണമിക്കുന്നു.

കാർമെന്റെ ഭർത്താവ് മയക്കുമരുന്നു വ്യാപാരത്തിന് തടവിലായിരുന്നു. അന്റോണിയോക്ക് തന്നോട് തോന്നിയ അഭിനിവേശത്തോട്, അതുകൊണ്ടുതന്നെ, അവൾക്ക് സ്വതന്ത്രമായി പ്രതികരിക്കാൻ കഴിയുന്നു. ഒരു രാത്രി അവൾ റോഡിലൂടെ നീങ്ങുമ്പോൾ അന്റോണിയോ സ്വയം ചുവടുവെക്കുന്നതു കണ്ട് അയാളുടെ വാതിലിനു നേർക്കും പിന്നെ കിടപ്പുമുറിയിലേക്കും ചെല്ലുന്നു. അയാൾക്കു സ്വമേധയാ വഴങ്ങിയശേഷം രാത്രി മുഴുവനും അയാളോടുകൂടെ കിടക്കയിൽ കഴിയാതെ, തനിക്കു പോകേണ്ടിയിരിക്കുന്നുവെന്നു മാത്രം പറഞ്ഞുകൊണ്ട് അവൾ അവിടെനിന്ന് ഇറങ്ങിപ്പോവുകയും ചെയ്യുന്നു. ഈ വേഴ്ചയെത്തുടർന്ന് അയാൾക്ക് അവളോടുള്ള ആസക്തി പിന്നെയും വർധിക്കുകയാണ്. അവൾ തന്നെ ആത്മാർത്ഥമായി സ്നേഹിക്കുന്നുവെന്നും എന്നന്നേക്കുമായി തന്റെ ജീവിതത്തിലേയ്ക്ക് വന്നുചേരുമെന്നും അയാൾ ഭ്രാന്തമായി വിശ്വസിക്കുന്നു.

ഓപ്പറയുടെ റിഹേഴ്സലുകൾ തുടരവെ കാർമെന്റെ ഭർത്താവ് ജയിൽമോചിതനായി വന്നെത്തുന്നു. പക്ഷേ, അതൊരു പ്രതിസന്ധി സൃഷ്ടിക്കുന്നില്ല. അയാൾക്ക് കാർമെൻ തന്നെ വിട്ടുപോകുന്നത് സഹിക്കാൻ കഴിയുമായിരുന്നു. അയാളും അന്റോണിയോയും ഒരു കളിക്കളത്തിന് ഇരുപുറവുമിരുന്ന് ചീട്ടുകളിച്ചുതുടങ്ങുന്നതും അവസാനം പരസ്പരം പൊരുതുന്നതുമായ ദൃശ്യം ബാലെയിലേക്കുള്ള റിഹേഴ്സലാണെന്നും അയാളെയും അന്റോണിയോ ഒരു റോൾ നൽകി തന്റെ ട്രൂപ്പിൽ ചേർത്തിരുന്നുവെന്നും പ്രേക്ഷകരറിയുക ആദ്യഘട്ടം കഴിയുമ്പോൾ മാത്രമാണ്. കാർമെന്റെ ഭർത്താവിനെ കീഴ്പ്പെടുത്താനുള്ള അന്റോണിയോയുടെ തീവ്രമോഹത്തിന്റെ പ്രകടനമായും തീരുന്നു ഈ സീക്വൻസ്.

ഓപ്പറ അവസാനിക്കുന്നത്, നായികയായ കാർമെൻ തന്റെ കൺമുന്നിൽ വെച്ചുതന്നെ വേറെ കാമുകരുമായി രമിക്കുന്നത് കാണാനിടയായ ജുവാൻ അവളെ പിന്തിരിപ്പിക്കാൻ ശ്രമിച്ച് അതിൽ വിജയിക്കാനാവാതെ അവളെ കൊല്ലുമ്പോഴാണ്. റിഹേഴ്സലിനെത്തിയ കാർമെൻ എന്ന നർത്തകി തന്നെ അഗാധമായി പ്രേമിക്കുന്ന അന്റോണിയോയോട് പെരുമാറുന്നതും ഓപ്പറയിലെ നായികയെപ്പോലെ തന്നെ. ഒരു റിഹേഴ്സലിനുശേഷം എല്ലാവരും പോയ്ക്കഴിഞ്ഞപ്പോൾ വസ്ത്രങ്ങൾ സൂക്ഷിച്ച മുറിയിലേക്കു ചെന്ന അന്റോണിയോ തന്റെ ട്രൂപ്പിലെ മറ്റൊരാളുമായി കാർമെൻ വേഴ്ച നടത്തുന്നതു കാണാനിടയാകുന്നു. തൂക്കിയിട്ട വസ്ത്രങ്ങൾക്കിടയിൽ തറയിൽ നിന്നു അവൾ വിവസ്ത്രയായി നിവരുമ്പോൾ അന്റോണിയോയുടെ മനസ്സിൽ ഒരു കൊടുങ്കാറ്റു വീശുന്നതായി അയാ

ളുടെ മുഖം വിളിച്ചോതുന്നു. പക്ഷേ, കാർമെൻ കൂസലന്യേ അയാളെ നേരിടുന്നു. മാത്രവുമല്ല, താൻ തനിക്കിഷ്ടമുള്ളതുപോലെയൊക്കെ ചെയ്യുമെന്നും അയാൾക്കതിൽ കാര്യമൊന്നുമില്ലെന്നും മുഖത്തടിച്ച പോലെ അയാളെ കേൾപ്പിക്കുകയും ചെയ്യുന്നു. അവർ തമ്മിലുള്ള ബന്ധം അതോടെ തീർന്നുവെങ്കിലും കാർമെൻ ഓപ്പറയുടെ റിഹേഴ്സൽ തുടരുന്നു. അവസാന ദൃശ്യത്തിൽ കാർമെൻ അന്റോണിയോയുടെ കൈകൊണ്ട് കൊല്ലപ്പെടുന്നു. ഇതു ഓപ്പറയുടെ അന്ത്യമാവാം; ചിത്രത്തിലെ പ്രണയകഥയുടെ അന്ത്യവുമാവാം. ഇപ്രകാരം കാർമെന്റെ രണ്ടു ഇതിവൃത്തരേഖകളും ഒരേ ബിന്ദുവിൽ ഒടുങ്ങുന്നു.

കാർമെൻ പകരുക നൃത്തവും സംഗീതവും ദുരന്തബോധവും ഉൾച്ചേർന്ന അനുഭവമാണ്. ബീസെയുടെ ഓപ്പറാറ്റിക് സംഗീതത്തിനു സമാന്തരമായി നിലനിൽക്കുന്ന പ്രകാശനോപാധിയാണ് ഈ ചിത്രത്തിൽ അന്യോന്യം ലയിച്ചുചേർന്നിരിക്കുന്ന സ്പാനിഷ് സംഗീതവും ചുവടുവെയ്പുകളും. ഗിറ്റാറുകളുയർത്തുന്ന ബീസെ മെലഡികൾ നമ്മെ വേദനിപ്പിക്കുകയും ത്രസിപ്പിക്കുകയും ചെയ്യും. അന്റോണിയോയും കാർമെനും ഉൾപ്പെടെയുള്ള നർത്തകസംഘത്തിന്റെ ചുവടുവെയ്പുകൾ നാം ശ്വാസമടക്കിപ്പിടിച്ചിരുന്നു കാണും. സംഗീതവും നൃത്തവും തുടക്കംതൊട്ട് അവസാനംവരെ പ്രേക്ഷകരുടെ പങ്കാളിത്തം ഉറപ്പിക്കുന്നു. കാർമെന്റെ കണ്ണുകളിലെ അഗ്നിയും ചുണ്ടുകളിലെ വിലോഭനീയതയും ഈ ചിത്രത്തിനാകെയുണ്ട്.

പ്രിനോം കാർമെൻ ;
ഗോദാർദിന്റെ പുതിയ കണ്ടെത്തലുകൾ

ആശുപത്രി മുറിയിൽ അതിനകത്തുള്ള ഓരോ വസ്തുവും സ്പർശിച്ചറിയാൻ ശ്രമിക്കുന്ന നിലയിൽ, പ്രതീകാത്മകമായി, സ്വയം പ്രേക്ഷകർക്ക് വെളിപ്പെടുത്തുന്ന ഗോദാർദ്, വെനീസ് ഫെസ്റ്റിവലിൽ ഗോൾഡൻ ലയൺ നേടിയ പ്രിനോം കാർമെനിൽ സമകാല സമൂഹത്തിലെ ഒട്ടനവധി സമസ്യകൾ വാക്കുകളിലൂടെയും ബിംബങ്ങളിലൂടെയും സമാഹരിക്കുന്നു. മുഖ്യമായും പരിഗണിക്കപ്പെടുന്നത് പുതിയ സിനിമയെന്ന തീമാണ്. അമ്പതുകളുടെ ഒടുവിൽ ഒരു കടംകഥയുടെ സ്വരൂപമുള്ള 'എ ബൗദ് ദ സൂൾഫി'ലൂടെ സിനിമയിൽ പുതിയ വഴി തുറന്ന ഗോദാർദ് തുടർന്നുണ്ടായ ഏറെ സങ്കീർണ്ണമായ വിനിമയ ശ്രമങ്ങൾക്കും ആശയ പ്രതിസന്ധികൾക്കും അപകടങ്ങൾക്കുമിടയിൽ, സിനിമയെ നശിപ്പിക്കുന്നതിന് ഗ്ലാബർറോഷയുടെ സഹകരണം തേടിയല്ലൊ മുമ്പൊരിക്കൽ.

അന്ന്, റോഷ ബ്രസീലിയൻ സിനിമ പണിതുയർത്താനുള്ള യത്നത്തിലായിരുന്നതുകൊണ്ടാണെന്ന് കരുതുക, ഗോദാർദിന് സിനിമയെ നശിപ്പിക്കാനായില്ല. പക്ഷേ, ഏതാനും വർഷം കഴിഞ്ഞ് ഈ നിഷേധിയിൽനിന്ന് സംഭ്രമജനകമായ ഒരു അറിയിപ്പുണ്ടായി. അത് സിനിമയുടെ ചരമ അറിയിപ്പായിരുന്നു.

പ്രിനോം കാർമെൻ, ഒരു ദശാസന്ധിയായ അറുപത്തെട്ടിനുശേഷം ഗോദാർദ് നിർമിച്ച ഏറ്റവും നല്ല ചിത്രം, മറ്റെന്തിലുമേറെ സിനിമ മരിച്ചിട്ടില്ലെന്നതിന് തെളിവാണ്. എന്നാൽ പുതിയ ചലച്ചിത്രസംരംഭങ്ങൾ തുടങ്ങാനാഗ്രഹിക്കുന്ന യുവാക്കളെ ഗോദാർദ് കാണുന്നത് ശുഭചിന്തയോടെ അല്ലതന്നെ. ചെറുപ്പക്കാരുടെ ഒരേയൊരു കണ്ടെത്തൽ തൊഴിലില്ലായ്മയാണെന്ന് അദ്ദേഹം കുറ്റപ്പെടുത്തുന്നു. ഒരു ഫിലിമിന്റെ ആഗ്രഹവുമായി വന്നെത്തുന്ന മരുമകളോട് ഗോദാർദ് സംശയചിത്തനായി അവളും കൂട്ടുകാരും ഉദ്ദേശിക്കുന്നത് ഒരു യഥാർത്ഥകഥയാണോ എന്നു ചോദിക്കുന്നു. കാരണം, ഗോദാർദ് തന്നെ പരിഹാസപൂർവം പറയുന്നു. പുതിയ ചലച്ചിത്രകാരന്മാർ ഡോക്യുമെന്ററിയുണ്ടാക്കുന്നത് ഫിക്ഷനായാണ്.

ചിത്രമുദ്ദേശിക്കുന്നവർ ചേർന്ന് നടത്തുന്ന ബാങ്കുകൊള്ള നിരവധി സൂചനകളുള്ള ഒരു ടിപ്പിക്കൽ ഗൊദാർദിയൻ സീക്വൻസാണ്. ആക്രമണത്തിനും വെടിവെപ്പിനുമിടയിൽ അതിന്റെ പരിഭ്രാന്തി ചെറിയൊരളവിൽപോലും നിഴലിക്കാതെ സ്വസ്ഥാനങ്ങളിൽ സൗകര്യപൂർവമിരുന്ന് പത്രങ്ങൾ വായിക്കുന്നവരെ ഗോദാർദ് കാട്ടിത്തരുന്നു. അക്രമികളും പോലീസും തമ്മിൽ തൊട്ടടുത്തുവെച്ച് വെടിവെപ്പ് നടക്കുമ്പോൾ അവർ മുഖം തെല്ലൊന്ന് ഉയർത്തുകപോലും ചെയ്യുന്നില്ല. പിന്നീട് ഒരു തൂപ്പുകാരി വന്ന് മൃതദേഹങ്ങൾക്കരികിലായി തറയിൽ പരന്ന രക്തം തൂത്തുമാറ്റുന്നു. മൃതദേഹങ്ങൾ അവൾ ശ്രദ്ധിക്കുന്നതേ ഇല്ല. അവ നീക്കംചെയ്യുക പോലീസിന്റെയും ചുമതലയല്ല. ജീവിക്കുന്നവരെ കൈകാര്യം ചെയ്യുകയാണ് തങ്ങളുടെ ചുമതലയെന്നുള്ള വ്യക്തമായ നിലപാടുണ്ട് പോലീസിന്. ഓരോരുത്തർക്കും സ്വപ്നങ്ങൾപോലെയാണ് സമൂഹത്തിന് പോലീസെന്ന് ഒരു പോലീസ് കോൺസ്റ്റബിൾ പറയുന്നതായി ഗോദാർദ് രേഖപ്പെടുത്തുന്നു. മറ്റൊരു സീനിൽ ഒരു പോലീസുകാരൻ വീഡിയോ കാസെറ്റുകൾ വിൽക്കാനുള്ള അർത്ഥപൂർണമായ ഉദ്യമത്തിൽ ഏർപ്പെട്ടതായി കാണാം.

സ്ത്രീകൾ എന്തിനു നിലനിൽക്കുന്നുവെന്നും പുരുഷന്മാർ എന്തിന് നിലനിൽക്കുന്നുവെന്നുമുള്ള രണ്ട് ചോദ്യങ്ങൾ പ്രിനോം കാർമെനിൽ വളരെ പ്രാധാന്യത്തോടെ നിബന്ധിച്ചിട്ടുണ്ട്. ഇവ രണ്ടും ചേർന്ന് മനു

ഷ്യരുടെയാകെ അസ്തിത്വത്തെക്കുറിച്ചുള്ള ആശങ്കയായിത്തീരുന്നു. ഈ ആശങ്കയ്ക്ക് അടിസ്ഥാനം, സമകാലസമൂഹം, മനുഷ്യർക്ക് ആവശ്യമില്ലാത്ത ആറ്റംബോംബുകളും മറ്റും നിർമിച്ചുകൂട്ടുന്ന യന്ത്രങ്ങളുടെതായിരിക്കുന്നുവന്ന അസുഖകരമായ നിരീക്ഷണമാണ്.

ഏതാനും പേർ ഉപകരണങ്ങളിൽ വായിയ്ക്കുന്ന 'കാർമെൻ' പ്രമേയത്തിന്റെ വിവിധ തലങ്ങളിലുമായി സംയോജിപ്പിച്ചുകൊണ്ട് പ്രിനോം കാർമെന് സവിശേഷമായൊരു ഇഴയടുപ്പമേകുന്നുണ്ട് ഗോദാർദ്. ഓപ്പറയുടെ സംഗീതം ഉടനീളം വിനിയോഗിക്കപ്പെടുന്നു- പക്ഷേ, 'കപടമായൊരു ഗൗരവത്തിൽ. ബാങ്ക് കൊള്ളയുടെ ദൃശ്യങ്ങളോട് ചേർത്ത് സംഗീതജ്ഞരെ കാണിക്കവെ ഓർക്കെസ്ട്രാ കണ്ടക്ടർ പറയുന്നു : 'പോരാ, കുറെക്കൂടി വയലന്റാവണം'. മറ്റുള്ളവർ അതനുസരിച്ച് സംഗീതത്തിൽ വയലൻസ് ചേർക്കുമ്പോൾ ഗോദാർദ് വയലൻസിന്റെ ദൃശ്യവിവരണത്തിലേക്ക് തിരിച്ചുപോകുന്നു. സംഗീതത്തിന്റെയും ദൃശ്യബിംബങ്ങളുടെയും വിന്യാസത്തിൽ ഇതൊരു വഴക്കുമായി അന്ത്യം വരെ പാലിക്കപ്പെടുന്നു. റൗൾ കൊറ്റാർഡിന്റെ ക്യാമറ ഒരിക്കൽകൂടി ഗോദാർദിന്റെതായി കണ്ടെടുക്കുന്ന ഇമേജുകളിൽ, ഒരു പാലത്തിന് മുകളിലൂടെ രാത്രിയിൽ വിരുദ്ധദിശകളിലേയ്ക്ക് നീങ്ങുന്ന രണ്ട് തീവണ്ടികൾ, കടലിന്റെ നീലപ്പരപ്പാണ് പശ്ചാത്തലത്തിലെന്നു തോന്നിപ്പിച്ചുകൊണ്ട് ഒരു ടെലിവിഷൻ സ്ക്രീനിനു മീതെ ചേർത്തുവെച്ച കൈവിരലുകൾ ഇവയുടെ സംരചന അത്യാകർഷകമാണ്. വീക്കെൻഡ്, ബ്രിട്ടീഷ് സൗണ്ട്സ്, സ്ലോമോഷൻ തുടങ്ങിയ ചിത്രങ്ങളിലെന്നപോലെ ഇവിടെയും ലൈംഗികതയുടെ ട്രീറ്റ്മെന്റ് നിസ്സംഗവും പരുഷവുമാണ്.

ഗോദാർദ് സിനിമയുടെ മരണം ആഗ്രഹിച്ചതും ചരമപ്രഖ്യാപനം നടത്തിയതും എല്ലാം പറഞ്ഞു കഴിഞ്ഞെന്ന് തോന്നിയപ്പോഴാവും. സത്യം എല്ലാം പറഞ്ഞുതീർന്നില്ലെന്നതു തന്നെയാണ് ഇതുവരെ പറയാത്ത നിരവധി കാര്യങ്ങൾ പ്രിനോം കാർമെനിൽ ഗോദാർദ് പറയുന്നുണ്ട്. ഉദാഹരണത്തിന് തീട്ടം വിലയുള്ളതാകുമ്പോൾ പാവപ്പെട്ടവർക്ക് മലദ്വാരങ്ങൾ ഉണ്ടാവില്ല!

(ദേശാഭിമാനി വാരിക
1982 ഫിബ്രവരി 20)

അമേരിക്കൻ ജീവിതത്തിന്റെ അടിത്തട്ട്

എന്തൊക്കെയാവും വൃദ്ധനായ ഒരു അമേരിക്കൻ നീഗ്രോയ്ക്ക് ഓർക്കാനുണ്ടാവുക. മരങ്ങളിൽ തൂങ്ങിക്കിടക്കുന്ന നീഗ്രോകൾ. തെരുവുവാഹനങ്ങളിലെ പിസ്റ്റൾധാരികളായ കണ്ടക്ടർമാർ. നീഗ്രോ പരിഷ്കർത്താവും അധ്യാപകനും എഴുത്തുകാരനുമായ ബുക്കർ ടി വാഷിങ്ങ്ടണിന്റെ പ്രസംഗം. സ്വാതന്ത്ര്യത്തിനുവേണ്ടി യു എസ് സുപ്രീംകോടതിയെ സമീപിച്ച നീഗ്രോ അടിമയായ ഡ്രെഡ്സ്കോട്ടിന്റെ മോഹഭംഗം. ബെസ്സീ സ്മിത്തിന്റെ ഉയർച്ചയും ദീനമായ പതനവും...

"എന്റെ പേര് ആർക്കുമറിയില്ല"(Nobody knows My Name: James Baldwin) എന്ന കൃതിയിലൊരിടത്ത് ബാൾഡ് വിൻ ഒരു ജോർജിയൻ യാത്ര അനുസ്മരിക്കുന്നു: "മണ്ണ് അടുത്തടുത്തുവരുന്നത് നോക്കിക്കൊണ്ട് ഞാൻ മുഖം വിമാനത്തിന്റെ ജാലകത്തിലമർത്തി. അധികം കഴിയുന്നതിനുമുമ്പ് ഞങ്ങൾ മരത്തലപ്പുകൾക്ക് മീതെയായി. ഈ മണ്ണിന് അതിന്റെ നിറം കിട്ടിയത് ഈ മരങ്ങളിൽ നിന്നൊഴുകിവീണ ചോരയിൽനിന്നാണെന്ന ചിന്ത എനിക്ക് ഒതുക്കിനിർത്താനായില്ല. എന്റെ മനസ്സിൽ ഒരു കറുത്തവന്റെ പ്രതിരൂപം നിറഞ്ഞിരുന്നു. എന്നെക്കാൾ പ്രായം കുറഞ്ഞവൻ, ഒരുപക്ഷെ, എന്റെ അതേ പ്രായം. മരത്തിൽ തൂങ്ങിക്കിടക്കുകയാണ്. വെളുത്തവർ അവനെ നോക്കിനിൽക്കുന്നു. പിന്നെ കത്തികൊണ്ട് അവന്റെ ജനനേന്ദ്രിയം മുറിച്ചുമാറ്റുന്നു."

അമേരിക്കൻ നീഗ്രോയുടെ സാഹചര്യം അതായിരുന്നു, ചെറുപ്പം തൊട്ടുതന്നെ ആഫ്രിക്കയെക്കുറിച്ച് ലജ്ജിക്കാനായിരുന്നു അവരെ പഠിപ്പിച്ചതെന്ന് ബാൾഡ്വിൻ ദുഃഖം കൊള്ളുന്നു. ആഫ്രിക്ക ലോകസംസ്കാരത്തിന് ഒരു സംഭാവനയും നൽകിയിട്ടില്ലെന്ന് അവർക്ക് കേൾക്കേണ്ടിവന്നു. നഗ്നരായി നൃത്തം ചവിട്ടുകയും പ്രാകൃത ചേഷ്ടകൾ തുടരുകയും നരമാംസം തിന്നുകയും ചെയ്യുന്ന അപരിഷ്കൃതരെ പകർത്തിയ സിനിമകളിലൂടെ ഇതേ പാഠം കൂടുതൽ ഫലപ്രദമായി വിനിമയം ചെയ്യപ്പെട്ടു. നീഗ്രോകൾ എല്ലായ്പ്പോഴും ചീത്തയായിരുന്നു. ചിലപ്പോൾ വെറും കോമാളികൾ. അല്ലെങ്കിൽ രണ്ടും. അവരിലാരെങ്കിലും നല്ലവരായെങ്കിൽ അത് തെളിയിക്കപ്പെട്ടിരുന്നത് വെളുത്തവരോടുള്ള വിശ്വസ്തതയിലാ

യിരുന്നു.

ചരിത്രം അവരോട് നീതി കാണച്ചില്ല. അമേരിക്ക അവരോട് നീതി കാണിച്ചില്ല. അമേരിക്കൻ സിനിമയും അവരോട് നീതി കാണിച്ചില്ല.

ഇതിന്, ചലച്ചിത്രാചാര്യനെന്ന് പ്രകീർത്തിക്കപ്പെടുന്ന ഡി ഡബ്ലി യു ഗ്രിഫിത്തിനെ മാത്രം ഉദാഹരിച്ചാൽ മതി. പത്തുമിനുട്ടിൽ താഴെ ദൈർഘ്യമുള്ള ഒറ്റ റീൽ ചിത്രങ്ങളുടെ പരമ്പരയ്ക്കുശേഷം ഗ്രിഫിത്ത് കയ്യാളിയ ആദ്യത്തെ വൻ സംരംഭം (ഒരു രാഷ്ട്രത്തിന്റെ പിറവി-1915) ചലച്ചിത്ര ചരിത്രത്തിൽ അതിപ്രധാനമാണെങ്കിലും അമേരിക്കയിലെ നീഗ്രോകൾ ആ ചിത്രത്തോട് കടുത്ത അവജ്ഞയാണ്.

അമേരിക്കയുടെ ദുഃസ്വപ്നങ്ങളിലൊന്നായ ആഭ്യന്തര യുദ്ധത്തിന്റെ പശ്ചാത്തലത്തിലാണ് ഗ്രിഫിത്ത് തന്റെ ചിത്രം മെനഞ്ഞെടുത്തത്. തന്റെ സ്മരണകളും തോമസ് ഡിക്സൻ എഴുതിയ നോവലും ആസ്പദമാക്കി, രൂപപരമായ ഒട്ടനവധി പുതിയ കണ്ടെത്തലുകളോടെ ഗ്രിഫിത്ത് രൂപം നൽകിയ ഈ കൃതി, നീഗ്രോകളെ മരക്കൊമ്പുകളിൽ കെട്ടിത്തൂക്കി ജനനേന്ദ്രിയം ഛേദിക്കുന്നവരുടെ പ്രീതി പിടിച്ചെടുത്തതിനു കാരണം അതിലവതരിപ്പിക്കപ്പെടുന്ന വീക്ഷണഗതിതന്നെ, നീഗ്രോകളെ അദ്ദേഹം തന്റെ ചിത്രത്തിൽ അഭിനയിപ്പിക്കുന്നതുതന്നെയില്ല. വെള്ളക്കാരാണ് നീഗ്രോ വേഷങ്ങളിൽ വരുന്നതത്രയും.

വെളുത്ത യജമാനന്മാരോട് കൂറ് കാട്ടുമ്പോൾ മാത്രമാണ് നീഗ്രോകൾ നല്ലവരാകുന്നത്. അല്ലാത്തപ്പോഴെല്ലാം തൊഴിക്കപ്പെടേണ്ടിവരും. കുപ്രസിദ്ധ അമേരിക്കൻ ഭീകര സംഘടനയായ കു-ക്ലക്സ്-ക്ലാൻ കറുത്തവർഗ്ഗക്കാരെ അടിച്ചമർത്തുന്നതിന്റെ ദൃശ്യങ്ങൾ എന്തൊരാവേശമാണ് ഗ്രിഫിത്തിലുണ്ടാക്കുന്നതെന്നോ! പക്ഷേ, ചലച്ചിത്രമാധ്യമം വെളുത്ത തൊലിയുള്ളവരുടെ പിടിയിൽ മാത്രമായി വഴങ്ങിനിന്നില്ല. അവരുടെ ധാർഷ്ട്യവും ഏകപക്ഷീയമായ സമീപനവും നീഗ്രോരക്തത്തിനുള്ള ദാഹവും ചലച്ചിത്രങ്ങളിലൂടെ തന്നെ ചോദ്യം ചെയ്യപ്പെട്ടു. നീഗ്രോകളെ ഉണർത്താനും ഉയർത്താനും യത്നിച്ച ബുക്കർ ടി വാഷിങ്ങ്ടണിന്റെ ഒപ്പം നിന്ന എമ്മെറ്റ് ജെ സ്കോട്ടിൽ നിന്നാണ് അമേരിക്കൻ ബ്ലാക് സിനിമകളുടെ തുടക്കം. സ്കോട്ടിന്റെ ചിത്രങ്ങളിലൊന്ന് ഗ്രിഫിത്തിന്റെ 'ഒരു രാഷ്ട്രത്തിന്റെ പിറവി'ക്കുള്ള മറുപടിയായിരുന്നു; ഒരു വംശത്തിന്റെ പിറവി (The birth of a Race).

സ്കോട്ടിനുശേഷം രംഗത്തുവന്ന ഓസ്കാർ മിഖീയക്സ് കറുത്ത സിനിമയുടെ ഏറ്റവും ശക്തരായ പ്രതിനിധികളിൽ ഒരാളാണ്. ദി സ്കാർ ഓഫ് ഷെയിം, ബോഡി ആന്റ് സോൾ തുടങ്ങിയ രചനകളിലൂടെ

അദ്ദേഹം കറുത്ത സിനിമക്ക് കരുത്ത് പകർന്നു. അമേരിക്കയിലെ കറുത്തവരെക്കുറിച്ച് കാൾട്ടൺ മോസ് തയ്യാറാക്കിയ 'നീഗ്രോ ഭടൻ' എന്ന ഡോക്യുമെന്ററി ചിത്രം, ലിങ്കൺ മോഷൻ പിക്ചർ കമ്പനിയും വില്യം അലക്സാണ്ടറും നിർമ്മിച്ച 'യുദ്ധം ഒരിക്കലും അവസാനിക്കുന്നില്ല', 'പാപത്തിന്റെ ആത്മാക്കൾ' തുടങ്ങിയവ ആദ്യകാല അമേരിക്കൻ കറുത്തസിനിമയിലെ ശ്രദ്ധേയ കൃതികളാണ്. അവസാനത്തെ രണ്ടു ചിത്രങ്ങളിലും നായകൻ ലോക ഹെവി വെറ്റ് ചാമ്പ്യനായ ജോ ലൂയീസായിരുന്നു. ഏറെയും പ്രതികൂല സാഹചര്യങ്ങളിൽ നിലനിന്ന കറുത്ത സിനിമ അറുപതുകളിലാണ് ഒരു തീക്ഷ്ണസാന്നിധ്യമായി വളർന്നത്. പൗരാവശ്യത്തിനായുള്ള പ്രക്ഷോഭവും നഗര അസ്വസ്ഥതകളും ഇതിന് സഹായകമായി. കലാപശബ്ദങ്ങൾ കലുഷിതമാക്കിയ വീഥികളിൽ നിന്ന് കറുത്തവർ അമേരിക്കൻ ടെലിവിഷനിലേക്ക് കടന്നുചെന്നു. വില്യം ഗ്രീവ്സ് എക്സിക്യുട്ടീവ് പ്രൊഡ്യൂസറായിരുന്ന 'ബ്ലക് ജേർണൽ' എന്ന ചിത്രീകരണ പരമ്പര കറുത്തവരുടെ സാംഗത്യമാരാഞ്ഞു. ഇതുമായി ബന്ധപ്പെട്ട മെൽവിൽ വൻ പീബ്ൾസ്, ഗോർഡൻ പാർക്ക്സ്, ഇവാൻ ഡിന്റസം തുടങ്ങിയവരാണ് പിന്നീട് സെല്ലുലോയ്ഡിൽ ഒരു വംശത്തിന്റെ സ്തോഭങ്ങൾ സമാഹരിച്ചത്.

തൊട്ടടുത്ത ദശകം കറുത്ത ചലച്ചിത്രകാരന്മാരുടെ സാന്നിധ്യം കുറെക്കൂടി നിർണായകവും അർഥപൂർണവുമാക്കി. അപ്പോഴേക്കും വ്യവസ്ഥാപിത ഹോളിവുഡ് സിനിമയുടെ സുവർണകാലം അസ്തമിച്ചുതുടങ്ങിയിരുന്നു. അതിന്റെ ആധാരശിലകൾ ഇളകിത്തുടങ്ങിയിരുന്നു. സെയ്ന്റ് ക്ലെയർബോൺ, ചാൽസ് ബർണെറ്റ്, മാദലിൻ ആൻഡേഴ്സൺ, വാറിംഗ്ടൺ ഹഡ്‌ലിൻ എന്നീ കറുത്ത സംവിധായകരുടെ ചിത്രങ്ങളാണ് അക്കാലത്ത് ഹോളിവുഡ്ഡിന് ജീവവായു നൽകിയത്. പക്ഷേ, ആസ്വാദനബോധം പഴയ ചാലുകളിലേക്ക് തിരിച്ചെത്തിയെന്നുറപ്പായതോടെ വീണ്ടും ആ നഗരം കറുത്ത സിനിമയെ അകറ്റി. കറുത്ത സിനിമയെ പ്രതിനിധീകരിച്ച് ഫിലിമോത്സവ് 82 ൽ പങ്കെടുത്ത വില്യം ഗ്രീവ്സ്, ഹോളിവുഡ്ഡിനെ ഒരു വർഗ്ഗീയ സ്ഥാപനമെന്ന് വിശേഷിപ്പിക്കുകയുണ്ടായി. സമകാല അമേരിക്കൻ ബ്ലാക് സിനിമയിലെ ഒരു പ്രധാന ചലച്ചിത്രകാരനെന്നതിനു പുറമെ, കറുത്തവരുടെ ചലച്ചിത്ര പ്രസിദ്ധീകരണമായ 'ഫിലിംന്യൂസി' ന്റെ പത്രാധിപർ കൂടിയാണ് ഗ്രീവ്സ്. ഹോളിവുഡ്ഡിലും അതിന്റെ വിപണികളിലും കടുത്ത ഉപരോധം നേരിടുകയാണ് തങ്ങളെന്ന് ഗ്രീവ്സ് പറയുന്നു.

(ദേശാഭിമാനി 1982 ഫെബ്രുവരി 28)

വിഗ്രഹങ്ങൾപോലും സഞ്ചരിക്കുന്നു

സോമവാർപേട്ടയിലേയ്ക്കുള്ള ബസ്സ് വരാനുണ്ട്. ഒന്ന് നാല്പത്തിയഞ്ചിന്.

പക്ഷേ, സമയം മൂന്നുമണി കഴിഞ്ഞിരുന്നു. സ്വകാര്യബസ്സുകൾക്ക് ഇരകളെ സംഘടിപ്പിക്കുന്നവരിൽ ഒരാൾ പറഞ്ഞു: ഗുണ്ടുറാവു ട്രാവൽസ് എപ്പോഴും ഇങ്ങനെയാണ്.

അയാളോട് യോജിക്കേണ്ടിവരുന്നു. ഒന്ന് നാല്പത്തഞ്ചിനു സോമവാർപേട്ട ബസ്സ് വരുമെന്നു പറഞ്ഞ ട്രാൻസ്പോർട്ട് ജീവനക്കാരനെ നേരം മൂന്നു കഴിഞ്ഞിരിക്കുന്നുവെന്ന് ഓർമ്മിപ്പിച്ചിട്ട് കാര്യമില്ല. നേരം തെറ്റി ഓടുന്നതോ, ഒരിക്കലും വരാത്തതോ ആയ ബസ്സുകൾ കർണ്ണാടകയാത്രയ്ക്കിടയിൽ സമയം കുറച്ചൊന്നുമല്ല അപഹരിക്കുക.

സുബ്രഹ്മണ്യം ലക്ഷ്യമാക്കിയിറക്കിയ വലിയൊരു കുടുംബത്തെ വഴിയിൽ കാണാനിടയായി. മരണത്തോടടുത്ത വൃദ്ധനും ഏതാനും മാസം പ്രായമായ കുഞ്ഞും നവവധുവുമൊക്കെ ഉൾപ്പെടുന്ന ഒരു സംഘം യാത്രക്കാർ ക്ഷമയോടെ കാത്തിരിക്കുകയാണ്. പൊരി, ആപ്പിൾ, മുന്തിരിങ്ങ, പേരയ്ക്ക തുടങ്ങിയ വിഭവങ്ങൾ അവർക്കിടയിലേയ്ക്ക് വരുന്നതും ക്ഷണനേരം കൊണ്ട് അപ്രത്യക്ഷമാകുന്നതും കാണാമായിരുന്നു. ഒരു ബസ്സ് യാത്ര അവരുടെ ലാഘവമിയന്ന 'മൂഡ്' നിശ്ശേഷം ചിതറിച്ചുകളയുമെന്നതിൽ സംശയമില്ല. അവർക്കുവേണ്ടത് ധാരാളം സ്ഥലമനുവദിക്കുന്ന തീവണ്ടിമുറികളാണ്. പക്ഷേ, കർണ്ണാടകയിലെ പ്രധാനപ്പെട്ട സ്ഥലങ്ങളെയൊന്നും റെയിൽവേ ബന്ധിപ്പിക്കുന്നില്ല. അതൊരു ദുരന്തം തന്നെയാണ്. ഗൊദാർദിന്റെ 'വീക്കെൻഡ്' ലേതുപോലെ പരസ്പരം കൂട്ടിയിടിച്ച് പതുങ്ങിനിൽക്കുന്ന വാഹനങ്ങളുടെ നീണ്ട നിര ഒരു കുന്നിനു ചുവട്ടിലായി കാണുകകൂടി ചെയ്തപ്പോൾ തീർത്ഥാടകരെക്കുറിച്ചുള്ള ആശങ്കയിൽ മനസ്സ് പിന്നെയും ആർദ്രമായി. പേരയ്ക്ക നുണയുന്ന കുഞ്ഞിനേയും പതിഞ്ഞ ശബ്ദത്തിൽ ഭക്തിപൂർവം എന്തോ പാടിക്കൊണ്ടിരുന്ന മുത്തശ്ശിയേയും വ്രീളാവിവശയായ പെൺകുട്ടിയെയും വഴിനീളെ ഓർമ്മിച്ചു.

നാഷണൽ ഹൈവേ നാല്പത്തിയെട്ട്, കരിങ്കൽപ്പാറകളും കാടുകളും

നിറഞ്ഞ പ്രകൃതിയിലൂടെ നീങ്ങിപ്പോകുന്നു. അപൂർവ്വമായി സൂര്യകാന്തിപ്പാടങ്ങളും റാഗിവയലുകളും തെളിഞ്ഞേക്കാമെങ്കിലും ഇരുവശത്തും കൃഷിയിടങ്ങൾ കുറവാണ്. വിരൽപ്പാടുകളും കാലടയാളങ്ങളുമില്ലാത്ത മണ്ണ്. കവരങ്ങൾ ഒരല്പം വെട്ടിനിർത്തിയ മുളയേണികൾ ചേർത്തുറപ്പിച്ച പനകൾ. ഇടമുറിയാതെ ദീർഘദൂരം വ്യാപിച്ചുകിടക്കുന്ന പച്ചത്തഴപ്പുകൾ. ചുള്ളിക്കെട്ടുകളുമായി നീങ്ങുന്ന കറുത്തിരുണ്ട ഗ്രാമീണർ. ഇടക്കിടെ വഴിതടയുന്ന പശുക്കൾ. ആട്ടിൻപറ്റങ്ങളോടൊപ്പം കുന്നിൻപുറങ്ങളിൽ അലയുന്ന കുട്ടികൾ. അവരുടെ ചൂളംവിളികൾ. കാളവണ്ടികളുടെ അലസയാത്രകൾ, നീരൊഴുക്കുകൾ. പ്രാകൃത ശിലാഖണ്ഡങ്ങൾ.

പാതയിൽ എവിടെയോവെച്ച് ഘാട്ടുകളിലും കാടുകളിലും മഴ പെയ്യുകയായി. ഇരുണ്ടു നിബിഡമായ പച്ച നിറവും നീലിമയും മഴയുടെ നേർത്ത ഉടയാടകൾ ചുറ്റിനിന്നു. ഉദാത്തമായ മൗനത്തിൽ സന്ധ്യപിറന്നു. വനസ്ഥലികളിലൂടെ മഞ്ഞിൻപടലങ്ങൾ നീങ്ങിക്കിടന്നു. ഒട്ടും ധൃതി ഭാവിക്കാതെ, നിസ്സംഗമായി വാനപ്രസ്ഥം സ്വീകരിച്ച മനസ്സുകളെപ്പോലെ അവ യാത്ര ചെയ്തു.

പതുക്കെ കാഴ്ചകളിരുണ്ടു. മരങ്ങൾ ഇടതിങ്ങിയ കുന്നിൻ ചരുവിൽ വഴിമറന്നുനിന്ന കാളയുടെ കണ്ണുകളിൽ ഹെഡ്ഡ് ലൈറ്റ് ഒരു നിമിഷം പ്രതിഫലിച്ചു. അതും മനുഷ്യരെപോലെ, മഞ്ഞിൻപടലങ്ങളെപ്പോലെ, ദേശാടനത്തിലാവാം. അങ്ങനെയോർത്തുകൊണ്ട് കണ്ണടച്ചുകിടന്നു. തണുപ്പറിഞ്ഞില്ല. ചൂടുള്ള ചിറകുകൾക്കുള്ളിൽ ഒതുങ്ങിയിരിക്കുകയാണെന്നു തോന്നി. ആ സാന്ത്വനത്തിൽ ഉറങ്ങിക്കിടന്ന് പൊടുന്നനെ ഉണർന്നപ്പോൾ, വളരെ വിസ്മയജനകമായ ഒരു സാന്നിദ്ധ്യം :ഗണപതി!

അതിമനോഹരമായി ചിരിച്ചുകൊണ്ട് വിശ്വവിഖ്യാതമായ മൂക്കും നിറവയറുമായി നിരത്തരികിൽ ഗണപതി പ്രത്യക്ഷപ്പെട്ടിരിക്കുന്നു. സ്വാഭാവികമായും പരിഭ്രമിച്ചു. പിന്നെ നോക്കുമ്പോൾ ഗണപതി ഒരു ട്രാക്ടറിന്റെ ട്രെയ്‌ലറിൽ ഇരിയ്ക്കുകയാണ്. പിന്നിൽ പെട്രോമാക്സുകൾ കത്തിച്ചുപിടിച്ച് രണ്ടുപേർ നിൽക്കുന്നു. ട്രാക്ടർ പതുക്കെ ചലിച്ചുകൊണ്ടിരുന്നു. അതിനു മുന്നിൽ നൃത്തംചെയ്തു നീങ്ങുന്ന ജനക്കൂട്ടം. കൈകൾ ഉയർത്തി മേലാകെ ചലിപ്പിച്ചുകൊണ്ട് ചൂളംവിളിയും ആരവവും മുഴക്കി അവർ ചുവട് വെക്കുകയായിരുന്നു. ബംഗാളിലെ 'കുർക്കരി'കൾ പോലുള്ള വാദ്യങ്ങളും തപ്പുകളും കൈയിലെടുത്ത് ഏതാനും പേർ ചുറ്റിലും ഓടിനടക്കുന്നു. അവരും ചുവടുവെയ്പിന്റെ ഉന്മാദത്തിലാണ്. ഗണപതിയാകട്ടെ എല്ലാം കണ്ടുകൊണ്ട് 'ബലേ ഭേഷ്' എന്നൊരു

ഭാവത്തിൽ സുസ്മേരവദനനായി, വാഹനത്തിനുള്ളിൽ ഇരിക്കുന്നു.

ഒരാഴ്ചത്തെ പൂജയ്ക്കുശേഷം ഗണേശവിഗ്രഹത്തെ നദിയിലേയ്ക്കൊഴുക്കാൻ കൊണ്ടുപോവുകയായിരുന്ന അവർ. എമ്പാടും നിറഞ്ഞു നിൽക്കുന്ന ഇരുട്ടിലൂടെ നൃത്തം ചവിട്ടി നീങ്ങുന്ന ആഹ്ലാദഭരിതരായ സ്ത്രീകളെ ഗണേശൻ സാനുകമ്പം കാംക്ഷിത്തു. ചന്ദനത്തിന്റെയും പുകയുടെയും മനംമയക്കുന്ന ഗന്ധമുയർന്നു. മനുഷ്യരും മൃഗങ്ങളും മഞ്ഞിൻപടലങ്ങളും മാത്രമല്ല, വിഗ്രഹങ്ങൾ പോലും സഞ്ചരിക്കുന്നുവെന്ന അറിവ് പിന്നീടുള്ള യാത്രയിൽ കൂടെനിന്നു.

(മാതൃഭൂമി വാരാന്തപ്പതിപ്പ്
28 ഫെബ്രുവരി 1982)

ചിലിയുടെ പോരാട്ടം

1973 സെപ്തംബർ 11 ന് ലാ മൊണേഡാ പാലസ്സിലൂടെ വെടിക്കോപ്പുകളുമായി നീങ്ങുന്നതിനിടയിൽ സാൽവദോർ അലൻഡെ പറഞ്ഞു: "ഈ ചരിത്രത്തിന്റെ ആദ്യത്തെ താൾ ഞങ്ങളെഴുതുന്നത് ഇങ്ങനെയാണ്. ബാക്കി എന്റെ ജനങ്ങളും അമേരിക്കയും എഴുതിച്ചേർക്കും."

നെരൂദ അവസാന കവിതയിൽ നമ്മുടെ ചരിത്രത്തിലെ കഴുതപ്പുലികളെന്നു വിളിച്ചവർ ചിലിയിൽ തേർവാഴ്ച തുടരുന്നു. വളരെയേറെ രക്തവും തീയും കൊണ്ട് നേടിയ പതാകകൾ നശിപ്പിക്കപ്പെടുന്നു. പീഡനവും വിശപ്പും നിയമമായി നിലനിൽക്കുന്നു. അനേരം പേരുടെ ആത്മത്യാഗത്തിന്റെ പാടുകൾ തെളിഞ്ഞു കാണാവുന്ന യന്ത്രങ്ങൾ ഡോളറുകൾക്കായി വിശപ്പുകാട്ടുന്നു. ന്യൂയോർക്കിലെ ചെന്നായ്ക്കൾ ഇന്നും ചിലിയെ ഉറ്റുനോക്കുന്നു.

മനുഷ്യാത്മാവ് ചോളം പോലെ ചവിട്ടി മെതിയ്ക്കപ്പെടുന്ന ആ നാടിന്റെ ചരിത്രമാണ് പാട്രീസിയൊ ഗുസ്മാൻ തയ്യാറാക്കിയ ദൃശ്യക്കുറിപ്പുകൾ (The Battle of Chile :Patricio Guzman) മാർക്സിസ്റ്റ് ഡോക്യുമെന്ററികളിൽ ഏറ്റവും മകച്ചതെന്ന് പറയാവുന്ന ഈ കൃതി അലെൻഡെ ഗവൺമെന്റിന്റെ പതനത്തിലേയ്ക്കു നയിച്ച സാഹചര്യങ്ങൾ വസ്തുനിഷ്ഠമായി വിവരിക്കുന്നു. ചരിത്രം സൃഷ്ടിക്കുന്നത് ജനങ്ങളാണെന്ന മാർക്സിയൻ ധാരണയിലൂന്നിനിന്നുകൊണ്ടാണ് ഗുസ്മാൻ തന്റെ ചിത്രമൊരുക്കിയിട്ടുള്ളത്. വ്യക്തികളല്ല, വർഗങ്ങളാണ് ഇതിലെ നായകന്മാർ. വർഗസമരത്തിലധിഷ്ഠിതമാണ് ഗുസ്മാന്റെ രചനാരീതി. വർഗസമൂഹത്തിൽ വ്യത്യസ്ത താല്പര്യങ്ങളുള്ള വർഗങ്ങളുടെ ഏറ്റുമുട്ടൽ അനിവാര്യമാണെന്ന് സ്ഥാപിക്കുന്ന ഇതിന്റെ ഫ്രെയിമുകൾ. ബൂർഷ്വാ ലോകത്തിനെതിരെ കരുത്തു നേടുന്ന തൊഴിലാളി വർഗത്തിന്റെ ഉജ്ജ്വലചിത്രം ഈ ചരിത്രരേഖയിൽ നിന്ന് നമുക്ക് ലഭിക്കും. ഒപ്പം ചിലിയുടെ രാഷ്ട്രീയരംഗത്തെയും അലൻഡെ ഗവൺമെന്റിന്റെ നിർണായക ദിനങ്ങളിൽ നടന്ന സാമൂഹ്യ-സാമ്പത്തിക ചിന്തകളെയും ആശയസംഘർഷങ്ങളെയും കുറിച്ചുള്ള സമഗ്ര വിശകലനവും. ഇത് ക്രമപ്പെടുത്തിയിട്ടുള്ളത് ഒളിപ്പോരിന്റെ തന്ത്രത്തോടെയാണ്. ഗുസ്മാനും സഹ

പ്രവർത്തകരും അത്യന്തം സാഹസികമായി ചിത്രീകരിച്ച ഇതിന്റെ ദൃശ്യ ഖണ്ഡങ്ങളും ശബ്ദപഥവും അലൻഡെയുടെ അന്ത്യത്തിനുശേഷം ക്യൂബയിലേക്കു ഒളിച്ചു കടത്തപ്പെടുകയായിരുന്നു. ഹവാനയിലെ ക്യൂബൻ ഫിലിം ഇൻസ്റ്റിറ്റ്യൂട്ടിൽ വെച്ചാണ് ദൃശ്യസങ്കലനം സാധിച്ചത്.

The Insurrection of the Bourgeoisie (100 മിനുട്ട്) The Coup d'Etat (91 മിനുട്ട്) The Power of the people (32 മിനുട്ട്) എന്നിങ്ങനെ മൂന്നുഭാഗങ്ങളായാണ് ഈ ബ്ലാക് ആൻഡ് വൈറ്റ് ഡോക്യുമെന്ററിയുടെ ഘടന. ചിലിയുടെ പോരാട്ടമെന്ന പൊതുശീർഷകം 'ആയുധമില്ലാത്ത ഒരു ജനതയുടെ സമര' മെന്നു കൂടി (The struggle of a people without Arms) ഗുസ്മാൻ വിശദീകരിച്ചിരിയ്ക്കുന്നു.

ഒന്നാം ഭാഗമായ ബൂർഷ്വാസിയുടെ വിപ്ലവം തുടങ്ങുന്നത് എഴുപത്തിമൂന്ന് മാർച്ചിലെ രാഷ്ട്രീയാവസ്ഥ വിശദമാക്കുന്ന തെരുവ് അഭിമുഖങ്ങളുടെ ഒരു പരമ്പരയിലാണ്. വിവിധ തുറകളിൽപ്പെട്ടവരുടെ ഇടയിലേക്ക് ക്യാമറയും മൈക്രോ ഫോണുമായി കടന്നുചെന്ന് ആസന്നമായ തിരഞ്ഞെടുപ്പിൽ അവർ കൈക്കൊള്ളാൻ നിശ്ചയിച്ച നിലപാടുകളാരായുന്നു. ഗുസ്മാനും കൂട്ടുകാരും. ഇടതുപക്ഷത്തിനും വലതുപക്ഷത്തിനും അനുകൂലമായ നിലപാടുകളും അവയ്ക്കുള്ള ന്യായീകരണങ്ങളും സവിസ്തരം പ്രതിപാദിക്കപ്പെടുന്നു. മാർച്ചിലെ തെരഞ്ഞെടുപ്പ് വലതുപക്ഷത്തിന് അനുകൂലമായില്ല. അലെൻഡെയെ ഇംപീച്ചു ചെയ്യുന്നതിനുള്ള മൂന്നിൽ രണ്ട് ഭൂരിപക്ഷം അതിന് നേടാൻ കഴിഞ്ഞില്ല. ആ പരാജയത്തെത്തുടർന്ന് പിന്തിരിപ്പൻ കൂട്ടുകെട്ട് ആസൂത്രണം ചെയ്ത് നടപ്പിലാക്കിയ കുത്സിതതന്ത്രങ്ങളേവയെന്ന് ഗുസ്മാൻ വിശദീകരിക്കുന്നു. അവയെ ചെറുക്കുന്നതിന് ഇടതുപക്ഷം കൈക്കൊണ്ട അടവുകൾ കറുപ്പിലും വെളുപ്പിലുമുള്ള ഫ്രെയിമുകൾക്ക് തീവ്രവൈകാരികത നൽകുന്നു. ലോറി ഉടമകൾ പൊതുവിതരണം സ്തംഭിപ്പിക്കാനുദ്ദേശിച്ചു നടത്തിയ സമരവും, ബദൽ സംവിധാനങ്ങളേർപ്പെടുത്തിക്കൊണ്ടുള്ള ജനങ്ങളുടെ ഫലപ്രദമായ പ്രതിക്രിയയും ദൃശ്യവൈരുദ്ധ്യത്തിന് ആഴം കൂട്ടുന്നു; എഴുപത്തിമൂന്ന് ജൂൺ ഇരുപത്തിയൊമ്പതിന് അധികാരം കൈപ്പറ്റാനായി പട്ടാളം നടത്തിയ വിഫലശ്രമത്തിൽ, അതു ചിത്രീകരിച്ചുകൊണ്ടിരുന്ന ക്യാമറാമാൻ വെടിയേറ്റു കൊല്ലപ്പെടുന്ന സ്തോഭജനകമായ ദൃശ്യത്തിലാണ് ഈ ഖണ്ഡം അവസാനിയ്ക്കുന്നത്.

ഒരു വീണ്ടുവിചാരത്തിന് ഏതു നിലയ്ക്കും വഴിയൊരുക്കുന്നുണ്ട് ചിലിയൻ സംഭവഗതികൾ. നിലവിലുണ്ടായിരുന്ന ബൂർഷ്വാ ഭരണകൂടത്തിന്റെ സ്വരൂപം തകർക്കാനൊരുമ്പെടാതെ, സോഷ്യലിസത്തന്റെ

സ്ഥാപനത്തിന് സവിശേഷവും വ്യതിരിക്തവുമായ ഒരു ദേശീയ രീതി ആവിഷ്ക്കരിക്കാൻ നടത്തിയ ഉദ്യമമാണോ അലൻഡെ ഗവൺമെന്റിന് ദുരന്തം കുറിച്ചത്? പലവുരു ചർച്ച ചെയ്യപ്പെട്ടിട്ടുള്ളതാണ് ഈ പ്രശ്നം. 'ചിലിയുടെ പോരാട്ട' ത്തിന്റെ ഒന്നും രണ്ടും ഭാഗങ്ങളിൽ ഭരണകൂട ത്തിന്റെ ബൂർഷ്വാ പ്രകൃതവും പോപ്പുലർ യൂണിറ്റി ഗവൺമെന്റിന്റെ നയവ്യതിയാനങ്ങളും തമ്മിലുണ്ടായ ഉരസൽ ഗുസ്മാൻ കണിശമായും രേഖപ്പെടുത്തിയിട്ടുണ്ട്. ഗവൺമെന്റിനെ തകിടം മറിക്കുന്നതിന് ചെകു ത്താൻ വർഗം എങ്ങനെ സ്റ്റേറ്റ് മെഷീനറി ഉപയോഗപ്പെടുത്തിയെന്ന് ഗുസ്മാൻ നമുക്ക് വിവരിച്ചുതരുന്നു. അലൻഡെയെ വെടിവെച്ചു കൊന്ന സായുധ ശക്തികളുടെ ആദ്യം മുതല്ക്കുള്ള ചലനങ്ങൾ ഓരോന്നും അനിഷേധ്യമായ തെളിവുകളുമായി സെല്ലുലോയ്ഡിൽ സമാഹരിക്ക പ്പെട്ടിരിക്കുന്നു.

'പട്ടാള അട്ടിമറി'(The Coup d'Etat) പോപ്പുലർ യൂണിറ്റി ഗവൺ മെന്റിന്റെ അവസാനത്തെ രണ്ടരമാസക്കാലം ചിലിയിലുണ്ടായ രാഷ്ട്രീയ സാഹചര്യങ്ങൾ വിലയിരുത്തുന്നു. വലതുപക്ഷ അക്രമാസക്തി ഉച്ചനി ലയിലെത്തിയ കാലമായിരുന്നു അത്. ഈ കാലയളവിലെ സുപ്രധാന സംഭവങ്ങളെല്ലാം ഗുസ്മാൻ പകർത്തിയിട്ടുണ്ട്. അമേരിക്കൻ ചാരസം ഘടനയുടെ ഡോളർ സഹായം ചിലിയിലെ പിന്തിരിപ്പന്മാരെ എങ്ങനെ ഒരന്തിമ സമരത്തിന് ഒരുമിപ്പിച്ചുവെന്ന് ഈ ദൃശ്യനിരകൾ വാചാല മായി പ്രേക്ഷകരോട് പറയുന്നു. കലാപകലുഷിതമായ തെരുവുകളി ലേയ്ക്കും, പള്ളി അങ്കണങ്ങളിലേയ്ക്കും ഗവൺമെന്റ് മന്ദിരങ്ങളി ലേയ്ക്കും ശ്മശാനങ്ങളിലേയ്ക്കും, ശവഘോഷയാത്രകളിലേയ്ക്കും, ക്യാമറ അതിന്റെ വിഹ്വലമായ കണ്ണു പായിക്കുന്നു. ഇരുണ്ടതും കയ്പേ റിയതുമായ നിമിഷങ്ങളിലൂടെ അത് ഇടറി നീങ്ങുന്നു. അലൻഡെയും നാല്പതോളം സഖാക്കളും ധീരമായി ചെറുത്തുനിൽക്കുന്ന ലാ മൊണേഡാ പാലസ്സിനുമുകളിൽ വ്യോമസേന ആക്രമണ സന്നദ്ധമാ കുന്നത് ഒരു നോക്കിൽ അത് കാണുന്നു. അവസാനത്തെ കാഴ്ച ടെലി വിഷനിൽ തെളിഞ്ഞ നരഭോജികളുടെ മുഖങ്ങളായിരുന്നു. പിനോഷെറ്റും അനുയായികളും വിജയിച്ചുകഴിഞ്ഞിരുന്നു. സൂക്ഷ്മ വിശകലനത്തിൽ അമേരിക്കൻ ഡോളർ. അത് എത്ര കോടിയായിരുന്നുവെന്നും എങ്ങനെ വിനിയോഗിയ്ക്കപ്പെട്ടുവെന്നും മറ്റുമുള്ള സത്യങ്ങൾ സി.ഐ.എ യുടെ തോടുപൊട്ടിച്ച് പിന്നീടു പുറത്തു വന്നല്ലോ. ചരിത്രത്തിൽ ഇങ്ങനെ എത്ര യെത്ര ചോരപ്പാടുകൾ.

ഗുസ്മാന്റെ കൃതിയുടെ മൂന്നാം ഭാഗം - ജനങ്ങളുടെ ശക്തി - എഴു

പത്തിരണ്ട് ഒക്ടോബറിലെ ഒരു സംഭവത്തിന്റെ വിശദാംശങ്ങൾ തേടുകയാണ്. പ്രതിവിപ്ലവ ശക്തികൾ ഒരുക്കു കൂട്ടിയ ട്രക്ക് ഉടമകളുടെ സമരം അലൻഡെ ഗവൺമെന്റിനെതിരെയുണ്ടായ ശക്തമായ ഒരു രാഷ്ട്രീയ നീക്കമായിരുന്നു. ചിലിയിൽ അമേരിക്കയുടെ സാമ്പത്തികവും രാഷ്ട്രീയവുമായ മേധാവിത്വം പുനസ്ഥാപിക്കുന്നതിന് സി.ഐ എ നടത്തിയ ഗൂഢാലോചനയുടെ ഫലമായിരുന്നു ആ ഉപരോധം. പക്ഷേ, തൊഴിലാളിവർഗം അവസരത്തിനൊത്ത് ഉയരുകതന്നെ ചെയ്തു. ലോറികളും ട്രക്കുകളും നിശ്ചലമായതിനെത്തുടർന്നുള്ള സ്ഥിതിവിശേഷം നേരിടുന്നതിന് തൊഴിലാളികൾ സ്വയം സന്നദ്ധരായി. എമ്പാടും ജനകീയാധികാര സംഘടനകൾ രൂപംകൊണ്ടു. വാഹനഗതാഗതം നിലനിർത്താനും ഭക്ഷ്യവസ്തുക്കളുടെയും മറ്റ് അവശ്യസാധനങ്ങളുടെയും വിതരണം ഉറപ്പു വരുത്താനും ഫാക്ടറികളിൽ ഉല്പാദനം മുടങ്ങാതിരിക്കാനും ഈ സംഘടനകൾ പരിശ്രമിച്ചു. ദ്രുതവും പ്രായോഗികവുമായിരുന്നു അവയുടെ നടപടികൾ. സമരം പിൻവലിയ്ക്കപ്പെട്ടതിനു ശേഷവും ജനകീയ ശക്തിയുടെ ഈ പുതിയ കണ്ടെത്തൽ ചിലിയെ ഉന്മിഷത്താക്കിയിരുന്നു. ഭൂവുടമകൾ തരിശാക്കിയിട്ടിരുന്ന കൃഷി നിലങ്ങളേറ്റെടുക്കുന്നതിനായി വ്യാവസായിക തൊഴിലാളികളും കർഷകരും സംഘം ചേരുന്നത് തികഞ്ഞ പ്രസാദാത്മകതയോടെ ഗുസ്മാൻ നോക്കിക്കാണുന്നു.

യഥാതഥവും വസ്തുനിഷ്ഠവുമാണ് 'ചിലിയുടെ പോരാട്ട' ത്തിന്റെ വിവരണശൈലി. ഏറിയകൂറും ഹാൻഡ് ഹെൽഡ് ക്യാമറയിലൂടെ രൂപപ്പെട്ട ഇതിലെ ഷോട്ടുകൾ സിനിമാ വെറിത്തെ രീതിയുടെ വിശ്വസനീയതയ്ക്കും ആർജ്ജവത്തിനും ഏറ്റവും നല്ല ദൃഷ്ടാന്തങ്ങളാണ്. വർഷങ്ങൾക്ക് മുമ്പ് സീഗോ വെർടോവ് ക്യാമറയെക്കുറിച്ചു നടത്തിയ മുഴക്കമാർന്ന പ്രവചനങ്ങളത്രയും സാക്ഷാത്ക്കരിച്ചിരിക്കുന്നു ഗുസ്മാന്റെ ഈ അമൂല്യരചന. മാനവിക അചേതനത്വത്തിൽ നിന്ന് എന്നന്നേയ്ക്കുമായി സ്വാതന്ത്ര്യം നേടിയ മൂവി ക്യാമറയെ നമുക്കതിൽ കാണാം. വെർടോവ് എഴുതിയതുപോലെ, അതിവിടെ അവിരാമം ചലിച്ചുകൊണ്ടിരിക്കുന്നു. പോലീസ്സിനിടയിലേയ്ക്ക്, പ്രതിഷേധിക്കുന്നവർക്കിടയിലേയ്ക്ക്, വെടിയുണ്ടകൾ വർഷിക്കുന്നവർക്കിടയിലേയ്ക്ക്, മരിച്ചു വീഴുന്നവർക്കിടയിലേയ്ക്ക് ഛായാഗ്രഹണത്തിന് നേതൃത്വം നൽകിയ ജോർജ് മുള്ളെറിന്റെ (George Muller) ദൃശ്യാവിഷ്കരണത്തിലെ ചലനാത്മകത ഹവാനയിൽ വെച്ച് ദൃശ്യസങ്കലനം നിർവ്വഹിച്ച പെഡ്രോ ചാസ്കെലും (Pedro chaskel)അനുവർത്തിക്കുന്നു.

'ചിലിയുടെ പോരാട്ടം' സിനിമയിലെ ഒരു ഇതിഹാസ കൃതിയാണ്.

ഇക്കാലത്ത് ഇതിഹാസകൃതികൾ ഒരുപക്ഷേ ഇങ്ങനെ മാത്രമാവും രചിക്കപ്പെടുക. ചരിത്രം അവസാനിയ്ക്കാത്തതുപോലെ ഈ കൃതിയും അവസാനിക്കുന്നില്ല. ചിലിയിൽനിന്ന് ഇപ്പോഴും പീഡനത്തിന്റെ വാർത്തകൾ വന്നുകൊണ്ടിരിക്കുന്നു. ചിലി അതിന്റെ പോരാട്ടം തുടരുകതന്നെ ചെയ്യുന്നു.

(ചിന്ത
1982 മാർച്ച് 5)

രാംനഗരി

കാന്തിലാൽ റാഥോഡ് ഒരു ചിത്രകാരനാണെങ്കിലും ഇന്ത്യൻ ന്യൂവേവ് രചനകൾക്കിടയിൽ വളരെയേറെ പരിഗണിയ്ക്കപ്പെട്ട 'കങ്കു' എന്ന ഗുജറാത്തി ചിത്രത്തിന്റെ സംവിധായകനെന്ന നിലയ്ക്കാവും ഓർമയിലെത്തുക. ദേശീയ അവാർഡിനും സംസ്ഥാന അവാർഡിനും പുറമെ എഴുപതിലെ ചിക്കാഗോ ഫെസ്റ്റിവലിൽ ഏറ്റവും മികച്ച നടിക്കുള്ള ബഹുമതിമുദ്ര കൂടി നേടിയെടുത്ത 'കങ്കു'വിന്റെ രചനാരീതിയിൽനിന്ന് പ്രകടമായ വ്യതിയാനം കുറിയ്ക്കുന്നു റാഥോഡിന്റെ പുതിയ ചിത്രമായ 'രാം നഗരി.'

ഈയിടെ കൽക്കത്തയിലെ ഒരു ചെറിയ തീയേറ്ററിൽ ക്ഷണിച്ചുവരുത്തിയ ഏതാനും പേർക്കായി റാഥോഡ് തന്റെ ചിത്രം പ്രദർശിപ്പിക്കുകയുണ്ടായി. കങ്കു, പരിണയ്, ക്ലോവൻ ഹൊറൈസൺ, അഡ്വെഞ്ചർ ഓഫ് എ ഷുഗർ ഡോൾ തുടങ്ങിയ മുൻചിത്രങ്ങളെക്കുറിച്ചുള്ള ധാരണകളോടെ 'രാംനഗരി'യെ സമീപിച്ചുകൂടെന്നും വിതരണം എളുപ്പമാക്കാനുദ്ദേശിച്ചുള്ള ചില വിട്ടുവീഴ്ചകൾക്ക് താൻ വഴങ്ങിയിട്ടുണ്ടെന്നും പ്രദർശനത്തിനുമുമ്പു നൽകിയ വിശദീകരണത്തിൽ റാഥോഡ് പറഞ്ഞു. നക്ഷലാൻ പുരിയുടെ ഗാനങ്ങളും വർണ വൈകാരികതയേറിയ സ്വപ്ന ദൃശ്യങ്ങളും ചിലങ്കകൾ മുഴങ്ങുന്ന നൃത്തങ്ങളുമാവാം ഈ മട്ടിലൊരു ക്ഷമാപണം ആവശ്യമാക്കിത്തീർത്ത ചേരുവകൾ.

വിവരണത്തിൽ പലപ്പോഴും ഹിന്ദി സിനിമയുടെ പതിവുശൈലി അനുവർത്തിക്കുമ്പോഴും രാംനഗരിയെ ശ്രദ്ധേയമാക്കുന്നത് അതിന്റെ ഇതിവൃത്തമാണ്. ഒരു ക്ഷുരകനും സ്റ്റേജ് നടനുമായ രാംനഗർകറിന്റെ ആത്മകഥയാണ് റാഥോഡ് സ്വീകരിച്ച പ്രമേയം. രാംനഗർകറെന്ന പേരിനൊപ്പം ചാപ്ലിന്റെ തെണ്ടിവേഷം മനസ്സിലോർക്കുക. ആ വേഷത്തിന് ജന്മം നൽകിയ ചാപ്ലിന്റെ ജീവിതവുമായി ഒട്ടൊരു സാദൃശ്യമുണ്ട് രാംകുമാറിന്റെ ജീവിതത്തിന്. അമ്മയ്ക്ക് സ്റ്റേജിൽനിന്ന് അവിചാരിതമായി പിൻവാങ്ങേണ്ടിവന്നപ്പോൾ സ്റ്റേജ് മാനേജരുടെ പ്രേരണയ്ക്ക് വഴങ്ങി അരങ്ങിലെത്തിയ ചാർലി തന്റെ ജന്മസിദ്ധമായ അഭിനയചാതുരികൊണ്ട് അവിടെക്കൂടിയിരുന്നവരെ ആകമാനം കൈയിലെടുത്ത സംഭവം രാംന

ഗർകറിന്റെ കഥയിൽ അല്പം ഭേദഗതിയോടെ ആവർത്തിയ്ക്കപ്പെടുന്നു. ചാർലിയെപ്പോലെ തികച്ചും യാദൃച്ഛികമായാണ് രാമുവും അരങ്ങിലെത്തിയത്. ഒരു തട്ടുപൊളിപ്പൻ നാടകത്തിൽ രാജാവിന്റെ വേഷം കെട്ടിയ ശുദ്ധാത്മാവ് യവനിക ഉയർന്നപാടെ പകച്ച് നിർവീര്യനാകുന്നു. മന്ത്രി ഒരേ ഡയലോഗ് മൂന്നുതവണ ആവർത്തിച്ചുപറഞ്ഞിട്ടും രാജാവിന് അനക്കമില്ല. കാണികൾ കൂവി വിളിയ്ക്കുന്നതിനിടയിൽ തിരശ്ശീല വീഴുകയും അഭിനേതാക്കൾ അണിയറയിലേക്ക് ഓടി രക്ഷപ്പെടുകയും ചെയ്തു. രാജാവിന്റെ റോൾ താനെടുക്കാമെന്ന് രാംനഗർകർ ആദ്യമൊരു നിർദേശം ഉന്നയിച്ചിരുന്നു. പക്ഷേ, അല്പം ഉയർന്ന ചിന്താഗതികൾ വെച്ചുപുലർത്തിയിരുന്ന മറ്റുള്ളവർക്ക് അത് സ്വീകാര്യമായില്ല. അയാൾക്ക് കിട്ടിയത് പിന്നിൽനിന്ന് സംഭാഷണം പറഞ്ഞുകേൾപ്പിയ്ക്കുന്ന ജോലിയാണ്. നാടകം തുടക്കത്തിൽ തന്നെ പരാജയപ്പെട്ടതിൽ ക്ഷുഭിതരായ കാണികളെ സാന്ത്വനപ്പെടുത്താൻ സ്വന്തം നിലയിൽ ഒരു ശ്രമം നടത്തിനോക്കിയാലെന്തെന്ന് രാമിന് തോന്നി. കർട്ടൻ തെല്ല് നീക്കിയതേ ഉള്ളൂ, ചെരുപ്പേറ് തുടങ്ങി. ഒരു ചെരുപ്പ് മാത്രമായി എറിയരുതെന്നുള്ള രാമിന്റെ അഭ്യർത്ഥനയിൽ കാണികൾ വീഴുകതന്നെ ചെയ്തു. തുടർന്ന് തന്റെ തൊഴിൽ ചിത്രീകരിക്കുന്ന ആംഗ്യങ്ങൾ മാത്രമടങ്ങിയ ഒരു ദൃശ്യം വേറൊരു നടനെക്കൂടി ചേർത്ത് രാം രംഗത്തവതരിപ്പിച്ചു. ആ കോമാളിത്തം കാണികൾക്ക് ആർത്തുചിരിക്കാനും ഓർത്തുവയ്ക്കാനുമുള്ള വകയായി. എന്നാൽ അത് കാണാനിടയായ അച്ഛനിൽനിന്ന്, സ്വന്തം കുലത്തൊഴിലിനെ പരിഹസിച്ചുവെന്നതിന്റെ പേരിൽ പൊതിരെ തല്ലു കൊള്ളേണ്ടിവന്നു രാമിന്.

അച്ഛന്റെ ശാസനകൾ അനുസരിക്കാൻ വിസമ്മതിച്ച നഗർകർ പിന്നീട് താൻ കണ്ടെത്തിയ വഴിയിലൂടെ മുന്നോട്ട് പോയി. തഞ്ചത്തിന് ഒരു പോസ്റ്റുമാന്റെ ജോലി അയാൾ തരപ്പെടുത്തിയെടുത്തു. തപാൽവകുപ്പിനെപ്പറ്റി ഫിലിംസ് ഡിവിഷനെടുത്ത ഡോക്യുമെന്ററിയിൽ മുഖം കാണിച്ച് സിനിമയിലെത്തി. ഉയർന്ന ജീവിതവിതാനത്തിലെത്തിയിട്ടും ജാതിയുടെ പേരിലുള്ള അവമതി പലവട്ടം അഭിമുഖീകരിക്കേണ്ടി വന്ന നഗർകർ തന്റെ കുലത്തൊഴിലിലേക്ക് തിരിച്ച് ചെല്ലുന്നിടത്ത് വെച്ച് ഈ കഥ അവസാനിക്കുന്നു. അതിനിടയിൽ, ക്ഷുരകനായത് കാരണം വാടകവീട് നിരസിക്കപ്പെട്ടതും അമ്മയെ ചികിത്സിക്കാനെത്തിയ ഡോക്ടർ താൻ ക്ഷുരകനാണെന്ന വസ്തുത വെളിയിൽ പറയരുതെന്ന് തെല്ല് ജാള്യത്തോടെ ആവശ്യപ്പെട്ടതും, ബ്രാഹ്മണനാണെന്ന തെറ്റിദ്ധാരണയോടെ, താഴ്ന്ന ജാതിക്കാരുടെ വരമൊഴി ഇത്രയും അനായാസ

മായി അരങ്ങിൽ എങ്ങനെ കൈകാര്യം ചെയ്യുന്നുവെന്ന് ഒരു പ്രേക്ഷകൻ അതിശയം പ്രകടിപ്പിച്ചതും മറ്റുമായ നിരവധി ഓർമകളിലേക്ക് നഗർകർ വെളിച്ചം വീശുന്നുണ്ട്. അവയൊക്കെ പലരേയും ചൊടിപ്പിച്ചേക്കാം. വിതരണക്കാർ ഒഴിഞ്ഞുമാറാനുള്ള കാരണവും ഈ അപ്രിയ സത്യങ്ങളാവാം.

ഏറെ ചമൽക്കാരമോ, ഭാഷാശുദ്ധിയോ കണ്ടേക്കില്ലെങ്കിലും ഒരു മികച്ച ആക്ഷേപഹാസ്യ കൃതിയാണ് രാംനഗർകറിന്റെ ആത്മകഥയെന്ന് റാഥോഡ് പറയുന്നു. അഞ്ചുവർഷം മുമ്പുതന്നെ അത് ചലച്ചിത്രമാക്കാനുള്ള അനുമതി വാങ്ങിയിരുന്നു. നായകനായി അഭിനയിക്കുന്നത് അമോൽ പലേക്കറാണ്. നായിക (സീത) സുഹാസിനിമൂലെയും. രാംനഗർകറുമുണ്ട് ചിത്രത്തിൽ. അധികം പ്രാധാന്യമില്ലാത്ത ഒരു റോളിൽ. അയാളെ പഴയ സംഭവങ്ങൾ ഓർമിക്കാൻ പ്രേരിപ്പിക്കുന്ന മട്ടിലുള്ള ഒരു രൂപഘടനയിൽ പ്രമേയത്തെ നിബന്ധിച്ചിരുന്നുവെങ്കിൽ, ഒരു വെറും സിനിമയ്ക്കു പകരം വിലപ്പെട്ട ഒരു മാനുഷിക രേഖ നമുക്ക് ലഭിച്ചേനെ. അനായാസമായി വിപണി നേടാനുള്ള ഉദ്യമങ്ങൾക്കിടയിൽ രാംനഗർകറിന്റെ ജീവിതകഥയോട് വേണ്ടത്ര നീതികാട്ടാൻ റാഥോഡിന് കഴിഞ്ഞിട്ടില്ലെന്നത് വളരെ ദുഃഖകരമാണ്. കണ്ണുകളെ ശല്യപ്പെടുത്തുന്ന പല കാഴ്ചകളും ഇതിൽ സമന്വയിക്കപ്പെട്ടിട്ടുണ്ട്. ക്ഷുരക വംശത്തിൻെ ഉല്പത്തിയെക്കുറിച്ച് അച്ഛൻ പറയാറുണ്ടായിരുന്ന പഴങ്കഥ നഗർകർ ഒരു സുഹൃത്തിനെ കേൾപ്പിക്കാൻ തുടങ്ങുമ്പോൾ, ക്യാമറക്കുമുന്നിൽ ദേവലോകമൊരുക്കി അതപ്പടി ദൃശ്യവൽക്കരിക്കാൻ റാഥോഡ് മുതിരുമെന്ന് ആരു പ്രതീക്ഷിച്ചു? പുണ്യപുരാണ തെലുങ്കു ചിത്രങ്ങളിൽ നിന്നും ചില പാഠങ്ങൾ ഉൾക്കൊള്ളാനുണ്ടെന്നായിരിക്കുമോ ഈ ദൃശ്യഖണ്ഡത്തിലൂടെ സംവിധായകൻ തരുന്ന സൂചന? കൊള്ളാം. അതെന്തായാലും കനത്ത ഒരാഘാതത്തിന്റെ ഫലം ചെയ്തു. രാംനഗർകറായി വേഷമിട്ട അമോൽ പലേക്കർ ഒരു പാട്ടിന്റെ ചിത്രീകരണത്തിനിടയിൽ ജിതേന്ദ്രയായി മാറിയതാണ് വേറൊരു അനിഷ്ട സംഭവം.

(ദേശാഭിമാനി വാരിക
1982 മാർച്ച് 21-27)

അരവിന്ദന്റെ അന്വേഷണം

കേരളത്തിലെ ഗ്രാമീണ അനുഷ്ഠാനങ്ങളിലും ക്ലാസിക്കൽ കലാരൂപങ്ങളിലുമുള്ള സ്ഥിരവും താൽക്കാലികവുമായ പൊയ്മുഖങ്ങളും കിരീടങ്ങളും പ്രമേയമായ ഒരു രേഖാചിത്രത്തിന്റെ രചനയിലാണ് അരവിന്ദനിപ്പോൾ. ക്ലാസ്സിക്കൽ രൂപങ്ങളിൽ നിലീനമായ നാട്ടുകലകളുടെ സാന്നിധ്യവും ഇരുവിനിമയ രീതികളും നിലനിർത്തുന്ന കലാകാരന്മാരുടെ ജീവിതസാഹചര്യങ്ങളും 16 MMഡോക്യുമെന്ററിയുടെ പരിധിയിൽ പെടുന്നു.

തെയ്യം, കോതാമൂരി, കുമ്മാട്ടി, പടയണി, പൂതൻ, വേല, കൃഷ്ണനാട്ടം, കഥകളി എന്നിവയിൽ നിന്നാണ് അരവിന്ദൻ മുഖ്യമായും ദൃശ്യങ്ങളെടുക്കുക. കേരളം മുഴുക്കെയുള്ള ഈ അന്വേഷണ യാത്രയിൽ ഛായാഗ്രാഹകനായ ഷാജിയും അരവിന്ദനോടൊപ്പമുണ്ട്. ആദ്യ ചിത്രീകരണം വടക്കൻ ഗ്രാമങ്ങളിൽ പൂർത്തിയായി കഴിഞ്ഞു.

ഏറ്റവും ശുദ്ധമെന്ന് വിളിക്കാവുന്നത് നാടോടി കലാരൂപങ്ങളെയാണെന്ന് അരവിന്ദൻ കരുതുന്നു. പരിഷ്കരണ വാഞ്ഛകൾക്ക് എന്നും അതീതമായിരുന്നു അവ. അരവിന്ദന്റെ കാഴ്ചപ്പാടിൽ, ഏറെക്കാലത്തെ അവഗണനയ്ക്ക് ശേഷം നാടോടി കലാരൂപങ്ങളെല്ലാം ഒരു പുനരുജ്ജീവന ദശയിലെത്തിക്കഴിഞ്ഞിരിക്കുന്നു. ആളുകളുടെ ധാരണയ്ക്ക് സമീ

പകാലത്ത് വളരെയേറെ മാറ്റമുണ്ടായിട്ടുണ്ട്. അതിന്റെ പ്രകടനമാണ് നാടൻ കലകളെ സംരക്ഷിക്കാനുള്ള നീക്കങ്ങൾ.

നാട്ടുകലാമാതൃകകളെ ആധുനികവൽക്കരിക്കാനും അവരിൽ പുതിയ സംവേദനശീലത്തിന് ഇണങ്ങുംവിധത്തിലുള്ള കൂട്ടിച്ചേർക്കലുകൾ നടത്താനും തുനിയുന്നത് അപകടകരമാണെന്ന് അരവിന്ദൻ അഭിപ്രായപ്പെട്ടു. നാടോടികലകളുടെ അടിസ്ഥാനസ്വഭാവമാണ് കൊടുക്കൽ വാങ്ങൽ. തെരുക്കൂത്തിലെ വേഷപ്പകർച്ചപോലെ നിരവധി ഉദാഹരണങ്ങൾ ചൂണ്ടിക്കാട്ടാൻ കഴിയും ഇതിന്. ഇത്തരം കൊടുക്കൽ വാങ്ങലുകൾ കലയിലെ സ്വാഭാവികതയാണ്. ഈ സ്വാഭാവിക വികാസം നാട്ടരങ്ങിൽ മാത്രമല്ല ക്ലാസിക്കൽ വേദിയിലും കാണാം. എന്നാൽ രൂപത്തിലും ഭാവത്തിലും വ്യതിയാനങ്ങൾ വിധിക്കപ്പെടുന്നത് അഭിലഷണീയമല്ലതന്നെ.

നാടോടിയും ക്ലാസിക്കലുമായ കലാരൂപങ്ങളിൽ ചുട്ടി, മുഖത്തെഴുത്ത്, മുഖംമൂടികൾ ഇവയുടെ ക്രമീകരണത്തിലുള്ള പരസ്പര ബന്ധം കേന്ദ്ര അക്കാദമിക്കുവേണ്ടി രൂപപ്പെടുത്തുന്ന തന്റെ ഈ ഡോക്യുമെന്ററിയിൽ അരവിന്ദൻ അപഗ്രഥിക്കും. ആഫ്രിക്കയിലേതുപോലെ പൊയ്മുഖങ്ങളുടെ സമ്പന്നത നമുക്കവകാശപ്പെടാനില്ലെങ്കിലും മുഖചിത്രണത്തിലും ശിരസ്സലങ്കരണത്തിലും ഏറെ വൃദ്ധി നേടിയ ഒരു പാരമ്പര്യം നമുക്കുണ്ട് - അരവിന്ദൻ പറഞ്ഞു.

കലാപരമായ പ്രകാശനവും (Artistic expression) ജീവിതവുമായുള്ള പരസ്പരബന്ധം ആരാഞ്ഞുകൊണ്ട് ഉത്തരകേരളത്തിലെ വിഖ്യാത തെയ്യം കലാകാരനായ കണ്ണൻ പെരുവണ്ണാനെ സമീപിക്കുകയുണ്ടായി അരവിന്ദൻ. കണ്ണൻ പെരുവണ്ണാന്റെ വീട് കൊടക്കാട്ടാണ്. തെയ്യങ്ങളെപ്പറ്റി പല വിദേശീയരും അവിടെ താമസിച്ച് പഠിച്ചിരുന്നു. തെയ്യത്തിന് ആദ്യമായി സംഗീത നാടക അക്കാദമിയുടെ ബഹുമതി കിട്ടിയത് കണ്ണൻ പെരുവണ്ണാനാണ്. 1975- ൽ.

വീട്ടിലെ പള്ളിയറ മുറ്റത്ത് തന്റെ പേരക്കിടാങ്ങളോടൊപ്പമിരുന്ന് ക്യാമറയെ അഭിമുഖീകരിച്ച പെരുവണ്ണാൻ തന്റെ സാഹചര്യങ്ങളിൽ വളരെയൊന്നും സംതൃപ്തനല്ല. കുലത്തൊഴിലായ തെയ്യംകെട്ട് നിത്യജീവിതത്തിന് മതിയാകാത്തതുകൊണ്ട് നാട്ടുവൈദ്യം കൂടി നടത്തേണ്ടിവരുന്നുവെന്ന് പെരുവണ്ണാൻ പറഞ്ഞു. വിദേശികൾക്ക് തെയ്യത്തിലുള്ള താല്പര്യം ഉപരിപ്ലവമാണെന്നാണ് പെരുവണ്ണാന്റെ നിഗമനം. തെയ്യക്കോലങ്ങളുടെ ചരിത്രം, വ്യത്യസ്തമായ മുഖത്തെഴുത്തുരീതികൾ എന്നിവയിൽ മാത്രമാണ് അവരുടെ ശ്രദ്ധ; അനുഷ്ഠാനങ്ങളിൽ തെല്ലുമില്ല. അടുത്തിടെയായി പലേടത്തും കളിയാട്ടങ്ങൾ കൊണ്ടാടപ്പെടുന്നുവെന്നത്

നല്ല കാര്യം. പക്ഷെ, പുതിയ തലമുറയുടെ സമീപനം ആശാവഹമല്ലെന്ന് പെരുവണ്ണാന് തോന്നുന്നു. ശബ്ദം അല്പം വിഷാദം കലർന്നതെങ്കിലും അത് മറയ്ക്കാൻ ശ്രമിക്കുന്ന തെളിഞ്ഞ ചിരിയോടെ പെരുവണ്ണാൻ പറഞ്ഞുനിർത്തി: "അവർക്ക് ഞങ്ങളുടെയത്ര വിശ്വാസമുണ്ടെന്ന് പറഞ്ഞുകൂടാ."

ചെമ്മണ്ണുയർന്ന് ഇരുവശത്തുമുള്ള ഇലപ്പടർപ്പുകളത്രയും ചെമ്പിച്ച നാട്ടുവഴിയിലൂടെ മടങ്ങുമ്പോൾ ആ ശബ്ദം കൂടെയുണ്ടായിരുന്നു. ഒപ്പം വേറെയും ശബ്ദങ്ങൾ: ചെണ്ടകളുടെ, ചിലമ്പുകളുടെ...

ആകാശത്തിലേക്ക് നീണ്ട മുടിനീട്ടി നിന്ന ഒരു തെയ്യം ഗാഢമായ വ്യാകുലതയോടെ പറഞ്ഞുകൊണ്ടിരുന്നു, മനുഷ്യന് നിറവേറ്റാനുള്ള ഓരോരോ കർമങ്ങളെക്കുറിച്ച്...

(ദേശാഭിമാനി 1982 മാർച്ച് 28)

ചാരിയറ്റ്സ് ഓഫ് ഫയർ

കോളിൻ വെല്ലാൻഡ് തിരക്കഥയെഴുതി ഹ്യൂഗ് ഹഡ്സൺ സാക്ഷാത്കരിച്ച 'ചാരിയറ്റസ് ഓഫ് ഫയറി' നാണ് ഇത്തണ ഏറ്റവും നല്ല ചിത്രത്തിനുള്ള ഓസ്കാർമുദ്ര.

സമകാല ബ്രിട്ടീഷ് സിനിമയുടെ രചനാരീതികൾ ഉദാഹരിക്കുന്ന ഹഡ്സൺചിത്രം പോയവർഷം കാൻ, ന്യൂയോർക്ക് ഫെസ്റ്റിവലുകളിൽ ഉൾപ്പെട്ടിരുന്നു; ഇക്കഴിഞ്ഞ ജനുവരിയിൽ കല്ക്കത്ത ഫിലിമോത്സവിലും.

കാൻ ഈ ബ്രിട്ടീഷ് രചനയെ ആദരിക്കുകയുണ്ടായില്ല. അവിടെ ആന്ദ്രേ വൈദയുടെ 'ഇരുമ്പുമനുഷ്യ'ന്നായിരുന്നു പാൽമദ് ഓർ. ജൂറിയുടെ പ്രത്യേക അവാർഡ് സ്വിറ്റ്സർലാൻഡിനെ പ്രതിനിധാനം ചെയ്ത അലെൻ ടാണറുടെ 'ലൈറ്റ് യേഴ്സ് എവെ' എന്ന ചിത്രത്തിനും.

കല്ക്കത്ത മേളയിലും 'ചാരിയറ്റ്സ് ഓഫ് ഫയർ' ശ്രദ്ധ പിടിച്ചുപറ്റിയില്ല. പ്രമേയത്തിന്റെ വ്യത്യസ്തതയവകാശപ്പെടാമെങ്കിലും പുതിയ മൂല്യവിവക്ഷകളാരാഞ്ഞ് സിനിമയെ സമീപിക്കുന്നവർക്ക് പകർന്നു നൽകാനുള്ള ദൃശ്യസമ്പന്നതയിൽ ഉയർന്നുനിൽക്കുന്നില്ല ഈ ചിത്രം. ഒരു വൃദ്ധന്റെ ഏകാന്തതയും ഭ്രാന്തകല്പനകളും വിവരിക്കുന്ന ടാണറുടെ സ്വിസ് ചിത്രത്തിനോ പ്രീതി നേടിയ ഇതരകൃതികൾക്കോ ഒപ്പം ചേർത്തുപറയാൻ വയ്യ 'ചാരിയറ്റ്സ് ഓഫ് ഫയറി' നെ.

ഹാറോൾഡ് അബ്രഹാം; എറിക് ലിഡെൽ എന്നീ ഓട്ടക്കാരുടെ കഥയാണ് ഹഡ്സൺ തന്റെ ചിത്രത്തിൽ പറയുന്നത്. രണ്ടുപേരും ഒരു തീവ്രമോഹം പങ്കിട്ടു- ഒളിമ്പിക് മെഡൽ നേടുക. വിജയപ്രതീക്ഷകൾക്ക് ഇരുവരിലുമുണ്ടായ ചോദനകൾ വ്യത്യസ്തമായിരുന്നു. ഒപ്പം സാഹചര്യങ്ങളും. ഹാരോൾഡ് അബ്രഹാം പണം കടം കൊടുക്കുന്ന ഒരു ജൂതന്റെ മകനായിരുന്നു. 1919 ൽ കേംബ്രിഡ്ജിലെത്തി. അസാമാന്യനായ ഓട്ടക്കാരനെന്ന് പുകഴ്ത്തപ്പെട്ടു. 1024ൽ ഒളിമ്പിക് സ്വർണം നേടാൻ പാരീസിലെത്തി. ഇതേ ലക്ഷ്യത്തോടെയാണ് ഒരു സ്കോട് മിഷനറിയുടെ മകനായ എറിക് ലിഡെലും പാരീസിൽ വന്നിറങ്ങിയത്. എറിക് നല്ലൊരു ഓട്ടക്കാരനെന്നതിനുപുറമെ ഒരു ഉപദേശിയുമായിരുന്നു.

തീർത്തും ഭിന്നമായ പശ്ചാത്തലങ്ങളിൽനിന്നെത്തിയ ഹാരോൾഡും എറിക്കും തങ്ങളുടെ ജീവിതാഭിലാഷം സാധിക്കുന്നതിന് കടുത്ത കായികപരിശീലനങ്ങളിലൂടെയും മാനസിക സംഘർഷങ്ങളിലൂടെയും കടന്നുപോയി. എല്ലാ പരിധികളെയും ഭേദിക്കാനും തങ്ങളുടെ മാനവികസത്ത ഉയർത്താനും അവർ നടത്തുന്ന ആയാസപൂർണമായ യത്നങ്ങളാണ് 'ചാരിയറ്റ്സ് ഓഫ് ഫയറി' ൽ ദൃശ്യവൽക്കരിച്ചിരിക്കുന്നത്. ലോകത്തിൽ മറ്റാരെക്കാളും വേഗത്തിലോടുന്നത് താനായിരിക്കണമെന്ന് രണ്ടുപേരും അഭിലഷിച്ചു. അവരെ മുന്നോട്ടു നയിക്കാൻ സ്വന്തം ദൈവങ്ങളും സ്വന്തം പിശാചുക്കളുമുണ്ടായിരുന്നു.

'ചാരിയറ്റ്സ് ഓഫ് ഫയറി'ന്റെ ഛായാഗ്രഹണം ഡേവിഡ് വാട്കിനാണ്. ദൃശ്യസങ്കലനം ടെറി റോളിംഗ്സും. ഹാരോൾഡ് അബ്രഹാമായി ബെൻക്രോസും എറിക് ലിഡെലായി ഇയാൻ ചാൾസണും വേഷമിടുന്നു. നൈജൽ ഹാവേഴ്സ്, നിക്കൊളാസ് ഫാറെൽ, ഡാനിയൽ ജെറോൾ, ജോൺ ഗീൽഗഡ്, ലിൻസെ ആൻഡേഴ്സൺ എന്നിവരാണ് മറ്റു പ്രധാന റോളുകളിൽ. ദൈർഘ്യം 124 മിനുട്ട്.

(ദേശാഭിമാനി
1982 മാർച്ച് 28)

അവസാനം ഒരു വീട്

ജൂൺ 10 വ്യാഴാഴ്ച തീർത്തം ദുരൂഹമായ സാഹചര്യത്തിൽ, മ്യൂണിച്ചിലെ ഒരു ഫ്ളാറ്റിൽ മരിച്ചുകിടക്കുന്നതായി കാണപ്പെട്ട പശ്ചിമ ജർമൻ ന്യൂവേവ് ചലച്ചിത്രരചയിതാവായ റെയ്നർ വെർണർ ഫാസ് ബൈൻഡർ (36) സമകാല സിനിമയിലെ ഏറ്റവും ശ്രദ്ധേയരായ സംവിധായകരിൽ ഒരാളായിരുന്നു.

ജർമൻ സിനിമയുടെ ഭാഗധേയം പങ്കുവെച്ച വെർണർ ഹെർസോഗിൽനിന്ന് ഭിന്നമായി, എല്ലായ്പ്പോഴും നഗരാതിർത്തികൾക്കുള്ളിൽ ഒരുങ്ങിക്കഴിയാൻ ആഗ്രഹിച്ചു ഫാസ് ബൈൻഡർ. മ്യൂണിച്ചും ബെർലിനും ന്യൂയോർക്കുമായിരുന്നു ഫാസ് ബൈൻഡറുടെ പ്രിയപ്പെട്ട നഗരങ്ങൾ. സദാ അഴുക്കുപുരണ്ട ജീൻസും തുകൽജാക്കറ്റും ധരിച്ച് മറ്റുള്ളവരുടെ കണ്ണിൽ 'നരകത്തിലെ ദൈവദൂതനെ പോലെ നടന്നപ്പോഴും കർശനമായ അച്ചടക്കത്തിന് അദ്ദേഹം സ്വയം വിധേയനാക്കി.

1969 ൽ തികച്ച ആദ്യരചനക്കുശേഷം (Love is Colder than Death) ശരാശരി മൂന്നു മാസത്തിലൊരു ചിത്രമെന്നതായിരുന്നു ഫാസ് ബൈൻഡറുടെ നിഷ്ഠ.

'എന്റെ ചിത്രങ്ങൾകൊണ്ട് എനിക്കൊരു വീടുവെക്കണം' ഫാസ് ബൈൻഡർ ഒരിക്കൽ പറഞ്ഞു: 'ചില ചിത്രങ്ങൾ നിലവറയാണ്, ചിലവ ഭിത്തികൾ, മറ്റു ചിലവ ജാലകങ്ങൾ, അവസാനം ഒരു വീടുണ്ടാകുമെന്നുതന്നെ ഞാൻ പ്രതീക്ഷിക്കുന്നു.'

ഉവ്വ്, ഇങ്ങനെയൊരു വീടിനെപ്പറ്റി സിനിമയുടെ ഇന്നോളമുള്ള ചരിത്രത്തിൽ വേറൊരാൾ സങ്കല്പിച്ചിട്ടില്ല- ഫാസ് ബൈൻഡറല്ലാതെ.

ഇറ്റലിയിൽ ഒരു പതിനേഴുകാരൻ തലക്കടിച്ചു കൊന്ന പാവ്ലോ പിയർ പ്രസ്സോളിനിയെപ്പോലെ ഫാസ് ബൈൻഡറും ഒരു ഹോമോസെക്ഷ്വൽ ആയിരുന്നു. ബീറ്റർ ടിയേഴ്സ് ഓഫ് പെട്രാവോൺ കാന്റ്, ഫോക്സ് ആന്റ് ഹിസ് ഫ്രന്റ്സ് തുടങ്ങിയ ചിത്രങ്ങളുടെ പ്രമേയംതന്നെ സ്വവർഗരതിയാണ്. പക്ഷേ, അവയിൽതന്നെയും വ്യഗ്രമായ ലൈംഗികതക്കല്ല, ദുർവിനിയോഗം ചെയ്യപ്പെടുന്ന അധികാരശക്തിക്കാണ് ഊന്നൽ.

എല്ലാവിധ ബന്ധങ്ങളിലും- അവ വ്യക്തിപരമോ, രാഷ്ട്രീയമോ ആവട്ടെ-ഒരു മർദ്ദിതനും ഒരു മർദ്ദകനും ഉണ്ടാവുമെന്ന് ഫാസ് ബൈൻഡർ ചിത്രങ്ങൾ വാചാലമായി പറയുന്നു. എന്നാൽ, ഏറ്റവും ചീത്തയായ ഏകാധിപതി സ്നേഹമാണ് ഫാസ് ബൈൻഡർ അഭിപ്രായപ്പെടുന്നു: 'സാമൂഹ്യമായ അടിച്ചമർത്തലിന്റെ ഏറ്റവും മെച്ചപ്പെട്ടതും , ഏറ്റവും ക്രൂരവും ഏറ്റവും ഫലപ്രദവുമായ ഉപകരണം സ്നേഹമാകുന്നു."

പെട്രാവോൺ കാന്റിന്റെ കഥ സ്നേഹത്തിന്റെ അടിമത്തമാണ്. തീവ്രഭാവങ്ങളുള്ള ഒരു ഡ്രെസ് സിസൈനറായ പെട്രാ, തന്റെ ചുറ്റിലുമുള്ള എല്ലാവരിലും അധീശത്വം സ്ഥാപിച്ചുകഴിയവെ ഒരു യുവതിയുമായി പ്രേമത്തിൽ അകപ്പെടുന്നു. അവളുടെ യുവതിയായ കാമുകി വളരെയെളുപ്പം അവളെ ഭരിച്ചുതുടങ്ങുന്നു. പാവം പെട്രാ ഏറെ വൈകാതെ തളർന്ന് രോഗശയ്യയിലായി. പ്രേമത്തിന്റെ തടവിൽനിന്നു പുറത്തു കടക്കുവോളം അവളുടെ ജ്വരം ശമിച്ചില്ല.

ഫോക്സ് ആൻഡ് ഹിസ് ഫ്രന്റ്സിലെ മുഖ്യ കഥാപാത്രത്തെ അവതരിപ്പിച്ചത്, ഒരു പ്രഗത്ഭ അഭിനേതാവ് കൂടിയായ, ഫാസ് ബൈൻഡർ തന്നെയാണ്. അത് ഫാസ് ബൈൻഡറുടെ ആത്മാംശം കലർന്ന കഥാപാത്രമാണെന്ന് ചൂണ്ടിക്കാണിയ്ക്കപ്പെടുന്നു. പക്ഷേ, സുഹൃത്തുക്കളുടെ നിഗമനത്തിൽ, ഫാസ് ബൈൻഡറുടെ സ്വകാര്യപ്രപഞ്ചവുമായി അടുത്തുനിൽക്കുന്നത് പെട്രാവോൺ കാന്റാണ്.

അറുപത്തൊമ്പതു തൊട്ട് ശരാശരി മൂന്നുമാസത്തിലൊരു ചിത്രം പൂർത്തിയാക്കി വന്ന ഫാസ് ബൈൻഡറിനോട്, എന്തിന് ഇത്രയും കഠിനമായി അധ്വാനിക്കുന്നുവെന്ന് ഒരു സുഹൃത്ത് ആരാഞ്ഞപ്പോൾ ഇതായിരുന്നു മറുപടി:

'ഏകാന്തതയിൽ നിന്ന് രക്ഷപ്പെടുന്നതിന്.'

വ്ളോദിമിർ നബാക്കോവിന്റെ നോവലിനെ ഉപജീവിച്ച 'Despair' ആണ് ഫാസ് ബൈൻഡറുടെ ശ്രദ്ധയാകർഷിച്ച സമീപകാലകൃതി,

ഇതിൽ നായകനായി വേഷമിട്ട ഡിർക് ബൊഗാർഡ് പറയുന്നു: മുപ്പതിലധികം ചിത്രങ്ങളിൽ അഭിനയിച്ചിട്ടുണ്ടെങ്കിലും, ചലച്ചിത്രത്തിലെ എന്റെ ഏറ്റവും ആസ്വാദ്യമായ അനുഭവം ഫാസ് ബൈൻഡറുമൊത്തു പ്രവർത്തിച്ചതാണ്.

റെയ്നറും തിരക്കഥാകാരനായ ടോം സ്റ്റോപ്പാർഡും ചിത്രത്തെപ്പറ്റി സംസാരിയ്ക്കാൻ ദക്ഷിണ ഫ്രാൻസിലെ തന്റെ വസതിയിലേയ്ക്കുവന്ന ഓർമ ബൊഗാർഡ് അവസാനിപ്പിയ്ക്കുന്നു, ഇപ്രകാരം:"നാലു മിനുട്ടു കഴിഞ്ഞപ്പോൾ ഞങ്ങൾക്ക് ബോദ്ധ്യമായി, ഒരുമിച്ചു പ്രവർത്തിക്കാനാകുമെന്ന്, അതെക്കുറിച്ച് കൂടുതലൊന്നും പറയേണ്ടതില്ലെന്ന് ഞാൻ പറഞ്ഞു. കുറെയേറെ മോട്ടോർ മാസികകളുമായി അദ്ദേഹം ടെറസ്സിലേയ്ക്കു നടന്നു..."

ഹെർസോഗിനെയും ഇതരജർമ്മൻ സംവിധായകരെയും പോലെ ഫാസ് ബൈൻഡറും അമേരിക്കയോട് തീവ്രമായ അഭിനിവേശം കാണിച്ചിരുന്നു. അത് തന്റെ രചനകളിൽ ഫാസ് ബൈൻഡർ വെളിവാക്കുകയും ചെയ്തു. ഒരു ചിത്രത്തിന്റെ പേരുതന്നെ 'അമേരിക്കൻ ഭടൻ' (The American Soldier, 1970) എന്നാണ്. മറ്റു പല ചിത്രങ്ങളിലും കാണാം ചുമ്മാ ചുറ്റിനടക്കുന്ന അമേരിക്കൻ കഥാപാത്രങ്ങളെ.

ഹോളിവുഡ് സംവിധായകനായ ഡഗ്ളസ് സിർക് (Magnificent obsession, Imitation of life) തന്നെ ഏറ്റവും കൂടുതൽ സ്വാധീനിച്ചതായി ഫാസ് ബൈൻഡർ വെളിപ്പെടുത്തുകയുണ്ടായി. സിർകിനെപ്പോലെ ഫാസ് ബൈൻഡറും മെലോഡ്രാമ ഇഷ്ടപ്പെടുന്നു; ഒപ്പം ഏറെ ശൈലീകൃതമായ ക്യാമറ കോമ്പോസിഷനുകളും. സമൃദ്ധമായ ഗൃഹാലങ്കാരങ്ങൾക്കും ഇരുമ്പുഗ്രിൽസിനും ആവശ്യത്തിലേറെയുള്ള ഫർണീച്ചറിനുമിടയിലകപ്പെട്ടവരുടെ ഭീതി ഫാസ് ബൈൻഡറുടെ രചനാബോധത്തിൽ ഉൾച്ചേർന്നിരിക്കുന്നു. വിഭ്രാമകമായ ക്യാമറക്കോണുകളും, ദൃശ്യവിതാനത്തിൽ കണ്ണാടികളുടെ വിനിയോഗവും രചനകൾക്ക് ഒരു നിഗൂഢഭാവം പകരുന്നു.

താൻ വളരെ സ്നേഹിക്കുന്ന ന്യൂയോർക്കിലേക്ക് കുടിയേറുന്നതിനെപ്പറ്റി ഫാസ് ബൈൻഡർ ആവേശപൂർവം പലപ്പോഴും പറയുമായിരുന്നു. പക്ഷേ അങ്ങനെ സംഭവിച്ചില്ല. സംഭവിച്ചത്, നമ്മെയെല്ലാം നടുക്കിക്കൊണ്ട്, മ്യൂണിച്ചിലെ ഫ്ളാറ്റിൽ മുപ്പത്തിയാറാം വയസ്സിലെ മരണമാണ്.

(ദേശാഭിമാനി
1982 ജൂൺ 20)

അഞ്ച് മേളച്ചിത്രങ്ങൾ

ശബ്ദം

മദർ തെരേസയുടെ ബാല്യവും യൗവനുമാണ് ബ്രൂണല്ലോ റോണ്ടിയുടെ 'ശബ്ദ'ത്തിലെ (The Voice) പ്രതിപാദ്യം. ജീവചരിത്രങ്ങൾ പ്രമേയമാക്കിയ മറ്റു പല ചിത്രങ്ങളെയും പോലെ വിവാദത്തിനിട നൽകിയേക്കാവുന്ന അംശങ്ങളൊന്നും ഇതിൽ നാം കണ്ടെത്തില്ല. ഗോഞ്ചിയയെന്ന മെലിഞ്ഞ പെൺകുട്ടി രോഗവും പീഢകളും നിലവിളികളും നിറഞ്ഞ കോണുകളിലേക്ക് സാന്ത്വനവുമായി നീങ്ങാൻ തുനിയുന്ന കഥ തികഞ്ഞ മതഭക്തന്റെ സംതൃപ്തമനസ്സോടെ സംവിധായകൻ നമ്മെ കേൾപ്പിക്കുന്നു.

ഗോഞ്ചിയയും അമ്മയും ഒരു വിദൂരഗ്രാമം ലക്ഷ്യമാക്കി നദിക്കരയിലടെ യാത്രപോകുന്ന ദൃശ്യനിരകളാണ് 'ശബ്ദ'ത്തിന്റെ മുഖവുര. ഒറാനമകളെ കൊണ്ടുപോകുന്നത് പർവതസാമീപ്യമുള്ള ഒരു ഗൃഹപരിസരത്തിലേക്കാണ്. അവിടെ ക്ഷയരോഗബാധിതയായ സിലിയ, ഗോഞ്ചിയുടെ അമ്മാവി, ശുശ്രൂഷിക്കാനാരുമില്ലാതെ കഴിയുന്നു. രക്തം ചുമച്ചു തുപ്പുന്ന സിലിയയ്ക്കും കുഞ്ഞുമകൾക്കും ആഹാരത്തെപ്പറ്റി മാത്രം ഓർക്കുന്ന കിഴവന്നുമിടയിൽ ഗോഞ്ചിയയ്ക്ക് നഷ്ടപ്പെട്ടത് നൃത്തവും സംഗീതവും സൗഹൃദവുമായിരുന്നു. സിലിയ മരിച്ചപ്പോൾ അവൾ കുഞ്ഞിനെയും ഒപ്പംകൂട്ടി തന്റെ നഗരത്തിലേയ്ക്ക് മടങ്ങി.

അമ്മാവിയെ ശ്രുശ്രൂഷിച്ചതിന് ഗോഞ്ചിയയ്ക്ക് പകരം കിട്ടിയത് അതേ വ്യാധിയാണ്. ആശുപത്രിയിൽ നിന്നുള്ള നിർദ്ദേശമനുസരിച്ച് അമ്മ അവളെ ദൂരമലകളിലൊരിടത്തുള്ള കോൺവെന്റിലേയ്ക്ക് പറഞ്ഞയക്കുന്നു. പഴഞ്ചൻ ക്രിസ്തീയത പുലരുന്ന കോൺവെന്റിൽ, പ്രാർത്ഥനയും വിശ്രമവുമായി ജീവിക്കുന്ന കന്യാസ്ത്രീകൾക്കിടയിൽ ഗോഞ്ചിയ ഒരിയ്ക്കൽക്കൂടി നഷ്ടബോധമറിഞ്ഞു. കർമ്മമനുഷ്ഠിക്കാത്ത പ്രാർത്ഥനകളുടെ വ്യർത്ഥതയെപ്പറ്റി അവൾ ഗ്രഹിച്ചത്, തീർത്തും യാദൃച്ഛികമായി കാണാനിടവന്ന, ഇന്ത്യയിൽ നിന്നു മടങ്ങിവരികയായിരുന്ന ഒരു പുരോഹിതനിൽ നിന്നാണ്. മാനവിക ദുരിതങ്ങൾ തന്റെ സാന്നിദ്ധ്യം

ആവശ്യപ്പെടുന്നുവെന്നു ഗോഞ്ചിയക്ക് ബോധ്യമാകുന്നു. ഗിറ്റാറിന്റെയും പ്രണയാകാംക്ഷകളുടെയും ലോകത്തിലേയ്ക്ക് തിരികെച്ചെല്ലാൻ അവൾ പിന്നീട് ആഗ്രഹിച്ചതേയില്ല.

ഫെല്ലിനിയുടെയും റോസല്ലിനിയുടെയും ചിത്രങ്ങളുടെ തിരക്കഥാകൃത്തെന്ന പരിചയപ്പെടുത്തൽ റോണ്ടി തന്റെ ചിത്രത്തിലൂടെ അന്വർത്ഥമാക്കുന്നില്ല. മൃദുത്വമുള്ള ഫ്രെയിമുകളൊരുക്കുന്നതിൽ മാത്രമാണ് അദ്ദേഹത്തിന്റെ ശ്രദ്ധ. അങ്ങിങ്ങ് ശബ്ദം ഒരു സുവിശേഷ പ്രസംഗകന്റേതായി മാറുകയും ചെയ്യുന്നു.

മുറിവേറ്റ പ്രതിമകൾ

പ്രായപൂർത്തിയെത്താത്ത മൂന്നു കുറ്റവാളികൾ തടവുചാടി, ഓപ്പണിങ്ങിന് തൊട്ടുമുമ്പുള്ള ഒരുക്കങ്ങൾ നടക്കുന്ന ഒരു മയൂസിയത്തിൽ അഭയം തേടുന്നു. പോലീസ് അവരെ പിന്തുടരുന്നുണ്ടായിരുന്നു. മ്യൂസിയത്തിനുള്ളിലെ ശിലാശില്പങ്ങളുടെ ചരിത്രമൂല്യം ഗ്രഹിച്ച കുട്ടികൾ അവയെ ബന്ദികളാക്കുന്നു. മ്യൂസിയങ്ങൾ അടയ്ക്കുക, തടവുമുറികൾ തുറക്കുക- അതായിരുന്നു അവരുടെ ആവശ്യം. തങ്ങളുടെ കൂട്ടുകാരെ മുഴുവൻ തുറന്നുവിട്ടില്ലെങ്കിൽ എല്ലാ പ്രതിമകളും തകർക്കുമെന്ന് അവർ അധികൃതരെ ഭീഷണിപ്പെടുത്തി. അധികൃതർക്ക് അതൊരു നിയമസമാധാനപ്രശ്നം മാത്രമായിരുന്നു. പക്ഷേ, മ്യൂസിയത്തിന്റെ ചുമതല വഹിക്കുന്ന വനിതാ ആർക്കിയോളജിസ്റ്റ്, പ്രതിമകളുടെ സുരക്ഷിതത്വത്തിനായി, കുട്ടികളുടെ പരിഭ്രമിച്ച മനസ്സുകളോട് സൗഹൃദം സ്ഥാപിക്കുന്നു.

മരിക്കാൻ തുടങ്ങുന്ന ഒരു കുട്ടിയുടെ ജീവൻ രക്ഷിക്കാൻ അവൾ അധികൃതരോട് അഭ്യർത്ഥിച്ചുവെങ്കിലും അതു വിഫലമായി. അവർ ആ ഗ്രീക്കുനഗരത്തെ മുഴുവനും തങ്ങളുടെ ആയുധവീര്യവും തന്ത്രനിപുണതയും ബോധ്യപ്പെടുത്താനുള്ള വ്യഗ്രതയിലായിരുന്നു. കുട്ടികൾ തകർക്കുമെന്ന് ഭീഷണി മുഴക്കിയ പ്രതിമകൾ തങ്ങളുടെ ആയുധങ്ങൾക്ക് മുന്നിൽ വികലപ്പെടുന്നത് അവർ ഒരു പ്രശ്നമായേ എടുത്തില്ല. നിയമസമാധാനം വീണ്ടുകിട്ടുകയാണല്ലോ പ്രധാനം. അധികാരികളുടെ ധാർഷ്ട്യവും വിദൂഷകഭാവവും തന്മയത്വത്തോടെ സാക്ഷാത്കരിക്കപ്പെട്ട ഈ ഗ്രീക്ക് ചിത്രത്തിൽ (The Bleeding Statues) ശിലാപ്രതിമകളുടെ ആകാരങ്ങൾക്കും മുഖഭാവങ്ങൾക്കും കല്പിക്കപ്പെട്ട ദൃശ്യപ്രാധാന്യം ഏറെ ശ്രദ്ധേയമാണ്.

ബെർലിൻ മതിൽ

റെയ്നാർഡ് ഹൗഫിന്റെ പുതിയ രചന (The man on the wall) ഒരു വെറും ജർമ്മൻ ചിന്തയെന്നതിലേറെ പ്രസക്തമാകുന്നില്ല. ജർമ്മനികളെ വേർതിരിക്കുന്ന മതിൽ ഇല്ലാതായെങ്കിൽ എന്ന് മോഹം വെച്ചുപുലർത്തുന്ന കാബെയാണ് മുഖ്യ കഥാപാത്രം. കിഴക്കൻ ബെർലിനിലിരുന്ന് അയാൾ തന്റെ ജാലകത്തിലൂടെ രാജ്യാതിർത്തി കുറിക്കുന്ന മതിലിനെ ഉറ്റുനോക്കുന്നു. മതിലിനപ്പുറം എങ്ങനെ ചെന്നുപറ്റാമെന്നുമാത്രമായി പിന്നീട് കാബെയുടെ ആലോചന. രക്ഷപ്പെടാനുള്ള ശ്രമം അയാളെ ഭ്രാന്താശുപത്രിയിലും തടവുമുറിയിലുമെത്തിക്കുന്നു.

അവസാനം കാബെയുടെ അസംബന്ധ മോഹം സഫലമായി ത്തീർന്നു. അയാൾ പടിഞ്ഞാറൻ ബെർലിൻ പ്രാപിക്കുന്നതിൽ വിജയിച്ചു. പക്ഷേ, അപ്പോഴും അയാൾ സ്വസ്ഥനായില്ല. ബൈനോക്കുലറിലൂടെ സദാ മതിലിനെ തന്നെ ഉറ്റുനോക്കിക്കൊണ്ട് അയാളിരുന്നു. മതിലിനപ്പുറത്തായിരുന്നു അയാളുടെ പത്നിയായ ആൻഡ്രിയ. വീണ്ടും കാബെ പലായനത്തിനുള്ള ശ്രമമായി. അത് മെരുങ്ങാൻ വിസമ്മതിക്കുന്ന ഒരു മാനസികാവസ്ഥയുടെ പ്രതിഫലനമായിരുന്നു. എന്താണ് വേണ്ടതെന്ന ചോദ്യത്തിന് കാബെ ഒരിക്കൽ നൽകുന്ന മറുപടി അപ്പുറത്ത് ചെല്ലുകയെന്നതാണ്.

അബ്സേഡ് നാടകങ്ങളുമായി പ്രകൃതത്തിൽ ചാർച്ച വെളിവാക്കുന്ന ഈ ഹൗഫ് ചിത്രം ഇരു ജർമ്മനികളിലെയും പ്രേക്ഷകരുമായി ഒരു പക്ഷേ, ഒരു പക്ഷേ മാത്രം, വിനിമയം സാധിച്ചേക്കാം. വിഭജന സ്മൃതികളുണ്ടായിട്ടും ഇന്ത്യൻ പ്രേക്ഷകരുമായി എന്തുകൊണ്ടതിന് സംവദിക്കാനാകുന്നില്ലെന്ന സന്ദേഹം, ചലച്ചിത്രത്തിന് അനിവാര്യമായ യൂണിവേഴ്സൽ ക്വാളിറ്റിയെക്കുറിച്ചുള്ള അറിവിലേയ്ക്കാവും നമ്മെ നയിക്കുക.

മറവി

പ്രൊഫസർ റാഫൽ വിൽസൂർ വിഷമമേറിയ ഒരു ശസ്ത്രക്രിയ വിജയകരമായി പൂർത്തിയാക്കി എട്ടാമത്തെ വിവാഹവാർഷികത്തിന് ഭാര്യയ്ക്ക് സമ്മാനിക്കാനുള്ള പൂക്കളുമായി വീടണഞ്ഞപ്പോഴാണറിയുന്നത്, അവൾ തന്നെ ഉപേക്ഷിച്ചുപോയിരിക്കുന്നുവെന്ന്. അയാൾ നേരെ അടുത്തുള്ള ബാറിലേയ്ക്ക് നടന്നു.

ബാറിൽ നിന്ന് വേച്ചുവേച്ച് പുറത്തിറങ്ങി ഒരു കുതിരവണ്ടിയിൽ കയറിയ പ്രൊഫസറെ പിന്നെ കണ്ടുകിട്ടുക എല്ലാം നഷ്ടപ്പെട്ട നിലയിൽ ഒരു വെളിമ്പ്രദേശത്താണ്. താനാരെന്ന് അയാൾ മറന്നുകഴിഞ്ഞിരുന്നു.

സ്വത്വമില്ലാതെ അയാൾ അലഞ്ഞുനടന്നു. നിരവധി വർഷങ്ങളിലെ വ്യഥിതസഞ്ചാരത്തിനിടയിൽ നിയമവിരുദ്ധമായി അൻറോണി കോസിബയെന്നൊരു ഐഡന്റിറ്റി അയാൾ തനിക്കുണ്ടാക്കുന്നു. ആ പേരിൽ ഒരു ഗ്രാമത്തിലെ മില്ലുടമയുടെ വേലക്കാരനായിരിക്കെ വീണ്ടുമയാൾ വൈദ്യശാസ്ത്രത്തിലുള്ള തന്റെ പരിജ്ഞാനത്തെക്കുറിച്ച് ഓർക്കാനിടയാകുന്നു. പ്രാകൃതമായ രീതിയിലെങ്കിലും, മില്ലുടമയുടെ മകന്റെ ഒടിഞ്ഞ കാലുകൾ പൂർവ്വസ്ഥിതിയിലാക്കിയതോടെ, അയാൾ അവിടങ്ങളിൽ അറിയപ്പെട്ടുതുടങ്ങി. ധാരാളം രോഗികൾ നിത്യവും അയാളെ അന്വേഷിച്ചുവന്നു. ലോക്കൽ ഡോക്ടർക്ക് സ്വാഭാവികമായും അയാളോട് ശത്രുതയായി.

മില്ലുടമയുടെ മകന് ശസ്ത്രക്രിയ നടത്താനുള്ള ഒരുക്കത്തിനിടയിലാണ് കോസിബ ഒരു ഷോപ്പ് അസിസ്റ്റന്റായ മേരിയെന്ന പെൺകുട്ടിയെ പരിചയപ്പെട്ടത്. അനാഥയായ അവൾക്ക് നിർഭാഗ്യവശാൽ ഒരു ധനിക കാമുകനുണ്ടായിരുന്നു. ഇതിൽ അസൂയാലുവായ മറ്റൊരു യുവാവിന്റെ പ്രതിക്രിയക്കുള്ള വെമ്പൽ അവസാനിച്ചത് ഒരു മോട്ടോർബൈക്ക് അപകടത്തിലാണ്. ഗുരുതരമായി പരിക്കേറ്റ മേരിയെ ചികിത്സിക്കാനുള്ള കോസിബയുടെ അഭ്യർത്ഥന ലോക്കൽ ഡോക്ടർ തള്ളിക്കളയുന്നു. അയാളുടെ ശസ്ത്രക്രിയോപകരണങ്ങൾ മോഷ്ടിച്ച് അത്യന്തം പ്രയാസകരമായ ശീരോശസ്ത്രക്രിയയിലൂടെ കോസിബ മേരിയുടെ ജീവൻ രക്ഷിക്കുന്നു. മുറിവൈദ്യം പ്രയോഗിക്കുന്നുവെന്നും മോഷ്ടാവെന്നും ആരോപിച്ച് ലോക്കൽ ഡോക്ടർ അയാളെ കോടതി കയറ്റുന്നു. കോടതിയിൽ വെച്ച് പഴയ സഹപ്രവർത്തകൻ കോസിബയെ പ്രഫസർ റാഫേൽ വിൽസൂറായി തിരിച്ചറിഞ്ഞതോടെ അയാൾ ശിക്ഷയിൽ നിന്നൊഴിവായി. മറ്റൊരു രഹസ്യംകൂടി വെളിവാക്കപ്പെട്ടു. മേരി അയാളുടെ തന്നെ പുത്രിയായിരുന്നു.

പ്രശസ്ത പോളിഷ് ചലച്ചിത്രസംവിധായകനായ ജെഴ്സി ഹോഫ്മാന്റെ ചിത്രത്തിലെ ഇതിവൃത്തം (The Quack) ഇത്രയും വിശദമായി കുറിച്ചത് കഥയൊഴികെ മറ്റൊന്നും ഹോഫ്മാൻ പ്രശ്നമാക്കുന്നില്ലെന്നതുകൊണ്ടാണ്. ഇന്ത്യൻ രൂപാന്തരങ്ങൾ പ്രതീക്ഷിക്കാവുന്ന ഈ ചിത്രത്തിൽ നായകവേഷമെടുത്ത ജെഴ്സി ബിൻസിക്കിയുടെ അഭിനയത്തെക്കുറിച്ച് നല്ലതേ പറയാനുള്ളൂ. എന്നാൽ അതല്ലാതെ ഗൗരവപൂർവം ചലച്ചിത്രത്തെ സമീപിക്കുന്നവരെ തൃപ്തിപ്പെടുത്തുന്ന മറ്റെന്തെങ്കിലും ചേരുവകൾ, സാനൂസ്സിയുടെയും വൈദയുടെയും പ്രകൃതിയിൽ നിന്നെത്തിയ ഈ ചിത്രത്തിന് അവകാശപ്പെടാനില്ല.

ഇന്ത്യ, സൂര്യപുത്രി

ബ്രസീലിയൻ ഗോത്രവർഗക്കാരുടെ പ്രതിനിധിയായ പുത്കോയ് എന്ന പെൺകുട്ടിയും, പേരിനർത്ഥം സൂര്യന്റെ മകളെന്ന്, ഒരു വജ്രഖനിയിലെ സൂപ്പർവൈസറുടെ അഴിമതിയും തന്നിഷ്ടവും അവസാനിപ്പിക്കുകയെന്ന നിഗൂഢദൗത്യവുമായി വന്ന ഒരു മിലിറ്ററി പോലീസ് കോർപറലായ സുളീവെറോയും പരസ്പരം ആശ്രയിച്ച് നിർവഹിക്കുന്ന നീണ്ട യാത്രയാണ് ഫാബിയോ ബാരെറ്റോയുട ചിത്രം. (India, Daughter of Sun)

സുളീവറോയ്ക്കുള്ളത് ഒരു പ്രതിനായകന്റെ മനസ്സാണ്. അച്ഛനെ മദ്യം കൊടുത്തുമയക്കി കണ്ടുമുട്ടിയ രാത്രിതന്നെ അയാൾ പുത്കോയിയെ അറിയുന്നു. ആദ്യവേഴ്ച ചിത്രീകൃതമല്ലെങ്കിലും, തുടർന്നങ്ങോട്ട് രതിയുടെ വാചാലവിവരണങ്ങൾ നിരവധിയുണ്ട്.

മൈൻ സൂപ്പർവൈസറെ വകവരുത്തുകയെന്ന താല്പര്യം നിറവേറ്റിക്കഴിഞ്ഞ്, തന്നെ സ്നേഹിക്കുകയും നിഴൽപോലെ അനുഗമിക്കുകയും ചെയ്ത പുത്കോയിയെ നിസ്സംഗമായി വെടിവെച്ചുവീഴ്ത്തുന്ന സുളീവെറോയിലൂടെ ഇന്ത്യൻ വംശജരോടുള്ള പരിഷ്കൃതസമൂഹത്തിന്റെ ഗർഹണീയമായ പെരുമാറ്റം മറനീക്കിക്കാട്ടുകയെന്ന സംവിധായകന്റെ ലക്ഷ്യം ഭാഗികമായേ വിജയിക്കുന്നുള്ളൂ. ഇന്ത്യൻ വംശജരുടെ ചിത്രീകരണം തീരെ വിശ്വസനീയമായില്ലെന്നതാണ് ഇതിന്റെ മുഖ്യകാരണം. പ്രകൃതി വെറും ബാക്ഡ്രോപ് എന്നതിലേറെ സാംഗത്യം നേടാത്തതും ഗോത്രവർഗസംഗീതത്തിന്റെ പ്രയോജനസാധ്യതകൾ പരിഗണിക്കപ്പെടാത്തതും ഈ ചിത്രത്തെ പ്രതികൂലമായി ബാധിച്ചിട്ടുണ്ടെന്ന് കാണാവുന്നതാണ്.

(ദേശാഭിമാനി വാരിക
1983 ഫെബ്രുവരി 20 –26)

ഫിലിമോത്സവ്

ഒരു അവലോകനം

വളരെയിടുങ്ങിയ ഒരു തെരുവിന്റെ അറ്റത്തുനിന്ന് അപ്രതീക്ഷിതമായി ഴാങ് ലുക് ഗോദാർദിനെക്കുറിച്ച് കേൾക്കുമ്പോൾ വിസ്മയിക്കാതെന്തു ചെയ്യും? കൽക്കത്തയിലെ തെരുവുകൾക്ക് ഗോദാർദിനെ പരിചയപ്പെടുത്തിയത് ഇക്കഴിഞ്ഞ ഫിലിമോത്സവ് ആണ്. ആൾക്കൂട്ടം ഗോദാർദിനെ സ്വീകരിക്കുക തന്നെ ചെയ്തു. മഞ്ഞും പൊടിയും വട്ടംവീശിയ തെരുവുകളിൽ പലേടത്തും ഗോദാർദ് സ്വതന്ത്രമായി ചർച്ചചെയ്യപ്പെട്ടു. ന്യൂമറേഡൂയി, വ്ളാദിമിർ ആൻഡ് റോസ, ഫാർ ഫ്രം വിയറ്റ്നാം, സ്ലോമോഷൻ തുടങ്ങിയ ഗോദാർദിയൻ രചനകളുടെ അപഗ്രഥനം തീരെ പ്രതീക്ഷിക്കാനിടയില്ലാത്ത കോണുകളിൽപ്പോലും നടന്നു. പാരീസിന്റെ അന്തരീക്ഷത്തിൽ ഗൊദാർദ് അവതരിപ്പിച്ച ഹോളിവുഡ്സ്റ്റ് ത്രില്ലറും (ബാൻഡ്

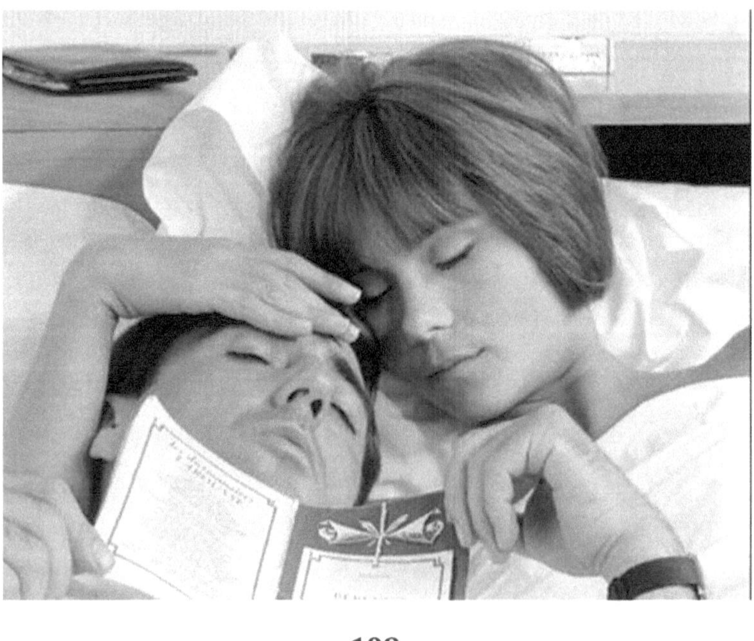

ഓഫ് ഔട്ട്സൈഡേഴ്സ്) ലൈംഗികതയും ദൃശ്യനിരകളും തമ്മിലുള്ള ബന്ധം സ്ഥാപിച്ച 'അൺ ഫെമി മേരി'യും സ്നേഹത്തിന്റെയും കണ്ണുനീരിന്റെയും അർത്ഥമറിഞ്ഞുകൂടാത്ത നഗരത്തിന്റെ അന്ത്യം പ്രവചിക്കുന്ന 'ആൽഫാ വില്ലും' ജെയ്ൻ ഫോണ്ടയെ അഭിസംബോധന ചെയ്തുകൊണ്ടുള്ള വാക്കുകളും (ലെറ്റർ ടു ജെയ്ൻ) പഠനത്തിന്റെ ആഹ്ലാദം വിളിച്ചോതുന്ന 'ദി ജോയ് ഓഫ് ലേണിങ്ങും' വളരെക്കാലം കൽക്കത്തയുടെ അമ്പരപ്പായി തുടരും.

ഓരോ ചിത്രത്തിലും വ്യത്യസ്തനായ ഗോദാർദിനെപ്പോലെ ഹംഗറിക്കാരനായ മിക്കലെസ് യാങ്ചോ പ്രേക്ഷകരെ സംഭ്രമിപ്പിക്കുന്നില്ല. യാങ്ചോ ചിത്രങ്ങൾക്ക് ഒരേ രചനാ ശൈലിയുടെ നൈരന്തര്യമുണ്ട്. യാങ്ചോയുടെ റെട്രോസ്പെക്ടീവ് പകരുക ഗോദാർദിന്റേതിൽ നിന്ന് ഭിന്നവും കാണികൾ മനസ്സിലേറ്റി നടക്കുമെന്ന് ഉറപ്പിക്കാവുന്നുമായ അനുഭൂതിയാണ്. പക്ഷേ, അവയും ഒരു സാധാരണ പ്രേക്ഷകനെ സംബന്ധിച്ച് സരളമൊന്നുമല്ല. നിരവധി കഥാപാത്രങ്ങളുടെ താളാത്മക ചലനങ്ങൾ സമന്വയിപ്പിച്ച ദൈർഘ്യമേറിയ ഷോട്ടുകളും വാക്കുകളെക്കാൾ സംഗീതത്തിന് പ്രാധാന്യം കല്പിക്കുന്ന സൗണ്ട്ട്രാക്കും യാങ്ചോ സിനിമയിലെ വശ്യഘടകങ്ങളാണ്. നഗ്നരായ സ്ത്രീകഥാപാത്രങ്ങളുടെ (ചിലപ്പോൾ പുരുഷന്മാരുടെയും) സാന്നിദ്ധ്യത്തിന് ഓരോ ചിത്രത്തിലും യാങ്ചോ വ്യത്യസ്ത അർഥകല്പനകൾ നൽകുന്നു. ഈ അർഥകല്പനകൾ പോലെ തന്നെ പ്രധാനമാണ് ഓരോന്നിലെയും ചരിത്രസൂചനകളും. എന്നാൽ ഹംഗേറിയൻ ചരിത്രത്തെപ്പറ്റി സൂക്ഷ്മബോധമില്ലാത്തവരെയും, ശക്തവും അത്യാകർഷകവുമായ പരിചരണരതി യാങ്ചോ ചിത്രങ്ങളുമായി അടുപ്പിക്കുന്നു.

മൂന്നാമത്തെ പശ്ചാത്ദർശനം യിൽമാസ് ഗുനെയുടെതായിരുന്നു. യിൽമാസ് ഗുനെ എവിടെയാണുള്ളതെന്ന് ആർക്കുമറിഞ്ഞുകൂട. ഔദ്യോഗിക പ്രഖ്യാപനമനുസരിച്ച് ഗുനെ ഇപ്പോഴും തുർക്കിയിലെ ഏതോ ജയിലിൽ കഴിയുകയാണ്. മറ്റു ചില കേന്ദ്രങ്ങൾ പറയുന്നു, അദ്ദേഹം തടവുചാടിയെന്ന്.

സൂറിച്ചിലെ ഗുനെ ഫിലിം ആൻഡ് കാക്ടസ് ഫിലിമിന്റെ പ്രതിനിധികൾ കൽക്കത്തയെ ഗുനെയിൽനിന്നുള്ള ആശംസകളറിയിച്ചിരുന്നു. തന്റെ ചിത്രങ്ങൾ കൽക്കത്താനഗരത്തിൽ പ്രദർശിപ്പിക്കപ്പെടുന്നത് ഒരു ബഹുമതിയായി കണക്കാക്കുന്നുവെന്നും നന്ദിപൂർവം അതെന്നും താനോർക്കുമെന്നും ഗുനെ തന്റെ സന്ദേശത്തിൽ പറഞ്ഞു.

യാഥാർഥ്യബോധത്തോടെ രചനയാരംഭിച്ച ആദ്യത്തെ ടർക്കിഷ്

സംവിധായകൻ യിൽമാസ് ഗുനെയാണ്. ഒരു കുതിരവണ്ടിക്കാരന്റെ സങ്കടങ്ങൾ നിറഞ്ഞ 'ഹോംപ്', ആധുനിക സമൂഹത്തിന്റെ പ്രഹരമേറ്റ് തകർന്നടിഞ്ഞ രണ്ട് നാടോടികുടുംബങ്ങളുടെ ഇതിവൃത്തം ആലേഖനം ചെയ്ത 'ദി ഹോർഡ്' (ഇത് '79 ൽ ബ്രിട്ടീഷ് ഫിലിം ഇൻസ്റ്റിറ്റ്യൂട്ട് അവാർഡിനും ലൊക്കാർണോ മേളയിലെ ഗ്രാൻഡ് പ്രൈസിനും അർഹമായി.) തുടങ്ങിയ ചിത്രങ്ങളിലൂടെ ലോകശ്രദ്ധയാകർഷിച്ച ഗുനെയ്ക്ക് തുർക്കി നൽകിയത് ആദരവോടെയുള്ള പരിഗണനയല്ല; പീഡാനുഭവങ്ങളാണ്. കബ്വാറിന്റേതുപോലെ (ഹോപ്) ദരിദ്രമായിരുന്നു ഗുനെയുടെയും പശ്ചാത്തലം. ചെറുപ്പത്തിൽ തന്നെ ഇടതുപക്ഷരാഷ്ട്രീയത്തിൽ ആകൃഷ്ടനായ ഗുനെ പതിനെട്ടാമത്തെ വയസ്സിൽ ആദ്യത്തെ തടവുശിക്ഷയ്ക്ക് വിധേയനായി- കമ്മ്യൂണിസ്റ്റ്ചിന്തയുടെ പ്രചാരണം നിർവഹിയ്ക്കുന്ന ഒരു ചെറുകഥ എഴുതിയെന്നതായിരുന്നു കുറ്റം. അതിന് ഒന്നരവർഷം ജയിലിൽ കിടന്നു. അക്കാലത്താണ് ഒന്നാമത്തെ നോവലെഴുതിയത്. 1971 ൽ രണ്ടര വർഷത്തേയ്ക്കായി വീണ്ടും കാരാഗൃഹത്തിലെത്തി. ഇടതുപക്ഷ കലാപകാരികളെ പിന്തുണച്ചുവെന്നതായിരുന്നു ഇത്തവണ മിലിറ്ററി ഭരണകൂടത്തിന്റെ ആരോപണം. തടവിൽനിന്ന് പുറത്തുവന്ന് ഒരു ചിത്രത്തിന്റെ നിർമിതിയിലേർപ്പെട്ടിരിക്കെ പിന്നെയും ജയിൽകവാടം ഗുനെയ്ക്കുവേണ്ടി തുറക്കപ്പെട്ടു. ഒരു ജഡ്ജിയെ വധിച്ചുവെന്ന് കാണിയ്ക്കുന്ന ചാർജ്ഷീറ്റ് ഗുനെയെ 19 കൊല്ലത്തെ നീണ്ട ജയിൽജീവിതത്തിന് അർഹനാക്കി. 'ദി ഹേർഡ്', 'ദ എനിമി' എന്നീ ചിത്രങ്ങൾ ഗുനെ നിർമിച്ചത് ജയിലിൽ കിടക്കവെയാണ്. തടവുമുറിയിലിരുന്ന് അദ്ദേഹമവയുടെ സ്ക്രിപ്റ്റ് തയ്യാറാക്കുകയും അവ സാക്ഷാത്കരിക്കുന്നതിനെക്കുറിച്ച് തനിയ്ക്കുള്ള സങ്കല്പങ്ങൾ പ്രൊഡക്ഷൻ യൂനിറ്റിനെ അറിയിക്കുകയും ചെയ്തു. ഒരു സംവിധായകനായ സേക് ഒക്ടെനും യൂനിറ്റും ഗുനെയുടെ മനസ്സറിഞ്ഞ് വാതിൽപ്പുറങ്ങളിലേയ്ക്കുനീങ്ങി. രൂപപ്പെടുത്തിയ ദൃശ്യങ്ങൾ അപ്പപ്പോൾ കാണാനും വ്യതിയാനങ്ങൾ നിർദേശിക്കാനും ഗുനെയ്ക്ക് സന്ദർഭം ലഭിച്ചു. എത്ര ശ്രമകരമായിരുന്നു ഈ സംഭവങ്ങളെന്ന് നമുക്ക് ഊഹിക്കാവുന്നതേയുള്ളൂ.

ആത്മകഥാപരമായ 'ഹോപ്പി'ലും മഴപോലെ പാറകൾ വീഴുന്ന മലഞ്ചെരുവുകളിൽ ഒറ്റപ്പെട്ട ഒരുപറ്റം സാഹസികരെ ചിത്രീകരിയ്ക്കുന്ന 'എലിജി'യിലും ഗുനെതന്നെയാണ് നായകൻ. ഏറെക്കുറെ സമാനഭാവങ്ങളാണ് ഈ രണ്ട് ചിത്രങ്ങൾക്കും.

ഗുനെയുടെ ഏറ്റവും മികച്ച കൃതിയായി അംഗീകാരം നേടിയത്, ആട്ടിൻ പറ്റങ്ങളുടെയും പ്രാകൃത മനുഷ്യരുടെയും കഥയായ 'ദി

ഹേർഡ്' (The Herd 1979) ആണ്. അച്ഛന്റെ ബദ്ധവൈരികളുടെ സമൂഹത്തിൽനിന്നുള്ള പെൺകുട്ടിയെ വധുവായി സ്വീകരിച്ച ശിർവാന്റെ ദുഃഖവും നിസ്സഹായതയും ദൃശ്യതലങ്ങളെ ആർദ്രവും ഇരുണ്ടതുമാക്കുന്നു.

ചുമലിലേറ്റിനടന്ന പെണ്ണ് ചികിത്സ ലഭിക്കാതെ മരിച്ചപ്പോൾ ശിർവാന് ജീവിതമാകെ വരൾച്ചയുടെ തരിശുനിലമായി മാറി. ഒരു പെണ്ണിന്റെ മരണത്തിന് അത്രയ്ക്ക് പ്രാധാന്യമൊന്നും കല്പിക്കാനില്ലെന്ന് അഭിപ്രായപ്പെട്ടവനെ കഴുത്തുഞെരുക്കിക്കൊന്ന് ആധുനിക ടർക്കിഷ് സമൂഹത്തിന്റെ ദയാരഹിതമായ നിലപാടിനോടുള്ള പ്രതിഷേധമറിയിക്കുന്നു ശിർവാൻ. ഇത് ഗുനെയുടെതന്നെ പ്രതിഷേധമാണ്.

നിസ്സഹായമായ മറ്റൊരു കുടുംബത്തെ 'ദി എനിമി' യിൽ കാണാം. ദരിദ്രനായ ഇസ്മായിൽ പട്ടികളെ വിഷം കൊടുത്ത് കൊല്ലുകയെന്ന ഒട്ടും ഹിതമല്ലാത്ത ജോലിയ്ക്ക് സ്വയം സന്നദ്ധനാകുന്നു. അതിൽനിന്ന് ഒഴിഞ്ഞുമാറാൻ തന്റെ ഓഹരിയ്ക്കായി അച്ഛനെ സമീപിച്ചുവെങ്കിലും ആ ശ്രമം ഫലപ്രദമായില്ല. ഒരു നാൾ ഭാര്യ അയാളെ ഉപേക്ഷിച്ച് ഇസ്താം ബൂളിലേയ്ക്കുപോയി. ഇസ്മായിൽ തന്റെ ദുഃഖങ്ങളുമായി ഒറ്റപ്പെട്ടു. തൊഴിലെടുക്കുന്നവരുടെ അവകാശങ്ങൾക്കായി പൊരുതുന്ന ട്രേഡ് യൂനിയനുകളുള്ള ഇസ്താംബൂൾ തന്നെ ഒടുവിൽ ഇസ്മായിലും തന്റെ ലക്ഷ്യമായി തെരഞ്ഞെടുക്കുന്നു.

ഗുനെയുടെ ചിത്രങ്ങളിൽ അവതീർണമാകുന്ന പരിതോവസ്ഥകളുമായി പരിചയപ്പെടുക വ്യത്യസ്തമായ അനുഭവമാണ്. അന്യൂനമായ കോമ്പോസിഷനുകളും ഗൗരവമേറിയ വിശകലനമാവശ്യപ്പെടുന്ന വിവക്ഷകളും സാമൂഹ്യ സത്യങ്ങളെക്കുറിച്ച് തികഞ്ഞ ഉൾക്കാഴ്ച പ്രതിഫലിപ്പിയ്ക്കുന്ന പ്രമേയങ്ങളും ഗുനെയെ ലോകത്തിലെ ഏറ്റവും ശ്രദ്ധേയരായ രചയിതാക്കളുടെ നിരയിലേയ്ക്കുയർത്തുന്നു.

ഗോദാർദ്, ഗുനെ, യാങ്ച്ചോ പാശ്ചാത്ദർശനങ്ങളിലെ ഇരുപത്തിമൂന്ന് ചിത്രങ്ങളൊഴിവാക്കിയാൽ ഈ ഫിലിമോത്സവിൽ എന്താണ് അവശേഷിയ്ക്കുന്നതെന്ന് നോക്കാം.

140 രാഷ്ട്രങ്ങൾക്ക് ക്ഷണമയച്ചുവെങ്കിലും അനുകൂലമായി 35 രാഷ്ട്രങ്ങളുടെ പ്രതികരണമേ ഫെസ്റ്റിവൽ ഡയരക്ടറേറ്റിന് ലഭിച്ചുള്ളൂ. രവീന്ദ്രസദൻ ഓഡിറ്റോറിയത്തിൽ പ്രസ്സിനും പ്രതിനിധികൾക്കുമായി പ്രദർശിപ്പിയ്ക്കപ്പെട്ടത് 85 വിദേശചിത്രങ്ങളാണ്. ഇവയോടൊപ്പമുണ്ടായിരുന്ന 30 ഹ്രസ്വചിത്രങ്ങളും സരളാറായ് മെമ്മോറിയൽ ഹാളിൽ പ്രദർശിപ്പിച്ച യു. എസ്. എ, ക്യൂബ, യു.കെ., ഫ്രാൻസ്, സെനഗൽ, കാമെറോൺ,

കോംഗെ എന്നിവിടങ്ങളിൽ നിന്നുള്ള പതിനഞ്ച് 16 എം എം ചിത്രങ്ങളും ചേർന്നാൽ ഫെസ്റ്റിവലിലെ വിദേശ പ്രാതിനിധ്യം പൂർണമാകുന്നു. (എങ്ങുനിന്നോ യാദൃശ്ചികമായി വന്നെത്തിയ 'ഇൻസ് ആൻഡ് ഔട്ട്സ്' എന്ന ഫ്രഞ്ചുസംവിധായകൻ ക്ലോഡ് ലെലൗഷിന്റെ ചിത്രവും ഈ പട്ടികയിൽ ഉൾപ്പെടുത്താവുന്നതാണ്. അതിന്റെ പ്രദർശനം വേറൊരിടത്തായിരുന്നു.)

വിദേശരാഷ്ട്രങ്ങളുടെ തണുപ്പൻ പ്രതികരണത്തിന് പല കാരണങ്ങൾ കണ്ടേക്കാം. ചിത്രങ്ങൾ വന്നെത്താതിരിക്കുന്നത് ഈ ഫെസ്റ്റിവലിൽ മാത്രമല്ലെന്ന ഫെസ്റ്റിവൽ ഡയരക്ടർ കൃഷ്ണസ്വാമിയുടെ സാന്ത്വനം നമുക്ക് ഉൾക്കൊള്ളുക തന്നെ ചെയ്യാം. മനിലാ ഫെസ്റ്റിവലിനെ പഴിചാരുകയുമാവാം. ഇവിടെ പ്രശ്നം അവസാനിക്കുന്നില്ല. ഫിലിമോത്സവിൽ പ്രദർശനത്തിനെത്തിയ വിദേശചിത്രങ്ങൾ പലതും ഒരു അന്താരാഷ്ട്ര മേളയുടെ നിലവാരത്തിന് നിരക്കുന്നതായിരുന്നില്ലെന്ന ദുഃഖം അത്രയെളുപ്പത്തിൽ നീങ്ങിപ്പോകാനിടയില്ല. പ്രാതിനിധ്യത്തിലുണ്ടായ കുറവുമൂലം എത്തിച്ചേർന്ന നിലവാരം കുറഞ്ഞ ചിത്രങ്ങളെല്ലാം സ്വീകരിക്കാൻ നിർബന്ധമായതാണോ ഈ സ്ഥിതിവിശേഷത്തിനു ഇടയാക്കിയതെന്ന് വ്യക്തമല്ല. ഓരോ ചലച്ചിത്രമേളയ്ക്കും സുവക്തമായ ലക്ഷ്യങ്ങളുണ്ട്. അല്ലെങ്കിൽ ഉണ്ടാകണം. ഫെസ്റ്റിവൽ ലക്ഷ്യങ്ങൾ നിറവേറ്റുന്ന ചിത്രങ്ങളായിരിക്കണം തെരഞ്ഞെടുക്കപ്പെടുന്നതത്രയും.

ഫിലിമോത്സവിലെ ചില രചനകൾ നിർവഹിച്ച ദൗത്യം പ്രേക്ഷകരെ വാതിൽപ്പഴുതുകളിലേയ്ക്കും താക്കോൽ ദ്വാരങ്ങളിലേയ്ക്കും നയിയ്ക്കുകയെന്നതാണ്. ഇമ്മട്ടിലുള്ള ഒളിഞ്ഞുനോട്ടം പരിചയമുള്ളവരും ആഗ്രഹിയ്ക്കുന്നവരും ഈ ദൗത്യത്തിന് ആഹ്ലാദപൂർവ്വം വഴങ്ങിയേക്കും. മറ്റു ചിലരെ സംബന്ധിച്ച് അത് അസഹ്യവും മനം മടുപ്പിക്കുന്നതുമാണ്. റോമൻ പൊളാൻസ്കിയുടെ 'നൈഫ് ഇന് ദ വാട്ടർ' പോലെ സെക്സിന്റെ ആഴമേറിയ പഠനങ്ങളായിത്തീരുന്ന ചിത്രങ്ങളൊന്നും സമകാല സിനിമയിൽ സൃഷ്ടിക്കപ്പെടുന്നില്ല. ഉണ്ടാകുന്നത് ടിക്കറ്റുകളുടെ കരിഞ്ചന്തയിലേയ്ക്കും ആകാംക്ഷ മുറ്റിയ കാത്തിരിപ്പിലേയ്ക്കും വിലകുറഞ്ഞ നിവൃത്തി മാർഗങ്ങളിലേയ്ക്കും നയിക്കുന്ന പോർണോ ചിത്രങ്ങളാണ്. ഫെസ്റ്റിവലുകളിൽ അവ മാന്യതയോടെ കടന്നുചെല്ലുകയും ഫെസ്റ്റിവലുകൾക്ക് ഇണങ്ങാത്ത ഒരു പ്രേക്ഷകവൃന്ദം ഒരുങ്ങുന്നതിന് കാരണമായിത്തീരുകയും ചെയ്യുന്നു.

പിക്സോട്ട് (ബ്രസീൽ) മിൽക്ക (ഫിൻലാൻഡ്) ദി വെൻജിയൻസ് ഈസ് മൈൻ, സ്ട്രോംഗ്ളിങ്ങ്, ഗ്ലോയിങ്ങ് ഓട്ടം (ജപ്പാൻ) ചെയ്ഞ്ചിങ്ങ്

ഹോഴ്സസ് (സ്പെയിൻ) നൈസ് ടു മീറ്റ് യു (ബ്രസീൽ) മെമ്മെയേഴ്സ് ഓഫ് എ സർവൈവർ (യു കെ) തുടങ്ങിയ ചിത്രങ്ങളാണ് ഈ നിരയിൽ ശ്രദ്ധ പിടിച്ചുപറ്റിയത്. നഗ്നമേനികളിലും ലൈംഗികവേഴ്ചകളിലുമുള്ള പ്രതിപത്തി മറ്റു പല ചിത്രങ്ങളിലുമടങ്ങിയിരുന്നു. പക്ഷേ ഇവിടെ സൂചിപ്പിച്ച ജാപ്പാനീസ് രചനകളും ഫിനിഷ് ചിത്രവും ബ്രസീലിയൻ ചിത്രങ്ങളും വെളിപ്പെടുത്തിയ ആസക്തിയുടെ ഒപ്പമെത്താൻ മാത്രമില്ല.

'മിൽക്ക-വിലക്കുകളെക്കുറിച്ചുള്ള ഒരു ചിത്രം' എന്നാണ് റൗനി മോൾബെർഗിന്റെ കൃതിയുടെ മുഴുവൻ പേര്. പകുതിയിലധികം നേരവും അതിലെ നായികയായ മിൽക്ക നഗ്നയായിരുന്നു. അവൾ പ്രായം തികയുന്നതിനുമുമ്പുതന്നെ അമ്മയുടെ കാമുകനായ ക്രൈസ്റ്റ് ഡെവിളെന്ന മധ്യവയസ്കനുമായി വേഴ്ചയിലേർപ്പെടുന്നു. അയാൾ സോത്സാഹം ഇരുവരെയുമറിയുന്നതിന്റെ വാചാലമായ വിവരണങ്ങളാണ് സംവിധായകനായ മോൾബെർഗ് ഈ ചിത്രത്തിലൂടെ നൽകുന്നത്. അദ്ദേഹം കൽക്കത്തയിലുണ്ടായിരുന്നു, മിൽക്കയെക്കുറിച്ച് തികഞ്ഞ മതിപ്പോടെ. യൗവനത്തെ ചൂഴ്ന്നുനിൽക്കുന്ന പ്രശ്നങ്ങളിലായിരുന്നു തനിക്കെന്നും കൗതുകമെന്ന് മോൾബെർഗ് പറയുന്നു. കഴിഞ്ഞ ദൽഹിമേളയിലുൾപ്പെട്ട 'Pretty Good for a Human Being' ഒരാൺകുട്ടിയെക്കുറിച്ചായിരുന്നു.

ഹെക്ടർ ബാബെൻകോയുടെ 'പിക്സോട്ട്' പലരെ സംബന്ധിച്ചും മേളയിലെ ഏറ്റവും മടുപ്പിക്കുന്ന ചിത്രമായിരുന്നു. ബ്രസീലിലെ തെരുവുകളിൽ വളരുന്ന കുട്ടികളെക്കുറിച്ചുള്ള ഒരു ഡോക്യുമെന്ററിതലം ഇതിനുണ്ടെന്ന വസ്തുത കാണാതിരുന്നുകൂടാ. അവരിലൊരാളായ പിക്സോട്ടിനെ പിന്തുടരുന്നതിനിടയിൽ ബാബെൻകോയുടെ കണ്ണിൽ പതിയുന്ന ദൃശ്യങ്ങൾ പലതും അസഹ്യത സൃഷ്ടിക്കുന്നവയാണ്. സിനിമ ഇത്രയേറെ യഥാതഥമാവാതിരുന്നെങ്കിലെന്ന് അപ്പോഴാരും ആഗ്രഹിച്ചുപോകും.

ജപ്പാനിൽനിന്നുള്ള ചിത്രങ്ങൾ പ്രേക്ഷകരെ ഏറെ നിരാശപ്പെടുത്തിയതിനു കാരണം കുറോസാവ, മിസോഗുചി, തേഷിഗാഹാര തുടങ്ങിയവരെക്കുറിച്ചുള്ള സുഖസ്മൃതികൾതന്നെ. അരഡസനിലേറെ മറവില്ലാത്ത ലൈംഗികവേഴ്ചകളും അത്രതന്നെ കൊലപാതകങ്ങളുമടങ്ങിയ 'ദി വെൻജിയൻസ് ഈസ് മൈനി' ന്റെ (ഷോഹി ഇമാമുറ) ഫ്രെയിമുകളിലൊന്നുപോലും സൗമ്യമായ സംവേദനം ഉദ്ദേശിക്കുന്നില്ല. അച്ഛനോട് പകയുള്ള സുതോമുവെന്ന പയ്യന്റെ അക്രമവാഞ്ഛ അമ്മയെ ബലാൽസംഗം ചെയ്യാൻ തോന്നുന്നിടത്തോളം വളരുന്നതും അച്ഛന് അവനെ കൊല്ലേണ്ടിവരുന്നതുമാണ് കാനെറ്റോ ഷിൻഡോയുടെ പ്രമേയം. (ചിത്രം:

സ്ട്രാംഗ്ളിങ്ങ്). സുതോമുവും ഹാറ്റ്സുകോയെന്ന പെൺകുട്ടിയും തമ്മിലുള്ള ബന്ധം സംവിധായകന് കൂടുതൽ അവസരങ്ങൾ നൽകുന്നു. ഹാറ്റ്സുകോ തന്നെ നശിപ്പിച്ച ധനികനായ വളർത്തച്ഛനെ കൊന്ന് ആത്മഹത്യ ചെയ്തതോടെയാണ് സുതോമിവിന്റെ മാനസികനില ആർക്കും വഴങ്ങാത്ത പതനത്തിലെത്തിയത്. മനഃശാസ്ത്രവിദഗ്ദ്ധന് അവന്റെ കാര്യത്തിൽ ഒന്നും ചെയ്യാനുണ്ടായിരുന്നില്ല. അച്ഛൻ അവനെ കൊന്നതിനുശേഷം ഒരു വീണ്ടുവിചാരത്തിന് പ്രേരിതയായ അമ്മ മകനെയോർത്ത് ലൈംഗികേച്ഛ പ്രകടിപ്പിക്കുന്നതും മകന്റെ അരികിലെത്താൻ ജീവനൊടുക്കുന്നതും ഫിൻഡോ വിശദീകരിക്കുന്നു. പ്രശസ്ത സംവിധായകനായ മസാകി കൊബായാഷിയുടെ ഗ്ളോയിങ്ങ് ഓട്ടം (Glowing Autumn) ഒരു വൃദ്ധന്റെ വെപ്പാട്ടിയായ അകിയെന്ന പെൺകുട്ടിയുടെ വിചിത്ര കഥയാണ്. തന്നെ രക്ഷിക്കാനെത്തിയ ചെറുപ്പക്കാരനോട് വിടപറഞ്ഞ്, മരിച്ചുപോയ വൃദ്ധ കാമുകന്റെ ഓർമ്മകളുമായി സല്ലപിക്കാനാണ് അകിയുടെ മോഹം. അതവൾ കൊബായാഷിയുടെ സഹായസഹകരണങ്ങളോടെ നിറവേറ്റുകയും ചെയ്യുന്നു.

ഈ ജ്വരബാധിത ചിത്രങ്ങളിൽനിന്നും പക്വമായ ചലച്ചിത്ര സമീപനങ്ങൾ തേടിപ്പോകുമ്പോൾ ആദ്യമെത്തുക സ്പാനിഷ് ചലച്ചിത്രകാരനായ കാർലോസ് സൂറയുടെ 'ബ്ലഡ് വെഡ്ഡിങ്ങി' ലാണ്. ലൂയി ബൂനുവലിനുശേഷം സ്പെയിനിലുണ്ടായ ഏറ്റവും കഴിവുറ്റ സംവിധായകനാണ് സൂറ. ബൂനുവലും പിക്കാസ്സോയും ഫ്രാങ്കോയുടെ സ്പെയിനിൽ നിന്ന് വിടപറഞ്ഞകന്നപ്പോൾ ഭീതിനിറഞ്ഞ ഒരു കുട്ടിക്കാലവുമായി സൂറ ജന്മദേശത്തുതന്നെ കഴിഞ്ഞു. അക്കാലത്തെ മാനസിക വിക്ഷോഭം പിന്നീട് തന്റെ ചലച്ചിത്രകൃതികളിൽ സൂറ പകർന്നുകാട്ടി.

ഫെഡറിക്കോ ലോർക്കയുടെ പ്രശസ്ത നാടകത്തിന് സൂറ നൽകിയ ബാലെറ്റിക് വ്യാഖ്യാനമാണ് 'ബ്ലഡ് വെഡ്ഡിംഗ്'. മാഡ്രിഡിലെ ഒരു റിഹേഴ്സൽ നടത്തുന്ന രീതിയിലാണ് ഈ ചിത്രത്തിന്റെ സാക്ഷാത്കാരം. ലോർക്ക പറയുന്നത് ഒരു നാടോടിക്കഥയാണ്. രണ്ടുപേർ വിവാഹിതരാകുന്നു. വിവാഹച്ചടങ്ങിനിടയിൽ വധുവിന്റെ പ്രിയകാമുകൻ രംഗത്തു വരുന്നു. അടക്കിനിർത്താനാവാത്ത വെമ്പലോടെ ഇരുവരും ഒരു കുതിരപ്പുറത്തു കയറി ഓടിച്ചുപോകുന്നു. വ്രണിതചിത്തനായ നവവരൻ അവരെ പിന്തുടർന്നുചെല്ലുന്നു. കത്തിയെടുത്തുള്ള ഒരു ദ്വന്ദ്വയുദ്ധത്തിനുശേഷം കാമുകനും ഭർത്താവും വധുവിന്റെ കാൽക്കൽ മരിച്ചുവീഴുന്നു. ഒരൊഴിഞ്ഞ ഹാളിൽനിന്ന് ഗാഡെയും നർത്തകരും നടത്തുന്ന റിഹേഴ്സൽ വ്യത്യസ്ത ആംഗിളുകളിൽ പകർത്തുക മാത്രം ചെയ്ത് സൂറ

യൊരുക്കിയ 'ബ്ലഡ് വെഡ്ഡിംഗി'ന്റെ രചനാശൈലി നൂതനവും മൗലിക വുമാണ്.

"ഒരുപാട് വർഷങ്ങൾ കഴിഞ്ഞിരിക്കുന്നു. നിങ്ങൾക്കതിനെ ചരിത്ര മെന്നു വിളിക്കാം. ഈ കുന്നുകൾ പക്ഷേ എന്നും ഇങ്ങനെതന്നെയാ യിരുന്നു." ഫ്രാൻസെസ്കോ റോസിയുടെ 'ക്രൈസ്റ്റ് സ്റ്റോപ്ഡ് അറ്റ് എബോളി' (Christ Stopped at Eboli) തുടങ്ങുന്നത് ഗുരുനിരകളുടെ ഷോട്ടിനൊത്ത് മുദ്രണം ചെയ്ത ഈ പ്രസ്താവനയോടെയാണ്. ഇറ്റാ ലിയൻ ഫാസിസത്തോട് പൊരുതിയ നായകന് വളരെയകലെയുള്ള ഒരു ഗ്രാമത്തിൽ തടവുകാരനായി കഴിയേണ്ടിവരുന്നു. അവിടെ അയാൾ ഗ്രാമ വാസികളുമായുള്ള ബന്ധത്തിലൂടെ ജീവിതത്തിന് പുതിയൊരു അർത്ഥ തലം കണ്ടെത്തുന്നു. കാർലോ ലെവിയുടെ നോവലിനെ ഉപജീവിച്ചുള്ള ഈ ഫാസിസ്റ്റ് വിരുദ്ധകൃതിയുടെ പ്രതിപാദനം അത്യന്തം കാവ്യാത്മ കമാണ്.

മറ്റൊരു ശ്രദ്ധേയചിത്രമായ 'സെഡ്ഡോ' (Ceddo) സെനഗലിലെ പീഡിത സമൂഹത്തോട് സഹാനുഭൂതി കാട്ടുന്ന ഉസ്മാനെ സെംബാ നെയുടേതാണ്. മതമേധാവിത്വം സ്ഥാപിക്കാൻ തുനിയുന്ന ക്രൂരനായ ഇമാമിന്റെയും അടിമകൾക്കുപകരം തോക്കുകളും മദ്യവും കൈമാറുന്ന വെള്ളക്കാരനായ വ്യാപാരിയുടെയും മറ്റു ചൂഷകരുടെയും പിടിയിൽനിന്ന് സെനെഗൾ ഗ്രാമീണർ കുതറി സ്വതന്ത്രരാകുന്നതിന്റെ കഥ പ്രകൃതിയു ടെയും സമൂഹത്തിന്റെയും സവിശേഷതകളിലൂന്നിക്കൊണ്ട് വിവരി ക്കുന്നു സെംബനെ.

ഹംഗേറിയൻ ചലച്ചിത്രകാരനായ ഇസ്തവാൻ സാബോയുടെ 'മെഫിസ്റ്റോ' ഹെന്റിക് ഹോഫ്മാനെന്ന തിയേറ്റർ നടനെ, നാസിസ ത്തിന്റെ നാളുകളിലുണ്ടായ ഉദാസീനനിലപാടുകളുടെ മാതൃകയായി ചൂണ്ടിക്കാട്ടുന്ന ചിത്രമാണ്. ഗോയ്ഥേയുടെ കഥാപാത്രമായി വേഷമിട്ട ഹോഫ്മാൻ നാസിസവുമായി സന്ധിചെയ്ത് ജീവിതവിജയം നേടി. അപ്പോഴേയ്ക്കും പ്രിയപ്പെട്ടതെല്ലാം അയാൾക്ക് നഷ്ടപ്പെട്ടിരുന്നു.

ക്യൂബൻ ചിത്രമായ 'സോർട്ട് ഓഫ്' (സാറാ ഗോമസ് യേറാ) ഭവന നിർമാണത്തിന്റെയും വിദ്യാഭ്യാസത്തിന്റെയും പ്രായോഗിക പ്രശ്നങ്ങൾ ബ്ലാക് ആന്റ് വൈറ്റ് ഫ്രെയിമുകളിലൂടെ ഡോക്യുമെന്ററിയും ഫിക്ഷനും ഇടകലർത്തുന്ന കരുത്തുറ്റൊരു ശൈലിയിൽ വിശകലനം ചെയ്യുന്നു.

കഴിഞ്ഞ ദശകത്തിലെ ചിലിയുടെ ചരിത്രം മൂന്ന് ഭാഗങ്ങളായി സസൂക്ഷ്മം രേഖപ്പെടുത്തിയ 'ബാറ്റിൽ ഓഫ് ചിലി' (പാട്രിയോ ഗുഡ്മാൻ)യും ക്യൂബയെ പ്രതിനിധീകരിച്ച ചിത്രമായിരുന്നു. പ്രകൃഷ്ട

മായ 'അവർ ഓഫ് ദി ഫർണസസ്' പോലെ ഒരു ജനതയുടെ ചരിത്ര സാഹചര്യങ്ങൾ വസ്തുനിഷ്ഠമായി അപഗ്രഥിക്കുന്ന ഈ ചിത്രം ഒരു വിശദപഠനം ആവശ്യപ്പെടുന്നു. സാനൂസ്സിയുടെ 'കോൺസ്റ്റാന്റി'നെയും അങ്ങനെ മാറ്റിനിർത്തട്ടെ.

റഫീഖ് പൂയായുടെ (Rafigh Pooya) 'ഇൻ ഡിഫൻസ് ഓഫ് പീപ്പിൾ' ഷാക്കെതിരെ ഇറാനിൽ നടന്ന കലാപത്തിന്റെ രേഖാചിത്രമാണ്. ഷായുടെ കാലത്ത് വിചാരണയ്ക്കും വധത്തിനുമിരയായ ഗൗലെസേർക്കി യെന്ന കവിയുടെയും കിറാമത് ദാനെഷീൻ എന്ന ചലിച്ചിത്ര സംവിധാ യകന്റെയും കോടതിമൊഴികളെ ഇറാന്റെ ചരിത്രപരവും സാമൂഹ്യവും സാമ്പത്തികവുമായ പശ്ചാത്തലവുമായി ബന്ധപ്പെടുത്തിയാണ് റഫീഖ് ഈ ചിത്രം തയ്യാറാക്കിയത്. ഇരുവരുടെയും മരണത്തിൽനിന്ന് ചിത്രം തുടങ്ങുന്നു. വിചാരണയുടെ ഫ്ളാഷ്ബാക്കും തെരുവുദൃശ്യങ്ങളുടെ മൊണ്ടാഷും ചേർത്ത് ഒരു മികച്ച രചനക്ക് രൂപം നൽകാൻ സംവിധായ കന് കഴിഞ്ഞിട്ടുണ്ട്. ഇറാനിൽ ഇനിയും റിലീസ് ചെയ്യപ്പെട്ടിട്ടില്ലാത്ത തന്റെ ഡോക്യുമെന്ററി ഫിലിമിന് പ്രദർശന സ്ഥലങ്ങളായി ലാറ്റിനമേ രിക്കയെയും ഇന്ത്യയെയും താൻ കാണുന്നതായി റഫീഖ് പൂയ കൽ ക്കത്തയിൽ പറയുകയുണ്ടായി.

യുഗോസ്ലാവിയയെ പ്രതിനിധാനം ചെയ്ത 'ഹൂ ഈസ് സിംഗിങ്ങ് ഓവർ ദേർ (സ്ലോ ബോദാൻ സിജാൻ) ഫെസ്റ്റിവലിൽ ഏറെ പരിഗ ണിക്കപ്പെട്ട ചിത്രങ്ങളിലൊന്നായിരുന്നു. രണ്ടാം ലോകമഹായുദ്ധം യുഗോ സ്ലോവിയയിലെത്തുന്നതിനുമുമ്പ് ഒരു സംഘം യാത്രക്കാർ ഒരു പഴഞ്ചൻ വാഹനത്തിൽ ബെൽഗ്രേഡിലേയ്ക്ക് പുറപ്പെടുന്നു. കൗതുകകരമായ നിരവധി കൊച്ചുകൊച്ചു സംഭവങ്ങൾക്കുശേഷം ബെൽഗ്രേഡിലെത്തിയ വാഹനത്തിനുമേൽ ഒരു ബോംബുവന്ന് പതിക്കുന്നു. യാത്രക്കാരിൽ അവ ശേഷിച്ചത് രണ്ട് ജിപ്സി ഗായകർ മാത്രം.

അനായാസമായ പ്രതിപാദനവും അതീവഹൃദ്യമായ ഇതിവൃത്തവും അവകാശപ്പെടാം ചെക്കുചിത്രമായ 'ഐ ആം സൗണ്ട് ടു ഗെറ്റ് എ ബീറ്റിങ്ങി'ന്. ഹെലിക്കൺ പഠിക്കാനാഗ്രഹിക്കുന്ന ഒരു കുട്ടിയാണിതിലെ പ്രധാന കഥാപാത്രം. ഓമനയായ അവന്റെ വിജയകഥ വിവരിക്കുക മാത്രമല്ല, ഒരു ചെക്ക് ഗ്രാമത്തിന്റെ ചേതോഹാരിതയാകെ പ്രേക്ഷകർക്ക് അനുഭവവേദ്യമാക്കിത്തീർക്കുകകൂടി ചെയ്യുന്ന സംവിധായകനായ ഒടി കാർ ക്രിവാനെക്.

ഓസ്ട്രിയൻ എൻട്രിയായ 'അണിമ - ഫന്റാസ്റ്റിക് സിംഫണി' ഫെസ്റ്റി വലിലെ ഇതരചിത്രങ്ങളിൽനിന്ന് ഒട്ടനവധി സവിശേഷതകളോടെ വേറി

ട്ടുനിൽക്കുന്നു. ശതാബ്ദങ്ങൾക്കപ്പുറത്തുനിന്ന് തുടങ്ങി ഇന്നോളമുള്ള സ്ത്രീപുരുഷബന്ധങ്ങൾ പ്രമേയവും ശക്തമായ ആവിഷ്കരണരീതിയും പ്രതീകാത്മകവിതാനവും ദൃശ്യങ്ങളുടെ സുദൃഢബന്ധവും വശ്യമായ സംഗീതവും 'അണിമ'യുടെ സവിശേഷതകളുമായി എടുത്തുപറയാം.

ജെയിംസ് ജോയ്സിന്റെ നോവലിനെ സാക്ഷാത്ക്കരിച്ച 'എ പോർട്രെയ്റ്റ് ഓഫ് ദി ആർട്ടിസ്റ്റ് ആസ് എ യംഗ്മേൻ' (ജോസഫ് സ്ട്രിക്), ഡി എച്ച് ലോറൻസിന്റെ അന്ത്യകാലം ചിത്രീകരിക്കുന്ന 'പ്രീസ്റ്റ് ഓഫ് ലൗവ് (ക്രിസ്റ്റഫർ മൈൽഡ്), ചെക്കുകൃതിയായ 'ലൗവ് ബിറ്റ്വീൻ ഡ്രോപ്പ്സ് ഓഫ് റെയ്ൻ' (കാറെൽ കാഷിയാന), നാടകകൃത്തായ മോളി യറിന്റെ ജീവിതാവിഷ്കാരമായ ഫ്രഞ്ചുചിത്രം (അറൈൻ റൗഷ്കീൻ) ദി ബോട്ട് ഈസ് ഫുൾ (മാർക്സ ഇംഗ്ലഫ് - സ്വിറ്റ്സർലാൻഡ്), വൺ ആന്റ് വൺ (എർലാൻഡ് ജോസഫ്സൺ - സ്വീഡൻ) സിസ്റ്റേഴ്സ് (മാർഗറെറ്റ് വോൺ ്രോട്ട - ജർമനി), ദി ഫ്രോസൺ ഹാർട്ട് (ഹെർസ് - സ്വിറ്റ്സർലാൻഡ്) തുടങ്ങി പരാമർശമർഹിക്കുന്ന ഏതാനും ചിത്രങ്ങൾകുടി മേളയിൽനിന്ന് ചൂണ്ടിക്കാട്ടാൻ കഴിഞ്ഞേക്കും. വേറൊരുനിരയിൽനിന്ന് തികഞ്ഞ സഹാനുഭൂതിയോടെ, സോദ്ദേശ്യരചനയ്ക്ക് തുനിഞ്ഞ് പരാജയപ്പെട്ടതിന്റെ ഉദാഹരണങ്ങളും കണ്ടെടുക്കാവുന്നതാണ്. അവയിലൊന്നാണ് നൈജീരിയൻ സംവിധായകനായ ഒലാബലോഗന്റെ 'ക്രൈ ഫ്രീഡം'. ഇരുണ്ട വനങ്ങളിൽ കൂട്ടംചേരുകയും നിനച്ചിരിക്കാതെ ശത്രുവിനെ കടന്നാക്രമിക്കുകയും ചെയ്യുന്ന ആഫ്രിക്കൻ ഗറില്ലകളോട് വൈകാരികബന്ധത്തിനുള്ള പ്രേരണയായിത്തീരുന്നില്ല, ക്ലീഷേകൾകൊണ്ട് ജഡിലമായ ഈ ദുർബലരചന. ആഫ്രിക്കൻ അവസ്ഥകളെക്കുറിച്ച് അദ്ദേഹം പത്രലേഖകരോട് സംസാരിച്ചിരുന്നു. അത് പക്ഷേ, കലാപരമായ ദൈന്യത്തിന് സാധൂകരണമാകുന്നില്ല.

മനിലാമേളയിൽ ഗോൾഡൻ ഈഗിൾ നേടിയ അപർണാസെന്നിന്റെ '36, ചൗരംഗി ലെയ്ൻ' ഉൾപ്പെടെ ഫിലിമോത്സവിലെ ഇന്ത്യൻ പനോരമ വിഭാഗത്തിൽ 21 ചിത്രങ്ങളായിരുന്നു. ഒപ്പം 17 കൃതികളും. അന്തരിച്ച ബൻസി ചന്ദ്രഗുപ്ത ഒരു പ്രത്യേക പ്രദർശനപരമ്പരയിലൂടെ ആദരിക്കപ്പെട്ടു. ഈ പരമ്പരയിലുണ്ടായിരുന്നത് അദ്ദേഹം സംവിധാനം ചെയ്ത ഡസ്റ്റിനേഷൻ കൽക്കത്ത, ഗംഗാസാഗർ, ഗ്ലിംപ്സസ് ഓഫ് വെസ്റ്റ് ബംഗാൾ എന്നീ ഡോക്യുമെന്ററികളും കലാനിർദേശം നൽകിയ നാല് ഫീച്ചർ ചിത്രങ്ങളും (ശ്രാവണ, ചക്ര, ബൈഷേയ്, ജൽസാഘർ, ശത്രഞ്ജ് കേ ഖിലാഡി) ആയിരുന്നു. എ വി എം, ബോംബെ ടാക്കീസ്, ജമിനി, ന്യൂതിയേറ്റേഴ്സ്, പ്രഭാത്, റോയൽ ടാക്കീസ്, വാഹിനി എന്നീ

നിർമ്മാണസ്ഥാപനങ്ങളുടെ പഴയ 14 ശബ്ദചിത്രങ്ങൾ വേറൊരു പശ്ചാത് ദർശനമായി ഒരുക്കിയതും പ്രയോജനപ്രദമായിരുന്നു. ഇവ കൂടാതെ എലിപ്പത്തായം (അടൂർ ഗോപാലകൃഷ്ണൻ), രാംനഗരി (കാന്തിലാൽ റാഥോഡ്), ഛേരാട്ടോ ബാകുൽ പുരേർ യാത്ര (പൂർണേന്ദു പത്രി). ആൻ ഇന്ത്യൻ സ്റ്റോറി (തപൻ കെ ബോസ്) തുടങ്ങിയ ഏതാനും ചിത്രങ്ങളുടെ സ്വകാര്യ പ്രദർശനങ്ങളും ഫെസ്റ്റിവലിന്റെ ഭാഗമായി നടന്നു.

പശ്ചിമബംഗാൾ ഗവൺമെന്റിന് വേണ്ടി ശ്യാം ബെനെഗൽ രൂപപ്പെടുത്തിയ 'ആരോഹൺ' (ഹിന്ദി) ഫിലിമോത്സവിന്റെ സമാപനചിത്രമായി പ്രദർശിപ്പിക്കപ്പെട്ടു. ഓംപുരി, ശ്രീലമജൂദാർ, ഗീതാസെൻ എന്നിവർ പ്രധാനഭാഗങ്ങളിലഭിനയിക്കുന്ന 'ആരോഹൺ' അറുപത്തേഴു മുതൽ എഴുപത്തേഴുവരെയുള്ള കാർഷികപ്രശ്നങ്ങൾ നിരീക്ഷിക്കുന്നു. ഭൂപ്രഭുക്കളുമായി നിരന്തരസമത്തിലകപ്പെട്ട ഹരിമൊണ്ടാലിന്റെ അനുഭവങ്ങളിലൂടെ ബെനെഗൽ തന്റെ പ്രമേയമാവിഷ്കരിച്ചിരിക്കുന്നു. ബോംബെ സിനിമയിൽ നഷ്ടപ്പെട്ടുപോയ ബെനെഗലിന് ഇനിയൊരു തിരിച്ചുവരവ് സാധ്യമാണെന്ന് 'ആരോഹൺ' സാക്ഷ്യപ്പെടുത്തുന്നില്ല. ഏതെങ്കിലും മികച്ച വിദേശരചനയ്ക്ക് പകരം ബെനെഗൽചിത്രത്തെ ഫെസ്റ്റിവൽ സമാ പ ന ത്തിനു കണ്ടെത്തിയ അനൗചിത്യം ചോദ്യം ചെയ്യപ്പെടേണ്ടതാണ്.

ഇന്ത്യൻ ചലച്ചിത്രമേളകൾ ദൽഹിയിലെ ബ്യൂറോക്രാറ്റുകളുടെ ഉത്സവകാലമാണെന്ന് ജനുവരി ഫെസ്റ്റിവൽ ഒരിക്കൽക്കൂടി തെളിയിച്ചു. അമ്പതുലക്ഷത്തിലധികം രൂപ ചെലവുചെയ്ത ഫിലിമോത്സവ് - 82 തുടക്കം തൊട്ട് സമാപനം വരെ അവരുടെ അനഭിലഷണീയമായ നിയന്ത്രണത്തിലായിരന്നു. പശ്ചിമബംഗാൾ സാംസ്കാരികവകുപ്പുമന്ത്രി ബുദ്ധദേവ് ഭട്ടാചാര്യ ഫിലിമോത്സവ് അവസാനിച്ചതിനുശേഷം വിളിച്ചുകൂട്ടിയ ഒരു പത്രസമ്മേളനത്തിൽ അവിടെ പ്രകടമായ ഉദ്യോഗസ്ഥമേധാവിത്വത്തെ നിശിതമായി വിമർശിക്കുകയുണ്ടായി. ഫെസ്റ്റിവലിൽ പങ്കെടുക്കുമെന്ന് പ്രതീക്ഷിക്കപ്പെട്ടിരുന്ന പല പ്രശസ്ത ചിത്രങ്ങളും വന്നെത്താതിരുന്നതിനും പ്രദർശനഗൃഹങ്ങളിലുളവായ മടുപ്പിക്കുന്ന സാഹചര്യങ്ങൾക്കും കാരണം അവരാണെന്ന് അദ്ദേഹം പറഞ്ഞു.

ലോകത്തെവിടെയുമുള്ള സമകാലസിനിമയിലെ കലാപരവും സാങ്കേതികവുമായ അന്വേഷണ ഫലങ്ങളറിയുന്നതിനുള്ള ഒരവസരമായാണ് അന്താരാഷ്ട്ര ചലച്ചിത്രമേളകൾ സ്വാഗതം ചെയ്യപ്പെടുക. അത്തരം അന്വേഷണങ്ങളിൽ കറയറ്റ താല്പര്യം വെച്ചുപുലർത്തുന്നവരും അവയോട് ഫലപ്രദമായി പ്രതികരിയ്ക്കാൻ സന്മനസ്സുള്ളവരുമായിരിക്കണം അന്താരാഷ്ട്രമേളകളുടെ പ്രേക്ഷകർ. പ്രതിനിധികാർഡുകൾ വിതരണം

ചെയ്ത ദൽഹി ബ്യൂറോക്രാറ്റുകൾക്ക് പക്ഷേ, ഈ മാനദണ്ഡങ്ങളി ലൊന്നും വലിയ വിശ്വാസമില്ല. പൂച്ചയ്ക്ക് പൊന്നുരുക്കുന്നിടത്ത് കാര്യ മൊക്കെയുണ്ടെന്ന് അവർ ശഠിയ്ക്കുന്നു. അതങ്ങനെയായിരിക്കെ ഫിലി മോത്സവിൽ തന്റെ 'കലാപാടവം' തെളിയിച്ച സുബ്രതോമുഖർജിക്ക് പ്രതിനിധികാർഡ് നൽകിയതിനെ ബുദ്ധദേവ് ഭട്ടാചാര്യ ചോദ്യം ചെയ്യു ന്നത് വെറുതെ. അവരിപ്പോഴും ഉറച്ചുവിശ്വസിക്കുന്നത് സുബ്രതോമു ഖർജിക്ക് ഴാങ്ലൂക് ഗോദാർദിന്റെ സമീപത്ത് എന്തോ കാര്യമുണ്ടെന്നു തന്നെയാണ്.

ഈ ബ്യൂറോക്രാറ്റുകൾക്ക് കൂറ്റൻ ചിറകുകളുണ്ട്. ദേശാന്തരയാത്ര കൾ അവരുടെ സ്വഭാവവുമാണ്. ഫിലിമോത്സവ് തീർന്നതും അവരെല്ലാം ചിറകടിച്ചുനീങ്ങി - മനിലയിലേയ്ക്ക്.

(ദേശാഭിമാനി വാരിക
1982 ഫെബ്രുവരി 28-06)

ജീവിതം ക്രമരഹിതമാകുമ്പോൾ

ഹംഗേറിയൻ സംവിധായകരുടെ ചരിത്രാഭിമുഖ്യം ഏറെ തീവ്രമാണ്. നാസി കാലഘട്ടത്തിലെ പീഡാനുഭവങ്ങൾ മാത്രമല്ല, കുറേക്കൂടി അകന്നതും വളരെ ദേശീയവുമായ ചരിത്രസന്ധികളും സെല്ലുലോയ്ഡിൽ പലതവണ അനുസ്മരിക്കപ്പെടുകയുണ്ടായി. പക്ഷേ, പെട്ടെന്ന് സംശയിച്ചേക്കാവുന്നതുപോലെ, വർത്തമാനകാല സാമൂഹ്യപ്രശ്നങ്ങളിൽനിന്ന് പരാങ്മുഖരായി അകലുകയായിരുന്നില്ല സോൾട്ടൻ ഫാബ്രിയും മിക്കലസ് യാങ്ചോയുമൊക്കെ. സമകാല മനുഷ്യാവസ്ഥയെക്കൂടി സ്പർശിക്കുന്ന ജീവിതാന്തർധാരകളാണ് അവർ ചരിത്രത്തിൽ തേടിയതും കണ്ടെത്തിയതും. അവരുടെ രചനകളാവട്ടെ, രൂപശില്പസംബന്ധിയായ ധീരനൂതന വെളിപാടുകളായും പ്രസക്തമായി. രാഷ്ട്രീയ സിനിമയെ വ്യത്യസ്തമായി സമീപിച്ച യാങ്ചോ രൂഢമൂലമായ റിയലിസ്റ്റിക് രീതിയെ പരിഹാസപൂർവ്വം നിരാകരിച്ചുകൊണ്ടാണ് തന്റെ ദൃശ്യവാങ്മയം സ്വരൂപിച്ചത്. ഇവിടെ പരാമർശവിധേയമാകുന്ന ചില പുതിയ ചിത്രങ്ങളിൽ യാങ്ചോ നിരസിച്ച കലാശൈലിയിലേക്കുള്ള മടക്കയാത്ര കാണാമെങ്കിലും കഥാനിഷ്ഠ വിവരണരീതിയോട് ഹംഗേറിയൻ സിനിമ പൊതുവിൽ വിയോജിക്കുന്നു. സമീപകാല സിനിമയിൽ ഇതിവൃത്തത്തിന്റെ സമകാലീന സ്വഭാവം ശ്രദ്ധേയമാണ്. മിക്ക സംവിധായകർക്കും പറയാനുള്ളത് സമകാല ജീവിതത്തിലെ ക്രമരാഹിത്യങ്ങളെപ്പറ്റിയാണ്.

ആഗ്രഹിക്കാനുള്ള അവകാശം

കെസ്ദി കൊവാച്ച് തന്റെ ചിത്രത്തിൽ - ദി റൈറ്റ് ടു ഹോപ്പ് - ശിഥിലബന്ധങ്ങൾ ചൂണ്ടിക്കാട്ടുന്നു. പരസ്പരം സ്നേഹിക്കാനാവില്ലെന്ന് ബോധ്യമായി വേർപിരിയാൻ തുടങ്ങിയ മാതാപിതാക്കൾക്കിടയിൽ ഒറ്റപ്പെട്ടുപോയ തമാസ്, പന്ത്രണ്ട് വയസ്, തന്റെ മുത്തച്ഛന്റെ കൂടെ ബുഡാപെസ്റ്റിൽ താമസിക്കുകയായിരുന്നു. അവന്റെ ഏകാന്തതപോലും ഭദ്രമല്ല. അയൽപക്കത്ത് പിറ്റ്കോയെന്ന ശല്യമുണ്ട്. ഒരുദിവസം തമാസ് വെളിയിലെ മഞ്ഞിൽ മുത്തച്ഛന്റെ ജഡം കാണുന്നു. പിന്നീട് അവന് കഴിയേണ്ടിവന്നത് അമ്മയുടെ സഹോദരിയായ മാഗ്ദയുടെ കൂടെയാണ്. പരു

ക്കൻ പ്രകൃതമുള്ള മാതൃസഹോദരിയുമായി ഇണങ്ങിപ്പോവുക അവനെ സംബന്ധിച്ച് മറ്റെന്തിലും പ്രയാസകരമായിരുന്നു. തന്റെ ഇച്ഛാഭംഗം അവൻ പ്രകടിപ്പിച്ചത് അനുസരണക്കേടും വികൃതികളും കാട്ടിയാണ്. മാഗ്ദയുൾപ്പെടെ മുതിർന്നവരൊക്കെയും സ്വന്തം പ്രശ്നങ്ങളിൽ ആമഗ്നരായിരുന്നതിനാൽ തമാസ് തീർത്തും അവഗണിക്കപ്പെട്ടു. അവന്റെ ഭയാശങ്കകൾ ആശ്വാസമറിയാതെ പെരുകിക്കൊണ്ടിരുന്നു. ലോകം വികൃതമാക്കപ്പെട്ടിരുന്നു. ഏവരും മെച്ചപ്പെട്ട അവസ്ഥ ആഗ്രഹിക്കുകയായിരുന്നു. അവസാനഭാഗത്ത് പ്രത്യാശയുടെ നേരിയ തിളക്കമുണ്ട് - അമ്മയും മകനും കൂടിച്ചേരുന്നു. അമ്മ മറ്റൊരാളിൽനിന്ന് ഗർഭിണിയായിരുന്നു. പക്ഷേ വേറൊരു പോംവഴിയില്ലാത്തതുകൊണ്ട് തമാസ് അമ്മയെ സ്വീകരിക്കുന്നു. കൊവാച്ച് തന്റെ ചിത്രം അവസാനിപ്പിക്കുന്നത്, തമാസ് അമ്മയോടൊത്തു നൃത്തം ചെയ്യുന്ന ദൃശ്യത്തിലാണ്. അതൊരു ശുഭസൂചനയായി സ്വീകരിക്കാവുന്നതാണ്. വർത്തമാന ഹംഗറിയിലെ ക്രമക്കേടുകൾ ചൂണ്ടിക്കാട്ടുന്നുവെങ്കിലും അവയുടെ സാമൂഹ്യനിമിത്തങ്ങളെന്തെന്ന് സംവിധായകൻ അന്വേഷിക്കുന്നില്ല. ഋജുവായൊരു ഇതിവൃത്തരേഖയുടെ അഭാവവും കഥാപാത്രങ്ങളെയും അവരുടെ സാഹചര്യങ്ങളെയും പറ്റിയുള്ള പൂർണധാരണയില്ലായ്മയും അദ്ദേഹത്തെ കുഴക്കുന്നതായി തോന്നുന്നു.

കോൺസ്റ്റാവരി

എൺപത്തൊന്ന് ഒക്ടോബറിൽ നിര്യാതനായ സോൾട്ടൻ ഹസാരിക് ഹംഗേറിയൻ സിനിമയിലെ ഏറ്റവും പ്രതിഭാധനരായ സംവിധായകരുടെ ശ്രേണിയിലായിരുന്നു. യാങ്ചോയിൽ നിന്നും ഫാബ്രിയിൽനിന്നുമൊക്കെ വേറിട്ട മൗലികമായ ഒരു രചനാശൈലി ഹസാരിക് രൂപപ്പെടുത്തിയിരുന്നു. ചിത്രകലയെയും ചലച്ചിത്രത്തെയും കൂട്ടിയിണക്കാനുള്ള ഹസാരിക്കിന്റെ തീവ്രശ്രമം സാഫല്യം നേടുന്നു 'കോൺസ്റ്റാവരി'യിൽ.

പ്രകൃതിയും പള്ളികളും മനസ്സിലേറ്റി നടന്ന തിവാദാർ കോൺസ്റ്റാവരിയെന്ന (1853-1919) വിഖ്യാത ഹംഗേറിയൻ ചിത്രകാരനെക്കുറിച്ചാണ് ഈ ചിത്രം. ചിത്രകലയ്ക്കു സ്വയം സമർപ്പിക്കുന്നതിന് നാട്ടിൻപുറത്തെ വൈദ്യവൃത്തിയുപേക്ഷിച്ച് കോൺസ്റ്റാവരി ഭ്രമാത്മകസങ്കല്പങ്ങളുമായി ഹംഗറിയിലൂടെ ഉഴറിനടന്നു. കോൺസ്റ്റാവരിയുടെ കാൻവാസുകളുടെ ദൃശ്യബിംബങ്ങളിൽ തുടങ്ങുന്ന ചിത്രം, ക്രമേണ മെറ്റാഫിസിക്കൽ ചർച്ചകളിലേക്കും അസ്തിത്വചിന്തകളിലേയ്ക്കും ചരിക്കുന്നു. അങ്ങേയറ്റം

വ്യഥിതമായ ഒരാത്മാവിന്റെ രോദനം കലർന്ന വാക്കുകളും സർറിയലിസ്റ്റിക് ഇമേജുകളുമാണ് ചിത്രത്തിലെമ്പാടും. ഫ്രെയിമുകളോരോന്നും പ്രേക്ഷകർക്ക് നൽകുക സ്വപ്നസദൃശമായ അനുഭവമാണ്.

ബഫർ സോൺ

ഇസ്തവാൻ ഗാലിന്റെ 'ബഫർ സോൺ' തുടങ്ങുന്നതുതന്നെ സ്വപ്നത്തിൽ നിന്നാണ്. നിരവധി റെയിൽവെ ട്രാക്കുകളും തീവണ്ടിയെഞ്ചിനുകളും കോച്ചുകളുമടങ്ങിയ വിഹ്വലസ്വപ്നത്തിൽനിന്ന് നായകനായ ആന്ദ്രാസ് വിഗ് ഉണരുന്നു. മധ്യവയസ്കനായ ഈ ഇൻഡസ്ട്രിയൽ ഡിസൈനർ വിവാഹമോചനം നേടി മകനുമൊത്ത് കഴിയുകയാണ്. ബിസിനസ് കാര്യങ്ങൾക്കായി ആന്ദ്രാസ് ഒരു വിദേശയാത്ര നടത്തുമ്പോൾ അടുത്തതായി അയാൾ ചെയ്യേണ്ടിയിരുന്ന ഡിസൈനർ ജോലി മറ്റൊരാൾക്ക് നൽകപ്പെടുന്നു. അതൊരു നിന്ദയായി കരുതി വിശദീകരണമാരാഞ്ഞപ്പോൾ, അയാളുടെ രൂപമാതൃകകൾ യഥാതഥമല്ലെന്നായിരുന്നു മാനേജരുടെ മറുപടി. ഇത് ആന്ദ്രാസിന്റെ മനസ്സിന് കടുത്ത ആഘാതമായിത്തീർന്നു. കുറച്ചുകാലം ചികിത്സയിൽ കഴിഞ്ഞ അയാളെ സുഹൃത്തുക്കളിലൊരാൾ ആർഭാടപൂർണമായ ഒരു വിരുന്നിനുകൊണ്ടുപോയി. അവിടെവച്ച് അയാൾ ഏകാകിനിയായ മായയെ പരിചയപ്പെടാനിടയായി. അവർ ഒരുമിച്ച് ബുഡാപെസ്റ്റിലേയ്ക്കു പുറപ്പെട്ടു. വഴിയ്ക്കുവെച്ച് അനികോയെന്ന ഒരു പെൺകുട്ടി കാറിൽ സ്ഥലം തേടി. അവളും ബുഡാപെസ്റ്റിലേയ്ക്കായിരുന്നു. ആന്ദ്രാസ് അനികോയിൽ ആകൃഷ്ടനാണെന്ന് തോന്നിയപ്പോൾ മായ യാത്ര പറഞ്ഞ് പിരിഞ്ഞുപോയി. അനികോ പക്ഷെ, വെറും സൗഹൃദമല്ലാതെ മറ്റൊന്നും നൽകിയില്ല അയാൾക്ക്. ഒരു ജിംനാസ്റ്റിക് നിർദേശകയായ അവളുമായുള്ള അടുപ്പത്തിൽനിന്നാണ് ആന്ദ്രാസ് തന്റെ സ്ഥിതിഗതികളെക്കുറിച്ച് ഒരു വിമർശനാത്മക അപഗ്രഥനത്തിന്റെ സന്നദ്ധത നേടുന്നത്. ആയിടെ ഒരു വൻകിട വിദേശസ്ഥാപനം തന്റെ ഡിസൈൻ വാങ്ങിയതായുള്ള സന്ദേശം അയാളെ വളരെയൊന്നും ആഹ്ലാദിപ്പിച്ചില്ല. തന്റെ പ്രശ്നങ്ങൾക്കു പരിഹാരം മറ്റെങ്ങോ തേടേണ്ടിയിരിക്കുന്നുവെന്ന് അയാൾ വിശ്വസിച്ചു.

അവസാനദൃശ്യം പ്രതിരൂപാത്മകവും ആഴമേറിയതുമാണ്. ആപ്പീസിൽ നിന്ന് പുറത്തിറങ്ങിയ ആന്ദ്രാസ് മഴ മാറാൻ കാത്തുനിൽക്കുമ്പോൾ, പാതയ്ക്കപ്പുറത്തുള്ള വീട്ടിലെ വൃദ്ധ തന്റെ മൺചട്ടികളിലെ ചെടികൾ മഴയിൽ നനയ്ക്കാൻ പ്രയാസപ്പെടുന്നത് കാണുന്നു. വീട്ടിനുള്ളിൽ വളരുന്ന തന്റെ ചെടികൾക്ക് മഴ പ്രയോജനപ്പെടുത്താനുള്ള ആ

വൃദ്ധയുടെ അർത്ഥവത്തായ ശ്രമം ആന്ദ്രാസിനെ ചിന്താകുലനാക്കുന്നു. അയാൾ പിന്നീട് സംശയിച്ചുനിൽക്കാതെ മഴയിലൂടെ ഓടി നിരത്തുമുറിച്ചുകടന്ന് വൃദ്ധയെ സഹായിക്കാൻ മുതിരുന്നു. പച്ചിലകളിൽ മഴ പെയ്തുകൊണ്ടിരുന്നു. ഇലകളുടെ പച്ചയും അതിലൂടെ ഊർന്നിറങ്ങുന്ന മഴത്തുള്ളികളും രഹസ്യമയവും അതിനൂതനവുമായ ഒരു കണ്ടെത്തൽപോലെ ഫ്രെയിമുകളിൽ നിറയവെ ഗാലിന്റെ പ്രസ്താവനയൊടുങ്ങുന്നു. ആന്ദ്രാസിന്റെ മകൻ, അച്ഛൻ, കുട്ടിക്കാലംതൊട്ട് അയാളെ സ്നേഹിക്കുകയും പൊടുന്നനെയൊരു രാത്രി അയാൾ തന്റെ മുറിയിൽ എത്തിയപ്പോൾ തനിക്കത് ഒരുവിധത്തിലും വിശ്വസിക്കാനാവുന്നില്ലെന്ന് വിതുമ്പുകയും ചെയ്ത സ്ത്രീ, പക്വമനസ്കയായ മായ, യൗവനത്തിന്റെ ഊഷ്മളതയും തരളസ്പന്ദങ്ങളും പ്രക്ഷേപിക്കുന്ന അനികോ തുടങ്ങിയ കഥാപാത്രങ്ങളെ നാം മുമ്പ് പരിചയിച്ചിട്ടില്ല. ഒടുവിലത്തെ സീക്വൻസിലെ ഇലകളുടെ ഹരിതാഭയിൽ മഴപെയ്യുന്ന ഷോട്ടുകളുടെ ലിറിക്കൽഗുണം ചിത്രത്തിൽ ഉടനീളമുള്ളതാണ്.

ഹാർട്ട് ട്രെമേഴ്സ്

ഗാലിന്റെയോ ഹസാരിക്കിന്റെയോ ചിത്രങ്ങളോട് ചേർത്തുപറയാനാവില്ല ഗീസാ ബോസോർമെനിയുടെ 'ഹാർട്ട് ട്രെമേഴ്സി'നെ. സമഗ്രമായൊരു ദൃശ്യശൈലി ഇതിനില്ല. പക്ഷേ, ഹാസ്യാത്മകതയും സർറിയലിസ്റ്റിക് കല്പനകളും ഈ ചിത്രത്തെ അങ്ങിങ്ങ് പൊലിപ്പിക്കുന്നുണ്ട്. യുവാവായ ഒരു ഡോക്ടർ യൂനിവേഴ്സിറ്റിയിൽനിന്നിറങ്ങിയപാടെ തന്റെ പെണ്ണുമായി ഒരു ദൂരഗ്രാമത്തിലെത്തി നേരിടുന്ന കൗതുകം പകരുന്ന അനുഭവങ്ങളാണ് പ്രമേയം. ഇടയ്ക്കിടെ ഗ്രാമവീഥിയിലൂടെ തന്റെ സൈക്കിളിൽ വയലിൻ വായിച്ചുകൊണ്ട് ശാന്തചിത്തനായി നീങ്ങുന്ന ഗ്രാമീണനും പ്രാവുകളെപ്പോലെ പറക്കാനാഗ്രഹിക്കുകയും ഒടുവിലൊരു ദിവസം വീട്ടിനുമുകളിൽ കയറി പറന്നു തുടങ്ങുകയും ചെയ്ത മരപ്പണിക്കാരനും (പ്രശസ്ത സംവിധായകനായ ജിറി മെൻസിലാണ് ഈ റോളിൽ) ഊറിച്ചിരിക്കാൻ വക നൽകുന്ന പാത്രാവിഷ്കാരങ്ങളാണ്. പ്രതലഭംഗിയുറ്റവയാണ് ദൃശ്യങ്ങളെങ്കിലും പ്രമേയത്തിന് ഗൗരവംപോരാ. യാങ്ചോ ഒരിയ്ക്കൽ പറഞ്ഞതുപോലെ, ഇതൊക്കെ വെറും മിഥ്യാഭ്രമങ്ങൾ.

(ദേശാഭിമാനി വാരിക
1983 മാർച്ച് 20–26)

പൂനിലാവും പുഞ്ചിരിയും

ഫുച്ക വിൽക്കുന്ന വൃദ്ധന് തിരക്കൊഴിഞ്ഞ നേരമായിരുന്നു. "അതാ, അതുതന്നെ..." അയാൾ ലോവർ സർക്കുലർ റോഡിന്റെ ഒരു കോണി ലേയ്ക്ക് വിരൽചൂണ്ടി.

അവിടെ കുട്ടികൾക്ക് മാത്രമായി ഒരു വീട്. മുറ്റത്ത് ക്രിസ്മസ് ചിഹ്ന ങ്ങളായ പുല്ക്കൂടും പാവക്കുഞ്ഞും നക്ഷത്രവും. മുറികളിൽ അനാഥ രായ കുട്ടികൾ.

കോണിപ്പടി കയറുമ്പോൾ ചുവരിലെ മുഖങ്ങൾ ശ്രദ്ധിക്കാതിരിക്കാ നാവില്ല. അവ പലപ്പോഴായി വിദേശങ്ങളിലേയ്ക്ക് ദത്തെടുക്കപ്പെട്ടവരു ടേതാണ്. സംഭ്രമം, കൗതുകം, നിസ്സംഗത, ഖേദം എന്നിങ്ങനെ ഓരോ മുഖത്തും ഭിന്നഭാവങ്ങൾ. ചിലരിലുള്ളത് അളവറ്റ ആകാംക്ഷയാണ്. ഒരുപക്ഷേ, അതത്രയും ഇതിനകം ശമിച്ചിരിക്കും. പുതിയ സാഹചര്യ

ങ്ങളിൽ 'നിർമൽശിശുഭവ'നെന്നു പേരായ ചെറിയ വീടിനെപ്പറ്റി അവരോർക്കണമെന്നില്ല.

പാരിസിലെയോ, റോമിലെയോ, ന്യൂയോർക്കിലെയോ തിരക്കേറിയൊരു തെരുവ് നോക്കിനിൽക്കുമ്പോൾ, ചിലപ്പോൾ നേർത്ത മഞ്ഞിനപ്പുറമുള്ള കാഴ്ചപോലെ അവ്യക്തമായ ചില ഓർമ്മകൾ വന്നുകൂടെന്നുമില്ല. ചുംബിക്കാനോങ്ങുന്ന ഒരു കന്യാസ്ത്രീയുടെ മുഖം, ഒരു സ്തോത്രം, ഒരു ക്രിസ്മസ് കരോൾ.

***

കോണിപ്പടി അവസാനിയ്ക്കുന്ന മുറി വാക്കുകളുടേതാണ്.

ഒരു വിന്റർപോലെ മാഞ്ഞുപോകുന്ന സ്മൃതിയെന്ന് ഹാൻ സുയിനും ആരും മരിക്കാത്ത ദേശമെന്ന് വിൻസെന്റ്മിലെയും കുട്ടിക്കാലത്തെ വിശേഷിപ്പിക്കുന്നു. ഹെർമൻ ഹെസ്സെ കുട്ടിക്കാലത്തിന്റെ ശബ്ദങ്ങൾ മൂളിക്കൊണ്ടു നടന്ന് സ്വപ്നങ്ങളുടെ ഊഷ്മളലാവണ്യത്തിൽ വീട് പ്രാപിക്കുന്നു. ആൾക്കൂട്ടത്തിലെ ഈ മുഖങ്ങൾ, എസ്റാപൗണ്ട് എഴുതുന്നു, നനഞ്ഞതും കറുത്തതുമായ ഒരു വൃക്ഷശിഖരത്തിലെ തളിരിലകൾ. വളരെക്കാലംമുമ്പ് ശൈശവത്തിന്റെ മാലാഖ തന്നെ ചുംബിച്ച് കടന്നുപോയതായി ഡി.എച്ച്. ലോറൻസ് നഷ്ടബോധത്തോട അനുസ്മരിക്കുന്നു. മാന്ത്രികചേഷ്ടകളിലൂടെ കുഞ്ഞ് തന്റെ പ്രതിച്ഛായയിൽ ഒരു ലോകം സൃഷ്ടിക്കുന്നുവെന്ന് ഒക്ടേവിയോ പാസ്.

വാക്കുകളിൽനിന്ന് പിൻതിരിയുമ്പോൾ പുറകിലൊരു യുവതി. "ബെർത്ത" അവൾ സ്വയം പരിചയപ്പെടുത്തി.

മാത്കൊല്ലയിൽ ഭർത്താവുമൊത്ത് കഴിയുന്ന ബെർത്ത ഗൃഹാതുരയായി ഇടയ്ക്കിടെ നിർമ്മൽ ശിശുഭവനിലേയ്ക്ക് ഓടിയെത്താറുള്ളതാണ്. വിവാഹിതയാകുവോളം ജീവിച്ച ഈ വീടിനെയും സ്നേഹം തന്നു വളർത്തിയ മദറിനെയും സിസ്റ്റർമാരെയും എങ്ങനെ മറക്കും? കാരുണ്യവും സാന്ത്വനവും എങ്ങനെ മറക്കും? ബെർത്തയുടെ മുഖം വിവശമായി. നൊടിയിടയ്ക്കകം തന്റെ പ്രസന്നത വീണ്ടെടുത്ത് അവൾ പറഞ്ഞു: "വരൂ, വീട് കാണണ്ടേ..."

***

വരാന്തയിൽ നീനയും സമീറും രാജ്കുമാറുമുണ്ടായിരുന്നു. സമീർ വീൽചെയറിലിരുന്നു. നീനയും രാജ്കുമാറും സെറ്റിയിലും.

നീന ഒരു മുതിർന്ന പെൺകുട്ടിയാണ്. ഓർമ്മവെച്ച നാൾമുതൽ ശിശുഭവനിൽ കഴിയുന്നു. മുതിർന്നപ്പോൾ മറ്റു ചെറിയ കുട്ടികളെ പരിചരിക്കുന്ന ജോലി ഏറ്റെടുത്തു. വയസ്സ് പതിനേഴായി. അത്രയും തന്നെ പ്രായ

മുണ്ട് സമീറിനും. പക്ഷേ, മുഖം ഒരു ചെറിയ കുട്ടിയുടേത്. എല്ലാവരും അവനെ കുട്ടിയായാണ് കരുതുന്നത്. വികലാംഗനായതു കാരണമാണ് താൻ തെരുവിൽ ഉപേക്ഷിക്കപ്പെട്ടതെന്ന് അവൻ ഊഹിക്കുന്നു. അതോർത്താവാം, പെട്ടെന്ന് അവന്റെ മുഖം മ്ലാനമായി. അവനെയകറ്റി അച്ഛനുമമ്മയും കൽക്കത്തയിലെവിടെയോ സംതൃപ്തരായി കഴിയുന്നുണ്ടാവണം. അവർക്ക് രൂപസൗഷ്ഠവം തികഞ്ഞ മക്കൾ പിറന്നിരിക്കും. അവരുടെ പിറന്നാൾ കാളിഘട്ടിൽ ആഘോഷിക്കപ്പെടുന്നുണ്ടാവാം. "സമീർ", നീന അവന്റെ വ്യാകുലത കണ്ടറിഞ്ഞു: "നോക്ക്, മുടി ചീകിത്തരട്ടെ?" അവൻ തലകുലുക്കി.

രാജ് കൈചൂണ്ടി എന്തോ പറയാൻ ശ്രമിച്ചു. അവന് സംസാരിക്കാനാവില്ല. ഊമയാണ്. പാർക്ക് സ്ട്രീറ്റിലെ സെന്റ് സേവ്യേർസ് സ്കൂളിൽ പഠിക്കുന്നു. ഒമ്പതു വയസ്സ്. പഠിക്കാൻ മിടുക്കനാണ്. പഠിത്തത്തിന് ആയിടെ സമ്മാനം കിട്ടിയ വെള്ളിക്കപ്പ് അവൻ അഭിമാനപൂർവ്വം കാണിച്ചുതന്നു.

"അടുത്തുതന്നെ അവൻ അമേരിക്കയ്ക്ക് പോകും." നീന ഒട്ടൊരു സങ്കടത്തോടെ പറഞ്ഞു.

"ഞാനെവിടേം പോവില്ല." സമീർ പറഞ്ഞു.

പാവം കുട്ടി. അവനെ ദത്തെടുക്കാൻ മാത്രം ആരും വരില്ല.

ശിശുഭവനിൽനിന്ന് കുട്ടികളെ ദത്തെടുക്കുന്നവർ പതിനെട്ടുവയസ്സാകുംവരെ കുട്ടികളെക്കുറിച്ചുള്ള വിവരങ്ങളറിയിക്കണമെന്ന് നിബന്ധനയുള്ളതായി ബെർത്ത പറഞ്ഞു. കുട്ടികളുടെ വിവരങ്ങളടങ്ങിയ കത്തുകൾ ഭൂമിയുടെ പല കോണുകളിൽനിന്നും ദിവസേന ശിശുഭവനിൽ വന്നുചേരുന്നു.

"ഇന്ത്യക്കാരും കുട്ടികളെ കൊണ്ടുപോകാറുണ്ട്." ബെർത്ത പറഞ്ഞു: "പക്ഷേ, ആൺകുട്ടികളെ മാത്രം."

അതെന്തുകൊണ്ടെന്ന് ചോദിച്ചപ്പോൾ അവൾ കൈമലർത്തി: "ആർക്കറിയാം."

***

ഇന്ത്യൻ ശൈശവം ഇത്രയേറെ പരിഗണിക്കപ്പെടേണ്ടതില്ലെന്ന്, മദർ തെരേസയോട് വിയോജിച്ചുകൊണ്ട്, ചിലർ വാദിക്കുന്നു. ഇന്ത്യയിൽ കുട്ടികൾ വളരെയധികമാണ്. കുറേയെങ്കിലും മരിച്ചുകിട്ടുന്നത് ആശ്വാസപ്രദമല്ലേ? എന്നിട്ടും കുട്ടികളെ രക്ഷിക്കാൻ ഇങ്ങനെ വ്യഗ്രത കാട്ടുന്നതെന്തിന്?

ബ്രിട്ടീഷ് ജേർണലിസ്റ്റായ മാൽക്കം മഗറിഡ്ജ് ഈ നിഗമനം ശ്രദ്ധ

യിൽപെടുത്തിയപ്പോൾ മദർ പറഞ്ഞു: ഉവ്വ്, നിരവധി കുട്ടികൾ മരിക്കും... പ്രത്യേകിച്ചും ആഗ്രഹിക്കപ്പെടാത്തവർ. അവരധികവും വലിച്ചെറിയപ്പെടാനോ കൊല്ലപ്പെടാനോ ആണ് സാദ്ധ്യത. പക്ഷേ, അത് ഞങ്ങൾക്ക് കൈക്കൊള്ളാവുന്ന വഴിയല്ല. ഞങ്ങളുടെ വഴി ജീവൻ നിലനിർത്തുകയാണ്... കുട്ടിയുടെ ജീവനിൽ ക്രിസ്തുവിന്റെ ജീവൻ. ഇന്ത്യയിൽ കുട്ടികൾ അധികമാണെന്ന പറച്ചിലിനോട് എനിക്ക് യോജിക്കാനാവില്ല. കുട്ടികൾ ദൈവത്തിന്റെ ജീവനാണ്. അതൊരിക്കലും വേണ്ടുവോളമാവില്ല (Malcolm Muggeridge - 'Something Beautiful for God')

തൊട്ടിലുകളിലും മരക്കുതിരകളിലും കളിപ്പാട്ടങ്ങൾക്കിടയിലും സിസ്റ്റർമാരുടെ കൈകളിലുമുള്ള കുട്ടികളെ കണ്ടുകൊണ്ട് ബെർത്തയോടൊപ്പം നടക്കുമ്പോൾ, പക്ഷികളേയും പൂവുകളേയും പോലെ ദൈവം ഇവരേയും പരിപാലിക്കുമെന്നു പറഞ്ഞ മദർ മനസ്സിൽ നിറഞ്ഞുനിന്നു. തൊട്ടിലുകളിൽ കിടന്ന് ചെറിയ കുട്ടികൾ പകച്ചുനോക്കി. അകാരണമായ ഒരാഹ്ലാദത്തിൽ കൈവീശിയപ്പോൾ അറിയാതെ തട്ടിഒച്ചവെച്ചു തുടങ്ങിയ കളിക്കോപ്പിലേക്ക് നോക്കി ഒരു കുട്ടി അത്യന്തം പരിചിതഭാവത്തിൽ ചിരിച്ചു. മുറി വർണക്കടലാസുകൊണ്ടും ചിത്രങ്ങൾ കൊണ്ടും അലങ്കരിച്ചിരുന്നു. ഒരറ്റത്ത് ഇരുപതോളം കുട്ടികൾ നിരയായി ഉറങ്ങിക്കിടന്നു. അടുത്ത മുറിയിൽ ഒരു കുട്ടിക്ക് ഓക്സിജൻ കൊടുത്തുകൊണ്ടിരുന്നു. മറ്റൊരു വശത്ത് വിഹ്വലമായ കരച്ചിൽ. സാന്ത്വന ശബ്ദങ്ങൾ...

***

"ഇവിടെയുള്ള എല്ലാ കുട്ടികളുടെയും കഥ ഏറെക്കുറെ ഒന്നുതന്നെ..." ഒരു സിസ്റ്റർ പറഞ്ഞു.

നേഴ്സിംഗ് ഹോമുകളിൽ നിന്നും തെരുവുമൂലകളിൽനിന്നും റെയിൽവേസ്റ്റേഷനുകളിൽനിന്നുമൊക്കെയാണ് ആർക്കും വേണ്ടാത്ത കുഞ്ഞുങ്ങളെ കണ്ടുകിട്ടുക. മിക്കവാറും ഒന്നോ രണ്ടോ ദിവസത്തിന്റെ പ്രായമേ കാണൂ. ഡിസംബറിലെയും ജനുവരിയിലെയും തണുപ്പിൽ ഒരു തുണിക്കീറുപോലുമില്ലാത്ത ദാരിദ്ര്യം വെളിപ്പെടുത്തിക്കിടക്കുന്ന തിരസ്കൃത ശിശുക്കൾ കൽക്കത്തയിലെ സാധാരണ ദൃശ്യമാണ്. "ഭദ്രലോഗ്' എന്ന ബംഗാളി വിവക്ഷയിലൊതുങ്ങുന്നവരുടെ അവിഹിത സുഖാന്വേഷണങ്ങളും വിവാഹവാഗ്ദാനങ്ങളെ നിഷ്കളങ്കമായി സ്വീകരിക്കുന്ന പെൺകുട്ടികൾ പുരുഷന്മാർക്ക് അനുവദിച്ചുകൊടുക്കുന്ന സ്വാതന്ത്ര്യവുമാണ്, ദാരിദ്ര്യത്തിനുപുറമെ അനാഥശൈശവത്തിന് വഴിയൊരുക്കുന്ന മുഖ്യസാഹചര്യങ്ങൾ. ഉപേക്ഷിക്കപ്പെട്ടുകഴിഞ്ഞ കുട്ടികളെ

സംബന്ധിച്ച് പക്ഷേ, ഈ സാഹചര്യങ്ങളൊന്നും പ്രശ്നമാകുന്നില്ല. നിർമൽ ശിശുഭവനിൽ എത്തിച്ചേരുകയാണെങ്കിൽ, ഒരേ ഓർമ്മകളോടെ അവർ വളർന്നുതുടങ്ങുന്നു. തണുപ്പും വേനലും മഴയും മാറിമാറി വന്നെത്തുന്നു. സങ്കീർത്തനങ്ങളും വിലാപങ്ങളും കടന്നുപോകുന്നു. ഓരോരുത്തരും എവിടെയെത്തുമെന്ന്, എന്തായിത്തീരുമെന്ന്, അവർക്കറിഞ്ഞുകൂടാ. എല്ലാം ദൈവത്തിനുമാത്രമറിയാമെന്ന് നീന പറയുന്നു.

(മാതൃഭൂമി ആഴ്ചപ്പതിപ്പ്
1982 ജൂലായ് 11–17)

ഒടുവിൽ ഈ വഴിയമ്പലങ്ങളിൽ

36 ചൗരംഗി ലെയിനിലെ എഡ്‌വേർഡ് വൃദ്ധമന്ദിരത്തിൽനിന്നു സിമിത്തേരിയിലെത്തിയത് നേരിയ മഴയുള്ള ഒരു അപരാഹ്നത്തിലാണ്. കറുത്ത ശവപ്പെട്ടിക്കുചുറ്റും ഏതാനും പേർ കൂടിനിന്നു. പുരോഹിതനും കുഴിവെട്ടുകാരും മിസ് സ്റ്റോൺഹോമും ദുഃഖസൂചകമായ കറുത്ത വസ്ത്രങ്ങളിൽ. ശക്തിയായി കാറ്റ് വീശിക്കൊണ്ടിരുന്നു. ദൂരെ മരത്തലപ്പുകൾ ഉലഞ്ഞു: പുരോഹിതന്റെ മേലങ്കിയും മിസ് സ്റ്റോൺഹോമിന്റെ സ്കർട്ടും കാറ്റത്തിളകി. അവരെല്ലാം അനുതാപത്തോടെ ശിരസ്സുകുനിച്ചു. പുരോഹിതൻ പ്രാർത്ഥനാപുസ്തകത്തിലൂടെ നീങ്ങി. അദ്ദേഹം വായിച്ചുനിറുത്തിയപ്പോൾ മിസ് സ്റ്റോൺഹോം മന്ത്രിച്ചു: ആമേൻ.

എഡ്‌വേർഡ് മണ്ണിൽനിന്നു വന്ന് മണ്ണിലേയ്ക്കു തന്നെപോയി.

അയാളുടെ മുഴുവൻ പേര് എഡ്‌വേർഡ് ആൻഡ്രു എന്നായിരുന്നു. മിസ് സ്റ്റോൺഹോമിന്റെ സഹോദരൻ. അവരയാളെ എഡ്ഡിയെന്നു വിളിച്ചു. ആസ്ട്രേലിയയിൽ താമസമാക്കിയ റോസ്മേരി അങ്കിൾ എഡ്ഡിയെന്നും.

റോസ്മേരി മിസ് സ്റ്റോൺഹോമിനയച്ച ഒരു കത്തിലെ പരാമർശത്തിൽനിന്നും വൃദ്ധമന്ദിരത്തിലെ എഡ്ഡിയുടെ മുറിയിലേയ്ക്ക് അപർണാസെൻ പ്രേക്ഷകരെ നയിക്കുന്നു. മുഖം ഒരു കോമിക് കൊണ്ട് മറച്ചുകിടക്കുകയാണ് അയാൾ. വ്യാഴാഴ്ചത്തെ പതിവുസന്ദർശനത്തിനുവന്ന സഹോദരി വാതിൽക്കൽ. അയാൾ വടിയെടുത്തു സഹോദരിയോടൊപ്പം വരാന്തയിലേയ്ക്ക് നടന്നു. വരാന്ത നിറയെ വൃദ്ധജനങ്ങളാണ്. ചിലർ ബന്ധുക്കളോടോ, വെറും സന്ദർശകരോടോ സംസാരിക്കുന്നു. അല്ലാത്തവർ പഴങ്ങളും ബിസ്ക്കറ്റും രുചിച്ചുനോക്കുന്നു. വരാന്തയുടെ, ഒരു കോണിലിരുന്നു എഡ്ഡി സഹോദരിയോടു പറഞ്ഞു: “ഇന്നലത്തെ നശിച്ച രാത്രി ഞാൻ ഒരുപോള കണ്ണടച്ചിട്ടില്ല. ദൈവത്തിനറിയാം.” അയാളുടെ കണ്ണിൽ സഹോദരിയും കന്യാസ്ത്രീകളുമെല്ലാം ഒരേപോലെയാണ്. അടുത്തനിമിഷം അയാൾ കരയാൻതന്നെ തുടങ്ങി: “ഇവിടെയാരും എന്നെപ്പറ്റി ഓർക്കുന്നില്ല. ഒരു രോഗിയെയും അവന്റെ ദുഃഖത്തെയും ആരും ശ്രദ്ധിക്കുന്നില്ല. ഉള്ളത് വിശുദ്ധഭാഷണം മാത്രം.' മിസ്

സ്റ്റോൺഹോം അയാളെ ആശ്വസിപ്പിക്കാൻ ശ്രമിച്ചു... ആഹ്ലാദകരമായ ക്രിസ്മസ് ആശംസിച്ചും സ്നേഹപൂർവം ചുംബിച്ചും. പക്ഷേ, അതേക്കാൾ പ്രയോജനപ്പെട്ടത് അവൾ കൊണ്ടുവന്ന ചോക്ളെറ്റ് ബിസ്കറ്റുകളാണ്. അയാൾ ആർത്തിയോടെ അവയ്ക്കു നേരെ കൈനീട്ടി. മിസ് സ്റ്റോൺഹോം ബാഗിൽനിന്നും ഒരു ക്രിസ്മസ് കാർഡ് പുറത്തെടുത്തു. അത് കെന്നത്ത് അയച്ചതായിരുന്നു. എന്നാൽ കെന്നെത്ത് ആരാണെന്ന് അയാൾ മറന്നുകഴിഞ്ഞിരുന്നു. മിസ് സ്റ്റോൺഹോം വിസ്മയത്തോടെയും വേദനയോടെയും ചോദിച്ചു: “ഓർമ്മയില്ലേ.”

കെന്നത്ത് അയാളുടെ മകനായിരുന്നു...

കമ്യുവിന്റെ കഥയിൽ

അൽജിയഴ്സിൽനിന്ന് അമ്പതോളം നാഴിക അകലെ മാരെംഗോ എന്നിടത്തെ വൃദ്ധമന്ദിരത്തെക്കുറിച്ച് കമ്യു എഴുതുകയുണ്ടായി. മെഴ്സ്യു തന്റെ അമ്മയെ പാർപ്പിച്ചത് അവിടെയായിരുന്നു. ഗ്രാമത്തിൽനിന്ന് ഒരു നാഴിക അപ്പുറമുള്ള ആ മന്ദിരത്തിൽ മദാം മെഴ്സ്യു മൂന്നു വർഷം താമസിച്ചു. വാർഡന്റെ നിഗമനത്തിൽ അവർ വളരെ സന്തുഷ്ടയായിരുന്നു. അവർക്ക് തന്റെ പ്രായത്തിലുള്ള ധാരാളം സുഹൃത്തുക്കളെ അവിടെ സമ്പാദിക്കാൻ കഴിഞ്ഞു. മരിച്ചപ്പോൾ കരയാൻ അവരേ ഉണ്ടായിരുന്നുള്ളൂ.

മദാം മേഴ്സ്യു മരിച്ചുറങ്ങുന്ന കിടക്കക്കരികെ ഉറക്കമിളച്ചിരിക്കാൻ അവരൊക്കെയും വന്നു. അവരിൽ വൃദ്ധന്മാരും വൃദ്ധകളുമുണ്ടായിരുന്നു. വൃദ്ധകളുടെ വയർ പൊതുവെ എന്തുമാത്രം വലുതായിരിക്കുമെന്നതിനെപ്പറ്റി മെഴ്സ്യുവിനു ധാരണയുണ്ടായത് അവിടെവെച്ചാണ്. എന്നാൽ പുരുഷന്മാർ മിക്കവരും മെലിഞ്ഞിട്ടായിരുന്നു. അവർക്ക് കണ്ണുകളുണ്ടായിരുന്നില്ല. ചുളിവുകളുടെ കൂടിനുള്ളിൽ ഒരു അരണ്ട തിളക്കം മാത്രം. അവർ ഇരിപ്പുറപ്പിച്ച് മെഴ്സ്യുവിനെ നോക്കുകയും ചുണ്ടുകൾ പല്ലില്ലാത്ത മോണകൾക്കിടയിലാക്കി ഇറമ്പിക്കുടിച്ചുകൊണ്ട് വികൃതമായി തലയിളക്കുകയും ചെയ്തു. അവരുടെ ഇരിപ്പും ശിരസ്സിളക്കലും മെഴ്സ്യുവിന് പരിഭ്രമം പകർന്നു. അവർ തന്നെ വിചാരണ ചെയ്യാൻ എത്തിയിരിക്കുകയാണോയെന്നു ഒരുനിമിഷം അയാൾ പേടിച്ചു...

നിർമ്മൽ ഹൃദയ്

ഇനി കാളിഘട്ടിലേയ്ക്ക്. മൺവിഗ്രഹങ്ങളും ചില്ലിട്ട പടങ്ങളും സ്ത്രീശരീരങ്ങളും വിൽക്കുന്ന ഈ പ്രാകൃതമായ തെരുവിന്റെയറ്റത്ത്

നിർമ്മൽഹൃദയ് എന്നൊരു കെട്ടിടം കാണാം. മദർ തെരേസയുടേതാണ്. ആരോരുമില്ലാത്ത തെരുവുകളിൽ ഉഴറിയലയുകയും പരിചരിക്കപ്പെടാതെ മരിച്ചുപോവുകയും ചെയ്യുന്ന വൃദ്ധർക്കുവേണ്ടി അവരിതു നില നിർത്തുന്നു. മദറിന്റെ മറ്റ് അഭയകേന്ദ്രങ്ങളെ അപേക്ഷിച്ച് ചെറുതും കുടുസ്സായതുമാണ് നിർമ്മൽ ഹൃദയ്. കാളിഘട്ടിലെത്തുന്ന സന്ദർശകർ കണ്ടെന്നുതന്നെ വരില്ല. തീരെ ശ്രദ്ധിക്കത്തക്കതല്ല അതിന്റെ ബോർഡ്. പ്രധാനവാടം തെരുവിലേയ്ക്ക് തുറക്കുന്നു.

അകത്തു കാൽവെച്ചപ്പോൾ എന്നെ എതിരേറ്റത് ഒരു അന്തേവാസിയുടെ ഇഴഞ്ഞ ഞരക്കമാണ്. അയാളുടെ തലക്കൽ ഉരുളക്കിഴങ്ങുകറിയും റൊട്ടിയുമടങ്ങിയ പാത്രം.തൊട്ടപ്പുറത്ത് വേറൊരു വൃദ്ധന്റെ മൂക്കിൽ റബ്ബർട്യൂബ് കയറ്റാനുള്ള ശ്രമത്തിലായിരുന്നു വിദേശീയരായ രണ്ട് യുവാക്കൾ. വൃദ്ധന്റെ മെലിഞ്ഞു ദുർബലമായ ഇടതു കൈ അതിനെ ചെറുക്കാൻ ശ്രമിക്കുന്നുണ്ടായിരുന്നു. അയാളുടെ കണ്ണുകൾ നിറഞ്ഞിരുന്നു. തൊണ്ടയിൽ പിടച്ചിലുകൾ കാണാമായിരുന്നു. ഞാൻ കരച്ചിലിനോടടുത്ത ഒരു പരുവത്തിൽ നിശ്ചേഷ്ടനായി നോക്കിനിന്നു. അല്പം കഴിഞ്ഞപ്പോൾ ട്യൂബിൽനിന്നും കറുത്ത രക്തം ഒരു ബക്കറ്റിലേക്ക് ഒഴുകിത്തുടങ്ങി.

അത് മനംപിരട്ടലുണ്ടാക്കി.

അകം നിറയെ വൃദ്ധന്മാരായിരുന്നു. ഏതാനുംപേർ കട്ടിലുകളിൽ ചാഞ്ഞിരുന്ന് അതിയായ ക്ലേശത്തോടെ ഭക്ഷണം ചവച്ചിറക്കി. മറ്റുപലരും ദീനമായി ഞരങ്ങിയും ചുമച്ചും മലർന്നുകിടന്നു. കിടക്കക്കരികെ അവർക്കുള്ള ആഹാരം.

ഒരു കിടക്കയിൽനിന്ന് മറ്റൊന്നിലേയ്ക്കായി സാന്ത്വനവുംകൊണ്ടു നീങ്ങുന്ന കന്യാസ്ത്രീകൾ. മരിച്ചുകൊണ്ടിരിക്കുന്ന ആ വൃദ്ധരെയെല്ലാം വീണ്ടും ജീവിതത്തിന്റെ മേച്ചിൽപ്പുറങ്ങളിലേയ്ക്ക് തിരികെക്കൊണ്ടുവരാനാവുമെന്ന് ദൃഢമായി പ്രതീക്ഷിക്കുന്നുവെന്നു തോന്നി. ഹരിതമായതെല്ലാം ഉപേക്ഷിച്ച് അഗതികളായ വൃദ്ധരുടെ വരണ്ട തൊലിയിലേയ്ക്കും ഇടവിടാതെയുള്ള ഞരക്കങ്ങളിലേയ്ക്കും ഭീതിദമായ നിലവിളികളിലേയ്ക്കും വന്നവരുടെ വിശുദ്ധപ്രാർത്ഥനകൾ ഫലിക്കുമായിരിക്കാം. എന്തോ.

ആ മുറികളിലെങ്ങും മരണം ഒരു നിറഞ്ഞ സാന്നിധ്യമായിരുന്നു. അന്തേവാസികളിൽ ആരെ വേണമെങ്കിലും, ഏതു നിമിഷവും, മരണത്തിനു ചെന്നുതൊടാം. ഒരു സിസ്റ്റർ തോടുകളഞ്ഞു നീട്ടിയ പുഴുങ്ങിയ മുട്ട നിഷ്കളങ്കമായൊരു ചിരിയോടെ ഏറ്റുവാങ്ങി പതുക്കെ തിന്നുതുട

ങ്ങുന്ന വൃദ്ധനെയോ, അല്പം മുമ്പ് പരസഹായത്തോടെ കുളിച്ചു വെടിപ്പായി ഒരാലസ്യത്തിൽ ചെരിഞ്ഞുകിടന്നു തൊട്ടടുത്ത കട്ടിലിലേയ്ക്കു ഉറ്റുനോക്കുന്ന വൃദ്ധയെയോ...

പുറത്ത് ആംബുലൻസ് സദാ കാത്തുനിൽപുണ്ട്.

വാതിൽക്കലോളം ഒപ്പംവന്ന ബ്രദർ ആത്മാർത്ഥമായും പറഞ്ഞു: ഇവിടെ ആരെങ്കിലും മരിക്കാത്ത ഒരു ദിവസം - ഓ, അതെത്ര നന്നായേനെ!

(മാതൃഭൂമി വാരാന്തപ്പതിപ്പ്
1982 ആഗസ്ത് 1)

നിസ്സഹായത എന്ന ദുരന്തം

മരണത്തെക്കാൾ വലുതായ എന്തെങ്കിലും ജീവിതത്തിൽ ഉണ്ടായിരിക്കണമെന്ന തീവ്രചിന്തയിൽനിന്നാണ് ക്രിസ്റ്റോഫ് സാനൂസ്സിയുടെ 'കോൺസ്റ്റാൻസ്' തുടങ്ങുന്നത്. നമ്മുടെ ജീവിതമൂല്യങ്ങളുടെ അതിമുഖ്യമായ മാനദണ്ഡങ്ങളിലൊന്നായി സാനൂസ്സി മരണത്തെ കാണുന്നു. അദ്ദേഹത്തിന്റെ തന്നെ വാക്കുകളിൽ, "മരണത്തോടു യാഥാർത്ഥ്യാധിഷ്ഠിത നിലപാടു പുലർത്താത്ത സംസ്കൃതികൾക്ക് ഏറെക്കാലം നിലനില്പില്ല... ഹെലനിസ്റ്റിക് സമൂഹത്തിൽ മരണം അസ്വീകാര്യമായിരുന്നു. കാരണം ഏറെ വലുതും ശക്തവുമാണ് മൃത്യു; പരമമായ മൂല്യങ്ങളെ അത് നിശ്ശേഷം നശിപ്പിക്കുന്നു. അവ ശക്തവും വലുതുമായിരിക്കത്തക്ക നിലയിൽ വേണം മരണത്തെ ചിത്രീകരിക്കുക."

പോളണ്ടുകാർ അറിയുംമുമ്പ് എഡിറ്റിങ്ങ് ടേബിളിൽ നിന്നു നേരെ കാൻ ഫെസ്റ്റിവലിലേയ്ക്കു പോയി ഏറ്റവും നല്ല സംവിധായകനുള്ള ബഹുമതിമുദ്ര നേടിയ 'കോൺസ്റ്റാൻസി'ന്, സാനുസ്സിയുടെ ഇതരചിത്രങ്ങളെ അപേക്ഷിച്ച് സങ്കീർണ്ണത കുറവാണ്. ഹിമാലയം കീഴടക്കുകയെന്ന സ്വപ്നത്തിനു മനസ്സാകെ ഒഴിച്ചിട്ട, ജീവിതവിശുദ്ധിയിൽ നിഷ്ഠയുള്ള വിറ്റോൾഡെന്ന ചെറുപ്പക്കാരനായ ഇലക്ട്രീഷ്യനാണ് നായകൻ. ഹിമാലയാരോഹണത്തിനിടയിൽ മഞ്ഞിന്റെ തിരശ്ശീലകളിലെങ്ങോ നഷ്ടപ്പെട്ട പിതാവിന്റെ ആഗ്രഹം സഫലമാക്കാനുള്ള വ്യഗ്രതയിൽ ഉഴറവെ, വിദേശയാത്രകൾക്ക് അവസരമൊരുക്കുന്ന ഒരു നഗരസ്ഥാപനത്തിൽ വിറ്റോൾഡിനു ജോലി തരപ്പെട്ടു. ആദ്യയാത്ര മഹത്വമാർന്ന ഹിമാലയവും ദരിദ്രമായ തെരുവുകളുമുള്ള ഇന്ത്യയിലേയ്ക്കായിരുന്നു. ഇന്ത്യൻ പരിതോവസ്ഥകളിൽ വിസ്മയപ്പെട്ട് ജന്മദേശത്തു തിരിച്ചെത്തിയ വിറ്റോൾഡിന് തന്റെ സ്ഥാപനത്തിന്റെ മേധാവിയായ മാരിയൂസ് വെറുപ്പർഹിയ്ക്കുന്ന ഒരു അഴിമതിക്കാരനാണെന്ന വിപത്ക്കരമായ അറിവു ലഭിച്ചു. അയാളുടെ പ്രകൃതം ഒട്ടും ഗോപ്യമല്ലെന്നിരിക്കെ, മറ്റുള്ളവർ അതിനോടു കാണിക്കുന്ന നിസ്സംഗത ഒരു സമസ്യയായി അവനെ മഥിച്ചു. മാരിയൂസ് ഒറ്റയ്ക്കല്ലെന്നും വേറെ ചിലർകൂടി അയാളോടൊപ്പം ഉണ്ടെന്നും പിന്നീട് ബോദ്ധ്യമായി.

ക്യാൻസർ പിടിപെട്ട് വളരെ പതുക്കെയും നന്നെ വേദനിച്ചും മരണത്തെ സമീപിച്ചുകൊണ്ടിരിക്കുകയായിരുന്നു വിറ്റോൾഡിന്റെ അമ്മ. അവരുടെ രോഗം അവനെ ആശുപത്രികളുമായും ഗ്രാസിയാനയെന്ന നഴ്സുമായും അടുപ്പിക്കുന്നു. പോളണ്ടിലെ ആശുപത്രികൾ പണത്തിനു ദുര കാട്ടുന്ന ഡോക്ടർമാരും നേഴ്സുമാരും നിറഞ്ഞതാണെന്ന് അവനറിഞ്ഞത് ഈ ഘട്ടത്തിലാണ്. ആശുപത്രിയിലെ തെറ്റായ വഴക്കങ്ങളിൽനിന്നു ബോധപൂർവ്വം അകന്നുനിൽക്കുന്ന ഗ്രാസിയാനയെ അവൻ സ്നേഹിച്ചു തുടങ്ങി. ഗ്രാസിയാനയുടെ സൗഹൃദത്തിനു പുറമെ ആദരണീയനായ ഒരു ഗണിതശാസ്ത്ര പ്രൊഫസറുടെ പ്രോത്സാഹനവും അവന് ഉന്മേഷം പകർന്നു.

മാരിയൂസിന്റെയും സഹപ്രവർത്തകരുടെയും തിന്മകളുമായി പിന്നെയും ഇടയാൻ നിർബന്ധിതനായി വിറ്റോൾഡ്. തങ്ങളുടെ സ്വതന്ത്രനീക്കങ്ങൾക്ക് വിലങ്ങുതടിയായ വിറ്റോൾഡിനെ മാരിയൂസിന്റെ ആൾക്കാർ ശാരീരികമായിത്തന്നെ പീഡിപ്പിക്കാൻ മുതിർന്നു. ഒരു കനേഡിയൻ പര്യടനത്തിനുള്ള സാഹചര്യം നിഷേധിച്ചതായിരുന്നു മറ്റൊരു പ്രതികാര നടപടി. വിറ്റോൾഡിന്റെയത്രയും പരിചയമില്ലാത്ത വേറൊരു ചെറുപ്പക്കാരൻ പകരം നിർദ്ദേശിക്കപ്പെട്ടു. ഹതാശനായ വിറ്റോൾഡ് നീണ്ട അവധിക്കെഴുതി സ്വന്തം നിലയിൽ ഹിമാലയാരോഹണം സാധിക്കുന്നതിന് ഇന്ത്യയ്ക്ക് പോകാനൊരുങ്ങി. പക്ഷേ, വിമാനത്താവളത്തിൽ വെച്ച് ഒരു കസ്റ്റംസ് ഉദ്യോഗസ്ഥൻ അവന്റെ ഉടുപ്പിൽനിന്ന് അനധികൃതമായി കൊണ്ടുപോകാൻ ഒളിപ്പിച്ച ഡോളറുകൾ കണ്ടെടുത്തപ്പോൾ യാത്രയുടെ മോഹം ശിഥിലമായി. അത് മാരിയൂസിന്റെയും കൂട്ടരുടെയും നിഗൂഢപദ്ധതിയായിരുന്നു.

ജോലി ചെയ്തിരുന്ന സ്ഥാപനത്തിൽ നിന്നു പിരിച്ചുവിടപ്പെട്ട വിറ്റോൾഡ് തെരുവുകെട്ടിടങ്ങളുടെ ജനാലകൾ കഴുകി വെടിപ്പാക്കുന്ന തൊഴിൽ സ്വയം കണ്ടെത്തി. പർവ്വതാരോഹണത്തിന്റെ സ്വപ്നം മനസ്സുനിറയെ വളർത്തിയ ഒരു ചെറുപ്പക്കാരനെ ഒരു കൂറ്റൻ കെട്ടടത്തിലേക്കുയർത്തിക്കാട്ടുന്ന ഫ്രെയിമുകൾ സാനൂസ്സിയുടെ കടുത്ത ദുരന്തബോധത്തെ ഒരിക്കൽക്കൂടി ഉദാഹരിക്കുന്നു.

സാമൂഹികജീർണിപ്പിന്റെയും ദുരന്തബോധത്തിന്റെയും ദൃശ്യനിരകൾ ആദ്യം സൂചിപ്പിച്ചതുപോലെ മരണമെന്ന ഇഴയിലാണ് കോർത്തിടപ്പെട്ടിരിക്കുന്നത്. വിറ്റോൾഡും മരണവുമായുള്ള അഭിമുഖം മഞ്ഞുമലയിൽ തൂങ്ങിക്കിടക്കുന്ന പിതൃജഡത്തിന്റെ സങ്കല്പചിത്രത്തിൽനിന്ന് ആരംഭിക്കുന്നു. ഇന്ത്യയിലേയ്ക്ക് വന്നപ്പോഴും ഒരു മൂർത്ത യാഥാർത്ഥ്യമായി

അവന് മരണത്തെ നേരിടേണ്ടിവന്നു. ഓക്കാനമുളവാക്കിയ ഇന്ത്യൻ ശവസംസ്കാരച്ചടങ്ങിൽനിന്ന് അവൻ നടന്നകലുന്നത് അമ്മയുടെ സെല്ലുകളെ ക്രൂരമായി കാർന്നുതിന്നുന്ന മരണത്തിലേക്കാണ്. അമ്മയുടെ സാമീപ്യത്തിലൂടെ മൃത്യുവിന്റെ ഭൗതികസാന്നിധ്യം സംശയാതീതമായും ഗ്രഹിച്ച വിറ്റോൾഡ്, ഒരു പോളിഷ് സവിശേഷതയെന്നു സാനൂസ്സി സാഭിമാനം പറയുന്ന കലാപവ്യഗ്രതയിലേയ്ക്ക് സ്വയം കുടഞ്ഞെറിയുമ്പോൾ, ജീർണിപ്പിന് വഴങ്ങാത്ത മൂല്യങ്ങളുടെ ദാർഢ്യവും മഹിമയും ദൃശ്യാനുഭവങ്ങളായി സാക്ഷാത്ക്കരിക്കപ്പെടുന്നു. സാനൂസ്സിയുടെ കാഴ്ചപ്പാടിൽ, നൂറ്റമ്പതു വർഷങ്ങളോളം നിലനിന്ന വിദേശവാഴ്ചയെ പോളിഷ് സമൂഹം അതിജീവിച്ചത് അതിന്റെ കലാപചിന്ത കാരണമാണ്.* ഒപ്പം തന്നെ തന്റെ ചിത്രങ്ങളുടെ അന്തർധാരയായ വൈയക്തികതയും ഏറെ പാരമ്പര്യമുള്ളതാണെന്ന് സാനൂസ്സി സ്ഥാപിക്കുന്നു.

യാദൃച്ഛികമായ ഒരു മരണമാണ് ചിത്രത്തിന്റെ അവസാനദൃശ്യം. വിറ്റോൾഡ് ഒരു പഴയ കെട്ടിടം ഇടിച്ചു വീഴ്ത്തുന്ന പണിയിൽ ഏർപ്പെട്ടിരിക്കുകയായിരുന്നു. തെരുവിൽ കളിച്ചുകൊണ്ടിരുന്ന ഒരു ചെറിയ കുട്ടി തന്റെ പന്തിനു പിറകെ ഓടി അവിടെയെത്തുന്നു. കെട്ടിടത്തിന്റെ ഭിത്തി അവന്റെമേൽ ഇടിഞ്ഞുവീഴുന്നത് ഉയരത്തിൽനിന്ന് നിസ്സഹായനായി വിറ്റോൾഡ് കാണുന്നു. ഫ്രീസ് ചെയ്യപ്പെടുന്ന ഈ ഫ്രെയിം ഒരു സമൂഹത്തിന്റെ സന്ദിഗ്ദ്ധതയുടെ പ്രതിച്ഛായയാവാം. പക്ഷേ, ഈ ദൃശ്യഖണ്ഡത്തെ ചരിത്രസൂചനയടങ്ങിയ ഫ്രെയിമുകളിലൂടെ പൂരിപ്പിക്കേണ്ട ബാദ്ധ്യതയിൽനിന്നു എന്തുകൊണ്ടോ നിസ്സംഗമായി പിന്മാറുകയാണ് സാനൂസ്സി.

പോളിഷ് അവസ്ഥയിലുള്ള നീരസം സാനൂസ്സിയുടെ എല്ലാ ചിത്രങ്ങളിലും ഏറിയും കുറഞ്ഞും പ്രകടമാണെങ്കിലും, സമൂഹത്തിന്റെ ജീർണിപ്പ് കണിശമായി നിർണയിക്കപ്പെട്ടത്, ഭാഷാശാസ്ത്രത്തിൽ ഗവേഷണം നടത്തുന്നതിന് ഒരു സംഘം സർവകലാശാലാ വിദ്യാർത്ഥികൾക്കായി സംഘടിപ്പിക്കപ്പെട്ട ഒരു വേനൽക്കാല പഠനക്യാമ്പിന്റെ നിഷ്കൃഷ്ടവിവരണമായ 'കാമൂഫ്ളാഷി'ലാണ് (1976). വേറൊരാളെഴുതിയ തീസിസ്സ് സമർപ്പിച്ച് ബിരുദം കരസ്ഥമാക്കിയ ചീർത്ത ആകാരമുള്ള റെക്ടറിലൂടെ അക്കാദമിക്‌വൃത്തങ്ങളിലെ കൊള്ളരുതായ്മകളും ദസ്തയെവ്സ്കിയെക്കുറിച്ചു ചോദിച്ചുകൊണ്ട് അയാളുടെ ചെവി കടിച്ചെടുക്കാൻ തുനിയുന്ന ക്ഷുഭിതനായ വിദ്യാർത്ഥിയിലൂടെ ഒരുതലമുറയുടെ വിധിതീർപ്പുകളും കാട്ടിത്തരുന്ന 'കാമൂഫ്ളാഷി'ന്റെ രൂപദാർഢ്യവും സമഗ്രതയും 'കോൺസ്റ്റാൻസി'നു അവകാശപ്പെടുക വയ്യ.

ദുഷിച്ച നയങ്ങൾ ആവിഷിക്കരിച്ചു നടപ്പാക്കുന്ന റെക്ടറുടെ കാതിന്റെ രുചിയറിഞ്ഞ വിദ്യാർത്ഥിയുടെ തീക്ഷ്ണസ്തോഭമല്ല, എല്ലാമെല്ലാം അറിയാമായിരുന്നിട്ടും തന്റെ ചുമതലകൾ നിറവേറ്റുന്ന അസിസ്റ്റന്റ് പ്രൊഫസറുടെ ആത്മനിന്ദയും നിസ്സഹായതയുമാണ് വിറ്റോൾഡിൽ നാം കാണുക.

'കാമുഫ്ളാഷി'ലെ അസിസ്റ്റന്റ് പ്രൊഫസറുടെയും ക്യാമ്പ് സൂപ്രവൈസറുടെയും സൗഹൃദത്തിന് ഏറെക്കുറേ സമാന്തരമാണ് 'കോൺസ്റ്റാൻസി'ലെ നായകനും സ്റ്റെഫാനും തമ്മിലുള്ള ബന്ധം ('പരലുകളുടെ ഘടന'യിലെ മുഖ്യകഥാപാത്രങ്ങളും ചങ്ങാതിമാരായിരുന്നുവെന്നോർക്കുക). എന്നെങ്കിലുമൊരിക്കൽ ഹിമാലയം കീഴടക്കാമെന്ന ആഗ്രഹചിന്തയായിരുന്നു സ്റ്റെഫാന്റെയും വിറ്റോൾഡിന്റെയും ചങ്ങാത്തത്തിന് നിദാനം. സ്റ്റെഫാൻ പക്ഷേ, പ്രജ്ഞയുടെ സത്യസന്ധതയിൽ അശേഷം മതിപ്പില്ലാത്ത ഒരു അവസരവാദിയായിരുനനു. എവിടെയെങ്കിലും എത്തിച്ചേരണമെന്നുണ്ടെങ്കിൽ ഒത്തുതീർപ്പുകൾക്കു വഴങ്ങാതെ പറ്റില്ലെന്ന് വിററോൾഡിനെ ഉപദേശിക്കുന്ന സ്റ്റെഫാൻ, അധികാരസ്വരൂപങ്ങളിൽ സ്വാധീനമുള്ള ഒരാളുടെ മകളെ വിവാഹം ചെയ്ത് കുറുക്കുവഴികളിലൂടെ ജീവിതവിജയം കൈയടക്കുന്നു; നിഷ്കളങ്കതയിലും സത്യസന്ധതയിലും നിഷ്ഠവെച്ച വിറ്റോൾഡ് താൻ കാരണം ഒരു കുട്ടി ചതഞ്ഞുമരിച്ചതിന്റെ നടുക്കവുമായി ഉയരത്തിൽ തൂങ്ങിയാടുകയും. പോളണ്ടിന്റെ അപ്രസന്നമായ സമകാലീന യാഥാർത്ഥ്യം, സ്ലാവോമിർ ഇസിയാക് അതിമനോഹരമായി പകർത്തിയ ഹിമാലയദൃശ്യങ്ങൾ ഇടകലർത്തി സാനൂസ്സി ഇപ്രകാരം വ്യാഖ്യാനിക്കുന്നു. ഇനിയെന്തെന്ന ചോദ്യമുന്നയിക്കുന്നവർ അല്പംകൂടി ക്ഷമിച്ചിരിക്കുക: സാനൂസ്സിയുടെ അടുത്ത ചിത്രം പോപ്പിനെക്കുറിച്ചാണ്.

(മാതൃഭൂമി ആഴ്ചപ്പതിപ്പ്,
1982 സെപ്തംബർ - ഒക്ടോബർ 2)

* My society has survived due to rebellion,
because rebellion is an ultimate value - Krzysztof Zanussi

ഊടും പാവും

നമ്മുടെ കൈത്തറി മേഖലയുടെ നിലനില്പ് വ്യക്തമായും സായ്‌വിന്റെ കിറുക്കിനെ (eccentricity) ആശ്രയിച്ചാണ്. കൈത്തറി വസ്ത്രങ്ങൾ വിദേശവിപണികളിൽ ഒരു ഫാഷൻ ഇനമായി പ്രസക്തി നേടുന്നതിന് മുമ്പ് ക്ഷീണിച്ച നെയ്ത്തുകാരും തറികളും ദൈന്യം പരസ്പരം പങ്കുവെച്ച് കഴിയുകയായിരുന്നു. എഴുപതുകളുടെ തുടക്കത്തിൽ ആരും പ്രവചിക്കാതെ സ്ഥിതിഗതികൾ പാടെ മാറി. ഒന്നര ഡോളറിന് വാങ്ങാവുന്ന പോളിയെസ്റ്ററിൽ സായ്‌വിന് നീരസം തോന്നി. അയാൾ പകരം കണ്ടെത്തിയത് കേരളത്തിന്റെ പരുക്കൻ കൈത്തറി തുണിത്തരങ്ങളാണ്; പ്രത്യേകിച്ച് ക്രെയ്പ്.

അങ്ങനെ നെയ്ത്തുകാരുടെ കാലം പിറന്നു. ദേവാംഗ, പട്ടാരു എന്നീ വംശസാഹചര്യങ്ങളിലുള്ളവർക്ക് പുറമെ ആയിരക്കണക്കിന് പുതിയ നെയ്ത്തുകാരുണ്ടായി. അവർക്കുവേണ്ടി പുതിയ റാട്ടുകളും തറികളും ഉയർന്നു. മുതൽമുടക്കിന് സന്നദ്ധതയുള്ളവരുടെ ഗൃഹപരിസരങ്ങളെ,

തിരക്കിട്ടു പണി കഴിപ്പിച്ച നെയ്ത്തുപുരകൾ സജീവമാക്കി. ഇടനില ക്കാരുടെ എണ്ണം പെരുകി. വ്യാപാര പരിചയമില്ലാത്തവരടക്കം നിരവധി പേർ സായ്‌വിന്റെ ഭ്രമത്തിനും നെയ്ത്തുകാരുടെ ഉത്സാഹത്തിനുമിടയിൽ ഭദ്രമായ സ്ഥാനം നേടി.

ഇന്നുപക്ഷേ, ഭാഗ്യമന്വേഷികളധികവും പൊയ്ക്കഴിഞ്ഞിരിക്കുന്നു. യാദൃച്ഛികമായി രൂപപ്പെട്ട നെയ്ത്തുകേന്ദ്രങ്ങളിൽ മിക്കവയും പുറംതോ ടുകൾ പോലുമില്ലാതെ സങ്കോചിച്ചു കഴിഞ്ഞു. ഈ മേഖലയിലെ ഒരു പ്രമുഖ ട്രേഡ് യൂണിയന് എഴുപതുകളുടെ അവസാനത്തോടെ ഇരുപ തിനായിരത്തിലേറെ അംഗങ്ങളെ നഷ്ടമായി. വ്യഥിതമായ പരിതോവ സ്ഥകളിൽ ഇനി അവശേഷിക്കുന്നത് പാവുകളുടെ ഗന്ധത്തിൽനിന്നും നെയ്ത്തോടങ്ങളിൽ നിന്നും റാക്കുകളിൽ നിന്നും അച്ചുകളിൽ നിന്നും സ്വയം വേർപെടുത്താനാവാത്ത, അവയുമായി കെട്ടുപിണഞ്ഞ ജീവിത മുള്ള പാവം നെയ്ത്തുകാരാണ്; ഒരു പാവിൽനിന്ന് വേറൊരു പാവിലേയ്ക്ക് ജീവിച്ചുപോകുന്ന അവരുടെ ഒരുലക്ഷത്തോളം കുടും ബങ്ങളാണ്.

വിപണികൾ തേടി

ആഴ്ചച്ചന്തകളുടെയും തെരുവുകളുടെയും തിരക്കിൽ ഇപ്പോഴും പര മ്പരാഗത നെയ്ത്തുകാരെ കാണാം. പക്ഷേ, വൻകിട തുണിമില്ലുകളുടെ ആകർഷകമായ ഉത്പന്നങ്ങൾക്കും നിയമാനുസൃതമല്ലാതെ വന്നെ ത്തുന്ന വിദേശ തുണിത്തരങ്ങൾക്കും ഇടയിലൂടെ, കൈലികളും ചുട്ടി തോർത്തുകളും ചുമടാക്കി അലയുന്നവരുടെ കൃശരൂപങ്ങൾ നാൾതോറും ചുരുങ്ങുകയാണ്. ലാവണ്യം വഴിഞ്ഞൊഴുകുന്ന ചലച്ചിത്ര നടികൾ പോസു ചെയ്ത കൂറ്റൻ കലണ്ടറുകളുടെയും കവലകളിലെങ്ങും നാട്ടിയ പരസ്യപ്പലകകളുടെയും പിൻബലത്തോടെ വിപണി പ്രാപിക്കുന്ന വൻകിട വ്യാപാരികളുമായി ഇടയാൻ ഇവർക്കൊരുനാളും കഴിയില്ലെന്നു തീർച്ച. ഉപക്ഷോക്താക്കളുടെ വസ്ത്രരുചികൾ നിർണയിക്കാനുദ്ദേശി ച്ചുള്ള കലണ്ടറുകളിലെയും പരസ്യങ്ങളിലെയും വിവക്ഷകൾ അസൂ യാർഹമാംവിധം ഇവിടെ സഫലമാകുന്നു.

വിപണികളിലെ മറ്റൊരു സാന്നിധ്യം ബോംബെ മാർവാഡികളിൽ നിന്നു കിട്ടുന്ന ഓർഡറുകൾ അഞ്ചും പത്തും തറികളുള്ള നെയ്ത്തു കേന്ദ്രങ്ങൾക്കായി വിഭജിച്ചു നൽകുന്ന ചൂഷണബുദ്ധിയുള്ള ദല്ലാൾമാ രുടെതാണ്. ഒട്ടും ഗോപ്യമല്ല ഇവരുടെ ചൂഷണരീതികൾ. പക്ഷേ, ഏതാനും തറികളുടെ ഉടമസ്ഥരായി നിന്ന് തുണിയുത്പാദിപ്പിക്കാൻ തുനിയുന്നവരെ സംബന്ധിച്ചിടത്തോളം ഇവർ ഒഴിച്ചുകൂടാൻ പറ്റാത്ത

കണ്ണികളാണ്. ക്രെയ്പിന് വിദേശങ്ങളിൽ പ്രിയമേറിയിരുന്ന കാലത്ത് രണ്ടായിരം രൂപവരെ നിത്യേന വരുമാനമുണ്ടായിരുന്നു ഇവരിൽ പലർക്കും. ഇന്ന് കമ്മീഷൻ നിരക്കിൽ സാരമായ ഇടിവുണ്ടെങ്കിലും ദല്ലാൾ ജോലി നിറവേറ്റുന്നവരുടെ മുഖങ്ങളിൽ അനിഷ്ടസൂചനകളില്ല. "അവർ ആവശ്യമാണ്" ഒരു ചെറിയ നെയ്ത്തുകമ്പനിയുടെ ഉടമ നിസ്സഹായനായി പറയുന്നു. വിദേശ വിപണികളിൽനിന്നു നേരിട്ടും ബോംബെയിലെ എക്സ്പോർട്ട് ഏജൻസികൾ മുഖേനയും തുടർച്ചയായി ഓർഡറുകൾ നേടി നിലനില്ക്കുന്ന ഭേദപ്പെട്ട നെയ്ത്തുകേന്ദ്രങ്ങൾക്ക് മറ്റു ബാദ്ധ്യതകളൊന്നും കൂടാതെ നെയ്ത്തുശേഷി വിനിയോഗിക്കാവുന്ന സുരക്ഷിതമേഖലയാണ് ചെറുകിട കമ്പനികൾ. അവയുടെ ഉടമകളും സാധാരണ നെയ്ത്തുകാരും തമ്മിൽ വളരെയൊന്നും അകൽച്ചയില്ല. അതിനാൽ മിനിമം വേതനം, ഗ്രാറ്റ്വിവിറ്റി, ബോണസ്, അവധിക്കാല ശമ്പളം, ഇ.എസ്.ഐ തുടങ്ങിയ ആനുകൂല്യങ്ങളെക്കുറിച്ചുള്ള അറിവ് പലപ്പോഴും ഇവർക്കിടയിൽ അപ്രസക്തമാകുന്നു.

ബോംബെയിൽ കേന്ദ്രീകരിച്ച എക്സ്പോർട്ട് ഏജൻസികളെ ഭരിക്കുന്നത് വിശുദ്ധ വികാരങ്ങളല്ല തന്നെ. ദീനമൊഴിയാത്ത പ്രാദേശിക കൈത്തറി മേഖലയെ സംരക്ഷിക്കുക അവയുടെ ശ്രമങ്ങളിൽ ഒന്നല്ല. ഇവിടെ ഹാൻഡ്ലൂം നിലനിൽക്കണമെന്ന് ബോംബെയിലെ വ്യാപാരികൾ ആഗ്രഹിക്കുന്നതെന്തിന്? അവർക്ക് വേണ്ടത് ലാഭമാണ്. കേരളത്തിലെ കൈത്തറി ഉല്പന്നങ്ങൾക്കായി പാരീസ്, ന്യൂയോർക്ക് തുടങ്ങിയ പരിഷ്കൃതനഗരങ്ങളിൽ ഭ്രമം വളർന്നപ്പോൾ അവരുടെ ലാഭമോഹത്തിന് ഒരു പുതിയ വഴി തുറന്നുകിട്ടി. വിദേശനാണ്യം സമ്പാദിക്കുന്നതിന്റെ പേരിൽ കേന്ദ്രഗവൺമെന്റിന്റെ ഇൻസെന്റീവിനും (ആദ്യവർഷങ്ങളിൽ 35 ശതമാനം) അവർ അർഹരായി. ടെക്സ്റ്റൈൽ കമ്മിറ്റിയുടെ പ്രമാണപത്രങ്ങൾ സാക്ഷ്യപ്പെടുത്തുന്നതുപോലെ ഗുണനിലവാരത്തിൽ തികഞ്ഞ നിഷ്ഠവെച്ചു തന്നെയായിരുന്നു കുറേക്കാലം കയറ്റുമതി.

ആന്ധ്ര, തമിഴ്നാട്, കർണാടക എന്നീ ദക്ഷിണേന്ത്യൻ ദേശങ്ങളിൽ നിലവിലുള്ള കൂലി നിരക്കുകളുമായി താരതമ്യപ്പെടുത്തുമ്പോൾ കേരളത്തിലെ നെയ്ത്തുകാരുടെ വേതനം വളരെ കൂടുതലാണെന്ന നിരീക്ഷണമാണ് ബോംബെ വ്യാപാരികളെ കുറുക്കുവഴികൾ തേടാൻ പ്രേരിപ്പിച്ചതെന്ന് പലരും വിശ്വസിക്കുന്നു. വിദേശവിപണികളിലേയ്ക്ക് കേരളത്തിൽ നിന്നുള്ള നെയ്തുമാതൃകകൾ കൊണ്ടുപോയി, അവയുടെ ഗുണമേന്മയിലൂടെ നേടിയ ഓർഡറുകൾ അന്യസംസ്ഥാനങ്ങൾക്കിടയിൽ വീതിക്കുകയെന്നതായിരുന്നു എക്സ്പോർട്ട് ഏജൻസികൾ സ്വീകരിച്ച

ഒരു തന്ത്രം. മറ്റൊന്ന് കൈത്തറി ഉല്പന്നങ്ങളെന്ന വ്യാജലേബലിൽ യന്ത്രത്തറി ഉല്പന്നങ്ങൾ വൻതോതിൽ വിറ്റഴിക്കുകയെന്നതും. മികച്ച ഡൈയിംഗ് രീതി ദീക്ഷിക്കുന്ന കേരള കൈത്തറി തുണിത്തരങ്ങളെ അപകീർത്തിപ്പെടുത്തുന്ന മേന്മ കുറഞ്ഞ നിർമിതികളും പവർലൂം ഉത്പന്നങ്ങളും സായ്‌വിന്റെ കിറുക്കിന് ഷോക്ക്ട്രീറ്റ്മെന്റുകളായിത്തീർന്നു, ഫലത്തിൽ.

മാറിവരുന്ന താത്പര്യങ്ങൾ

വർഷംപ്രതി അമ്പതുലക്ഷം രൂപയുടെ വിദേശഇടപെടലുകൾ നേരിട്ടു സാധിക്കുന്ന ഒരു പ്രമുഖ കമ്പനി ക്രയസന്നദ്ധത കൂടിയ അളവിൽ കാണുന്നത് സ്വീഡനിലും ന്യൂസിലണ്ടിലുമാണ്. ആദ്യമൊക്കെ അത്യുദാരമായി പ്രതികരിച്ചിരുന്ന ഫ്രാൻസിന് ഈയിടെയായി കൈത്തറി വസ്ത്രങ്ങളിൽ കമ്പം കുറവാണത്രെ. അമേരിക്കയുടെ പെരുമാറ്റവും വ്യത്യസ്തമല്ല.

ഈ കമ്പനിയുടെ കുടുസ്സായ ഷോറൂമിലുള്ളത് അപ്രതീക്ഷിതമായ കാരണങ്ങളാൽ (ഉദാ: ഡിസൈനുകളിലോ, നിറച്ചേരുവകളിലോ വിദശ മാർക്കറ്റിനു സംഭവിക്കുന്ന രുചിഭേദം) കയറ്റുമതി തടസ്സപ്പെട്ട ഉത്പന്നങ്ങളാണ്. ആഭ്യന്തര വിപണിയിൽ ഏറെ സാദ്ധ്യതകളൊന്നുമില്ലെന്നാണ് കമ്പനി മാനേജരുടെ നിഗമനം.

ഓരോ വർഷത്തിനും ഓരോ കളർ സ്കീമുണ്ടെന്ന് അയാൾ വ്യക്തമാക്കി. പോയവർഷം പ്രിന്റിനായിരുന്നു മാർക്കറ്റ്. ഇക്കൊല്ലമാകട്ടെ ചെക്സിനും. കിടക്ക വിരികൾക്കും ഫർണിഷിങ് ഇനങ്ങൾക്കുമാണ് പൊതുവിൽ പ്രിയം. അടുത്തവർഷത്തേക്കുള്ള മാതൃകകൾ മാനേജരുടെ മേശപ്പുറത്തു കാണാമായിരുന്നു. മുഖ്യ വിദേശനഗരങ്ങളിലെല്ലാം ഈ കമ്പനിക്ക് സ്വന്തം ഏജന്റുമാരുണ്ട്. അവരാണ് വിപണികളിലെ ഇഷ്ടാനിഷ്ടങ്ങൾ ജാഗ്രതയോടെ നിരീക്ഷിക്കുന്നതും ഓർഡറുകൾ സമ്പാദിക്കുന്നതും. ഫലപ്രദമായ ഈ സംവിധാനത്തിനു പുറമെ വിപണികളുമായി നേരിട്ടു സമ്പർക്കം സ്ഥാപിക്കാൻ, ശരാശരി രണ്ടുലക്ഷം രൂപ ചെലവഴിച്ച് കമ്പനിയുടെ പ്രതിനിധികൾ ആണ്ടുതോറും യാത്രപോകാറുണ്ട്. ഓരോ തവണയും ലക്ഷ്യം വ്യത്യസ്ത കോണുകളായിരിക്കുമെന്ന് മാനേജർ വിശദീകരിച്ചു. ചില എക്സ്പോർട്ട് ഏജൻസികളുടെ പ്രകടമായ വിശ്വാസവഞ്ചന ഈ മേഖലയ്ക്കാകെ ചീത്തപ്പേരുണ്ടാക്കിയെന്ന് അയാൾ അഭിപ്രായപ്പെടുന്നു. അനാരോഗ്യകരമായ മത്സരം ഒഴിവാക്കുകയും ക്വാളിറ്റി മെച്ചപ്പെടുത്തുകയും ചെയ്താൽ, കയറ്റുമതിയിൽ പുരോഗതി കൈവരിക്കാമെന്ന ശുഭപ്രതീക്ഷ അയാളിലുണ്ട്.

ഓഫീസ് മുറിയുടെ ചില്ലുഭിത്തികൾക്കപ്പുറത്ത് നെയ്ത്തുതറികളായിരുന്നു. ചിലവ ശന്യം. മൂകം. കഴിഞ്ഞ നാല്പതോളം വർഷങ്ങളായി നെയ്തുവരുന്ന അറുപതിനോടടുത്ത ഒരു നെയ്ത്തുകാരൻ തന്റെ മനസ്സ് തുറന്നുകാട്ടി. അയാൾ തെല്ലും സംതൃപ്തനല്ല.

പരാതികൾ സ്വകാര്യമേഖലയിൽ

സ്വകാര്യമേഖലയിലെ ചെറുതും വലുതുമായ കമ്പനികളെ ഏകോപിപ്പിക്കുന്ന കേരള ഹാൻഡ്‌ലൂം അസോസിയേഷനിൽ, അത് സ്ഥാപിക്കപ്പെട്ട അമ്പത്തിയേഴിൽ നാന്നൂറിലേറെ അംഗങ്ങളുണ്ടായിരുന്നു. ഇന്നത് നൂറിൽത്താഴെ മാത്രമാണ്. ദുഃഖകരമായ ഈ പരിണാമം കൈത്തറി മേഖലയിലെ തകർച്ചയുടെ തെളിവായി ചൂണ്ടിക്കാണിക്കപ്പെടുന്നു. അസോസിയേഷന്റെ കാഴ്ചപ്പാടിൽ ഈ തകർച്ച പല കാരണങ്ങളാലാണ്. അവയിൽ പ്രധാനം ഡിമാൻഡിലുണ്ടായ കുറവുതന്നെ. ആന്ധ്രയിലും കർണാടകയിലും തമിഴ്നാട്ടിലും ഉത്പാദനച്ചെലവ് കേരളത്തിൽ ആവശ്യമാകുന്നതിനെയപേക്ഷിച്ച് തുച്ഛമായതിനാൽ എക്സ്പോർട്ട് ഏജൻസികളുടെയും ഗാർമന്റ്സ് ഫാക്ടറികളുടെയും കണ്ണുകൾ ഇങ്ങോട്ടു നീളുന്നില്ല. അവയോടു മത്സരിക്കാനുള്ള നീക്കം ഇവിടെയുള്ള കമ്പനികളെ ദുർമരണത്തിന്റെ വഴിയിലാണ് എത്തിക്കുക. ഒരേ ഉത്പന്നം ഒരേ വിപണിയിൽ രണ്ടു വിലയ്ക്കെത്തുന്ന സ്ഥിതിവിശേഷം പരിഹൃതമാകേണ്ടിയിരിക്കുന്നു. കേരളത്തിലെയും ഇതര ദക്ഷിണേന്ത്യൻ സംസ്ഥാനങ്ങളിലെയും വേതന നിരക്കുകൾ ഏകീകരിക്കുകയാണ് ഇതിന് പോംവഴി. അത്യധികം വിഷമിച്ച് ഓർഡർ നേടിയ ശേഷം അസംസ്കൃത വസ്തുക്കളിൽ അവിചാരിതമായുണ്ടായ വിലക്കയറ്റം മൂലം കരാർ പാലിക്കാനാവാതെ ഞെരുങ്ങുന്ന കമ്പനികൾ ഗവർമെണ്ടുപക്ഷത്തുനിന്ന് ആശ്വസിപ്പിക്കപ്പെടുന്നില്ലെന്നതും സ്വകാര്യമേഖലയുടെ ഖേദമാണ്.

കൈത്തറിവ്യവസായത്തെ സഹായിക്കാൻ കോടിക്കണക്കിന് രൂപ വ്യയം ചെയ്യുന്നതായി അവകാശപ്പെടുന്ന ഗവൺമെന്റുകൾ പ്രൈവറ്റ് സെക്ടറിനെ തീർത്തും അവഗണിക്കുന്നതെന്തുകൊണ്ട്? കേരളത്തിലെ കൈത്തറി നെയ്ത്തുകാരെ മുഴുവനും സഹകരണസംഘങ്ങളുടെ സുരക്ഷിതമെന്നു കരുതിവരുന്ന വലയത്തിൽ ഒതുക്കാൻ കഴിയാത്ത സാഹചര്യമുള്ളപ്പോൾ, സഹകരണമേഖലയുടെ നന്മയ്ക്കായി കൈക്കൊള്ളുന്ന ആശ്വാസനടപടികൾ, ദരിദ്രരായ നെയ്ത്തുകാരുടെ വലിയ സമൂഹങ്ങളെ നിലനിർത്തുന്ന പ്രൈവറ്റ് സെക്ടറിനും ബാധകമാക്കേണ്ടതല്ലേ?

ട്രേഡ് യൂണിയൻ നിലപാടുകൾ

നമ്മുടെ കൈത്തറി വ്യവസായം നേരിടുന്ന ആഴമേറിയ പ്രതിസന്ധി ഉയർന്ന വേതനനിരക്കുകളിൽ നിന്ന് ഉളവായതാണെന്ന വാദഗതി ട്രേഡ് യൂണിയനുകൾക്ക് സ്വാഭാവികമായും സ്വീകാര്യമല്ല. കൈത്തറി മേഖലയിലെ മുപ്പതിനായിരത്തിലധികം നെയ്ത്തുകാരെ ഉൾക്കൊള്ളുന്ന കേരള കൈത്തറി തൊഴിലാളി കൗൺസിലിന്റെ (സി.ഐ.ടി.യു) നിഗമനത്തിൽ ഫർണിഷിംഗ് ഇനങ്ങൾ നെയ്യുന്ന നല്ല നെയ്ത്തുകാരനുതന്നെയും ഇവിടെ നേടിയെടുക്കാവുന്ന പരമാവധി ദിവസക്കൂലി പതിനഞ്ചു രൂപയാണ്. തങ്ങൾ അനുവദിക്കുന്ന വേതനം തൊഴിലെടുക്കുന്നവന് ജീവിയ്ക്കാൻ മതിയായതാണോ എന്ന് മുതലാളിമാർ ഒരിക്കലും ചിന്തിക്കുന്നില്ല. അവർ ചെയ്യുന്നത് മറ്റു സംസ്ഥാനങ്ങളുമായി, സാഹചര്യങ്ങളിലുള്ള തെളിഞ്ഞ വൈജാത്യങ്ങൾ പരിഗണിയ്ക്കാതെ, ചുമ്മാ താരതമ്യപ്പെടുത്തുകയാണ്. തൊഴിലാളി ജോലിയെടുക്കുന്നത് വ്യവസായം നിലനിർത്താനല്ല; അവന്റെ നിലനില്പിനാണ്.

ബീഡി തെറുപ്പുപോലുള്ള തൊഴിൽ മേഖലകളുമായിതുലനം ചെയ്യുമ്പോൾ നെയ്ത്തുകാരുടെ കൂലി ഉയർന്നതല്ലെന്നും മറിച്ചുള്ള ആരോപണം വ്യവസായികൾക്ക് മറ്റു സംസ്ഥാനങ്ങളിലേയ്ക്ക് പോകാനുള്ള വെറും ഉപാധിയാണെന്നും ഐ.എൻ.ടി.യു.സി.യുടെ നിയന്ത്രണത്തിലുള്ള ഹാൻഡ്‌ലൂം ലേബർ യൂണിയൻ അഭിപ്രായപ്പെടുന്നു. 1974ലെ മിനിമം വേതനചട്ടം കേരളത്തിലെ എല്ലാ ജില്ലകളിൽപ്പോലും നടപ്പിലായിട്ടില്ലെന്ന് അയ്യായിരത്തോളം അംഗബലമുള്ള ലേബർ യൂണിയന് അറിയാം. കേന്ദ്രഗവണ്മെന്റിന്റെ ധനസഹായത്തിലും സംസ്ഥാനഗവൺമെന്റിന്റെ മേൽനോട്ടത്തിലും പ്രവർത്തിക്കുന്ന കൈത്തറി വികസന കോർപ്പറേഷന്റെ മുൻ ചെയർമാനെതിരായി (ഇപ്പോൾ ആ തസ്തിക ഒഴിഞ്ഞുകിടക്കുന്നു) സി.ബി.ഐ അന്വേഷണം ആവശ്യപ്പെടുന്ന ഒരു പ്രമേയം നിരവധി തൊഴിൽ തർക്കങ്ങളുടേയും ഒത്തുതീർപ്പുകളുടെയും രേഖകൾക്കിടയിൽ, ഫയലിലുണ്ട്. ഒപ്പം അനാരോഗ്യം കാരണം ജോലിയിൽതുടരാൻ നിർവാഹമില്ലാതെ കമ്പനിയുടമയ്ക്ക് രാജി സമർപ്പിക്കാൻ നിർബന്ധിതരായ തൊഴിലാളികൾ, സ്ഥാപനത്തിൽനിന്ന് നിയമാനുസൃതം ലഭിക്കേണ്ടുന്ന ആനുകൂല്യങ്ങൾക്കായി സവിനയം അപേക്ഷിച്ചതിന്റെ പകർപ്പുകളും. യൂണിയനുകൾ വഴി സമീപിച്ചാലല്ലാതെ മാനേജ്മെന്റും ലേബർ ഓഫീസറും തർക്കങ്ങൾ കേൾക്കില്ലെന്നതുകൊണ്ട്, അവയുടെ സാംഗത്യം സംശയാതീതമാണ്. പക്ഷേ നാല്പതു ശതമാനത്തോളം നെയ്ത്തുകാർക്ക് സംഘടനകൾ ഒരു തരത്തിലും പ്രയോജ

നപ്പെടുന്നില്ല.

കൈത്തറിമേഖലയുടെ സമഗ്രവികസനത്തിനായി പത്തുകോടി രൂപയുടെ സഹായമനുവദിക്കുക, അസംസ്കൃത വസ്തുക്കളുടെ വിലവർദ്ധനവ് സമയപരിധി വച്ചെങ്കിലും തടയുക, വിദേശരാഷ്ട്രങ്ങളുമായുണ്ടാക്കുന്ന ഉടമ്പടികളിൽ കൈത്തറി ഉല്പന്നങ്ങൾക്കുള്ള വിപണി കൂടി ഉൾപ്പെടുത്തുക, വിദേശ നഗരങ്ങളിൽ വിപണനസാധ്യതകളാരായുന്നതിന് ഗവൺമെന്റ് ഏജൻസികൾ സ്ഥാപിക്കുക, ആഭ്യന്തരപരമായി മിലിറ്ററി, തപാൽവകുപ്പ്, റെയിൽവെ, സ്കൂൾ, ആശുപത്രി തുടങ്ങിയവയിലെ യൂണിഫോമിന് കൈത്തറി തുണികൾ മാത്രം ഉപയോഗിക്കുക എന്നിങ്ങനെ പോകുന്നു കൈത്തറി സംരക്ഷിക്കുന്നതിന് ട്രേഡ് യൂണിയനുകളുടെ നിർദേശങ്ങൾ. ദേശീയ മിനിമം വേതനം എല്ലാ പ്രാദേശിക കൈത്തറി മേഖലകൾക്കും കർശനമായും ബാധകമാക്കണമെന്ന് അവ ആവശ്യപ്പെടുന്നു. കഴിഞ്ഞ വർഷം ഒക്ടോബറിൽ ഒരു അസാധാരണ ഗസറ്റു വിജ്ഞാപനത്തിലൂടെ നിലവിൽ വന്ന കേരള കൈത്തറി തൊഴിലാളി ക്ഷേമപദ്ധതി പ്രായോഗികമാകാത്തതിൽ അവയ്ക്ക് ഉത്ക്കണ്ഠയുണ്ട്. ആനുകൂല്യങ്ങൾ അപേക്ഷിക്കുന്ന തീയതിക്കുമുമ്പ് അഞ്ചു വർഷം കൈത്തറി വ്യവസായത്തിൽ ജോലിചെയ്തിരുന്ന ജീവനക്കാർക്കും അവരുടെ ആശ്രിതർക്കും ബാധകമായ ക്ഷേമപദ്ധതി 2.10.81ന് പ്രാബല്യത്തിൽ വന്നതായി ഗസറ്റു വിജ്ഞാപനം വെളിപ്പെടുത്തുന്നു. കൈത്തറിത്തൊഴിലാളികൾക്കായുള്ള ക്ഷേമപ്രവർത്തനത്തിനായി ഓരോ വർഷവും ഗവൺമെന്റ് അനുവദിക്കുന്ന തുകകളും പൊതുജനങ്ങളിൽ നിന്നോ കൈത്തറി വ്യവസായത്തിലെ തൊഴിലുടമകളിൽ നിന്നോ തൊഴിലുടമകളുടെ സംഘടനകളിൽനിന്നോ ജീവനക്കാരുടെ സംഘടനകളിൽ നിന്നോ ലഭിക്കുന്ന സംഭാവനകളും സ്വരൂപിച്ച് ലേബർ കമ്മീഷണറുടെ ചുമതലയിൽ ഒരു ക്ഷേമനിധി ഏർപ്പെടുത്തുന്നതായും ഉത്തരവിലുണ്ട്. രണ്ടുലക്ഷം രൂപയാണ് ഇതിന് നീക്കിവെക്കപ്പെട്ടത്. പത്തുലക്ഷത്തിലധികം ജനങ്ങളുടെ ക്ഷേമത്തിന് ഈ നിധി എത്രമാത്രം അപര്യാപ്തമാണെന്ന് പറയേണ്ടതില്ല. എന്നാൽ അതുതന്നെയും ഒരു ദൂര സ്വപ്നമായി നിൽക്കുകയാണ്. കഴിഞ്ഞ ബജറ്റ് ഈ പദ്ധതിയുടെ നേരെ ഉദാസീനമായിരുന്നു.

രോഗാതുരമായ സഹകരണമേഖല

കൈത്തറി അപ്പെക്സ് സൊസൈറ്റിയെയും കൈത്തറി വികസന കോർപ്പറേഷനെയും ആശാപൂർവ്വം ഉറ്റുനോക്കുന്ന മുന്നൂറിലധികം പ്രാഥമിക സഹകരണ സംഘങ്ങളുണ്ട് ഈ മേഖലയിൽ. അവയുടെ നില

ആശങ്കാജനകമാണ്.

നാലും അഞ്ചും ലക്ഷങ്ങളുടെ കടബാദ്ധ്യതകളിൽ വീർപ്പുമുട്ടി കഴിയുകയാണ് മിക്ക സൊസൈറ്റികളും. നെയ്ത്തുകാർക്ക് ജോലിസ്ഥിരതയും ബോണസ് തുടങ്ങിയ ആനുകൂല്യങ്ങളും നൽകാൻ അവ വളരെ ക്ലേശിക്കുന്നു. കഴിഞ്ഞ വർഷം ഒരു ലക്ഷത്തി നാല്പത്തെണ്ണായിരം രൂപ നഷ്ടമുണ്ടായിരുന്ന ഒരു സൊസൈറ്റി അതിന്റെ തൊഴിലാളികൾക്ക് മിനിമം ബോണസ് നല്കുന്നതിന് പിന്നെയും വായ്പകൾക്ക് ഉഴറി.

പ്രാഥമിക സഹകരണസംഘങ്ങൾ അവ ക്രമമായി ഉത്പാദിപ്പിക്കുന്ന തുണികൾ ഹാൻടെക്സിനെയും ഹാൻഡ്‌വീവിനെയും ഏല്പിക്കുകയോ, സ്വന്തം വില്പനകേന്ദ്രങ്ങൾ വഴി വിറ്റുതീർക്കാൻ ശ്രമിക്കുകയോ ചെയ്യുന്നു. അപ്പെക്സ് സൊസൈറ്റിയുടെയോ കോർപ്പറേഷന്റെയോ ഓർഡർ ലഭിക്കാതിരിയ്ക്കുമ്പോൾ നെയ്ത്തുകാരെ എങ്ങനെ സംരക്ഷിക്കുമെന്നതാണ് സഹകരണസംഘങ്ങളുടെ മുഖ്യ സമസ്യ. ഹാൻഡ്‌ലൂം ഡയറക്ടറേറ്റിന്റെ അന്തസ്സാരശൂന്യമായ പത്രപരസ്യങ്ങളും കേന്ദ്ര ഗവൺമെന്റ് സ്ഥാപനമായ വീവേഴ്സ് സർവീസ് സെന്ററിന്റെ വിദഗ്ദ്ധ സാങ്കേതികോപദേശവും ഈ സമസ്യക്ക് മുമ്പാകെ അസംഗതമത്രേ.

തെരുവിലെ രാത്രി

ഏതോ ശാപം തന്റെ സമൂഹത്തെ ഗ്രസിച്ചുവെന്ന് വിലപിക്കുന്ന വാചാലനായ നെയ്ത്തുകാരനെ കണ്ടുമുട്ടിയത് നിശ്ശബ്ദതയിലേയ്ക്ക് ആഴ്ന്നുപോയ ഒരു ശാലിയത്തെരുവിൽ വെച്ചാണ്. അയാൾ പറഞ്ഞു: "ഈ വംശത്തിന് ഒരിക്കലും ഉയർച്ചയില്ല. നെയ്ത്തുകൊണ്ട് ഇന്നോളമാരും ഉയർന്നിട്ടില്ല; ഇനി ഉയരുകയുമില്ല, സംശയിക്കേണ്ട."

നെയ്ത്തു കുലത്തൊഴിലായ ശാലിയർ സാമാന്യമായി ദരിദ്രരാണെങ്കിലും മറ്റേതു വിഭാഗത്തിൽ ഉള്ളവരെക്കാളും ക്ഷമാശീലരും ഹൃദയശുദ്ധിയുള്ളവരുമാണെന്ന് സാഭിമാനം പറയുമ്പോൾ അയാളുടെ മുഖത്തിന് ഒരു ശൈശവനിഷ്കളങ്കത കൈവന്നു.

"ഇന്നിപ്പോൾ ഏത് സമുദായക്കാരനും നെയ്യാം. എന്നാൽ ഞങ്ങളെപ്പോലെ ആവില്ല, ഞങ്ങൾക്ക് നേരാംവണ്ണം ചെയ്യാൻ കഴിയുന്ന ഒരേയൊരു പണി നെയ്ത്താണ്."

സാമൂതിരി രാജാവ് ചേലകൾ നെയ്യിക്കുന്നതിനുവേണ്ടി തമിഴകത്തിൽനിന്ന് ആദരിച്ചു കൊണ്ടുവന്നവരിലാണ് ഈ കുലത്തിന്റെ അടിവേരുകൾ. തമിഴ്നാട്ടിൽ ചെട്ടിയാർ, മുതലിയാർ എന്നീ സംജ്ഞകളിലും കർണാടകയിൽ ഷെട്ടിയെന്നും അറിയപ്പെടുന്നവരെക്കൂടി കേരളത്തിലെ ശാലിയർ തങ്ങളുടെ ഗണത്തിൽ ചേർത്തു പരിഗണിക്കുന്നു. ദേവാംഗ,

പട്ടാര്യ എന്നിങ്ങനെയുള്ള പ്രാദേശിക തരംതിരിവുകൾ ഇന്നുമുണ്ട്. പട്ടുവസ്ത്രനിർമാണത്തിൽ കിടയറ്റവരാണ് ദേവാംഗ വിഭാഗക്കാർ. ബാലരാമപുരവും കാസർഗോഡുമാണ് ഇവരുടെ കേന്ദ്രങ്ങൾ. സമുദായത്തിന് മൊത്തം തൊണ്ണൂറ്റിയാറ് തെരുവുകളുണ്ട്. മിക്ക തെരുവുകളുടെയും രൂപവികാസം ഓരോ ക്ഷേത്രത്തെ വലയംചെയ്തുകൊണ്ടാണ്. അഷ്ടമച്ചാൽ ഭഗവതി, കോലസ്വരൂപം, ഭൂതനാഥൻ, ക്ഷേത്രപാലൻ, വീരഭദ്രൻ തുടങ്ങിയ മൂർത്തികളാണ് തെരുവുപാലകർ.

ചെറുപ്പംതൊട്ട് കുഴിത്തറികളിൽ നെയ്തുശീലിച്ച് മൂന്നുവർഷം മുമ്പ് തൊഴിലിനോട് വിടചൊല്ലിയ ഒരു വൃദ്ധൻ പഴയ നെയ്ത്തു സമ്പ്രദായം സമഗ്രമായി വിവരിച്ചുകൊണ്ട് പറഞ്ഞു: “അന്നു വല്ലവരും നെയ്യുന്നതു കണ്ടാൽ നിങ്ങൾ നാലുദിവസം ആ വഴി പോവില്ല.”

അയാൾ മറ്റെന്തിലുമുപരി നൂലിനെയും തറികളെയും ആരാധിക്കുന്ന. ചെറിയ കുട്ടികൾക്കുടുക്കാൻ കൂവക്കിഴങ്ങു പിഴിഞ്ഞ് നിറംചാലിച്ച് ചീറ്റാടകൾ നെയ്തതിന്റെയും വിഗ്രഹങ്ങളിൽ ചാർത്താനുള്ള തിരുവുടയാടകൾ കടുത്ത വ്രതാനുഷ്ഠാനങ്ങളോടെ തയ്യാറാക്കിയതിന്റെയും സ്മൃതികളുടെ സമൃദ്ധിയിൽ സ്വയം നഷ്ടപ്പെടുന്ന ഈ വൃദ്ധന്, നെയ്ത്ത് ജീവിതത്തിന്റെ ധർമ്മമെന്നോണം പ്രിയപ്പെട്ടതാണ്. എങ്ങനെയതു പഠിച്ചുവെന്ന് അയാൾ ഓർക്കുന്നില്ല. അമ്മയെയും അച്ഛനെയും അറിഞ്ഞുതുടങ്ങിയ നാളുകളിൽ തന്നെ റാട്ടും തറിയുമായി പരിചയിച്ചു. അവയായിരുന്നു കളിപ്പാട്ടങ്ങൾ. എന്തിനെന്നില്ലാതെ റാട്ടു തിരിച്ചും നൂൽച്ചുറ്റുകൾക്കിടയിൽ ഇഴഞ്ഞും തറിയുടെ ഒച്ചകേട്ടും വളർന്നു.

രാത്രി ഏറെ ഇരുണ്ടിരുന്നു. വീടിന്റെ ഉമ്മറത്ത് നേർത്ത വെളിച്ചത്തിൽ ചടഞ്ഞിരുന്ന് അയാളുടെ ഭാര്യയും ഒരു പെൺകുട്ടിയും റാട്ടുകൾ കറക്കുന്നുണ്ടായിരുന്നു. ഒരു കുട്ടി മുത്തച്ഛന്റെ മടിയിൽ കയറിയിരുന്നു. അയാളുടെ ഓർമ്മയിൽ ഇഴകൾ പൊട്ടിയപ്പോൾ സ്ത്രീ അവ കൂട്ടിച്ചേർത്തു. കുട്ടി മുത്തച്ഛന്റെ വാക്കുകൾ ചെവി കൂർപ്പിച്ച് കേട്ടു. അയാൾ പറഞ്ഞുകൊണ്ടിരുന്നത്, അതെ, അവനോടായിരുന്നു.

(മാതൃഭൂമി ആഴ്ചപ്പതിപ്പ്
1982 ഒക്ടോബർ 24-30)

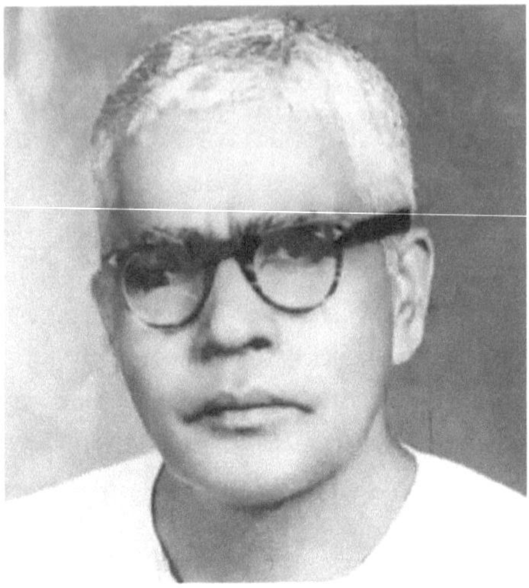

എത്രയെത്ര വ്യവഹാരങ്ങൾ

മേശ തുറന്നു, റിക്കാർഡു കെട്ടെടുത്തു, തന്നോടു കാര്യമില്ലാതെ തട്ടിക്കയറിയ കക്ഷിയുടെ മുമ്പിലേക്കുവെച്ച്, അഭിമാനിയായ ആ വക്കീൽ ഗുമസ്തൻ പറഞ്ഞു:

"ഇതാ നിങ്ങളുടെ റിക്കാർഡുകൾ. നാം തമ്മിലുള്ള ബന്ധം ഇതുമാത്രമാണ്. വേറെ ആരെയെങ്കിലും ഏല്പിച്ചുകൊള്ളു. പിന്നെ, കൃഷ്ണക്കുറുപ്പ് ഇടശ്ശേരി കുഞ്ഞിക്കുട്ടിയമ്മയുമായി സംബന്ധം തുടങ്ങിയപ്പോൾ അതിലുണ്ടാകാവുന്ന സന്താനം നിങ്ങളെക്കൊണ്ടു പുലർന്നുകൊള്ളാമെന്നു കരുതിയിട്ടുണ്ടാവുകയുമില്ല."

ഇടശ്ശേരിക്കളത്തിൽ കുഞ്ഞിക്കുട്ടിയമ്മ ആറുപെറ്റു. അവസാനത്തെ മകനായിരുന്നു ഗോവിന്ദൻനായർ. സാൾട്ട് ശിപായിയായ അച്ഛൻ മരിച്ചതിന്റെ അടുത്തയാണ്ടിൽ, പതിനഞ്ചാമത്തെ വയസ്സിൽ. വകയിലൊരു കാരണവരായിരുന്ന ശങ്കരൻനായരോടൊപ്പം വക്കീൽ ഗുമസ്തൻ പണി ശീലിക്കാൻ കുറ്റിപ്പുറത്തുനിന്ന് ആലപ്പുഴയ്ക്കുപോയി. എങ്ങനെയെങ്കിലും രണ്ടുരൂപയുണ്ടാക്കി ഒരു പുതപ്പുവാങ്ങുന്നതിന് അമ്മയ്ക്കു കൊടുത്തയയ്ക്കണമെന്ന ആഗ്രഹം മനസ്സിൽ നിറഞ്ഞുനിന്നു. അഞ്ചുമാസം കഴിഞ്ഞ് ഒരു ട്യൂഷനിലൂടെ തരപ്പെടുത്തിയ രണ്ടുരൂപ ശങ്കരൻനായരെ കാണാൻ വന്ന ഒരു കുറ്റിപ്പുറത്തുകാരന്റെ കൈയിൽ കൊടുത്തയച്ചു.

പക്ഷേ, അയാൾ കുറ്റിപ്പുറത്തെത്തുമ്പോൾ അമ്മ ഒരട്ടി മണ്ണുപുതച്ചു കിടക്കുകയായിരുന്നു. ജന്മം അതോടെ വീടാക്കടമായി അനുഭവപ്പെടുകയും ചെയ്തു.

അവൾക്കു കുളിരിനു കമ്പിളി നേടി-
പ്പിന്നീടെന്നോ ഞാൻ ചെൽകെ
ഒരട്ടി മണ്ണു പുതച്ചു കിടപ്പൂ
വീടാക്കടമേ മമ ജന്മം.

(ബിംബിസാരന്റെ ഇടയൻ)

ടി. ഗോപാലക്കുറുപ്പ് അനുസ്മരിക്കുന്നു: ഏതായാലും അമ്മയുടെ പുതപ്പിന്റെ കാര്യം അങ്ങനെ കഴിഞ്ഞു. മേലിൽ സ്വന്തം പുതപ്പിനു പരിശ്രമിക്കുകയേ വേണ്ടൂ. അഞ്ചുമാസവുംകൂടി ശങ്കരേട്ടന്റെ കീഴിൽ വക്കീൽ ഗുമസ്തൻ പണി പഠിച്ചു. പിന്നെ, വക്കീൽ എം. കൃഷ്ണമേനോന്റെ അസിസ്റ്റന്റ് ക്ലാർക്കായി ചേർന്നു. (ഇടശ്ശേരിയുടെ ചരിത്രം: ഷഷ്ടിപൂർത്ത്യുപഹാര ഗ്രന്ഥം).

ആലപ്പുഴയിൽ എട്ടുവർഷം റിക്കാർഡുകെട്ടുകൾക്കിടയിലായി കഴിഞ്ഞശേഷം ഇടശ്ശേരി 1929ൽ കോഴിക്കോട്ടുവന്ന് വക്കീൽ ടി. കുഞ്ഞിരാമമേനോന്റെ ഗുമസ്തനായി. അത് അത്ര നല്ലൊരു കാലമൊന്നുമായിരുന്നില്ല. ജോലി കുറവ്. വരുന്നതാണെങ്കിൽ ക്രിമിനൽ കേസുകൾ മാത്രവും. ഒരുവർഷം കഴിഞ്ഞപ്പോൾ ജോലി മടുത്ത് സിംഗപ്പൂരിലേയ്ക്ക് കപ്പൽ കയറാൻ തീർച്ചയാക്കി. ചരിത്രകാരന്റെ വാക്കുകൾ കേൾക്കുക; "ആ വഴിക്കു നന്നാവാൻ ഇടയുണ്ടായിരുന്നു. കൊണ്ടുപോകാൻ ആളുമുണ്ടായിരുന്നു. എല്ലാം ശരിയായി. പക്ഷേ, ഈശ്വരൻ അതിലേ ഒന്നു കടന്നുപോയി. കൊണ്ടുപോകാമെന്ന് ഏറ്റ മനുഷ്യൻ പെട്ടെന്നു മരിച്ചു."

ജീവിതത്തിലെ നിയോഗങ്ങളെ എങ്ങനെ മറികടക്കും? മുൻസിഫ് കോടതിയും മജിസ്ട്രേറ്റ് കോടതിയും വക്കീൽമാരും താലൂക്കുകച്ചേരിയും പോലീസ് സ്റ്റേഷനും സബ് രജിസ്ട്രാപ്പീസും മറ്റുമുള്ള പൊന്നാനി, ഇടശ്ശേരി ഗോവിന്ദൻ നായരെന്ന ഗുമസ്തനെ കാത്തുകിടക്കുകയായിരുന്നു. ഇടശ്ശേരി നിയോഗമനുസരിച്ച് അവിടെ എത്തിച്ചേരുകതന്നെ ചെയ്തു. അഡ്വക്കറ്റ് കെ. ശങ്കരമേനോന്റെ ഗുമസ്തജോലിയും പഞ്ചായത്തു കോടതികളിൽ സ്വന്തം പ്രാക്ടീസുമായി കുറച്ചുകാലം കഴിച്ചുകൂട്ടി. 1934 തൊട്ട് അവസാനകാലംവരെ അഡ്വക്കേറ്റ് കെ.വി. രാമൻമേനോന്റെ ഗുമസ്തനായി നിന്നു.

മനുഷ്യദീനതയുടെ ആഴം ഇടശ്ശേരിയറിഞ്ഞത് ഗുമസ്തവൃത്തിയിലൂടെയാണ്. അദ്ദേഹം പലപ്പോഴായി ഏറ്റുപറഞ്ഞിട്ടുള്ളതാണ് ഈ കട

പ്പാട്. 'പുത്തൻ കലവും അരിവാളും' എന്ന പ്രശസ്തത കൃതിക്കു കുറിച്ച മുഖവുര കാണുക:

'വിളജപ്തി, ക്ഷേത്രത്തിലെ മൃഗബലിപോലെ പലപ്പോഴും കാണാനിടവന്നിട്ടുണ്ട്. ഈ ദാരുണസംഭവം താരതമ്യേന കുറഞ്ഞുവരുന്നുണ്ട്. പുതിയ തലമുറയ്ക്ക് അവിശ്വസനീയമാംവിധം നിയമവിധേയമായ ക്രൂരതകളിൽ ഒന്നാണ് വിളജപ്തി. ഇതിൽ ബന്ധപ്പെട്ട മൂന്ന് കക്ഷികളെയും എനിക്ക് അടുത്ത പരിചയമുണ്ട്. കർഷകൻ, ജന്മി, കോടതി. ആ പരിചയഫലമാണ് ഈ കവിത.."

വിളജപ്തിപോലെതന്നെ പലപാട് തന്റെ മുമ്പിലൂടെ കടന്നുപോയ ഏകാന്തശോകങ്ങളായ രംഗങ്ങളുടെ സ്മരണകൾ പ്രേരണയായെന്ന് 'കുടിയിറക്ക്'ലിന്റെ അടിക്കുറിപ്പിൽ കാണാം. ഇമ്മട്ടിൽ പ്രകടമായ ചാർച്ച വെളിപ്പെടുത്താത്ത ഒട്ടനേകം രചനകളിലും വക്കീൽ ഗുമസ്തനെന്ന നിലയിൽ നേടിയ ജീവിതപരിചയം നിഴലിച്ചുനിൽക്കുന്നു. ഇനിയോർക്കാ

നുള്ളത് അദ്ദേഹം എഴുതിയൊരുക്കിയ പഴയ റിക്കാർഡുകളായാണ്. അവയിൽ രേഖപ്പെടുത്തിയ അതിസങ്കീർണമായ വ്യവഹാര നിമിത്തങ്ങളിൽ ഇടശ്ശേരിയിലെ കവിയെ നാം കാണുമോ ആവോ.

വക്കീൽഗുമസ്തന്മാരുടെ ലോകം മറ്റുള്ളവരുടെ പകയും പരാതികളും നിറഞ്ഞ് ഏറെ ഇരുണ്ടതാണ്. അവർ ദിനംപ്രതി എന്തെല്ലാം കാണുന്നു, കേൾക്കുന്നു...

അന്യായക്കാരൻ അച്ഛനാണ്: പ്രതി മകനും. സിവിൽ നിയമം ഏഴാം കല്പന ഒന്നാം ചട്ടം.

ഒന്നാംപ്രതിക്ക് മദ്രാസിൽ കച്ചവടമായിരുന്നു. പ്രതിയുടെ കച്ചവടാവശ്യത്തിലേയ്ക്കും മറ്റും വേണ്ടി മൂന്നു മാസത്തിനകം തിരിച്ചുവരാനുള്ള നിശ്ചയത്തിൻമേൽ പ്രതി അന്യായക്കാരനോട് 1200 ക. രൊക്കം കടമായി ആവശ്യപ്പെടുകയും അതുപ്രകാരം 1200 ക. അന്യായക്കാരൻ പ്രതിക്ക് മണിയോർഡറായി അയച്ചുകൊടുക്കുകയും ആ സംഖ്യ പ്രതി കൈപ്പറ്റുകയും ചെയ്തിരുന്നു. മേൽപ്രകാരം പ്രതി അന്യായക്കാരനോട് വാങ്ങിയ 1200ക. മൂന്നുമാസത്തിനകം തിരികെ തരുന്നതാണെന്ന് പ്രതി അന്യായക്കാരനോട് ഏറ്റു വാഗ്ദത്തം ചെയ്യുകയും ചെയ്തിരുന്നു. നിശ്ചയപ്രകാരമുള്ള അവധി കഴിഞ്ഞു. മേൽപ്രകാരം പ്രതി അന്യായക്കാരനോട് വാങ്ങി കടപ്പെട്ട സംഖ്യ പ്രതി അവധിക്കകമോ ഇതുവരേക്കോ അന്യായക്കാരനു പുക്കിച്ചിട്ടില്ല. മേൽപ്രകാരം വരേണ്ടുന്ന സംഖ്യ തീർത്തുതരുവാനായി അന്യായക്കാരൻ പ്രതിയോട് പലപ്പോഴും ആവശ്യപ്പെട്ടതിൽ പ്രതി വഴിപ്പെട്ടുവരുന്നതല്ലാതെ അപ്രകാരം ചെയ്യുന്നില്ല. അതിനാൽ മേൽപ്രകാരം പ്രതിയാൽ അന്യായക്കാരന് വരേണ്ടും സംഖ്യ പ്രതിയാൽ അന്യായക്കാരന് വരേണ്ടും സംഖ്യ വസൂൽ ചെയ്തുകിട്ടാനുള്ള ഈ വ്യവഹാരത്തിന് കാരണമായിരിക്കുന്നു.

മറ്റൊന്ന്: എഗ്രിമെന്റിലെ നിശ്ചയപ്രകാരം ബാക്കി പ്രതിഫലം പ്രതിക്ക് കൊടുത്ത് ജന്മാധാരം രജിസ്ട്രാക്കിച്ചുവാങ്ങാൻ അന്യായക്കാരൻ എപ്പോഴും ഒരുക്കമായിരുന്നു. ബാക്കി പ്രതിഫലം വാങ്ങി പട്ടികയിലെ വസ്തുവിനെ സംബന്ധിച്ച ആധാരം രജിസ്ട്രാക്കിച്ചുതരുവാനായി അന്യായക്കാരൻ പ്രതിയോട് ആവശ്യപ്പെട്ടതിനാൽ പ്രതി ഒഴികഴിവുകൾ പറഞ്ഞ് കരാറിൽനിന്ന് പിന്മാറുന്നതായി അന്യായക്കാരന് ബോധ്യമാവുകയും അതിനെത്തുടർന്ന് ബാക്കി പ്രതിഫലം വാങ്ങി അന്യായക്കാരന്റെ പേരിൽ ജന്മാധാരം രജിസ്റ്റർ ചെയ്തു തരുവാൻ ആവശ്യപ്പെട്ടുകൊണ്ട് അന്യായക്കാരൻ പ്രതിക്ക് അഡ്വക്കറ്റ് മുഖേന റജിസ്റ്റർ നോട്ടീസയയ്ക്കുകയും ചെയ്തിരുന്നു. ആ നോട്ടീസ് പ്രതി വാങ്ങാൻ

മനസ്സില്ലെന്ന് പറഞ്ഞ് മടക്കിയിരിക്കുന്നു. മാത്രമല്ല, എഗ്രിമെന്റിലെ നിശ്ച യപ്രകാരം ബാക്കി പ്രതിഫലം വാങ്ങി അന്യായക്കാരന് പട്ടികയിലെ വസ്തുവിനെ സംബന്ധിച്ച ആധാരം രജിസ്ട്രാക്കിച്ചുതരുവാൻ ഒരുക്ക മല്ലെന്ന് പ്രതി അന്യായക്കാരനോടു നേരിട്ട് പറയുകയും ചെയ്തിരിക്കു ന്നു.

ഇനിയുമൊന്ന്: ഹരജി നേരോ ക്രമമോ നിലനില്ക്കത്തതോ അല്ല. വിവാഹബന്ധം വേർപെടുത്തിക്കിട്ടാനായി ഹരജിയിൽ പറഞ്ഞ കാര ണങ്ങൾ ശരിയല്ല. ഹരജിക്കാരൻ എതിർകക്ഷിയെ സുഖക്കേടായപ്പോൾ എതിർകക്ഷിയുടെ അച്ഛൻ താമസിക്കുന്ന വീട്ടിലേയ്ക്ക് കൊണ്ടാക്കി യതാണ്. ഹരജിക്കാരൻ ചികിത്സയ്ക്കും മറ്റാവശ്യമായ ചെലവിനും തന്നി ട്ടില്ല. എതിർകക്ഷിയോട് ഹരജിക്കാരൻ ക്രൂരമായി പെരുമാറിയിരുന്നു. അതുകൊണ്ട് കോടതി ദയവുചെയ്ത് പ്രതികളെ ഒരു ശാശ്വതനിരോ ധന വിധിമൂലം തടസ്സപ്പെടുത്തിത്തരുവാനും ഈ കാര്യത്തിലെ കോട തിച്ചെലവ് പ്രതികൾ അന്യായക്കാരന് തരുവാനും വ്യവഹാരമദ്ധ്യേ അന്യായക്കാരൻ അപേക്ഷിക്കുന്നതും കോടതി അനുവദിക്കുന്നതുമായ മറ്റു നിവൃത്തികൾ നൽകിയും വിധി ഉണ്ടാവാൻ അപേക്ഷിക്കുന്നു.

വ്യവഹാരം നടക്കുന്നത് കോടതിയിലാണെങ്കിലും അതിന്റെ തുടക്കം, കക്ഷി ഗുമസ്തന്റെ മുന്നിൽ ചെന്നുനിന്ന് കേസിന് ആസ്പദമായ വസ്തു തകളെല്ലാം ഒരു ഭാരമിറക്കിവെക്കുന്നതുപോലെ തുറന്നുപറയുന്നതോ ടെയാണ്. ആ സമയത്ത് കക്ഷിക്ക് ലോകത്തിൽ ഏറ്റവുമധികം വിശ്വാസം തന്റെ മുന്നിലുള്ള വക്കീൽ ഗുമസ്തനെയാവും. അയാൾ എല്ലാം ഗുമ സ്തനെ പറഞ്ഞ് ധരിപ്പിക്കുന്നു. തന്റെ മനസ്സ് മറ്റാരുടെ മുന്നിലും അയാൾ ഇതുപോലെ തുറന്നുകാണിച്ചിട്ടില്ല. ആയിരക്കണക്കിന് രൂപയുടെ പ്രോമി സറിനോട്ടുപോലെ അതിരഹസ്യമായി സൂക്ഷിച്ച രേഖകൾ തികഞ്ഞ വിശ്വാസത്തോടെ അയാൾ ഗുമസ്തന്റെ മേശപ്പുറത്തു നിരത്തുന്നു. അവ യുടെ സുരക്ഷിതത്വത്തെക്കുറിച്ച് ഇപ്പോൾ അയാൾക്ക് ആശങ്കയില്ല. അവ കൈപ്പറ്റിയെന്നതിനുള്ള രശീതി ആർക്കുവേണം? വിശ്വാസക്കുറവ് ഉണ്ടെ ങ്കിലല്ലേ?

**

“ഞങ്ങളുടെ ജീവിതത്തിൽ എന്നും ദുഃഖങ്ങളും പ്രശ്നങ്ങളുമാണ്.” വ്യവഹാര പരിചയം ഏറെയുള്ള പ്രായംചെന്ന ഒരു വക്കീൽ ഗുമസ്തൻ പറഞ്ഞു: “സന്തോഷിച്ചുംകൊണ്ട് ആളുകൾ കേറിവരില്ലല്ലോ ഞങ്ങളുടെ മുറിയിലേയ്ക്ക്. വന്നുകഴിഞ്ഞാലോ, അവരുടെ പ്രശ്നങ്ങളും സങ്കട ങ്ങളും ഞങ്ങളുടേതു കൂടിയാകുന്നു.”

വാസ്തവം. മറ്റുള്ളവരുടെ തീക്ഷ്ണദുഃഖങ്ങളിൽ സഹതപിക്കുകയോ, പങ്കാളിയാവുകയോ ചെയ്യാതെ യാന്ത്രികമായി നിർവഹിക്കാവുന്ന ഒന്നല്ല ഗുമസ്തവൃത്തി. എന്നാൽ തന്റെ കക്ഷിയുടെ അന്യായം "നേരോ ക്രമമോ നിലനിൽക്കത്തക്കതോ" അല്ലെന്ന് ബോദ്ധ്യപ്പെട്ടുകഴിഞ്ഞാലും അയാൾക്കുവേണ്ടി ദൗത്യം നിറവേറ്റേണ്ടി വരുമ്പോൾ വക്കീൽ ഗുമസ്തന് നിസ്സംഗനാകാതെ വയ്യതാനും.

പഴയ തലമുറയിൽപ്പെട്ട ഗുമസ്തന്മാർ മിക്കവരും കക്ഷികളെ ന്യായം ബോദ്ധ്യപ്പെടുത്താൻ ശ്രമിക്കാറുണ്ടായിരുന്നു. പരിചയസമ്പന്നനായ ഒരു വക്കീൽ ഗുമസ്തന് കക്ഷിയുടെ പ്രഥമവിശദീകരണം തീരുന്നതോട, കേസിന്റെ "ലൈൻ" പിടികിട്ടും. ജയിക്കുമോ, വിധി പ്രതികൂലമാകുമോയെന്ന് അയാൾക്ക് നിരവധി വർഷത്തെ പരിചയംകൊണ്ട് ശരിയായിത്തന്നെ ഊഹിക്കാൻ കഴിയും. അവിവേകമോ, വൈരാഗ്യമോ ദുശ്ശാഠ്യമോ ഒക്കെയായി വരുന്ന കക്ഷികളെ സാവകാശം കാര്യങ്ങൾ ധരിപ്പിക്കാൻ അവർ ശ്രമിക്കും. അത് ഗുമസ്തന്റെ ചുമതലയായി കണക്കാക്കപ്പെട്ടിരുന്നു. എന്നാൽ എല്ലാവരും അതു ചെയ്യാറില്ല; കക്ഷി വേറെ ഗുമസ്തനെയും വക്കീലിനെയും സമീപിച്ചാലോ എന്ന ആശങ്കകൊണ്ട്.

ഈ ആശങ്ക അസ്ഥാനത്തല്ല. അവനെ, അവളെ, അല്ലെങ്കിൽ അവരെ ഒരു പാഠം പഠിപ്പിച്ചേ അടങ്ങൂ എന്ന് വാശിപിടിച്ചു വരുന്ന കക്ഷിയോട് ന്യായം മറുപക്ഷത്താണെന്ന് പറയുന്നത് ഗുമസ്തനെയും അയാളുടെ വക്കീലിനെയുമാണ് പ്രതികൂലമായി ബാധിക്കുക. കക്ഷിയുടെ കോപം പ്രസ്തുത ഗുമസ്തന്റെ നേർക്ക് തിരിയാനും മതി. ഈ സാദ്ധ്യതകൾ നിലനിൽക്കെ തന്നെ, ദുർവാശിക്കാരായ കക്ഷികളെ നിയമത്തിന്റെ ചുറ്റിച്ചുഴലുന്ന വഴികളിലേയ്ക്കും ഒരുപക്ഷേ, വിനാശത്തിലേയ്ക്കുതന്നെയും നയിക്കാതെ വിവേകപൂർവ്വമായ വീണ്ടുവിചാരത്തിനു പ്രേരിപ്പിക്കുകയെന്നതായിരുന്നു പഴയ തലമുറയിലെ വക്കീൽ ഗുമസ്തരുടെ രീതി. അങ്ങനെയാണ് വെറും വക്കീൽ ഗുമസ്തനെന്ന നിലയിൽനിന്ന് ഇടശ്ശേരിയെപ്പോലെ നിഷ്പക്ഷമതിയായ നാട്ടുകാര്യസ്ഥനായി പലരും ഉയർന്നത്. ആളുകൾ അവരെ അറിഞ്ഞാദരിച്ചുപോന്നു.

**

ഒരു കൗതുകവാർത്തയായി തോന്നാം, ഇവിടെ ആദ്യമുണ്ടായത് വക്കീലല്ല, വക്കീൽ ഗുമസ്തനാണ്. 175 വർഷം മുമ്പ് തലശ്ശേരിയിൽ ആദ്യത്തെ കോടതി നിലവിൽവരുമ്പോൾ (Zillah court of North Malabar Division - 1807) ഗൗൺ ഉലച്ച് ശബ്ദമുണ്ടാക്കുന്ന വംശം രൂപപ്പെട്ടു കഴിഞ്ഞിരുന്നില്ല. പ്രാപ്യമായ അകലങ്ങളിൽ ലോ കോളേജുകളുണ്ടായതും നിയ

മബിരുദധാരികളുടെ പരിഷ്കൃതസമൂഹങ്ങൾ വളർന്നതും പിന്നീടാണ്. എന്നാൽ അതിനുമുമ്പും തലശ്ശേരി കോടതിയിൽ കേസുകൾ നടന്നിരുന്നു. അക്കാലങ്ങളിൽ കക്ഷികൾക്കുവേണ്ടി കോടതിയിൽ ഹാജരായിരുന്നത് പരിസരപ്രദേശങ്ങളിലെ വിദ്യാഭ്യാസം നേടിയ പൊതുകാര്യപ്രസക്തമരായിരുന്നു. അതുവഴി പൗരമുഖ്യന്മാരെന്ന നിലയ്ക്കുള്ള കടമ നിറവേറ്റുകയായിരുന്നു അവർ. വക്കീൽ ഗുമസ്തന്മാരുടെ ദീർഘചരിത്രം അവരിൽ നിന്നുതുടങ്ങുന്നു.

ആദ്യകാല ഗുമസ്തന്മാർ അതത് ദേശങ്ങളിൽ ആഴത്തിൽ വേരുകളുള്ള സാത്വികരായിരുന്നു. വ്യവഹാരം മാത്രമല്ല, നാട്ടുകാര്യങ്ങളൊക്കെയും അവരുടെ സാന്നിദ്ധ്യവും പങ്കാളിത്തവും ആവശ്യപ്പെട്ടു. നേരുപറഞ്ഞാൽ കൈകാര്യം ചെയ്യാനുള്ള അനേകം പ്രശ്നങ്ങളിൽ ഒന്നുമാത്രമായിരുന്നു അവർക്ക് വ്യവഹാരം. ഗൃഹമഹിമയും സാമ്പത്തിക സുസ്ഥിതിയും അവരുടെ പൊതു സാഹചര്യങ്ങളായിരുന്നു. സാമൂഹിക ജീവിതത്തിൽ അവർ നിർണായക സ്വാധീനം ചെലുത്തി. വക്കീൽമാരിൽനിന്ന് വേറിട്ടായിരുന്നു അവരുടെ നിലനില്പ്. കോടതികളോടും കക്ഷികളോടും മാത്രം അവർ വിധേയത്വം പുലർത്തി. കക്ഷികൾ കേസ് ഏല്പിച്ചിരുന്നത് ഗുമസ്തന്റെ കൈയിലാണ്. അക്കാലങ്ങളിൽ വക്കീൽമാരുടെ രഹസ്യചിന്ത ഒരു നല്ല ഗുമസ്തനെ നേടുകയെന്നതായിരുന്നു. കഴിവുറ്റ ഒരു ഗുമസ്തൻ ഉണ്ടായിക്കഴിഞ്ഞാൽ വക്കീൽ ജയിച്ചുവെന്ന് പറയാം. അയാൾ പിന്നെ ഗൗൺ ധരിച്ച് തയ്യാറാകുകയേ വേണ്ടൂ.

ടി. പത്മനാഭന്റെ 'പഴയ കുതിര'കളിലെ കഥാപാത്രത്തെ ഓർമ്മയുണ്ടോ? വെളുത്ത് സുന്ദരനായ ഗോപാലൻ ഗുമസ്തൻ. നെറ്റിയിൽ വലിയ ചന്ദനപ്പൊട്ടും മുഖംനിറയെ പുഞ്ചിരിയുമായി വരുന്ന ഗോപാലൻ ഗുമസ്തൻ. ആ അല്പാക്കിന്റെ കോട്ടും തൊപ്പിയും... കേസ് അല്പം പ്രയാസമുള്ളതാണോ, കക്ഷികൾ പറയും ഗോപാലൻ ഗുമസ്തൻ കോടതിയിൽ വരണം. അപ്പോൾ ഗോപാലൻ ഗുമസ്തൻ ചോദിക്കും: അതെന്തിനാ? കേസ് വാദിക്കുന്നത് വക്കീലല്ലേ? ഞാനെന്തിനാ? കക്ഷികൾ പറയും: അതുപോരാ. ഗോപാലൻ ഗുമസ്തൻ വന്നാലേ... അവരുടെ ആത്മാർത്ഥമായ വിശ്വാസമായിരുന്നു അത്...

അവിടെ കോടതി വരാന്തയിൽ വാതിലിന്നരികിലായി അല്പം ഇടത്തോട്ട് ചാഞ്ഞ് കേസ് ശ്രദ്ധിച്ചുകൊണ്ട് ഗോപാലൻ ഗുമസ്തൻ നില്ക്കുന്നു. കക്ഷികൾ വന്ന് അപേക്ഷാ ഭാവത്തിൽ ചെവിയിൽ മന്ത്രിക്കുമ്പോൾ നീരസത്തോടെ അവരെ വിലക്കുന്നു... ബുദ്ധിമുട്ടിക്കല്ലേ, ഞാൻ കേൾക്കട്ടെ. മുൻസിഫിന്റെയും വക്കീലിന്റെയും മുഖത്ത് മാറിമാറി നോക്കിക്കൊ

ണ്ടിരിക്കുന്ന കക്ഷി ഇടയ്ക്ക് ഒരു നാടകീയരംഗം വരുമ്പോൾ, ആകാംക്ഷയോടെ ഗോപാലൻ ഗുമസ്തനെ നോക്കുന്നു. എന്താണ് ഗോപാലൻ ഗുമസ്തന്റെ മുഖഭാവം? ഗോപാലൻ ഗുമസ്തൻ പുഞ്ചിരിച്ചുകൊണ്ട് തല കുലുക്കുന്നു; ജയിച്ചുവെടോ, നിന്റെകേസ് ജയിച്ചു...

പക്ഷേ, ഇതൊക്കെ വളരെ മുമ്പായിരുന്നില്ലേ!

പഴയ നാളുകളിൽ വക്കീൽ ഗുമസ്തന് കല്പിക്കപ്പെട്ടിരുന്ന പ്രസക്തി ഗുമസ്തന്മാരുടെ പുതിയ തലമുറയ്ക്ക് ഏതാണ്ട് അപരിചിതമാണെന്നു തന്നെ കരുതേണ്ടിയിരിക്കുന്നു. അതിന്റെ മുഖ്യഹേതു ഇന്ന് ഗുമസ്തവൃത്തി സ്വീകരിക്കുന്നവരുടെ സാമൂഹ്യ പശ്ചാത്തലം, പഴയ തലമുറയുടേതുപോലെ സമ്പന്നമോ പ്രൗഢമോ അല്ലെന്നതാണ്. മെച്ചപ്പെട്ട തൊഴിലിന് അവസരം ഇല്ലാതെയും, വേറൊന്ന് തിരഞ്ഞെടുക്കാനില്ലാതെയും ഓരോ വക്കീലിന്റെ തണലിൽ ഇരിപ്പുറപ്പിച്ചവരാണ് ഇന്ന് കാണാവുന്ന ഗുമസ്തന്മാരിലധികവും. അതുകൊണ്ടുതന്നെ കക്ഷികളുമായോ, കോടതികളുമായോ പഴയകാലത്ത് നിലനിന്നിരുന്ന ബന്ധം അവർക്കില്ല. നല്ല ഒരു വക്കീലിന്റെ ഗുമസ്തനാവുകയെന്നതാണ് ഇന്നുള്ളവരുടെ തീവ്രമോഹം. വക്കീലിന്റെ ജോലിക്കാരായി അവർ മാറിയിരിക്കുന്നു. കക്ഷികൾ അവർക്ക് നൽകുന്ന പരിഗണനന ആ ധാരണയിലാണ്. ഗുമസ്ത ജോലിയെ സംബന്ധിച്ച കാഴ്ചപ്പാടിന് വർഷങ്ങൾകൊണ്ടുണ്ടായ മാറ്റങ്ങൾ, രണ്ടു തലമുറകളുടെ പ്രതിനിധികളുമായി സംസാരിച്ചാൽ പെട്ടെന്ന് മനസ്സിലാകും. കൊലക്കുറ്റം ആരോപിക്കപ്പെട്ടവർക്കുപോലും കോടതികളിൽ ഇരിപ്പിടങ്ങൾ അനുവദിക്കുമ്പോൾ, റിക്കാർഡുകെട്ടുകളുമേന്തി വിചാരണകളിൽ ഭാഗഭാക്കാവുന്ന വക്കീൽ ഗുമസ്തൻ രണ്ടുകാലിൽ നിന്നേ മതിയാകൂ എന്ന വ്യവസ്ഥ ചെറുപ്പക്കാരെ അമർഷം കൊള്ളിക്കുന്നു. എന്നാൽ പഴയ തലമുറയിൽ ഉൾപ്പെടുന്നവർ അതു നീതികേടായല്ല, കോടതികളിൽ അനിവാര്യമായും പാലിക്കേണ്ട അച്ചടക്കത്തിന്റെ ഭാഗമായാണ് കരുതുന്നത്. ഇരിപ്പിടങ്ങൾ ഉണ്ടായാൽ തന്നെ അവർ ഇരിക്കില്ല. അത്രയ്ക്ക് ഗാഢമാണ് അവർക്ക് കോടതിയോടുള്ള ആദരവ്.

മുമ്പ് സായ്വിന്റെ കോടതിയിൽ ഗുമസ്തന് കോട്ടും തലക്കെട്ടും നിർബന്ധമായിരുന്നു. സായ്വ് പോയപ്പോൾ ആ നിഷ്ഠയും പോയി. ഇന്ന് ഗുമസ്തന്മാരുടെ വേഷം അന്നന്ന് അവർ നിശ്ചയിക്കുന്നതാണ്. എന്നാൽ സായ്വിന്റെ കാലം തൊട്ടുള്ള ചില സീനിയർ ഗുമസ്തന്മാരെ ഇപ്പോഴും പഴയ വേഷത്തിൽ കാണാം. അവരുടെ വസ്ത്രങ്ങൾ പഴകിയിരിക്കുന്നു.

**

കേരള ഗസറ്റിൽ 16.12.58ന് പ്രസിദ്ധീകൃതമായ (നമ്പർ 49) വക്കീൽ ഗുമസ്തന്മാർക്ക് ബാധകമായ നിയമങ്ങൾക്ക് (The Civil Rules of Practice-Appendix V)ഏറെ വ്യാപ്തിയില്ല. ഗുമസ്തന്മാരെ അവരറിയാതെ രജിസ്റ്റർ ചെയ്യാനും, അതേപോലെ ജോലിയിൽനിന്ന് നീക്കാനും വക്കീലിന് അവസരം നല്കുന്നു, 'പ്ലീഡേഴ്സ് ക്ലാർക്സ് റൂൾസ്' എന്നു വിവക്ഷിക്കപ്പെടുന്ന ഈ നിയമസംഹിത. ഒരു വക്കീലിന് രണ്ടു ഗുമസ്തന്മാരെ ഇതുപ്രകാരം നിയമിക്കാം. അവർ കടബാദ്ധ്യതകളുള്ളവരോ, കേസുപിടിയന്മാരോ, വിശ്വാസവഞ്ചകരോ, സർക്കാർ ജോലിയിൽനിന്ന് ഗുരുതരമായ ആരോപണങ്ങളോടെ പിരിച്ചുവിടപ്പെട്ടവരോ ആകരുതെന്ന് നിഷ്കർഷയുണ്ട്. അവരുടെ സ്വഭാവഗുണം വക്കീൽ സാക്ഷ്യപ്പെടുത്തും. അതിന് മുമ്പ് വേറെ അഭിഭാഷകന്റെ ഗുമസ്തനായിരുന്നുവെങ്കിൽ അയാൾ നല്കുന്ന സ്വഭാവസർട്ടിഫിക്കറ്റുകൂടി പുനർനിയമനത്തിന് ആവശ്യമാണ്. രജിസ്ട്രേഷനു നൽകേണ്ടിയിരുന്ന ഒരു രൂപ ഇപ്പോൾ വേണ്ട. വർഷംതോറും രജിസ്ട്രേഷൻ കാർഡ് പുതുക്കേണ്ടതുണ്ട്. കോടതികളുമായും അഭിഭാഷകരുമായുള്ള വക്കീൽ ഗുമസ്തന്റെ ബന്ധത്തിന് തെളിവ് ഈ കാർഡ് മാത്രമാണ്.

വക്കീൽ ഓഫീസുകളിൽ ജീവിതകാലം മുഴുവൻ ജോലി ചെയ്ത് കഴിയുന്ന നീതിന്യായവകുപ്പിന്റെ അവിഭാജ്യഘടകമായ തങ്ങൾക്ക് നീതി ലഭിക്കുന്നില്ലെന്ന് ഗുമസ്തന്മാരൊക്കെയും ഒരേ സ്വരത്തിൽ പരാതിപ്പെടുന്നു. ഇതിന് നിരവധി നിമിത്തങ്ങളും ചൂണ്ടിക്കാട്ടാനുണ്ട്. അഭിഭാഷകൻ തന്റെ ഗുമസ്തന് വേതനം നൽകുന്നുവെന്ന തെറ്റായ ധാരണയാണ് മിക്ക കക്ഷികൾക്കും. ഒരു കേസ് ഫയൽ ചെയ്യുന്ന അവസരത്തിൽ മാത്രമേ കക്ഷിയും ഗുമസ്തനും തമ്മിൽ ഇടപാടുകളുള്ളൂ. പക്ഷേ, ദീർഘകാലം ആ കേസിന്റെ അനേകവിചാരണകൾ വക്കീൽ ഗുമസ്തന് നോക്കേണ്ടിവരുന്നു. കേസിന് കോടതിയിൽ ഹാജരാകുമ്പോഴെല്ലാം വക്കീലിന് ഫീസ് കിട്ടും. എന്നാൽ ഗുമസ്തനോ? കേസിന്റെ വിധി തീർപ്പുകൾക്കുശേഷം കക്ഷി ഗുമസ്തനുമായി ബാദ്ധ്യതകൾ തീർക്കുന്ന പതിവില്ല.

മറ്റ് തൊഴിലാളികൾക്കുള്ള പ്രോവിഡന്റ് ഫണ്ട്, ഗ്രാറ്റ്വിറ്റി, ജോലി സ്ഥിരത, ക്ലിപ്തമായ ജോലിസമയം, ഇൻഷ്വറൻസ്, ചികിത്സാസൗകര്യങ്ങൾ എന്നിവയൊന്നും വക്കീൽ ഗുമസ്തന്മാരുടെ നിയമനചട്ടങ്ങളിലില്ല.

ഏതാനും വർഷം മുമ്പ് അനധികൃതമായി പിരിച്ചുവിടപ്പെട്ട ഒരു

വക്കീൽ ഗുമസ്തൻ അഭിഭാഷകനിൽനിന്ന് നഷ്ടപരിഹാരം ആവശ്യപ്പെട്ടുകൊണ്ട് ഹൈക്കോടതിയിൽ ഒരു റിട്ട് ഫയൽ ചെയ്യുകയുണ്ടായി. പക്ഷേ, അത് ഫലപ്രദമായില്ല. അംഗീകൃത നിർവചനത്തിലുള്ള തൊഴിലാളിയായി വക്കീൽഗുമസ്തനെ പരിഗണിക്കാൻ നിവൃത്തിയില്ലെന്നായിരുന്നു വിധി. തങ്ങൾക്കുതന്നെ നിശ്ചിതവരുമാനമില്ലെന്നിരിക്കെ, ഫാക്ടറി തൊഴിലാളികളെയോ സർക്കാർ ജീവനക്കാരെയോ പോലെ, വേതനമുൾപ്പെടെയുള്ള എല്ലാ ആനുകൂല്യങ്ങളും നല്കി ഗുമസ്തന്മാരെ സംരക്ഷിക്കുക അസംഭവ്യമാണെന്ന് ഒരു അഭിഭാഷകൻ തീർത്തുപറഞ്ഞു. പക്ഷേ, വക്കീൽ ഗുമസ്തന്മാരെപ്പറ്റി അദ്ദേഹത്തിന് അങ്ങേയറ്റം മതിപ്പുണ്ട്: "അവർ സ്വതന്ത്രമായി ജോലി ചെയ്യുന്നു, പ്രതിഫലം പറ്റുന്നു. അതെത്രയാണെന്ന് എനിക്കറിഞ്ഞുകൂട. ഞങ്ങൾ തമ്മിലുള്ളത് വിചിത്രമായ ഒരു ബന്ധമാണ്. പരസ്പരം ആശ്രയിക്കാതെ വയ്യ..."

തങ്ങളുടെ കഴിവുറ്റ ഗുമസ്തന്മാരുമായി കേസുകൾ വിശദമായി ചർച്ച ചെയ്യുകയെന്നത് മിക്ക അഭിഭാഷകരുടെയും ശീലമാണ്. അഭിഭാഷകരെക്കാൾ നിയമപരിജ്ഞാനം അവകാശപ്പെടാവുന്ന നിരവധി ഗുമസ്തന്മാരുണ്ട്. കോടതികളിൽ അവരുടെ സാന്നിദ്ധ്യം വിലമതിക്കപ്പെടുന്നു. വിസ്താരത്തിനിടയിൽ സംശയാലുമാകുന്ന വക്കീലിനെ ബഹുമാനപ്പെട്ട കോടതി "നിങ്ങളുടെ ഗുമസ്തനോട് ചോദിക്കൂ" എന്ന് ഉപദേശിക്കുന്ന സന്ദർഭങ്ങളും വിരളമല്ല.

ക്രിമിനൽ കേസുകളോട് വക്കീൽ ഗുമസ്തൻമാർക്ക് പൊതുവെ പ്രതിപത്തിയില്ല. അവർ സർവ്വാത്മനാ ആഗ്രഹിക്കുന്നത് സിവിൽ വ്യവഹാരങ്ങളാണ്. ക്രിമിനൽ കേസുകൾ പ്രോസിക്യൂഷനും പ്രതിഭാഗവുമായി വേർതിരിയുന്നതുകൊണ്ട് പ്രതിയുടെ ജാമ്യഹർജി സമർപ്പിക്കുക, വിചാരണനാൾ അറിയുക, പ്രതി ഹാജരാവേണ്ട ദിവസം ഹാജരായില്ലെങ്കിൽ ആബ്സെൻസ് പെറ്റീഷൻ തയ്യാറാക്കി കോടതിയിൽ എത്തിക്കുക തുടങ്ങിയ നിസ്സാര ജോലികൾ മാത്രമേ വക്കീൽ ഗുമസ്തന് ചെയ്യാനുള്ളൂ. ഇവയ്ക്കു കിട്ടുന്ന പ്രതിഫലം തുച്ഛമായിരിക്കും. വക്കീൽ ഗുമസ്തന് തന്റെ നിയമപാണ്ഡിത്യവും ഭാഷാചാതുരിയും പ്രയോഗിക്കാനുള്ള സന്ദർഭമുണ്ടാവുക സിവിൽ കേസുകളിലാണ്. അന്യായമൊരുക്കി വക്കീലിന്റെ അനുമതി തേടി പ്രതികളുടെ എണ്ണത്തിന് പകർപ്പുകളെടുക്കുക, സമൻസുകൾ തയ്യാറാക്കുക, അന്യായത്തോടൊപ്പം വെയ്ക്കേണ്ട രേഖകളുടെ പകർപ്പുകൾ തീർക്കുക, പത്രികയ്ക്ക് അവധി വാങ്ങുക, കോടതിയിലെ നീക്കങ്ങൾ ഓരോന്നും ശ്രദ്ധിച്ച് കക്ഷിയെ തക്കസമയത്ത് അറിയിക്കുക എന്നിങ്ങനെ സിവിൽ വ്യവഹാരങ്ങളിൽ ഗുമസ്തന്റെ ചുമ

തലകൾ നിരവധിയാണ്. ഇവയത്രയും ചിട്ടയിലും വെടിപ്പിലും നിർവ ഹിക്കപ്പെടുന്നതിനു കക്ഷി ഗുമസ്തനുമായി "നല്ല" ബന്ധം പുലർത്തിയേ മതിയാകൂ.

ഭൂപരിഷ്കരണനിയമം നിലവിൽ വന്നതിനെത്തുടർന്ന് വസ്തുതർക്ക ങ്ങളും സിവിൽ കേസുകളും ഗണ്യമായി കുറഞ്ഞതാണ് വക്കീൽ ഗുമ സ്തന്മാർ അറിഞ്ഞ സ്വകാര്യ ദുരന്തം. വർഷങ്ങൾക്കുമുമ്പ് ഗ്രാമങ്ങളിലെ സമ്പന്നരുടെ ജീവിതം കോടതികളുമായി ഏറെ അടുപ്പം സ്ഥാപിച്ചു കൊണ്ടായിരുന്നു. കോടതികളിൽ ഒരിക്കലും അവസാനിക്കാത്ത വ്യവ ഹാരങ്ങൾ തറവാട്ടുകാരണവരുടെ പ്രൗഢസങ്കല്പങ്ങളിൽ വീര്യം പകർന്നു. ചതുരംഗത്തോടും കഥകളിയോടുമല്ല, കോടതികളോടായിരു ന്നു മിക്ക കാരണവന്മാർക്കും ഭ്രമം. കോടതികളിൽനിന്നുള്ള സമൻസു കൾക്കും വക്കീലിന്റെ അറിയിപ്പുകൾക്കും വിചാരണകൾക്കും വിധിന്യാ യങ്ങൾക്കുമിടയിൽ പാടേ നഷ്ടപ്പെട്ടുകഴിഞ്ഞു ആ തലമുറ.

ഹുണ്ടിക ഇടപാടുകൾ നിയമംമൂലം തടയപ്പെട്ടതാണ് കേസുകൾ കുറയാനിടയാക്കിയ മറ്റൊരു സാഹചര്യം. സംഘടിതമായ സാമൂഹ്യപ രിഷ്കരണയത്നങ്ങളെ തുടർന്ന് കോടതികളുടെ പ്രവർത്തനപരിധി ചുരു ങ്ങിയിട്ടുള്ളതായി ഒരു വക്കീൽ ഗുമസ്തൻ വിലയിരുത്തുന്നു. കൃഷി സ്ഥലത്തേക്ക് വെള്ളം കൊണ്ടുപോകുന്നത് തടസ്സപ്പെട്ടാൽ പഴയ കാലത്ത് കൊല നടക്കുമായിരുനനു. അമ്പതു കൊല്ലം മുമ്പ് മിക്കവാറും കേസുകളുടെ കാരണം അതിരിലെ വേലിയെ ചൊല്ലിയുള്ള വഴക്കോ കനാൽ തടസ്സപ്പെട്ടതോ ഒക്കെയായിരുന്നു. ഇന്നതിനുപകരം കേസുകൾ ഏറെയും രാഷ്ട്രീയനിമിത്തങ്ങളാലാണ്. രാഷ്ട്രീയ കൊലപാതകങ്ങൾ മാറ്റിനിർത്തിയാൽ സെഷൻസ് കേസുകൾ ഇന്ന് അപൂർവ്വമായേ ഉണ്ടാ കാറുള്ളൂ. പല തർക്കങ്ങളും കോടതികളിലെത്താതെ, പാർട്ടികളുടെ പ്രാദേശിക നേതൃരൂപങ്ങളുടെ മധ്യസ്ഥതയിൽ പറഞ്ഞുതീർക്കുന്ന പതി വാണ് എവിടെയും. അതിർത്തി തർക്കങ്ങളും വാഗ്ദാന ലംഘനങ്ങളും അടിപിടിയും വിവാദപരമായ ഗർഭവും സംഭവിക്കുന്നതു കാത്തിരിക്കു ന്നവരെ പല പ്രദേശങ്ങളിലും കാണാം. ഇരുകക്ഷികളുടെ നേർക്കും നെയ്ത്തോടം പോലെ നീങ്ങി സാമാന്യം തൃപ്തികരമായി നാൾ നീക്കുന്ന ഇവരെയോ, പാർട്ടി ഓഫീസുകളെയോ അതിജീവിച്ചാലല്ലാതെ കേസുകൾ കോടതികളിലെത്താറില്ല. ഫലമോ? കോടതികളെ ആശ്രയി ച്ചുകഴിയുന്ന ഒരു വലിയ വിഭാഗത്തിന്റെ ഉപജീവനമാർഗ്ഗം മുടങ്ങി. ഇന്ന് പല വക്കീൽ ഗുമസ്തന്മാർക്കും ദിവസം ശരാശരി അഞ്ചുരൂപപോലും വരുമാനമില്ലെന്ന് കോട്ടയം ബാർ അസോസിയേഷന് സമർപ്പിക്കപ്പെട്ട

വക്കീൽ ഗുമസ്തന്മാരുടെ അവകാശ പത്രിക നിരീക്ഷിക്കുന്നു.

**

വളരെ നിർഭാഗ്യകരമെന്നു പറയട്ടെ, നാടകങ്ങളിലും സിനിമയിലും നാം വക്കീൽ ഗുമസ്തന്മാരെ കാണുക കോമാളികളായാണ്. ആളുകളെ ചിരിപ്പിച്ചേ അടങ്ങൂ എന്നു ശഠിക്കുന്ന മൂന്നാംകിട നാടകകൃത്തുക്കളും ചലച്ചിത്ര സംവിധായകരും കണ്ടെത്തിയ പാത്രമാതൃകകളിലൊന്നാണ് വക്കീൽ ഗുമസ്തൻ. ഈ ക്രിമിനൽ അസംബന്ധത്തിന് സുപരിചിതമായ ഉദാഹരണം തോപ്പിൽ ഭാസിയുടെ 'തുലാഭാര'മാണ്. സിനിമ, ജീവിതം, കല തുടങ്ങിയ വലിയ കാര്യങ്ങളെക്കുറിച്ച് തീരെ അറിവില്ലെങ്കിലും അടവുകളും തന്ത്രങ്ങളും പഠിച്ച ഒരാൾക്ക് കോടമ്പാക്കത്തു വിളങ്ങാൻ കഴിയും. പക്ഷേ, ഒരു വെറും വിഡ്ഢി എങ്ങനെ വക്കീൽ ഗുമസ്തനായി നിലനിൽക്കും?

വക്കീൽ ഗുമസ്തന്മാരുടെ ജീവിതം നേരത്തെ സൂചിപ്പിച്ച "പഴയ കുതിരകളി"ലുണ്ട്. ഗോപാലൻ ഗുമസ്തൻ മരിച്ചുവെന്നു കേട്ട് അയാളുടെ വീടന്വേഷിച്ച് അലയുകയായിരുന്ന വക്കീലിനോട് പണക്കാരനായ സേട്ടു പറയുന്നു: അല്ല, വക്കീലേ, നിങ്ങൾക്കെന്താ പിരാന്തായിപ്പോയോ? നിങ്ങളില്ലാത്ത ഈ രാത്രിയിലും മഴയത്തും... ഒരു ഗോപാലൻ ഗുമസ്തൻ! കള്ളനറാമി! നാശം പിടിച്ചവൻ!

ഏതാനും ദിവസങ്ങൾക്കുമുമ്പ് വക്കീൽ, ബാർറൂമിന്റെ വാതിലിനരികിലായി അയാളെ കണ്ടിരുന്നു. ക്ഷീണിച്ചുവിളറിയ, ചോരയില്ലാത്ത ഒരു രൂപം. അയാൾ ധരിച്ചിരുന്ന വസ്ത്രങ്ങളും അയാളെപ്പോലെ തന്നെ പഴകി ജീർണ്ണിച്ചു കീറി... അയാൾ ഞെട്ടിയുണർന്ന് വിറയ്ക്കുന്ന കൈ നീട്ടിയത്, ബാർ റൂമിലേയ്ക്കു വരികയായിരുന്ന ചെറുപ്പക്കാരനായ ഒരു വക്കീൽ കണ്ടതായി ഭാവിച്ചില്ല. ബാർ റൂമിൽ ഇരുന്നവരാരോ പറഞ്ഞു: "ഒരു പഴയ കുതിരയാണ്..."

ഓടിത്തളർന്ന ഒരു കുതിര. ഒരു ടൗട്ട്.

പക്ഷേ, അയാൽ മരിച്ചിരുന്നില്ല. ആറാനിട്ടിരുന്ന പഴയ തുണിക്കീറുകൾക്കിടയിലൂടെ ആടിയായി വന്ന് അയാൾ വക്കീലിനെ വിളിച്ചു. ഞാനിവിടെ എത്രനാളായി ഇങ്ങനെ... മഴയിലൂടെ മടങ്ങിപ്പോകുമ്പോൾ വക്കീലിന്റെ മനസ്സിൽ ഒരു ചോദ്യം മുഴങ്ങിക്കൊണ്ടിരുന്നു: ആരാണ് ഗോപാലൻ ഗുമസ്തനെ കൊന്നത്? ആരാണ്?

ഫയൽ ചെയ്യപ്പെടാത്ത ഒരു അന്യായമാണ് ഈ കഥ. ആരെ പ്രതി ചേർക്കും. എന്തു തെളിവുകൾ ഹാജരാക്കും. ഏതു കോടതിയിൽ...

ഇരുപത്തഞ്ചു വർഷം മുമ്പ് തൃശ്ശൂരിൽ വെച്ചു രൂപംകൊണ്ട 'കേരള

അഡ്വക്കേറ്റ് ക്ലാർക്സ് അസോസിയേഷനാണ് ആറായിരത്തോളം വരുന്ന വക്കീൽ ഗുമസ്തന്മാരുടെ സംഘടന. ആദ്യസമ്മേളനത്തിൽ കണ്ണൂർ, കൊയിലാണ്ടി, കോഴിക്കോട്, ഒറ്റപ്പാലം, പാലക്കാട്, തൃശ്ശൂർ, ആലപ്പുഴ, കായംകുളം, കോട്ടയം, പാല, പത്തനംതിട്ട എന്നീ കോടതികളിൽനിന്ന് മാത്രമായിരുന്നു പ്രതിനിധികൾ. ഇന്ന് ഈ സംഘടന എല്ലാ കോടതികളെയും സ്പർശിക്കുന്നുണ്ട്. വളരെ മേന്മ കാണിക്കാവുന്ന കാര്യങ്ങളൊന്നും നേടിയെടുക്കാനായിട്ടില്ലെങ്കിലും പ്ലീഡേഴ്സ് ക്ലർക്സ് റൂൾസിൽ രജിസ്ട്രേഷൻ ഫീസ് വേണ്ടെന്ന ഭേദഗതി ചെയ്യിക്കുന്നതിലും എഴുത്തുഫീസ് കോടതി ചെലവിൽ ഉൾപ്പെടുത്തിക്കിട്ടുക, രേഖകളില്ലാതെ മടക്കിയ ഫയലുകൾ ഒപ്പിട്ടു വാങ്ങുക എന്നീ ചെറിയ കാര്യങ്ങൾ നേടുന്നതിലും സംഘടന വിജയിച്ചിട്ടുള്ളതായി 2.10.80ന് തൃശ്ശൂർ നമ്പൂതിരി വിദ്യാലയം ഹാളിൽ ചേർന്ന അവസാനത്തെ സംസ്ഥാന സമ്മേളനത്തിൽ അവതരിപ്പിക്കപ്പെട്ട റിപ്പോർട്ട് വ്യക്തമാക്കുന്നു. വക്കീൽ ഗുമസ്തന്മാർ ഒരു ആവശ്യമാണെന്ന് ബോദ്ധ്യപ്പെടുത്താൻ കഴിഞ്ഞതാണ് സംഘടനകൊണ്ടുണ്ടായ പ്രധാന നേട്ടമെന്നു കരുതുന്ന കാൽനൂറ്റാണ്ടായി അതിന്റെ പ്രസിഡന്റ് പദവിയിലുള്ള കെ.പി. രാമൻനായർ.

അഡ്വക്കേറ്റ് ക്ലാർക്സ് അസോസിയേഷൻ ഗവൺമെന്റിനോടു പ്രധാനമായും ആവശ്യപ്പെടുന്നത് ഒരു ക്ഷേമനിധിയാണ്. 1962 മുതൽ നിരന്തരമായി ഉന്നയിക്കപ്പെട്ടുവരുന്ന ഈ ആവശ്യം നാളിതുവരെ പരിഗണിക്കപ്പെട്ടിട്ടില്ല. എല്ലാ നിയമസഭകളിലും മന്ത്രിസഭകളിലും നിരവധി അംഗങ്ങളെ നേടാറുള്ള വക്കീലന്മാർക്ക് ക്ഷേമനിധി അനായാസമായി നേടാൻ കഴിഞ്ഞു. എന്നാൽ വക്കീൽ ഗുമസ്തന്മാർ ഇപ്പോഴും മുറവിളിച്ചുകൊണ്ടിരിക്കുന്നു. ചുരുങ്ങിയത് പതിനഞ്ച് വർഷം വക്കീൽ ഗുമസ്തന്മാരായി തൊഴിലെടുക്കുകയും അറുപതു വയസ്സു പൂർത്തിയാക്കുകയും ചെയ്തവർക്കുള്ള പെൻഷൻ പദ്ധതി, ജുഡീഷ്യൽ ഡിപ്പാർട്ട്മെന്റിൽ ഉണ്ടാകുന്ന ജോലി ഒഴിവുകളിലേയ്ക്ക് അമ്പതു ശതമാനം സംവരണം, കോടതികളുടെ സുഗമമായ നടത്തിപ്പിന് ഓരോ കോടതിയിലും വക്കീൽമാരുടെയും ഗുമസ്തന്മാരുടെയും പ്രതിനിധികളെ ഉൾപ്പെടുത്തിയ ഒരു ഉപദേശകസമിതി, കോടതി ഹാളുകളിൽ പ്രത്യേകം ഇരിപ്പിടം, പത്തുകൊല്ലത്തിലേറെ പരിചയമുള്ളവർക്ക് പരീക്ഷ കൂടാതെ ആധാരമെഴുതാനുള്ള ലൈസൻസ്, വക്കീലിന്റെ ഷെഡ്യൂൾ ഫീസിൽ നാലിലൊരു ഭാഗം സർവീസ് ചാർജ്, എഴുത്തുഫീസ് വർദ്ധനവ്, അഞ്ചുകൊല്ലത്തെ തൊഴിൽ പരിശീലനം നേടിയവർക്ക് ഗ്രാമകോടതികളിൽ ഹാജരായി കേസ് നടത്തുന്നതിനുള്ള അനുവാദം, പ്രത്യേക ഇൻഷുറൻസ്

പദ്ധതി, ഫയലിംഗ് അധികാരത്തോടുകൂടി സുപ്രീം കോടതിയുടെ ഒരു ബെഞ്ച് എന്നിവയും അസോസിയേഷന്റെ അന്തർഗതങ്ങളാണ്. പ്രശസ്ത കവിയും നാടകകൃത്തും വിശിഷ്യാ അഡ്വക്കറ്റ് ക്ലാർക്കുമായിരുന്ന അന്ത രിച്ച മഹാകവി ഇടശ്ശേരിക്കായി ഒരു സ്മാരകത്തിന് ബഹു. കേരള ഗവൺമെന്റിനോട് ഒരു പ്രമേയം വഴി അഭ്യർത്ഥിച്ചിരുന്നു. പക്ഷേ....

(മാതൃഭൂമി ആഴ്ചപ്പതിപ്പ്
1982 ഡിസംബർ 19–25)

ഫെസ്റ്റിവൽ അനുഭവം

ബെനീറ്റോ മുസ്സോളിനി ടൂറിസം വികസിപ്പിക്കുന്നതിനുള്ള ഒരു പ്രീണനതന്ത്രമായി ഉദ്ദേശിച്ചു തുടങ്ങിയ (വെനീസ്, 1936) അന്താരാഷ്ട്ര ചലച്ചിത്രമേള ഒട്ടേറെ നാടുകളിൽ ഒരു പതിവ് വഴക്കമാണിന്ന്. പുതിയ മൂല്യവിവക്ഷകളോടെയാണെന്നുമാത്രം. പാരീസ് ആസ്ഥാനമാക്കി നിലനിൽക്കുന്ന ഇന്റർ നാഷനൽ ഫിലിം ഫെസ്റ്റിവലുകളുടെ അഫിലിയേറ്റിങ്ങ് കേന്ദ്രമായ (Internationale Des Associations Des producteurs De Films (FLAPE) ഫെസ്റ്റിവൽ ലക്ഷ്യങ്ങളായി കാണുന്നത് അന്തർദേശീയ സൗഹാർദ്ദത്തിന്റെ വ്യാപ്തി, ലോകത്തെമ്പാടുമുള്ള ചലച്ചിത്ര നിർമ്മാതാക്കൾക്കും ചിന്തകർക്കും നിരൂപകർക്കും പുതിയ സാധ്യതകൾ ആരായുന്നതിനുള്ള സാഹചര്യം. ചിന്തകളുടെയും ആശയങ്ങളുടെയും പരസ്പര വിനിമയം. നൂതന രചനാ രീതികളുമായുള്ള സമ്പർക്കം. ചലച്ചിത്ര വിപണനം എന്നിവയാണ്. ഇന്നു നടന്നുവരുന്ന ഓരോ ഫെസ്റ്റിവലിന്റെയും ഈട് ഇവ അടിസ്ഥാനമാക്കി നിർണയിക്കപ്പെടുന്നു.

കാനേ, വെനീസ്, കാർലോവിവാരി, ബെർലിൻ, ചിക്കാഗോ, മോസ്കോ, മോൺട്രീൽ, സാൻഫ്രാൻസിസ്കോ, മാൺഹീം, ലൊകാർണോ തുടങ്ങിയ പ്രമുഖ ഫെസ്റ്റിവലുകളുടെ നിരയിലല്ലെങ്കിലും രണ്ടുവർഷത്തിലൊരിക്കൽ ദൽഹിയിൽ സംഘടിപ്പിക്കപ്പെടുന്ന മത്സരാടിസ്ഥാനത്തിലുള്ള ഫെസ്റ്റിവലിനുമുണ്ട് അതിന്റെതായ പ്രലോഭനങ്ങൾ. മത്സര വിഭാഗമടങ്ങിയ ആദ്യത്തെ ദൽഹിമേള 1965 ലായിരുന്നു, ജനുവരി 8 മുതൽ 21 വരെ. പതിനേഴു വർഷങ്ങൾക്കുശേഷം മറ്റൊരു ഫെസ്റ്റിവൽകൂടി തലസ്ഥാനത്ത് ഒരുങ്ങിയിരിക്കുന്നു. ഇതിനകം മത്സരാടിസ്ഥാനത്തിലുള്ള മേളയുടെ നിർവചനത്തിന് എടുത്തുപറയാവുന്ന മാറ്റമൊന്നും സംഭവിച്ചിട്ടില്ല. ഇപ്പോഴുമത്, ചലച്ചിത്രകാരന്മാരെയും സാങ്കേതിക വിദഗ്ദ്ധരെയും എഴുത്തുകാരെയും അഭിനേതാക്കളെയും സിനിമയുമായി ബന്ധപ്പെട്ട മറ്റുള്ളവരെയും അന്താരാഷ്ട്ര ചലച്ചിത്ര ധാരകളുമായി അടുപ്പിക്കുന്നു. അവർക്ക് ഇതരനാടുകളിലെ ചലച്ചിത്ര പ്രവർത്തകരെ പരിചയപ്പെടുത്തുന്നു. വിദേശങ്ങളിൽനിന്ന് എത്തുന്നവർക്ക്

ഇന്ത്യൻ ചലച്ചിത്ര സംരംഭങ്ങളുടെ അറിവിന് തെരഞ്ഞെടുത്ത രചനകളുൾക്കൊള്ളുന്ന പനോരമയുണ്ടാകും. ഈ വിഭാഗം ചിത്രങ്ങളിൽനിന്നാണ് മറ്റു ഫെസ്റ്റിവലുകളിലേയ്ക്കുള്ള എൻട്രികൾ ഏറിയകൂറും കണ്ടെത്തപ്പെടുക. ഇത്തവണ മലയാളത്തിൽനിന്നുള്ള എലിപ്പത്തായം, ഓർമ്മയ്ക്കായി, യവനിക, വീണപൂവ്, ഇളക്കങ്ങൾ എന്നീ ചിത്രങ്ങൾക്ക് പുറമെ ശ്യാംബെനെഗലിന്റെ ആരോഹൺ (ഹിന്ദി), മൃണാൾസെന്നിന്റെ ഖരിജ് (ബംഗാളി) പ്രേമാ കാരന്തത്തിന്റെ ഫണിയമ്മ (കന്നട), ഉല്പലേന്ദു ചക്രവർത്തിയുടെ ചോഖ് (ബംഗാളി), ബുദ്ധദേവ് ദാസ് ഗുപ്തയുടെ ഗൃഹയുദ്ധ (ബംഗാളി), ജബ്ബാർ പട്ടേലിന്റെ ഉംബർത്താ (മറാത്തി), ദാസരി നാരായണറാവുവിന്റെ മേഘസന്ദേശം (തെലുങ്ക്) തുടങ്ങിയവ കൂടി പനോരമയിൽ ഉൾപ്പെടുന്നു.

ദൽഹി ഫെസ്റ്റിവൽ 81

അത് നിരവധി പ്രശസ്ത കൃതികൾ കൊണ്ട് സമ്പന്നമായിരുന്നു. ഇൻഫർമേഷൻ സെക്ഷനിലെ എൺപത്തിനാലു ചിത്രങ്ങളിൽ പല മേജർ ഫെസ്റ്റിവലുകളിൽ നിന്ന് ഗ്രാൻഡ്പ്രി നേടിയ, കുറോസോവയുടെ കാഗേമുഷ (കാനെ'80) കപ്പോളയുടെ അപ്പോ കാലിപ്സെ നൗ (കാനെ'79) ജോൺ കാസാവെസ്റ്റിന്റെ ഗ്ലാറിയ (വെനീസ് '80) ബോബ് ഫോസ്സിന്റെ ഓൾ ദാറ്റ് ജാസ് (കാനെ'80) ആന്ദ്രെ വൈദയുടെ ദ കണ്ടക്ടർ (സാൻസെബാസ്റ്റ്യൻ '80) റിച്ചാർഡ് റഷിന്റെ സ്റ്റണ്ടമാൻ (മോൺട്രീൽ '80) വെർണർ സ്ക്രെട്ടറെഴ്സിന്റെ പാലെർമോ ഓർ വോൾഫ്സ് ബർഗ് (ബെർലിൻ'80) ഗുന്തർ റക്കറും ഗുന്തർ റീഷും ചേർന്നു രൂപം നൽകിയ ദ ഫിയൻസി (കാർലോ വിവാരി '80) എന്നിവ ഏറെ ശ്രദ്ധിയ്ക്കപ്പെട്ടു. അലൻ റെനെയുടെ മോൺ ഓങ്കിൾ ദ് അമേരിക്ക, ഫെല്ലിനിയുടെ ഓർക്കെസ്ട്രാ റിഹേഴ്സൽ, സിറ്റി ഓഫ് വിമൻ, ബെർഗ്മാന്റെ ഓട്ടം സൊണാറ്റ തുടങ്ങിയ ചിത്രങ്ങളും എട്ടാമത് ഫെസ്റ്റിവലിന്റെ സെൻസേഷനായിരുന്നു.

പതിനൊന്നുപേരുടെ സെലക്ഷൻ പാനൽ മത്സരവിഭാഗത്തിലേയ്ക്കുള്ള ഇരുപത്തിരണ്ട് ചിത്രങ്ങൾ തെരഞ്ഞെടുത്തത്, 35 രാഷ്ട്രങ്ങളിൽനിന്നുള്ള 47 എൻട്രികളിൽനിന്നാണ്. ഇവ കൂടാതെ ഇന്ത്യയുടെ രണ്ട് ചിത്രങ്ങളും. ഗ്രിഗറി ചുഖ്റായി ചെയർമാനായ ജൂറി പരമോന്നത ബഹുമതിയായ സുവർണമയൂരം റിൻഗൽ വൾച്ചനോവിന്റെ 'ദ അൺനോൺ സോൾജിയേഴ്സ് പേറ്റന്റ് ലെതർ ഷൂസി' നും (ബൾഗേറിയ) ഗോവിന്ദ് നിഹലാനിയുടെ 'ആക്രോശി'നും പങ്കുവെച്ചു. ഇറ്റാലിയൻ

കൃതിയായ വെനീഷ്യൻ നുണകളുടെ രചയിതാവ് സ്റ്റെഫിനോ റോള (മികച്ച സംവിധായകൻ) ഫാബ്രിയുടെ ബാലിന്റ് ഫാബിയൻ മീറ്റ്സ് ഗോഡിലെ നായകൻ ഗാബോർ കോണെസ് (മികച്ച നടൻ) ജോസ് ലൂയി ബോറോയുടെ ദ സബീനയിലെ ആഞ്ജലാ മൊളീന (മികച്ച നടി) ഘാനയിലെ സംവിധായകനായ ക്വാ അൻസാ (പ്രത്യേക ജൂറി അവാർഡ്) എന്നിവരും സമ്മാനിതരായി. മത്സരത്തിന് പരിഗണിച്ച പതിനൊന്ന് ഹ്രസ്വചിത്രങ്ങളിൽ ഡെന്മാർക്കിലെ ബെന്റ് ബാർ ഫോഡിന്റെ 'എ പിരീഡ് ഓഫ് ട്രാൻസിഷന്' ഉയർന്ന ബഹുമതി കിട്ടി. ഏറ്റവും മെച്ചപ്പെട്ട ഹ്രസ്വചിത്ര സംവിധായകനായി അംഗീകരിക്കപ്പെട്ടത് മണി കൗളാണ് (ചിത്രം : അറൈവൽ). ഇറ്റാലിയൻ സംവിധായകനായ വിറ്റോറിയോ അർമെന്റിനോ ജൂറിയുടെ പ്രത്യേക ബഹുമതി മുദ്രക്ക് അർഹനായി. ചലച്ചിത്ര നിർമിതിയുടെ കാൽനൂറ്റാണ്ട് തികച്ച മൃണാൾസെൻ പതിനേഴു ചിത്രങ്ങളുടെ ഒരു റെട്രോസ്പെക്ടീവിലൂടെ ആദരിക്കപ്പെട്ടു. കാർലോസ് സൂറയുടെ (സ്പെയിൻ) ഏഴും സ്വീഡനിലെ ജാൻട്രോയെലിന്റെ അഞ്ചും ക്യൂബയിലെ മാനുവൽ ഒകടേവിയാ ഗോമസ്സിന്റെ (ജൂറി അംഗം) മൂന്നും രചനകളടങ്ങിയ വിദേശ പശ്ചാത്ദർശനങ്ങളും കഴിഞ്ഞ ദൽഹി ഫെസ്റ്റിവലിന് ഉൾക്കനമേകി. ഇവയ്ക്കെല്ലാം പുറമെയാണ് ഇന്ത്യൻ പനോരമയിൽ സ്ക്രീൻ ചെയ്യപ്പെട്ട 21 ചിത്രങ്ങൾ. ആകെക്കൂടി നോക്കുമ്പോൾ, സംശയിക്കാനില്ല, സമൃദ്ധമായ ഉള്ളടക്കം തന്നെ.

വഴി മാറിയെത്തുന്ന വ്യഗ്രതകൾ

ഫിലിംഫെസ്റ്റിവലിനെ സംബന്ധിച്ച വിശുദ്ധധാരണകളുമായി ഇടയുന്ന മട്ടിലാവാറുണ്ട് പലപ്പോഴും ഇന്ത്യൻ ഫെസ്റ്റിവലുകളുടെ ആസൂത്രണമെന്ന് പറയാതെ വയ്യ. നീരാളിക്കൂട്ടമായ ബ്യൂറോക്രസിയുടെ അവിഹിതമായ സ്വാധീനത്തെക്കുറിച്ചുള്ള പരാതികൾ ഏറെക്കുറെ ഇവയുടെ ഭാഗമായി തീർന്നിരിക്കുന്നു. ബോംബെ കേന്ദ്രീകരിച്ച വ്യാപാരസിനിമയിലെ വൻകിട താരങ്ങൾ തങ്ങളുടെ വിലപ്പെട്ട സാന്നിദ്ധ്യംകൊണ്ട് ഫെസ്റ്റിവലുകളെ അനുഗ്രഹിക്കാതിരുന്നെങ്കിലെന്ന്, അതിന്റെ ഭവിഷ്യത്തുകൾ നേരിടുമ്പോൾ, ആരും ആഗ്രഹിച്ചുപോകം. ഒരുപക്ഷേ, ഇവർ ചലച്ചിത്രാകാംക്ഷകളോടെ വന്നെത്തിയതാവാം, സ്വയം പ്രദർശിപ്പിക്കാൻ അല്ലെന്നുതന്നെ കരുതുക. അതെന്തായാലും, ഓട്ടോഗ്രാഫുകളുമായി അമിതാഭ്ബച്ചന്റെയും രേഖയുടെയും ശശികപൂറിന്റെയും മറ്റും പിറകെ വ്യഗ്രതപൂണ്ടു പായുന്ന ആരാധകർ റെനെയുടെയോ ബർഗ്മാന്റെയോ ഗോദാർദിന്റെയോ ചിത്രപരിസരങ്ങളുമായി ചെറിയൊരളവിലും ഇണ

ങ്ങുന്നില്ല. ഭാവനാശൂന്യരായ ഉന്നത ബ്യൂറോക്രാറ്റുകളെ ഈ നിരയിൽ സുലഭമായി കാണാം. വിചിത്രവേഷത്തിൽ ആയാസപ്പെട്ടു നീങ്ങുന്ന ഇവരെ ഏത് സ്ലാപ്സ്റ്റിക്കിലാണ് കണ്ടുമറന്നതെന്ന് നാം വിസ്മയപ്പെടും.

അസഹ്യമായ മറ്റൊന്ന്, വിദേശചിത്രങ്ങളിലെ സെൻസർ ചെയ്യപ്പെടാത്ത ശരീരാകൃതികളും ചേഷ്ടകളും മാത്രം പ്രതീക്ഷിച്ചെത്തുന്നവരുടെ കണ്ണുകളിൽ ആളുന്ന ആസക്തിയാണ്. ഇവർ അനുഭവിച്ചറിയുന്ന ഇച്ഛാഭംഗം തീവ്രമായ പ്രതിക്രിയകൾക്ക് കാരണമാവാം. അത്തരം നിരവധി അനുഭവങ്ങൾ ഇവിടെ ഓർക്കാൻ ഉണ്ടുതാനും.

റായിയുടെ നിരീക്ഷണം

യൂറോപ്പിലെ പ്രമുഖങ്ങളായ ഫെസ്റ്റിവലുകളൊക്കെയും അവയുടെ പ്രേക്ഷകരെക്കൊണ്ടാണ് അർത്ഥവത്താകുന്നതെന്ന് സത്യജിത്ത് റായ് മുമ്പ് നിരീക്ഷിക്കുകയുണ്ടായി. മോസ്കോയിൽ അവർ തുടക്കം മുതൽ അവസാനം വരെ ഒരു പിറുപിറുപ്പ് പോലുമില്ലാതെ വിനയാന്വിതരായി ഇരിയ്ക്കുമെന്ന് മാത്രമല്ല, സ്ക്രീനിങ്ങ് അവസാനിക്കുമ്പോൾ സസ്നേഹം കയ്യടിക്കുക കൂടി ചെയ്യുമത്രെ. ബെർലിനിൽ മറ്റുള്ളവരെല്ലാം നിശ്ശബ്ദരായി ചിത്രം കണ്ടുകൊണ്ടിരിക്കെ, പിൻനിരയിലെ ഒരു ചെറിയ വിഭാഗം പ്രേക്ഷകർ സ്ക്രീനിൽ എന്ത് തെളിഞ്ഞാലും അതിനുനേരെ തെറി വിളിച്ചുപറഞ്ഞുകൊണ്ടിരിയ്ക്കും.

വെനീസിൽ ഒരു ചിത്രം സ്വീകാര്യമായില്ലെങ്കിൽ, പ്രേക്ഷകർ അതിന്റെ രചയിതാവിനെ കൂവി തകർക്കും. ഇവരുടെ പൂച്ചകരച്ചിലും പ്രതിഷേധവും പ്രദർശനസമയമത്രയും തുടരും. അന്ത്യത്തിൽ സംവിധായകന്റെ മേൽ സ്പോട്ട് ലൈറ്റ് പതിക്കുമ്പോൾ ഇത് ഉച്ചസ്ഥായിയിലെത്തുന്നു. വിവശതയിൽ അയാളുടെ തല കുനിഞ്ഞിരിക്കുന്നതുകൊണ്ട് പ്രേക്ഷകരെ തലകുനിച്ചു വണങ്ങുകയെന്ന പ്രശ്നംതന്നെ ഉദിക്കുന്നില്ല.

പോയ ദൽഹി ഫെസ്റ്റിവലിനിടയിൽ എൻ എഫ് ഡി സി ചെയർമാനായ ഡി വി എസ് രാജു അടുത്ത തവണ കൂടുതൽ അർത്ഥപൂർണമായ പ്രകടനമുദ്ദേശിച്ച് ഫിലിം ഫെസ്റ്റിവലിനെ ഒരു വിലയിരുത്തലിനും പുനരാസൂത്രണത്തിനും വിധേയമാക്കുന്നതിന് കേന്ദ്രഗവർമെണ്ടിൽനിന്നുള്ള അനുമതി കാത്തിരിക്കുകയാണ് തന്റെ സ്ഥാപനമെന്ന് ഒരു പത്രസമ്മേളനത്തിൽ വെളിപ്പെടുത്തിയിരുന്നു. എന്നാൽ സംഭവിച്ചത് വേറൊന്നാണ്. കലാമൂല്യമുള്ള ചിത്രങ്ങൾക്ക് നിർമാണച്ചെലവ് അനുവദിക്കു

കയെന്ന എൻ എഫ് ഡി സി നയം കേന്ദ്രവാർത്താ വിതരണ പ്രക്ഷേപണവകുപ്പിന്റെ ഒരു കത്തിലൂടെ പുനരവലോകനത്തിന് പ്രേരിതമായിത്തീർന്നു. വ്യാപാരവിജയം ഉറപ്പുതരുന്ന ചിത്രങ്ങൾക്കായി എൻ എഫ് ഡി സി യുടെ ധനസഹായം പരിമിതപ്പെടുത്താനാണ് ഗവൺമെന്റിന്റെ നീക്കം. ഇന്ത്യൻ നവസിനിമയുടെ പ്രതിനിധികളെല്ലാം കടുത്ത ഭാഷയിൽ ഇതിനോട് പ്രതികരിച്ചിട്ടുണ്ട്. ബോംബെ വ്യാപാര സിനിമയുടെ ഒരു അനുബന്ധമായി എൻ എഫ് ഡി സി സങ്കോചിക്കുകയാണെങ്കിൽ, ഇന്ത്യൻ നവസിനിമ തീർത്തും നിസ്സഹായമാകുമെന്ന ആശങ്ക അസ്ഥാനത്തല്ലതന്നെ. ഭുവൻഷോം, സാരാ ആകാശ്, കങ്കു, ഉസ്തിറോട്ടി, മായാദർപ്പൺ, 27 ഡൗൺ തുടങ്ങിയ ചിത്രങ്ങളിൽ നിന്ന് രമേഷ് സിപ്പിയുടെ 'ശക്തി' പോലുള്ള വൻകിട ശ്രമങ്ങളിലേയ്ക്ക് എൻ എഫ് ഡി സിയെ നയിക്കാനുള്ള ഗവൺമെന്റിന്റെ ആവേശം നല്ല സിനിമ കൊതിക്കുന്നവരിലെല്ലാം നടുക്കമുളവാക്കാൻ പോന്നതാണ്. സ്ക്രീൻ പത്രാധിപരായ കരഞ്ചിയ ചൂണ്ടിക്കാട്ടിയതുപോലെ (സ്ക്രീൻ, 12 നവംബർ) ഈ കത്ത് എഴുതേണ്ട കാര്യമില്ലായിരുന്നു.

ഇന്ത്യൻ ഫെസ്റ്റിവലുകളുടെ പുനരാസൂത്രണത്തെക്കുറിച്ചുള്ള വീണ്ടുവിചാരവും ഇതേ മട്ടിലാകുമോ, ആവോ. അവയെ കൂടുതൽ പ്രയോജനകരവും ഈടുള്ളതുമാക്കാനും ഇന്ത്യയ്ക്കകത്തും വെളിയിലും ഇന്നുള്ളതിലേറെ പരിഗണന കൈവരിക്കാനും ഇനിയുള്ള അന്താരാഷ്ട്രമേളകളുടെ സ്വരൂപത്തെയും പ്രകൃതത്തെയുംകുറിച്ച് ഒരു ഉന്നതതലചർച്ച നടന്നുവരുന്നതായി കേൾക്കുന്നു. പര്യാപ്തമായ പ്രവർത്തനോപാധികളോടെ സ്ഥിരമായ ഒരു ഫിലിം കോംപ്ലക്സ് ഏർപ്പെടുത്താൻ സാൽവെയുടെ കാര്യാലയത്തിന് പദ്ധതിയുണ്ട്. ജനുവരിക്കുപകരം ഫെസ്റ്റിവലിന് ഏതുനിലയ്ക്കും ഉചിതമായ കാലം ആഗസ്താണെന്ന നിഗമനം ചർച്ച ചെയ്യപ്പെട്ടുവരുന്നു. ഒമ്പതാം ഫെസ്റ്റിവലിനുശേഷമേ ഇക്കാര്യത്തിൽ അന്തിമ തീരുമാനം പ്രതീക്ഷിക്കേണ്ടതുള്ളൂ.

(ദേശാഭിമാനി വാരിക
1983 ജനുവരി 2–8)

ജാലകം തുറന്നപ്പോൾ

ഈ വർഷം ഫെസ്റ്റിവൽചിത്രങ്ങൾ തെരഞ്ഞെടുക്കുന്നതിന് നിരവധി തവണ വിദേശ നഗരങ്ങളിലേയ്ക്ക് യാത്ര പോയവരെപ്പറ്റി വളരെയൊന്നും അറിഞ്ഞുകൂടാ. പക്ഷേ പ്രശസ്ത ജർമൻ ചലച്ചിത്രകാരനായ വെർനർ ഹെർസോഗിന്റെ, പുതിയ രചനയ്ക്ക് പിന്നിലെ സാഹസികത വിവരിക്കുന്ന 'ബർഡൻ ഓഫ് ഡ്രീംസ്' എന്ന ഒരു ചിത്രത്തിന്റെ തിരസ്കാരം മതി, അവരുടെ അവബോധത്തെക്കുറിച്ചുള്ള ആശങ്കയ്ക്ക്. മറ്റു പ്രധാന ഫെസ്റ്റിവലുകളിൽ പുറന്തള്ളപ്പെട്ടതെന്നു പറയപ്പെടുന്ന രചനകളടങ്ങിയ മത്സരവിഭാഗമാണ് ഒൻപതാം മേളയുടെ മുഖ്യ ദൈന്യം. ഗണനീയ വിദേശ സംവിധായകർക്ക് മത്സരവിഭാഗത്തിൽ താല്പര്യമില്ലെന്നുതന്നെ കരുതേണ്ടിയിരിക്കുന്നു. മനില (ജനുവരി), ബർലിൻ (ഫിബ്രവരി), കാനെ (മെയ്), വെനീസ് (ആഗസ്ത്) തുടങ്ങിയ മേളകളാണ് ഇന്ത്യൻ സംവിധായകരുടെപോലും ലക്ഷ്യം. പ്രേമാ കാറന്ത് സംവിധാനം ചെയ്ത 'ഫണിയമ്മ' എന്ന കന്നഡ ചിത്രം മത്സരത്തിനുള്ള രണ്ടു ഇന്ത്യൻചിത്രങ്ങളിലൊന്നായി സ്വീകരിക്കപ്പെട്ടുവെങ്കിലും സംവിധായികയുടെ ആഗ്രഹം മാനിച്ച് പനോരമയിലേയ്ക്ക് മാറ്റുകയാണുണ്ടായത്. വെനീസിലോ, ബർലിനോ ആ ചിത്രം ഇന്ത്യയെ പ്രതിനിധീകരിച്ചേക്കാം.

പോയവർഷം മാത്രം നിലവിൽവന്ന മനിലാമേള അന്താരാഷ്ട്ര ചലച്ചിത്രമേളകളിൽ നേടിയ സ്ഥാനവലിപ്പമോർക്കുമ്പോൾ, ദീർഘചരിത്രമുള്ള ഇന്ത്യൻ ഫെസ്റ്റിവലുകളുടെ പ്രകൃതത്തെപ്പറ്റി ഖേദിക്കാതെ വയ്യ. ഈ പരിതോവസ്ഥയുടെ നിദാനം നമ്മുടെ ഫെസ്റ്റിവൽ സംഘാടകരുടെ കഴിവുകേടും ഭാവനാശൂന്യതയുമല്ലാതെ മറ്റെന്താണ്? ദേശീയ ചലച്ചിത്രവികസന കോർപ്പറേഷൻ അത്യുദാരമായി ധനവ്യയം ചെയ്ത റിച്ചാർഡ് ആറ്റൻബറോയുടെ 'ഗാന്ധി' ഒൻപതാം മേളയുടെ ആരംഭചിത്രമായി ലഭിക്കാതെപോയതിനും നാം വേറെ കാരണം തിരക്കേണ്ടതില്ല. റിച്ചാർഡ് സ്വയം ന്യായീകരിച്ചത് ഓസ്കാറിനെക്കുറിച്ച് പറഞ്ഞുകൊണ്ടാണ്. പക്ഷേ മറ്റൊരു മേളയിൽ പങ്കെടുക്കുന്നത് ഓസ്കാർ പരിഗണനയ്ക്ക് അയോഗ്യതയാവില്ലെന്നതോ ർത്താൽ റിച്ചാർഡിന്റെ നിലപാടിലെ അർഥശൂന്യതയും അഹംഭാവവും വെളിവാകും. ദൽഹിയിൽ

പലതവണ പ്രദർശിപ്പിച്ചുവെന്നതും വിദേശനഗരങ്ങളിൽ എവിടെയൊക്കെയോ റിലീസ് ചെയ്യപ്പെട്ടുവെന്നതും 'ഗാന്ധി' യെ ആരംഭചിത്രമായി കാണുന്നതിന് തടസ്സമായെന്ന ഫെസ്റ്റിവൽ ഡയരക്ടറുടെ വിശദീകരണം ബാലിശമാണ്. അതിനു ഏതാനും നാളുകൾ മുൻപ് കേൾപ്പിച്ച, നമുക്ക് അഭ്യർത്ഥിക്കാനല്ലേ പറ്റൂ എന്ന നിസ്സഹായമായ വാക്കുകൾ, നോക്കുക എത്ര അനായാസമായി അദ്ദേഹം വിഴുങ്ങുന്നു.

ഫെസ്റ്റിവൽ അവസാനനിമിഷം വരെ അനിശ്ചിതത്വത്തിലായിരുന്നു. ഇതിലും ആശങ്കയ്ക്കിട നൽകിയ മറ്റൊരു ഫെസ്റ്റിവൽ ഓർമയിലെങ്ങുമില്ല. ഇത്രയേറെ തണുപ്പും ദൽഹി അടുത്ത വർഷങ്ങളിലൊന്നും അറിഞ്ഞിട്ടില്ലെന്നാണ് പൊതുവിൽ സംസാരം. ഇവയ്ക്ക് ഒരു പക്ഷേ അന്യോന്യ ബന്ധമുണ്ട്. തണുപ്പ് ദൽഹിയിലെ തെരുവുകളിൽ മാത്രമല്ല, ഫെസ്റ്റിവൽ ഡയരക്ടറേറ്റിന്റെ ഉൾത്തലങ്ങളിലും വീശുന്നു. അവിടെയാണ് അധികമെന്നുപോലും സംശയിക്കാവുന്നതാണ്.

ഫെസ്റ്റിവൽ വെന്യൂ നിശ്ചയിച്ചിരിക്കുന്നതുമുതൽ തുടങ്ങിയതാണ് അനിശ്ചതത്വത്തിന്റെ ഭരണം. ടിക്കറ്റുകൾ വിറ്റുതുടങ്ങിയത് ചിത്രങ്ങൾ പ്രഖ്യാപിക്കുന്നതിനുതന്നെ മുമ്പായിരുന്നു. ഒമ്പതംഗ ജൂറി പൂർണമായതാകട്ടെ, ഫെസ്റ്റിവലിന്റെ തൊട്ടടുത്ത നാൾ മാത്രമാണ്. ഫെസ്റ്റിവൽ ഡയരക്ടറേറ്റ് സമീപിച്ച പ്രമുഖരൊക്കെയും ജൂറി അംഗമാകാനുള്ള ക്ഷണം ഖേദപൂർവം നിരസിക്കുകയാണ് ചെയ്തത്. മറ്റുള്ളവരുടെ കൃതികളെ വിലയിരുത്തുക തന്റെ ജോലിയല്ലെന്നായിരുന്നു ബർഗ്മാന്റെ മറുപടി. ഒടുവിൽ ഫെസ്റ്റിവൽ അധികൃതർ വല്ല വിധേനയും സംഘടിപ്പിച്ച ജൂറിയിലെ എട്ട് അംഗങ്ങളും സംവിധായകരാണ്. അവസാനം പേർ ചേർക്കപ്പെട്ട വൈജയന്തിമാല ഒരു ഭരതാട്യക്കാരിയും. ബ്രിട്ടീഷ് സംവിധായകനായ ലിൻഡ്സെ ആൻഡേഴ്സൺ ജൂറിയുടെ ചെയർമാൻ ആകാമെന്നു സമ്മതിച്ചത് മത്സരം തുടങ്ങാറായപ്പോഴാണ്. അദ്ദേഹത്തിന്റെ സന്മനസ്സ് വാഴ്ത്തപ്പെടേണ്ടതുതന്നെ.

ഉദ്ഘാടനചടങ്ങിൽ പങ്കെടുക്കുമെന്നു പ്രതീക്ഷിക്കപ്പെട്ടിരുന്ന മൊറോക്കയിലെ ബെൻബർക്കയുടെ 'അമോക്' ഒരു അന്താരാഷ്ട്രമേളയിലെ പ്രഥമചിത്രമായി സ്വീകരിക്കപ്പെട്ടതിന് സൗന്ദര്യശാസ്ത്രപരമായ കാരണങ്ങൾ ഇല്ലെന്നുതന്നെ പറയാം. ഒരു കൊച്ചു ദക്ഷിണാഫ്രിക്കൻ ഗ്രാമത്തിലെ അധ്യാപകനായ മാത്യു സെബാലെ ജോഹനാസ് ബർഗിൽ നിന്നു കത്തുകിട്ടിയതിനെ തുടർന്ന് തന്റെ സഹോദരിയുടെ രോഗനിലയറിയാനായി യാത്ര പുറപ്പെടുന്നതോടെ തുടങ്ങുന്ന ഈ വർണചിത്രം കറുത്ത വർഗത്തിന്റെ പരിതോവസ്ഥകൾ വാചാലമായി ദൃശ്യവൽക്കരി

ക്കന്നു. വെളുത്തവർ നടത്തുന്ന സംഘടിതമായ ആക്രമണങ്ങളുടെ ദീർഘ പരമ്പരകൾ ദൃശ്യവാചാലതയിലുള്ള മടുപ്പല്ലാതെ പ്രേക്ഷകമനസ്സിൽ ചടുലമായ മറ്റൊരു വികാരവായ്പുളവാക്കില്ല. വേശ്യയാകേണ്ടിവന്ന സഹോദരിയും കൊലയാളിയായി തടവിൽ കഴിയുന്ന മകനും അക്രമം തിമർക്കുന്ന തെരുവുകളും മാത്യുസെംബാലയെന്ന പാവം കറുത്ത വർഗക്കാരനെ ഒരു ദേശീയപരിതോവസ്ഥയുടെ വിശ്വസിക്കാവുന്ന പ്രതിനിധിയായി ഉയർത്തുന്നില്ല. സിനിമയുടെ സൗന്ദര്യസമസ്യകളൊന്നും ബെൻബർക്കയെ അലട്ടുന്നില്ല. തന്മൂലം രചന ഒരു വിഫലയത്നമായി കലാശിച്ചതിൽ അത്ഭുതപ്പെടാനില്ല.

മറ്റൊരു ഫെസ്റ്റിവൽ ചിത്രമായ 'ലൊപോൾ വൊ' യും (ക്യൂബ) ഇതേ ദൗർബല്യങ്ങൾ പ്രകടിപ്പിക്കുന്നു. ചെഗുവേരയുടെ സ്മരണക്കായി സമർപ്പിക്കപ്പെട്ട ഈ കൃതിയുടെ പശ്ചാത്തലം ക്യൂബൻ വിപ്ലവമാണ്. പക്ഷേ വിപ്ലവം ആയാസരഹിതമായ ഒരു യത്നമായാണ് സംവിധായകനായ ജീസസ് ഡയസ് സങ്കല്പിക്കുന്നതെന്ന് തോന്നുന്നു. നിറവേറ്റപ്പെടേണ്ട ഒരു ബാധ്യത എന്നതിലേറെ ഡയസ് തന്റെ ചിത്രത്തെ പരിഗണിക്കുന്നില്ല. ഒരു വിപ്ലവകാരിയും അയാൾ കലാപശ്രമങ്ങൾക്കിടയിൽ അവസാനിച്ചുവെന്ന് നിനച്ച് സമ്പന്നനായ ഒരു അമേരിക്കൻ എഞ്ചിനിയറെ വിവാഹം ചെയ്ത അയാളുടെ പത്നിയും തമ്മിലുള്ള വൈകാരിക സംഘർഷത്തിനാണ് ചിത്ര സ്വരൂപത്തിൽ മുൻതൂക്കം. അതിന്റെ ആഖ്യാനം തന്നെ ഫലപ്രദമായില്ല. ചരിത്രനിരീക്ഷണമോ, ഏറെ ഉപരിപ്ലവവും.

ആദ്യനിരയിലെ ചിത്രങ്ങളിൽ ഏറ്റവും ശ്രദ്ധേയമായി തോന്നിയത് ക്ലോഡ് ഷാബോളിന്റെ സമീപകാല രചനയായ ലെസ് ഫാന്റംസ് സുചാപ്പലറ്റർ ആണ്. പരിഭ്രമിപ്പിക്കുന്ന ഒരു പ്രമേയതലമുണ്ട് ഇതിന്. പാരീസിലെ ഒരു നനഞ്ഞ തെരുവ്. ഇടക്കിടെ മഴ. അജ്ഞാതനായ ഒരു കൊലയാളി കഴുത്ത് ഞെരിച്ചുകൊന്ന ആറു സ്ത്രീകളുടെ ഞരക്കവും പിടച്ചിലും മഴ പെയ്യുന്ന തെരുവിൽ ബാക്കി നിൽക്കുന്നു. കൊലയാളി ഓരോ കൊലപാതകത്തിനുശേഷവും സ്ഥലത്തെ ഒരു പത്രത്തിലേയ്ക്ക് പതിവായി കത്തെഴുതാറുള്ളതാണ്. പോലീസിന് അവരുടെതായ ഒരു വ്യാഖ്യാനമുണ്ട് ഇവയ്ക്കെല്ലാം. എല്ലാവരും സംസാരിക്കുന്നത് കൊലയാളിയെപ്പറ്റിയാണ്. അയാളുടെ ലിസ്റ്റിൽ ഒരു സ്ത്രീയുടെ പേരുകൂടിയുണ്ട്. പക്ഷേ അവർ അതിന് മുൻപ് തന്നെ മരിച്ചിരുന്നു. ഇനിയാരെയും വധിക്കാതെ സാധാരണ ജീവിതത്തിലേയ്ക്ക് മടങ്ങണമെന്ന് പ്രത്യാശിക്കുന്നു കൊലയാളി. എന്നാൽ അയാൾക്ക് പുതിയ കാരണങ്ങളിൽ നിന്ന്

സ്വയം നിയന്ത്രിക്കാനായില്ല. അത്യന്തം ആകർഷകമായ പരിചരണ രീതി പുലർത്തുന്ന ഈ പ്രൗഢചിത്രം അറുപതുകളിൽ തുടങ്ങിയ ഫ്രഞ്ച് നവതരംഗം ഇപ്പോഴും ഉന്മിഷത്താണെന്ന് സാക്ഷ്യപ്പെടുത്തുന്നു.

അമേരിക്കൻ സംവിധായകനായ ജോൺ ബാധമിന്റെ ഒരു വർഷം പഴക്കമുള്ള 'ഹുസ് ലൈഫ് ഈസ് ഇറ്റ് എനിവേ' ദയാവധം പ്രമേയമാക്കുന്ന ഹൃദയസ്പൃക്കായ ഒരു ചിത്രമാണ്. അപരിചിതഗ്രഹങ്ങളിൽനിന്നുള്ള ഭീകരജീവികളും കൂറ്റൻ സ്രാവുകളും ആളുന്ന തീയും ഭരിക്കുന്ന സമകാലീന അമേരിക്കൻ സിനിമയിൽ നിന്ന് വ്യത്യസ്തത പകരുന്ന വൈകാരികതയുള്ള ഒരു ചിത്രം തീർത്തും അപ്രതീക്ഷിതമായിരുന്നു. മുപ്പത്തിരണ്ട് വയസ്സുള്ള കെൻ ഹാരിസൻ എന്ന ശില്പി ഒരു കാറപകടത്തിൽപെട്ടു കഴുത്തിന് കീഴ്‌വശമത്രയും തളർന്നുജീവിക്കാനാവാത്തവിധം നിസ്സഹായനാകുന്നതും തന്റെ മരണമാഗ്രഹിക്കുന്നതും അതിനായി നിയമയുദ്ധംതന്നെ ചെയ്യുന്നതും അതിൽ വിജയിക്കുന്നതും സൂക്ഷ്മശ്രദ്ധയോടെ പകർത്തിയ ഈ ചിത്രം പ്രമേയത്തിന്റെ നൂതനത്വം കൊണ്ടും ഫ്രെയിമുകളുടെ ഭാവതീവ്രതകൊണ്ടും പ്രേക്ഷകരുടെ അനുഭാവം നേടുകയുണ്ടായി.

(ദേശാഭിമാനി വാരിക
1983 ജനുവരി 23-29)

ഒമ്പതാം അന്താരാഷ്ട്ര ചലച്ചിത്രമേള

ദെൽഹി ഫെസ്റ്റിവലിന്റെ സമാപനച്ചടങ്ങിൽ മത്സരവിഭാഗ ചിത്രങ്ങളുടെ സാമാന്യനിലവാരത്തിൽ ജൂറിയ്ക്കുള്ള അസംതൃപ്തി രേഖപ്പെടുത്തിക്കൊണ്ട് ജൂറി ചെയർമാനും ബ്രിട്ടീഷ് ചലച്ചിത്രകാരനുമായ ലിൻഡ്സെ ആൻഡേഴ്സൺ പറഞ്ഞു: തീർച്ചയായും മത്സരചിത്രങ്ങൾ നിർണയിക്കുകയല്ല, മറ്റുള്ളവർ തെരഞ്ഞെടുത്തവയെ വിലയിരുത്തുകയാണ് ജൂറിയെന്ന നിലയിൽ ഞങ്ങളുടെ കടമ. അതെന്തായാലും ഫെസ്റ്റിവലിന്റെ താല്പര്യം മുൻനിർത്തി സിനിമാറ്റോഗ്രാഫിക് ക്വാളിറ്റിയുടെ ഉന്നതനിലവാരം ഉറപ്പുവരുത്തുക ഞങ്ങളുടെ ഉത്തരവാദിത്വമാണ്. ചലച്ചിത്രനിർമ്മാണത്തിൽ ദീർഘവും ഹ്രസ്വവുമായ അനുഭവങ്ങളുള്ള രാഷ്ട്രങ്ങളെ പ്രതിനിധീകരിച്ച സാങ്കേതികമേന്മയുള്ള പല നല്ല ചിത്രങ്ങളും ഫെസ്റ്റിവൽവേളയിൽ ഞങ്ങൾ കാണുകയുണ്ടായി. പക്ഷേ ഖേദപൂർവ്വം പറയട്ടെ, സുവർണ്ണമയൂരബഹുമതി ന്യായീകരിക്കുംവിധം പ്രകാശനത്തിന്റെ കരുത്തും ഇതിവൃത്തത്തിന്റെ പ്രാധാന്യവും ചിന്തയുടെ മൗലികതയും വെളിവാക്കിയ ഒരു ചിത്രം പോലും മത്സരവിഭാഗത്തിൽ ഉണ്ടായിരുന്നില്ല.

ഫെസ്റ്റിവൽ ഡയരക്ടറേറ്റ് ദേശീയ ചലച്ചിത്രവികസന കോർപ്പറേഷന് കീഴിലായശേഷം നടന്ന മത്സരാടിസ്ഥാനത്തിലുള്ള ആദ്യത്തെ ഫെസ്റ്റിവലിനെക്കുറിച്ചാണ് ലിൻഡ്സെ ഇങ്ങനെ പറഞ്ഞത്. ഈ അവമതി വസന്ത്സാഠേ, സാൽവേ തുടങ്ങിയവരെ സ്പർശിക്കില്ല. ആരെങ്കിലും പുനർവിചിന്തനത്തിന് മുതിരുമെന്ന് കരുതാനും വയ്യ.

ഫെസ്റ്റിവലിന്റെ ചുമതല എൻ എഫ് ഡി സിയെ ഏല്പിച്ചത് അക്കാലങ്ങളിൽ വാർത്താവിതരണ മന്ത്രിയായ വസന്ത്സാഠേ ആയിരുന്നു. പരിമിതമായ പ്രവർത്തനമൂലധനമുള്ള കേർപറേഷന് വേണ്ടുവോളം ധനസഹായം അനുവദിച്ചെങ്കിലല്ലാതെ പുതിയൊരു പദ്ധതി നിറവേറ്റാനാവില്ലെന്നും കോർപറേഷന്റെ വ്യാപാരതാല്പര്യങ്ങൾ ഫെസ്റ്റിവൽ ലക്ഷ്യങ്ങളുമായി ഇടയാതെ നോക്കേണ്ടിയിരിക്കുന്നുവെന്നും അർപ്പിതമനസ്കരും വിദഗ്ദ്ധരുമായ ചലച്ചിത്ര പ്രവർത്തകരെ ഈ ശ്രമവുമായി ബന്ധപ്പെടുത്താതെ പറ്റില്ലെന്നുമുള്ള മുന്നറിയിപ്പുകൾ മറ്റു ജോലിത്തി

രക്കുകൾക്കിടയിൽ സാഠേ കേൾക്കുകയുണ്ടായില്ല. കുഴപ്പം തുടങ്ങിയത് അങ്ങനെയാണ്. സാഠേയെ പിന്തുടർന്നുവന്ന, വാക്കുകളിലും ചലനങ്ങളിലും കോമാളിത്തമുള്ള സാൽവേയും എൻ എഫ് ഡി സിയെ ഗൗരവമായി പരിഗണിച്ചില്ല. അത് വാർത്താവിതരണമന്ത്രികാര്യാലയത്തിന്റെ ഒരു ജീർണാനുബന്ധമായി മാറുന്നത് മൃണാൾസെന്നിനെയും ശ്യാംബെനെഗലിനെയുംപോലുള്ള ബോർഡ് അംഗങ്ങൾക്ക് കാണേണ്ടിവന്നു. പേരിന് മാത്രമായിരുന്നു ബോർഡ്. കോർപറേഷന്റെ നിയന്ത്രണമൊക്കെയും ഒഫീഷ്യൽസിനായിരുന്നു. ഇന്ത്യൻ ഫെസ്റ്റിവലിന് എൻട്രികൾ തേടി വിദേശങ്ങളിലേക്ക് പോയത് അവരായിരുന്നു. ഗോത്രവർഗജീവിതം പഠനവിധേയമാക്കിയ ഒരു മാസ്റ്റർപീസായി ലോകമെങ്ങും കരുതപ്പെടുന്ന ഴാങ് ജാകിസിന്റെ Quest of Fire, പെറുവിയൻ ആമസോണിലൂടെ Fitzarraldo ചിത്രീകരിച്ച് നീങ്ങിയ ഹെർഗോസിനെ പിന്തുടർന്നതിന്റെ അനുഭവങ്ങൾ സമാഹരിച്ച ലെസ്ബ്ലാങ്കിന്റെ Burden of Dreams എന്നീ ചിത്രങ്ങൾ അവർക്ക് സ്വീകാര്യമായി തോന്നിയില്ലപോലും!

ലിസ്റ്റിൽ ചേർക്കപ്പെട്ട ലീനാ വെർട്മുള്ളറുടെ Blood Fued (ഇറ്റലി), കോഹി ഒഗുരിയുടെ Muddy River (ജപ്പാൻ), യാനൂസ് മോർഗെൻസ്റ്റേണിന്റെ The Smaller Sky (പോളണ്ട്) എന്നീ ചിത്രങ്ങൾ വന്നു ചേരാത്തതിന് വിശദീകരണമൊന്നും കേട്ടില്ല. കൽക്കത്ത ഫെസ്റ്റിവലിലെ ഗോദാർദ് പശ്ചാത് ദർശനത്തിന് അനുബന്ധമായി. ഗൊദാർദിന്റെ പുതിയ രചനയായ Passion പലരും ദൽഹിയിൽ പ്രതീക്ഷിച്ചിരുന്നു. പക്ഷേ, അത് അസ്ഥാനത്തായി. ഫാസ്ബൈൻഡർ ചിത്രങ്ങളുടെ പാക്കേജ് ദൽഹി ഫെസ്റ്റിവലിന് നഷ്ടപ്പെട്ടത് ജർമൻ അധികൃതരുടെ വൈമനസ്യംമൂലമല്ല, ഫെസ്റ്റിവൽ സംഘാടകർ അവരെ സമീപിക്കുന്നു. അവസാനനിമിഷത്തിലായതുകൊണ്ട് മാത്രമാണ്. പ്രഗത്ഭനടി ഇൻഗ്രിഡ് ബെർഗ്മാന് ആദരാഞ്ജലിയായി അവരഭിനയിച്ച ഏതാനും ചിത്രങ്ങളുടെ പ്രദർശനം ഒരുക്കാനും തടസസമായി വർത്തിച്ചത് ഈ അലസത തന്നെ. ശ്രീലങ്കയിലെ ലെസ്റ്റർ ജെയിംസ് പെരീസിന്റെ പന്ത്രണ്ട് ചിത്രങ്ങളുടെ പാശ്ചാത്ദർശനം എന്തിനായിരുന്നു ആവോ. അദ്ദേഹത്തിന്റെ ചിത്രപരമ്പര ഏഴാംമേളയിൽ ഉണ്ടായിരുന്നുവെന്ന ഓർമ്മ ഫെസ്റ്റിവൽ ഡയറക്ടറേറ്റിന് ഒരുപക്ഷേ നഷ്ടപ്പെട്ടിരിക്കണം.

ഈ അന്താരാഷ്ട്രമേളയുടെ നിർവ്വഹണച്ചെലവിനായി അനുവദിക്കപ്പെട്ടത് അറുപതുലക്ഷം രൂപയാണ്. വിദേശയാത്രകളും പ്രതിനിധികൾക്കുള്ള ആതിഥേയത്വവും മറ്റു ബാധ്യതകളും അറുപതുലക്ഷത്തിന്റെ പരിധിയിൽ ഒതുങ്ങുകയില്ലെന്നു തീർച്ചയായപ്പോഴാണ് ഫെസ്റ്റി

വൽ സംഘാടകർ ടിക്കറ്റുവില വർദ്ധിപ്പിക്കുകയെന്ന പോംവഴി തേടിയത്. വർദ്ധിപ്പിച്ച നിരക്കുകൾ - വിനോദനികുതി കൂടാതെ 10 രൂപ, 15 രൂപ, 20 രൂപ, 25 രൂപ - ദൽഹി ഹൈക്കോടതിയുടെ ഒരു ഉത്തരവിന് എതിരാണെന്ന് ചൂണ്ടിക്കാണിച്ചുകൊണ്ട് ഫെസ്റ്റിവൽ ചിത്രങ്ങൾ പ്രദർശിപ്പക്കാൻ ബാധ്യസ്ഥമായ തിയേറ്റർ ഉടമകൾ ഫെസ്റ്റിവലിന്റെ എക്സിക്യൂട്ടീവ് ഡയറക്ടർക്കെഴുതുകയുണ്ടായി. പ്രദർശനഗൃഹങ്ങളിലേയ്ക്കുള്ള ചിത്രങ്ങളുടെ വിതരണമാണ് ഒട്ടേറെ പരാതികൾക്കിടനൽകിയ മറ്റൊരു വാസ്തവികത. പൊതുവിൽ ഫെസ്റ്റിവൽ ചിത്രങ്ങൾ സാധാരണ പ്രേക്ഷകരിൽ ഏറെയൊന്നും കൗതുകമുളവാക്കിയില്ല. പേടിപ്പിക്കുന്ന ക്യൂ, ടിക്കറ്റിനായുള്ള ഘോരസംഘട്ടനങ്ങൾ, ടിക്കറ്റ് ലഭിക്കാത്തതിന്റെ വ്യഥ ഇവയൊന്നുമുണ്ടായതേയില്ല. കാരണം വ്യക്തമാണ്. ദൽഹിയ്ക്ക് പലതുമുണ്ട്. പക്ഷേ, വികസിതവും പരിഗണനാർഹവുമായ ഒരു ചലച്ചിത്രസംസ്കാരമില്ല. ഗ്ലോബർ റോഷ ചിത്രങ്ങളുടെ പ്രദർശനാലയത്തിൽ മുഴങ്ങിയ ശകാരപദങ്ങളും പരിഹാസച്ചിരിയും കോട്ടുവായും ചലച്ചിത്ര സൗന്ദര്യശാസ്ത്രത്തിലുള്ള പൊതുവായ ധാരണയില്ലായ്മ അടിവരയിട്ടു പ്രഖ്യാപിക്കുന്നു.

മത്സരമില്ലാതിരുന്നിട്ടും പോയ ഫിലിമോത്സവ് എന്ത് നന്നായി നടന്നുവെന്ന് സിരിഫോർട്ടിലെ റിസപ്ഷൻ കൗണ്ടറിൽനിന്ന് തെല്ലുറക്കെ ആത്മഗതം ചെയ്ത ബംഗാളി ദൽഹി ഫെസ്റ്റിവലിന്റെ പാളിച്ചകളുടെ മർമ്മഭാഗം കണ്ടെത്തുകയായിരുന്നു. മത്സരവിഭാഗം എന്നും ഇന്ത്യൻ ഫെസ്റ്റിവലുകളെ ദുർബലമാക്കിയിട്ടേയുള്ളൂ. ഇത്തവണ ആവശ്യത്തിന് ചിത്രങ്ങൾ വന്നെത്താതിരുന്നതുമൂലം നിലവാരമില്ലാത്ത പല ശുഷ്കരചനകളും ജൂറി ബോക്സിനെ അഭിമുഖീകരിക്കാനിടയായി. സെലക്ഷൻ കമ്മറ്റി ആദ്യം ശുപാർശചെയ്തത് പതിനാറ് ചിത്രങ്ങളാണ്. വേണ്ടത്ര എൻട്രികളില്ലെന്ന കാരണത്താൽ രണ്ട് ചിത്രങ്ങൾ കൂടി ഇവയുടെ കൂട്ടത്തിൽ പിന്നീട് പരിഗണിയ്ക്കപ്പെട്ടു. ലിസ്റ്റ് പ്രസിദ്ധീകൃതമായപ്പോൾ മത്സരചിത്രങ്ങളുടെ സംഖ്യ ഇരുപത്തൊന്നായി ഉയർന്നിരുന്നു. ഫെസ്റ്റിവൽ പരുതിയാവുകയും മത്സരചിത്രങ്ങളെ ജൂറി വിലയിരുത്തിക്കൊണ്ടിരിക്കുകയും ചെയ്യുമ്പോഴാണ് പുതിയ മൂന്നു ചിത്രങ്ങൾ കൂടി മത്സരത്തിനുള്ളതായി അറിയിപ്പുണ്ടായത്. മത്സരത്തിൽ പ്രവേശിക്കുന്നതിനുള്ള അന്തിമതീയതി എത്രയോ നാൾമുമ്പേ കഴിഞ്ഞിരുന്നുവെന്നതൊന്നും അവിടെ പ്രതിബന്ധമായില്ല. അന്താരാഷ്ട്ര ചലച്ചിത്രമേളകളുടെ ചാട്ടങ്ങൾ ലംഘിക്കപ്പെടുകയാണെന്ന ബോധം ആരെയും അലട്ടിയതുമില്ല.

ഇനി ബഹുമതിക്കർഹമായ മത്സരചിത്രങ്ങളിലൂടെ;

ചോഖ് (ഇന്ത്യ)

ജൂറിയുടെ പ്രത്യേക അവാർഡു നേടിയ ഈ ബംഗാളി ചിത്രത്തിന് ഭാവതീവ്രത മുറ്റിയ ഇതിവൃത്തമുണ്ട്. എഴുപത്തിയഞ്ച് ഡിസംബറിൽ വധശിക്ഷ കാത്തുകഴിയുന്ന യദുനാഥ് എന്ന തൊഴിലാളി പ്രവർത്തകൻ തന്റെ കണ്ണുകൾ അന്ധനായ ഒരു തൊഴിലാളിക്ക് നൽകണമെന്ന് ജയിൽ അധികൃതരോട് നിർദേശിക്കുന്നു. താനാഗ്രഹിച്ച വർഗവിജയം അങ്ങനെ മറ്റൊരാളിലൂടെ കാണാനാകുമെന്നായിരുന്നു അയാളുടെ ചിന്ത.

യദുനാഥിന്റെ കണ്ണുകൾ ഉയർത്തുന്ന വികാരവായ്പ്, വിപ്ലവകാരിയായ ഒരു തൊഴിലാളിയുടെ ഭൗതികമരണത്തിനുശേഷവും പൊരുതുന്ന തൊഴിലാളിവർഗം നിലനിർത്തുന്ന ധാർമ്മികമൂല്യങ്ങളുടെ അന്തസ്സത്തയെ പ്രതീകവൽക്കരിക്കുന്നതായി കരുതുന്നു സംവിധായകനായ ഉത്പലേന്ദു ചക്രവർത്തി. മറ്റൊരു സന്ദർഭത്തിൽ കണ്ണ് വിപ്ലവത്തിന്റെ ബീജമാണെന്ന വ്യാഖ്യാനവും ഉൽപലേന്ദുവിൽ നിന്നുതന്നെ കേൾക്കാനിടയായി. രണ്ട് നിരീക്ഷണങ്ങളും ചലച്ചിത്രപ്രകൃതവുമായി പൊരുത്തപ്പെടുന്നില്ലെന്നതാണ് വസ്തുത.

നഗരത്തിലെ പബ്ലിക് ആശുപത്രിയിൽ നേത്രപരിശോധനക്കെത്തിയവരുടെ നീണ്ട നിരയിലുള്ള ചേദിലാലെന്ന തൊഴിലാളി യുവാവിനെ ക്യാമറ പെട്ടെന്നുതന്നെ ശ്രദ്ധിച്ചുതുടങ്ങുന്നു. പൂർണ അന്ധനായ അവന് ഒരു കണ്ണെങ്കിലും ലഭിച്ചാൽ തന്റെ പരിതോവസ്ഥകൾ സ്വയം കണ്ടറിയാം. യദുനാഥ് ദാനം ചെയ്യാനൊരുങ്ങുന്ന കണ്ണുകൾ തന്റെ വർഗപശ്ചാത്തലത്തിൽ ന്യായമായും അവന് അവകാശപ്പെടാവുന്നതാണ്. പക്ഷേ, ജേതിയെന്ന ചണമില്ലുടമ തന്റെ മകനുവേണ്ടി കണ്ണ് തേടുകയാണ്.

നേത്രബാങ്കിൽ വന്നെത്താനിരിക്കുന്ന കണ്ണുകളിൽ അയാൾക്ക് നോട്ടമുണ്ട്. അവ ആരുടേതെന്ന് അറിഞ്ഞുകൂടെങ്കിലും മുൻഗണനാക്രമമനുസരിച്ചായാൽ തന്നെ അയാൾക്കവ കിട്ടില്ല. എന്നാൽ വകുപ്പുമന്ത്രിയിലും ആശുപത്രി സൂപ്രണ്ടിലുമുള്ള സ്വാധീനം അയാളുടെ യത്നം അനായാസമാക്കിത്തീർക്കുന്നു. ശസ്ത്രക്രിയ നടത്തേണ്ടിയിരുന്നത് ഡോ. മുഖർജിയാണ്. ഘനശ്യാമെന്ന മറ്റൊരു തൊഴിലാളിയിൽനിന്ന് യദുനാഥിന്റെ നേത്രദാനം സോപാധികമായിരുന്നുവെന്നറിഞ്ഞതോടെ ജയിലധികൃതരിൽനിന്നുള്ള രേഖകൾ ആവശ്യപ്പെടുന്നു അയാൾ. പക്ഷേ, അവ കിട്ടുന്നതാകട്ടെ ചണമില്ലുടമക്കും. താനാഗ്രഹിക്കുന്ന കണ്ണുകൾ തന്റെ

വർഗശത്രുവായ യദുനാഥിന്റെതാണെന്ന് അയാളറിയുന്നത് അങ്ങനെയാണ്.

ചണമില്ലിൽ രണ്ടുമാസമായി സമരമായിരുന്നു. അതു തകർക്കാൻ ജേതിയും പാർശ്വവർത്തികളും ഏറെ ശ്രമിച്ചു. അക്രമവും ഭീകരതയുമുണ്ടായി. സംഘർഷത്തിനിടയിൽ ജേതിയുടെ സഹോദരൻ കൊല്ലപ്പെട്ടു. യദുനാഥിന്റെ പേരിൽ ആരോപിക്കപ്പെട്ടത് ഈ കുറ്റമായിരുന്നു. അയാളുടെ പരുക്കൻ മുഖം ജേതി വീണ്ടും വീണ്ടും കാണാനിടയാകുന്നു. മകന് കണ്ണുകൾ വേണ്ടെന്നു നിശ്ചയിച്ച് നേത്രബാങ്കിൽ സൂക്ഷിച്ച യദുനാഥിന്റെ കണ്ണുകൾ കവർന്നെടുത്തു നശിപ്പിക്കാൻ അയാൾ അനുയായികളെ നിയോഗിക്കുന്നു. അവരത് പ്രയാസം കൂടാതെ സാധിക്കുകയും ചെയ്യുന്നു. മറ്റൊരു ദിശയിൽ ആ കണ്ണുകൾക്കായി സമരമുറകളാവിഷ്കരിക്കുകയാണ് തൊഴിലാളികൾ.

ഈ ഇതിവൃത്തഘടന ഒരു രാഷ്ട്രീയ പ്രതിസന്ധി അനുഭവിപ്പിക്കുന്നില്ല. തന്മൂലം പത്രശീർഷകങ്ങളിലൂടെയും ഭിത്തി കലണ്ടറിലൂടെയും സംവിധായകൻ നിർവഹിക്കുന്ന കാലസൂചന അർത്ഥശൂന്യമാണ്. വ്യവസ്ഥാപിത ട്രേഡ് യൂണിയനുകളെയും തൊഴിലാളികളെയും ആത്മനിഷ്ഠവും അതിസങ്കുചിതവുമായ ഒരു കാഴ്ചപ്പാടിലൂടെയാണ് സംവിധായകൻ നോക്കിക്കാണുന്നത്. ജേതിയുടെ ഉപരിവർഗചുറ്റുപാടുകൾ ചിത്രീകരിക്കുമ്പോൾ (ഡോഗ്ഷോയ്ക്ക് പോകുമെന്ന ഭാര്യയുടെ പറച്ചിൽ, പട്ടി, കാറിലെ സ്റ്റീരിയോ സെസറ്റിന് കല്പിക്കപ്പെടുന്ന പരമപ്രാധാന്യം) ഫ്രെയിമുകൾ ക്ലീഷേകൾകൊണ്ട് ജടിലമാകുന്നു. യദുനാഥിന്റെ വിധവ അന്ധനായ തൊഴിലാളി യുവാവിനെ ചേർത്തുപിടിച്ചുകൊണ്ട് പോലീസ് വ്യൂഹത്തിനുനേരെ പ്രകടനം നയിക്കുന്ന സീക്വൻസിന്റെ ആവർത്തന വിരസത തെല്ലൊന്നുമല്ല. ഇതേ ദൃശ്യരൂപം എവിടെയൊക്കെ നമ്മൾ പരിചയിച്ചിരിക്കുന്നു. ദൃശ്യക്രമീകരണം പോലെ ക്യാമറയുടെ ചലനക്രമവും മിക്കപ്പോഴും വിരസമാണ്. ശരിയായ രാഷ്ട്രീയനിലപാടിന്റെയും ഉൾക്കാഴ്ചയുടെയും അഭാവം ഉടനീളം കാണാം. പൊളിറ്റിക്കൽ സിനിമയുടെ നല്ല ഉദാഹരണമായി തന്റെ സിനിമയെ രൂപപ്പെടുത്തുന്നതിന് അവ എങ്ങനെ വിലങ്ങുതടിയാകുന്നുവെന്ന് സംവിധായകൻ സ്വയം കണ്ടറിയേണ്ടിയിരിക്കുന്നു.

തുറന്ന ഹൃദയങ്ങൾ (റഷ്യ)

ഏറ്റവും മികച്ച സംവിധായകനുള്ള രജതമയൂരം നേടിയത് റഷ്യൻ ചിത്രമായ 'തുറന്ന ഹൃദയ'ങ്ങളുടെ (Open Hearts) നിർദേശകനായ

അലക്സി പോളിയോക്കോവാണ്. ലോലമെങ്കിലും സങ്കീർണമായ മാന സികാവസ്ഥയുടെ സമർത്ഥമായ ആഖ്യാനവും അഭിനയശേഷിയുടെ മികച്ച പ്രകടനവുമാണ് പോളിയാക്കോവിനെ ബഹുമതിക്കർഹനാക്കി യതെന്ന് വിധിതീർപ്പിൽ രേഖപ്പെടുത്തപ്പെട്ടിരിക്കുന്നു.

ബാലിശമായ സെന്റിമെന്റലിസത്തിന്റെ വിതാനത്തിൽനിന്ന് ഉയരു ന്നുവെന്നതാണ്, ദുരൂഹമായ മനുഷ്യബന്ധങ്ങളും വിശുദ്ധ വികാരങ്ങളും വരച്ചുകാട്ടുന്ന ഈ ചിത്രത്തിന്റെ മികവ്. ഇഴയടുപ്പമുള്ള ഒരു കഥയുടെ ദൃശ്യവത്ക്കരണം സംവിധായകൻ ഉദ്ദേശിക്കുന്നുണ്ട്. മോസ്കോ നഗര ത്തിൽ രണ്ടു യുവതികൾ കണ്ടുമുട്ടുന്നു. ല്യൂബ മോസ്കോയിൽ അമ്മ യോടൊപ്പം താമസിക്കുകയാണ്. ദൂരെയുള്ള ഒരു ചെറുപട്ടണത്തിൽനിന്ന് വന്നെത്തിയതാണ് വാര്യ. അവൾ ഗർഭിണിയായിരുന്നു. ല്യൂബ അമ്മ യുടെ അനുവാദം വാങ്ങി അവളെ കൂടെ താമസിപ്പിക്കുന്നു. പ്രസവിച്ച് അല്പകാലം കഴിഞ്ഞപ്പോൾ വാര്യ വേറൊരു കാമുകനെ നേടി മോസ്കോ വിടുന്നു. ഒരാശുപത്രിയിലെ അറ്റൻഡർ ജോലി നോക്കുന്ന ല്യൂബ വാര്യ ഉപേക്ഷിച്ചുപോയ കുഞ്ഞിനെ അനാഥാലയത്തിൽനിന്ന് ദത്തെടുത്ത് സ്വന്തം മകനെപ്പോലെ വളർത്തിത്തുടങ്ങുന്നു.

ല്യൂബയുടെയും വൃദ്ധമാതാവിന്റെയും ജീവിതം പിന്നീട്, പെത്യയെന്ന് പേരായ ആ കുഞ്ഞിന് ചുറ്റുമായി. ല്യൂബയുടെ കാമുകൻ പെത്യയുടെ പേരിൽ അവളെ ഉപേക്ഷിച്ച് മറ്റൊരു വിവാഹം കഴിക്കുന്നു. കാമുകനും ല്യൂബയും വാര്യയും വീണ്ടും പരസ്പരം കാണുന്നത് പതിനാല് വർഷ ങ്ങൾക്ക് ശേഷമാണ്. ല്യൂബ മാത്രം മാറിയിട്ടില്ല. ഒരു ഹ്രസ്വസന്ദർശന ത്തിനെത്തിയ വാര്യ പറയുന്നു, ല്യൂബയുടെ വീട് അതേപോലെ. ഒരു മാറ്റവുമില്ല. ആ മേശവിരിപോലും അതുതന്നെ. വാര്യയിൽനിന്ന് അവളാണ് തന്നെ പ്രസവിച്ചതെന്ന് കേട്ട് പെത്യ പകയ്ക്കുന്നു. അവ നത് അസഹ്യമായൊരു സത്യമായിരുന്നു. വീടുവിട്ടുപോയ പെത്യയെ അന്വേഷിച്ച് ല്യൂബ നഗരമെങ്ങും അലഞ്ഞു. ആരും അവനെ കണ്ടിരു ന്നില്ല. എന്നാൽ ഒരു രാത്രി അവൻ താനേ മടങ്ങിവന്നു, ല്യൂബയില്ലാതെ വേറൊരു അമ്മ തനിയ്ക്കെങ്ങനെ ഉണ്ടാകുമെന്നു വിതുമ്പിക്കൊണ്ട്. അത്യന്തം ഹൃദയസ്പർശിയാണ് ഈ കൂടിക്കാഴ്ച. ല്യൂബയായി അഭി നയിച്ച മാരിനോ സ്റ്റാരിക് ഏറ്റവും മികച്ച നടിക്കുള്ള പാരിതോഷികം കൈവരിക്കുമെന്ന് ചിത്രം കണ്ടിറങ്ങിയവരൊക്കെയും ഏറെക്കുറെ ഉറ പ്പിച്ചിരുന്നു. വാര്യയുടെ വിചിത്രമായ നിലപാടുകൾ കണ്ട് സ്തബ്ധയാ കുമ്പോഴും കാമുകന്റെ മാനസികപരിണാമമറിഞ്ഞ് തളരാതിരിക്കാൻ പണിപ്പെടുമ്പോഴും വർഷങ്ങൾക്കുശേഷം അയാളെ നിസ്സംഗമായി അഭി

മുഖീകരിക്കുമ്പോഴും പെത്യയെ കാണാഞ്ഞ് വിവശതയറിയുമ്പോഴും അതുല്യമായ അഭിനയവൈഭവം പ്രദർശിപ്പിക്കുന്നു മാരിനാ. ജൂറി അതിന്റെ പ്രഖ്യാപനത്തിൽ ചൂണ്ടിക്കാട്ടുന്നു : സംവേദനക്ഷമയുടെയും ആർദ്രവികാരങ്ങളുടെയും പ്രകാശനം. സെന്റിമെന്റലല്ലാത്ത അഭിനയം. അഗാധം.

ബസ് ഡ്രൈവർ (ഈജിപ്ത്)

സമകാല ഈജിപ്തിന്റെ മുഖപ്രകൃതം അനുഭവവേദ്യമാക്കുന്ന ഈ ചിത്രം പേരു സൂചിപ്പിക്കുന്നതുപോലെ ഒരു ബസ് ഡ്രൈവറുടെ കഥയാണ്.

എൽ താൽ എൽ കബീറിലെ ബ്രിട്ടീഷ് പട്ടാളക്യാമ്പിൽനിന്ന് ഒരു കലാപം കഴിഞ്ഞ് കെയ്റോയിൽ തിരിച്ചെത്തിയ സുൽത്താൻ അബോൺ എൽ എല്ലായുടെ മകനായ ഹസ്സനാണ് നായകൻ. അയാൾ വളർന്നത് ഈജിപ്തിന്റെ ഭൗതികമാറ്റങ്ങൾക്കിടയിലായിരുന്നു. മുതിർന്നപ്പോൾ പിതാവിന്റെ വർക്ഷോപ്പിൽ ജോലിക്ക് നിൽക്കാതെ ഹസ്സൻ പട്ടാളത്തിൽ ചേർന്നു. അവിടെനിന്ന് മടങ്ങിയെത്തിയ ശേഷമാണ് ബസ് ഡ്രൈവറായുള്ള ജീവിതം തുടങ്ങിയത്. പിതാവിന്റെ വർക്ക്ഷോപ്പ് വിൽക്കാനിടയാകുമെന്നറിഞ്ഞ്, അത് സംരക്ഷിക്കാൻ അയാൾ നടത്തുന്ന നീക്കങ്ങളിലൂടെ ആധുനിക ഈജിപ്തിനെ പരിചയപ്പെടുത്തുകയാണ് സംവിധായകനായ ആതെഫ് എൽ തായേബ്. ബസ് ഡ്രൈവറായി വേഷമിട്ട Nourl Et Cherif നല്ല നടനായി പ്രഖ്യാപിക്കപ്പെട്ടത് വിധിനിർണയത്തിനിടയിലെ അമ്പരപ്പായിരുന്നു. പോളിഷ് എൻട്രിയായ The Quack എന്ന ചിത്രത്തിലെ ജെഴ്സി ബിൻസിക്കി ജൂറിയുടെ ശ്രദ്ധയിൽ പെടാതെപോയത് അതിശയംതന്നെ.

ഹിമാനി (ബൾഗേറിയ)

സംവിധാനകല, ഛായാഗ്രഹണം, അഭിനയം, സാങ്കേതികമേന്മ എന്നിവയിലെല്ലാം ഗണനീയനേട്ടമെന്ന ജൂറിയുടെ പ്രശംസ നേടിയ ചിത്രമാണ് ഭിന്നങ്ങളായ ഗൃഹസാഹചര്യങ്ങളിൽനിന്നുള്ള ഒരു സംഘം പർവതാരോഹകരുടെ ദുരന്തം വിവരിക്കുന്ന 'ഹിമാനി' (Avalanche)

മഞ്ഞുമലയുടെ പാർശ്വങ്ങളിലൂടെ ആയാസപ്പെട്ടു നീങ്ങുന്ന പർവതാരോഹകരാണ് ചിത്രത്തിന്റെ ആദ്യദൃശ്യങ്ങളിൽ. അവരുടെ കാൽവെപ്പുകളോരോന്നും സംവിധായകർ (Irina Akatasheve, Hristo Piskov) ഡോക്യുമെന്ററിയിലെന്നോണം പകർത്തിക്കാട്ടുന്നു. അവിചാരിതമായി

ആരോഹണശ്രമം ഒരു ഹിമപ്രളയത്തിൽ മുങ്ങിത്താഴുമ്പോൾ, മരണത്തിനും ജീവിതത്തിനുമിടയിലെ വിറയലാർന്ന നിമിഷങ്ങളിൽ, പോയ്പോയ അവസരങ്ങളെയും സംഭവിച്ച പാകപ്പിഴകളെയും നിറവേറ്റാനാകാത്ത വാഗ്ദാനങ്ങളെയും പകരം നൽകാനാവാത്ത സ്നേഹത്തെയും പ്രതീക്ഷകളെയും കുറിച്ച് ഓർക്കാൻ ഓരോരുത്തരും നിർബന്ധിതരാകുന്നു. മരണം പതിയിരിക്കുന്ന മഞ്ഞുമലകളുടെ ഭീകരത ഫ്രെയിമുകളിൽ സമാഹരിക്കുന്നതിൽ സംവിധായകർ വെളിവാക്കുന്ന സാഹസികത ഈ ചിത്രത്തെ തെല്ലൊരളവിൽ ശ്രദ്ധേയമാക്കുന്നുണ്ട്. പക്ഷേ, ഭാവനാശൂന്യമായ ഫ്ളാഷ്ബാക്കുകൾ നിർബന്ധിച്ചുതുടങ്ങിയപ്പോൾ പ്രമേയത്തിന്റെ അതുവരെ പുലർത്തിയ ഭാവസാന്ദ്രത എങ്ങോ നഷ്ടപ്പെട്ടുപോയി. കൃത്രിമവും മടുപ്പിക്കുന്നതുമാണ് ഈ സീനുകളിലെ ജീവിതാവിഷ്കരണം. സംവിധായകർ എളുപ്പവഴിയിലുള്ള നീക്കം വെടിഞ്ഞ്, ഉൾക്കനമാർന്ന മറ്റൊരു രൂപഘടന അന്വേഷിച്ചിരുന്നെങ്കിൽ വ്യാഖ്യാനക്ഷമമായ ഒരു മികച്ച രചന നമുക്ക് ലഭിച്ചേനെ.

ദി ഗ്രേ ഫോക്സ് (കനഡ)

മുപ്പതുവർഷം തടവിലായിരുന്ന മൈനർ പുറത്തുവരുമ്പോൾ അമേരിക്കയുടെ മുഖമാകെ വ്യവസായവൽക്കരണത്തെ തുടർന്ന് മാറിപ്പോയിരുന്നു. നിരത്തിലെ വാഹനങ്ങളും തീവണ്ടിയും യന്ത്രങ്ങളും എഡ്വിൻ എസ് പോർട്ടറുടെ ദി ഗ്രെയിറ്റ് ട്രെയ്ൻ റോബറിയുടെയുമെല്ലാം കിഴവനെ അതിരറ്റ് വിസ്മയം കൊള്ളിച്ചു. വീണ്ടും അയാൾ നിയമവിരുദ്ധമായ ജീവിതചര്യകളിലേയ്ക്ക് തിരിഞ്ഞു. പോർട്ടറുടെ ചിത്രത്തിലേതുപോലെ തീവണ്ടി കൊള്ളയിലായിരുന്നു അയാളുടെ കമ്പം. ആദ്യമൊക്കെ പരാജയപ്പെട്ടുവെങ്കിലും പിന്നെപ്പിന്നെ അയാൾ തന്റെ ഉദ്യമങ്ങളിൽ വിജയിച്ചുകൊണ്ടിരുന്നു. പക്ഷേ, അയാൾക്ക് നിയമഹസ്തങ്ങളിൽനിന്ന് രക്ഷപ്പെടാനായില്ല.

ഫിലിപ്പ് ബോർസോസിന്റെ (Philip Borsos) ഈ ചിത്രത്തെ ചരിത്രബോധത്തിലുള്ള കണിശതയും ശ്രദ്ധയും ഇമേജുകളുടെ സമൃദ്ധിയും ചൂണ്ടിക്കാട്ടി ജൂറി ശ്ലാഘിക്കുകയുണ്ടായി.

ഹ്രസ്വചിത്രങ്ങൾ

മത്സ വിഭാഗത്തിലേക്കുള്ള ഹ്രസ്വചിത്രങ്ങളുടെ കണ്ടെത്തൽ നിയന്ത്രിതവും പക്ഷപാതപരവുമായിരുന്നുവെന്ന് തുടക്കം തൊട്ടുതന്നെ ആരോപിക്കപ്പെട്ടിരുന്നു. നിയമപ്രകാരം കുറഞ്ഞത് ഏഴ് രാഷ്ട്രങ്ങളെ

ങ്കിലും മത്സരത്തിൽ ഭാഗഭാക്കാകേണ്ടിയിരുന്നു. പക്ഷേ, ദൽഹി മേളയിൽ ആറ് രാഷ്ട്രങ്ങളിലെ ലഘുചിത്രങ്ങൾ മാത്രമേ മത്സരത്തിനുണ്ടായിരുന്നുള്ളൂ. ഒരു നാടിന്റെ രണ്ടിലധികം ചിത്രങ്ങൾ ഉണ്ടാകരുതെന്നാണ് മറ്റൊരു ചട്ടം. അതും ഇവിടെ ലംഘിക്കപ്പെട്ടു. പത്ത് ലഘുചിത്രങ്ങളുടെ മത്സരവിഭാഗത്തിൽ പകുതി ചിത്രങ്ങളും ഇന്ത്യയുടെതായിരുന്നു.

ബീഹാറിലെ വർഗീയ കലാപത്തിന്റെ ദുരന്തഫലങ്ങൾ വിവരിക്കുന്ന പ്രകാശ് ഝായുടെ Faces after the storm സ്ത്രീധനത്തിനായുള്ള വധൂഹത്യകൾക്കെതിരെ തീക്ഷ്ണമായി പ്രതികരിക്കുന്ന മീര ദിവാന്റെ Gift of Love എന്നീ ചിത്രങ്ങൾക്കാണ് ജൂറി പ്രത്യേക ബഹുമതി പ്രഖ്യാപിച്ചത്. അടിയന്തരവും വേദനാജനകവുമായ സാമൂഹ്യപ്രശ്നങ്ങളിലേയ്ക്ക് ശ്രദ്ധ ക്ഷണിക്കുന്നതിനാണ് ഡോക്യുമെന്ററി ഫിലിമുകളുടെ ശക്തമായ വിനിയോഗമെന്ന് രണ്ടു ചിത്രങ്ങളെക്കുറിച്ചും ജൂറി അഭിപ്രായപ്പെടുന്നു. വർഗീയകലാപത്തിനിടയിൽ അതിക്രമങ്ങൾക്കിരയായവരുടെ വൈകാരിക ക്ഷോഭവും അങ്ങനെയൊരു കലാപം ഇനിയുണ്ടാകരുതെന്ന ആഗ്രഹചിന്തയും പ്രകാശ് ഝാ തന്റെ ചിത്രത്തിൽ സമർത്ഥമായി വിന്യസിപ്പിച്ചിരിക്കുന്നു. എങ്കിലും അതേക്കാൾ നിശിതമാണെന്നു തോന്നി ഇന്ത്യയിലെ ഒരേയൊരു ഹ്രസ്വചിത്ര സംവിധായികയായ മീരാ ദിവാന്റെ ചിത്രം. സ്ത്രീധനത്തെച്ചൊല്ലി പീഡിപ്പിക്കപ്പെട്ട രണ്ടു യുവതികളുടെ സാഹചര്യവിശകലവും നിയമവിദഗ്ധരും സാമൂഹ്യപ്രവർത്തകരും ഡോക്ടർമാരുമായും മറ്റുമായുള്ള ചർച്ചകളുമാണ് ഉള്ളടക്കം. വധുവിന്റെ അലംകൃതമുഖം പൊള്ളി വികൃതമായ മുഖാകൃതിയിലേയ്ക്ക് ഡിസോൾവ് ചെയ്തുകൊണ്ടുള്ള തുടക്കംതന്നെ സ്തോഭപൂർണ്ണമാണ്. മരണത്തിൽനിന്ന് കഷ്ടിച്ച് രക്ഷപ്പെട്ട ഒരു പെൺകുട്ടിയുടെ കരിഞ്ഞ ഉടലും ഗദ്ഗദങ്ങളും വാക്കുകളും അവയുമായി ഇടയുന്ന വൈവാഹികാഹ്ലാദമടങ്ങിയ നാടോടിശീലും ആരെയാണ് മുറിവേൽപിക്കാതിരിക്കുക.

(ദേശാഭിമാനി വാരിക
1983 ഫെബ്രുവരി 13–19)

ഉപേക്ഷിക്കപ്പെട്ട വീട്

ഫാബ്രി തന്റെ പുതിയ ചിത്രമായ 'റെക്വിം' (Requiem, Zoltan Fabri) സമർപ്പിച്ചിട്ടുള്ളത് ഹംഗറി നാസിസത്തിൽനിന്ന് വിമുക്തി നേടി ഒരു സോഷ്യലിസ്റ്റ് റിപ്പബ്ലിക് ആയിത്തീർന്നതിനുശേഷം ജയിലിൽ കിടന്നു മരിച്ച ഒരു കമ്യൂണിസ്റ്റുകാരനാണ്. അമ്പത്തിരണ്ടിലെ ഒരു വേനൽക്കാല സായാഹ്നമാണ് പ്രമേയത്തിന്റെ പശ്ചാത്തലം. ആകെയുള്ളത് ഇസ്തവാൻ, ഗ്യൂലാ, അഗോസ്റ്റോൺ, നെറ്റി എന്നീ നാലു കഥാപാത്രങ്ങൾ മാത്രമാണ്. ഇവരിൽ ഇസ്തവാൻ ജീവിച്ചിരിപ്പില്ല. നെറ്റിയുടെയും ഗ്യൂലായുടെയും ഓർമ്മകളിൽ അയാൾ കടന്നുവരുന്നു. അഗോസ്റ്റോൺ വേറൊരിടത്താണ്. നെറ്റിയോട് ഫോണിൽ സംസാരിക്കുകമാത്രം ചെയ്യുന്നു. നെറ്റിയുടെ ഓർമകളിൽ ഇസ്തവാന് പുറമെ അയാളും കടന്നുവരുന്നുണ്ട്. ഈ നാലുപേരെക്കൂടാതെ സജീവവും നിർണായകവുമായ മറ്റൊരു സാന്നിധ്യംകൂടി ചിത്രത്തിലുണ്ട്, അഗസ്റ്റോണിന്റെ വസതിയിലെ ഫോൺ. അഗോസ്റ്റോണും നെറ്റിയും വർത്തമാനസമ്പർക്കം സാധിക്കുന്ന ഉപാധിയാണത്. അകന്നു സ്ഥിതി ചെയ്യുന്ന അവർ തമ്മിലുള്ള പരിമിതമായ വിനിമയം ഏതുനിമിഷവും നഷ്ടപ്പെട്ടാനോ, ആരെങ്കിലുമൊരാൾ പിന്തിരിയാനോ ഉള്ള സാധ്യത തുടക്കം മുതലേ നിലനില്ക്കുന്നു. ഈ ഗൃഹോപകരണം ഫാബ്രി അങ്ങേയറ്റം നാടകീയതയോടെയാണ് ഉപയോഗിക്കുന്നത്. ശയ്യ, ഇരിപ്പിടങ്ങൾ, തീൻമേശ തുടങ്ങിയവയും ഗൃഹഭിത്തികളും

പ്രമേയവുമായി ഗാഢബന്ധം പുലർത്തുന്നു. അവയ്ക്കിടയിൽനിന്നു രക്ഷപ്പെടാനുള്ള നെറ്റിയുടെ തീരുമാനമാണ് പ്രമേയത്തിന്റെ കാതൽ. സമൃദ്ധമായ ഗൃഹാന്തർഭാഗത്തുനിന്നും വെളിയിലെ നിരത്തിന്റെ ശൂന്യഭാഗത്തിലേയ്ക്ക് ഇറങ്ങിച്ചെല്ലാൻ അവൾ തീരുമാനിയ്ക്കുന്നത് തന്റെ രണ്ടാമത്തെ ഭർത്താവായ അഗോസ്റ്റോണിന്റെ ആശയപരമായ കാപട്യവും നൈതികാധഃപതനവും ബോധ്യമായതോടെയാണ്. അത് സംഭവിച്ചത് അമ്പത്തിരണ്ടിലെ ആ വേനൽക്കാല സായാഹ്നത്തിലും.

നെറ്റിയെന്ന മിസ്സിസ് അഗോസ്റ്റോൺ അടുത്തനാൾ രാവിലെ പുറപ്പെടേണ്ട ഒഴിവുകാലയാത്രയ്ക്കുള്ള ഒരുക്കങ്ങളൊക്കെയും തീർത്ത് ഭർത്താവിനെ കാത്തിരിക്കുകയായിരുന്നു. ഏതാനും വിദേശസന്ദർശകരുടെ ബഹുമാനാർത്ഥമുള്ള ഒരു ഔദ്യോഗികവിരുന്നിൽ പങ്കെടുക്കുകയാണ് മി. അഗോസ്റ്റോൺ. ഗൃഹവാതിലിൽ മുട്ടിവിളിച്ച തെല്ലുവിചിത്രമായ പ്രകൃതമുള്ള ചെറുപ്പക്കാരന് അത്യാവശ്യമായി അഗോസ്റ്റോണിനെ കാണേണ്ടിയിരുന്നു. അടുത്ത ദിവസം കാണാൻ തരപ്പെടില്ലെന്നതു കൊണ്ട് അയാൾ മടങ്ങിവരുവോളം കാത്തിരിയ്ക്കാമെന്ന് അവൻ തീരുമാനിയ്ക്കുന്നു.

സാമാന്യ മര്യാദയോർത്ത് അവനെ അകത്തു വിളിച്ചിരുത്തുകയും വിശന്നിരിക്കയാണെന്നു കണ്ട് അല്പം ഭക്ഷണം നൽകുകയും ചെയ്തു നെറ്റി. ഭക്ഷണം കഴിക്കുന്ന അവനെത്തന്നെ നോക്കിക്കൊണ്ട് അവളിരുന്നു. ആദ്യമായി കാണുകയായിരുന്നിട്ടും അവന്റെ ഓരോ ചലനവും ഭക്ഷണരീതികളും എത്രയോ വർഷംകൊണ്ടെന്നപോലെ തനിക്ക് പരിചിതമാണെന്ന അറിവ് അവളെ വിസ്മയിപ്പിച്ചു. അതൊക്കെയും അവളുടെ ആദ്യഭർത്താവായ, തടവുമുറിയിൽ കിടന്നു മരിച്ച, ഇസ്തവാൻ ഹാനോവറിന്റേതായിരുന്നു. അവൻ ഇനിയെന്താണ് ചെയ്യുകയെന്ന് അവൾ സ്വയം സങ്കല്പിക്കെ, അങ്ങനെ സസൂക്ഷ്മം നിരീക്ഷിക്കപ്പെടുന്നോർത്ത് അവന്റെ മനസ്സ് അസ്വസ്ഥമായി.

ചെറുപ്പക്കാരന്റെ പേര് ഗ്യൂലോ പെല്ലെ. തടവുശിക്ഷ കഴിഞ്ഞുവരികയാണ് ജയിലിൽനിന്ന്. അവനും ഇസ്തവാനും ഒരേ സെല്ലിലായിരുന്നു. ഇസ്തവാനെ സംബന്ധിച്ച ഒരുപാട് ഓർമ്മകൾ അവന്റെയുള്ളിൽ തീവ്രമാണ്. ഇസ്തവാൻ മിക്കപ്പോഴും പറയുക നെറ്റിയെക്കുറിച്ചായിരുന്നു. അവളുടെ അതിമനോഹരമായ കാലടികളെക്കുറിച്ചും നടത്തത്തെക്കുറിച്ചുമൊക്കെ. എന്തിന്, ഏറ്റവും സ്വകാര്യമായ ഓർമകൾപോലും. അവയൊക്കെയും തന്നെ പറഞ്ഞു കേൾപ്പിക്കാൻ നെറ്റി ഗ്യൂലോയെ നിർബന്ധിക്കുന്നു. തുടർന്ന്, നെറ്റിയുടെയും ഇസ്തവാന്റെയും ജീവിത

ത്തിലെ പതിനഞ്ച് വർഷങ്ങൾ ഗ്യൂലോയുടെ സ്മൃതികളാകുന്നു. അവരുടെ കണ്ടുമുട്ടൽ, പ്രണയം. നദിയിലൂടെയുള്ള യാത്ര, നഗ്നയായി നീന്തി നടന്ന നെറ്റിയുടെ വശ്യലാവണ്യം, ബുഡാപെസ്റ്റ് ജർമൻ അധീനതയിലായിരിക്കെ അണ്ടർഗ്രൗണ്ട് പ്രതിരോധം സംഘടിപ്പിക്കുകയായിരുന്ന ഇസ്തവാനെ ഒരു പോലീസ് വലയത്തിൽനിന്നും അവൾ സമർത്ഥമായി രക്ഷപ്പെടുത്തിയ സംഭവം, ഹംഗറിയുടെ വിമോചനാനന്തരം ഇസ്തവാനുണ്ടായ വളർച്ച, യാദൃച്ഛികവിപത്തുകൾ, തടവുമുറിയിലെ പീഡകൾ – അവയെല്ലാം അനുസ്മരിക്കപ്പെടുന്നു. അധികൃതരെ വിമർശിച്ചതിന് അറസ്റ്റ് ചെയ്യപ്പെടുകയും കൊടിയ മർദനമേറ്റ് തകരുകയും ചെയ്ത ശുദ്ധാത്മാവായ ഇസ്തവാന് തന്റെ നിഷ്കളങ്കത നേതൃത്വത്തിന് ബോധ്യപ്പെടുമെന്ന ദൃഢവിശ്വാസമുണ്ടായിരുന്നു. 'അവർ വരും' ഇസ്തവാൻ ഒരിക്കൽ ഗ്യൂലായോട് പറഞ്ഞു. 'അവർ വന്ന് എന്നോട് മാപ്പു ചോദിക്കും. ഞാൻ യൂത്ത് ഓർഗനൈസേഷന്റെ സെക്രട്ടറിയാണ്.'

സോഷ്യലിസ്റ്റ് ഹംഗറിയിലെ തടവുമുറിയിൽ ഇസ്തവാൻ ചെലവഴിച്ച അന്ത്യദിനങ്ങളെക്കുറിച്ച് കേട്ട നെറ്റി വ്യതിഥമായി. താൻ അഗോസ്റ്റോണിനെ പുനർവിവാഹം ചെയ്തത് ഇസ്തവാന്റെ അവസാന ആഗ്രഹമനസരിച്ചായിരുന്നുവെന്ന് അവൾ ഗ്യൂലോയോട് പറയുന്നു. അത് അവനറിയാവുന്നതുതന്നെ. അഗോസ്റ്റോൺ ഇസ്തവാന്റെയും നെറ്റിയുടെയും അടുത്ത സുഹൃത്തായിരുന്നു. ഇസ്തവാന് അങ്ങേയറ്റത്തെ മതിപ്പായിരുന്നു അയാളെപ്പറ്റി. തന്റെ ഒരേയൊരു അഭ്യുദയകാംക്ഷി. നെറ്റി ഒഴിച്ചാൽ അയാളാണെന്ന് അവൻ വിശ്വസിച്ചുപോന്നു. എന്നാൽ അവൻ ധരിച്ചതുപോലെ ഒരു നിർമലമനസ്കനായിരുന്നില്ല, ഉള്ളിൽ കുടിലവ്യഗ്രതകളുള്ള ഒരു അവസരവാദിയും തൊഴിലാളി വർഗവീക്ഷണം പുറമെ പ്രദർശിപ്പിച്ചുനടന്ന ഒരു ബൂർഷ്വായുമായിരുന്നു വാസ്തവത്തിൽ അയാൾ. ഇസ്തവാന്റെ ആത്മാർത്ഥത ഭേദ്യമുറിയിൽ രക്തമൊഴുക്കുമ്പോൾ, തന്റെ കപട നിലപാടുകളോടെ അയാൾ ഉന്നതവൃത്തങ്ങളുമായി ഉറ്റബന്ധം സ്ഥാപിക്കുകയും ഒരു ശ്രദ്ധാകേന്ദ്രമാവുകയും ചെയ്തു. തടവിൽ കഴിയുന്ന ഇസ്തവാനെ മോചിപ്പിക്കാൻ തന്റെ പെരുവിരൽകൊണ്ടുപോലും അയാൾ ശ്രമിച്ചില്ല. അയാളുടെ യഥാർത്ഥപ്രകൃതം മരിയ്ക്കുവോളം ഇസ്തവാൻ മനസ്സിലാക്കിയുമില്ല. താൻ മരിച്ചുകഴിഞ്ഞാൽ നെറ്റി അഗോസ്റ്റോണിനെ വിവാഹം കഴിക്കണമെന്നതായിരുന്നു തടവുമുറിയിൽനിന്നുള്ള അവന്റെ ഒടുവിലത്തെ സന്ദേശം. അവനോടുള്ള സ്നേഹമൊന്നുകൊണ്ടുമാത്രം അവൾ ആ ശാഠ്യത്തിന് വഴങ്ങി. വർഷങ്ങളായി തന്നെ ആഗ്രഹിച്ചു നടക്കുന്ന, കാമാതുരത ഉള്ളിൽ അമർത്തിയ

അഗോസ്റ്റോണിനെ അവൾ ഭർത്താവായി സ്വീകരിച്ചു. അയാളുടെ സ്വകാര്യലോകം അവൾക്ക് പരിചിതമായിത്തീർന്നത് പിന്നീട് മാത്രമാണ്.

ഗ്യൂലാ കാത്തിരിക്കുന്ന വിവരം ഫോണിലൂടെ കേട്ടറിഞ്ഞ് അഗോസ്റ്റോൺ അസ്വസ്ഥനാകുന്നു. അയാളുടെ പശ്ചാത്തലത്തിൽ മദ്യവും നൃത്തവും വിലാസലോലുപതയുമാണ്. ഗ്യൂലോയെ എത്രയും വേഗം പറഞ്ഞുവിടാൻ അയാൾ നെറ്റിയോട് നിർദേശിക്കുന്നു. പക്ഷേ നെറ്റിയാഗ്രഹിക്കുന്നത് ഇസ്തവാനെയോർത്തുകൊണ്ട് ഗ്യൂലോയോടൊപ്പം ഉറങ്ങാനാണ്. അവൻ അതിനുമുമ്പൊരിക്കലും ഒരു പെണ്ണിനെയും അറിഞ്ഞിട്ടില്ലായിരുന്നു. എന്നാൽ ജയിലിലെത്തിയത് ഒരു ബലാൽസംഗശ്രമത്തെക്കുറിച്ചുള്ള വ്യാജആരോപണത്തിലാണ്. നെറ്റി ലൈംഗികതയെ സംബന്ധിച്ച അവന്റെ ഭീതികൾ തീർക്കാൻ ശ്രമിക്കുന്നു. ഇസ്തവാനും ഇതേ മനസ്സായിരുന്നുവെന്ന് അവൾക്കോർമ്മയുണ്ട്. നദിയിലൂടെ പോകുമ്പോൾ തനിയ്ക്ക് കൊള്ളാവുന്നൊരു നീന്തൽവേഷമില്ലെന്നതുകൊണ്ട് ചൂളിപ്പിടിച്ചിരുന്ന്, നെറ്റിയുടെ നോട്ടം ഒഴിവാക്കുന്നതിന് ഇരുവശത്തേക്കും നോക്കുകയായിരുന്നു അവൻ. ഹരിതവും ഏകാന്തവുമായ ഒരു തുരുത്തിൽ തോണിയടുപ്പിച്ച് നീന്താൻ വിളിച്ചപ്പോൾ അവൻ അവളുടെ കൂടെ പോവുകയുണ്ടായില്ല. അവൾ നഗ്നയായി ലോകത്തിലെ ഏറ്റവും മനോഹരമായ ഉടലോടെ നദിയിലേയ്ക്ക് പോകുമ്പോൾ അവൻ പുല്പ്പരപ്പിൽ പതുങ്ങിയിരിക്കുകയായിരുന്നു. നനഞ്ഞു നഗ്നയായിനിന്ന നെറ്റിയെ ഒരു പറ്റം തോണിയാത്രക്കാർ കാണാനിടയായപ്പോൾ അവൻ എന്തുമാത്രം പേടിച്ചു!

ഇസ്തവാനെക്കുരിച്ചുള്ള സ്മരണകളിൽ മനസ്സുനൊന്ത നെറ്റി, അഗോസ്റ്റോണിനെയും സർവസൗകര്യങ്ങളുമുള്ള അയാളുടെ വീടും ഉപേക്ഷിച്ച് ഗ്യൂലായുടെ കൂടെ പുറപ്പെടാനിറങ്ങുന്നു. അപ്പോൾ അവസാനത്തെ തവണ ഫോൺ ശബ്ദം. നെറ്റി ഒട്ടു സംശയിച്ചുനിന്നശേഷം അഗോസ്റ്റോണിന് എന്തുപറയാനുണ്ടെന്ന് കേൾക്കുന്നതിന് പകരം തന്റെ തീരുമാനം അയാളെ അറിയിക്കാനായി ഫോണിനടുത്തേയ്ക്ക് ചെല്ലുന്നു. തന്നെ വിട്ടുപോകാനുള്ള തീരുമാനത്തെപ്പറ്റി ഒരു വീണ്ടുവിചാരത്തിനുള്ള അയാളുടെ അപേക്ഷ നിരസിച്ച് അവൾ പുറത്തെത്തുമ്പോൾ ഗ്യൂലോ എവിടെയോ നഷ്ടപ്പെട്ടുകഴിഞ്ഞിരുന്നു. പക്ഷേ, നെറ്റി തിരിച്ചു പോകുന്നില്ല. തന്റെ മുന്നിലുള്ള അനിശ്ചിതത്വം നിറഞ്ഞ പുതിയ ജീവിതത്തിന്റെ വഴിതന്നെ അവൾ തെരഞ്ഞെടുക്കുന്നു.

ഇസ്തവാൻ ഓർക്കെനിയുടെ ഒരു ചെറുകഥയിൽനിന്ന് രൂപംകൊണ്ട ഈ ചിത്രത്തിന് ഫാബ്രിയുടെ മുൻചിത്രങ്ങളുമായി ഏറെ അന്തരമു

ണ്ട്. ഇവിടെ അറുപത്തഞ്ചു കഴിഞ്ഞ ഫാബ്രിയുടെ മനസ്സ് വീണ്ടുമൊരു യുവാവിന്റേതാകുന്നു. 'റെക്വീ'മിന് പരുഷത തീണ്ടാത്ത, ലിറിക്കലും ഓജസ്സുറ്റതുമായ ശൈലി ലഭിച്ചത് അങ്ങനെയാണ്. മാത്രവുമല്ല, യുദ്ധത്തിന്റെയും ഫാസിസത്തിന്റെയും ദൃശ്യാവിഷ്കരണങ്ങളിൽനിന്ന്, കൂടുതൽ സമകാലികമായ ചില പ്രശ്നങ്ങളിലേയ്ക്ക് ഫാബ്രി എത്തിച്ചേരുകയും ചെയ്യുന്നു ഈ കൃതിയിലൂടെ. അമ്പത്തിരണ്ടിലെ വേനൽക്കാലമെന്ന കാലസൂചന 'റെക്വീ'മിന്റെ പ്രമേയത്തിന് ആവശ്യമാണെന്ന് പറയുകവയ്യ. സ്റ്റേറ്റ് ദുഷിക്കുമ്പോഴും അധികാരം ദുർവിനിയോഗം ചെയ്യപ്പെടുമ്പോഴും അഗോസ്റ്റോണിനെപ്പോലുള്ളവരുടെ മുഖംമൂടികൾ ആദരണീയമാകുമ്പോഴും ഇങ്ങനെയൊക്കെ സംഭവിക്കാം.

ഇസ്തവാന്റെ പീഡാനുഭവങ്ങളെക്കുറിച്ചറിഞ്ഞതോടെ, കപടസോഷ്യലിസ്റ്റായ അഗോസ്റ്റോണിന്റെ ലോകം വിട്ടിറങ്ങാൻ സന്നദ്ധമായ നെറ്റിയെ നമ്മുടെ കാലഘട്ടത്തിലെ ധീരനായികയായി ഉദ്ദേശിക്കുന്നു ഫാബ്രി. ഫാസിസത്തിനെതിരായി പൊരുതി മൃതിപ്പെട്ട വനിതകളുടെ ഹൃദയശുദ്ധിയും സാഹസികഭാവവും നെറ്റിയിലുണ്ട്. ഇസ്തവാന്റെ അന്ത്യസന്ദേശം കേട്ട് തന്റെ വശ്യസൗന്ദര്യം അഗോസ്റ്റോണിന്റെ ചെടിച്ച മനസ്സിന് സമർപ്പിക്കേണ്ടിവന്നത് അവളുടെ ദാരുണദുരന്തമാണ്. താൻകൂടി പ്രവർത്തിച്ചു നേടിയ ഭരണവ്യവസ്ഥയിൽ ഒരുതരം ശൈശവനിഷ്കളങ്കതയോടെ മരിക്കുന്ന ഇസ്തവാന്റെ ദുരന്തത്തിന് ഒരു സമാന്തരമായി നിൽക്കുന്നു ഇത്. ഇസ്തവാന്റെ നിഷ്കളങ്കതയും നെറ്റിയുടെ അകൃത്രിമലാവണ്യവും ഇരുവരുടെയും ജീവിതദുരന്തങ്ങൾക്ക് ആഴമണയ്ക്കുന്ന ഘടകങ്ങളാണ്.

കേവലം നാലു കഥാപാത്രങ്ങളിൽ കേന്ദ്രീകരിക്കുന്ന ഫാബ്രിയുടെ ദൃഢബദ്ധമായ തിരക്കഥ, അതീതകാലത്തിന്റെയും വർത്തമാനത്തിന്റെയും ദൃശ്യങ്ങളുടെ സനിഷ്കർഷസമാഹരണത്തിലൂടെ ആകാരമെടുക്കുന്നു. പൊളിറ്റിക്കൽ ഫിലിമിന് നൂതനമായൊരു അർത്ഥവ്യാപ്തി നൽകാനുള്ള വ്യഗ്രചിന്ത സമഗ്രമായും പ്രതിഫലിപ്പിക്കുന്നുണ്ട് ഇതിവൃത്തഘടനയും പരിചരണവും. ഫാബ്രിയെപ്പോലൊരു രചയിതാവിന്റെ പരികല്പനകളുമായി പൂർണമായും ഏകീഭവിക്കുക ആയാസകരമാണ്. പക്ഷേ, ഗിയോർഗീ ഇല്ലീസും (ഛായാഗ്രഹണം) എഡിത്ഫ്രായ്തും (നെറ്റി) അത് സാധിച്ചിരിക്കുന്നു.

(ദേശാഭിമാനി വാരിക
1983 ഏപ്രിൽ 3-9)

ബ്രിട്ടാനിയ ഹോസ്പിറ്റൽ

ചാൾസിന്റെയും ഡയാനയുടെയും വിവാഹമോ, പുതിയ കിരീടാവകാശിയുടെ പിറവിയോ പോലുള്ള അസംബന്ധ ആഹ്ലാദങ്ങളുമായി മാത്രം വെളിപ്പെടാറുള്ള ബ്രിട്ടീഷ് സമൂഹത്തെ അതവലംബിക്കുന്ന മിഥ്യകളിൽനിന്ന് സ്വതന്ത്രമാക്കുകയാണ് തന്റെ 'ബ്രിട്ടാനിയ ഹോസ്പിറ്റലി'ൽ ലിൻഡ്സെ ആൻഡേഴ്സൺ. നൂറ്റാണ്ടുകളായുള്ള കൃത്രിമപരിവഷവും ബാഹ്യാഡംബരങ്ങളുമില്ലാതെ, അത്യധികം പരിഭ്രമിച്ച നിലയിൽ ഇംഗ്ലണ്ടിലെ അഭിജാതരെയും പാർശ്വവർത്തികളെയും ഈ ചിത്രം പരിചയപ്പെടുത്തുന്നു. അവരോട് പ്രതിക്രിയയ്ക്കൊരുങ്ങുന്ന സംയമനം നഷ്ടപ്പെട്ട സാമാന്യജനതയും ബ്രിട്ടാനിയാ ഹോസ്പിറ്റലിന്റെ - അതെ, ഒരു രൂപകംതന്നെ - പരിഹസരങ്ങളിലുണ്ട്. ഈ ദ്വന്ദ്വഭാവം എങ്ങനെ ഇതിവൃത്തമായി വികസിക്കുന്നുവെന്ന് നോക്കുക:

ബ്രിട്ടാനിയ ഹോസ്പിറ്റലിന് അതൊരു ആഘോഷദിനമാണ്. സ്തുത്യർഹമായ സാമൂഹ്യസേവനത്തിന്റെ അഞ്ഞൂറാമാണ്ട് തികയുകയാണന്ന്. പക്ഷേ, അതിന്റെ വിശിഷ്ടസേവനം ലഭിച്ച സമൂഹത്തിന് എന്തൊക്കെയോ അസംതൃപ്തികളുണ്ടെന്ന് വ്യക്തം. ആശുപത്രി ഗേറ്റുകളിൽ പിക്കറ്റിങ്ങ് നടക്കുകയാണ്. പണിമുടക്കുകളുടെയും ബോംബ്സ്ഫോടനങ്ങളുടെയും വാർത്തകൾ നിത്യേന കേൾക്കാറുള്ളതാണ്. പുറത്ത് എന്തും സംഭവിക്കാം.

സർജിക്കൽ സയൻസിനായി മില്ലറുടെ പേരിൽ സ്ഥാപിക്കുന്ന സെന്ററിന്റെ ഉദ്ഘാടനം നിർവ്വഹിക്കുന്നതിനായി ഒരു രാജകീയ പ്രതിനിധി വന്നെത്താനുണ്ട്. എല്ലാവർക്കും മുമ്പെ അങ്ങേയറ്റം കണിശത പുലർത്തുന്ന, പ്രൊഫസർ മില്ലർ എത്തിച്ചേരുന്നു. അദ്ദേഹത്തിന് തന്റെ അതിഗൂഢവും വിപ്ലവകരവുമായ ശസ്ത്രക്രിയയ്ക്കുള്ള അവസാന ഒരുക്കങ്ങൾ പൂർത്തിയാക്കേണ്ടിയിരിക്കുന്നു. ഗേറ്റുകളിലെ പ്രകടനക്കാരെ കബളിപ്പിച്ച് അദ്ദേഹം ഹോസ്പിറ്റലിനുള്ളിൽ പ്രവേശിക്കുന്നു. മുകൾനിലയിൽ ജാലകം വെടിപ്പാക്കുന്നയാളായി നടിച്ചുകൊണ്ട് ഒരു ഇൻവെസ്റ്റിഗേറ്റീവ് ജേർണലിസ്റ്റായ മിക് ട്രാവീസ് ആശുപത്രിയിലെ കുഴപ്പങ്ങൾ ഉറ്റുനോക്കുകയാണ്. അയാളുടെ കൈയിൽ എല്ലാം രേഖപ്പെടുത്താനും

വെളിയിലൊരു വാഹനത്തിൽ കാത്തിരിക്കുന്ന സുഹൃത്തുക്കളുടെ ടെലി വിഷനിലേയ്ക്ക പ്രക്ഷേപിക്കാനും ജാഗരൂകമായൊരു ക്യാമറയുണ്ട്. സ്കൂപ്പിന്റെ അന്വേഷണത്തിൽ മിക്ക് ട്രാവിസ്സിന് അമാൻഡാ പേഴ്സി ലെന്ന നേഴ്സിന്റെ സഹായം നിർണായകമാണ്.

ആശുപത്രി അധികൃതരെ അലട്ടുന്നത് കാഷ്വാലിറ്റിയിലെത്തിയ തലേന്നു ഭീകരന്മാരുടെ ആക്രമണത്തിനിരയായ അസംഖ്യം രോഗി കൾക്ക് നൽകേണ്ട അടിയന്തര ചികിത്സയുടെ പ്രശ്നം മാത്രമല്ല. കാഷ്വാ ലിറ്റി പോർട്ടർമാർ വേതനത്തെക്കുറിച്ചുള്ള പരാതികളിലാണ്. അടുക്കള സ്റ്റാഫ് ഒന്നടങ്കം വിഘടിച്ചു നില്പാണ്. പെൻഷൻ പറ്റിയ ജനറൽമാരും ഒരു ആഫ്രിക്കൻ പ്രസിഡന്റും ആർഭാടപൂർവ്വം കഴിയുന്ന പ്രത്യേക വാർഡുകളോടാണ് അവർക്ക് പ്രതിഷേധം. സാധാരണ രോഗികൾക്ക് ലഭിക്കാത്ത ഒട്ടേറെ സൗകര്യങ്ങളിൽ കഴിയുന്ന ഈ വിശിഷ്ടരോഗി കൾക്ക് അവർ ആഗ്രഹിക്കുന്ന പ്രത്യേകവിഭവങ്ങൾ തയ്യാറാക്കാനാവി ല്ലെന്ന ഉറച്ച നിലപാടിൽ എത്തിച്ചേർന്നിരിക്കുന്നു പാചകക്കാർ. സീനി യർ ഹോസ്പിറ്റൽ അഡ്മിനിസ്ട്രേറ്ററുടെ ദൗത്യവുമയി വന്ന ബൈൽസിന്റെ അനുനയശ്രമങ്ങൾ നിഷ്ഫലമാകുന്നു. രോഗികൾക്ക് പ്രാതൽ നല്കുകയെന്ന പ്രശ്നം നിമിഷംതോറും രൂക്ഷമായിക്കൊണ്ടി രിക്കുന്നു. അധികൃതർ ഓറഞ്ചും കുടിനീരുമായി നേഴ്സുമാരെ രോഗി കളുടെയടുത്തേയ്ക്ക് പറഞ്ഞയയ്ക്കുന്നു. പക്ഷേ, പ്രാതലിനുപകരം ഓറഞ്ച് സ്വീകരിക്കാനുള്ള സന്മനസ്സും സഹിഷ്ണുതയും രോഗികളിൽ ആർക്കുമില്ല. നേഴ്സുമാർക്ക് അവരിൽനിന്ന് ഓടിരക്ഷപ്പെടേണ്ടിവരു ന്നു. ആകെ അസ്വസ്ഥതയും അനിശ്ചിതത്വവും. എന്നാൽ അനൗൺസർമാർ ഒന്നും പുറംലോകത്തെ അറിയിക്കുന്നില്ല. അവരുടെ വാക്കുകളിൽ പരിഭ്രമത്തിന്റെ ലാഞ്ഛനപോലുമില്ല. എല്ലാം ഭദ്രം.

ഇന്റൻസീവ് കെയറിൽ പ്രൊഫസർ മില്ലർ തന്റെ പരീക്ഷണത്തിന് ഒരു രോഗിയുടെ ശിരസ് ഛേദിക്കുന്നത് മിക്ക് ഒളിച്ചുനിന്ന് രേഖപ്പെടു ത്തുന്നു. പക്ഷേ, വെളിയിൽ ട്രക്കിലിരിക്കുന്ന സമ്മി, റെഡ് എന്നീ സഹ പ്രവർത്തകർ ടെലിവിഷൻ സ്ക്രീനിലെ വിഭ്രമാത്മക ദൃശ്യങ്ങൾ ശ്രദ്ധി ക്കാതെ നിരത്തിൽ നടക്കുന്ന പ്രകടനം കണ്ട് രസിക്കുകയാണ്.

സീനിയർ അഡ്മിനിസ്ട്രേറ്ററായ വിൻസെന്റ് പോട്ടർ ഇടഞ്ഞു നിൽക്കുന്ന ആശുപത്രി യൂണിയനുകളെ, അവയുടെ നേതാക്കൾക്ക് അന്ന് നടക്കാനിരിയ്ക്കുന്ന രാജകീയ വിരുന്നിലേയ്ക്കുള്ള ക്ഷണപത്രം നൽകി അനുനയിപ്പിക്കുന്നു. പെരുമാറ്റച്ചട്ടങ്ങൾക്കായുള്ള പ്രത്യേക ഉപ ദേഷ്ടാവ് കൊട്ടാരത്തിൽനിന്നും സുരക്ഷിതത്വനടപടികളുടെ മേൽനോട്ടം

വഹിക്കുന്ന ചീഫ് സൂപ്രണ്ട് ജോൺസ് സ്കോട്ലൻഡ് യാർഡിൽനിന്നും എത്തിച്ചേരുന്നു. പ്രൊഫസർ മില്ലർ ബിബിസിയുടെ ക്യാമറയ്ക്കും ശബ്ദ ലേഖന യന്ത്രത്തിനും മുന്നിലാണ്. പക്ഷേ, അയാളുടെ വിചിത്രമായ ശസ്ത്രക്രിയാനടപടികൾ ചിത്രീകരിക്കാനുള്ള സൗകര്യം ലഭിച്ചത് മിക്ക് ട്രാവിസ്സിനുമാത്രം. നേഴ്സായ അമാൻഡാ അയാളെ ശസ്ത്രക്രിയാ മുറിയിലേയ്ക്ക് ഒളിച്ചുകൊണ്ടുപോയി ഒരിടത്ത് നിർത്തിയിരിക്കയായിരുന്നു. എന്നാൽ നിർഭാഗ്യവശാൽ മിക്ക് കണ്ടുപിടിക്കപ്പെട്ടു. ക്ഷുഭിതനായ മില്ലർ ബോധം കെടുത്തി റഫ്രിജറേറ്റ് ചെയ്യുന്നു അയാളെ.

രാജകീയ പ്രതിനിധികൾ വരാനുള്ള നേരമായതോടെ ആശുപത്രി കവാടങ്ങളിലെ പ്രതിഷേധശബ്ദങ്ങൾ കുറേക്കൂടി തീവ്രമാകുന്നു. വിശിഷ്ടരോഗികളിലൊരാളായ എൻഗാമിയെന്ന ആഫ്രിക്കൻ പ്രസിഡണ്ടിനെതിരെയുള്ള പ്രതിഷേധത്തിന് നേതൃത്വം നൽകുന്നത് ഇടതുപക്ഷ പ്രസ്ഥാനങ്ങളാണ്. അമ്പരപ്പിക്കുന്നത്ര വലുതായ പരിവാരവൃന്ദത്തോടെ കഴിയുന്ന എൻഗാമി തന്റെ നാട്ടിൽ നടത്തിവരുന്ന മനുഷ്യാവകാശ ധ്വംസനങ്ങളെച്ചൊല്ലിയാണ് പ്രതിഷേധം. അപ്പോൾ ഒരു ബോംബ് സ്ഫോടനത്തിനിരയായവരെ വഹിച്ച ആംബുലൻസുകൾ പ്രകടനക്കാർക്ക് പിന്നിലെത്തിനിന്ന് മുറവിളി തുടങ്ങുന്നു. ആംബുലൻസുകൾ അകത്തേക്ക് വിടാമെങ്കിൽ വിശിഷ്ടരോഗികളെയെല്ലാം ആശുപത്രിയിൽനിന്ന് പുറത്താക്കാമെന്ന നിബന്ധനയിൽ പ്രകടനക്കാരുമായി അനുരഞ്ജനം സാധിക്കുന്ന തന്ത്രജ്ഞനായ സീനിയർ അഡ്മിനിസ്ട്രേറ്റർ. ധാരണയുടെ പ്രത്യക്ഷഫലങ്ങൾ ഉടനെയുണ്ടായി. ആംബുലൻസുകൾ അകത്തേക്കും അകത്തുനിന്ന് വിശിഷ്ടവ്യക്തികൾ വെളിയിലേയ്ക്കും നീങ്ങി. കാഷ്വാലിറ്റിയുടെ വാതിൽക്കലെത്തിയ ആബുലൻസുകളിലെ ബാൻഡേജ് ചെയ്യപ്പെട്ട രോഗികളെ ചൂഴ്ന്ന് ഒരു രഹസ്യവൃത്താന്തമുണ്ടായിരുന്നു. പാലസ്സിൽനിന്ന് വന്നെത്തേണ്ടിയിരുന്നത് അവരാണ്. ആശുപത്രിഗേറ്റുകളിലെ തടസം അതിജീവിക്കുന്നതിന് വേണ്ടി കണ്ടെത്തിയ തന്ത്രമായിരുന്നു ബോംബുസ്ഫോടനമെന്ന നുണയും ആംബുലൻസുകളും പ്രച്ഛന്നവേഷങ്ങളും. രാജകീയ സന്ദർശനം അങ്ങനെ തുടങ്ങുന്നു.

പക്ഷേ, പ്രൊഫസർ മില്ലർ ഒട്ടൊരു പ്രതിസന്ധിയിലാണ്. വൈദ്യുതി തകരാറുകൾ മൂലം പരീക്ഷണത്തിന് തയ്യാറാക്കിയ മനുഷ്യശിരസ്സ് ഉപയോഗശൂന്യമായിത്തീർന്നിരുന്നു. ഈ വിഷമത തരണം ചെയ്തത് അബോധാവസ്ഥയിൽ കഴിയുന്ന മിക്കിനെ പ്രയോജനപ്പെടുത്തിക്കൊണ്ടാണ്. മില്ലർ മിക്കിന്റെ ശിരച്ഛേദം ചെയ്ത് തന്റെ പരീക്ഷണവുമായി

മുന്നോട്ടുപോകുന്നു. വേർപെടുത്തപ്പെട്ട ശിരസ്സും ഉടലും പരസ്പരം ചേർത്ത് ജീവൻ വെയ്പിക്കുന്നതിനുള്ള മില്ലറുടെ ഉദ്യമം ഫലവത്തായി. എന്നാൽ അപ്രതീക്ഷിതമായി ഒരപകടം. പ്രൊഫസറുടെ കൈപ്പടം മിക്കിന്റെ പല്ലുകൾക്കിടയിലായി. അയാൾ പ്രാണവേദനയോടെ സ്വതന്ത്രനാകാൻ ശ്രമിക്കുന്നതിനിടയിൽ മിക്കിന്റെ കഴുത്തിലെ തുന്നലുകൾ വേർപെട്ടുപോകുന്നു. ശിരസ്സ് തറയിൽ വീണുരുളുമ്പോൾ ചോരചീറ്റിക്കൊണ്ട് മിക്കിന്റെ ദേഹം കടുത്ത ഭീഷണിയോടെ ചുവടുവയ്ക്കുന്നു. അപകടത്തിൽപ്പെട്ട മില്ലറെ രക്ഷിക്കാനുള്ള വ്യഥിതയത്നം അയാളുടെ വിശ്വസ്ത സഹായിയായ ലേഡി ഡോക്ടർ മാക്മില്ലൻ ഏറ്റെടുക്കുന്നു. തന്റെ ജീവൻ നഷ്ടപ്പെടുത്തിക്കൊണ്ട് വേണ്ടിയിരുന്നു അവൾക്ക് അത് സാധിക്കാൻ.

ദാരുണമായി ഒടുങ്ങിയ മിക്കിന്റെ ക്യാമറ അമാൻഡാ സ്വയം കയ്യിലെടുക്കുന്നു. രാജകീയ സന്ദർശനം നടക്കുന്നതായി പുറത്തുള്ള പ്രകടനക്കാർ അറിഞ്ഞത് ട്രക്കിലെ ടിവിയിൽ നോക്കിയപ്പോഴാണ്. തങ്ങൾ കബളിപ്പിക്കപ്പെട്ടതായി മനസ്സിലാക്കിയ അവർ രോഷാകുലരായി സെക്യൂരിറ്റി നിരയുടെ നേർക്കിരച്ചുകയറി. പോലീസ് വ്യൂഹം അതിക്രൂരമായി നേരിട്ടുവെങ്കിലും അവർ പിൻവാങ്ങിയില്ല. പ്രതിരോധനിര ഛിന്നഭിന്നമാക്കി, വാതിലുകൾ തകർത്ത് അകത്തേക്കിരമ്പിയെത്തിയ പ്രകടനക്കാരെ പ്രൊഫസർ മില്ലർ ശാന്തരാക്കുന്നു. അയാൾക്ക് തന്റെ രഹസ്യമായ കണ്ടുപിടുത്തത്തിന്റെ പ്രവർത്തനം അവർ കൂടി കാണുന്നത് ആഹ്ലാദകരമാണ്. മിക്കിന്റെ മേൽ നടത്തിയ പരീക്ഷണത്തിന്റെ പരാജയത്തിന് ശേഷവും മില്ലറുടെ കൈയിൽ ഒരു വിസ്മയമുണ്ട് - ഭാവിയിലെ മനുഷ്യനെന്ന് അയാൾ കരുതുന്ന ജെനിസിസ്. വികാരങ്ങളില്ലാത്ത മസ്തിഷ്കം. യന്ത്രങ്ങളുടേതും മനുഷ്യരുടേതുമല്ലാത്ത ഒരു വിചിത്രശബ്ദത്തിൽ അത് പറയുന്നു: 'What a piece of work is man... How like a God... How like a God... How like a God...'

ബ്രിട്ടാനിയാ ഹോസ്പിറ്റലിന്റെ പോസ്റ്ററുകളിലെ, ശിരസ്സറ്റ ഒരു ശരീരം ചോരക്കളത്തിലിരുന്ന് വലതുകരത്തിൽ ബ്രിട്ടീഷ് പതാക ഉയർത്തിപ്പിടിക്കുന്ന സംഭ്രമജനകമായ രേഖാചിത്രം ഇതിവൃത്തത്തിന്റെ വിവക്ഷകളെല്ലാം ഉൾക്കൊള്ളുന്നു. 'ജെനിസിസ്' എന്നു നാമകരണം ചെയ്യപ്പെടുന്ന സൃഷ്ടിയിലേക്കുള്ള പ്രൊഫസർ മില്ലറുടെ കിറുക്കൻ യാത്ര ഈ ദൃശ്യംബിംബത്തിന്റെ പശ്ചാത്തലത്തിൽ വേണം വിലയിരുത്തുക. ചിന്തിക്കുന്നവർക്ക് കോമഡിയും അനുഭവിക്കുന്നവർക്ക് ട്രാജഡിയുമാണ് ജീവിതമെന്ന ഓസ്കാർ വൈൽഡിന്റെ വെളിപാട് ബ്രിട്ടാ

നിയാ ഹോസ്പിറ്റലിന്റെ ഹാസ്യാത്മകതയെ നിർവചിക്കുന്നതായി കരുതുന്ന ആൻഡേഴ്സൺ തന്റെ സമൂഹത്തെ വസ്തുനിഷ്ഠമായി തന്നെ കാണാൻ ശ്രമിക്കുന്നു. ആർദ്ര വൈകാരികതയുടെയും കണ്ണുനീരിന്റെയും ആഡംബരം അനുവദിക്കപ്പെടാത്ത കാലമായതിനാൽ മാനവികതയെ രക്ഷിക്കാനുള്ള യത്നത്തിന് സഹായകമാംവണ്ണം ചിരിപ്പിക്കുന്നുവെന്നേ ഉള്ളൂ. പക്ഷേ, ആൻഡേഴ്സൺ ഉദ്ദേശിക്കുന്നത് ദുരന്തബോധം കലരാത്ത ലാഘവമിയന്ന ചിരിയല്ല. അങ്ങനെയൊന്ന് ഇക്കാലത്ത് സാധ്യമാണോ; ശിരസ്സ് മുറിച്ചുമാറ്റപ്പെട്ട ഒരു ശരീരം രക്തത്തിന്റെ നനവിൽ ഇരുന്ന് സ്വന്തം നാടിന്റെ ആഭിജാത്യചിഹ്നം ഉയർത്തിക്കാട്ടുന്ന ഇമേജിന് മുന്നിലാകുമ്പോൾ പ്രത്യേകിച്ചും. തുടക്കംതൊട്ടുള്ള ദൃശ്യങ്ങളോരോന്നും ഈ ബിംബത്തിൽ വിലയിക്കുന്നുവെന്നറിയുന്നതോടെ, ചിരി രക്തത്തിൽ പ്രതിഫലിക്കുന്നത് ബോധ്യപ്പെടുമ്പോഴുള്ള നടുക്കമാണ് പ്രേക്ഷകർക്ക് അനുഭവപ്പെടുക.

ആൻഡേഴ്സൺ ഏതെങ്കിലും പക്ഷത്തുനിന്നുകൊണ്ടല്ല കാര്യങ്ങൾ നോക്കിക്കാണുന്നതും ചിരിക്കുന്നതും. ബ്രിട്ടാനിയാ ഹോസ്പിറ്റലെന്ന രൂപകത്തിന്റെ കേന്ദ്രത്തിലായി വേണമെങ്കിൽ നമുക്കദ്ദേഹത്തെ സങ്കല്പിക്കാം. സാമ്രാജ്യത്വത്തിനും അസമത്വത്തിനുമെതിരെ രോഷംകൊള്ളുന്നവരുടെ നേർക്ക് എന്തൊരു ക്രൂരസംതൃപ്തിയോടെയാണ് അദ്ദേഹം ഈദി അമീന്റെ ഛായയുള്ള എൻഗാമിയെ പറഞ്ഞയക്കുന്നത്! പക്ഷേ, അകത്തേക്കിരമ്പിക്കയറിയവർ പ്രൊഫസർ മില്ലറുടെ ഭ്രാന്തൻ കല്പനയ്ക്കു വിധേയരാകുന്ന പരിണാമം യുക്തിസഹമല്ല. നിറങ്ങളുടെയും വാക്കുകളുടെയും വിനിയോഗത്തിലൂടെ ഒട്ടു സങ്കീർണമാക്കപ്പെട്ട, പ്രൊഫസർ മില്ലറുടെ ജെനിസിസിനെ വിശദീകരിക്കുന്ന അവസാനത്തെ സീനിൽ ആൻഡേഴ്സൺ പ്രകടമായും ആശയസന്ദിഗ്ദ്ധത അഭിമുഖീകരിക്കുന്നു. ഈ സീക്വൻസ് പൂർവ്വദൃശ്യങ്ങളുമായി തീരെ പൊരുത്തപ്പെടുന്നില്ല; ഘടനയിലും പ്രകൃതത്തിലും.

(ദേശാഭിമാനി വാരിക
1983 ഏപ്രിൽ 10–16)

സ്വപ്നങ്ങളെന്ന ഭാഷ

ഇംഗ്മാർ ബെർഗ്മാൻ തന്റെ എല്ലാ ചിത്രങ്ങളും സ്വപ്നങ്ങളാണെന്നു കണ്ടെത്തിയത് 'ദ അവർ ഓഫ് ദ വൂൾഫി'ന്റെ നിർമ്മാണവേളയിൽ വളരെ യാദൃച്ഛികമായാണ്. തന്റെ പല രചനകളും മുഴുവനായോ ഭാഗികമായോ സ്വപ്നങ്ങളായിരുന്നുവെന്ന് അതിനുമുമ്പുതന്നെ ബെർഗ്മാന് അറിയാമായിരുന്നു. എന്നാൽ താൻ നിർമ്മിക്കാനിടയായ ചിത്രങ്ങളൊക്കെയും സ്വപ്നങ്ങളായിരുന്നുവെന്നത് തനിയ്ക്കൊരു പുതിയ കണ്ടെത്തലായിരുന്നുവെന്ന് ബെർഗ്മാൻ ഏറ്റുപറയുന്നു.

സനിഷ്കർഷമായ വ്യാഖ്യാനമാവശ്യപ്പെടുന്ന ഒരു ഭാഷയാണ് സ്വപ്നങ്ങളെന്ന അറിവ് ഫ്രോയ്ഡിൽനിന്നല്ല, ഉല്പത്തി പുസ്തകത്തിൽനിന്ന് തുടങ്ങുന്നു. യിസഹാക്കിന്റെയും റിബെക്കായുടെയും മകനായ യാക്കോബ് ഹാരനിൽ യഹോവയുണ്ടെന്നറിയുന്നത് ഒരു കല്ലിനുമേൽ തലചായ്ച്ചുറങ്ങിയപ്പോൾ കണ്ട സ്വപ്നങ്ങളിൽനിന്നാണ്. ചരിത്രം അല്പംകൂടി നീങ്ങുമ്പോൾ ഇസ്രായേലിന്റെ മകനായ യൗസേപ്പ് വയലിൽ കറ്റകെട്ടിക്കൊണ്ടിരിക്കെ തന്റെ കറ്റ എഴുന്നേറ്റു നിൽക്കുന്നതായും സഹോദരന്മാരുടെ കറ്റകൾ ചുറ്റുംനിന്ന് അതിന് നമസ്കരിക്കുന്നതായും നിദ്രയിൽ ദർശിക്കുന്നു. അതിന്റെ അർത്ഥം അവൻ തങ്ങളുടെ രാജാവാ

കുമെന്നാണോയെന്ന് സഹോദരന്മാർ ക്രുദ്ധരായി ചോദിക്കുന്നു. മറ്റൊരു സ്വപ്നത്തിൽ സൂര്യനും ചന്ദ്രനും പതിനൊന്നു നക്ഷത്രങ്ങളും തന്നെ നമസ്കരിച്ചതായി അവൻ അവരോട് പറയുന്നു. അതുകേട്ട അപ്പൻ അവനെ ശാസിച്ച് അവനോട്; നീ ഈ കണ്ട സ്വപ്നം എന്ത്? ഞാനും നിന്റെ സഹോദരന്മാരും സാഷ്ടാംഗം വീണു നിന്നെ നമസ്കരിക്കാൻ വരുമോ എന്നു കയർക്കുന്നു. കുറേക്കാലത്തിനുശേഷം അടിമയാക്കപ്പെട്ട് ഈജിപ്തിലെത്തിയ യൗസേപ്പ് കാരാഗൃഹത്തിൽവെച്ച് രണ്ടു തടവുകാരുടെയും പിന്നീട് ഫറവോന്റെയും സ്വപ്നങ്ങൾ ബുദ്ധിപൂർവ്വം വ്യാഖ്യാനിക്കുന്നതായി കാണാം.

വിശുദ്ധഗ്രന്ഥത്തിലെ സ്വപ്നങ്ങളെല്ലാം നിഗൂഢാർത്ഥമുള്ള സൂചനകളാണ്. സ്വപ്നസദൃശമാകുന്ന ഒരു കലാസൃഷ്ടിയും നിഗൂഢാർത്ഥങ്ങളുടെ നിധിയായി മാറുന്നു. സ്വപ്നങ്ങൾ മുഴുവനും കലാനുഭവങ്ങളെന്ന പ്രസക്തി നേടുന്നില്ലെങ്കിലും അവ ദ്രഷ്ടാവിനെ സംബന്ധിച്ച് പ്രസക്തങ്ങളാണ്. സാമാന്യമായി യാഥാർത്ഥ്യത്തിൽനിന്നും അകന്നതെന്ന വിവക്ഷയിലാണ് സ്വപ്നങ്ങൾ വ്യവഹരിക്കപ്പെടാറ്. പക്ഷേ, അവയ്ക്കെല്ലാം ദ്രഷ്ടാവിന്റെ യാഥാർത്ഥ്യങ്ങളുമായുള്ള ബന്ധം ആധുനിക മനഃശാസ്ത്രം ഉറപ്പുതരുന്നുണ്ടല്ലോ.

സ്വപ്നങ്ങളെ ഒരു ഭാഷയായി പരിഗണിക്കുമ്പോൾ, അതിനോട് ഏറ്റവും ചാർച്ച ചലച്ചിത്രകലയ്ക്കാണെന്ന് നാം അറിയുന്നു. സിനിമയിലെ ഒറ്റൊറ്റ ഷോട്ടുകളെയും ദൃശ്യഖണ്ഡങ്ങളെയും, വാക്കുകളും വാക്യങ്ങളുമായി താരതമ്യം ചെയ്യുന്ന രീതി യാന്ത്രികവും ചലച്ചിത്രകലയുടെ മൗലികസവിശേഷതയായ സ്വപ്നസാദൃശ്യത്തെ നിഷേധിക്കുന്നതുമത്രേ. വ്യവഹാരഭാഷയോടല്ല, ഈ കലാരൂപം അടുപ്പം പുലർത്തുന്നത് സ്വപ്നഭാഷയോടാണ്. സ്വപ്നവും ചലച്ചിത്രവും തമ്മിലുള്ള സാജാത്യങ്ങൾ തിരിച്ചറിഞ്ഞതുകൊണ്ടാണ് ബെർഗ്മാന്റെ രചനകൾ സ്വപ്നങ്ങളിൽ മാത്രം ഉരുവാകുന്ന മെറ്റാഫറുകളുടെ നിരയായിത്തീരുന്നത്. ഇവിടെ പരാമർശവിധേയമാകുന്ന 'ഫ്രം ദ ലൈഫ് ഓഫ് മാരിയോണെറ്റസ്സും', അതിന്റെ ആകാരവും അയുക്തികതയും കൊണ്ട്, ബെർഗ്മാന്റെ മറ്റൊരു കിനാവാണ്. ഈ ചിത്രത്തിലെ നായകനായ പീറ്റർ ഈഗർമാനിൽ തന്റെ ഭാര്യയായ കാതറീനയെ കൊലപ്പെടുത്താനുള്ള ആഗ്രഹം തീവ്രമായി നിലനിൽക്കുന്നു. തുടരെയുള്ള വിഭ്രമാത്മകസ്വപ്നങ്ങളിൽ അവൻ കാതറീനയെ കൊല്ലുന്നു: യഥാർത്ഥമായി ഒരു വേശ്യയെയും.

'സ്നേഹിക്കുന്ന ഒരാളെ പൂർണമായും സ്വന്തമാക്കാൻ അയാളെ കൊല്ലുക; സ്വയം പൂർണ്ണമായി സ്വന്തമാക്കാൻ ആത്മഹത്യ ചെയ്യുക...'

ഇതാണ് മാരിയോണെറ്റസ്സിന്റെ സൈദ്ധാന്തിക അടിത്തറ. ആറുഭാഗങ്ങളിലൂടെ ബെർഗ്മാൻ പീറ്ററിന്റെ മാനസിക സന്ദിഗ്ദ്ധതയുടെ നിമിത്തങ്ങളാരായുന്നു. അവന്റെ ബാല്യം മൃദുലഭാവങ്ങളില്ലാത്ത അമ്മയുടെ കീഴിൽ, നിയന്ത്രിതവും ഞെരുക്കപ്പെടുന്നതുമായിരുന്നു. കാതറീനയുമായുള്ള ബന്ധം അവന് ആശ്വാസപ്രദമാണ്. അവരുടെ ജീവിതം ബാഹ്യതലത്തിൽ വളരെ ബാലൻസ് ചെയ്യപ്പെടുന്നുണ്ട്. പക്ഷേ, അവന് അവളെ കൊല്ലേണ്ടിയിരിക്കുന്നു. അവൻ സ്വയം ശാസിച്ചുനിയന്ത്രിക്കുന്ന ഒരു സ്വർഗാനുരാഗി ആണെന്നതിന് സൂചനകളുണ്ട്. കാതറീനയെ കൊല്ലാനുള്ള നിരന്തരമായ ആഗ്രഹത്തിനുപിന്നിൽ അടിച്ചമർത്തിയ ഈ ആസക്തിയായേക്കുമോ.? പീറ്റർ ഒരു വേശ്യയെ ക്രൂരമായി വധിക്കുന്ന തുടക്കരംഗത്തിലെ ആക്രമണത്വര നടുക്കമുളവാക്കാൻ പോന്നതാണ്. അവനെന്തോ പ്രത്യേകതയുള്ളതായി അവൾക്ക് ആദ്യംതൊട്ടുതന്നെ തോന്നിയിരുന്നു. താൻ ക്ഷീണിച്ചിരിക്കുകയാണെന്ന് അവൻ പറഞ്ഞപ്പോൾ, ഉറങ്ങിക്കോളൂ എന്നു അവൾ ഉപദേശിക്കുന്നു. അവനെ തലോടിക്കൊണ്ടിരിക്കെ പെട്ടെന്ന് അവന്റെ ഭാവം പകർന്നതുകണ്ട് അവൾ ഭയന്നോടുന്നു. ഒരു മുറിയിൽ ശ്വാസമടക്കി പതുങ്ങിയിരുന്ന അവളെ പിറകിൽനിന്ന് നടന്നടുത്ത് അവൻ ആക്രമിക്കുന്നു. പിന്നെ അവൻ അവളുടെ ജീവനൊടുങ്ങിയ നഗ്നശരീരം, വേശ്യകൾ ഒളിഞ്ഞുനോട്ടക്കാർക്കായി തങ്ങളുടെ ശരീരം പ്രദർശിപ്പിക്കാറുള്ള മുറിയിലേയ്ക്ക് വലിച്ചിഴച്ച് ഒരു മേശപ്പുറത്ത് കിടത്തുന്നു. ഈ കൊലപാതകത്തിന് ഏതാനും ആഴ്ചമുമ്പ് മനഃശാസ്ത്ര പ്രൊഫസറായ മോഗൻസ് ജെൻസൻ പീറ്ററുമായി സംസാരിച്ചിരുന്നു. പരസ്പരം അറിയുകമൂലം അതു ഇരുവർക്കും വിഷമകരമായിരുന്നു. തന്റെ മനസ്സിലെ നിഗൂഢചിന്തകൾ വെളിപ്പെടുത്താൻ, പിന്നീട് അവ യാഥാർത്ഥ്യമായേക്കുമെന്ന ഭീതി കാരണം അവൻ തുടക്കത്തിൽ തയ്യാറാകുന്നില്ല. എങ്കിലും കാതറീനയെ കഴുത്തുമുറിച്ച് കൊല്ലാനുള്ള തന്റെ ആഗ്രഹം അവൻ പ്രൊഫസറെ അറിയിക്കുകതന്നെ ചെയ്യുന്നു. അവന്റെ മനസ്സ് സ്വസ്ഥമാകുമെന്നും എല്ലാം നേരെയാകുമെന്നും പ്രൊഫസർ അവനെ ആശ്വസിപ്പിക്കുന്നു. അവിടെനിന്നു യാത്ര പറഞ്ഞു പിരിയാൻ തുടങ്ങിയ പീറ്റർ എന്തോ സംശയം തോന്നി ഒളിച്ചുനിന്നപ്പോൾ, പ്രൊഫസർ കാതറീനയോട് ഫോണിൽ സംസാരിക്കുന്നതു കേൾക്കുന്നു. പ്രൊഫസർ ആവശ്യപ്പെട്ടതനുസരിച്ച് കാതറീന അവിടെ എത്തുന്നു. അവർ തമ്മിൽ ഒരു അവിഹിതബന്ധം പീറ്റർ സംശയിച്ചുവെങ്കിലും അത് അടിസ്ഥാനരഹിതമാണെന്നു വ്യക്തമായി. കാതറീന പ്രൊഫസറോടു പറയുന്നത് പീറ്ററിനോടുള്ള സ്നേഹത്തെക്കുറിച്ചാണ്.

അതൊന്നും അവന്റെ മനസ്സിനെ ശാന്തമാക്കാൻ ഉപകരിക്കുന്നില്ല. അവർ നിസ്സാരകാര്യങ്ങൾക്ക് വഴക്കിട്ട് വേർപിരിയാനുള്ള ഘട്ടംവരെയെത്തുന്നു. ഒരു വേഴ്ചയ്ക്കുള്ള വിഫലശ്രമം കാതറീനയുടെ തീക്ഷ്ണപരിഹാസത്തിനിടയായപ്പോൾ അവൻ ആത്മഹത്യ ചെയ്യുമെന്ന് അവളെ ഭയപ്പെടുത്തുന്നു.

പീറ്ററിന്റെ അമ്മ കോർഡലീയ നൽകിയ ഒരു സല്ക്കാരവും ചില പ്രശ്നങ്ങൾക്കു വഴിവെച്ചു. അതിൽ പങ്കെടുക്കാതെ കാതറീന പോകുന്നത് ഒരു ബാറിലേയ്ക്കാണ്. അവിടെ അവളുടെ ബിസിനസ് പാർട്ണറായ ടിം യാദൃച്ഛികമായി വന്നുചേരുന്നു. തന്റെ താമസസ്ഥലത്തേയ്ക്കുള്ള അവന്റെ ക്ഷണം മനസ്സില്ലാമനസ്സോടെ കാതറീനയ്ക്ക് സ്വീകരിക്കേണ്ടിവരുന്നു. അവൻ അവിടെവെച്ച് തന്റെ നിരവധി പ്രശ്നങ്ങളെക്കുറിച്ചും സ്വവർഗാനുരാഗബന്ധങ്ങളെക്കുറിച്ചും ആരോടെങ്കിലും ഉറ്റ സൗഹൃദം സ്ഥാപിക്കാനുള്ള വെമ്പലിനെപ്പറ്റിയും അവളോട് തുറന്നു സംസാരിക്കുന്നു. പിന്നീട് പീറ്ററിന്റെ അമ്മയെ കാണുന്നു കാതറീന. അവർക്ക് അന്യോന്യം മനസ്സിലാക്കാൻ കഴിയുന്നില്ല. പീറ്ററുമായുള്ള ബന്ധം വിശകലനം ചെയ്യാനാവാതെ അവർ പിരിയുന്നു. കൊലപാതകത്തെ തുടർന്നു ചോദ്യം ചെയ്യപ്പെട്ട ടിം, ആദ്യമൊക്കെ പരുക്കൻരീതിയിൽ എതിർത്തുനിന്നുവെങ്കിലും, ഒടുവിൽ ഒന്നും മറച്ചുവെയ്ക്കാതെ സംസാരിക്കാൻ തയ്യാറാകുന്നു. പീറ്ററിനോട് തനിയ്ക്കുള്ള സ്നേഹവും കാതറീനയിൽനിന്ന് അവനെ സ്വതന്ത്രനാക്കാനുള്ള ചിന്തയും അയാൾ വെളിപ്പെടുത്തുന്നു. അവനെ രാതറീനയെന്ന വേശ്യയ്ക്ക് പരിചയപ്പെടുത്തിയത് അയാളായിരുന്നു. തന്റെ നിയതസാഹചര്യങ്ങളിലൊതുങ്ങി, മനസ്സിനെ ഏറെക്കുറെ വരുതിയിൽ നിർത്തിയിരുന്ന പീറ്ററിന് വേശ്യകളുടെ അപരിചിതലോകത്തിൽ എത്തിപ്പെട്ടപ്പോൾ പൊടുന്നനെ ചിത്തക്ഷോഭം സംഭവിച്ചതാകാമെന്ന് പ്രൊഫസർ കരുതുന്നു. ടിം പരിചയപ്പെടുത്തിയ വേശ്യയുടെ പേര് കാതറീനയെന്നായതും കൊലപാതകത്തിന് പ്രേരണയായിട്ടുണ്ടാവാം. കാതറീനയെ പൂർണമായും സ്വന്തമാക്കാനും ഒപ്പം ആത്മഹത്യയിലൂടെ സ്വയം സ്വന്തമാക്കാനുമുള്ള വാഞ്ഛയാണ് പീറ്ററിലെന്ന തന്റെ നിഗമനം പ്രൊഫസർ സ്ഥാപിച്ചുകഴിയുമ്പോൾ ഭ്രാന്താശുപത്രിയിലെ സെല്ലിന്റെ അഴികളിൽ പിടിച്ചുനിൽക്കുന്ന അവനെ പ്രേക്ഷകർക്ക് കണ്ടുകിട്ടുന്നു. ആരംഭദൃശ്യമെന്നപോലെ ഈ സമാപന ദൃശ്യവും, അവയ്ക്കിടയിലുള്ള ബ്ലാക് ആന്റ് വൈറ്റ് ആഖ്യാനത്തിന് ഭൂമികയും അനുബന്ധവും കുറിച്ചുകൊണ്ട്, നിറങ്ങളിൽ ഒരുക്കപ്പെട്ടിരിക്കുന്നു. വൈൽഡ് സ്ട്രോബറീസ്, സെവൻത് സീൽ, സൈലൻസ് തുട

ങ്ങിയ രചനകളുമായി പ്രമേയദാർഢ്യം മുൻനിർത്തിയുള്ള ഒരു ഒത്തുനോക്കലിൽ ഫ്രം ദ ലൈഫ് ഓഫ് മാരിയോണെറ്റസ് നമ്മെ കണിശമായും നിരാശപ്പെടുത്തുമെങ്കിലും ബെർഗ്മാന്റെ അതുല്യമായ രചനാപാടവം ഇവിടെ ഒരിക്കൽക്കൂടി നമുക്ക് വിസ്മയകരമായിത്തീരുന്നു. വെളിച്ചവും നിഴലുകളും അവയ്ക്കിടയിലെ മുഖങ്ങളും സൃഷ്ടിക്കുന്നതിൽ ബെർ ഗ്മാന് ഏറ്റവും അടുത്ത പങ്കാളിയായ സെൻ നിക്വിസ്റ്റ് മാന്ത്രിക ചേഷ്ടകൾകൊണ്ടെന്നോണം ഒരുക്കൂട്ടുന്ന ദൃശ്യവാങ്മയത്തിൽ, പീറ്ററിന്റെ ഒരു സ്വപ്നം വിവരിക്കുന്ന, പീറ്ററും കാതറീനയും അസാധാരണമാംവിധം വെളുത്തൊരു പശ്ചാത്തലത്തിൽ നഗ്നരായി വെളിവാകുന്ന കോമ്പോസിഷനുകൾ, സ്വപ്നങ്ങളെന്ന ഭാഷയിലെ മുഴക്കമാർന്ന വെളിപാടുകളാണ്.

(ദേശാഭിമാനി വാരിക 1983, ജൂലായ് 17-23)

നീഗ്രോയുടെ നിലവിളി

താരതമ്യേന ദീർഘമായ സാംസ്കാരികചരിത്രമുള്ള മൊറോക്കോ അതിന്റെ സ്വന്തം സിനിമ നിർമിച്ചുതുടങ്ങിയത് എഴുപതിനുശേഷം മാത്രമാണ്. ഹമീദ് ബെനാനി, സൗഹെൽ ബെൻബാർക്ക എന്നിവരെ മൊറോക്കൻ സിനിമയുടെ ശില്പികളെന്ന് ശരിയായിതന്നെ പറയാം. ഇവരിലും, പിന്നീട് ഹിംസാത്മകമായ നിശ്ശബ്ദത, ഒരു രാത്രിയിലെ കഥകൾ എന്നീ ചിത്രങ്ങളോടെ ഉയർന്നെത്തിയ മൗമെൻ സ്മിഹിയിലും മൊറോക്കൻ സിനിമ ഏതാണ്ട് പൂർണമായി ഒതുങ്ങുന്നു. ബെൻബാർക്കയുടെ 'അമോക്' ഈയിടെ മൊറോക്കൻ സിനിമയ്ക്ക് ശ്രദ്ധേയമായൊരു ബഹുമതി നേടിക്കൊടുത്തു: മോസ്കോ ഫെസ്റ്റിവലിൽനിന്ന്.

റോമിലെ Centre Sperimetale de Cinematografia യിൽ പഠിച്ച ബെൻബാർക്ക പ്രഖ്യാതനായ പസ്സോളിനിയുടെ പ്രധാന സഹസംവിധായകനായിരുന്നു കുറേക്കാലം. ഈഡിപ്പസ് റെക്സ് ഉൾപ്പെടെ മൂന്നു പസ്സോളിനി ചിത്രങ്ങളിൽ പ്രവർത്തിച്ചശേഷം 1971ൽ തന്റെ ആദ്യത്തെ ഫീച്ചർ ചിത്രമെടുക്കുന്നതിന് ജന്മദേശത്തേക്ക് മടങ്ങിച്ചെന്നു. 'ആയിരത്തൊന്നു കൈകൾ' എന്ന ഈ ചിത്രം മൊറോക്കോയിലെ കരകൗശലവിദഗ്ദ്ധരുടെ സാമൂഹ്യാവസ്ഥകളെക്കുറിച്ചായിരുന്നു.

പിന്നെ നാലുവർഷം കഴിയേണ്ടിവന്നു അറബ്ലോകം നേരിടേണ്ടിവരുന്ന പ്രശ്നങ്ങളുടെ വിവരണമായ അടുത്ത ചിത്രത്തിന് (There will be no oil war, 1975). ബെൻബാർക്ക അന്തർദേശീയ ശ്രദ്ധ നേടിയത് ലോർക്കയുടെ 'ബ്ലഡ് വെഡ്ഡിങ്ങി'ന്റെ ചലച്ചിത്ര രൂപത്തോടെയാണ്. ഇവ യഥാക്രമം ആറാമതു ദൽഹി ഫെസ്റ്റിവലിലും എഴുപത്തെട്ടിലെ മദിരാശി ഫിലിമോത്സവിലും പ്രദർശിപ്പിക്കുകയുണ്ടായി. മോസ്കോയിൽ അംഗീകൃതമായ 'അമോക്' കഴിഞ്ഞ ദൽഹി മേളയുടെ ഉദ്ഘാടനചിത്രമായിരുന്നു.

കറുത്തവർഗക്കാർ ദക്ഷിണാഫ്രിക്കയിൽ അറിയുന്ന പീഡാനുഭവങ്ങളാണ് 'അമോക്കി'ന്റെ പ്രമേയം. നായകൻ ഒരു ഗ്രാമീണ അധ്യാപകനായ മാത്യുസെമ്പാലെ എന്ന നീഗ്രോ. ജൊഹാനസ്ബർഗിലുള്ള തന്റെ സഹോദരി ജോസഫൈന് ഗുരുതരമായ രോഗം ബാധിച്ചിരിക്കു

ന്നുവെന്നറിയിക്കുന്ന ഒരു കത്ത് സ്കൂൾനാളുകളിലെ ഒരു സുഹൃത്തിന്റേതായി അയാൾക്ക് കിട്ടുന്നു. അതനുസരിച്ച് പുറപ്പെടുമ്പോൾ ജൊഹനാസ് ബർഗ് എന്തുമാത്രം സംഘർഷഭരിതമാണെന്നതിനെപ്പറ്റി ഏകദേശമായ ധാരണപോലും അയാൾക്കില്ലായിരുനനു. വ്യക്തിഗതവും സാമൂഹികവുമായ ദുരന്തങ്ങൾ ചൂണ്ടിക്കാട്ടി വർത്തമാന യാഥാർത്ഥ്യങ്ങൾ ഒന്നൊന്നായി അയാളെ ബോധ്യപ്പെടുത്തുന്ന രീതിയിൽ ബെൻബാർക്ക തന്റെ ചിത്രമൊരുക്കുന്നു.

മാത്യു ജൊഹനാസ് ബർഗിൽ വണ്ടിയിറങ്ങിയതുതന്നെ, കംപാർട്ടുമെന്റിലുണ്ടായ ഒരാക്രമണത്തിന്റെ നടുക്കവുമായാണ്. വണ്ടിയിറങ്ങിയപാടെ ഒരു കറുത്ത ബാലൻ ബസ് ടിക്കറ്റിനുള്ള കാശുവാങ്ങി അയാളെ കബളിപ്പിക്കുന്നു. തന്റെ ചെറിയ ഗ്രാമത്തിൽനിന്നും ഈ വൻനഗരം എങ്ങനെ വ്യത്യാസപ്പെട്ടിരിക്കുന്നുവെന്ന് അയാൾ അറിഞ്ഞുതുടങ്ങുകയായിരുന്നു. അയാളെ സഹോദരിയുടെ രോഗവാർത്തയറിയിച്ച സിക്കാവു നോർജെ എന്ന കറുത്ത വംശജനായ പുരോഹിതൻ എല്ലാം ഒരു ഗൈഡിനെപ്പോലെ അയാൾക്ക് കാട്ടിക്കൊടുക്കുന്നു. ഓരോ കാഴ്ചയും ഓരോ അറിവും മാത്യുവിന്റെയുള്ളിൽ തീ കോരിയിടുന്നു. അയാളുടെ സഹോദരി ജോസഫൈൻ ജീവിയ്ക്കുന്നതിനായി ഒരു വേശ്യയായി മാറുന്നു. ജോഹനാസ് ബർഗിലെ ഏറ്റവും ഹീനമായ സാഹചര്യങ്ങളിൽ, മനസ്സും ശരീരവും തകർന്ന അവളെ മാത്യു കാണുന്നു. അയാളുടെ സഹോദരനായ ഡെലിയസ്സും ആ നഗരത്തിലുണ്ടായിരുന്നു; ഒരു രഹസ്യസംഘടനയുടെ നായകനെന്ന നിലയിൽ ആപല്ക്കരമായ ജീവിതം നയിച്ചുകൊണ്ട്. ഇനി മാത്യുവിന് അറിയാനുള്ളത് തന്റെ മകനായ ഗാഷയെക്കുറിച്ചാണ്. അവനെ കണ്ടുകിട്ടിയില്ല. മാത്യു സിക്കാവു നോർജെയോടൊപ്പം ജൊഹനാസ് ബർഗിലാകെ മകനെ തിരക്കി നടന്നു. ആ വ്യഥിതയാത്ര അവസാനിച്ചത് അവൻ തടവിൽ കഴിയുന്ന തടവുമുറിയുടെ മുന്നിലാണ്. ഒരു കൊലപാതകക്കുറ്റത്തിന് വിചാരണ പ്രതീക്ഷിക്കുകയായിരുന്നു അവൻ. മരണത്തിലേയ്ക്ക് വളരെയൊന്നും ദൂരമുണ്ടായിരുന്നില്ല. അവന് ഒരു അഭിഭാഷകനെ നേടാനുള്ള മാത്യുവിന്റെ ശ്രമം നിഷ്ഫലമാകുന്നു. അയാളുടെ കണ്ണുകൾക്കുമുന്നിൽ തെരുവുകളിലെങ്ങും കറുത്തവർ ഭ്രാന്തമായി വേട്ടയാടപ്പെടുന്നു. കറുത്ത ജഡങ്ങളും നിലവിളികളും രക്തവും ഞരക്കങ്ങളും വെടിയൊച്ചകളും ചേർന്ന, ഒരു നീണ്ട ദുഃസ്വപ്നമായി ജൊഹനാസ് ബർഗ്.

സുളുസംഗീതം അകമ്പടിയെടുക്കുന്ന ഈ ചിത്രത്തിൽ ജൊഹനാസ് ബർഗ് ഖനിത്തൊഴിലാളികളുടെ പണിമുടക്കം, സോവെറ്റോ കലാപങ്ങൾ

തുടങ്ങിയവയുടെ യഥാർത്ഥ ദൃശ്യവിവരണമുണ്ട്. നഗരദൃശ്യങ്ങൾ പലതും ഗോപ്യമായി ചിത്രീകരിക്കപ്പെടുകയായിരുന്നു.

ബെൻബാർക്ക ഏതാനും വർഷം മുമ്പ് ഇന്ത്യയിൽ വന്നപ്പോൾ ദക്ഷിണാഫ്രിക്കയിൽനിന്ന് താൻ കേട്ട ഒരു യഥാർത്ഥ കഥ അവലംബമാക്കി ഒരു ചിത്രമെടുക്കാനുദ്ദേശിക്കുന്നതായി പറഞ്ഞിരുന്നു. കറുത്തവരുടെ ജഡങ്ങൾ മെഡിക്കൽ വിദ്യാർത്ഥികൾക്കായി ജർമനിയിലേയ്ക്ക് കയറ്റി അയച്ച് ധനികനായ ഒരു വെളുത്ത കച്ചവടക്കാരനെക്കുറിച്ചായിരുന്നു കഥ. അയാളിൽ പിന്നീട് കടുത്ത കുറ്റബോധവും തൽഫലമായി മതിഭ്രമവും വളരുന്നു. തന്റെ തൊലി കാണെക്കാണെ കറുത്തുവരുന്നതായി തോന്നി അയാൾ ആത്മഹത്യ ചെയ്യുന്നു. 'അമോക്' പക്ഷേ ഈ സ്തോഭജനകമായ പ്രമേയത്തെ തുടക്കത്തിലെ ഹ്രസ്വമായ പരാമർശങ്ങളിലൊതുക്കുന്നു. ദക്ഷിണാഫ്രിക്കയിലെ കറുത്തവംശജരുടെ വ്യഥകൾ ഈ പ്രമേയം കുറേക്കൂടി ഫലപ്രദമായി അവതരിപ്പിച്ചേനെ. മാത്യു സെമ്പാലയുടെ യാത്രാനുഭവങ്ങൾ സമാഹരിക്കുക ബെൻബാർക്ക സ്വീകരിച്ച ചലച്ചിത്ര രചനാപരമായ കുറുക്കുവഴിയാണ്. പലപ്പോഴും അദ്ദേഹത്തിന്റെ പ്രസ്താവങ്ങൾ അവ്യക്തമായി തോന്നാം; പല നിഗമനങ്ങളും പരസ്പരവിരുദ്ധവും. ഉദാഹരണത്തിന് വർണവെറിയന്മാരായ അധികൃതർക്കെതിരെ പേന ചലിപ്പിക്കുന്ന ഒരു ഇംഗ്ലീഷ് പത്രപ്രവർത്തകന് ജോലി നഷ്ടപ്പെടുന്നു. തന്റെ സത്യസന്ധതയ്ക്ക് അയാൾക്ക് പിന്നീട് കിട്ടുന്നതോ ഒരു കറുത്ത വർഗക്കാരന്റെ കൈകൊണ്ടുള്ള മരണം. ജൊഹനാസ്ബർഗിൽ വണ്ടിയിറങ്ങിയ ഉടനെ മാത്യു തന്റെ വംശത്തിൽപെട്ട ഒരു കുട്ടിയുടെ വഞ്ചനയ്ക്കാണ് ഇരയാകുന്നതെന്നും മറന്നുകൂടാ.

വാചാലവും വിവരണാത്മകവുമാണ് ബെൻബാർക്കയുടെ ശൈലി. പസ്സോളിനി ചിത്രങ്ങളുടെയും പൊതുവിൽ ഇറ്റാലിയൻ സിനിമയുടെയും സ്വാധീനം തന്നിലുള്ളതായി അദ്ദേഹം കരുതുന്നു. എന്നാൽ അങ്ങനെയൊരു പ്രസക്തിയോടെ 'അമോക്കി'നെ കാണാൻ ശ്രമിച്ചാൽ നിരാശയാവും ഫലം. ആഫ്രിക്കൻ ദൈന്യങ്ങളെയും മൂന്നാംലോക സിനിമയെയും പ്രതിനിധീകരിക്കുന്ന ഒരു സംവിധായകന് ആശ്രയിക്കാവുന്ന മാർഗ്ഗം സുനിശ്ചിതമായും പസ്സോളിനിയുടേതല്ല; ഓസ്മാനെ സെംബനെയുടെതാണ്.

(ദേശാഭിമാനി വാരിക
1983 ആഗസ്ത് 21-27)

യോൾ

വെറും ഒരാഴ്ചത്തെ പരോളിൽ പുറത്തിറങ്ങിയ ഏതാനും തടവുകാരെ ഉൾക്കൊള്ളുന്ന 'യോൾ' (പാത) വളരെ അസ്വസ്ഥനായ യിൽമാസ് ഗുനെയിൽ നിന്നു തുടങ്ങുന്നതിനാൽ ഇവിടെയും അങ്ങനെയൊരു പീഠിക പ്രസക്തമാകുന്നു: ഗുനെയുടെ ഈ ചിത്രത്തെ അറിയാൻ അത്യാവശ്യമാണുതാനും.

യിൽമാസ് ഗുനെ, ദക്ഷിണതുർക്കിയിലെ ഒരു ചെറിയ ഗ്രാമത്തിലുള്ള ദരിദ്രനായ ഒരു കർദിഷ് കർഷകന്റെ മകൻ, ചലച്ചിത്രതാരവും നോവലിസ്റ്റും തിരക്കഥാകൃത്തും സംവിധായകനും ഇടതുപക്ഷ രാഷ്ട്രീയപ്രവർത്തകനുമാകുന്നതിനുമുമ്പ്, വെള്ളം ചുമന്നും വയലുകളിൽ പണിയെടുത്തും പരുത്തി പറിച്ചും അറവുശാലയിൽ അപ്രന്റീസായി നിന്നും ഒരു ജീവിതത്തിന് ശ്രമിച്ചിരുന്നു. സെക്കൻഡറി വിദ്യാലയത്തിൽവെച്ചു തന്നെ എഴുതിത്തുടങ്ങി. അതോടൊപ്പം സിനിമയിലും അഭിരുചി വികസിപ്പിച്ചുവെങ്കിലും പിന്നീട് പഠിയ്ക്കാനിടയായത് നിയമവും സാമ്പത്തികശാസ്ത്രവുമാണ്. ഇരുപത്തൊന്നാമത്തെ വയസ്സിൽ അതീഫ് യിൽമാസെന്ന സംവിധായകന്റെ യൂനിറ്റിൽ ചേർന്ന് സ്ക്രിപ്റ്റ് എഴുതുകയും

അഭിനയിക്കുകയും സംവിധാനത്തിൽ സഹായിക്കുകയും ചെയ്തു.

Equations with Three Strangers എന്ന നോവൽ പ്രസിദ്ധീകരിച്ചതിന് (1961) പതിനെട്ടുമാസം തടവും ആറുമാസത്തേക്ക് നാടുകടത്തലും വിധിയ്ക്കപ്പെടുമ്പോൾ ഗുനെയുടെ പ്രായം ഇരുപത്തിനാലായിരുന്നു. ശിക്ഷ കഴിഞ്ഞെത്തിയ ഗുനെയെ ലഭിച്ചത് വ്യവസ്ഥാപിത സിനിമയ്ക്കാണ്. പക്ഷേ, ഗാംഗ്സ്റ്റർ ചിത്രങ്ങളിലൂടെ ജനപ്രീതി നേടി ആർഭാടചിന്തകളിൽ നഷ്ടപ്പെടാതെ, ഇടതുപക്ഷചായ്‌വിന്റെ പേരിൽ അധികൃതരുടെ നിരന്തരമായ ശല്യപ്പെടുത്തലുകൾ നേരിട്ടുകൊണ്ട് സ്വാവബോധത്തോട് ഗുനെ നീതികാട്ടി.

സ്വന്തം ചലച്ചിത്രനിർമ്മാണ സ്ഥാപനത്തിലൂടെ (Guiney Film) കൂടുതൽ വ്യക്തിഗതമായ രചനകൾക്ക് പരിശ്രമിക്കവെ 1972ൽ ഗുനെ വീണ്ടും അറസ്റ്റ് ചെയ്യപ്പെട്ടു. ആരോപണം ഒളിവിൽ കഴിയുന്ന അരാജകവാദികളായ വിദ്യാർത്ഥികൾക്ക് അഭയം നൽകിയെന്നതായിരുന്നു. വിചാരണ കൂടാതെ ഇരുപത്തിയാറു മാസം തടവിൽ കിടന്നശേഷം ബുലെന്റ് എസേവിററ്റിന്റെ (Bulent Ecevit) പുതിയ ഗവൺമെന്റ് രാഷ്ട്രീയതടവുകാർക്ക് പ്രഖ്യാപിച്ച പൊതുമാപ്പിന്റെ അടിസ്ഥാനത്തിൽ ഗുനെ പുറത്തുവന്നു. അതുപക്ഷേ ഒരു ഇടവേള മാത്രമായിരുന്നു.

എഴുപത്തിനാല് ആഗസ്ത്. ഗുനെ 'സുഹൃത്ത്' എന്ന ചിത്രത്തിന്റെ നിർമാണം പൂർത്തിയാക്കി മറ്റൊരു ചിത്രത്തിന്റെ (Anxiety) ലൊക്കേഷനായ അദാനയിൽ എത്തിയതായിരുന്നു. അദാന ഗുനെയുടെ പ്രദേശമാണ്. ഒരു ചെറിയനഗരം. തിരക്കേറിയ ഒരു റസ്റ്റോറന്റിൽ ഒരു വൈകുന്നേരം ഷൂട്ടിങ്ങ് നടന്നുകൊണ്ടിരിക്കുമ്പോൾ അവിടെയുണ്ടായിരുന്ന മദ്യപിച്ച് വെളിവുകെട്ട ഒരു ന്യായാധിപൻ വധിക്കപ്പെട്ടു. പ്രകടമായും വലതുപക്ഷ അനുഭാവിയായ അയാൾ കുറേ നേരമായി ഗുനെയെ അധിക്ഷേപിക്കുകയായിരുന്നു. ആരാണ് വെടിവെച്ചതെന്ന് അറിയാമായിരുന്നില്ല. ചില സഹപ്രവർത്തകർ കുറ്റം സമ്മതിച്ചുവെങ്കിലും ശിക്ഷിക്കപ്പെട്ടത് ഗുനെയാണ്. ഇരുപത്തിനാലുവർഷം നീണ്ട കഠിനതടവിന്. അത് പിന്നീട് പതിനെട്ടുവർഷത്തെ തടവായി അധികൃതർ ഭേദപ്പെടുത്തി.

ജയിൽമുറിയിയിലിരുന്ന്, തീവ്രവികാരമുള്ള ഒരു കലാകാരനെന്ന നിലയിൽ ഗുനെ ലോകത്തോട് സംസാരിച്ച് തുടങ്ങിയത് അങ്ങനെയാണ്. ചിത്രങ്ങൾ സ്ക്രീൻ ചെയ്യാനും സ്ക്രിപ്റ്റുകൾ എഴുതാനുമുള്ള പ്രത്യേക അനുമതി ടർക്കിഷ് ഭരണാധികാരികൾ അദ്ദേഹത്തിന് കൊടുത്തിരുന്നു. വിശദമായ കുറിപ്പുകളോടെ ഗുനെ തയ്യാറാക്കിയ സ്ക്രിപ്റ്റുകളെ ഉപജീവിച്ച് സേകി ഓക്ടെൻ (Zeki Okten) സംവിധാനം ചെയ്ത The Herd,

The Enemy എന്നീ ചിത്രങ്ങളാണ് തടവിൽ കഴിയുന്ന ഗുനെയെ ലോകമെങ്ങും പ്രശസ്തനാക്കിയത്. തടവറയിൽ തന്നെ സന്ദർശിച്ച ഏലിയാ കസാനോട് ഗുനെ പറഞ്ഞു: "എന്റെ ഭാര്യ ഒരു സ്വാഭാവികതയായി ഈ തടവിനെ കാണാൻ ശീലിച്ചിരിക്കുന്നു. ഇവിടം വിട്ടാൽ ഒരാഴ്ച കൊണ്ട് ഞാൻ തിരിച്ചെത്തുമെന്ന് തീർച്ച" അതൊരു തത്വവൽക്കരിക്കപ്പെട്ട നിലപാടായിരുന്നു. തുർക്കിയിലെ അന്നത്തെ ദുർബലമായ രാഷ്ട്രീയാവസ്ഥയിൽ തനിക്കു മാത്രമായി നേരിടാനുള്ള ഒരു പ്രതിസന്ധിയെക്കുറിച്ച് ഗുനെ വേണ്ടത്ര ബോധവാനായിരുന്നു: 'എന്റെ തടവറകളിൽനിന്നൊക്കെ എനിയ്ക്ക് രക്ഷപ്പെടാവുന്നതേ ഉള്ളൂ. പക്ഷേ ഇവിടെയാണ് കൂടുതൽ സുരക്ഷിതത്വം. ഇവിടെ എന്നെയാരെങ്കിലും കൊല്ലാൻ ശ്രമിച്ചാൽ അവൻ പിന്നെ അഞ്ചുമിനുട്ട് ജീവിച്ചിരിക്കില്ല. പക്ഷേ, വെളിയിൽ ഒരു ഘാതകന് അനായാസം എന്നെ കൊല്ലാനും രക്ഷപ്പെടാനും കഴിയും.'

എഴുപത്തെട്ടിൽ ഇസ്താംബുളിലെ ട്രോപ്ട്രാസി ജയിലിൽവെച്ച് ഗുനെ കസാനോട് പറ്ഞ്ഞു; "അവർക്ക് ഞാൻ നാടുവിട്ടാൽ കൊള്ളാമെന്നുണ്ട്. പക്ഷേ ഞാനത് ഒരിയ്ക്കലും ചെയ്യില്ല. അവസാനംവരെ ഞാൻ പൊരുതിക്കൊണ്ടിരിക്കും - തുർക്കിയുടെ മണ്ണിൽതന്നെ."

എസേവിറ്റ് ഗവൺമെന്റിന്റെ പതനവും അതേ തുടർന്ന് ഇസ്പാർട്രാ ജയിലിലേക്കുള്ള മാറ്റവും, എൺപതു സപ്തംബറിലുണ്ടായ പട്ടാളകൂപ്പും ഗുനെയെ മനംമാറ്റത്തിനു പ്രേരിപ്പിച്ചിരിക്കാം. അതെന്തായാലും എൺപത്തൊന്ന് ഒക്ടോബറിൽ ഗുനെ തടവുചാടി പശ്ചിമയൂറോപ്പിലെത്തി. പിറകെ 'യോളി'ന്റെ നെഗറ്റീവുകളും. അടുത്ത മെയിലെ കാൻഫെസ്റ്റിവലിൽ കോസ്റ്റാ ഗവൺമെന്റിന്റെ 'മിസ്സിംഗു'മായി അതു പങ്കിട്ട Palmed' Ore ആണ് ടർക്കിഷ് സിനിമയ്ക്ക് നാളിതുവരെ കിട്ടിയ പരമോന്നത ബഹുമതിമുദ്ര.

യോളിന്റെ പ്രമേയം തോന്നിയത് ഗുനെ വിവരിക്കുന്നു: 'പരോൾകാലം കഴിഞ്ഞു തിരിച്ചെത്തുമായിരുന്ന എന്റെ സഹതടവുകാരുടെ കണ്ണുകളിലെ നോട്ടത്തിൽനിന്നാണ്; പ്രത്യേകിച്ചും കുടുംബത്തെ അപമാനിച്ച സഹോദരിയെ കൊല്ലണമെന്ന കുടുംബാംഗങ്ങളുടെ അപേക്ഷ കേൾക്കാനിടയായ ഒരാളുടെ അനുഭവങ്ങളിൽനിന്ന്. ചിത്രത്തിൽ കഥ സഹോദരിയിൽനിന്ന് ഭാര്യയിലേക്ക് മാറ്റിയെന്നുമാത്രം.'

സെയിദ് അലി, മെഹ്ത്സലീബ്, ഒമർ എന്നീ തടവുകാരിൽ കേന്ദ്രീകരിക്കുന്ന ഇതിവൃത്തം, സ്വാതന്ത്ര്യത്തിന്റെ ഹ്രസ്വമായ പാതയിലൂടെയുള്ള അവരുടെ വ്യഗ്രനീക്കങ്ങൾ നിരീക്ഷിക്കുന്നു. തടവുമുറിക

ളിൽനിന്ന് ഒരാഴ്ചയ്ക്ക് കൈവരിച്ച സ്വാതന്ത്ര്യം ആഹ്ലാദകരമായ അനുഭവമായില്ല ഇവരിലാർക്കും.

തെരുവിലെ കുഞ്ഞുങ്ങൾക്ക് സിഗരറ്റ് വിതരണം ചെയ്തുകൊണ്ട് തന്റെ ഭാര്യയെയും കുട്ടികളെയും കാണാൻ ചെന്ന മെഹമെത് സലീഹിന് കിട്ടിയത് അവമതിയും പീഡകളുമാണ്. തന്റെ സഹോദരന്റെ വധവും അവശേഷിച്ച ബന്ധുക്കളുടെ യാതനകളും കണ്ട്, യുവാവായിരിക്കെ അന്തസ്സോടെമരിക്കുന്നതാണ് നിന്ദിക്കപ്പെടുന്ന വാർദ്ധക്യത്തെക്കാൾ ഭേദമെന്ന ചിന്തയിൽ തിരികെപ്പോവില്ലെന്ന യുക്തിരഹിതമായ തീരുമാനത്തിലെത്തിച്ചേരുന്നു ഒമർ. സെയീദ് അലിയെ കാത്തിരുന്നത് വ്യഭിചരിച്ചതിന് ഒരു ഇരുട്ടുമുറിയിൽ ചങ്ങലയ്ക്കിടപ്പെട്ട ഭാര്യയാണ്. അവളെ കൊല്ലുക സെയീദിന്റെ അവകാശമായതുകൊണ്ടു മാത്രമാണ് പെൺവീട്ടുകാർ ഇതുവരെ അവളെ കൊല്ലാതെ നിർത്തിയത്. പിതാവും മകനും സെയീദിന്റെ കൈകൊണ്ടുള്ള അവളുടെ മരണം പ്രതീക്ഷിക്കുന്നു. പക്ഷേ, സെയീദ് തീരുമാനിക്കുന്നതു മറ്റൊന്ന് :മകനോടൊപ്പം അവളെയും ഇസ്താംബുളിലുള്ള അവളുടെ സഹോദരഗൃഹത്തിലേയ്ക്ക് കൊണ്ടുപോവുക.

സെയീദിന്റെയും മകന്റെയും പിറകെ വീട്ടിൽനിന്നിറങ്ങിയ അവൾക്കു മുന്നിൽ പാപത്തെയും മൃതിയെയും ഓർമ്മിപ്പിച്ചുകൊണ്ട് ഭീതിദമായ മഞ്ഞ് പരന്നുകിടന്നു. ഓരോ കാൽവെയ്പിലും കൊടുംശൈത്യത്തിൽ അവൾ വിറച്ചുകൊണ്ടിരുന്നു. താൻ ചാകാൻ തുടങ്ങുകയാണെന്നു അവൾ പലതവണ കരഞ്ഞുപറഞ്ഞിട്ടും മകന്റെകൂടെ നടന്നുനീങ്ങുകയായിരുന്ന സെയിദ് തിരിഞ്ഞുനോക്കിയില്ല. അങ്ങോട്ട് പോകുമ്പോൾ തണുത്തുവിറച്ച് മഞ്ഞിൽ വീണ കുതിരയെ സെയിദ് വെടിവെച്ച് കൊന്നിരുന്നു. അതിന്റെ ജഡം പക്ഷികൾ തിന്ന് എല്ലുകൾ മാത്രമായി, മഞ്ഞിൽ വ്യഭിചാരിണിയെ കാത്തുകിടന്നു. അവൾ ഇടറിവീഴുന്നത് അതിനടുത്തായാണ്. കൊച്ചുന്നാളിലേ താൻ സ്നേഹിച്ചുനടന്ന പെണ്ണിനെയോർത്തുള്ള ഖേദം, രോമവസ്ത്രങ്ങളില്ലാതെ ഉടൽകോച്ചുന്ന തണുപ്പിലൂടെ നടത്തിച്ച് അവളെ ശിക്ഷിക്കുമ്പോഴും, സെയീദിന്റെയുള്ളിൽ തീവ്രമായിരുന്നു. ഹിമപ്പരപ്പിൽ കുഴഞ്ഞുവീണ അവളെ അയാൾ ചുമലിലെടുത്ത് നടന്നുതുടങ്ങുന്നു. പക്ഷേ മഞ്ഞിലെങ്ങോ അവളുടെ പാത അവസാനിക്കുന്നു.

സെറീഫ് ഗോറനാണ് (Serif Goren) സാക്ഷാത്കരിച്ചതെങ്കിലും, യോളിന്റെ മെറ്റഫോറിക് വികാസം ഉപജീവിക്കുന്നത് സ്ക്രിപ്റ്റ് രചനയും ദൃശ്യസങ്കലനവും നിർവഹിച്ച ഗുനെയെയാണ്. കുർദിഷ് ന്യൂനപക്ഷത്തിന്റെ നിലനില്പ് ചൂണ്ടിക്കാട്ടുന്നതോ, അവരുടെ ഭാഷയുടെവിനിയോഗമോ തുർക്കിയിൽ അഞ്ചുവർഷത്തെ തടവിന് കാരണമാകുമത്രെ. ഗുനെ

യുടെ കുറ്റങ്ങളുടെ പട്ടിക ഇതോടെ അല്പംകൂടി നീണ്ടിരിക്കുന്നു.

അനുബന്ധം: ടർക്കിഷ് സിനിമ

തുറമുഖനഗരമായ അന്റാല്യായിൽ വർഷംതോറും സപ്തംബറിലോ ഒക്ടോബറിലോ നടക്കാറുള്ള ദേശീയ ചലച്ചിത്രമേള ടർക്കിഷ് സിനിമയുടെ പൊതുഭാവം ഫലപ്രദമായി പ്രകടിപ്പിച്ചുവന്നിരുന്നു. 1979ൽ മൂന്നു മത്സരചിത്രങ്ങൾ നിരോധിച്ച സെൻസർ നടപടി എങ്ങും കടുത്ത പ്രതിഷേധത്തിനിടയാക്കി. പ്രതിഷേധസൂചകമായി ആ വർഷം അവാർഡുകൾ പ്രഖ്യാപിക്കപ്പെട്ടില്ല. അടുത്ത ഫെസ്റ്റിവലിന് രണ്ടു വർഷങ്ങളിലെ ചിത്രങ്ങളും മത്സരവിഭാഗത്തിൽ പരിഗണിക്കുമെന്ന അറിയിപ്പുണ്ടായി. എന്നാൽ സെപ്തംബർ 12ന് ഫെസ്റ്റിവൽ നടക്കേണ്ടതിന്റെ തലേദിവസം, ഒരനിഷ്ടസംഭവമുണ്ടായി: മിലിറ്ററി കൂപ്പ്. തുടർന്ന് ഫെസ്റ്റിവൽ വേണ്ടെന്നു വയ്ക്കപ്പെട്ടു. 1981ൽ അത് പുനർജീവിച്ചു. പക്ഷേ നിരവധി പരിമിതികളോടെ. തടവിൽ കഴിയുന്ന ഗുനെയുടെ തിരക്കഥയും നിർദ്ദേശങ്ങളും അവലംബമാക്കി Zeki okten സംവിധാനം ചെയ്ത The Herd (ബ്രിട്ടീഷ് ഫിലിം ഇൻസ്റ്റിറ്റ്യൂട്ട് അവാർഡ്, ലൊക്കാർണോ ഗ്രാൻഡ്പ്രീ) മിലിറ്ററി അധൃകൃതർ മത്സരത്തിൽനിന്ന് പുറംതള്ളി. കൂടാതെ Erden Kiralന്റെ On Fertile Lands, മറ്റൊരു അനഭിമതനായ Ali Ozgentric Hazai എന്നീ ചിത്രങ്ങൾക്ക് അവാർഡ് നൽകുന്നതിൽനിന്ന് ജൂറിയെ വിലക്കുകയും ചെയ്തു.

സമകാല ടർക്കിഷ് സിനിമ കടുത്ത പ്രതിസന്ധിയിലാണ്. ജനറൽമാരുടെ ഭരണത്തിൽ പ്രദർശനഗൃഹങ്ങളിലെ ടിക്കറ്റ് വില്പന വർദ്ധിച്ചിട്ടുണ്ടെങ്കിലും, തുർക്കിയിൽ നിർമ്മിക്കപ്പെടുന്ന ചലച്ചിത്രങ്ങളുടെ എണ്ണം കുറയുകയാണുണ്ടായത്. 1979ൽ 195 ചിത്രങ്ങൾ പുറത്തിറങ്ങിയപ്പോൾ തൊട്ടടുത്ത രണ്ടു വർഷങ്ങളിലും നിർമ്മിക്കപ്പെട്ടത് 70 ചിത്രങ്ങൾ മാത്രമാണ്. ഇതിന്റെ മുഖ്യഹേതു സാമ്പത്തികക്കുഴപ്പം തന്നെ. സാങ്കേതികദൈര്യം കാട്ടുന്ന മ്യൂസിക്കൽ മെലോ ഡ്രാമകളാണ് ഇന്നുണ്ടാകുന്നവ ഏറെയും. ടർക്കിഷ് സിനിമയുടെ ശക്തമായ അന്തർധാരയായി നിന്ന സോഷ്യൽ റിയലിസ്റ്റ് ആഭിമുഖ്യം അധികൃതർക്ക് സ്വാഭാവികമായും അരോചകമാണ്. അസ്വാതന്ത്ര്യമാണ് നവസംവിധായകരുടെ പ്രശ്നം. സാമൂഹ്യാവബോധമുള്ള സിനിമ കർശനമായ സെൻസർഷിപ്പ് പാടേ അസാദ്ധ്യമാക്കുന്നു. സെൻസർഷിപ്പ് തടസ്സം, ലഘുവായിട്ടായാൽപോലും അഭിമുഖീകരിക്കുന്ന ചിത്രങ്ങൾക്ക് വിതരണക്കാരെ കിട്ടുക ഞെരുക്കം. ഫിലിം തിയേറ്ററുകളുടെ എണ്ണം അനുക്രമം കുറഞ്ഞുവരികയാണ്.

ശേഷിക്കുന്നവയാകട്ടെ സ്വതന്ത്രനിർമ്മാതാക്കളുടെ (മിക്കപ്പോഴും, സംവിധായകരോ, അഭിനേതാക്കളോ) ചിത്രങ്ങൾ വിതരണം ചെയ്യപ്പെടുന്നത് തടയാനായി ശൃംഖലകളായി മാറ്റപ്പെടുകയും ചെയ്തിരിക്കുന്നു.

ടർക്കിഷ് സിനിമ അഭിമുഖീകരിക്കുന്ന പ്രധാന വൈഷമ്യങ്ങളിലൊന്ന് വിദേശവിപണിയിലെ പരാജയമാണ്. ആഭ്യന്തരവിപണിയിൽ അതിന് വൻതോതിൽ ഇറക്കുമതി ചെയ്യപ്പെടുന്ന വിദേശചിത്രങ്ങളോട് (അധികവും അമേരിക്കൻ) മത്സരിക്കേണ്ടിയും വരുന്നു. തനതായ ദേശീയ സിനിമയ്ക്ക് ശ്രമിച്ച ടർക്കിഷ് സിനിമാത്തെക്, ഫിലിം വർക്കേഴ്സ് യൂണിയൻ, ഫിലിം ക്രിട്ടിക്സ് അസോസിയേഷൻ തുടങ്ങിയ സംഘടനകൾ ഇപ്പോഴും നിരോധിതങ്ങളാണ്.

(ദേശാഭിമാനി വാരിക
1983 ആഗസ്ത് 10)

സ്ത്രീകളുടെ മനസ്സ്

മാർഗരറ്റ് വോൺ ട്രോട്ട സ്ത്രീകളുടെ മനസ്സറിയുന്നുവെന്നത്, അവർ ഒരു സ്ത്രീയായിരിക്കെ അസ്വാഭാവികമല്ലെങ്കിലും മറ്റുചില സംവിധായികമാരുടെ നിലപാടുകളുമായി താരതമ്യപ്പെടുത്തുമ്പോൾ വിസ്മയകരമാണെന്നതുതന്നെ പറയേണ്ടിവരുന്നു. ഹെലേനാ സോൾബർഗ്ലാഡ് ഏതാണ്ടൊരു വിലാപശബ്ദത്തിൽ ചൂണ്ടിക്കാട്ടിയതുപോലെ, ക്യാമറയേന്തിയ പല സ്ത്രീകളും പുലർത്തിപ്പോരുന്നത് കർക്കശമായ പുരുഷവീക്ഷണം തന്നെയാണ്. ന്യൂയോർക്കിലെ വനിതകളുടെ ഒരു പ്രകടനം അവരുടെ താളാത്മകമായി ചലിക്കുന്ന നിതംബങ്ങളിൽ ഫോക്കസ്സു ചെയ്ത് ചിത്രീകരിച്ചത് ഒരു സ്ത്രീയായിരുന്നല്ലോ.

വ്യക്തമായ ദിശാബോധത്തോടെ സ്ത്രീകളുടേതായ സിനിമയ്ക്കായി ശ്രമിക്കുന്ന മാർഗരറ്റ് വോൺ ട്രോട്ടയുടെ സ്ഥാനം ലീനാ വെർട്മുള്ളർ, നെല്ലി കാപ്ലാൻ, മാർത്താ മെസോറാസ്, ആഗ്നസ് വാർദ തുടങ്ങിയരോടൊപ്പമാണ്. സ്വയം ഒരു ഫെമിനിസ്റ്റെന്നു വിളിയ്ക്കുന്നു മാർഗരറ്റ്. അവരുടെ രചനകളിൽ (The Scales of Happiness, The German Sisters) മറ്റു പശ്ചിമജർമൻ സംവിധായകരുടെ റാഡിക്കലിസം പ്രകടമാകുമ്പോൾതന്നെ, അവയുടെ മുഖ്യഭാവം സ്ത്രൈണമായ ആർദ്രതയാണ്. ഇതിവൃത്തങ്ങളിലും ആവിഷ്ക്കരണതന്ത്രങ്ങളിലും തന്റെ സ്ത്രൈണതയെ വോൺ ട്രോട്ട വളരെയേറെ ഉപജീവിക്കുന്നു. സരളമായ സമീപദൃശ്യങ്ങൾക്ക് ഊന്നൽ നൽകിക്കൊണ്ട് ഭിന്നപ്രകൃതമുള്ള രണ്ടു സ്ത്രീചിത്തങ്ങളുടെ തുലനമാണ് അവരുടെ രചനാവഴക്കം. പ്രമേയങ്ങളൊക്കെയും വാസ്തവികമാണെന്ന സവിശേഷതകൂടി എടുത്തുപറയേണ്ടതുണ്ട്. മാർഗരറ്റ് അതിന്റെ കാരണം ഇങ്ങനെ വ്യക്തമാക്കുന്നു: "സാങ്കല്പിക ഇതിവൃത്തങ്ങൾ എനിയ്ക്കാവില്ല. ഞാൻ സമൂഹത്തിലാണ് ജീവിയ്ക്കുന്നത്. ഞാൻ കണ്ടതും അനുഭവിച്ചതുമായ കാര്യങ്ങൾ മാത്രമേ എനിയ്ക്ക് ആവിഷ്ക്കരിക്കാനാവൂ."

വെനീസിൽ ഗ്രാൻഡ്പ്രീ നേടിയ 'ജർമൻ സഹോദരികൾ' തടവുകാരിയായി മരിച്ച, ഒരു രഹസ്യസംഘടനയിലെ അംഗമായ ഗുഡ്റൂന് എൻസ്ലിന്റെ ജീവിതകഥയാണ്. ദുരൂഹവും വിവാദപരവുമായ മരണസാ

ഹചര്യങ്ങൾ അന്വേഷിച്ച അവളുടെ പത്രപ്രവർത്തകയായ സഹോദരി ക്രിസ്റ്റിയാനെയ്ക്ക് ഈ ചിത്രം സമർപ്പിക്കപ്പെട്ടിരിക്കുന്നു.

മാരിയനും ജൂലിയനുമാണ് ജർമൻ സഹോദരികൾ. അവർ തമ്മിലുള്ള പൊരുത്തക്കേടുകൾക്കും മതഭേദങ്ങൾക്കും ബാല്യത്തോളം വേരുകളുണ്ട്. ചെറുപ്പംതൊട്ടുതന്നെ അവർ ചരിച്ചിരുന്നത് രണ്ടുവഴിയ്ക്കായിരുന്നു. മാരിയൻ ഒടുവിൽ ഭീകരപ്രവർത്തനങ്ങളിലും ഒളിവുജീവിതത്തിലും ജൂലിയൻ ഇൻവെസ്റ്റിഗേറ്റീവ് ജേർണലിസത്തിലും എത്തിച്ചേർന്നു. പരസ്പരം നിന്ദയും കാലുഷ്യവുമായിരുന്നു അവരുടെ പ്രകടമാക്കപ്പെട്ട ഭാവങ്ങൾ. പക്ഷേ, അതേ അവസരം തന്നെ അവർ അന്യോന്യം ഗാഢമായി സ്നേഹിക്കുകയും ചെയ്തിരുന്നു.

സാമൂഹികപരിവർത്തനം മാരിയനെപ്പോലെ ജൂലിയനും ആഗ്രഹിച്ചിരുന്നു. എന്നാൽ അത് പടിപടിയായേ കൈവരിക്കാനാവൂ എന്നായിരുന്നു അവളുടെ ദൃഢചിന്ത. മാരിയനാകട്ടെ, ആയുധങ്ങളിലും ഒളിപ്രവർത്തനങ്ങളിലും വിശ്വാസമർപ്പിച്ചുനീങ്ങി. തന്റെ തീവ്രവിശ്വാസങ്ങളും ആപൽക്കരമായ നീക്കങ്ങളും അവളെ എത്തിച്ചത് ദയാരഹിതമായ തടവുമുറിയിലാണ്. പതിവായുള്ള സന്ദർശനങ്ങളിലൂടെ അവളും ജൂലിയനും തമ്മിലുള്ള വൈകാരികബന്ധം കുറേക്കൂടി ദൃഢമാകുന്നു. ഹ്രസ്വമായ ഫ്ളാഷ്ബാക്കുകളിൽ അവരെ രണ്ടുപെൺകുട്ടികളായി നമുക്കു കാണാം. നാസിക്രൂരതകൾ വിവരിക്കുന്ന ഒരു ടിവി ചടങ്ങ് ഏല്പിച്ച മാ ന സികാഘാതവും പിതാവിന്റെ മേധാവിത്വവും ഒരുനാൾ ഏവരെയും പരിഭ്രമിപ്പിച്ചുകൊണ്ട് മാരിയൻ ഒറ്റയ്ക്ക് നൃത്തംവെച്ചതും ജൂലിയന്റെ ഓർമകളിലുണ്ട്. തന്റെ കാമുകനുമൊത്ത് സൗകര്യപൂർവ്വം കഴിയുമ്പോൾ, മാരിയൻ ഏതാനും തീവ്രവാദിസുഹൃത്തുക്കളുമായി വന്ന് തങ്ങളുടെ ശാന്തി കെടുത്തിയ അസ്വസ്ഥമായ രാത്രിയെക്കുറിച്ചും അവളോർക്കുന്നു.

മാരിയനും ജൂലിയനും ജയിലിലെ സന്ദർശകമുറിയിൽ, കണ്ണും കാതും കൂർപ്പിച്ചിരിക്കുന്ന പാറാവുകാർക്ക് മുന്നിൽ പരസ്പരം കണ്ടുമുട്ടുന്ന ദൃശ്യങ്ങൾ അവയുടെ തീവ്ര വൈകാരികതയും രചനാഗുണവും കൊണ്ട് ആഴത്തിലുള്ള അനുഭവങ്ങളാക്കാൻ വോൺട്രോട്ടയ്ക്ക് കഴിയുന്നു. ഇതേ സാഹചര്യങ്ങൾ സെല്ലുലോയ്ഡിൽ നിരവധി തവണ ആഖ്യാനം ചെയ്യപ്പെട്ടവയാണെന്നിരിക്കിലും, സസൂക്ഷ്മം ആസൂത്രിതങ്ങളായ ഈ ദൃശ്യങ്ങൾ നമ്മെ സ്പർശിക്കുക, തീർത്തും അപരിചിതമെന്ന് സംശയിക്കാവുന്ന അനുഭവങ്ങളായാണ്. പാറാവുകാർക്ക് തടയാനാകുംമുമ്പ് അവർ പരസ്പരം സ്വെറ്റർ മാറ്റുന്ന ദൃശ്യം അവയിൽ പ്രത്യേക പരാമർശമർഹിക്കുന്നു.

മാരിയന് ചെറിയൊരു മകനുണ്ടായിരുന്നു. അമ്മയെപ്പറ്റിയുള്ള ഹിത കരമല്ലാത്ത വിലയിരുത്തലുകൾ അവനെ സ്വയം തീകൊളുത്തി ആത്മ ഹത്യയ്ക്ക് പ്രേരിപ്പിക്കുന്നു. അവനെ മനസ്സു നോവിക്കാതെ വളർത്തു കയെന്ന ചുമതലയും മാരിയനോടുള്ള വികാരവായ്പുമൂലം ഒരു കാമു കിയെന്ന നിലയ്ക്ക് അസമർത്ഥയായിത്തീരുന്ന ജൂലിയന്, താൻ സ്നേ ഹിച്ച പുരുഷനെ നഷ്ടപ്പെടുകയെന്ന ദുരന്താനുഭവം കൂടി അറിയാനു ണ്ടായിരുന്നു. എന്നാൽ അതെക്കാളേറെ അവളെ മഥിച്ചത് മാരിയന്റെ മരണമാണ്. അതവൾക്കൊരു പ്രഹേളികയായിത്തീർന്നു. മാരിയൻ തന്റെ സെല്ലിൽ ആത്മഹത്യ ചെയ്യുകയായിരുന്നുവെന്ന ജയലധികൃതരുടെ പ്രസ്താവം, അവളെ അടുത്തറിയാവുന്നതിനാൽ ജൂലിയന് വിശ്വസി ക്കുക പ്രയാസമായിരുന്നു. അവൾ മാരിന്റെ മരണത്തിന് പിന്നിലെ സത്യ മറിയാൻ തീരുമാനിച്ചുകൊണ്ട് അന്വേഷിച്ചു തുടങ്ങുന്നു. മാരിയന്റെ മകനെ വളർത്തുകയും അവളുടെ മരണത്തെ സംബന്ധിച്ച യാഥാർത്ഥ്യം പുറത്തുകൊണ്ടുവരികയും മാത്രമായി പിന്നെ ജൂലിയന്റെ ജീവിതലക്ഷ്യ ങ്ങൾ. മാരിയന്റെ തന്റേടം അവൾ നേടുന്നത് ഈ വഴിത്തിരിവിലാണ്. മാരിയനെപ്പോലെ ജീവിതത്തിന്റെ ഭൗതികസുരക്ഷിതത്വം അങ്ങനെ അവളും ത്യജിക്കുന്നു. ഒടുവിൽ വർഷങ്ങളോളം അന്വേഷിച്ചലഞ്ഞ് തന്റെ നിഗമനങ്ങൾ വേണ്ടത്ര തെളിവുകളോടെ ഒരു വൻകിട പ്രസി ദ്ധീകരണ സ്ഥാപനത്തിന് കൈമാറിയപ്പോഴാകട്ടെ, അതത്രയും കാല ഹരണപ്പെട്ട, ആരിലും താല്പര്യം ജനിപ്പിക്കാത്ത വസ്തുതകളായി മാറി ക്കഴിഞ്ഞിരുന്നു.

ജൂലിയന് വന്നുപിണയുന്ന എല്ലാം നിഷ്ഫലമാവുകയെന്ന ദുരന്തം, ഒരുപക്ഷേ, അവൾ തീരെ കരുതിയിരുന്നില്ലെന്നതിനാൽ മാരിയന്റെ മര ണത്തെക്കാൾ സ്തോഭജനകമാണ്. മാരിയന് അവൾ തെരഞ്ഞെടുത്ത ആപത്കരമായ പാതയിൽ പീഡാനുഭവങ്ങളോ മരണമോ അപ്രതീക്ഷി തമല്ലതന്നെ. അവയെ നിസ്സാരമാക്കുന്ന മനക്കരുത്ത് അവൾക്കുണ്ടായി രുന്നുതാനും. എന്നാൽ ജൂലിയന് അനേകം ദൃശ്യങ്ങളിൽ ശുഭപ്രതീ ക്ഷകൾ പുലർത്തുകയും സ്നേഹം തേടുകയും ചെയ്യുന്ന ഒരു കാമുകി മനസ്സായിരുന്നു. തടവുമുറിയിൽ മാരിയനുമായുള്ള കൂടിക്കാഴ്ചകളിലൂ ടെയും മാരിയന്റെ മരണത്തിനുശേഷം നിർവ്വഹിച്ച അന്വേഷണങ്ങളി ലൂടെയും അവൾ നേടിയത് തന്റെ കാലഘട്ടത്തെ അറിയാനുള്ള വിവേ കമാണ്. ആർദ്രമനസ്കയായ ജൂലിയൻ തന്റെ വർത്തമാനസാഹചര്യ ങ്ങളെ സ്വാവബോധത്തോടെ പൂർണമായും തിരിച്ചറിയുന്നതാണ് നിഷ്കൃ ഷ്ടമായി നോക്കുമ്പോൾ ഇതിവൃത്തത്തിന്റെ കാതൽ. സ്വാവബോധം

നേടിയ സ്ത്രീകൾക്ക് വാസ്തവമായിത്തീരുന്നത്, മാരിയന്റെയും ജൂവലിയന്റെയും അനുഭവങ്ങൾ ഉദാഹരിച്ചുകൊണ്ട് വോൺ ട്രോട്ട സ്ഥാപിക്കുന്നു, മരണവും വ്യഥയുമാണ്. The Scales of Happinessവെളിവാക്കിയതും ജർമ്മൻ സഹോദരികളിലെ പൊളിറ്റിക്കൽ ഓവർടോണുകൾ മാറ്റിനിർത്തിയാൽ, ഏറെക്കുറെ ഇതേ നിഗമനം തന്നെയായിരുന്നു. അടുത്ത ചിത്രമായ Clairvoyance രണ്ടു സ്ത്രീകളുടെ സൗഹൃദം ഒരു പുരുഷൻ നിമിത്തം എങ്ങനെ തകർന്നുവെന്ന് സാനുകമ്പം നോക്കിക്കാണുന്നു.

(ദേശാഭിമാനി വാരിക
1983 ആഗസ്ത് 14-20)

കുറോസാവ കാത്തിരിക്കുമ്പോൾ

കാൻ ഫെസ്റ്റിവെലിന്റെ ചരിത്രത്തിലെ ഏറ്റവും കടുത്ത മത്സരം ഈ വർഷമായിരുന്നുവെന്ന് റിപ്പോർട്ടുകളിൽ കാണുന്നു. എട്ടുവർഷത്തെ നീണ്ട ഇടവേളയ്ക്കുശേഷം റോബർട്ട് ബ്രെസ്സൺ സംവിധാനം ചെയ്ത L' Aregent, ആന്ദ്രെ ടാർകോവ്സ്കിയുടെ Nostalgia, കാർലോസ് സുറയുടെ Carmen, ഓഷിമയുടെ Merry Christmas Mr.Lawrence, ഫീറ്റർ ബിയറിന്റെ The year of living danagenrously, മാർട്ടിൻ റിറ്റിന്റെ Cross creek, യിൽമാസ് ഗുനെയുടെ Le mur, റയ്ഗുറെയുടെ Erendira, ബ്രൂസ് ബെറെസ് ഫോർഡിന്റെ Tender Mercies എന്നിങ്ങനെ നിരവധി ശ്രദ്ധേയ രചനകൾ മത്സരത്തിനുണ്ടായിരുന്നു. ഇവയിൽ ഗോൾഡൻ പാം പ്രതീക്ഷകൾക്ക് ഏറ്റവും ഇടനൽകിയത് ബ്രെസ്സൺചിത്രം തന്നെ. പക്ഷെ, വിഖ്യാതനായ ഓർസെൺ വെൽസ് നിയന്ത്രിച്ച വർണ്ണശബളമായ ചടങ്ങിൽവെച്ച് അഭിമാനകരമായ ഗോൾഡൻ പാം ബഹുമതി നേടിയത്, എല്ലാവരേയും വിസ്മയപ്പെടുത്തിക്കൊണ്ട്, ജാപ്പാനീസ് ചിത്രമായ 'നരയാമാ ബുഷി-കോ' യുടെ സംവിധായകൻ ഷോഹി ഇമാമുറയാണ്.

ഇമാമുറ പതിനഞ്ച് ചിത്രങ്ങൾ സംവിധാനം ചെയ്തിട്ടുണ്ടെങ്കിലും മുമ്പൊരിക്കലും അന്താരാഷ്ട്ര പരിഗണനയ്ക്ക് അർഹനായിട്ടില്ല. Vengeance is mine എന്ന ബലാൽസംഗങ്ങളുടെയും കൊലപാതകങ്ങളുടെയും

പരമ്പരയായ ചിത്രം ഓർമ്മയിൽ ശേഷിക്കുന്നതുകൊണ്ട് അതിന്റെ സംവിധായകനായ ഇമാമുറ ബ്രെസ്സണിനെയും ടാർകോവ്സ്കിയെ യും പോലുള്ള പ്രഗൽഭരെ പിൻതള്ളി കാനിൽ അംഗീകാരം പിടിച്ചുപറ്റിയെന്നത് അവിശ്വസനീയമായ ഒരു വിശേഷമായി നിൽക്കുന്നു.

നരയാമാ ബുഷി–കോ ജപ്പാനീസ് ഗ്രാമങ്ങളിൽ പുലരുന്ന, എഴുപതു വയസ്സാവരൊക്കെയും, പർവ്വതത്തിനു മുകളിലേയ്ക്കു പോയി പിന്നീടുള്ള ജീവിതകാലം അവിടെ ചെലവഴിക്കണമെന്ന വിചിത്രമായ ആചാരത്തെ അവലംബിച്ചുള്ളതാണ്. ആ പ്രായത്തിലെത്തുന്ന ഒരു സ്ത്രീയെ കേന്ദ്രീകരിച്ച് ഇതിവൃത്തം രൂപപ്പെടുത്തിയിരിക്കുന്നു.

ജാപ്പാനീസ് സിനിമയെന്നു കേൾക്കെ പെട്ടെന്നാരും ചോദിച്ചേക്കാവുന്ന ചോദ്യം അകിരാ കുറോസാവയെക്കുറിച്ചുതന്നെയാവും; അദ്ദേഹം എന്തു ചെയ്യുകയാണെന്ന്.

കാഗേമുഷയ്ക്കുശേഷം ഷേക്സ്പിയറുടെ കിംഗ്ലിയറിന് 'റാൻ' (Confusion) എന്ന ഒരു തിരക്കഥാഭാഷ്യം തയ്യാറാക്കി മൂന്നുവർഷമായി കുറോസാവ കാത്തിരിക്കുകയാണ് ഒരു നിർമ്മാതാവിനുവേണ്ടി. ഒരു കോടി ഡോളറോളം നിർമ്മാണചെലവ് പ്രതീക്ഷിയ്ക്കപ്പെടുന്ന 'റാനി' ന്റെ തിരക്കഥയുമായുള്ള കാത്തിരിപ്പ് അവസാനിക്കാറായെന്നതിന്റെ സൂചനകളൊന്നുമില്ല.

അതേസമയം നിരവധി പുതിയ സംവിധായകരെ സമീപകാല ജാപ്പാനീസ് സിനിമയിൽ കാണാം. മോസ്കോ ഫെസ്റ്റിവലിൽ ബഹുമതി കൈവരിക്കുകയും മികച്ച വിദേശചിത്രത്തിനുള്ള അക്കാദമി അവാർഡിന് നോമിനേറ്റ് ചെയ്യപ്പെടുകയും ചെയ്ത കോഹീ ഓഗുരിയുടെ 'ഡോറോ നോ കാവ' (Muddy River) വളരെ പ്രകീർത്തിക്കപ്പെട്ട ഒരു കൃതിയത്രെ. ഓഗുരിയുടെ ആദ്യത്തെ ഫീച്ചർചിത്രമെങ്കിലും, തീവ്രമായ ശൈലീബോധത്തിന്റെ പ്രകടനമാണ് ഡോറോ നോ കാവ. സാധാരണക്കാരുടെ ജീവിതം പ്രമേയമായ ഈ ചിത്രത്തിന് അത്യന്തം സരളമായ ഒരു കഥയുണ്ട്.

ഒസാക്കയിലെ ചെളിനിറഞ്ഞ അജിനദിയുടെ കരയിൽ ഷിൻപീയും അയാളുടെ യുവതിയായ രണ്ടാംഭാര്യയുംകൂടി ഒരു ചെറിയ റസ്റ്റോറന്റ് നടത്തുന്നു. ഷിൻപീയുടെ ഒമ്പതുവയസ്സുകാരൻ മകൻ നോബുവോ, കിച്ചിയെന്ന പുതിയൊരു കൂട്ടുകാരനെ സമ്പാദിക്കുന്നു. കിച്ചി തന്റെ അമ്മയോടും സഹോദരിയോടും കൂടി അജീനദിയിൽ ആയിടെ വന്നടുത്ത ഒരു ഹൗസ്ബോട്ടിലാണ് താമസം. നോബുവോയുടെ അച്ഛനും രണ്ടാനമ്മയും കിച്ചിയുമായുള്ള സൗഹൃദത്തെ നിരുത്സാഹപ്പെടുത്തു

ന്നില്ല. പക്ഷേ, ഒരിക്കലും രാത്രിയിൽ ഹൗസ്ബോട്ട് സന്ദർശിക്കരുതെന്ന് അവർ നോബുവോയെ കർശനമായി വിലക്കുന്നു. ഈ വിലക്കിനുപിന്നിൽ കിച്ചിയുടെ അമ്മയെ സംബന്ധിക്കുന്ന ഏതോ രഹസ്യമാണെന്ന് അവൻ ഊഹിച്ചെടുക്കുന്നു. യാദൃച്ഛികമായി ഒരുദിവസം അവൻ കിച്ചിയുടെ അമ്മയെ ഒരു ഇടപാടുകാരനുമൊത്ത് കാണാനിടയാകുന്നു. ആ ഹൗസ് ബോട്ട് ഒഴുകിനടക്കുന്നൊരു വേശ്യാഗൃഹമായിരുന്നു. അടുത്ത ദിവസം രാവിലെ അവൻ ചെന്നു നോക്കുമ്പോൾ അത് നദിയിലില്ല. നദിക്കരയിലൂടെ തന്റെ കൂട്ടുകാരനെ വിളിച്ചുകൊണ്ട് ഓടിയ നോബുവോ അതു നീങ്ങി ദൂരെ നഷ്ടപ്പെടുന്നത് കാണുന്നു.

കിച്ചി താരോ നെഗിഷിയുടെ 'എൻറായ്'(The far thunder) ആണ് ശ്രദ്ധയർഹിക്കുന്ന മറ്റൊരു ചിത്രം. നിരവധി പോർണോചിത്രങ്ങളെ തുടർന്നാണ് നെഗിഷി, മിറ്റ്സുവോയെന്ന ചെറുപ്പക്കാരനായ തക്കാളി കൃഷിക്കാരന്റെ ജീവിതം നിരീക്ഷിക്കുന്ന എൻറായിലെത്തുന്നത്. വികാരതീവ്രമായ നിരവധി സന്ദർഭങ്ങൾ ഈ ചിത്രത്തെ ചടുലമാക്കുന്നു. നഗ്നശരീരങ്ങളും ലൈംഗികചേഷ്ടകളും കണ്ടുകണ്ട് നെഗിഷിയ്ക്ക് ഒരു പക്ഷെ മടുത്തിരിക്കണം.

ബർലിൻ ഫെസ്റ്റിവലിൽനിന്ന് ബഹുമതിമുദ്ര നേടിയ തോഷിയോ ഗോട്ടോയുടെ 'മതാഗി' (Old bear hunter) വടക്കൻ ജപ്പാനിലെ വൃദ്ധനെങ്കിലും ഊർജ്ജസ്വനായ ഒരു കരടിവേട്ടക്കാരനെ അവതരിപ്പിക്കുന്നു. പർവ്വതത്തെ അയാൾ തന്റെ ദൈവമായാണ് കാണുന്നത്. അയാളുടെ മുഖത്ത് ആഴമേറിയ ഒരു പാടുണ്ട്. അത് വളരെ വർഷംമുമ്പ് മഞ്ഞുപർവ്വതത്തിലെ ഭീമാകാരനായ ഒരു കരടിയുമായുള്ള ഏറ്റുമുട്ടലിൽ ഉണ്ടായതാണെന്ന് അയാൾ പറയുന്നു. ഒരിക്കലും കണ്ടിട്ടില്ലാത്ത ഈ കരടിയെക്കുറിച്ചുള്ള അയാളുടെ കഥ ഗ്രാമീണർ അവിശ്വസിക്കുന്നു. പക്ഷേ, അയാൾ ജീവിക്കുന്നത് അതിനെ നായാടുന്നതിനാണ്. ഗ്രാമവും ഗ്രാമീണരും അവരുടെ വയലുകളും ധാന്യശേഖരവും കരടികളുടെ നിരന്തരമായ ആക്രമണത്തിന് വിധേയമാണ്. അവയുടെ ഒരു ആക്രമണത്തിൽ ഒരു പെൺകുട്ടി കൊല്ലപ്പെടുന്നു. അവളെ കൊന്നത് താനെന്നും വേട്ടയാടുന്ന കരടിയാണെന്ന് വൃദ്ധൻ ഉറപ്പിക്കുന്നു. അയാൾ ഭാര്യ മരിക്കുമ്പോൾ ഏല്പിച്ച കുന്തവുമായി തന്റെ നായയോടും പൗത്രനോടുമൊപ്പം അവസാനത്തെ നായാട്ടിന് മഞ്ഞുപർവ്വതത്തിലേയ്ക്ക് പുറപ്പെടുന്നു.

മെയ്ജി വിപ്ലവത്തിനുമുമ്പുള്ള ഇദോ കാലഘട്ടത്തിന്റെ അവസാനദശ ചിത്രീകരിക്കുന്ന ഒരു പിരിയഡ് ചിത്രമാണ് ഇമാമുറയുടെ 'എയ്ജനെയ്കാ' (Why not). ഒരു കപ്പൽച്ചേതത്തിൽ നിന്ന് രക്ഷപ്പെട്ട് അമേരി

ക്കയിലെത്തിയ ഗെഞ്ചിയെന്ന കൃഷിക്കാരൻ ആറു വർഷങ്ങൾക്കുശേഷം ജപ്പാനിൽ തിരിച്ചെത്തുന്നു. അയാൾക്ക് ഇതിനകം തന്റെ ഭാര്യയായ ഈനെയെ നഷ്ടപ്പെട്ടിരുന്നു. ഈ വംശകലാപങ്ങൾക്കിടയിൽ മുഴങ്ങി ക്കേൾക്കുന്ന ആക്രോശമാണ് എയ്ജനെയ്കാ. അവസാനദൃശ്യത്തിൽ ഗെഞ്ചി പട്ടാളക്കാരുടെ വെടിയേറ്റ് മരിക്കുന്നു. തുറമുഖത്ത് വ്യഥിതയായി തന്റെ അപമാനിതമായ ശരീരവുമായി ഈനെ.

(ദേശാഭിമാനി വാരിക
1983 സെപ്തംബർ 40–10)

അവശിഷ്ടങ്ങൾക്കിടയിൽ

ഫെസ്റ്റിവെൽ ന്യൂസിന്റെ ആദ്യലക്കത്തിൽ, ഓർമ്മിക്കാത്തവരെയും അറിഞ്ഞുകൂടാത്തവരെയും ഉദ്ദേശിച്ച്, ഇങ്ങനെ വലുതായി രേഖപ്പെടുത്തിയിരുന്നു: ഇത് ബോംബെയാണ്.

ഈ ധ്വനിസാന്ദ്രമായ പ്രസ്താവത്തിന് അടിവരയിടുന്നതായിരുന്നു ഫിലിമോത്സവിന്റെ ഉദ്ഘാടനച്ചടങ്ങിലെ ഇമേജുകളൊക്കെയും. മെട്രോ തിയേറ്ററിന്റെ ചില്ലറിനപ്പുറത്ത് തങ്ങളുടെ ഇഷ്ടതാരങ്ങളെ ഒരു നോക്കു കാണുന്നതിന് കടുത്ത ആസക്തിയോടെ ജനം ഇരമ്പിനിന്നിരുന്നു. ടെലിവിഷൻ ക്യാമറകൾ തിയേറ്ററിനുള്ളിലെ ഓരോ ചലനവും സശ്രദ്ധം നിരീക്ഷിച്ചുകൊണ്ടിരുന്നു. മുൻകാല ചലച്ചിത്രമേളകളിൽനിന്നു ഒരു വ്യത്യസ്തയായി, തിയേറ്ററിന്റെ പ്രവേശനമാർഗ്ഗങ്ങളിൽ ചുവന്ന പനിനീർപ്പൂക്കൾ ഓരോരുത്തർക്കും നൽകിക്കൊണ്ട് അണിഞ്ഞൊരുങ്ങിയ പെൺകുട്ടികൾ. തീരെ അപ്രസക്തമായ വിനായകരൂപമുള്ള ഫെസ്റ്റിവെൽ ലോഗോ ഇരുവശത്തും പതിച്ചുവെച്ച, പിറകിൽ കടുംമഞ്ഞ തിരശ്ശീലയിട്ട വേദി ഹിന്ദിസിനിമയുടെ ഏതോ സെറ്റ്പോലെ തോന്നിച്ചു. വേദി

യുടെ ഒരറ്റത്ത് അമോൽപലേക്കൽ. മറ്റേ അറ്റത്ത് തിരശ്ശീലയുടെ കടും മഞ്ഞനിറവുമായി ഇടയുന്ന തീഷ്ണമായ പച്ചവസ്ത്രങ്ങളിൽ ഹിന്ദിയിലെ ഗ്ലാമർതാരമായ സീനത്ത് അമൻ. അതിഥികളെ പരിചയപ്പെടുത്തിയതും ചടങ്ങിലെ ഓരോ ഇനവും മാറിമാറി അനൗൺസ് ചെയ്തതും അവരാണ്.

ബോംബെയും സിനിമയും തമ്മിലുള്ള ഗാഢമായ ബന്ധം അനുസ്മരിക്കാൻ ഉദ്ഘാടനച്ചടങ്ങിൽ സംസാരിച്ചവരൊന്നും മറന്നില്ല. ബോംബെ സിനിമയെന്നതിന് ഒരു മറുവാക്കാണ് സ്വാഗതമാശംസിച്ച അമോലിന് സിനിമ ബോംബെയെ ജീവിപ്പിക്കുന്നു. ബോംബെ സിനിമയെയും. ഈ നഗരത്തിന് ഏറെ സവിശേഷതകളുണ്ട്. ഇവിടെ ഒരു ചിത്രകാരന്, മുമ്പ് ഒരു ചിത്രകാരനായിരുന്നു അമോൽ അഭിനേതാവാകാം. ദിലീപ്കുമാറിനെയും സുനിൽദത്തിനെയും പോലെ ചലച്ചിത്രതാരങ്ങൾക്ക് മേയറാകാം. തൊട്ടടുത്ത ദിവസം വിതരണം ചെയ്യപ്പെട്ട ഫെസ്റ്റിവെൽ ന്യൂസിലെ കാർട്ടൂണിൽ ഒരാൾ പറയുന്നു :ഒരു ചലച്ചിത്രനായകനാവാൻ-പിന്നെ ഷെരീഫ്...പിന്നെ മുഖ്യമന്ത്രി...അതുകഴിഞ്ഞ്...തന്റെ മുന്നിൽ അപകടം എന്നെഴുതിയ ചൂണ്ടുപലകയുണ്ടെന്ന് അയാൾ ശ്രദ്ധിക്കുന്നില്ല.

വൈകുന്നേരം നഗരത്തിൽ വന്നിറങ്ങുന്ന രാഷ്ട്രപതിയെ സ്വീകരിക്കുന്നതിന് സാന്താക്രൂസിലായിരുന്ന മഹാരാഷ്ട്ര ഗവർണർക്ക് പകരം ഫിലിമോത്സവ് ഔപചാരികമായി ഉദ്ഘാടനം ചെയ്യേണ്ടിയിരുന്ന രാജ്കപൂർ ആദ്യമൊക്കെ ഒരു വക നിസ്സംഗതയോടെയാണ് ഉപവിഷ്ടനായതെങ്കിലും, ഗാന്ധിചിത്രത്തിൽ കസ്തൂർബയായ രോഹിണി ഹാത്തംഗഡിയിൽനിന്ന് ദീപമേറ്റുവാങ്ങി വിളക്കുകൊളുത്തിയ ശേഷം സംസാരിച്ചുതുടങ്ങിയപ്പോൾ പെട്ടെന്ന് വാചാലനായി. പരിചയപ്പെടുത്തിക്കൊണ്ടുള്ള വാക്കുകൾതന്നെ ഉപയോഗിക്കുകയാണെങ്കിൽ അദ്ദേഹത്തിന്റെ ഞരമ്പുകളിൽ പണ്ടുമുതൽക്കേ രക്തത്തോടൊപ്പം സിനിമയും ഒഴുകുന്നു.

മുൻകൂട്ടി എഴുതിത്തയ്യാറാക്കാത്ത തന്റെ പ്രസംഗത്തിൽ അദ്ദേഹം ഊന്നിപ്പറഞ്ഞത് സമകാല സിനിമ വീഡിയോ വൈറസിയുടെയും മനുഷ്യർ ന്യൂക്ലിയർ യുദ്ധത്തിന്റെയും ഭീഷണികൾ അഭിമുഖീകരിക്കുന്നുവെന്ന നിഗമനമായിരുന്നു. ദി ഗ്രേറ്റ് ഡിക്ടേറ്ററിന്റെ അവസാനഭാഗത്ത് ചാപ്ലിൻ സംസാരിച്ചതുപോലെ വേദന തിരിച്ചറിയാവുന്നൊരു ശബ്ദത്തിൽ അദ്ദേഹം പറഞ്ഞു, ന്യൂക്ലിയർ യുദ്ധത്തിന്റെ ആശങ്ക വ്യാപകമായി നിലനിൽക്കുന്നു. മനുഷ്യൻ നിർമ്മിച്ച മനോഹരമായ ഈ ലോകം എപ്പോൾ വേണമെങ്കിലും തകർക്കപ്പെടാം. പക്ഷേ, ശാസ്ത്രം നശീകര

ണത്തിന് മാത്രമല്ല, സംരക്ഷണത്തിനും നമുക്കൊരു ഉപാധിയേകിയിട്ടുണ്ട്. അത് സിനിമയാണ്. നമുക്ക് സിനിമവഴി ലോകസമാധാനത്തിന് യത്നിക്കാം. ഏറ്റവും വിദൂരമായ കോണുകളിൽപോലും നമുക്ക് എത്തിച്ചേരാൻ കഴിയുമല്ലോ.

ഇനി കുറേനേരം കേന്ദ്രവാർത്താവിതരണപ്രക്ഷേപണ വകുപ്പു മന്ത്രി എച്ച്.കെ.എൽ.ഭഗത്തിന്റെയും ഫിലിം വ്യവസായത്തെ പ്രതിനിധീകരിച്ച ബൊഹറയുടെയും മറ്റും വിരസഭാഷണങ്ങളുടെതാണ്. തുടർന്ന് വിദേശ പ്രതിനിധികൾ ഓരോരുത്തരായി സ്റ്റേജിലൂടെ കടന്നുപോയി. പല പേരുകളും അപരിചിതങ്ങളായിരുന്നു. വിദേശനാടുകളിലാണെന്ന പ്രാധാന്യമേ പലർക്കും കല്പിക്കാനുണ്ടായിരുന്നുള്ളൂ. അതെന്തുമാകട്ടെ, അന്താരാഷ്ട്ര ചലച്ചിത്രമേളകളുടെ വർദ്ധിച്ച പ്രസക്തി ആവർത്തിച്ചു പറഞ്ഞു കേൾപ്പിച്ചതിനുശേഷം, സദസ്സിൽ ഉൾപ്പെട്ടിരുന്ന ബോംബെ താരങ്ങളെയാകെയും വേദിയിൽ പ്രദർശിപ്പിച്ചുകൊണ്ട് ആരുടെ തൃഷ്ണകൾ ശമിപ്പിക്കാമെന്നാവാം ഫെസ്റ്റിവൽ അധികൃതർ കരുതിയിരിക്കുക! അങ്ങനെ വിളിയ്ക്കപ്പെട്ടവരുടെ കൂട്ടത്തിൽ ഹിന്ദിസിനിമയിലെ സ്ഥിരം വില്ലനായ മദൻപുരിയും സിനിമയിൽനിന്ന് വിരമിച്ചുകഴിഞ്ഞ മുംതാസും അധികമൊന്നും പരിഗണിക്കപ്പെടാത്ത രാധാ സലൂജയും പുതുമുഖമായ രാജീവ് കപൂറുമൊക്കെയുണ്ടായിരുന്നു. ശബ്നാ ആസ്മി, പത്മിനി കോൽഹാപുരി, പൂനം ധില്ലൻ തുടങ്ങിയ നടികളും സഞ്ജയ്ഖാൻ, സുനിൽദത്ത്, രാജേന്ദ്രകുമാർ, രൺധീർ കപൂർ, സഞ്ജീവ് കുമാർ, ശശികപൂർ തുടങ്ങിയ നടന്മാരും വേദിയിൽ എത്തി അഭിവാദ്യം ചെയ്ത് പിൻവാങ്ങുവോളം നീണ്ട കയ്യടികൾ മുഴങ്ങിക്കൊണ്ടിരുന്നു. ആകെക്കൂടി ഒരു ഫാഷൻപരേഡുപോലെ.

ഖണ്ഡഹർ

ഉദ്ഘാടനചിത്രം മൃണാൾസെന്നിന്റെ 'ഖണ്ഡഹർ'(അവശിഷ്ടങ്ങൾ) ആയിരുന്നു. അതിന്റെ പ്രദർശനത്തിനുമുമ്പ് സെൻ ഉൾപ്പെടെ ചിത്രവുമായി ബന്ധപ്പെട്ടവർ വേദിയിലൂടെ കടന്നുപോവുകയുണ്ടായി. നായകനായ നസീറുദ്ദീൻ ഷാ, ഛായാഗ്രാഹകനായ കെ.കെ.മഹാജൻ എന്നിവരെ സദസ്യർക്ക് നഷ്ടപ്പെട്ടു. ഇരുവരും നഗരത്തിന് വെളിയിലെങ്ങോ ആയിരുന്നു അപ്പോൾ. ശ്രീല മജുംദാർ തുടങ്ങി മറ്റു പലരുമാകട്ടെ അകലെ കൽക്കത്തയിലും. അവർ ഒരുപക്ഷെ, സെൻ പ്രത്യാശിച്ചതുപോലെ, ടെലിവിഷനിൽ ചടങ്ങുകൾ നോക്കിക്കണ്ടിരിക്കണം.

ഒരു ഫോട്ടോഗ്രാഫറായ ഷായുടെ സ്റ്റുഡിയോയിലെ ഇരുണ്ട മുറി

യിൽനിന്ന് 'ഖണ്ഡഹർ' തുടങ്ങുന്നു. പെട്ടെന്ന് സ്വപ്നാത്മകമെന്ന് തോന്നാവുന്ന തീവ്രമായ ചുവന്ന വെളിച്ചത്തിലിരുന്ന് അയാൾ തന്റെയൊരു നെഗറ്റീവിൽനിന്ന് പ്രിന്റ് എടുക്കുകയാണ്. ചിത്രത്തിൽ പ്രാകൃതമായൊരു വാതിലിനടുത്തായി നിൽക്കുന്ന ശബ്നാ ആസ്മിയുടെ മുഖം കാണെക്കാണെ തെളിയുന്നു. ഇതുതന്നെയാണ് 'ഖണ്ഡഹറി'ലെ കേന്ദ്ര ഇമേജ്. സെൻ പിന്നീട് ആഖ്യാനം ചെയ്യുന്നത്, ഷാ ഈ ഫോട്ടോ എങ്ങനെ എടുക്കാനിടയായി എന്നതിലേറെ, താനെങ്ങനെ ഈ ഇമെജ് കണ്ടെത്തിയെന്ന ഇതിവൃത്തമാണ്. നഗരത്തിലെ ഭ്രാന്തുപിടിപ്പിക്കുന്ന തിരക്കിൽനിന്നും ഒരു വാരാന്ത്യം ചെലവഴിക്കുന്നതിന് മറ്റ് രണ്ട് സുഹൃത്തുക്കളോടൊപ്പം ഒരു ബീഹാർഗ്രാമത്തിൽ ചെന്നപ്പോഴാണ് ഷാ യാദൃച്ഛികമായി യാമിനിയെ (ശബ്നാ ആസ്മി) കാണുന്നത്. ചുറ്റും വീണ് തകരാറായ കെട്ടിടങ്ങളും തകർന്നവയുടെ അവശിഷ്ടങ്ങളുമായിരുന്നു. അവയ്ക്കിടയിൽ യാമിനിയും അവളുടെ തളർവാതം പിടിപെട്ട് ശയ്യാവലംബിയായ, കണ്ണുകൾ ഉതകാത്ത അമ്മയും തടവുകാരെന്നപോലെ നാൾ നീക്കുകയായിരുന്നു. ഏതാനും വർഷം മുമ്പ് യാമിനിയെ വിവാഹം കഴിക്കാമെന്ന് വാക്കു കൊടുത്തു പോയ നിരഞ്ജൻ തിരിച്ചുവരുമെന്നും തന്റെ വാക്ക് നിറവേറ്റുമെന്നുമുള്ള പ്രതീക്ഷയിലാണ് അമ്മ (ഗീതാ സെൻ). പക്ഷേ, നിരഞ്ജൻ വിവാഹിതനായെന്നും ഇനിയൊരിക്കലും തന്നെത്തേടി തിരിച്ചെത്തില്ലെന്നും യാമിനിക്കറിയാം. ഫോട്ടോഗ്രാഫറായ ഷായുടെ വരവ് അമ്മ നിരഞ്ജന്റെ മടങ്ങിയെത്തലായി വിശ്വസിക്കുന്നു. സത്യം തുറന്നുപറഞ്ഞാൽ അമ്മയ്ക്കത് താങ്ങാനാവില്ലെന്നതുകൊണ്ട് യാമിനിപോലും മൗനം പുലർത്തുന്നു. ഏതാനും ദിവസങ്ങൾക്കുശേഷം സന്ദർശകർ അവശിഷ്ടങ്ങളും അവക്കിടയിൽ യാമിനിയെയും അമ്മയെയും ഉപേക്ഷിച്ച് നഗരത്തിലേയ്ക്ക് മടങ്ങിപ്പോകുന്നു. ഫോട്ടോഗ്രാഫർ പഴയപടി പരസ്യത്തിനുള്ള ഫോട്ടോകൾ ഒരുക്കുമ്പോൾ, ചുമരിൽ യാമിനിയുടെ മുഖം.

സെന്നിന്റെ ഏറ്റവും മികച്ച ചിത്രമെന്ന് ചിത്രീകരണവേളയിൽ പറഞ്ഞുകേട്ടിരുന്നെങ്കിലും അതിനോട് യോജിക്കാൻ വിഷമം തോന്നി 'ഖണ്ഡഹർ' കണ്ട് കഴിഞ്ഞപ്പോൾ. വാതിലിന്നകത്തുള്ള ചില രാത്രി ദൃശ്യങ്ങളിൽ, വെളിച്ചത്തിന്റെ ക്രമീകരണത്തിൽ പ്രകടമായ ചില പോരായ്മകൾ മാറ്റിനിർത്തിയാൽ, മികച്ച ഒട്ടനവധി ദൃശ്യങ്ങൾ ഇതിലുണ്ട്. അവശിഷ്ടങ്ങളുടെ ഇമേജുകൾ സ്തോഭം ജനിപ്പിക്കുന്നവയാണ്. പക്ഷെ, ചിത്രത്തിന്റെ പൊതുഘടന സെൻ വളരെയൊന്നും മുന്നോട്ടു പോയിട്ടില്ലെന്നുതന്നെ സാക്ഷ്യപ്പെടുത്തുന്നു. ഇതേ രൂപവും പ്രകൃതവുംതന്നെ

യായിരുന്നു ഭൂവൻഷോം. അകാലേർ സന്ധാനേ എന്ന ചിത്രങ്ങൾക്കും. അവയോടൊപ്പം റായിയുടെ 'ആരണ്യേർ ദിൻ രാത്രി'യും ഓർമ്മയിലെത്തുന്നു. ഹ്രസ്വമായ ഒരു ഇടവേള കൈക്കൊണ്ട് നഗരത്തിൽനിന്ന് തീർത്തും ഭിന്നമായ മറ്റൊരു അന്തരീക്ഷത്തിൽ എത്തിപ്പെട്ട ചിലരുടെ അനുഭവങ്ങളാണ് ഈ ചിത്രങ്ങളിൽ ചിത്രീകരിക്കപ്പെട്ടത്. സെൻ ഇങ്ങനെയൊരു രൂപനിഷ്ഠയിലും വിശകലനരീതിയിലും കുരുങ്ങിനിൽക്കുകയാണോ എന്ന സംശയത്തിന് 'ഖണ്ഡഹർ' ഇട നൽകുന്നു. അങ്ങനെയെങ്കിൽ ഇനിയും ചില നഗരവാസികൾ, സാധാരണ ക്യാമറയോ, മൂവി ക്യാമറയോ കയ്യിലേന്തി സഹതാപമർഹിക്കുന്ന ഗ്രാമീണരെ യാദൃച്ഛികമായി കണ്ടെത്തുന്നതിന് സോത്സാഹം യാത്ര പോയേക്കും.

(ദേശാഭിമാനി വാരിക
1984 ജനുവരി 29–ഫെബ്രുവരി 4)

കറുത്ത ജനത, കറുത്ത സിനിമ

ഇതിനുമുമ്പുനടന്ന ഫെസ്റ്റിവെലുകളിൽനിന്ന് എൺപത്തിനാല് ഫിലിമോത്സവ് വ്യതിരിക്തമായത് ആഫ്രിക്കൻ സിനിമയുടെ തീക്ഷ്ണ സാന്നിദ്ധ്യം അനുഭവിപ്പിച്ചുകൊണ്ടാണ്. ഓസ്മാനെ സെംബാനെ, ബെൻ ബാർക്ക, ലൊബലോഗൻ തുടങ്ങി ചില കറുത്ത സംവിധായകരുടെ കൃതികൾ അങ്ങിങ്ങായി ചിലപ്പോഴൊക്കെ പ്രദർശിപ്പിച്ചിട്ടുണ്ടെങ്കിലും ആഫ്രിക്കൻ അന്തർധാരകൾ പ്രമേയമായ നിരവധി ചിത്രങ്ങളുടെ നിര ഇന്ത്യയിൽ ഇതാദ്യമായിരുന്നു. അൾജീരിയ, കാമറോൺ, കോംഗോ, എത്യോപ്യ, മാലി, മൗറിടാനിയ, നൈജർ, മൊറോഫേറെ, നൈജീരിയ, സെനെഗൽ, ടുണീഷ്യ, അപ്പർ വോൾട്ട എന്നീ നാടുകളെ പ്രതിനിധീകരിച്ച ഇരുപത്തിരണ്ടു ചിത്രങ്ങൾ അടങ്ങിയ ഫോക്കസ് ഓൺ ആഫ്രിക്ക അത്യന്തം വിലപ്പെട്ട ഒരു അനുഭവമായി ഫിലിമോത്സവ് എൺപത്തിനാലിന്റെ പ്രേക്ഷകർ ഓർമ്മിക്കുമെന്നുറപ്പാണ്.

ഈ പ്രദർശനങ്ങൾക്കുപുറമെ ആഫ്രിക്കൻസിനിമയെ തുടക്കം തൊട്ട് ഇന്നോളം സമഗ്രമായി വിലയിരുത്തുന്ന സെമിനാറുകളും ആസൂത്രണം ചെയ്യപ്പെടുകയുണ്ടായി. ടുണീഷ്യയിൽനിന്നുള്ള ഫെറിഡ് ബോഗെ ദിർ അപഗ്രഥിച്ചത് ആഫ്രിക്കൻസിനിമയുടെ രണ്ടു ദശകങ്ങളാണ്. ആഫ്രിക്കൻ ഐക്യസംഘടനയും ആഫ്രിക്കൻ സിനിമയും ഒരുമിച്ചാണ് രൂപം പൂണ്ടതെന്ന് ബോഗെദിർ ഓർമ്മിച്ചു. അതു ഇരുപതുവർഷം മുമ്പായിരുന്നു - 1963ൽ. ഒരു ആഫ്രിക്കക്കാരൻ മുഴുവനായും നിർമ്മിച്ച ആദ്യചിത്രം പുറത്തിറങ്ങിയത് ആ കൊല്ലമാണ്. ചിത്രം Boroor Sarret. സംവിധായകൻ പിന്നീട് സാർവദേശീയ ശ്രദ്ധ നേടിയ ഓസ്മാനെ സെംബനെയും. ഈ ചിത്രത്തിന് ഫ്രാൻസിലെ ടൂർസ് അന്താരാഷ്ട്ര ചലച്ചിത്രമേളയിൽനിന്ന് ബഹുമതിമുദ്ര കിട്ടുകകൂടി ചെയ്തു.

സെംബനെയ്ക്കുമുമ്പ് സെനെഗലിലെതന്നെ പോൾവിയോ ചില ചലച്ചിത്ര സംരംഭങ്ങൾക്ക് മുതിർന്നിരുന്നു. അമ്പത്തിയഞ്ചിൽ അദ്ദേഹം പാരീസിൽ ചിത്രീകരിച്ച Afrique sur seine എന്ന ഹ്രസ്വചിത്രം ആഫ്രിക്കൻ സിനിമയുടെ ആദ്യസ്പന്ദനമാണെന്ന് പറയാം. സെനെഗലിന്റെ സ്വാതന്ത്ര്യത്തെക്കുറിച്ചുള്ള ഡോക്യുമെന്ററി മറ്റൊരു നിർണ്ണായകശ്രമ

മായിരുന്നു. എന്നാൽ പൂർണ്ണ അർത്ഥത്തിൽ ആഫ്രിക്കനായ സിനിമ തുടങ്ങുന്നത് സെംബാനെയിൽനിന്നുതന്നെ.

വിദേശ ചലച്ചിത്രവിതരണക്കാരിൽ നിന്നുള്ള തീവ്രമായ എതിർപ്പുകളായിരുന്നു ദേശീയസിനിമയുടെ ആദ്യത്തെ തിക്താനുഭവങ്ങൾ. ആഫ്രിക്കൻ സംവിധായകരുടെ ചിത്രങ്ങൾ അവർ ബഹിഷ്ക്കരിച്ചു. ടുണീഷ്യയും അപ്പർവോൾട്ടയും മാത്രമാണ് ദേശീയചലച്ചിത്രങ്ങൾക്ക് പ്രത്യേക പ്രദർശനസമയം നിഷ്ക്കർഷിച്ച് ആഫ്രിക്കൻ സിനിമയെ രക്ഷപ്പെടുത്താൻ മുതിർന്നത്. ടുണീഷ്യൻ ഗവൺമെന്റിന്റെ സാംസ്കാരിക ലവകുപ്പ് ആഫ്രിക്കൻ സിനിമയ്ക്കായി ഒരു ഫെസ്റ്റിവെൽ ഏർപ്പെടുത്തിയത് അതിന്റെ നിലനിൽപ്പിന് ഏറെ സഹായകമായി. 1966-ൽ നടന്ന ഒന്നാംമേളയിൽ ഉന്നത ബഹുമതി നൽകപ്പെട്ടത് ഓസ്മാനെ സെംബാനെയുടെ ആദ്യഫീച്ചർ ചിത്രമായ La Noire De (കറുത്തപെൺകുട്ടി) യ്ക്കായിരുന്നു. ഫ്രഞ്ചുഭാഷയിൽ നിർമ്മിതമായ ഈ ചിത്രം കറുത്ത ആഫ്രിക്കൻസിനിമയുടെ ചരിത്രത്തിലെ ആദ്യത്തെ കഥാചിത്രമാണ്. രണ്ടുവർഷം കഴിഞ്ഞ് വെനീസ് ഫിലിം ഫെസ്റ്റിവലിൽ La Mandat ന് (The Money Order) പ്രത്യേക ജൂറി അവാർഡ് നേടിയതോടെ സെംബാനെ ലോകശ്രദ്ധയിലേയ്ക്ക് ഉയരുകയുണ്ടായി. ഈ മാസ്റ്റർപീസിന്റെ ഇതിവൃത്തം ബ്യൂറോക്രാറ്റുകളാൽ പീഡിപ്പിക്കപ്പെട്ട ഒരു സാധാരണ പൗരന്റെ വ്യാകുലതകളായിരുന്നു.

1969-ൽ പ്രദർശനഗൃഹങ്ങളാകെ ദേശസാൽക്കരിച്ച് അപ്പർ വോൾട്ട എല്ലാ ആഫ്രിക്കൻനാടുകൾക്കും മുന്നിൽ ഒരു മാതൃകയായി നിന്നു. കറുത്ത ആഫ്രിക്കയിലുടനീളം ചലച്ചിത്രവിതരണത്തിന്റെ കുത്തക നിലനിർത്തിയിരുന്ന ഫ്രഞ്ച് കമ്പനികൾ അതേ തുടർന്ന് അപ്പർ വോൾട്ടയെ പാടെ ബഹിഷ്ക്കരിച്ചുകൊണ്ട് പ്രതികാരം വീട്ടി. പക്ഷേ, ആഫ്രിക്കൻ സിനിമ അതിന്റെ പാത കണ്ടെത്തിക്കഴിഞ്ഞിരുന്നു. അടുത്ത ഏതാനും വർഷങ്ങളിൽ അൾജീരിയൻ സംവിധായകർക്കുണ്ടായ വിജയം കൊണ്ട് പ്രചോദിതമായി, നിരവധി ആഫ്രിക്കൻ നാടുകൾ ഫിലിം വ്യവസായത്തെ സഹായിക്കുന്നതിനുള്ള ഒട്ടേറെ നടപടികൾ കൈക്കൊണ്ടുതുടങ്ങി. ഈ നടപടികൾക്ക് വളരെ പെട്ടെന്നുതന്നെ അനന്തരഫലങ്ങളും കാണായി.

എഴുപത്തിയഞ്ച്, ആഫ്രിക്കൻ സിനിമയുടെ വിജയത്തിന്റെ വർഷമായിരുന്നു. അക്കൊല്ലം ലാഖ്ദാർ ഹാമിനയുടെ അൾജീരിയൻ കൃതി 'Chronique des annees de braise' കാനെ ഫെസ്റ്റിവെലിലെ ഉയർന്ന ബഹുമതിയായ 'പാം ദ ഓർ' നേടിയെടുത്ത് ശ്രദ്ധേയമായി. തുടർന്ന്

ആഫ്രിക്കൻ സിനിമയ്ക്ക് ഒരിക്കലും തിരിഞ്ഞുനോക്കേണ്ടിവന്നിട്ടില്ല. സെംബാനെ, സുലൈമാൻ സിസ്സെ, മോരൗ ഗൗണ്ട, ഫദീകാ ക്രാമോ ലാൻസെൻ, ഗാസ്റ്റൺ കാബോറെ തുടങ്ങിയ സംവിധായകരും അവരുടെ അനേകം രചനകളും പിന്നീട് ആഫ്രിക്കൻ സിനിമയെ എത്രതന്നെ ഉയർത്തിയില്ല! ഫിലിമോത്സവ് 84 ലെ 'ഫോക്കസ് ഓൺ ആഫ്രിക്ക' ഈ പശ്ചാത്തലവും വികാസപരിണാമങ്ങളും സമഗ്രമായി ഉൾക്കൊള്ളുന്നതായിരുന്നു.

മൗറിട്ടാനിയയിലെ മെഡ്ഹോൺഡോയുടെ 'വെസ്റ്റ് ഇന്റീസ്' ഒരു പടുകൂറ്റൻ അടിമക്കപ്പലിന്റെ സെറ്റിൽ ചിത്രീകരിച്ച ഓപ്പറയുടെ രൂപമുള്ള രചനയാണ്. ഫ്രഞ്ച് ഇമ്പീരിയലിസത്തിന്റെ ചരിത്രവും ഫലങ്ങളും വിവരിക്കുന്നു ഈ ചിത്രം. ഹോൺഡോയുടെ തന്നെ Sofeil O നവ ആഫ്രിക്കൻ സിനിമയിലെ അതിപ്രധാന രചനകളിൽ ഒന്നായി കരുതപ്പെടുന്നു. ഒറു ആഫ്രിക്കക്കാരന്റെ ഫ്രഞ്ച് അനുഭവങ്ങളിൽ കേന്ദ്രീകരിച്ചുകൊണ്ട് ഈ ചിത്രത്തിലൂടെ സംവിധായകൻ വർണ്ണവിവേചനവും നിയോ കൊളോണിയലിസവും ക്രിസ്തീയതയും ആഫ്രിക്കയിൽ എങ്ങനെ പ്രബലമായിത്തീർന്നുവെന്ന് സശ്രദ്ധം വരച്ചുകാട്ടുന്നു. ആഫ്രിക്കയിലെ ആദ്യത്തെ ഫിലിം ക്ലാസിക് എന്ന ബഹുമതി ഈ ചിത്രത്തിനാണ്.

കാമറൂൺചലച്ചിത്രകാരനായ ഡാനിയൽ കാവെയുടെ കൃതി 'നമ്മുടെ മകൾ' പാശ്ചാത്യമാതൃകയിലുള്ള വിദ്യാഭ്യാസം നേടുന്ന പുതിയ തലമുറയും പരമ്പരാഗതമായ അറിവുകൾ പുലർത്തുന്ന പുതിയ തലമുറയും തമ്മിലുള്ള ഭേദം വിശകലനം ചെയ്യുന്നു. താരതമ്യേന ദരിദ്രമായ ബാർഗാ കുടുംബം അതിന്റെ പെൺകുട്ടിയെ വളരെ പ്രയാസപ്പെട്ടുകൊണ്ടുതന്നെ പരിഷ്കൃതമായ ഉപരിവിദ്യാഭ്യാസത്തിനയക്കുന്നു. സ്വാഭാവികമായും വീടിന്റെ പ്രതീക്ഷ മുഴുവനും അവളിലായിരുന്നു. വിദ്യാഭ്യാസം പൂർത്തിയാക്കി കഴിയുന്നതോടെ അവൾക്ക് നല്ലൊരു ജോലി കിട്ടുമെന്നും അവൾ കുടുംബത്തെ നോക്കുമെന്നും ചെറിയ സഹോദരീസഹോദരന്മാരെ ഉയർത്തുമെന്നും വീട് ഉൽക്കടമായി മോഹിക്കുന്നു. ഈ പശ്ചാത്തലം മറന്ന് അവൾ ഒരു വിവാഹത്തിന് സ്വയം ആഗ്രഹിക്കുകയാണെങ്കിലോ? കാംവെയുടെ നായികയായ പെൺകുട്ടി വീടിനെ പിന്തുണയ്ക്കുന്നതിന് പകരം മറ്റൊരു ഹൃദയത്തിൽ ആകൃഷ്ടയായപ്പോൾ പ്രതീക്ഷിക്കാവുന്നതുപോലെ മുതിർന്നവരുടെ മനസ്സുകൾ പ്രക്ഷുബ്ധമായി. ഉത്തരമില്ലാത്ത അനേകം ചോദ്യങ്ങൾ ഗൃഹാന്തരീക്ഷത്തിൽ മുഴങ്ങിക്കൊണ്ടിരുന്നു. Pousse Pousse യിലും വിവാഹം

സമസ്യയാകുന്നുണ്ട്. നായകൻ റോസയെ പ്രേമിക്കുകയും അവളെ സ്വന്തമാക്കാൻ കൊതിക്കുകയും ചെയ്യുന്നു. പക്ഷേ, അതത്ര എളുപ്പമല്ല. അവളുടെയച്ഛന് പണ്ടേ ആചാരങ്ങളിൽ കടുത്ത നിഷ്ഠയാണ്. അയാൾ ആചാരമനുസരിച്ചുള്ള ധനം കിട്ടിയാലല്ലാതെ മകളെ നൽകില്ല. പൗസേ പൗസേ ഏതു വിധേനയോ കുറെ ധനം സ്വരൂപിച്ചെങ്കിലും അപ്പോഴേക്കും അച്ഛൻ തുക കുറേക്കൂടി വർദ്ധിപ്പിച്ചിരുന്നു. അവന് അയാളെ തൃപ്തിപ്പെടുത്താൻ കഴിയാതെ പോകുന്നു.

സാരഥി ഫായേയുടെ 'ഒരു ഗ്രാമത്തിൽനിന്നുള്ള കത്ത്' സെനഗലലിലെ ഗ്രാമത്തെ സൂക്ഷ്മമായി സെല്ലുലോയ്ഡിൽ പകർത്തുന്നു. പശ്ചാത്തലം സംവിധായികയുടെ സ്വന്തം ഗ്രാമമാണ്. കാനെ ഫെസ്റ്റിവെലിൽ പ്രദർശിപ്പിക്കപ്പെട്ട രണ്ടാമത്തെ ഫീച്ചർ ചിത്രമായ ഫാഡ്ജാൽ ആകട്ടെ ഫായേയുടെ കുടുംബസ്മൃതികളുടെ സമാഹാരമാണ്.

പരവതാനിയുണ്ടാക്കുന്ന ഫാക്ടറികളിലെ ഹീനമായ പരിതോവസ്ഥകളാണ് ബെൻ ബാർക്കയുടെ 'ആയിരത്തൊന്ന് കൈകളി'ൽ കാണുക. ഫാക്ടറിയിൽ കൊല്ലപ്പെട്ട പിതാവിന്റെ ഭരണത്തിന് പ്രതികാരം വീട്ടാൻ തുനിയുന്ന മകനാണ് കേന്ദ്ര കഥാപാത്രം. Quagadougou യിൽ നടന്ന ആഫ്രിക്കൻ ഫിലിം ഫെസ്റ്റിവെലിൽ (1972) ഈ ചിത്രത്തിന് ഗ്രാൻഡ് പ്രി കിട്ടിയിരുന്നു. ജെ.എം. ടെഹ്നിയൻ (കോംഗോ)യുടെ 'ദ ചുപ്പർ' മുപ്പതുകളിൽ ക്രിസ്ത്യൻ മിഷനറിമാർ പ്രാദേശിക വിശ്വാസ പ്രമാണങ്ങളിൽ നടത്തിയ കടന്നാക്രമണം ആഖ്യാനം ചെയ്യുന്നു. പക്ഷേ, ഏകമുഖമല്ല ഈ ചിത്രത്തിനുള്ളത്. ക്രിസ്തീയതയുടെയും പാരമ്പര്യത്തിന്റെയും പ്രശ്നങ്ങൾ പല കോണുകളിൽനിന്നും നിരീക്ഷണവിധേയമാകുന്നു. ഫെറിഡ് ബോഗിയോറിന്റെ ശ്രദ്ധേയമായ Camera D Afrique ആഫ്രിക്കൻ സിനിമയുടെ ഉൽപ്പത്തിയും വികാസവും രേഖപ്പെടുത്തുന്നു. വെളുത്തവർ വരുന്നതിനുമുമ്പ് ആഫ്രിക്കയ്ക്കുണ്ടായിരുന്ന സമൃദ്ധിയേയും ധാന്യം നിറഞ്ഞ കലവറകളെയും ജലം നിറഞ്ഞ പുഴകളെയും കിണറുകളെയും എല്ലായിടത്തും നിലനിന്ന ശാന്തിയേയും സമാധാനത്തെയും അഗാധമായ നഷ്ടബോധത്തോടെ ഈ ചിത്രം അനുസ്മരിക്കുന്നു. Gasron J.M, Kabore 'ദൈവത്തിന്റെ പാരിതോഷികം' എന്ന ചിത്രം സമ്പന്നതയുടെ പോയ്പ്പോയ ആ നല്ല ദിനങ്ങളെക്കുറിച്ചാണ്. ഒരു യാത്രക്കാരൻ തന്റെ പ്രയാണത്തിനിടയിൽ യാദൃച്ഛികമായി ഒരു മൂകബാലനെ കണ്ടുമുട്ടുന്നു. അവനെ അയാൾ അടുത്ത ഗ്രാമത്തിലുള്ള ഒരു കുടുംബത്തിലെ അംഗമാക്കുന്നു. അവർ അവന് ദൈവത്തിന്റെ പാരിതോഷികമെന്ന് അർത്ഥമുള്ള വെൻഡ്കനിൽ എന്ന പേരു നൽകു

ന്നു. ഒരു ഷോക്കിനെ തുടർന്ന് സംസാരിക്കാനുള്ള ശേഷി നഷ്ടപ്പെട്ട ആ ബാലൻ തന്റെ പുതിയ കുടുംബത്തിനായി കന്നുകാലികളെ മേയ്ക്കുകയും വീട്ടിലുണ്ടാക്കിയ ചില്ലറ വസ്തുക്കൾ ഗ്രാമച്ചന്തയിൽ കൊണ്ടുപോയി വിൽക്കുകയും ചെയ്യുന്നു. മറ്റൊരു ഷോക്കിൽ അവന് തന്റെ നഷ്ടപ്പെട്ടുപോയ സംസാരശേഷി തിരിച്ചുകിട്ടുന്നു. തന്റെ രോഗിണിയായ അമ്മ സ്വന്തം ഗ്രാമത്തിൽനിന്ന് എങ്ങനെ അടിച്ചോടിക്കപ്പെട്ടുവെന്നും തങ്ങളുടെ കുടിൽ എങ്ങനെ തീ വെച്ചുനശിപ്പിക്കപ്പെട്ടുവെന്നും അവൻ പറഞ്ഞുകേൾപ്പിക്കുന്നു. അവന്റെ കുരുന്നുമനസ്സു നിറയെ ആരേയും കരയിക്കുന്ന സങ്കടങ്ങളായിരുന്നു. വീണ്ടും ശബ്ദിച്ചുതുടങ്ങിയത് അവയാണ്.

(ദേശാഭിമാനി വാരിക
1983 മാർച്ച് 2)

മൃഗതൃഷ്ണകൾ വിളിക്കുമ്പോൾ

നീരദ് മഹാപത്രയുടെ 'മായാമൃഗ' ഇതിവൃത്തത്തിലും പരിചരണ ശൈലിയിലും ഘട്ടക് ചിത്രങ്ങളും പ്രത്യേകിച്ചും മേഘേ ധാക്കാ താരയെ ശക്തിയായി ഓർമ്മിപ്പിക്കുന്നുണ്ട്. ഘട്ടക്കിന്റെ ലോകത്തോടുള്ള മഹാപത്രയുടെ പ്രഖ്യാപിതമായ ഗൃഹാതുരത്വം ഇന്ത്യൻസിനിമയുടെ ഇന്നത്തെ ദീനമായ അവസ്ഥയിൽ അഭിലഷണീയവും സാർത്ഥകവുമായി തോന്നുന്നു. നമ്മുടെ പ്രാദേശിക സിനിമകളിൽ നിന്ന് മിക്കവാറും തിരോഭവിച്ചുകഴിഞ്ഞ പ്രദേശസംബന്ധിയായ വ്യതിരിക്തത ഘട്ടക് ചിത്രങ്ങളിലെന്നപോലെ തെളിവാർന്നുകാണാം മായാമൃഗയിൽ. സമീപകാല ഇന്ത്യൻ സിനിമയിലെ ഏറ്റവും ഉന്മിഷത്തായ അനുഭവമെന്ന് നിർവിശങ്കം പറയാവുന്ന ഈ ഒറിയാചിത്രം ശ്രദ്ധേയമാകുന്നത് ശൈലീകൃതമായ ഷോട്ടുകളിലൂടെയോ അസഹ്യമാം വിധം പ്രതീകവൽക്കരിച്ച ആഖ്യാനമോ കൊണ്ടല്ല. പ്രത്യുത ഓരോ ഫ്രെയിമിലും സ്പന്ദിക്കുന്ന

സൂക്ഷ്മമായ ജീവിതാവബോധത്തിലൂടെയാണ്. ഇവിടെ നാം വളരെ ക്കാലത്തിനിടയിൽ യഥാർത്ഥ മനുഷ്യരെ കാണുന്നു; അവർ നമ്മുടെ തൊട്ടയൽപ്പക്കത്താണെന്നപോലെ അത്രയും വ്യക്തമായി.

ഒറീസയിലുൾപ്പെടുന്ന ചെറിയൊരു പട്ടണത്തിലെ മധ്യവർഗ്ഗ പശ്ചാത്തലമുള്ള കൂട്ടുകുടുംബത്തിൽ അനുക്രമം സംഭവിക്കുന്ന അനിവാര്യമായ ശൈഥില്യമാണ് മായാമൃഗയുടെ പ്രമേയം. ഒരു ലോക്കൽ ഹൈസ്കൂളിലെ ഹെഡ്മാസ്റ്ററായ രാജ് കിഷോർ ബാബു വയസ്സേറെയായ അമ്മയും ഭാര്യയും നാലാൺമക്കളും ഒരു മകളും മൂത്തമകന്റെ ഭാര്യയുമടങ്ങിയ വലിയ കുടുംബത്തിന്റെ നായകനാണ്. വീടിനോട് തികഞ്ഞ വിധേയത്വം പുലർത്തുന്ന ശാന്തപ്രകൃതിയായ മൂത്തമകൻ ടുക്കു സമീപത്തുള്ള ഒരു പ്രൈവറ്റ് കോളേജിൽ അധ്യാപകനായി ജോലി നോക്കുന്നു. അയാളുടെ ഭാര്യ പ്രഭ ആദ്യത്തെ കുഞ്ഞിനെ പ്രതീക്ഷിക്കുകയാണ്. ഡൽഹി ജവഹർലാൽ നെഹ്റു യൂണിവേഴ്സിറ്റിയിൽ ഗവേഷണ വിദ്യാർത്ഥിയായ, ഐ.എ.എസ്സിന് എഴുതിയ രണ്ടാമത്തെ മകൻ ടുട്ടുവിൽ രാജ് കിഷോർ ബാബുവും മറ്റുള്ളവരും വളരെ ആശവെക്കുന്നു. മൂന്നാമത്തെ മകനായ ബുലു മറ്റു വഴിയൊന്നും കാണാതെ തന്റെ നിലനിൽപ്പിന് വീടിനെ തീവ്രമായി ആശ്രയിക്കുന്നു. ടുട്ടുവിന്റെ പ്രോത്സാഹനമുണ്ടായിട്ടും അവൻ ജീവിതത്തിൽ മുന്നോട്ടു പോകുന്നില്ല അല്പം പോലും. നാലാമനായ ടുലു ക്രിക്കറ്റിൽ മറ്റെന്തെങ്കിലുമേറെ താല്പര്യം പുലർത്തുന്നു. വീടിന്റെ കണിശമായ ചിട്ടകൾക്കെതിരായാണ് അവന്റെ നീക്കങ്ങളൊക്കെയും. രാത്രി എന്നും വൈകിയാണ് അവനെത്തുക. ഇളയ പെൺകുട്ടി ടിക്കിന സ്കൂളിൽ പഠിക്കുന്നു. വീടിന്റെ വൈകാരികകേന്ദ്രം മുത്തശ്ശിയാണ്. ഗൃഹശൈഥില്യത്തിനിടയിൽ മുത്തശ്ശിയുടെ മരണം സംഭവിക്കുന്നുവെന്നത് അർത്ഥപൂർണ്ണമാണ്.

മഹാപത്ര വീടിനെ ഒരു മെറ്റഫറെന്നോണം പരിചരിക്കുന്നു. ഒറീസ്സയിലെ തീരദേശനഗരമായ പുരിയിലെ ഈ വീടുമാത്രമാണ് മായാമൃഗയുടെ ലൊക്കേഷൻ. രാജ് കിഷോർ ബാബുവിനെയും അതേ പ്രായത്തിലുള്ള സുഹൃത്തിനേയും അയാൾ അമേരിക്കയിലുള്ള, ഒരിക്കലും തിരിച്ചുവരാനിടയില്ലാത്ത മകനെക്കുറിച്ച് അത്യധികമായ പ്രതീക്ഷയോടെ രാജ് കിഷോർ ബാബുവിനോട് പറയുന്നു. നിരത്തിലൂടെ പിന്തുടരുന്ന ദൃശ്യങ്ങളൊഴിച്ചാൽ ചിത്രത്തിലാകെയുള്ളത് ഒരു പഴയ വീടിനുള്ളിൽനിന്നുള്ള ദൃശ്യങ്ങളാണ്. ടെറസ്സും കോണിയും ഭിത്തികളും പൂമുഖവും മുറികളും ഇറവാരങ്ങളും മുറ്റവുമൊക്കെ ഗാഢമായ പരിഗണനയ്ക്ക് വിധേയമാകുന്നു. കഥാപാത്രങ്ങളുടെ സാംഗത്യം അവയ് ക്കെ

ല്ലാം ഉണ്ടെന്നു തോന്നും. ടുട്ടു തന്റെ പരിതാവസ്ഥയ്ക്കു മുകളിലുള്ള ധനികയായ ഒരു യുവതിയെ വിവാഹം ചെയ്യുമ്പോൾ അവന്റെ മുറി മാത്രം വെടിപ്പുറ്റതും അലംകൃതവുമാക്കുന്നു. അതിനുള്ളിലെ ഫർണ്ണിച്ചർ മറ്റു മുറികളിലെ ഫർണ്ണിച്ചറുമായി വ്യതിരേകം പുല ർത്തുന്നു. നിറപ്പൊലിമ നേടിയ ഭിത്തികൾ ടുക്കുവിന്റെ മുറിയുടെ കറകളും പോറലുകളുമുള്ള ചുവരുകളായും വീടിന്റെ ഇതരപാർശ്വങ്ങളുമായും വിപരീതത്വത്തിലാകുന്നു. മാറുന്ന മുഖഭാവങ്ങൾ പോലെ ഈ സൂചനകൾ അനുഭവപ്പെടും. ടെറസ്സിൽനിന്ന് പുറമേയ്ക്ക് നോക്കിക്കാണുന്ന മട്ടിൽ സംരചന നിർവ്വഹിച്ച ആർദ്രപ്രകൃതമുള്ള ദൃശ്യങ്ങൾ മായാമൃഗയുടെ ടെക്ചറിൽ അതിപ്രധാനമാണ്.

അഭിലാഷങ്ങളും ഇച്ഛാഭംഗങ്ങളും ചേർന്ന് ചിത്രത്തിന്റെ ആകെ വൈകാരികതയാകുന്നു. ഒരു ജോലി ലഭിക്കായ്ക നിമിത്തം ബുലുവിന് അതിസങ്കോചത്തോടെ വീടിനുള്ളിലേയ്ക്ക് സ്വയം പിൻവലിയേണ്ടി വരുന്നു. എല്ലാവരും ആൺകുട്ടിയെ ആഗ്രഹിക്കുമ്പോൾ പ്രഭ പ്രസവിക്കുന്നത് പെൺകുഞ്ഞിനെയാണ്. ടുട്ടുവിന്റെ നവവധു പ്രഭയുടെ രീതി പിന്തുടർന്ന് ഭർതൃഗൃഹത്തിൽ അടങ്ങിയൊതുങ്ങി കഴിയേണ്ടതായിരുന്നു. പക്ഷെ, നഗരത്തിൽ വളർന്ന അവൾ തന്നെ ഒരു സന്ദർശകമാത്രമായി കരുതുന്നു. ടുട്ടു ഇല്ലാത്തപ്പോൾ അവന്റെ അച്ഛനമ്മമാരെ പരിചരിച്ചുകഴിയാൻ വിസമ്മതിച്ചുകൊണ്ട് അമ്മയ്ക്ക് സുഖമില്ലെന്ന നുണ പറഞ്ഞ് അവൾ തന്റെ വീട്ടിലേയ്ക്ക് രക്ഷപ്പെടുന്നു. ഇത് പ്രഭയെ സ്വാഭാവികമായും അസംതൃപ്തയാക്കുന്നു. വീട്ടിൽനിന്ന് മാറിക്കഴിയണമെന്ന അവളുടെ ന്യായമായ ആഗ്രഹത്തിന് മുന്നിൽ പക്ഷെ, ടുക്കു നിസ്സഹായനാണ്.

മുത്തശ്ശിയുടെ മരണവും രാജ്കിഷോർ ബാബുവിന്റെ റിട്ടയർമെന്റും വീടിന്റെ രണ്ട് ദുരന്തങ്ങളാകുന്നു. രാജ്കിഷോർബാബു തന്റെ നിരാശത പങ്കു വെക്കുന്നത് അമേരിക്കയിൽനിന്ന് തിരിച്ചുവരാനുള്ള മകനിൽ മുഴുവൻ പ്രതീക്ഷയുമർപ്പിച്ച് കഴിയുന്ന പെൻഷൻ പറ്റിയ മറ്റൊരാളായുമായാണ്. അയാളുടെ പ്രതീക്ഷയുടെ അർത്ഥശൂന്യത രാജ് കിഷോർ ബാബുവിന്റെ അനുഭവങ്ങൾ പ്രഖ്യാപിക്കുന്നു. ടുട്ടുവും ഭാര്യയും വീണ്ടും വീട്ടിലേയ്ക്ക് വരുന്നത് അപരിചിതരായാണ്. അവൾ തന്റെ വിവാഹത്തിന് കിട്ടിയതൊക്കെയും കൂടെ കൊണ്ടുപോകാൻ മാത്രമുദ്ദേശിച്ചാണ് അവനെ അനുഗമിച്ചതുതന്നെ. ബി.ഏ. ഒന്നാംക്ലാസോടെ പാസായ ടുലുവിനെ ഡൽഹിയിലേയ്ക്ക് ഒപ്പം കൂട്ടി അവിടെ പഠിപ്പിക്കാനുള്ള അച്ഛന്റെ നിർദ്ദേശം ടുട്ടുവിന് സ്വീകാര്യമായില്ല. ഇത് രാജ്

കിഷോർബാബുവിനെ അതിരറ്റ് ക്ഷോഭിപ്പിക്കുന്നു. അവന്റെ വിദ്യാഭ്യാസത്തിനുവേണ്ടി മറ്റുള്ളവരൊക്കെ സഹിച്ച കഷ്ടതകൾ അയാൾ തന്റെ ക്ഷോഭത്തിൽ ഉറക്കെ വിളിച്ചുപറയുന്നു. മുമ്പൊരിക്കലും അയാൾ ഇത്രമേൽ നിസ്സഹായതയോടെയും നോവോടെയും കാണപ്പെട്ടിട്ടില്ല. ഒരു വീണ്ടുവിചാരത്തിനുശേഷം ടുക്കു അനുജനെ സഹായിക്കാമെന്നേൽക്കുന്നുവെങ്കിലും അവന്റെ ആദ്യനിലപാട് രാജ് കിഷോർബാബുവിന്റെ ഉള്ളിലുണ്ടാക്കിയ മുറിവുകൾ ഉണക്കുന്നില്ല. അതോടുകൂടി ടുക്കു ഭുവനേശ്വറിലേക്ക് സ്ഥലംമാറ്റം നേടിപോവുകയാണെന്ന നൊമ്പരവും ചേരുന്നു. കുടുംബത്തിന്റെ ശൈഥില്യം തനിക്ക് തടയാനാവില്ലെന്ന് അയാൾക്ക് ആഴത്തിൽ ബോധ്യമായി. അതോടെ വീടിനകത്ത് അസഹ്യമായ നിശ്ശബ്ദത നിറയുന്നു. രാത്രിയിൽ തങ്ങളുടെ മുറിയിലിരുന്ന് ഓരോരുത്തരും ഒരുമിച്ചു കഴിഞ്ഞ പഴയ കാലത്തെക്കുറിച്ചുള്ള സ്മൃതികൾ അയവിറക്കുന്നു.

പിറ്റേന്ന് കാലത്ത് തനിക്കവകാശപ്പെട്ടതെല്ലാമായി ടുട്ടുവിന്റെ ഭാര്യ അവനെയും കൂട്ടി യാത്രയാകുന്നു. അന്നാദ്യമായി പ്രഭ കരിയടുപ്പ് കത്തിക്കാൻ വയ്യെന്ന് പറയുന്നു. രാജ് കിഷോർബാബു ചെറിയ കുഞ്ഞിനോട് വേദന കലർന്ന ചിരിയോടെ ചോദിക്കുന്നു, ഇനി നീയും ഞങ്ങളെ വിട്ടുപോകുമോ?

മഹാപത്ര തന്റെ രചനയെ അതിലെ കഥാപാത്രങ്ങളുടെ നേരെയുള്ള ദീർഘവും സാനുകമ്പവുമായ ഒരു നിരീക്ഷണമായാണ് ഉദ്ദേശിച്ചിട്ടുള്ളത്. ഒരു കുടുംബത്തിലെ അംഗങ്ങളെ അവരുടെ വേർപിരിയൽ ഘട്ടംവരെ സംവിധായകൻ നോക്കിക്കാണുന്നു. മധ്യവർഗ്ഗകുടുംബത്തിന്റെ അഭിവാഞ്ഛകളും ഭീതികളും മഹാപത്രയ്ക്ക്, സ്വയം അവയുടെ നടുവിലാണെന്നതുകൊണ്ട്, അന്യമല്ല. അതിനാൽ അവയുടെ ആവിഷ്കരണം അനുഭവങ്ങൾ പങ്കുവെക്കുന്നതിനു തുല്യമാണ്. നന്മതിന്മകളുടെ പ്രോട്ടോടൈപ്പുകൾ അവതരിപ്പിക്കുന്നതിൽ മഹാപത്ര വിശ്വസിക്കുന്നില്ല. തന്റെ കഥാപാത്രങ്ങളാലാരെയെങ്കിലും കുറ്റപ്പെടുത്തുന്നില്ല. ഓരോ സംഭവഗതിയും സ്വാഭാവികത പ്രകടമാക്കുന്നു. കഥാപാത്രങ്ങളുടെ സമീപദൃശ്യങ്ങൾ ഒന്നുപോലും സംവിധായകൻ ഉപയോഗിച്ചിട്ടില്ലെന്നത് വളരെ ശ്രദ്ധേയമാണ്. സമീപദൃശ്യങ്ങളുടെ അഭാവം പ്രേക്ഷകരുടെ കഥാപാത്രങ്ങളിൽനിന്നും അകറ്റിനിർത്തുന്നതിന് പര്യാപ്തമാണ്. സംവിധായകന്റെ അകലെ മാറിനിന്നു നോക്കികാണുകയെന്ന രചനാതന്ത്രവും ഇതുവഴി വെളിവാക്കപ്പെടുന്നു.

ഭാസ്കർ ചന്ദാവർക്കർ ഒരുക്കുന്ന മ്യൂസിക്കൽ പാറ്റേണുകൾ മഹാപ

ത്രയുടെ ദൃശ്യഘടനകളെ വളരെ സഹായിക്കുന്നുണ്ട്. സംഗീതത്തിന്റെയും ദൃശ്യങ്ങളുടെയും ലയമാണ് ഘട്ടക് ചിത്രങ്ങളുമായി മായാമൃഗയെ അടുപ്പിക്കുന്ന മുഖ്യഘടകം. നോൺ പ്രൊഫഷണൽ അഭിനേതാക്കളിൽനിന്ന് മഹാപത്ര നേടിയ പ്രതികരണം വിസ്മയകരമെന്നു തന്നെ പറയേണ്ടി വരുന്നു. സ്ക്രിപ്റ്റിൽ കുറിച്ച വരികൾ ഓർമ്മിക്കാൻ പറയുന്നതിനുപകരം ഓരോ ഷോട്ടിനു മുമ്പും അതിൽ താനുദ്ദേശിക്കുന്നതെന്തെന്നും സന്ദർഭവും ഹ്രസ്വമായി ബോധ്യപ്പെടുത്തിയശേഷം സ്വാഭാവികതയോടെ പ്രതികരിക്കാൻ അഭിനേതാക്കളെ അനുവദിക്കുകയെന്നതാണ് അഭിനയത്തിന്റെ കാര്യത്തിൽ മഹാപത്ര അനുവർത്തിച്ച രീതി. ഇതിന്റെ ഫലം നാട്യങ്ങൾ കലരാത്തതും നിഷ്ക്കളങ്കവുമായ ഒരു അഭിനയശൈലി ഉരുത്തിരിഞ്ഞുവെന്നത്രെ. അച്ഛന്റെ റോളിലുള്ള ബൻസിധർ രംഗരാജും മുത്തശ്ശിയായ കിഷോരി ഭേബിയും അവരുടെ അഭിനയ നിർവ്വഹണത്തിലൂടെ നമ്മുടെ അതിയായ ആദരവ് പിടിച്ചുപറ്റുന്നു.

സമ്പദ് മഹാപത്രയുടെ കലാസംവിധാനത്തിന്റെ മികവ് മായാമൃഗയിലെ മറ്റൊരു ശ്രദ്ധേയമായ അംശമാണ്. വീടിന്റെ ഓരോ കോണും ഫർണ്ണിച്ചർ തൊട്ട് ഏറ്റവും ചെറിയ ഗൃഹോപകരണങ്ങൾവരെയും പ്രമേയത്തിന്റെ വിവക്ഷകളെ അഭിവ്യഞ്ജിപ്പിക്കുന്നതിന് അതിസൂക്ഷ്മമായ അവധാനതയോടെ ഒരുക്കപ്പെട്ടിരിക്കുന്നു.

(ദേശാഭിമാനി വാരിക
1984 ജൂലായ് 8-14)

പുരോഹിതന്റെ മാനസാന്തരം

ഗോഡ്ഫ്രെ റെഗിയോ. സമകാലീന അമേരിക്കയുടെ ഒരു സമഗ്രവിശകലനം, കമന്ററിയോ വിവരണാത്മകമായ ആഖ്യാനമോ ഇല്ലാതെ, ഫിലിപ്പ് ഗ്ലാസ്സിന്റെ സ്വരലയവുമായി ദൃശ്യങ്ങൾ ഇണക്കുക മാത്രം ചെയ്ത് നിർവ്വഹിക്കുന്ന 'കൊയാനി സ്ക്വാറ്റ്സി'യുടെ സംവിധായകൻ.

ദീർഘകായനായ റെഗിയോ പതിനാലുവർഷം മെക്സിക്കോയിൽ ക്രിസ്ത്യൻ പുരോഹിതനായിരുന്നു. ഒരു പുരോഹിതന്റെ ലോകത്തിൽനി ന്നും സിനിമയുടെ ലോകത്തിലേയ്ക്കു വളരെ അകലമൊന്നുമില്ലെന്ന് സ്വ യം ഉദാഹരിച്ചുകൊണ്ട് ചേരികളെ നോക്കി ഗാഢമായി വ്യസനിക്കുമ്പോ ൾ ഈ ചലച്ചിത്രകാരൻ വീണ്ടും പുരോഹിതനായി മാറുകയാണോ എന്നു സംശയം തോന്നും.

കൊളോണിയൽ ശക്തികൾ അവികസിത രാഷ്ട്രങ്ങളെ അവയുടെ പഴയ കൊളോണിയൽ മേധാവിത്വത്തിന്റെ വരുതിയിൽത്തന്നെ കൊണ്ടുവന്നിരിക്കുന്നുവെന്ന് കരുതുന്ന റെഗിയോ ഏഴുവർഷത്തെ തീവ്രയത്നം കൊണ്ട് പൂർത്തിയാക്കിയ തന്റെ കൊയാനി സ്ക്വാറ്റ്സിയിലൂടെ (ഈ ഹോപി അമേരിക്കൻ ഇന്ത്യൻ വാക്ക് അർത്ഥമാക്കുന്നത് ഭ്രാന്തമായ ലോകം എന്നത്രെ) വ്യാവസായിക സമൂഹത്തിൽ എല്ലാം കീഴ്മേൽ മറിഞ്ഞിരിക്കുന്നുവെന്ന് കാണിക്കുന്നു. അതോടൊപ്പം ജീവിതത്തിന്റെ ഗതിവേഗവും അമേരിക്കയെ സാങ്കേതികവികാസവും വ്യാവസായികവൽക്കരണവും എവിടെ കൊണ്ടുചെന്നെത്തിച്ചിരിക്കുന്നുവെന്നറിയാനും ഈ ചിത്രം അവസരം നൽകുന്നു.

പതിവുസിനിമ പ്രേക്ഷകർക്ക് അവരുടെ യാഥാർത്ഥ്യത്തിൽനിന്ന് പലായനം ചെയ്യുന്നതിനുള്ള ഉപാധിയാകുമ്പോൾ റെഗിയോയുടെ ചിത്രം പ്രേക്ഷകരെ യാഥാർത്ഥ്യത്തിലേയ്ക്ക് പലായനം ചെയ്യിക്കാൻ ഉദ്യമിക്കുന്നു. ഉത്തരങ്ങളുടെ സാധ്യത എന്തുതന്നെയാവട്ടെ, ഈ ചിത്രം ചോദ്യങ്ങൾ ഉന്നയിക്കാനുള്ള ഒരു പ്രചോദനമാവണമെന്ന് ലക്ഷ്യമാക്കപ്പെട്ടിരിക്കുന്നു. ബോധനവീകരണത്തിനുള്ള സാർഥകമായ ഒരു ശ്രമമെന്ന നിലയ്ക്കാണ് ഈ അമേരിക്കൻ സംവിധായകൻ തന്റെ ചിത്രത്തെ കണ്ടെത്തുന്നത്.

ഹോളിവുഡിലെ അഞ്ച് പ്രധാന ചലച്ചിത്ര സ്ഥാപനങ്ങൾ പകരുന്ന ഇന്ദ്രിയാനുഭവങ്ങളിൽനിന്ന് തീർത്തും വ്യത്യസ്തമായിരിക്കണം കൊയാനി സ്ക്വാറ്റ്സി പ്രേക്ഷകർക്ക് നൽകുന്നതെന്ന് തുടക്കംതൊട്ടുതന്നെ റെഗിയോ ആഗ്രഹിച്ചിരുന്നു. അതുകൊണ്ട് അദ്ദേഹം സംഗീതത്തെ ഒരു മെറ്റാഫറായി, ആദ്യം മുതൽക്കേ അതിനെ ചിത്രവുമായി സംയോജിപ്പിച്ചുകൊണ്ട്, ഉപയോഗിച്ചിരിക്കുന്നു. ഫിലിപ്പ് ഗ്ലാസ്സിന്റെ സംഗീതത്തെ റെഗിയോ താരതമ്യപ്പെടുത്തുന്നത് ഇന്ത്യൻ വേദോച്ചാരണവുമായാണ്.

കൊയാനി സ്ക്വാറ്റ്സി പ്രദർശനഗൃഹങ്ങളിലൂടെയും ടെലിവിഷൻ-വീഡിയോ മാധ്യമങ്ങളിലൂടെയും ഉത്തരാർദ്ധഗോളത്തിലെ അനേകം കോടി ജനങ്ങൾ ഇതിനകം കണ്ട് കഴിഞ്ഞിരിക്കുന്നു. സോവിയറ്റ് യൂണിയനും ക്യൂബയും ഉൾപ്പെടെ ഇരുപത്തിരണ്ട് രാഷ്ട്രങ്ങളിൽ ഈ ചിത്രം റിലീസ് ചെയ്തിട്ടുണ്ട്. അവിടെയൊക്കെ നല്ല സ്വീകരണമായിരുന്നു. നൂറ്റമ്പതിലേറെ അമേരിക്കൻ നഗരങ്ങളിൽ ചിത്രം ഇപ്പോൾ പ്രദർശിപ്പിച്ചുവരുന്നു. കൊയാനി സ്ക്വാറ്റ്സിയുടെ നിർമാണം മാനസികവും സാമ്പത്തികവുമായ ഒരു വിഷമപ്രയത്നമായിരുന്നുവെങ്കിലും അതിന്റെ അസമാന്യ സാഫല്യം തന്റെ ശുഭാപ്തി ചിന്തയെ അധികരിപ്പിച്ചിരിക്കുന്നുവെന്ന് റെഗിയോ ആഹ്ലാദപൂർവ്വം പറയുന്നു. ചിത്രത്തിന്റെ വിജയം അദ്ദേഹം വിലയിരുത്തുന്നു, ഹോളിവുഡ് പടച്ചിറക്കുന്ന സെക്സും വയലൻസും വാരിനിറച്ച പതിവ് ഫോർമുലചിത്രങ്ങൾ കണ്ടുകണ്ട് പ്രേക്ഷകർക്ക് മടുത്തിരിക്കുക മൂലമാവാം.

മുപ്പതുലക്ഷം ഡോളറാണ് കൊയാനി സ്ക്വാറ്റ്സിയുടെ മുടക്കുമുതൽ. ഇത്രയും ഭീമമായ മുടക്കുമുതലോടെ ഈ ചിത്രം നിർമ്മിക്കാൻ നിശ്ചയിച്ചത് എനിക്ക് പറയാനുള്ള കാര്യങ്ങൾ ലോകത്തെങ്ങുമുള്ള കോടിക്കണക്കിന് ജനങ്ങളുടെ അരികിലെത്തിക്കുന്നതിനും അതോടുകൂടി പ്രദർശനവിജയം ഉറപ്പിക്കുന്നതിനുമാണ്, റെഗിയോ വിശദീകരിക്കുന്നു: എന്റെ ചിത്രം ഉപരിവർഗ്ഗത്തിന്റെ പരിമിത വൃത്തങ്ങളിൽ മാത്രം പ്രദർശിപ്പിക്കുന്നതോ, തകരപാത്രങ്ങളിൽ അടഞ്ഞുകിടക്കുന്നതോ ഞാനിഷ്ടപ്പെടുന്നില്ല. ചിത്രം എല്ലാ ജനങ്ങളുടെയും അടുത്തെത്തണം. ചലച്ചിത്രകാരനു പറയാനുള്ളതൊക്കെയും മാധ്യമത്തിലൂടെ തുറുന്നു പറയുകയും വേണം.

റെഗിയോ തന്റെ അടുത്ത ചിത്രത്തിന് (നോർത്ത് സൗത്ത്) ഉദ്ദേശിക്കുന്ന പ്രമേയം ഉത്താർദ്ധഗോളത്തിലെ വികസിത രാഷ്ട്രങ്ങൾ ദക്ഷിണാർദ്ധഗോളത്തിലെ അവികസിത രാഷ്ട്രങ്ങളെ എങ്ങനെ നിയന്ത്രിച്ചുനിർത്തുന്നുവെന്നതാണ്. കൊയാനി സ്ക്വാറ്റ്സിയെപ്പോലെ ഇതിലും

സംഭാഷണമോ കമന്ററിയോ, കഥയോ ഉണ്ടായിരിക്കില്ല. ഈ നിർമ്മാണപദ്ധതിയോട് സഹകരിക്കാൻ ഹോളിവുഡിലെ പ്രമുഖ കമ്പനികളെ സമീപിക്കുന്നതിൽ അദ്ദേഹം വിമുഖനാണ്. അവ തന്റെ മുഖ്യആശയത്തെ വികലമാക്കുമെന്ന് റെഗിയോ ഭയപ്പെടുന്നു. അമേരിക്കയിൽനിന്നും ജപ്പാനിൽനിന്നും അദ്ദേഹത്തിന് വാഗ്ദാനങ്ങളുണ്ട്.

പതിനാലുവർഷം പൗരോഹിത്യം നിർവ്വഹിച്ച റെഗിയോ ക്രിസ്തീയത ജനങ്ങളുടെ പ്രശ്നം പരിഹരിക്കുന്നതിൽ അസമർത്ഥമായെന്ന് ദൃഢമായി വിശ്വസിക്കുന്നു. പള്ളികൾ അവയുടെ ഡോഗ്മകൾകൊണ്ട് ജനങ്ങളെ അടിമപ്പെടുത്തുകയും സമൂഹത്തെ പീഡിപ്പിക്കുകയുമാണെന്ന റെഗിയോയുടെ നിരീക്ഷണം വെളിവാക്കുന്നത് മെക്സിക്കൻ അനുഭവങ്ങളുടെ തിക്തത തന്നെ.

(ദേശാഭിമാനി വാരിക
1984 ജൂലായ് 21)

സെന്നിന് ഒരു മാർഗ്ഗനിർദ്ദേശം

രണ്ടുവർഷംമുമ്പ് കൽക്കത്തയിൽ വെച്ച് ഒരു പത്രസമ്മേളനത്തിൽ താൻ ശശികപൂറിനായി ഒരു ചിത്രം സംവിധാനം ചെയ്തേക്കുമെന്ന് മൃണാൾസെൻ വെളിപ്പെടുത്തുകയുണ്ടായി. നിർമ്മാതാവിന്റെ പക്ഷത്തു നിന്നുള്ള ഏകനിബന്ധന, സെന്നിന്റെതന്നെ വാക്കുകളിൽ, അതൊരു മുഴുനീള കോമഡിയാവണമെന്നതായിരുന്നു.

ഈ സൂചന സ്വാഭാവികമായും പരിഭ്രമകരമായിരുന്നു കേൾവിക്കാരിൽ പലർക്കും. സെൻചിത്രങ്ങളിൽ സഹജമായ പൊളിറ്റിക്കൽ ഓവർടോണുകളിൽ നിന്ന് നിർദിഷ്ടകൃതി വിമുക്തമാകേണ്ടിയിരിക്കുന്നുവോ എന്ന ആശങ്ക, ഇന്ത്യൻ വ്യവസ്ഥാപിത സിനിമയുടെ പ്രതിനിധിയെന്ന് സന്ദേഹം കൂടാതെ പറയാവുന്ന ശശികപൂർ എന്നെന്നും അതിനെതിരെ

നിലയുറപ്പിച്ചുപോന്നിട്ടുള്ള സെന്നിനെക്കൊണ്ട് ഒരു ചിത്രം സംവിധാനം ചെയ്യിക്കാൻ തുനിയുന്നതിലുള്ള പരിഹാസം, സെൻ കീഴടങ്ങുകയാണെന്ന് കരുതിയുള്ള നിന്ദ എന്നിങ്ങനെ പോയി അപ്പോഴത്തെ പ്രതികരണങ്ങൾ. അവ പ്രസക്തമായിരുന്നു താനും. പക്ഷെ, ഗാഢമായ പരിഗണനയ്ക്ക് വിധേയമാകേണ്ട തീർത്തും വ്യത്യസ്തമായ ഒരു നിലപാടിനുകൂടി സെന്നിന്റെ അറിയിപ്പ് പഴുതു തരുന്നുണ്ടെന്ന് തോന്നുന്നു. അതായത്, സെൻ ഒരു മുഴുനീള ഹാസ്യചിത്രം ഒരുക്കണമെന്നത് വിധേയനായ ഒരു പ്രേക്ഷകനെന്ന നിലക്കുള്ള ശശികപൂറിന്റെ അത്രവരെ അടുക്കിനിർത്തിയ തീവ്രമായൊരു അഭിലാഷമായി എന്തുകൊണ്ട് കരുതുകവയ്യ? സെന്നിന്റെ രചനകളിലൂടെ സശ്രദ്ധം കടന്നുപോവുകയും ഒരു വ്യക്തിയെന്ന നിലയിൽ സെന്നിനെ പരിചയിക്കുകയും ചെയ്തിട്ടുള്ള ഏതൊരാളും ഇങ്ങനെതന്നെയല്ലേ ആഗ്രഹിക്കുക?

ചാപ്ലിന്റെ ജീവിതകഥ അമ്പതുകളിലെന്നോ തന്റെ മാതൃഭാഷയിൽ ആവേശപൂർവ്വം കുറിച്ച സെന്നിന്റെ ചലച്ചിത്ര സപര്യയിലുടനീളം ചാപ്ലിൻ പ്രതിനിധാനം ചെയ്ത വിഷാദസങ്കുലമായ ഹാസ്യാത്മകത ശക്തമായ ഒരു അന്തർധാരയായി വർത്തിച്ചുണ്ടെന്ന് കാണാവുന്നതാണ്. സെൻകൃതികളിൽ ഏറ്റവും സങ്കീർണ്ണവും ഉൾക്കനമാർന്നതുമെന്ന് റെയ്നാഡ് ഹൗഫ് വിലയിരുത്തുന്ന ഖണ്ഡഹാറിൽത്തന്നെയും ഇതിനു തെളിവായി എടുത്തുകാട്ടാവുന്ന ഒരു ദൃശ്യമുണ്ട്. ഫോട്ടോഗ്രാഫറായ സുഭാഷ് ക്ഷേത്രത്തിൽനിന്നിറങ്ങിവരുന്ന വൃദ്ധനായ ശാന്തിക്കാരന്റെ സ്വാഭാവികതയോടെയുള്ള ഒരു ഫോട്ടോയെടുക്കാൻ ഉദ്യമിക്കവേ അയാൾ ഞൊടിയിടയിൽ ക്യാമറയെക്കുറിച്ച് ബോധവാനായി തന്റെ സ്വാഭാവിക ചേഷ്ടകൾ വെടിഞ്ഞു തികച്ചും കൃത്രിമമായ രീതിയിൽ ക്യാമറക്കായി പോസ് ചെയ്യുന്നു. ദ്രുതഗതിയിൽ സംഭവിച്ച നിഷ്ക്കളങ്കമായ ഈ ഭാവപരിണാമത്തിന്റെ ആഖ്യാനം സെന്നിന്റെ അതിസമ്പന്നമായ ഹാസ്യബോധത്തെ കണിശമായും പ്രതിഫലിപ്പിക്കുന്നുണ്ട്. ഇന്റർവ്യൂ എന്ന ചിത്രത്തിലെ കണ്ണാടിക്കൂട്ടിലുള്ള നഗ്നമായ പ്രതിമ ശിരസ്സിൽനിന്നു താഴോട്ട് ടിൽട്ട് ചെയ്ത് വെളിവാക്കുന്നതിനിടയിൽ പെട്ടെന്നോർമ്മ വന്നിട്ടെന്നോണം അതിന്റെ നഗ്നതക്കൊരു മറ തീർക്കാൻ ആരോ തിടുക്കപ്പെടുന്ന ദൃശ്യങ്ങളിൽ വാക്കുകളുടെയോ കഥാപാത്രങ്ങളുടെയോ വിനിയോഗമില്ലാതെ തന്നെ ഹ്യൂമർ സൃഷ്ടിക്കാനുള്ള തന്റെ കഴിവ് മുമ്പെ തന്നെ സെൻ പ്രകടമാക്കിയല്ലോ. ഇന്ത്യൻ സിനിമയിൽ ഒരു ടെൻഡ് സെറ്ററായ ഭുവൻഷോമിൽ, ഉൽപ്പൽദത്ത് അവതരിപ്പിച്ച മുഖ്യകഥാപാത്രത്തെ തുടക്കംതൊട്ട് അവസാനം വരെ പരിഹസിച്ചുകൊണ്ട്, ശിഥില

മുഹൂർത്തങ്ങളിൽ മാത്രമല്ല, തന്റെ പരിഹാസവാഞ്ഛ ഉത്തേജിതമാകുന്നതെന്നും സെൻ സ്ഥാപിക്കുകയുണ്ടായി.

തന്റെ ഒരു ചിത്രത്തിലെ (മെയിഡ് ഇൻ യു.എസ്.എ) രാഷ്ട്രീയപ്രകൃതം വാൾട്ട് ഡിസ്നിയും രക്തവും ചേർന്നതാണെന്ന ഗോദാദിന്റെ പ്രസ്താവം സെന്നിന്റെ രാഷ്ട്രീയസിനിമയ്ക്കും വളരെ ഇണങ്ങും. ദുരന്തങ്ങളുടെ ദൃശ്യങ്ങൾക്കിടയിൽ നിന്നുകൊണ്ട് ഒരു വക നിസ്സംഗതയോടെ ചിരിക്കുന്ന ഗോദാർദിന്റെ സ്വാധീനം ഇൻർവ്യൂ, കൽക്കത്ത 71, കോറസ്സ് തുടങ്ങിയ സെൻ ചിത്രങ്ങൾ കുറെയൊക്കെ അനുഭവപ്പെടുത്തുന്നുമുണ്ട്. ഈ ചിത്രങ്ങൾ ഗോദാർദിയൻ ലോകവുമായി ചർച്ച സാധിക്കുന്നത്, സെന്നിനെ അപഹസിക്കുന്നതിന് ചില നിരൂപകർ കണ്ടെത്തിയപോലെ അവയുടെ കഥാനിഷ്ഠമല്ലാത്ത സ്വരൂപങ്ങളിലൂടെയല്ല, അവയിലെമ്പാടും പ്രസരിച്ചുകാണാവുന്ന ഇരുണ്ട ഹാസ്യം വഴിയ്ക്കത്രെ. രാഷ്ട്രീയമായ വിവക്ഷകളുള്ള വളരെ കോമിക്കലായ ദൃശ്യങ്ങൾ, അഭിപ്രായപ്രകടനങ്ങൾ, ജക്സറ്റാപൊസിഷനുകൾ എന്നിവയാണ് ഈ ഹാസ്യാത്മകതയുടെ രീതികൾ. ഉയർന്ന ബുദ്ധിപരതയും ഒപ്പംതന്നെ സുവ്യക്തമായ നിലപാടുകളും ആവശ്യപ്പെടുന്നുണ്ട് ഇവ. ഒരേ നിലപാടുകളിൽ ഒരു കലാകാരനും ഉറച്ചുനിൽക്കാനായെന്നു വരില്ല. ഗോദാർദിനെത്തന്നെ നോക്കുക. ബെത്‌ലസ് തൊട്ട് പ്രിനോംകാർമെൻ വരെയുള്ള വർഷങ്ങളിൽ ഗോദാർദിന്റെ ചിന്തകൾ എത്രയെത്ര വ്യതിയാന സന്ധികളെ അഭിമുഖീകരിച്ചിട്ടില്ല! അതേ മട്ടിൽ രാത്ഭറിൽനിന്നു ഖണ്ഡഹറിലേയ്ക്കുള്ള ദീർഘമായ കാലയളവിൽ സെൻ എന്ന ചലച്ചിത്രകാരനും മാറിയിട്ടുണ്ട്. ഇതുപക്ഷെ, ഈയിടെ ഒരു പ്രസിദ്ധീകരണം തെറ്റിദ്ധരിച്ചതുപോലെ അടുത്തിടയ്ക്കൊന്നും സംഭവിച്ചതല്ല. എഴുപതുകളുടെ അവസാനം തന്നെ സെൻ തന്റെ ചിന്തകളിലെ മാറ്റങ്ങൾ പ്രകടിപ്പിച്ചുതുടങ്ങിയിരുന്നു. അവ തുടർന്നുള്ള ചിത്രങ്ങളിൽ മൂർത്തരൂപത്തിൽ പ്രത്യക്ഷപ്പെടുകയും ചെയ്തു. വാസ്തവത്തിൽ ഏക്ദിൻ പ്രതിദിൻ തൊട്ട് സെൻചിത്രങ്ങളിലുണ്ടായ ശൈലീഭേദം സെന്നിന്റെ ചിന്തയിലെ ദിശാവ്യതിയാനങ്ങളെ തുടർന്നായിരുന്നു. ഏക്ദിൻ പ്രതിദിൻ, അകാലേർ സന്ധാനേ, ചലച്ചിത്ര, ഖരിജ്, ഖണ്ഡഹർ ഇവയൊക്കെയും വെളിപ്പെടുത്തുന്നത് സെന്നിന്റെ മാനസികാവസ്ഥയെന്തെന്നായിരുന്നു. ഒരു കണക്കിന് തന്റെ മധ്യവർഗ്ഗ പശ്ചാത്തലത്തെക്കുറിച്ച് സെൻ കൂടുതൽ കൂടുതൽ ബോധവാനാവുകയെന്നതായിരുന്നു ഓരോ ചിത്രത്തിന്റെയും അന്തിമമായ ഫലം. ഖണ്ഡഹറിന്റെ പ്രദർശനത്തിനുശേഷം ബോംബെയിൽവെച്ച് സെൻ പറഞ്ഞു :ഞാൻ എന്റെ ഉള്ളിലെ ശത്രുവിനെ കണ്ടെ

ത്താൻ ശ്രമിക്കുകയാണ്.

സെന്നിന് തന്റെ മധ്യവർഗ്ഗ ഒബ്സെഷന് വ്യക്തിപരമായ എന്തെന്ത് നീതീകരണങ്ങളുണ്ടായാലും സിനിമയിൽ അത് ശുഷ്കവും വിരസവുമായി മാറിയിരിക്കുന്നുവെന്ന് സത്യസന്ധമായ നിരീക്ഷണം ആരെയും ബോധ്യപ്പെടുത്തും. സെന്നിന്റെ ഏറ്റവും മികച്ച ചിത്രമായ ഏക്ദിൻ പ്രതിദിനിലും മെച്ചപ്പെട്ട ചിത്രങ്ങളിലൊന്നായ അകാലേർ സന്ധാനേയിലും മധ്യവർഗ്ഗത്തിന്റെ ദാരുണസമസ്യകൾ ഏറെക്കുറെ സമഗ്രമായി പരാമർശിക്കപ്പെടുകയുണ്ടായി. ഇവയെ പിന്തുടർന്ന ചലച്ചിത്രയാകട്ടെ, ഏതു വിധേനയും പരിഹാസ്യമായൊരു ശ്രമമായിരുന്നു. ഒരു ചലച്ചിത്രകാരനെന്ന നിലക്കുള്ള സെന്നിന്റെ വികാസം രേഖപ്പെടുത്തുന്നതിന് പകരം അത് ബോധ്യപ്പെടുത്തിയത് സിദ്ധാന്തത്തിന്റെയും പ്രയോഗത്തിന്റെയും ബാലാരിഷ്ടതകളാണ്. അടുത്ത രചന -ഖരിജ് - സ്വയം മുടിക്കു പിടിച്ച് കണ്ണാടിക്കുമുന്നിൽ നിർത്തി തന്റെ നേർക്ക് കുറ്റപ്പെടുത്തുന്ന ചൂണ്ടുവിരൽ നീട്ടുന്നതിന് ഉദ്ദേശിച്ചായിരുന്നു. അത് പീഡാനുഭവാഹ്ലാദത്തിനോ, സ്വയം പ്രഹരിക്കുകയെന്ന മതാനുഷ്ഠാനമായോ തന്നോടുതന്നെ അനുകമ്പ സൂചിപ്പിക്കാനോ ആയിരുന്നില്ലെന്ന് സെൻ വീറോടെ പറയുന്നു. താൻ കുത്തനെ താഴോട്ട് പോയിക്കൊണ്ടിരിക്കുകയാണെന്നുള്ള ആരോപണത്തിന് സെന്നിന്റെ മറുപടി ഇപ്രകാരമാണ്: അതെ ഞാൻ മനുഷ്യാത്മാവിന്റെ ആഴങ്ങളിലേക്ക് പോവുകയാണ്.

പക്ഷെ, തന്റെ സിനിമ ഒരു അനുഷ്ഠാനമെന്നോണം സ്വരൂപത്തിലും ഉള്ളടക്കത്തിലും ക്രമപ്പെട്ടുകഴിഞ്ഞത് സെൻ അറിയുന്നില്ലെന്ന് തോന്നുന്നു. ഏറ്റവും ഒടുവിലത്തെ ചിത്രമായ ഖണ്ഡഹർ അതിന്റെ അനുഷ്ഠാനപരതയും ആവർത്തനസ്വഭാവവുംകൊണ്ട് ചെടിപ്പിക്കുന്ന അനുഭവമായിരുന്നു. നഗരത്തിലെ മധ്യവർഗ്ഗ പ്രതിനിധികൾ അവർക്ക് പാടെ അന്യമായ ഗ്രാമത്തിൽ ഹ്രസ്വമായ ഒരു ഇടവേള കണ്ടെത്തുകയും അവിടെയുള്ള ദുഃഖകരമായ സാഹചര്യങ്ങളോട് ഉള്ളുതുറന്ന് പ്രതികരിക്കാനാവാതെ വിവശരായി സുരക്ഷിതത്വം മോഹിച്ച് തങ്ങളുടെ നഗരത്തിലേയ്ക്ക് മടങ്ങുകയും ചെയ്യുകയെന്ന പ്രമേയഘടന ആദ്യം റായ് അരണ്യേർ ദിൻ രാത്രിയിലും പിന്നീട് സെൻ സ്വയം അകാലേർ സന്ധാനേയിലും ആവിഷ്ക്കരിച്ചിട്ടുള്ളതാണ്. ഖണ്ഡഹറിൽ സെൻ ഇതേ ഘടന മാത്രമല്ല, നിഗമനങ്ങളും ആവർത്തിക്കുന്നു. ഖണ്ഡഹറിലെ കഥാപാത്രങ്ങൾ നമ്മെ വളരെയൊന്നും സ്പർശിക്കുകയില്ല. ഏകാന്തതയുടെ ഇമേജെന്നോണം ഇടിഞ്ഞുവീഴാറായ വീടിനുള്ളിലൂടെ ഉദാസീനമായി അലയുന്ന യാമിനിയെന്ന യുവതിയും അവളെ വിവാഹം കഴിക്കുന്ന

തിന് നിരഞ്ജൻ എന്ന ചെറുപ്പക്കാരൻ നഗരത്തിൽ നിന്നു തിരിച്ചുവരുമെന്ന വിഫലപ്രതീക്ഷയിൽ മനസ്സർപ്പിച്ച് രോഗാതുരയായി തളർന്നുകിടക്കുന്ന കാഴ്ചശക്തി നശിച്ച അമ്മയും നാല്പതുവർഷം മുമ്പ് പ്രേമേന്ദ്ര മിത്ര എഴുതിയ ബംഗാളിലെ വിശിഷ്ടരചനകളിലൊന്നായി ശ്ലാഘിക്കപ്പെടുന്ന 'തേലെനാ പോട്ടാ ആവിഷ്കാർ' എന്ന കഥയിലത്രേ ഇന്നും ജീവിക്കുന്നത്. ഭഗ്നാവശിഷ്ടങ്ങളിലെ ജീർണിപ്പിന്റെ രൂക്ഷഗന്ധവും അവക്കിടയിൽ നാവുനീട്ടുന്ന ക്രൂര തമസ്സും അവിടെ പുലരുന്ന വ്യർത്ഥമായ പ്രതീക്ഷയും തീക്ഷ്ണമായി ബോധ്യപ്പെടുത്തുന്നതും കഥ തന്നെ. രണ്ടു കലാസൃഷ്ടികളെന്ന പരിഗണനയിൽ തുലനത്തിന് മുതിരുകയാണെങ്കിൽ മൂലകൃതിയുടെ മുന്നിൽ നിഷ്പ്രഭമായ ഒരു സാന്നിദ്ധ്യമാവും ഖണ്ഡഹർ.

സെന്നിന് ശശികപൂർ നൽകിയ മാർഗ്ഗനിർദ്ദേശം പ്രസക്തി കൈവരിക്കുന്നത് ഈയൊരു സവിശേഷ സാഹചര്യത്തിലാണ്. സമകാലജീവിതത്തിലെ വാസ്തവികതകളുടെ യഥാർത്ഥ സ്വഭാവം അപഗ്രഥിച്ചു കാട്ടുന്ന കോമഡികൾ സെന്നിന് അനായാസമായി സാധിക്കുമെന്ന വിചാരത്തിന് മതിയായ അടിസ്ഥാനമുണ്ടെന്ന് നാം കണ്ടു; അതിന് പ്രതിബന്ധമെന്തെന്നും. ധാരാളം ദൗർബല്യങ്ങളുള്ള പരശുറാമിനുശേഷം, നോൺ നറേറ്റീവ് ഫോം താനാഗ്രഹിക്കുന്ന വിധത്തിൽ പ്രേക്ഷകരിലെത്തിച്ചേരുന്നതിന് പര്യാപ്തമല്ലെന്നതിനാൽ അത് തിരസ്ക്കരിക്കുന്നതിനും കഥയുടെ ചട്ടക്കൂട് കൈക്കൊള്ളുന്നതിനും സെൻ സന്നദ്ധനായെന്ന് ഓർക്കുക. ഇനി വേണ്ടിയിരിക്കുന്നത് ഒരു കടുത്ത ഭാരമായി ഇതിനകം മാറിക്കഴിഞ്ഞ ഭൂതകാലത്തോടുള്ള അനഭിലഷണീയമായ ഗൃഹാതുരത്വത്തിൽനിന്നും സ്വയം വിമുക്തി നേടാനുള്ള വിവേകപൂർവ്വമായ പരിശ്രമമാണ്.

(ചിന്ത ജന്മദിനപതിപ്പ്
ആഗസ്ത് 1984)

ചിരിയുടെ അലകൾ അടങ്ങുന്നില്ല

നാട്ടകം ഗസ്റ്റ്ഹൗസ് ഇടയ്ക്കൊന്ന് വാർത്തകളിൽ സ്ഥാനം പിടിച്ചത് മുഖ്യമന്ത്രി നായനാർക്ക് പ്രാതൽ ഹൃദ്യമാകാതെ വന്നപ്പോഴാണ്. സെപ്തംബർ ഒന്നിന് രാവിലെ ഹ്രസ്വമായ ഒരു കൂടിക്കാഴ്ചയ്ക്കുള്ള അനുമതിയോടെ ഗസ്റ്റ്ഹൗസിലെ ഒന്നാംനമ്പർ മുറിയിലേക്ക് ഞാൻ കടന്നുചെല്ലുമ്പോൾ നായനാർ അത്യധികം ഉന്മേഷവാനായിരുന്നു. പ്രാതൽ തൃപ്തികരമായിരുന്നുവെന്ന് ആരും പറഞ്ഞുതരേണ്ടിയിരുന്നില്ല. അദ്ദേഹം സുരേഷ്കുറുപ്പിന്റെ തെരഞ്ഞെടുപ്പു പ്രചരണത്തിന് വൈക്കത്തേയ്ക്ക് പുറപ്പെടാൻ ഒരുങ്ങിക്കഴിഞ്ഞിരുന്നു. സ്വയം പരിചയപ്പെടുത്തിയപ്പോൾ വർഷങ്ങൾക്കുമുമ്പ് എന്റെ വിവാഹത്തിൽ പങ്കെടുത്ത കാര്യം അദ്ദേഹത്തിന് ഓർമ്മിക്കാനായി. നീണ്ടൊരു ഇടവേളയ്ക്കുശേഷം അടുത്തുനിന്നു കാണുകയായിരുന്നു ഞാൻ. ഒരു മാറ്റവുമില്ല. കുറേക്കൂടി പ്രായം കുറഞ്ഞതുപോലെ.

സംഭാഷണത്തിന്റെ തുടക്കം എം.മുകുന്ദനിൽനിന്നായിരുന്നു. ആലപ്പുഴയിൽ ഇടതുപക്ഷജനാധിപത്യ മുന്നണിയുടെ സ്ഥാനാർത്ഥിക്കുവേണ്ടി മുകുന്ദൻ ഒരു വേദിയിൽ പ്രത്യക്ഷപ്പെട്ടതിന്റെ സന്തോഷം മറനീക്കി പുറത്തുവന്നു. ഉടനെതന്നെ 'കേശവന്റെ വിലാപങ്ങൾ' പരാമർശവിധേയമായി. 'അത് നമ്മ്ടെ ഈയെമ്മിനപ്പറ്റിയാ. ഞാൻ വായിച്ചു. ഒരു പാരഗ്രാഫ് എന്നെപ്പറ്റിയും ഉണ്ട്'. 'നല്ല പുസ്തകമാണോ?' ഞാൻ ആരാഞ്ഞു. 'നല്ലതല്ല എന്നു പറയുന്നവരും ഉണ്ട്. എനിക്കു നല്ലതായി തോന്നി. ഞാൻ അതിന്റെ ഒരു റിവ്യു എഴുതുന്നുണ്ട്.'

ചലച്ചിത്രനടനായ മുരളിയെ ആലപ്പുഴയിൽ സ്ഥാനാർത്ഥിയായി നിർണ്ണയിച്ചതിൽ പലരും അനൗചിത്യം കാണുന്നുവെന്ന് ഞാൻ സൂചിപ്പിച്ചപ്പോൾ നായനാരുടെ മുഖം തെല്ലിട ഗൗരവപൂർണ്ണമായി. 'അതിലെന്താ തെറ്റ്? അയാള് ലെഫ്റ്റിനോട് ആഭിമുഖ്യമുള്ള ആളാ പണ്ടുമുതലേ. വിയറ്റ് നാമിലും ക്യൂബയിലുമൊക്കെ പോയിറ്റുമുണ്ട്.'

വിയറ്റ്നാമിലും ക്യൂബയിലുമൊക്കെ സന്ദർശനം നടത്തിയിട്ടുള്ളവരെല്ലാം ഇടതുപക്ഷ ആഭിമുഖ്യമുള്ളവരാണോ എന്ന ചോദ്യം ഞാൻ ഉന്നയിച്ചില്ല. നായനാരെ ക്ഷോഭം കൊള്ളിക്കുക എന്റെ ഉദ്ദേശ്യമായിരുന്നില്ല; ഏതു നിലയ്ക്കും. പക്ഷേ, മറ്റൊരു ചോദ്യത്തിന് മറുപടി തേടാതെ കഴിഞ്ഞില്ല. അത് പ്രകോപനപരമായിരുന്നുതാനും.

'തെരഞ്ഞെടുപ്പിനുശേഷം സി.പി.എം. പിളരുമെന്ന് ആന്റണി പറയുന്നല്ലോ?'

'ആന്റണി! ഓന് എന്തറിയാം? പണ്ട് ഒരണ സമരത്തിലൂടെ വന്നതാ ആന്റണി. ഞങ്ങള് ഒരുപാട് കഷ്ടപ്പെട്ട് കെട്ടിപ്പടുത്ത പാർട്ടിയെപ്പറ്റി ഇങ്ങനെ പറയാനുള്ള വിവരം, അനുഭവം ഒന്നും ഓന് ഇല്ല. ഓൻ പറഞ്ഞാ പാർട്ടി പിളര്വോ?'

ജനകീയാസൂത്രണപദ്ധതിയിൽ 2719 കോടി രൂപ ദുർവ്യയം ചെയ്യുകയായിരുന്നുവെന്ന യു.ഡി.എഫ് കമ്മീഷൻ റിപ്പോർട്ടിനെ നായനാർ പ്രതിരോധിച്ചത് ദേശാഭിമാനി നീട്ടിക്കാണിച്ചാണ്. ലോകബാങ്കിന്റെ പഴയൊരു വിലയിരുത്തൽ അതിൽ പുനഃപ്രസിദ്ധീകരിച്ചിരുന്നു. അതദ്ദേഹം വായിച്ചുകേൾപ്പിച്ചു. ജനകീയാസൂത്രണത്തെ നിർലോഭം പ്രശംസിച്ചുകൊണ്ടുള്ള ലോകബാങ്കിന്റെ വിലയിരുത്തലിന് മുന്നിൽ എം.എം. ഹസ്സന്റെ റിപ്പോർട്ടിന് എന്തു വിലയാണുള്ളത്? 'ഓൻ ഒരു പത്രം ഛർദ്ദിച്ചത് നക്കായിര്ന്ന്. ഇപ്പോ ഓൻ ഛർദ്ദിച്ചത് ആ പത്രം നക്കുന്നു.'

നായനാരുടെ ചിരി മുറിയിലാകെ മുഴങ്ങി.

ഉദ്വേഗം ഒട്ടുമില്ല. ചിരിക്കാം, ചിരിപ്പിക്കാം.

അഭിപ്രായസർവ്വേകളുടെ ഫലമെന്തായിരുന്നാലും തെരഞ്ഞെടുപ്പിനുശേഷമുള്ള ചിത്രം നായനാരെ സംബന്ധിച്ച് വളരെ വ്യക്തമാണ്.

'ഒരു തൂക്കുപാർലമെന്റാണ് വരിക. കോൺഗ്രസ്സിന് ഭൂരിപക്ഷം കിട്ടൂല. ബി.ജെ.പിക്കും കിട്ടൂല. ഇടതുപക്ഷകക്ഷികളും മറ്റു ജനാധിപത്യശക്തികളും ചേർന്ന് ഒരു മൂന്നാംമുന്നണി ഉണ്ടാക്കി ഭരിക്കും. അതേ നടക്കൂ.' കേരളത്തിൽ തെരഞ്ഞെടുപ്പു ഫലം എൽ.ഡി.എഫിന് അനുകൂലമാവുമെന്നതിൽ നായനാർക്ക് സന്ദേഹമേയില്ല.

'പതിനഞ്ചുസീറ്റെങ്കിലും ഞങ്ങള് നേടും. അതൊറപ്പാ.'

മുസ്ലിം ലീഗിന്റെ വോട്ടുകൾ പ്രതീക്ഷിക്കുന്നുണ്ടോയെന്ന ചോദ്യത്തിനുള്ള മറുപടി അല്പം സിദ്ധാന്തം കലർന്നതായിരുന്നു.

'മുസ്ലിം ലീഗല്ല, മുസ്ലിം ജനവിഭാഗങ്ങൾ എൽ.ഡി.എഫിന് വോട്ടു ചെയ്യും.'

സോണിയയെ വ്യക്തിപരമായി ആക്ഷേപിക്കുന്നത് അങ്ങേയറ്റം അപലപനീയമാണെന്ന് നായനാർ കരുതുന്നു. ഇറ്റലിയിൽ സോണിയയുടെ വീടിനുസമീപം വരെ താൻ മുമ്പൊരിക്കൽ പോയതും അതിനടുത്തുള്ളൊരു റസ്റ്റോറന്റിൽനിന്ന് ഒരു തിരുവനന്തപുരത്തുകാരി വിളമ്പിയ ഭക്ഷണം കഴിച്ചതും അദ്ദേഹം സാന്ദർഭികമായി ഓർത്തു. സോണിയാ ഗാന്ധി ആദ്യം കേരളത്തിൽ വന്നപ്പോൾ ആൾക്കാർ കൂടിയത് സാരി കാണാനാണെന്ന പഴയ കമന്റും മറന്നിരുന്നില്ല.

'സോണിയയെക്കൊണ്ട് മറ്റുള്ളവർ വെറുതെ കുരങ്ങു കളിപ്പിക്കുന്നതാ. രണ്ടുമക്കളുമായി അവർ അടങ്ങിയൊതുങ്ങിക്കഴിയുമായിരുന്നു. പക്ഷെ, കോൺഗ്രസ്സുകാർ സമ്മതിക്കണ്ടേ? എത്രയാളുണ്ട് വേറെ? അവരിലാരെങ്കിലും ഒരാളെ പ്രസിഡണ്ടാക്കിയാ പോരേ? പ്രണബ് മുഖർജിയില്ലേ, മൻമോഹൻസിംഗില്ലേ?'

പുറപ്പെടാനുള്ള സമയം അതിക്രമിച്ചുകഴിഞ്ഞിരുന്നു. മുറിയിൽനിന്നും പുറത്തിറങ്ങവെ ഇടതുജനാധിപത്യമുന്നണിക്ക് തെരഞ്ഞെടുപ്പു പ്രചരണത്തിന് ആശയദാരിദ്ര്യം അനുഭവപ്പെടുന്നില്ലേയെന്ന് ഞാൻ സംശയം പ്രകടിപ്പിച്ചു. 'അമ്പത്തഞ്ചുകൊല്ലത്തിലധികമായി ഞാൻ പ്രസംഗിക്കാൻ തുടങ്ങിയിട്ട്. എനിക്ക് ആശയത്തിന് യാതൊരു ക്ഷാമവുമില്ല. മറ്റേ കൂട്ടർക്ക് ഉണ്ടാകുമായിരിക്കും.' തുടർന്ന് തന്റെ പ്രസംഗത്തിന്റെ രീതിയും അദ്ദേഹം വെളിപ്പെടുത്തി. 'ഓരോ സ്ഥലത്തേക്കും ഓരോ പ്രസംഗം. അവിടത്തെ ജാതി, മതം, ചരിത്രപ്രാധാന്യം അതൊക്കെ നോക്കിക്കൊണ്ടാ പ്രസംഗിക്കുക'. ഒരുമണിക്കൂറിനുശേഷം വൈക്കത്തെ പ്രസംഗം കേട്ടപ്പോൾ എനിക്കതു ബോധ്യമായി.

ഇ.എം.അല്ല, അല്ല പ്രസംഗത്തിൽ നായനാർക്കു മാതൃക എ.കെ.ജി യാണ്. ചെറിയചെറിയ വാക്യങ്ങൾ. കുറിക്കു കൊള്ളുന്ന പരിഹാസം. നിത്യജീവിതത്തിൽ നിന്നുള്ള ഉദാഹരണങ്ങൾ. ഇടയ്ക്കൊരു കത്തി ക്കയറൽ. ഇത്തിരി അശ്ലീലം.

ജനങ്ങൾ പ്രസംഗവേദിയിൽ നിൽക്കുന്ന തന്നിൽനിന്ന് എന്താണ് പ്രതീക്ഷിക്കുന്നതെന്ന് നായനാർക്കു നന്നായി അറിയാം. അവരെ എങ്ങനെ കയ്യിലെടുക്കണമെന്നും.

'തിരുവനന്തപുരത്തെ സ്ഥാനാർത്ഥി ശിവകുമാർ പണ്ട് ഗ്രൂപ്പ് വഴ ക്കിൽ ഉമ്മൻചാണ്ടിയുടെ മുണ്ടും കോണകവും അഴിച്ചുകളഞ്ഞ പുള്ളി യാ. മുണ്ടും കോണകവും അഴിച്ചുകളഞ്ഞാൽ എന്താടോ കാണുക?'

ആളുകൾക്ക് ചിരിക്കാനുള്ള വകയായി.

'അച്ഛനും മോനും മത്സരിക്കയാ. ഒരു മോള് ബാക്കിയുണ്ട്. ഓളെയും ഇറക്കാൻ കുറെ നോക്കിയതാ. നടന്നില്ല. തോറ്റു കഴിഞ്ഞാ അച്ഛനും മോനും എന്തു ചെയ്യും? തൂങ്ങിച്ചാകോ?'

വൈക്കത്തെ കേൾവിക്കാരുടെ മേൽ കൊടുംവെയിൽ പതിക്കുന്നു ണ്ട്. പക്ഷേ, അവരതു മറന്ന് ആർത്തുചിരിക്കുന്നു.

നായനാരുടെ അടുത്ത ആക്രമണം യു.ഡി.എഫ് കൺവീനർ ശങ്കര നാരായണന്റെ നേർക്കാണ്.

'ഓനെ എനിക്കറിയൂല്ലേ. അടിയന്തിരാവസ്ഥക്കാലത്ത് ജയിലിൽ ഒരു രാത്രി കഴിഞ്ഞപ്പോ പേടിച്ച്തൂറി മാപ്പുപറഞ്ഞ് ഇറങ്ങിവന്ന ആളല്ലേ. ഓൻ പറയ്വാ ഞാൻ അഞ്ചുകൊല്ലം ഭരിക്കൂല്ലാന്ന്. എടാ, നിന്നോട് ചോദി ച്ചാണോ ഞാൻ മുഖ്യമന്ത്രിയായത്?'

ഒരു കയ്യടി പ്രതീക്ഷിക്കാവുന്നതു തന്നെ. നായനാർക്ക് ഹരം പിടി ച്ചുകഴിഞ്ഞു. അദ്ദേഹം തന്റെ പ്രതിയോഗികളെ ഒന്നൊന്നായി നിലംപ രിശാക്കുകയാണ്. ഇടംവലം തിരിഞ്ഞ് പത്മരാജൻ ഒരു ഫ്രഞ്ച് കമ്പനി യുമായുള്ള ഇടപാടിൽ കോടിക്കണക്കിന് രൂപയും ടി.എം.ജേക്കബ്ബ് കുരി യാർകുറ്റി ഇടപാടിൽ ഒന്നരക്കോടിയും പി.സി.ചാക്കോ വീക്ഷണം ഫണ്ടായ എൺപത്തുലക്ഷവും 'സ്വാഹ'യാക്കിയെന്ന് അംഗവിക്ഷേപ ത്തോടെ വിവരിച്ചുകഴിഞ്ഞ് കോട്ടയം ലോക്സഭാമണ്ഡലത്തിൽ സുരേ ഷ്കുറുപ്പിന്റെ പ്രധാന എതിരാളിയായ ചാക്കോയെക്കുറിച്ച് ഒരു മുന്നറി യിപ്പ്, 'നിങ്ങളാരെങ്കിലും ഓന് വോട്ട് ചെയ്താ ഓനതും വിറ്റ് കാശാക്കും'

തന്റെ മന്ത്രിസഭയിലെ ഒറ്റ മന്ത്രിയും അഴിമതി നടത്തിയിട്ടില്ലെ ന്നതിൽ നായനാർക്കുള്ള അഭിമാനം ലഘുവായതല്ല. ബീഹാറിലും തമി ഴ്നാട്ടിലും കേവലും നാലു സീറ്റുകളിൽ മത്സരിക്കുന്നതിന് ഹർകിഷൻ

സിംഗ് സുർജിത് ലാലുവുമായും ജയലളിതയുമായും സ്ഥാപിച്ച നിന്ദ്യമായ സൗഹൃദത്തിലൂടെ നായനാർക്കു പറയാൻ പറ്റാതെ പോയ മഹാഫലിതങ്ങൾ എന്തൊക്കെയാവുമെന്ന് ഞാൻ ഓർത്തുപോയി.

വെയിൽ പിന്നെയും തീക്ഷ്ണമായിക്കഴിഞ്ഞിരുന്നു. പ്രത്യക്ഷത്തിൽ തന്നെ ദരിദ്രരും പരവശരുമായ സാധാരണ തൊഴിലാളികളാണ് വേദിക്കു തൊട്ടുമുന്നിൽ. പല മുഖങ്ങളും വിയർത്തൊഴുകുന്നു. വിപ്ലവത്തെക്കുറിച്ചുള്ള സ്വപ്നങ്ങൾ എന്നോ നഷ്ടപ്പെട്ടിട്ടും എന്താണ് പ്രതീക്ഷിക്കേണ്ടതെന്നുപോലുമറിയാതെ വരണ്ട കണ്ണുകളോടെ അവർ ഇരിക്കുന്നതു കണ്ടപ്പോൾ മനസ്സിലെന്തോ കൊളുത്തിവലിക്കുംപോലെ എനിക്കു തോന്നി.

കയ്യിലാരോ ഏല്പിച്ച ഒരു നിവേദനവുമായി സ്റ്റേജിന്റെ പടിയിറങ്ങി കനത്ത സുരക്ഷാവലയത്തിനുള്ളിൽനിന്നുകൊണ്ട് നായനാർ മുന്നിലുള്ളവരോട് പറഞ്ഞു.

'ഇനി ഇലക്ഷൻ കഴിഞ്ഞുകാണാം.'

സർവ്വസജ്ജമായ ആംബുലൻസ് അടക്കമുള്ള വാഹനവ്യൂഹം വീണ്ടും പുറപ്പെടുകയായി. പുതിയ ഓപൽ ആസ്ട്രയുടെ പിൻസീറ്റിൽ ചാരിയിരിക്കുന്ന നായനാരുടെ മുഖത്തേക്ക് ഞാൻ ഒരിക്കൽക്കൂടി നോക്കി. അപ്പോഴും അവിടെ ചിരിയുടെ അലയിളക്കം തന്നെ.

(ഇന്ത്യാ ടുഡേ
1999 സെപ്തംബർ 15)

○

സിനിമ എന്ന ആഘോഷം

അഭിമുഖം

സി.വി. ബാലകൃഷ്ണൻ / പി. പ്രേമചന്ദ്രൻ

സിനിമ നല്ല ഉദ്ദേശ്യങ്ങളുടെ കലയാണ് (cinema is the art of good intentions) എന്ന് പറഞ്ഞത് ഫ്രഞ്ച് നവതരംഗസിനിമയുടെ ആചാര്യന്മാരിലൊരാളായ ഴാങ് ലുക്ക് ഗൊദാർദ് ആണ്. അടിസ്ഥാനപരമായി സിനിമ എന്ന കല പുലർത്തുന്ന സത്യസന്ധതയുടെയും മാനവികതയുടെയും പക്ഷത്ത് നിന്നാണ് ഗൊദാർദ് അങ്ങിനെ അഭിപ്രായപ്പെടുന്നത്. ഗൊദാർദ് മാത്രമല്ല ലോക സിനിമയിലെ മഹാരഥന്മാരായ ചലച്ചിത്ര പ്രതിഭകൾ എല്ലാം സിനിമയുടെ ധർമ്മത്തെ അപ്രകാരം നിർവ്വചിച്ചവരാണ്. എന്നാൽ സിനിമ എന്ന കലാരൂപത്തിന്റെ ഈ അടിസ്ഥാന ധർമ്മത്തിൽ കാലുറപ്പിച്ച് ധീരമായി ചലച്ചിത്രങ്ങൾ സാക്ഷാത്കരിക്കാൻ കഴിയാത്ത പതനത്തിലേക്ക് നമ്മുടെ ചലച്ചിത്ര പ്രതിഭകൾ എത്തപ്പെട്ടിരിക്കയാണ്. നിശ്ശബ്ദരാവുകയോ ഈ മേഖലയിൽ നിന്നുതന്നെ മാറിപ്പോവുകയോ ചെയ്ത എത്രയോ സംവിധായകരുടെ പേരുകൾ ഓർമ്മയിലെത്തുകയാണ്. ഗോവിന്ദ് നിഹലാനി, സയിദ് മിർസ അങ്ങിനെ എത്രയോ ചലച്ചിത്രകാരന്മാർ. ഏറ്റവും രാഷ്ട്രീയബോധ്യവും യാഥാർത്ഥ്യബോധ്യവും ഉണ്ടായിരുന്ന, തീക്ഷ്ണമായ ചലച്ചിത്രാനുഭവങ്ങൾ പ്രധാനം ചെയ്ത സംവിധായകർ. ഫാസിസം എക്കാലത്തും ഏറ്റവും ഭയപ്പെട്ടിരുന്ന സിനിമയെന്ന കലാരൂപത്തിന്റെ മൗലികമായ സത്യസന്ധതയെ ത്തന്നെ ഭീതിയുടെ കരിങ്കൽകോട്ടകെട്ടി ശ്വാസംമുട്ടിച്ച് ഇല്ലാതാക്കാനാണ് ശ്രമം നടക്കുന്നത്. സെൻസറിംഗ് എന്ന ആയുധം കൊണ്ടുമാത്രമല്ല സിനിമയിലൂടെ രൂപപ്പെട്ടുവരാനിടയുള്ള തിരിച്ചറിവിന്റെ മുളകളെ അത് ഇല്ലാതാക്കുന്നത്. സിനിമയുടെ ആശയം രൂപംകൊള്ളുമ്പോൾ, അതിന്റെ വിശദാംശങ്ങൾ ആലോചിക്കുമ്പോൾ തന്നെ സ്വയം ഭയത്തിന്റെ കയത്തിലേക്ക് എടുത്തെറിയപ്പെട്ട അവസ്ഥ സംവിധായകരിൽ, സിനിമ നിർമ്മിക്കുന്നവരിൽ സൃഷ്ടിക്കാൻ ഭരണകൂടത്തിനും അതിന്റെ തണലിൽ അഴിഞ്ഞാടുന്ന ഭീകരസംഘങ്ങൾക്കും കഴിഞ്ഞിരിക്കുന്നു. പ്രതികരിക്കുന്നവരെ നാടുകടത്തുമെന്നും ചന്ദ്രനിലേക്ക് അയക്കുമെന്നും ഭീഷണിപ്പെടുത്തുക മാത്രമല്ല, അവരെ ജയിലിൽ അടക്കാൻ പോലും മടിക്കില്ല

എന്ന് കോടതികളെക്കൊണ്ട് പറയിപ്പിക്കുന്നതിൽ വരെ എത്തിനിൽക്കുന്നു ഭരണകൂടത്താൽ തീറ്റിപ്പോറ്റപ്പെടുന്ന രാജ്യത്തെ ഭീകരസംഘങ്ങളുടെ സ്വാധീനം. ഈ കലുഷിതമായ സാംസ്കാരിക അന്തരീക്ഷത്തിലാണ് ഇന്ത്യയുടെ അഭിമാനമായ രാജ്യാന്തരചലച്ചിത്രോത്സവത്തിന് അമ്പതുവയസ്സ് തികയുന്നത്. 1952 ൽ അന്നത്തെ പ്രധാനമന്ത്രി ജവഹർലാൽ നെഹ്റു ഉദ്ഘാടനം ചെയ്ത രാജ്യാന്തര ചലച്ചിത്രമേള ആദ്യത്തെ കുറച്ചുവർഷങ്ങളുടെ ഇടവേളക്ക് ശേഷം തുടർച്ചയായി നടന്നുവന്നിരുന്നു. സുവർണ്ണജൂബിലി ആഘോഷിക്കുന്ന ഇന്ത്യയുടെ അന്താരാഷ്ട്ര ചലച്ചിത്രമേളയ്ക്ക് നവംബർ 20 ന് ഗോവയിൽ തുടക്കമാവുമ്പോൾ, കേരളത്തിൽ ഒരു പക്ഷേ ഏറ്റവും കൂടുതൽ തവണ അതിന് സാക്ഷ്യം വഹിച്ച മലയാളികളുടെ പ്രിയ നോവലിസ്റ്റും കഥാകൃത്തുമായ സി വി ബാലകൃഷ്ണൻ ദേശാഭിമാനിയുടെ റിപ്പോർട്ടറായും ഡെലിഗേറ്റായും മേളയിൽ പങ്കെടുത്ത അനുഭവങ്ങൾ പങ്കുവെക്കുന്നു.

1982 ൽ ദേശാഭിമാനി ലേഖകനായിട്ടാണ് സി വി കൽക്കത്തയിൽ ആദ്യത്തെ ഫിലിം ഫെസ്റ്റിവലിൽ പങ്കെടുക്കുന്നത്. അതിനു മുൻപ് ഒരു മലയാളപത്രവും ആ നിലയിൽ ഒരു റിപ്പോർട്ടറെ വെച്ച് ഇന്ത്യയുടെ രാജ്യാന്തര ചലച്ചിത്രമേള വായനക്കാരിൽ എത്തിച്ചിരുന്നില്ല. അതിലേക്ക് നയിച്ച സംഭവങ്ങൾ എന്തൊക്കെയായിരുന്നു?

കൽക്കത്തയിൽ അതിനുമുൻപുതന്നെ ഞാൻ പോയിരുന്നു. ബംഗാളി ചലച്ചിത്രമേഖലയുമായി അടുത്തു ബന്ധപ്പെട്ടിരുന്നു. സത്യജിത്ത് റായിയുടെ ഷൂട്ടിംഗ് സ്ഥലത്ത് പോയിട്ടുണ്ട്. മൃണാൾസെന്നുമായി ബന്ധപ്പെട്ടിരുന്നു. നിരൂപകരായും ചലച്ചിത്ര പ്രവർത്തകരായും ഒരുപാട് പേരുമായി എനിക്ക് നല്ല ബന്ധം ഉണ്ടായിരുന്നു. കൽക്കത്തയെക്കുറിച്ച് ഞാൻ കുറെയേറെ എഴുതിയിട്ടുണ്ടായിരുന്നു. അവിടെ ഇന്ത്യയുടെ അന്തരാഷ്ട്ര ചലച്ചിത്രമേള എത്തുന്നു എന്നറിഞ്ഞപ്പോൾ സ്വാഭാവികമായും അതിൽ പങ്കെടുക്കാൻ എനിക്ക് ആഗ്രഹമുണ്ടാവുന്നു. കൽക്കത്ത എനിക്ക് അത്രയും ഇഷ്ടമായിരുന്നു. 'കൽക്കത്ത ഐ ലവ് യു' എന്ന ഡോക്യുമെന്ററി സംവിധാനം ചെയ്ത പൂർണ്ണേന്ദു ബോസ് എന്റെ അടുത്ത സുഹൃത്തായിരുന്നു. അങ്ങിനെയുള്ള കൽക്കത്തയിലേക്ക് പോകാൻ കഴിയും എന്നതും എന്നെ ആ ഫിലിം ഫെസ്റ്റിവലിലേക്ക് പോകാൻ പ്രചോദിപ്പിച്ചിരുന്നു. ഞാൻ തന്നെയാണ് ദേശാഭിമാനിയിൽ ഈ പ്രപ്പോസൽ വെക്കുന്നത്. ദേശാഭിമാനിയുടെ മാനേജ്മെന്റ് അത് സന്തോഷപൂർവ്വം അംഗീകരിച്ചു.

അതിനുമുൻപ് തന്നെ സി വി ദേശാഭിമാനിയിൽ ഏറെ എഴുതിയിട്ടുണ്ടായിരുന്നു. അല്ലേ?

ധാരാളം എഴുതിയിട്ടുണ്ടായിരുന്നു. നോവലുകളും കഥകളും എ

ഴുതിയിരുന്നു. സിനിമയെക്കുറിച്ച് ഏറെ എഴുതിയിട്ടുണ്ടായിരുന്നു. ഞാൻ ആദ്യം കൽക്കത്തയിൽ പോയപ്പോൾ തന്നെ സത്യജിത്ത് റായിയുടെ ഷൂട്ടിംഗ് വിശേഷങ്ങളും മറ്റും ദേശാഭിമാനിയിൽ എഴുതിയിരുന്നു. ഞാനും മൃണാൾ സെന്നും ഒരുമിച്ചിരുന്നു കാണുന്ന ഏക് ദിൻ പ്രതിദിൻ എന്ന ചിത്രത്തെക്കുറിച്ച് എഴുതുന്നുണ്ട്. സിനിമയുടെ ഷൂട്ടിംഗ് തുടങ്ങിയ കാര്യങ്ങൾ പത്രത്തിലും സിനിമയെക്കുറിച്ചുള്ള നിരൂപണങ്ങൾ ആഴ്ചപ്പതിപ്പിലാണ് എഴുതിയിരുന്നത്. ഈയൊരു പശ്ചാത്തലത്തിലാണ് 82 ൽ അന്താരാഷ്ട്ര ചലച്ചിത്രോത്സവം കൽക്കത്തയിൽ പ്രഖ്യാപിക്കുന്നത്. എന്റെ അപേക്ഷ അംഗീകരിക്കപ്പെടുകയും ഞാൻ ദേശാഭിമാനിയെ പ്രതിനിധീകരിച്ചുകൊണ്ട് ഫിലിം ഫെസ്റ്റിവൽ റിപ്പോർട്ട് ചെയ്യാൻ പോവുകയും ചെയ്തു.

ഇന്ന് മേളകളുടെ റിപ്പോർട്ടിംഗ്, അതുപോലെ ചിത്രങ്ങൾ അയക്കുക, പ്രദർശിപ്പിക്കുന്ന സിനിമകളുടെ വിശദാംശങ്ങൾ മനസ്സിലാക്കുക ഇതെല്ലാം വളരെ എളുപ്പമുള്ള കാര്യങ്ങളാണ്. ഇന്റർനെറ്റും സ്മാർട്ട്ഫോണുകളും വ്യാപകമായ ഒരു കാലത്തിരുന്ന്! അത്തരം യാതൊരു സൌകര്യവും ഇല്ലാതിരുന്ന അക്കാലത്ത് എങ്ങനെയാണ് ചലച്ചിത്രമേളകൾ റിപ്പോർട്ട് ചെയ്തത് എന്നത് വളരെ കൗതുകമുള്ള ഒരു കാര്യമാണ്. ദേശാഭിമാനി പോലെ ഒരു പ്രാദേശിക പത്രത്തിനു കൽക്കത്തയിൽ നിന്നും റിപ്പോർട്ടുകൾ ശേഖരിക്കാനും അത് ഉടനടി കോഴിക്കോട് എത്തി അച്ചടിക്കാനും സാധിച്ചിരുന്നോ? എങ്ങനെയായിരുന്നു ആ കാലത്ത് പ്രതിദിനം റിപ്പോർട്ടുകളും ചിത്രങ്ങളും മറ്റും എത്തിച്ചിരുന്നത്?

അക്കാലത്ത് ഒരു റിപ്പോർട്ട് പത്രത്തിലേക്ക് അയക്കുക എന്നത് അങ്ങേയറ്റം ശ്രമകരമാണ്. പതിനഞ്ചു ദിവസം നീണ്ടുനിൽക്കുന്ന മേളകളുടെ ദിവസവുമുള്ള റിപ്പോർട്ട് ചെയ്യണമായിരുന്നു. തപാൽമാർഗം മാത്രമേ അന്ന് റിപ്പോർട്ടുകൾ അയക്കാൻ കഴിയുകയുള്ളൂ. അന്ന് ദേശാഭിമാനിയ്ക്ക് കൽക്കത്തയിൽ യൂണിറ്റ് പോലും ഇല്ലാത്ത കാലമാണ്. അന്ന് ദേശാഭിമാനിയിൽ നിന്ന് എനിക്ക് പ്രസ് ട്രങ്ക് കോൾ കാർഡ് സംഘടിപ്പിച്ച് തന്നിരുന്നു. ദേശാഭിമാനിയിൽ നിന്ന് അപേക്ഷിച്ച് കമ്പി തപാൽ വകുപ്പ് നൽകുന്ന ഒരു കാർഡ് ആയിരുന്നു അത്. അത് ഉപയോഗിച്ച് നമുക്ക് രാജ്യത്ത് ഏതു കമ്പി തപാൽ ഓഫീസിൽ നിന്നും അതിൽ പറയുന്ന രണ്ടു നമ്പറുകളിലേക്ക് വിളിക്കാമായിരുന്നു. അതിന്റെ ചാർജ്ജ് ആ ഓഫീസിൽ നിന്നും അടച്ചാൽ മതി. ദേശാഭിമാനിയിൽ അത് എത്തിയിരുന്നെങ്കിലും ഇവിടുന്നു പുറപ്പെടുന്നതുവരെ എന്റെ കയ്യിൽ അത് കിട്ടിയിരുന്നില്ല. ഞാൻ ഇവിടുന്ന് ചെന്നൈയിലേക്ക് പോയി അവിടുന്നാണ് കൽക്കത്തയിലേക്ക് പോകുന്നത്. ചെന്നൈയിലേക്ക് ഞാനിവിടുന്ന് മദ്രാസ് മെയിലിലാണ് പോകുന്നത്. കോഴിക്കോട് വെച്ച്

പത്രത്തിൽ അന്നുണ്ടായിരുന്ന കോയ മുഹമ്മദ് എന്നെ ഈ കാർഡ് ഏൽപ്പിക്കുമെന്നാണ് പറഞ്ഞിരുന്നത്. എന്നാൽ കോഴിക്കോട് സ്റ്റേഷനിൽ എനിക്ക് കോയയെ കാണാൻ കഴിഞ്ഞില്ല. കാരണം കോയ എന്നെ കാത്തുനിന്നത് തീവണ്ടിയുടെ ഏറ്റവും അവസാനത്തെ ബോഗിയുടെ അടുത്തായിരുന്നു. ഞാനാകട്ടെ വണ്ടിയുടെ ഏറ്റവും മുന്നിലും. മൊബൈൽ ഫോണും മറ്റും ഇല്ലാത്തകാലമായതു കൊണ്ട് പരസ്പരം ഇതറിയാൻ ഒരു വഴിയുമില്ല. കോയ ഓരോ കമ്പാർട്ട്മെന്റിൽ ആയി എന്നെ തിരക്കി മുന്നോട്ടു പോകുകയാണ്. ഏറ്റവും അവസാനം കോയ മുന്നിലേക്ക് എത്തുമ്പോഴേക്കും തീവണ്ടി വിട്ടിരുന്നു. ഒരു റിലെയിൽ ബാറ്റൺ കൈമാറും പോലെ നീങ്ങുന്ന തീവണ്ടിക്കൊപ്പം ഓടിവന്ന്, പുറത്തേക്ക് കാർഡിനായി കൈനീട്ടി നിൽക്കുന്ന എന്റെ കയ്യിലേക്ക് ഈ കാർഡ് കോയ പിടിപ്പിക്കുകയാണ് ചെയ്തത്, കോയയുടെ ആ ഓട്ടം ഇന്നും മനസ്സിൽ തങ്ങി നിൽപ്പുണ്ട്.

എങ്ങിനെയാണ് അന്ന് ഇത്രമാത്രം പ്രയാസങ്ങൾക്കിടയിലും ഈ പത്രറിപ്പോർട്ടിംഗ് നടത്തിയിരുന്നത്?

കൽക്കത്തയിൽ നിന്ന് ട്രങ്ക് കോൾ ചെയ്യുക എന്നതും വളരെ ശ്രമകരം ആയിരുന്നു. പ്രധാനപ്പെട്ട തപാൽ ഓഫീസിൽ മാത്രമേ ഇതിനുള്ള സൗകര്യം ഉള്ളൂ. രണ്ടുമണിക്കൂറൊക്കെ ക്യൂ നിന്നാൽ മാത്രമേ നമുക്ക് ഒരു കോൾ ചെയ്യാൻ കഴിയൂ. പലപ്പോഴും തിയേറ്ററിൽ നിന്ന് ഓടി വന്ന് ക്യൂവിൽ നിന്നാണ് വാർത്തകൾ എഴുതാറ്. ഞാൻ ഫോണിലൂടെ റിപ്പോർട്ടുകൾ പറയും. കോഴിക്കോട് നിന്ന് കോയ അത് പകർത്തും. അങ്ങിനെയാണ് ഫിലിം ഫെസ്റ്റിവൽ റിപ്പോർട്ടുകൾ അന്ന് വന്നിരുന്നത്. സിനിമകളുടെ റിപ്പോർട്ടുകളും റിവ്യൂകളും മാത്രം പോരായിരുന്നു. ചലച്ചിത്രമേളയുടെ സൈഡ് ലൈറ്റ്സും വേണമായിരുന്നു. അന്ന് പത്രത്തിന്റെ ന്യൂസ് എഡിറ്റർ ആയിരുന്ന സി എം അബ്ദുൽ റഹിമാൻ ഇക്കാര്യം എന്നോട് പ്രത്യേകം പറഞ്ഞിരുന്നു. അവിടുത്തെ പത്രസമ്മേളനങ്ങൾ, എത്തുന്ന അതിഥികൾ ഇക്കാര്യങ്ങൾ ഒക്കെ ശ്രദ്ധിക്കണമായിരുന്നു. വിശ്രമമില്ലാത്ത ജോലിയായിരുന്നു അത്. ചലച്ചിത്രപ്രദർശനങ്ങൾ കഴിഞ്ഞാൽ ഉടൻ ഓടി പത്രസമ്മേളനത്തിന് എത്തണം. അങ്ങിനെ ഞാൻ അന്ന് സത്യജിത്ത് റായിയുടെയും മൃണാൾസെന്നിന്റെയും മലയാളത്തിൽ നിന്നെത്തിയ കെ എസ് സേതുമാധവന്റെയും ഒക്കെ പത്രസമ്മേളനങ്ങൾ റിപ്പോർട്ട് ചെയ്തിട്ടുണ്ട്. ഫോട്ടോകൾ സംഘടിപ്പിച്ച് അയക്കണം, നിരന്തരമായി എഴുതണം തുടങ്ങി ഒട്ടേറെ കാര്യങ്ങൾ അന്ന് ഇതിന്റെ ഭാഗമായി ചെയ്യാനുണ്ടായിരുന്നു.

മലയാളത്തിൽ ഏതെങ്കിലും പത്രങ്ങളോ മാസികകളോ അന്ന്

ഇന്ത്യയുടെ ഈ അന്താരാഷ്ട്ര ചലച്ചിത്രമേള ഈ വിധം റിപ്പോർട്ട് ചെയ്തിരുന്നോ?

എന്റെ അനുഭവത്തിൽ മറ്റേതെങ്കിലും പത്രങ്ങളോ മാസികകളോ ചലച്ചിത്രോത്സവം ഈ വിധം റിപ്പോർട്ട് ചെയ്തിട്ടില്ല, ഞാൻ അന്ന് സിനിമ സംബന്ധമായി വരുന്ന എല്ലാ കാര്യങ്ങളും ശ്രദ്ധിക്കുന്ന ഒരാളായിരുന്നു. എന്റെ ഓർമ്മയിൽ ചലച്ചിത്രമേളയുമായി ബന്ധപ്പെട്ട അത്തരം വാർത്തകൾ അതിനുമുൻപ് തീരെ ഇല്ലായിരുന്നു.

ദേശാഭിമാനിയിൽ അന്ന് ഈ വാർത്തകൾ എങ്ങിനെയായിരുന്നു പ്രസിദ്ധീകരിച്ചു വന്നിരുന്നത്? ആളുകളുടെ പ്രതികരണം എന്തായിരുന്നു?

ദേശാഭിമാനിയിൽ വലിയ പ്രാധാന്യത്തോടെയാണ് ഈ വാർത്തകൾ വന്നിരുന്നത്. ഒന്നാം പേജിൽ തന്നെ എല്ലാ ദിവസവും മുഖ്യവാർത്തയായി ചലച്ചിത്രോത്സവകാര്യങ്ങൾ പത്രത്തിൽ നൽകിയിരുന്നു. ഇപ്പോൾ നമ്മൾ അത് കണ്ടുകഴിഞ്ഞാൽ അമ്പരന്നു പോകും. ഇൽമാസ് ഗുനെയെപ്പോലുള്ള സംവിധായകരെയെല്ലാം ഒന്നാം പേജിൽ പരിചയപ്പെടുത്തുകയാണ്. ഫോട്ടോകൾ എല്ലാം വെച്ച് വാർത്തകളും പത്രസമ്മേളനങ്ങളും എല്ലാം വലിയ പ്രാധാന്യത്തോടെ നൽകിയിരുന്നു. സിനിമയെക്കുറിച്ചുള്ള വിശദമായ വിലയിരുത്തലുകളും മറ്റും വാരാന്തപ്പതിപ്പിൽ നന്നായി നൽകിയിരുന്നു. അന്ന് ഒരുപാട് ജോലി ചെയ്തിട്ടുണ്ട് എന്ന് ഇപ്പോൾ ഓർക്കുമ്പോൾ തോന്നുന്നു.

ദേശാഭിമാനിക്ക് വേണ്ടി എത്രതവണ രാജ്യാന്തര ചലച്ചിത്രോത്സവം റിപ്പോർട്ട് ചെയ്തിട്ടുണ്ട്?

എനിക്കുതോന്നുന്നു നാലു തവണ ഞാൻ ദേശാഭിമാനിക്ക് വേണ്ടി റിപ്പോർട്ട് ചെയ്തിട്ടുണ്ട് എന്നാണ്. 83 ൽ ഡൽഹിയിൽ ആയിരുന്നു ഫെസ്റ്റിവൽ. അന്ന് ഞാൻ ആഴ്ചപ്പതിപ്പിന്റെ പ്രതിനിധി ആയിരുന്നു. കാരണം അന്ന് ദേശാഭിമാനിക്ക് അവിടെ രണ്ടുപ്രതിനിധികൾ ഉണ്ട്. അപ്പുക്കുട്ടൻ വള്ളിക്കുന്നും പ്രഭാവർമ്മയും. പ്രഭാവർമ്മയ്ക്ക് ആയിരുന്നു ഫിലിംഫെസ്റ്റിവൽ റിപ്പോർട്ട് ചെയ്യാനുള്ള ചുമതല. പക്ഷേ ഫിലിം ഫെസ്റ്റിവലുകൾ അത്ര എളുപ്പത്തിൽ റിപ്പോർട്ട് ചെയ്യാവുന്ന ഒന്നല്ല. കാരണം നമ്മൾ സിനിമയുടെ ചരിത്രവും അതിന്റെ സൗന്ദര്യശാസ്ത്രവിഷയങ്ങളും പ്രധാനപ്പെട്ട സംവിധായകരുടെ പ്രത്യേകതകളും സിനിമയിൽ ഓരോ കാലത്തും ഉണ്ടായിരുന്നു പ്രസ്ഥാനങ്ങളെകുറിച്ചും എല്ലാം മനസ്സിലാക്കിയാൽ മാത്രമേ നമുക്ക് അത് ചെയ്യുവാൻ സാധിക്കുകയുള്ളൂ. പ്രഭാവർമ്മയ്ക്ക് അത്ര പരിചയമില്ലാത്ത കാര്യങ്ങളെക്കുറിച്ചൊക്കെ ഞാനും അന്ന് പത്രത്തിൽ

പലപ്പോഴും എഴുതിയിട്ടുണ്ടായിരുന്നു. ആ ഫെസ്റ്റിവലിലെ ഒരു പ്രധാനപ്പെട്ട സംഭവം തുർക്കി സംവിധായകനായ ഇൽമാസ് ഗുനെയുമായി ബന്ധപ്പെട്ട ഒരു വിവാദമാണ്. തൊട്ടു മുൻവർഷം കൽക്കത്തയിൽ ഇൽമാസ് ഗുനെയുടെ റിട്രോസ്പെക്ടീവ് നടത്തിയിരുന്നു.ഒരു ജഡ്ജിയെ വെടിവെച്ചുകൊന്നു എന്ന പേരിൽ ജയിലിലടച്ച ആളായിരുന്നു അദ്ദേഹം. അദ്ദേഹത്തിന് ആ വർഷം കാനിൽ പുരസ്കാരം ലഭിച്ച യോൾ എന്ന ചിത്രമാണ് ഡൽഹിയിൽ പ്രദർശിപ്പിക്കാൻ തീരുമാനിച്ചിരുന്നത്. തുർക്കി ഗവൺമെൻറ് അതിനെ എതിർത്തു. എനിക്ക് ഇൽമാസ് ഗുനെയുടെ ചിത്രങ്ങൾ വലിയ ഇഷ്ടമായിരുന്നു. മലയാളത്തിൽ അദ്ദേഹത്തെക്കുറിച്ച് ആദ്യമായി എഴുതിയത് ഞാനായിരുന്നു. അതുകൊണ്ടുതന്നെ അദ്ദേഹത്തിന് കാനിൽ പുരസ്കാരം ലഭിച്ച പുതിയ സിനിമ അവിടെ പ്രദർശിപ്പിക്കുമോ എന്ന വലിയ ഉദ്വേഗം ഉണ്ട് അന്നവിടെ ഉണ്ടായിരുന്നു. തുർക്കി ഗവൺമെന്റിനെ പിണക്കാതിരിക്കാൻ അത് പ്രദർശിപ്പിക്കേണ്ട എന്ന് ഏകദേശം ഒരു തീരുമാനമുണ്ടായി വരികയായിരുന്നു. പക്ഷേ ആ സിനിമ അവിടെ പ്രദർശിപ്പിച്ചു. അതിനു കാരണം പ്രധാനമന്ത്രിയായിരുന്ന ഇന്ദിരാഗാന്ധി ആയിരുന്നു. ഈ വിഷയം ഒരു വിവാദമായപ്പോൾ ഇന്ദിരാഗാന്ധി അവരുടെ വീട്ടിൽ ഇരുന്ന് തലേദിവസം ആ സിനിമ കാണുകയുണ്ടായി. അവരുടെ നിർദേശം ആ സിനിമ തീർച്ചയായും കാണിക്കണം എന്നായിരുന്നു. ഇന്ന് അത്തരമൊരു കാര്യം ആലോചിക്കാൻ കൂടി കഴിയുകയില്ല. ഇന്ദിരാഗാന്ധിക്ക് അത്തരത്തിലുള്ള കലാബോധം ഉണ്ടായിരുന്നു. അവർക്ക് സത്യജിത്ത് റായിയുമായും മറ്റും അടുത്ത ബന്ധമുണ്ടായിരുന്നു. സത്യജിത് റായി അശനി സങ്കേത് എന്ന സിനിമ എടുത്തപ്പോൾ എനിക്ക് അത് കാണണം എന്ന് അവർ റായിയെ വിളിച്ചു ആവശ്യപ്പെടുക ഉണ്ടായി. പിറ്റേദിവസം മേളയിൽ യോൾ പ്രദർശിപ്പിച്ചു മേളയിലെ ഏറ്റവും ഗംഭീരമായ സിനിമയായി മാറി യോൾ.

ആ വർഷം മേളയിലെ ചിത്രങ്ങളുടെ വിശേഷങ്ങൾ ഉൾപ്പെടുത്തി സമഗ്രമായ ഒരു ഫെസ്റ്റിവൽ പതിപ്പ് ദേശാഭിമാനി ആഴ്ചപ്പതിപ്പ് പ്രസിദ്ധീകരിക്കുകയുണ്ടായി. ഒമ്പതാം അന്താരാഷ്ട്ര ചലച്ചിത്രമേള എന്ന പേരിലായിരുന്നു അത്.

അടുത്തവർഷം മേള ബോംബെയിലായിരുന്നു. ഫിലിമോത്സവ് എന്ന പേരിൽ. ഒരു വർഷം അന്താരാഷ്ട്ര ചലച്ചിത്ര മേളയും അടുത്തവർഷം ഫിലിമോത്സവവും എന്ന പതിവായിരുന്നു അന്നുണ്ടായിരുന്നത്.

എന്തായിരുന്നു ബോംബെ മേളയുടെ പ്രധാന ആകർഷണം?

ബോംബെ ഫെസ്റ്റിവലും ഞാൻ കണ്ടിട്ടുള്ള ഗംഭീരമായചലച്ചിത്രമേള ആയിരുന്നു. ഇംഗ്മാർ ബർഗ്മാന്റെ റിട്രോസ്പെക്ടീവ് ആയിരുന്നു ആ മേളയുടെ ഏറ്റവും പ്രധാന സവിശേഷത. അദ്ദേഹത്തിന്റെ മുഴുവൻ സിനിമകളും ആ മേളയിൽ ഉണ്ടായിരുന്നു. മാത്രമല്ല, അദ്ദേഹത്തിന്റെ പുതിയ ചിത്രമായ, ഓസ്കാർ അവാർഡ് നേടിയ ഫാനി ആൻഡ് അലക്സാണ്ടറും ആ മേളയിൽ പ്രദർശിപ്പിച്ചിരുന്നു. അതുപോലെ ജാപ്പനീസ് സംവിധായകനായ ഷോഹി ഇമാമുറയുടെ ബല്ലാഡ് ഓഫ് നരയാമ പോലുള്ള ഒരുപാട് പ്രധാനചിത്രങ്ങൾ ആ മേളയുടെ പ്രത്യേകത ആയിരുന്നു. മാത്രമല്ല നഗിസ ഓഷിമ, ഷോഹി ഇമാമുറ, കോസ്റ്റാ ഗാവ്രസ് തുടങ്ങി ഒട്ടേറെ ലോകപ്രസിദ്ധ സംവിധായകരും ആ മേളയിൽ ഉണ്ടായിരുന്നു. ആ ഫെസ്റ്റിവലിന് ഇംഗ്മാർ ബർഗ്മാൻ പങ്കെടുക്കും എന്ന ശ്രുതി പ്രബലമായിരുന്നു. ഞാനും പത്മരാജനും കൂടിയാണ് ഫാനി ആൻഡ് അലക്സാണ്ടർ കണ്ടുകൊണ്ടിരുന്നത്. ഞങ്ങൾ ബർഗ്മാൻ വരുമോ ഇല്ലയോ എന്ന ആശങ്ക പരസ്പരം പങ്കുവെക്കുന്നുണ്ടായിരുന്നു. പക്ഷെ അത്തവണ വന്നത് ബർഗ്മാൻ ചിത്രങ്ങളിലെ സ്ഥിരം നടനും അദ്ദേഹത്തിന്റെ അടുത്ത സുഹൃത്തുമായ എർലാന്റ് ജോസഫ്സൺ ആയിരുന്നു. ബർഗ്മാന് വരാൻ കഴിയാത്തതിന്റെ ക്ഷമാപണം അദ്ദേഹമാണ് വേദിയിൽ നടത്തിയത്. അരവിന്ദൻ, പത്മരാജൻ, കെ ജി ജോർജ്ജ്, രവീന്ദ്രൻ, പവിത്രൻ തുടങ്ങി മലയാളത്തിൽ നിന്ന് അന്ന് ഒട്ടേറെ സംവിധയാകർ ആ മേളയ്ക്ക് എത്തിയിരുന്നു.

ബോംബ മേളയുടെ റിപ്പോർട്ടിംഗ് അനുഭവങ്ങൾ എന്തൊക്കെയായിരുന്നു?

ദേശാഭിമാനി പത്രത്തിന് വേണ്ടിയായിരുന്നു അക്കുറി ഞാൻ മേള റിപ്പോർട്ട് ചെയ്തിരുന്നത്. അന്ന് ദേശാഭിമാനിയ്ക്ക് ബോംബെയിലും ലേഖകരോ ഓഫീസോ ഉണ്ടായിരുന്നില്ല. എന്റെ റിപ്പോർട്ടുകൾ വലിയ പ്രാധാന്യത്തോടെ പേരൊക്കെ വെച്ച് ഒന്നാം പേജിൽ എല്ലാ ദിവസവും ഉണ്ടായിരുന്നു. അതും വളരെ ശ്രമകരമായ ജോലി തന്നെയായിരുന്നു. ഞാൻ അന്ന് താമസിച്ചിരുന്നത് ബോംബെയിൽ നിന്നും ഒരു മണിക്കൂറോളം ട്രെയിനിൽ യാത്രചെയ്ത് എത്താവുന്ന കുർളയിൽ ആയിരുന്നു. പന്ത്രണ്ട് മണിയൊക്കെ ആവും അവസാന പ്രദർശനം കഴിയാൻ. പിന്നെ ട്രെയിൻ കിട്ടി താമസസ്ഥലത്ത് എത്തി റിപ്പോർട്ടുകൾ എല്ലാം തയ്യാറാക്കി കഴിയുമ്പോഴേക്കും മൂന്നു മണിയൊക്കെ ആവും. പിന്നെ അത് രാവിലെ തന്നെ പോസ്റ്റ് ഓഫീസിൽ ചെന്ന് അയക്കുകയും വേണം.

സി വി പറയുകയുണ്ടായി, സിനിമയെക്കുറിച്ച് നന്നായി അറിയുന്ന

ഒരാൾക്കേ ഇത്തരത്തിലുള്ള ചലച്ചിത്രോത്സവങ്ങൾ റിപ്പോർട്ട് ചെയ്യാൻ കഴിയൂ എന്ന്. ഈ ചലച്ചിത്ര സാക്ഷരത സി വി ആർജ്ജിച്ചത് എങ്ങിനെയായിരുന്നു? എപ്പോഴാണ് സിനിമയെ ഗൗരവപൂർവ്വം കണ്ടുതുടങ്ങിയത്?

സിനിമ ആഘോഷിച്ചു കൊണ്ടുള്ള ഒരു ബാല്യമായിരുന്നു എന്റേത്. പുസ്തകം വായിക്കുന്നതിനു മുൻപ് ഞാൻ സിനിമ കാണാൻ തുടങ്ങിയിരുന്നു. പള്ളിക്കൂടത്തിൽ പോകുന്നതിനുമുമ്പ് സിനിമ കൊട്ടകയിൽ പോയ ആളാണ് എന്നുപറയാം. കൈക്കുഞ്ഞായ കാലം മുതൽ സിനിമക്ക് പോകാൻ തുടങ്ങിയിരുന്നു. അന്ന് നാട്ടിലെ കൊട്ടകയായ ശോഭാ തീയേറ്ററിലേക്ക് വല്യമ്മായി എന്നെയും എടുത്തു പോകാറുള്ള കഥ പറഞ്ഞു കേട്ടിട്ടുണ്ട്. അന്ന് സ്ത്രീകൾ കൂട്ടമായി സെക്കൻഡ് ഷോക്ക് ഒക്കെ പോകുന്ന കാലമായിരുന്നു. ഇക്കാലത്തുമായുള്ള വ്യത്യാസം സ്ത്രീകൾക്ക് രാത്രിയിൽ സിനിമക്ക് പോകാനും മറ്റും അന്ന് യാതൊരുവിധ വിലക്കുകളോ മറ്റ് ഭയാശങ്കകളോ ഉണ്ടായിരുന്നില്ല എന്നതാണ്. പയ്യന്നൂരിൽ വരുന്ന എല്ലാ സിനിമകളും അന്ന് കാണുമായിരുന്നു. അറുപതുകൾ ഒക്കെ ആകുമ്പോഴേക്കും നമ്മൾ സ്വന്തം നിലക്ക് തന്നെ സിനിമകൾ കാണുന്നുണ്ട്. നിരന്തരമായ ഈ സിനിമാകാഴ്ചകൾ പതുക്കെ ഗൗരവമുള്ള സിനിമകളിലേക്ക് നയിക്കുകയാണ് ചെയ്തത്. ഭാർഗവീനിലയം, ചെമ്മീൻ, ഓളവും തീരവും തുടങ്ങിയിയ സിനിമകൾ, കെ എസ് സേതുമാധവന്റെ സിനിമകൾ തുടങ്ങിയവ സവിശേഷം ആകർഷിക്കുന്നുണ്ട്. മറ്റ് മെലോഡ്രാമ സിനിമകളിൽ നിന്ന് വ്യത്യസ്തത കൊണ്ട് അങ്ങേയറ്റവും ആകർഷിച്ചു സിനിമകളായിരുന്നു അവയെല്ലാം. സേതുമാധവനെ കൂടാതെ വിൻസെൻറ് മാസ്റ്റർ, പി ഭാസ്കരൻ, പി എൻ മേനോൻ തുടങ്ങിയവരാണ് അക്കാലത്ത് ഗൗരവമായി സിനിമകൾ ഉണ്ടാക്കിയിരുന്നത്. പിന്നീട് മലയാളത്തിലുണ്ടായ നവതരംഗത്തിന് മുന്നോടിയായിയിരുന്ന സിനിമകളായിരുന്നു അവരുടെ ചിത്രങ്ങൾ. പിന്നീട് സ്വയംവരം പോലുള്ള സിനിമകൾ ഉണ്ടാകുന്നു. കെ ജി ജോർജിന്റെ സ്വപ്നാടനം, അരവിന്ദന്റെ ഉത്തരായണം തുടങ്ങി കുറച്ചുകൂടി വ്യത്യസ്തമായ, റിയലിസ്റ്റിക് ആയ സിനിമകൾ വരാൻ തുടങ്ങിയപ്പോൾ അതിന്റെ ഒപ്പം സഞ്ചരിക്കാൻ എനിക്കും കഴിഞ്ഞിരുന്നു.

ആ കാലത്താണ് ഞങ്ങൾ പയ്യന്നൂരിൽ ഫിലിം സൊസൈറ്റി ഉണ്ടാക്കുന്നത്. 1976 ൽ. ഫിലിം സൊസൈറ്റി രൂപീകരിച്ചതോടുകൂടി ലോക സിനിമയിലേക്കുള്ള വലിയൊരു വാതിൽ തുറക്കുകയാണ് ചെയ്തത്. ഫിലിം സൊസൈറ്റി ആദ്യം പ്രദർശിപ്പിച്ച സിനിമ ചാപ്ലിന്റെ

ഗോൾഡ് റഷ് ആയിരുന്നു. ബർഗ്മാൻ, ഗോദാർദ്, സത്യജിത് റായി, ഡിസീക്ക, ഫെല്ലിനി തുടങ്ങിയേ ഗ്രേറ്റ് മാസ്റ്റേഴ്സിന്റെ സിനിമകൾ അക്കാലത്ത് ഫിലിം സൊസൈറ്റിയിൽ നിന്ന് കാണുന്നുണ്ട്.

ആ സമയത്തു തന്നെ ഞാൻ സിനിമയെക്കുറിച്ച് എഴുതാനും തുടങ്ങിയിരുന്നു. എന്റെ ആദ്യ സിനിമാ ലേഖനം വരുന്നത് മാതൃഭൂമി വാരാന്തപ്പതിപ്പിൽ ആണ്. പിന്നീട് 79 ൽ ഞാൻ കൽക്കത്തയിലേക്ക് പോകുന്നുണ്ട്. അക്കാലത്ത് ഒട്ടേറെ വിദേശസിനിമകൾ കാണാൻ അവസരമുണ്ടായി. അവിടെ പല കോൺസുലേറ്റുകളിലും എനിക്ക് ബന്ധമുണ്ടാക്കാൻ കഴിഞ്ഞു. പോളിഷ്, ഹങ്കറി കോൺസുലേറ്റുകളിൽ നടക്കുന്ന എല്ലാ പ്രദർശനങ്ങൾക്കും ഞാൻ എത്തും. സിനിമയെ സംബന്ധിക്കുന്ന നിരവധി പുസ്തകങ്ങളും അവിടങ്ങളിൽ ഉണ്ടായിരുന്നു. അതിനുപുറമേ എടുത്തുപറയാവുന്ന മറ്റൊരു കാര്യം, അന്ന് ബംഗാളിലെ ഏറ്റവും പ്രശസ്തമായ ഫിലിം സൊസൈറ്റി ആയ സിനി സെൻട്രലുമായി ഉണ്ടായ ബന്ധമാണ്. അവരുടെ ലഘുലേഖകൾ വളരെ മുന്നേ തന്നെ പയ്യന്നൂരിലെ ഞങ്ങളുടെ ഫിലിം സൊസൈറ്റിയിൽ വരുമായിരുന്നു. അതിൽ നിന്നും അവരുടെ അഡ്രസ്സ് ശേഖരിച്ച് കൽക്കത്തയിൽ ഞാൻ ആദ്യം അന്വേഷിച്ചു ചെല്ലുന്നത് അവരുടെ ഓഫീസ് ആണ്. ചൌരംഗിയിൽ ആണ് അത്. അലോക് ചന്ദ്ര എന്നായിരുന്നു സിനി സെൻട്രലിന്റെ സെക്രട്ടറിയുടെ പേര്. അദ്ദേഹം എന്നോട് വളരെ സൗഹൃദം കാണിക്കുകയും ഫിലിം സൊസൈറ്റിയുടെ ലെറ്റർ പാഡിൽ എന്നെ പരിചയപ്പെടുത്തിക്കൊണ്ട് ഒരു കത്ത് നൽകുകയും ചെയ്തു. ഇയാൾ കേരളത്തിലെ ഒരു ഫിലിം സൊസൈറ്റി പ്രവർത്തകനാണ് എന്നും എല്ലാ ചലച്ചിത്ര പ്രദർശനങ്ങൾക്കും ഇദ്ദേഹത്തെ പ്രവേശിപ്പിക്കണം എന്നുമായിരുന്നു കത്തിലെ ഉള്ളടക്കം. കൽക്കട്ടയിൽ അന്നുണ്ടായിരുന്ന മുപ്പതിലധികം ഫിലിം സൊസൈറ്റികളിലും ഈ കത്തുമായി ഞാൻ സിനിമ കാണാൻ ചെന്നിട്ടുണ്ട്. ബംഗാളി തിയേറ്ററിനു കുറിച്ച് പഠിക്കാൻ ആയിരുന്നു മൂന്നുമാസത്തോളം ഉള്ള എന്റെ കൽക്കത്താ യാത്ര. എന്നാൽ നാടകത്തെക്കുറിച്ച് മാത്രമല്ല, സിനിമയെക്കുറിച്ച് കൂടിയാണ് ഞാൻ അക്കാലത്ത് ഗൗരവമായി പഠിച്ചിരുന്നത്.

അക്കാലത്ത് അവിടെ ഗാസ്റ്റൺ റൊബാഷ് എന്നു പേരായ ഒരു ജസ്യൂട്ട് പാതിരി ഉണ്ടായിരുന്നു. ചിത്രബാണി എന്ന പേരിൽ ഒരു സിനിമാ പഠനശാല അദ്ദേഹം നടത്തിയിരുന്നു. അദ്ദേഹം ഒരു കനേഡിയൻ പുരോഹിതനായിരുന്നു. ഇന്ത്യയിലേക്ക് വരുന്നതിനു മുമ്പായി അദ്ദേഹം സത്യജിത്ത് റായിയുടെ അപുത്രയത്തിലെ രണ്ടു സിനിമകൾ കാണുന്നുണ്ട്. അത് കണ്ടാണ് അദ്ദേഹം കൽക്കത്തയിൽ എത്തുന്നത്.

ഇവിടെ വന്ന് ബംഗാളി പഠിച്ചതിനു ശേഷം മാത്രമേ സത്യജിത്ത് റായിയേ കാണൂ എന്ന് അദ്ദേഹം തീരുമാനിച്ചു. അങ്ങനെ ബംഗാളി പഠിക്കുകയും റായിയുടെ അതുവരെ ഉണ്ടായ എല്ലാ സിനിമകളും ബംഗാളി ഭാഷയിൽ കാണുകയും ചെയ്തതിനുശേഷമാണ് അദ്ദേഹം സത്യജിത്ത് റായിയെ സന്ദർശിക്കുന്നത്. പിൽക്കാലത്ത് അദ്ദേഹം റായിയുമായി അടുത്ത ബന്ധം പുലർത്തുകയും പുസ്തകങ്ങളൊക്കെ എഴുതുകയും ചെയ്യുന്നുണ്ട്. അദ്ദേഹം സിനിമയെക്കുറിച്ച് പഠിക്കാൻ ഉണ്ടാക്കിയ സ്ഥാപനമാണ് ചിത്രബാണി. അദ്ദേഹം എനിക്ക് അവിടുത്തെ ലൈബ്രറി പൂർണ്ണമായും ഉപയോഗിക്കാനായി വിട്ടുനൽകി. സിനിമയെ സംബന്ധിക്കുന്ന പ്രധാനപുസ്തകങ്ങൾ എല്ലാം ഉള്ള ഒരു ലൈബ്രറിയായിരുന്നു അത്. ബ്രസ്സൺ, ഗൊദാർദ്, ബർഗ്മാൻ, ഫെല്ലിനി തുടങ്ങിയവർ സിനിമയെ കുറിച്ച് എഴുതിയ മഹത്തായ ഗ്രന്ഥങ്ങളും അവരുടെയൊക്കെ തിരക്കഥകളും അവിടെ ഉണ്ടായിരുന്നു. ഫോട്ടോകോപ്പി എടുക്കുവാൻ സൗകര്യം ഇല്ലാതിരുന്നതുകൊണ്ട് അവിടെ ഇരുന്ന് പ്രസക്തമായ കാര്യങ്ങളെല്ലാം ഞാൻ പകർത്തുമായിരുന്നു. ഈ അനുഭവങ്ങൾ ഒക്കെയാണ് സിനിമയെ ആഴത്തിൽ മനസ്സിലാക്കാൻ എനിക്ക് അവസരം ഉണ്ടാക്കിയത്.

ഫിലിം സൊസൈറ്റിയുമായുള്ള ബന്ധമാണ് ലോകസിനിമകളിലേക്കുള്ള പ്രവേശനം സാധ്യമാക്കിയത് എന്ന് പറഞ്ഞല്ലോ. ആ ബന്ധം പിന്നീടും തുടരുന്നുണ്ടോ?

പയ്യന്നൂരിലുള്ള ഫിലിം സൊസൈറ്റി മാത്രമല്ല കേരളത്തിൽ അങ്ങോളമിങ്ങോളമുള്ള ഫിലിം സൊസൈറ്റികളുമായും അക്കാലത്ത് നല്ല ബന്ധം ഉണ്ടായിരുന്നു. എല്ലാ ഫിലിം സൊസൈറ്റികളും തമ്മിൽ ഒരു സഹോദര്യം ഉണ്ടായിരുന്നു എന്നു പറയാം. കേരളത്തിലെ ഏതു ഫിലിം സൊസൈറ്റി യിലേക്കും ഒരു ഫിലിം സൊസൈറ്റി പ്രവർത്തകന് കടന്നുചെല്ലാമായിരുന്നു. അങ്ങനെ സിനിമകൾ കാണുന്നതിനുവേണ്ടി ഒട്ടേറെ ഫിലിം സൊസൈറ്റികളിലേക്ക് പോകുന്നുണ്ട്. പലയിടത്തും സിനിമയെ കുറിച്ച് സംസാരിക്കുന്നുണ്ട്. കാസർഗോഡ് മുതൽ തിരുവനന്തപുരം വരെ ഇങ്ങനെ ഫിലിം സൊസൈറ്റികളിലൂടെ ഒരു യാത്രയും സമാന്തരമായി ഉണ്ടായിരുന്നു. കൽക്കത്തയിലും ഒട്ടേറെ ഫിലിം സൊസൈറ്റികളിൽ എനിക്ക് ചെല്ലാൻ കഴിഞ്ഞത് കേരളത്തിലെ ഒരു ഫിലിം സൊസൈറ്റി പ്രവർത്തകനാണ് എന്നതുകൊണ്ടാണ്.

നേരത്തെ ഇന്ത്യയിലെ മുംബൈ ഹൈദരാബാദ് ബംഗളൂരു ചെന്നൈ തുടങ്ങിയ വ്യത്യസ്ത നഗരങ്ങളിൽ ഇഫി നടന്നിരുന്നല്ലോ. വ്യത്യസ്തപ്രദേശങ്ങളിൽ ഇഫി നടക്കുന്നത് ഇന്ത്യയുടെ വൈവിധ്യത്തെ കൂടി മനസ്സിലാക്കാൻ ഉള്ള ഒരു ഉപാധിയായി മാറില്ലേ?

എന്താണ് സിവിയുടെ അഭിപ്രായം?

യാത്രകൾ ഇഷ്ടപ്പെടുന്ന ഒരാളെ സംബന്ധിച്ചിടത്തോളം ആദ്യത്തെ രീതിയായിരുന്നു നല്ലത്. വ്യത്യസ്ത സ്ഥലങ്ങൾ, നഗരങ്ങൾ എന്നിവയുമായുള്ള ബന്ധം സ്ഥാപിക്കാൻ ഈ ചലച്ചിത്രോത്സവങ്ങളിലേക്കുള്ള യാത്രകൾ സഹായിച്ചിട്ടുണ്ട്. വ്യത്യസ്ത നഗരങ്ങളിലെ ഭക്ഷണരീതി, ആളുകളുടെ സംസ്കാരം ഇതെല്ലാം നമ്മളെ അക്കാലത്ത് ചലച്ചിത്രോത്സവങ്ങളിലേക്ക് ആകർഷിക്കുന്ന ഘടകങ്ങൾ ആയിരുന്നു. എനിക്ക് തോന്നുന്നത് ഞാൻ പല ഇന്ത്യൻ നഗരങ്ങളിലേക്കും പോയിട്ടുള്ളത് അവിടെ ഫിലിം ഫെസ്റ്റിവലുകൾ നടന്നതുകൊണ്ട് മാത്രമാണ്. പലയിടത്തും പോകാതിരുന്നത് അവിടെ ഫെസ്റ്റിവലുകൾ നടക്കാത്തത് കൊണ്ടുമാണ്.

കഴിഞ്ഞ ഇരുപത് വർഷമായി ഗോവയിലാണ് ചലച്ചിത്ര മേള നടക്കുന്നത്. അതുകൊണ്ട് വളരെ പരിചിതമായ ഒരു സ്ഥലമായി മാറി ഗോവ. ഗോവയിൽ നല്ല രീതിയിലാണ് മേള സംഘടിപ്പിക്കപ്പെടുന്നത്. നല്ല തയ്യാറെടുപ്പുകൾ, നല്ല തിയറ്ററുകൾ ഇതെല്ലാം ഗോവയുടെ സവിശേഷതകളാണ്. ആൾക്കാരുടെ പെരുമാറ്റവും ഗോവയിൽ നല്ലതാണ്. പക്ഷേ സിനിമകൾ തേടി ദൂരദിക്കുകളിലേക്കുള്ള യാത്രയുടെ നഷ്ടം നികത്താനാകാത്തതാണ്.

ഇന്ത്യയുടെ അന്താരാഷ്ട്ര ചലച്ചിത്രമേളകളിൽ അന്നും ഇന്നും വളരെ പ്രധാനപ്പെട്ട ഒരു വിഭാഗമാണല്ലോ ഇന്ത്യൻ പനോരമ. ആദ്യകാലത്തെ ഇന്ത്യൻ പനോരമ ചിത്രങ്ങളും ഇന്ന് ഇന്ത്യൻ പനോരമയിലേക്ക് തിരഞ്ഞെടുക്കപ്പെടുന്ന ചിത്രങ്ങളും തമ്മിലുള്ള വ്യത്യാസം എന്താണ് അവരുടെ തെരഞ്ഞെടുപ്പുകളുടെ സ്വഭാവത്തിൽ വല്ല മാറ്റവും സംഭവിച്ചിട്ടുണ്ടോ?

ഇന്ത്യയുടെ ആദ്യ ചലച്ചിത്രമേള തൊട്ടുതന്നെ ഇന്ത്യൻ സിനിമകൾക്ക് വലിയ പ്രാധാന്യവും നൽകിയിട്ടുണ്ട്. ആദ്യകാലത്ത് ഇന്ത്യൻ പനോരമയിലേക്ക് തെരഞ്ഞെടുക്കപ്പെടുന്ന സിനിമകൾ വളരെ കർശനമായ ഗുണപരിശോധന നടത്തിയിട്ടാണ് തെരഞ്ഞെടുക്കപ്പെട്ടിട്ടുള്ളത്. സമാന്തര സിനിമകൾ മാത്രമായിരുന്നു ആദ്യകാലത്ത് ഇന്ത്യൻ പനോരമയിൽ പരിഗണിക്കപ്പെട്ടിരുന്നത്. ഗൗരവമുള്ള പ്രമേയങ്ങൾ ഉള്ള സിനിമകളാണ് തെരഞ്ഞെടുക്കപ്പെടുക. അതുകൊണ്ടുതന്നെ ഇന്ത്യയിൽ ഓരോ വർഷവും നിർമ്മിക്കപ്പെടുന്ന പ്രധാനപ്പെട്ട സിനിമകൾ ഇന്ത്യൻ പനോരമയിൽ ഉണ്ടാകുമായിരുന്നു. ഗിരീഷ് കാസറവള്ളി, ബി വി കാറന്ത്, സത്യജിത് റായി, മൃണാൾസെൻ, കുമാർസാഹ്നി, മണി കൗൾ തുടങ്ങിയവരുടെ പുതിയ സിനിമകൾ കാണാനുള്ള അവസരമായിരുന്നു അത്. ഒരിക്കലും മെയിൻസ്ട്രീം

സിനിമകൾ അതിൽ കടന്നു വന്നിട്ടില്ല. വളരെ പിൽക്കാലത്താണ് ഹിന്ദിയിൽ മറ്റും വലിയ പ്രദർശന വിജയം നേടിയ സിനിമകൾ ഇന്ത്യൻ പനോരമയിലേക്ക് കടന്നുവരുന്നത്. ഇപ്പോൾ ഇന്ത്യൻ പനോരമയിലേക്ക് തെരഞ്ഞെടുക്കപ്പെടുന്നതിനുള്ള മാനദണ്ഡങ്ങൾ ആകെ മാറുകയാണ്. അതിനുള്ള പ്രധാനപ്പെട്ട ഒരു കാരണം, നമ്മുടെ ദേശീയ ടെലിവിഷൻ ചാനലായ ദൂരദർശൻ ഇന്ത്യൻ പനോരമയിൽ വരുന്ന സിനിമകൾ സംപ്രേഷണം ചെയ്യുന്നതുമായി ബന്ധപ്പെട്ടായിരുന്നു. അക്കാലത്ത് അതിന് വലിയൊരു തുക പ്രതിഫലമായി ചലച്ചിത്രകാരന്മാർക്ക് നൽകിയിരുന്നു. അത് ലഭിക്കുന്നതിനുവേണ്ടിയുള്ള മത്സരമാണ് ഇന്ത്യൻ പനോരമയുടെ നിലവാരത്തകർച്ചയുടെ അടിസ്ഥാനകാരണം. പലതരത്തിലുള്ള ദുസ്സ്വാധീനങ്ങൾ വഴി പനോരമയിലേക്ക് എത്തുകയും ടെലിവിഷൻ സംപ്രേഷണത്തിനുള്ള വഴി ചുളുവിൽ കൈവശപ്പെടുത്തുകയും ചെയ്യാനുള്ള മുഖ്യധാരയുടെ ശ്രമം അതിന്റെ നിലവാരം തകർത്തു.

1980 മുമ്പുതന്നെ സി വി സിനിമയെക്കുറിച്ച് ഗൗരവപൂർവ്വം സംസാരിക്കുകയും എഴുതുകയും ചെയ്തിട്ടുണ്ട്. 82 മുതൽ തുടർച്ചയായി ഇന്ത്യയുടെ അന്താരാഷ്ട്ര ചലച്ചിത്രോത്സവത്തിൽ പങ്കെടുക്കുന്നു. അക്കാലംതൊട്ടുതന്നെ സിനിമയെക്കുറിച്ച് ദേശാഭിമാനി പത്രത്തിലും ആഴ്ചപ്പതിപ്പിലും പതിപ്പുകളിലും എഴുതുന്നു. എന്നിട്ടും മലയാള സിനിമയുടെ നിരൂപണചരിത്രം പറയുമ്പോൾ ഒരു ചലച്ചിത്ര നിരൂപകൻ എന്ന നിലയിൽ സി വി ബാലകൃഷ്ണൻ പലപ്പോഴും പരാമർശിക്കപ്പെടുന്നില്ല. അത് എന്തുകൊണ്ടായിരിക്കാം?

ദേശാഭിമാനിയിൽ മാത്രമല്ല ഞാൻ സിനിമയെ സംബന്ധിച്ച് എഴുതിയിട്ടുള്ളത്. മാതൃഭൂമി ആഴ്ചപ്പതിപ്പിലും വാരാന്തപ്പതിപ്പിലും ദൃശ്യകല മാസികയിലും അക്കാലത്ത് തന്നെ എഴുതുന്നുണ്ട്. ഇന്ന് ചലച്ചിത്രനിരൂപണരംഗത്തുള്ള പലരും അന്ന് ഉണ്ടായിരുന്നില്ല എന്നാണ് എനിക്ക് തോന്നുന്നത്. അല്ലെങ്കിൽ 82 മുതൽ തന്നെ ഇത്തരത്തിൽ ഇടപെട്ടത് അവരുടെ ശ്രദ്ധയിൽ പെട്ടിരിക്കാൻ ഇടയില്ല. മറ്റൊരു സവിശേഷത സിനിമയെ സംബന്ധിക്കുന്ന കേരള ചലച്ചിത്ര അക്കാദമിയുടെ ഏറ്റവും മികച്ച പുസ്തകത്തിനുള്ള പുരസ്കാരം ലഭിച്ച ആളാണ് ഞാൻ എന്നതാണ്. സിനിമയുടെ ഇടങ്ങൾ എന്ന ആ പുസ്തകം തന്നെ പലരും ഓർക്കാറില്ല. എനിക്ക് തോന്നുന്നത് നോവലും കഥയും പ്രധാനമായും എഴുതുന്ന മറ്റൊരാൾക്കും മികച്ച ചലച്ചിത്ര കൃതിക്കുള്ള പുരസ്കാരം ലഭിച്ചിട്ടില്ല എന്നാണ്.

ദേശാഭിമാനിയിൽ അക്കാലത്ത് ഈ അന്താരാഷ്ട്ര ചലച്ചിത്രോത്സവ റിപ്പോർട്ടുകൾ വളരെ പ്രാധാന്യത്തോടെ ഒന്നാം പേജിൽ

പ്രസിദ്ധീകരിക്കുകയുണ്ടായി എന്നു പറഞ്ഞല്ലോ. എങ്ങനെയായിരുന്നു വായനക്കാരിൽ നിന്നും അതിന് ഉണ്ടായിട്ടുള്ള പ്രതികരണം? ആ റിപ്പോർട്ടുകൾ നന്നായി വായിക്കപ്പെട്ടതായി തോന്നിയിട്ടുണ്ടോ?

ദേശാഭിമാനിയിൽ വന്ന റിപ്പോർട്ടുകൾ ആളുകളെ നന്നായി സ്വാധീനിച്ചിട്ടുണ്ടായിരുന്നു. നല്ല രീതിയിൽ അവ വായിക്കപ്പെട്ടു. കാരണം അന്ന് കേരളത്തിൽ ഫിലിം സൊസൈറ്റി മൂവ്മെന്റ് വളരെ സജീവം ആയിരുന്നല്ലോ. ഒരുപാട് ഫിലിം സൊസൈറ്റികൾ കേരളത്തിൽ പ്രവർത്തിക്കുന്നു, ഒരുപാട് സിനിമകൾ പ്രദർശിപ്പിക്കുന്നു. അവരൊക്കെ അത് വളരെ താല്പര്യത്തോടെ കൂടിയാണ് കണ്ടിരുന്നത്. പലരും എന്നോട് വളരെ മതിപ്പോടുകൂടി ആ റിപ്പോർട്ടുകളെക്കുറിച്ച് സംസാരിച്ചിട്ടുണ്ട്. അക്കാലത്ത് മുൻപേജിൽ എന്റെ പേര് വെച്ച് ഇത്തരം റിപ്പോർട്ടുകൾ വരുന്നതുകണ്ട്, ഞാൻ ദേശാഭിമാനിയിലെ സ്റ്റാഫ് റിപ്പോർട്ടർ ആണ് എന്ന് വിചാരിച്ചവരും ഉണ്ട്. സഖാവ് ഇ എം എസ് ഒരിക്കൽ 'അപ്പോൾ നിങ്ങൾ ദേശാഭിമാനിയിൽ അല്ലേ ജോലി ചെയ്യുന്നത്? നിങ്ങളുടെ പേര് വെച്ച് റിപ്പോർട്ടുകൾ ദേശാഭിമാനിയിൽ എപ്പോഴും കാണാമല്ലോ' എന്ന് ആശ്ചര്യത്തോടെ, ഒരിക്കൽ ഡൽഹിയിൽ വച്ച് കണ്ടപ്പോൾ ചോദിക്കുകയുണ്ടായിട്ടുണ്ട്.

ഗൗരവപൂർവ്വം ചലച്ചിത്രമേളകളിൽ പങ്കെടുക്കുകയും അതു റിപ്പോർട്ട് ചെയ്യുകയും ചെയ്യുന്നതിനു മുമ്പ് തന്നെ ഒരു നോവലിസ്റ്റ് എന്ന നിലയിലും കഥാകൃത്ത് എന്ന നിലയിലും സി വി ബാലകൃഷ്ണൻ മലയാളത്തിൽ പേരെടുക്കുന്നുണ്ട്. എന്നിട്ടും എങ്ങനെയാണ് പത്രത്തിലേക്ക് സിനിമകൾ റിപ്പോർട്ട് ചെയ്യുന്ന ഒരാളായി പ്രവർത്തിക്കാൻ സി വി തയ്യാറായത്?

പത്രപ്രവർത്തനത്തെ ഒരു തൊഴിൽ എന്ന നിലയിലല്ല ഞാൻ നോക്കിക്കണ്ടിരുന്നത്. എനിക്ക് അതിനോട് വല്ലാത്തൊരു ആഭിമുഖ്യം ഉണ്ടായിരുന്നു. വളരെ കഠിനമായ അധ്വാനം ആ എഴുത്തുകൾക്ക് പുറകിൽ ഉണ്ടെങ്കിലും എനിക്കത് വലിയ സന്തോഷം നൽകിയിരുന്നു. ആ സമയത്ത് ഞാൻ കഥകളോ നോവലുകളോ ഒന്നും എഴുതുകയും ചെയ്യാറില്ല. പല എഴുത്തുകാരും എന്നെ ഇക്കാര്യത്തിൽ കടുത്തരീതിയിൽ കുറ്റപ്പെടുത്തിയിട്ടുപോലും ഉണ്ട്, ഈ റിപ്പോർട്ടിംഗ് സർഗ്ഗാത്മക സാഹിത്യത്തിന് ഗുണം ചെയ്യില്ല എന്ന്. ഞാൻ ഒരിക്കലും അങ്ങനെ വിചാരിച്ചിരുന്നില്ല. ഞാൻ ഏറ്റവും ഇഷ്ടപ്പെടുന്ന രണ്ടു എഴുത്തുകാർ ഇത്തരത്തിൽ ജേണലിസ്റ്റിക് എഴുത്തുകൾ ധാരാളമായി എഴുതിയിട്ടുള്ളവരായിരുന്നു. ഹെമിംഗ്‌വേയും ഗബ്രിയേൽ ഗാർഷ്യ മാർക്കേസും. ഇവർ രണ്ടുപേരും പറഞ്ഞിട്ടുള്ളത് ഒന്ന് മറ്റൊന്നിനെ സഹായിക്കും എന്നാണ്. വസ്തുതകളിലേക്ക് കൂടുതൽ ചെന്നത്താൻ

പത്രപ്രവർത്തനം നമ്മെ സഹായിക്കും. അതുകൊണ്ടുതന്നെ ഇത്തരം റിപ്പോർട്ടുകൾ എഴുതുന്നതിൽ എനിക്ക് ഒട്ടും അപകർഷത തോന്നിയിട്ടില്ല.

ഇന്ത്യയിലെ മറ്റ് പല നഗരങ്ങളെയും അപേക്ഷിച്ച് യാതൊരു ചലച്ചിത്രപാരമ്പര്യവും അവകാശപ്പെടാൻ ഇല്ലാത്ത സ്ഥലം ആണല്ലോ ഗോവ. ഉദാഹരണത്തിന് കൽക്കത്ത, തിരുവനന്തപുരം, മുംബൈ തുടങ്ങിയ സ്ഥലങ്ങൾ. എന്തുകൊണ്ടായിരിക്കും ഗോവ ഒരു ചലച്ചിത്രോത്സവത്തിനുള്ള സ്ഥിരം വേദി ആയത്? ഗോവ ആണോ ഇന്ത്യയുടെ അന്താരാഷ്ട്ര ചലച്ചിത്രോത്സവത്തിന് ഏറ്റവും ഉചിതമായ വേദി?

തീർച്ചയായും ഗോവയ്ക്ക് ഒരു ചലച്ചിത്രസംസ്കാരം ഇല്ല എന്ന് തന്നെ പറയാം. ഗോവയുടെ ചലച്ചിത്ര സംസ്കാരം എന്നു പറയുന്നത് ബോളിവുഡിനെ പിൻപറ്റുന്ന ഒന്നാണ്. അതിന്റെ ഒരനുബന്ധം പോലെയാണ് അവിടുത്തെ ജീവിതവും സിനിമയും. അതുപോലെ പഴയ കാലം മുതലേ ബോളിവുഡ് സിനിമകളും ഗോവയുമായി വളരെ ബന്ധപ്പെട്ടാണിരിക്കുന്നത്. ബോംബെ റ്റു ഗോവ തുടങ്ങിയ സിനിമകൾ അങ്ങിനെ ഉണ്ടാകുന്നതാണ്. പല ബോളിവുഡ് സിനിമകളുടെയും ചിത്രീകരണം ഗോവയിൽ വെച്ചാണ് നടക്കാറുള്ളത്. അതുകൊണ്ടുതന്നെ ഗോവക്കാരെ സംബന്ധിച്ചിടത്തോളം ഹിന്ദി സിനിമയാണ് അവരുടെ മാതൃഭാഷാസിനിമ. ഗോവയുടെ മാതൃഭാഷയായ കൊങ്ങിണിയിൽ വളരെ പരിമിതമായ ചിത്രങ്ങൾ മാത്രമേ ഉണ്ടായിട്ടുള്ളൂ. അതുകൊണ്ടുതന്നെ ഗോവയ്ക്ക് സ്വന്തമായി ഒരു ചലച്ചിത്ര സംസ്കാരം ഉണ്ട് എന്ന് നമുക്ക് പറയാൻ കഴിയില്ല.

പക്ഷേ ആ സ്ഥലം ഇത്തരമൊരു ചലച്ചിത്രോത്സവം നടത്താൻ മറ്റു പലതുകൊണ്ടും അനുയോജ്യമായിരുന്നു. മനോഹർ പരീക്കർ മുഖ്യമന്ത്രിയായിരുന്ന കാലത്താണ് ഗോവ സ്ഥിരം വേദിയാകുന്നത്. അദ്ദേഹം അവിടുത്തെ പഴയ മെഡിക്കൽ കോളേജിന്റെ സ്ഥലമായ മെക്കനാസ് പാലസ് തീയേറ്ററുകൾ ആയി മാറ്റുകയും തൊട്ടടുത്തുതന്നെ ഐനോക്സ് എന്ന പേരിൽ നാല് തിയേറ്ററുകൾ നിർമിക്കുകയും ചെയ്തു. കലാ അക്കാദമി അതിനായി ഒരുക്കി എടുത്തു. ഇതിന്റെ ഫലമായി മുമ്പ് മറ്റെവിടെയും ഇല്ലാത്ത രീതിയിലുള്ള മനോഹരമായ പ്രൊജക്ഷൻ സിനിമകൾക്ക് ഗോവയിൽ സാധ്യമായി. മുമ്പ് വലിയ നഗരങ്ങളിലെ തന്നെ പല തീയേറ്ററുകളുടെയും അവസ്ഥ വളരെ മോശമായിരുന്നു. മാത്രമല്ല മറ്റു സ്ഥലങ്ങളെ അപേക്ഷിച്ച് ഗോവ വളരെ ശാന്തമായ സ്ഥലമാണ്. ഇരമ്പുന്ന ജീവിതമല്ല ഗോവയിലേത്. അവിടെയുള്ള മറ്റു ആളുകൾ, അതായത് സാധാരണ ഗോവക്കാർ അവർ

ഒരുതരത്തിലും ഈ മേളകളിൽ ഇടപെടാറില്ല.

ഗോവയിൽ എത്തിയതോടുകൂടി ഈ ചലച്ചിത്രമേളയുടെ സ്വഭാവത്തിൽ വല്ല മാറ്റവും വന്നിട്ടുണ്ടോ?

തീർച്ചയായും. ഗോവയിൽ എത്തിയതോടുകൂടി ചലച്ചിത്രമേളയുടെ സ്വഭാവത്തിൽ മാറ്റങ്ങൾ ഉണ്ടായിട്ടുണ്ട്. അത് സ്വാഭാവികമായും ഗോവയുടെ ഒരു അന്തരീക്ഷവുമായി ബന്ധപ്പെട്ടാണ്. ഗോവയിലെ ഏറ്റവും വലിയ ആഘോഷം കാർണിവൽ ആണ്. ആ കാർണിവൽ സംസ്കാരം ചലച്ചിത്രമേളയിലും പ്രതിഫലിച്ചിട്ടുണ്ട്. അതുകൊണ്ടുതന്നെ ഗൗരവമുള്ള ഒരു ചലച്ചിത്ര അഭിനേതാവിന് പകരം അവിടെ ഹിന്ദി സിനിമയിലെ ഒരു താരത്തിനാണ് പ്രാമുഖ്യം ലഭിക്കുക. ഉദാഹരണത്തിന് സൗമിത്ര ചാറ്റർജി ഗോവയിൽ ഒരിക്കൽ വന്നിരുന്നു. അദ്ദേഹത്തിന്റെ പത്രസമ്മേളനത്തിൽ ഞാൻ പങ്കെടുത്തിട്ടുണ്ട്. വിരലിലെണ്ണാവുന്ന ആളുകളാണ് അദ്ദേഹത്തെ കാണാനായി എത്തിയത്. ഇന്ത്യയിലെ ഏറ്റവും പ്രമുഖ നടനാണ് സൗമിത്ര ചാറ്റർജി. സത്യജിത്ത് റായിയുടെ പതിനാലോളം സിനിമകളിലെ നായകനായിരുന്നു അദ്ദേഹം. ഇന്ത്യൻ സിനിമയിലെ ഏറ്റവും പ്രധാനപ്പെട്ട ഒരാളായ അദ്ദേഹം വന്നിട്ടും ഗോവയിൽ ആരും അറിഞ്ഞില്ല. എന്നാൽ ഷാരുഖ്ഖാൻ വരുമ്പോൾ അവിടെ വലിയ ചലനം ഉണ്ടാവും. അതുപോലെ ലൂയി ബുനുവലിന്റെയും ത്രൂഫോയുടെയും ഒക്കെ സിനിമയിൽ അഭിനയിച്ച, ലോകം കണ്ട മികച്ച നടിമാരിൽ ഒരാളായ കാതറിൻ ഡിന്യൂ വന്നതും പോയതും ആരും ഗോവയിൽ അറിഞ്ഞിട്ടില്ല. അതേസമയം ബിപാഷ ബസു വന്നപ്പോൾ അതോടെ വലിയ ഓളമാണ് ഉണ്ടായത്. അങ്ങനെ ആലോചിച്ചാൽ മേളയുടെ സ്വഭാവത്തിൽ മാറ്റമുണ്ടായിട്ടുണ്ട് എന്ന് കാണാം. അത് കുറേക്കൂടി മലിനമായിട്ടുണ്ട്.

അതുപോലെ പഴയകാലത്ത് കർശനമായ ഗുണ പരിശോധനക്ക് ശേഷമാണ് സിനിമകൾ മേളകളിലേക്ക് തെരഞ്ഞെടുക്കപ്പെടുന്നത്. എന്നാൽ ഇപ്പോൾ സിനിമകൾ തെരഞ്ഞെടുക്കാനുള്ള കമ്മറ്റികൾ നിശ്ചയിക്കുന്നത് വളരെ ബാലിശമായിട്ടാണ്. പുതിയ സിനിമകളുമായോ അതിന്റെ ചരിത്രവുമായോ ഒന്നും ഒരു ബന്ധവും ഇല്ലാത്ത ആളുകളാണ് ഇത്തരം കമ്മിറ്റികളിൽ കയറിക്കൂടുന്നത്. സിനിമ നിർമ്മാതാക്കളും മറ്റുമാണ് അത്തരം സ്ഥാനങ്ങളിൽ ഇരിക്കുന്നത്. ഒരുകാലത്തും നല്ല സിനിമ ചെയ്തിട്ടില്ലാത്ത, നല്ല സിനിമയുടെ ഭാഗമായിട്ടില്ലാത്ത, നല്ല സിനിമയെ കുറിച്ച് അറിയുകപോലും ചെയ്യാത്ത ആളുകൾ ഇത്തരം സ്ഥാനങ്ങളിൽ വരുമ്പോൾ സ്വാഭാവികമായും അവർക്ക് അവരുടേതായ താൽപര്യങ്ങൾ ഉണ്ടാകും. പ്രത്യേകിച്ചും ഇന്ത്യൻ പനോരമ പോലുള്ള

വിഭാഗങ്ങളിലെ തെരഞ്ഞെടുപ്പുകൾ ഇത്തരം താൽപര്യങ്ങളുടെ പുറത്താകുമ്പോൾ അത് പുതിയ ചലച്ചിത്ര പ്രതിഭകളെ തിരസ്കരിക്കുന്ന ഒരു അവസ്ഥകൂടി ഉണ്ടാക്കും.

ഗോവയിൽ ചലച്ചിത്രോത്സവം എത്തിയതിനുശേഷം മലയാളികളായ പ്രേക്ഷകരുടെ എണ്ണം വല്ലാതെ കൂടിയിട്ടുണ്ട്. ഇത് വർധിച്ചു വരികയും അതിലുള്ള സ്പർദ്ധകാരണം കഴിഞ്ഞവർഷം മലയാളികളോട് ചില വിവേചനങ്ങൾ ഉള്ളതായും വാർത്തകൾ ഉണ്ടായിരുന്നു. എന്തായിരുന്നു അതിന്റെ വാസ്തവം?

ഗോവ ഫെസ്റ്റിവലിൽ ആദ്യകാലത്ത് മലയാളികളുടെ എണ്ണം വളരെ കുറവായിരുന്നു. പിന്നീട് വർഷംതോറും അത് കൂടി വരികയുണ്ടായി. തിരുവനന്തപുരത്തെ കേരള അന്താരാഷ്ട്ര ചലച്ചിത്രോത്സവത്തിലെ തിരക്കും അച്ചടക്കമില്ലായ്മയും കാരണം കുറേക്കൂടി ഗൗരവമുള്ള ചലച്ചിത്ര പ്രേക്ഷകർ ഗോവയിലേക്ക് വരുന്ന അവസ്ഥ ഉണ്ടായി. ഗോവയുടെ കാർണിവൽ സംസ്കാരവും ചിലപ്പോൾ പ്രേക്ഷക പങ്കാളിത്തം വർധിച്ചതിന് കാരണമായിട്ടുണ്ടാകാം. പലപ്പോഴും നിലവാരമില്ലാത്ത പ്രേക്ഷകരും ഈ വർധിപ്പിച്ചതിൽ ഉണ്ടാകും. അങ്ങനെയുള്ള ആളുകളിൽനിന്ന് ഉണ്ടായ ചെറിയ ചില അനിഷ്ടസംഭവങ്ങൾ ആണ് കഴിഞ്ഞവർഷത്തെ പ്രശ്നങ്ങൾക്ക് കാരണമായത്. അവിടുത്തെ ഒരു മന്ത്രിക്ക് എതിരായി മുദ്രാവാക്യം വിളിക്കുകയും പിന്നീട് മലയാളികൾക്കെതിരായ ഒരു പ്രസ്താവനയായി അത് മാറുകയും ചെയ്തിട്ടുണ്ടായിരുന്നു. മലയാളികൾക്ക് എതിരായുള്ള വിവേചനം ആയി അതിനെ കാണാൻ കഴിയില്ല. ഞാൻ എത്രയോ വർഷങ്ങളായി ഗോവയിൽ പോകുന്ന ആളാണ്. വളരെ മാന്യമായ പെരുമാറ്റം ആണ് എല്ലാതവണയും അവരിൽ നിന്നും ലഭിച്ചിട്ടുള്ളത്.

കൽക്കത്തയിലും ഡൽഹിയിലും എല്ലാം ചലച്ചിത്രമേളകൾ നടക്കുന്ന കാലത്തെ പ്രേക്ഷകരും പുതിയ കാലത്തെ ചലച്ചിത്ര പ്രേക്ഷകരും തമ്മിൽ എന്തെങ്കിലും തരത്തിലുള്ള വ്യത്യാസം ഉള്ളതായി സി വി ക്ക് അനുഭവപ്പെട്ടിട്ടുണ്ടോ?

പൊതുവിൽ കൽക്കത്തയിലെ ചലച്ചിത്ര പ്രേക്ഷകരെ വളരെ മതിപ്പോടുകൂടിയാണ് എല്ലാവരും പറയാറുള്ളത്. 82 ലെ ചലച്ചിത്രമേളയിൽ ഗോദാർദിന്റെ 20 ചിത്രങ്ങൾ മേളയിൽ പ്രദർശിപ്പിച്ചിരുന്നു. നമുക്കറിയാം ഗോദാർദിന്റെ ചിത്രങ്ങൾ പൊതുവേ ആളുകൾക്ക് മനസ്സിലാക്കാൻ പ്രയാസമുള്ളതും ബൗദ്ധികത ഏറിനിൽക്കുന്നതുമായ സിനിമകളാണ്. സാധാരണ പ്രേക്ഷകർക്ക് ആസ്വദിക്കാവുന്ന ഒന്നും അവയിൽ ഉണ്ടാകില്ല. ഫിലിമിൽ എഴുതപ്പെട്ട പ്രബന്ധങ്ങളാണ് ഗോദാർദിന്റെ ചിത്രങ്ങൾ. വളരെ സാങ്കേതികമായ

വായനയാണ് യഥാർത്ഥത്തിൽ ആ സിനിമകൾ ആവശ്യപ്പെടുന്നത്. രാഷ്ട്രീയവും സാമൂഹിക സമസ്യകളും ആഴത്തിൽ വിശകലനം ചെയ്യുന്ന ചിത്രങ്ങളാണ് അവ. ആ സിനിമകളുടെ റിട്രോസ്പെക്ടീവ് നടക്കുമ്പോൾ, ടിക്കറ്റ് വിതരണം ആരംഭിച്ച ദിവസം, അതും ഡിസംബറിലെ അത്യന്തം തണുപ്പുള്ള ഒരു പുലർച്ചെ, നീണ്ട വലിയ ക്യൂ ആയിരുന്നു ആ ടിക്കറ്റ് കരസ്ഥമാക്കാൻ. ഇക്കാര്യം പിന്നീട് സത്യജിത് റായി ഗോദാർദിനോട് പറഞ്ഞപ്പോൾ അദ്ദേഹം അമ്പരന്നു പോയതായി റായ് പറഞ്ഞിട്ടുണ്ട്. കാരണം ഡിസംബറിലെ ഇത്രയും തണുപ്പുള്ള ഒരു പുലർകാലത്ത് പ്രേക്ഷകർ തന്റെ സിനിമക്കുവേണ്ടി ടിക്കറ്റ് എടുക്കാൻ ക്യൂ നിൽക്കുന്നത് ഗോദാർദിന് ചിന്തിക്കാൻ പോലും കഴിയാത്ത കാര്യമാണ്.

പുതിയകാലത്ത് പ്രേക്ഷകർക്ക് ഇത്തരത്തിൽ പഴയ സിനിമകളോട് താല്പര്യം ഇല്ലാതായിട്ടുണ്ട്. പലപ്പോഴും റിട്രോസ്പെക്റ്റീവുകൾക്ക് പ്രേക്ഷകർ തീർത്തും കുറയുന്നു. പുതിയ സിനിമ കാണുകയാണ് പ്രേക്ഷകർക്ക് കൂടുതൽ താല്പര്യം. അതുപോലെ ലൈംഗികതയുടെ അതിപ്രസരമുള്ള സിനിമകൾക്ക് പ്രേക്ഷകർ കൂടുതലായി ഉണ്ടാകുന്നു.

ലോക സിനിമയിൽ തന്നെ പഴയ പ്രസ്ഥാനങ്ങളിൽ നിന്നും സങ്കൽപ്പങ്ങളിൽ നിന്നും വ്യത്യസ്തമായ സിനിമകൾ പുതിയ കാലത്ത് ഉണ്ടായി വരുന്നുണ്ട്. എന്താണ് പുതിയലോകസിനിമയുടെ ഒരു പൊതുപ്രവണതയായി സി വി നിരീക്ഷിക്കുന്നത്?

ലോകസിനിമ നിരന്തരമായി പുതുക്കപ്പെട്ടുകൊണ്ടിരിക്കുന്നുണ്ട്. പ്രമേയപരമായും ആഖ്യാനപരമായും ഉള്ള നിരവധി പരീക്ഷണങ്ങൾ നടക്കുന്നുണ്ട്. എന്നാലും വളരെ സത്യസന്ധമായി ജീവിതത്തെ നോക്കിക്കാണുന്ന സിനിമകളാണ് പ്രേക്ഷകരെ ഇക്കാലത്തും ആകർഷിക്കുന്നത്. ഉദാഹരണമായി കഴിഞ്ഞവർഷം ഏറ്റവും ശ്രദ്ധ നേടിയ ഒരു സിനിമ ജപ്പാനിൽ നിന്നുള്ള ഷോപ്പ് ലിഫ്റ്റേഴ്സ് ആണ്. അത് വളരെ റിയലിസ്റ്റിക് ആയ ഒരു സിനിമയാണ്. മനുഷ്യന്റെ അതിജീവനത്തിന് വേണ്ടിയല്ല കഠിനമായ ശ്രമങ്ങളാണ് യഥാതഥമായി ആ ചിത്രം ആവിഷ്കരിക്കുന്നത്. സിനിമയെ കുറിച്ചുള്ള അടിസ്ഥാന സങ്കല്പം തന്നെ യാഥാർഥ്യങ്ങളെ ഏറ്റവും തീക്ഷ്ണമായി അവതരിപ്പിക്കുന്ന മാധ്യമമാണ് അത് എന്നാണല്ലോ.

ഇത്രയും ദീർഘമായ ഒരു കാലം ദേശീയ ചലച്ചിത്രോത്സവം പിന്തുടരുന്ന സി വി കഴിഞ്ഞ കുറേ കാലങ്ങളായി കേരള അന്താരാഷ്ട്ര ചലച്ചിത്രോത്സവത്തിൽ പങ്കെടുക്കുന്നില്ല. അത് എന്തുകൊണ്ടാണ്?

ഐ എഫ് എഫ് കെ യിൽ ആദ്യഘട്ടത്തിൽ ഞാൻ സജീവമായി

പങ്കെടുത്തിട്ടുണ്ടായിരുന്നു. പിൽക്കാലത്ത് പലകാരണങ്ങൾ കൊണ്ടും ഐ എഫ് എഫ് കെ ഉപേക്ഷിക്കേണ്ടിവന്നു. തിയേറ്ററുകളിൽനിന്ന് സിനിമ കാണാനുള്ള ബുദ്ധിമുട്ട് തന്നെയാണ് അതിന്റെ പ്രധാനകാരണം. ഒരിക്കൽ അടൂർഗോപാലകൃഷ്ണനും ഞാനും ഒരു സിനിമ പൂർണ്ണമായും നിന്ന് കൊണ്ട് കാണേണ്ടിവന്നു. ഇത്രയും പ്രായമായ, ശാരീരിക ബുദ്ധിമുട്ടുകൾ അനുഭവിക്കുന്ന അടൂരിനെ പോലെ ലോകപ്രശസ്തനായ ഒരു ചലച്ചിത്രസംവിധായകൻ ദീർഘസമയം നിന്നുകൊണ്ട് സിനിമ കാണുമ്പോൾ അടുത്തിരുന്ന ഒരു കുട്ടി പോലും അദ്ദേഹത്തിന് സീറ്റ് ഒഴിഞ്ഞു കൊടുക്കുകയോ ഇരിക്കാനായി അദ്ദേഹത്തോട് പറയുകയോ ചെയ്യുന്നില്ല. ബംഗാളിൽ സത്യജിത് റായി ആണ് തിയേറ്ററിലേക്ക് അങ്ങിനെ വന്നിരുന്നതെങ്കിൽ അവിടെയുള്ള മുഴുവൻ ആളുകളും എഴുന്നേറ്റുനിന്ന് അദ്ദേഹത്തിന് സീറ്റ് കൊടുക്കുമായിരുന്നു. ആ ഒരു ബഹുമാനം നൽകാൻ മലയാളികൾ മറന്നുപോവുന്നു. അതുപോലെ മലയാളി പ്രേക്ഷകർ പ്രായത്തെപ്പോലും പലപ്പോഴും പരിഗണിക്കുന്നില്ല. തിങ്ങിനിറയുന്ന കാണികളും തിരുവനന്തപുരത്ത് സിനിമ കാണുന്നതിൽ വലിയ പ്രയാസം ഉണ്ടാക്കുന്നു. അതുകൊണ്ടുതന്നെ ഒട്ടും അച്ചടക്കമില്ലാത്ത ഒരു പ്രേക്ഷക കൂട്ടവും തിരുവനന്തപുരത്ത് ഉണ്ടായി വന്നിട്ടുണ്ട്. നമ്മുടെ അഭിമാനമായ ചലച്ചിത്ര സംസ്കാരത്തിന് പേരുദോഷം ഉണ്ടാക്കുന്ന പെരുമാറ്റങ്ങൾ ആണ് പുതിയ ചലച്ചിത്ര പ്രേക്ഷകരിൽ നിന്നും ഉണ്ടാകുന്നത്. ഇഷ്ടമില്ലാത്ത സിനിമകൾ പ്രദർശിപ്പിക്കുമ്പോൾ തിയേറ്ററിൽ ആളുകൾ കൂവുന്നു. ഫോൺ ചെയ്യുന്നു, കമന്റ് പറയുന്നു, ബഹളം വെക്കുന്നു. ഇതെല്ലാം തിരുവനന്തപുരം മേളയുടെ നിറം കെടുത്തുന്നുണ്ട്. ചലച്ചിത്രമേളയുടെ പ്രേക്ഷകർ എപ്പോഴും വലിയ അച്ചടക്കം കാണിക്കേണ്ടതാണ്. അത് ഗോവയിൽ ചെന്നാൽ നമുക്ക് മനസ്സിലാകും. അവിടെ ആരും പ്രദർശനത്തിനിടയിൽ സംസാരിക്കില്ല, മൊബൈൽഫോൺ ഉപയോഗിക്കില്ല. നമുക്ക് ഒരു സിനിമ ഇഷ്ടമല്ലെങ്കിൽ അവിടെനിന്ന് മറ്റാർക്കും അലോസരം ഉണ്ടാക്കാതെ എഴുന്നേറ്റ് പോകാൻ ഉള്ള സ്വാതന്ത്ര്യം ഉണ്ട്. അടുത്തുള്ളവരോട് ക്ഷമ പറഞ്ഞ് ആരെയും അലോസരപ്പെടുത്താതെ പോകുന്ന ആളുകൾ ഗോവയിൽ ഉണ്ടാകാറുണ്ട്. നേരെ മറിച്ച് ഇവിടെ സിനിമ ഇഷ്ടപ്പെട്ടില്ലെങ്കിൽ അവിടെത്തന്നെ ഇരുന്ന് കൂവുകയാണ്. സിനിമയുടെ ഗൗരവമുള്ള ഒരു പ്രേക്ഷകൻ എന്ന നിലയിൽ എനിക്ക് അത് ഉൾക്കൊള്ളാൻ കഴിയുന്നില്ല അതുകൊണ്ടാണ് ഐ എഫ് എഫ് കെ എനിക്ക് ഒഴിവാക്കേണ്ടി വന്നത്.

ഇഫിയും ഐ എഫ് എഫ് കെ യും തമ്മിൽ ഉള്ളടക്കത്തിന്റെ കാര്യത്തിൽ ഉള്ള വ്യത്യാസം പക്ഷേ പ്രബലമല്ലേ. ഐ എഫ് എഫ് കെ ഊന്നുന്നത് ആഫ്രിക്കൻ, ലാറ്റിനമേരിക്കൻ സിനിമകളിൽ ആണല്ലോ.

കൂടുതൽ രാഷ്ട്രീയപ്രമേയങ്ങൾ ഉള്ള സിനിമകളാണ് ഐ എഫ് എഫ് കെ യിൽ തെരഞ്ഞെടുത്ത് കാണിക്കുന്നത്. ഈ ഉള്ളടക്കത്തിലെ വ്യത്യാസം സി വി ശ്രദ്ധിച്ചിട്ടില്ലേ?

ഐ എഫ് എഫ് കെയിലെ സിനിമയുടെ തെരഞ്ഞെടുപ്പ് കുറേക്കൂടി രാഷ്ട്രീയ ബോധ്യത്തോടുകൂടി ചെയ്യുന്നതാണ്. ബീനാപോളിനെ പോലെയുള്ള, ഈ മേഖലയിൽ നല്ല അറിവും ബന്ധവും ഉള്ള ആളുകളാണ് ഇതിലെ സിനിമകളുടെ തെരഞ്ഞെടുപ്പ് നടത്തുന്നത്. കേരളത്തിന്റെ രാഷ്ട്രീയ ബോധത്തിന് നിരക്കുന്ന രീതിയിലുള്ള ചലച്ചിത്ര സംവിധായകരുമായും രാജ്യങ്ങളുമായും ഇവിടുത്തെ സംഘാടകർക്ക് ബന്ധവുമുണ്ട്. അതുപോലെ ഇവിടുത്തെ പ്രേക്ഷകരുടെ രാഷ്ട്രീയ ബോധ്യത്തിന് നിരക്കുന്ന രീതിയിലുള്ള പാക്കേജുകൾക്കായുള്ള ശ്രമങ്ങളും ഇവിടെ നടത്താറുണ്ട്. അതോടൊപ്പം സിനിമ എന്നു പറയുന്നത് ഒരു സ്വതന്ത്രമായ വിനിമയമാണ്. പലതരത്തിലുള്ള ആവിഷ്കാരങ്ങളും അതിൽ ഉണ്ടാകും. ഒറ്റ രീതിയിലല്ല സിനിമകൾ നിലനിൽക്കുന്നത്. പല രീതിയിൽ വളർന്നു പടർന്ന സിനിമയെ ഒരു പ്രത്യയശാസ്ത്രത്തിലേക്കോ ഒരു രാഷ്ട്രീയത്തിലേക്കോ ചുരുക്കുന്നതിലും പ്രശ്നമുണ്ട്. മാത്രമല്ല, അത് ഫെസ്റ്റിവലിന്റെ സ്വഭാവത്തിന് നിരക്കുന്നതുമല്ല. ഒരു ഫെസ്റ്റിവൽ ആകുമ്പോൾ അതിൽ പല മാനങ്ങളുള്ള സിനിമകൾ ഉണ്ടാവണം. നിങ്ങൾക്ക് അതിൽ ഇഷ്ടമുള്ളത് തിരഞ്ഞെടുക്കാൻ ആവണം.

മലയാളത്തിലെ ചലച്ചിത്ര നിരൂപകർ മിക്കവരും ദേശീയ ചലച്ചിത്രോത്സവത്തിന് ഗോവയിൽ എത്താറുണ്ട്. മലയാളസിനിമയെ മുന്നോട്ടുകൊണ്ടുപോകുന്ന രീതിയിൽ വലിയ നിരൂപണങ്ങൾ മലയാളത്തിൽ ഉണ്ടാവുന്നുണ്ടോ? മലയാളത്തിലെ സിനിമ എഴുത്തിനെ എങ്ങിനെയൊക്കെയാണ് സി വി നോക്കിക്കാണുന്നത്?

മലയാളത്തിൽ ഇപ്പോൾ സിനിമ നിരൂപണശാഖ സജീവമാണെന്ന് ഞാൻ വിചാരിക്കുന്നില്ല. മുൻപൊക്കെ വിദേശ ക്ലാസിക്കുകളെക്കുറിച്ചാണ് പ്രമുഖനിരൂപകരെല്ലാം എഴുതിയിട്ടുള്ളത്. പക്ഷേ സമകാലിക സിനിമയെ മുന്നോട്ടേക്ക് നയിക്കാൻ പറ്റുന്ന, സിദ്ധാന്തപരമായ വിലയിരുത്തലുകളും അപഗ്രഥനങ്ങളും കാഴ്ചപ്പാടുകളും മലയാളത്തിൽ ഗൗരവത്തിൽ അവതരിപ്പിക്കപ്പെട്ടിരുന്നില്ല. പ്രത്യേകിച്ചും നമ്മുടെ സംവിധായകരെക്കുറിച്ചുള്ള ഗൗരവത്തിലുള്ള പഠനങ്ങൾ പോലും മലയാളത്തിൽ വളരെ അപൂർവമായിട്ടേ ഉണ്ടായിരുന്നുള്ളൂ. അടൂർ ഗോപാലകൃഷ്ണൻ, അരവിന്ദൻ, കെ ജി ജോർജ്ജ് എന്നിവരെക്കുറിച്ചൊക്കെ ആഴത്തിലുള്ള പഠനങ്ങൾ അൽപ്പമെങ്കിലും സമീപകാലത്താണ് ഉണ്ടായത്. മലയാളത്തിലെ സമാന്തര സിനിമയുടെ ഒപ്പം പോവുകയും അതിനെ

പിന്തുണയ്ക്കുകയും ചെയ്യുന്ന ഒരു നിരൂപണ പദ്ധതി നമുക്ക് ഉണ്ടായിരുന്നില്ല. ഇപ്പോൾ നിരൂപണത്തിൽ നിന്ന് മലയാള സിനിമ വളരെ സ്വതന്ത്രമായിരിക്കുകയാണ്. ഒരർത്ഥത്തിൽ മലയാള സിനിമ ഇപ്പോൾ അതിന്റെ സ്വാതന്ത്ര്യം ആഘോഷിക്കുകയാണ്. നമ്മൾ ഇതുവരെ ഉണ്ടാക്കിയിട്ടുള്ള വ്യാകരണത്തിൽ നിന്നും അഭിനേതാക്കളിൽ നിന്നും വിഷയങ്ങളിൽ നിന്നും ഉള്ള സ്വാതന്ത്ര്യം ആഘോഷിക്കുകയാണ് മലയാള സിനിമ. അത് ഇപ്പോൾ താര കേന്ദ്രിതമോ വ്യവസ്ഥാപിത രൂപഘടന പാലിക്കുന്നതോ അല്ല. വ്യത്യസ്തങ്ങളായ സിനിമകൾ ആണ് ഇന്ന് മലയാളത്തിൽ ഉണ്ടായിക്കൊണ്ടിരിക്കുന്നത്. നിർവഹണ രീതി തന്നെ അങ്ങേയറ്റം വ്യത്യസ്തമാണ്. ഇനി പഴയ വ്യാകരണം വെച്ചുകൊണ്ട് ഇത്തരം സിനിമകളെ സമീപിക്കാൻ പറ്റുകയില്ല. ഇത് നിരൂപകർ നേരിടുന്ന വലിയ പ്രശ്നമാണ്. അവർ പഠിച്ചെടുത്ത പഴയ ടൂളുകൾ കൊണ്ട് ഈ പുതിയ സിനിമകളെ മനസ്സിലാക്കാൻ കഴിയുകയില്ല. മറ്റൊന്ന് എനിക്ക് തോന്നുന്നത്, പുതിയ സിനിമയ്ക്ക് അങ്ങനെയുള്ള പിന്തുണ ആവശ്യവുമില്ല എന്നാണ്. അവർ പ്രേക്ഷകരുടെ പിന്തുണ മാത്രമാണ് ആഗ്രഹിക്കുന്നത്. പിന്നെയും സോഷ്യൽ മീഡിയയിലാണ് സിനിമയെഴുത്ത് കുറച്ചെങ്കിലും വരുന്നത്. ഒരു സിനിമ ഇറങ്ങിയ ഉടനെ വളരെ ദീർഘമായ വിലയിരുത്തലുകൾ ഇപ്പോൾ വരുന്നുണ്ട്. ജെല്ലിക്കെട്ട് വന്ന ഉടൻ തന്നെ വിശദമായ പഠനങ്ങൾ സോഷ്യൽമീഡിയ ആഘോഷിക്കുന്നുണ്ട്. അച്ചടി മാധ്യമത്തിലേക്ക് അതിനു വരാനുള്ള സമയം പോലുമില്ല. അപ്പോഴേക്കും പുതിയ സിനിമകളും പുതിയ എഴുത്തുകളും വന്നിട്ടുണ്ടാകും.

ഒരു ചലച്ചിത്രമേളയിൽ ശരാശരി എത്ര ചിത്രങ്ങൾ ഒരു പ്രേക്ഷകന് കാണാൻ കഴിയും?

ഞാൻ ശരാശരി 40 ചിത്രങ്ങൾ മേളയിൽ കാണും. ദിവസം നാലും അഞ്ചും സിനിമകൾ കാണും. കൽക്കത്തയിൽ ഒക്കെ ഉള്ളപ്പോൾ ദിവസം ഏഴു സിനിമകൾ വരെ കണ്ടിട്ടുണ്ടായിരുന്നു. ഇടവേളകൾ പോലുമില്ലാതെ സിനിമ കണ്ടിട്ടുള്ള കാലമായിരുന്നു അത്. ഭക്ഷണം പലപ്പോഴും സിനിമക്കുള്ള ക്യൂവിൽ നിന്നാണ് കഴിക്കുക.

ഫിലിം ഫെസ്റ്റിവലുകളിൽ സിവി സിനിമകളുടെ തെരഞ്ഞെടുപ്പ് എങ്ങനെയാണ് നടത്തുക?

ചലച്ചിത്രമേളകളിൽ സിനിമയെക്കുറിച്ച് യാതൊരു ധാരണയും ഇല്ലാതെ ചിത്രങ്ങൾ തെരഞ്ഞെടുക്കാൻ കഴിയുകയില്ല. സിനിമകളുടെ തെരഞ്ഞെടുപ്പ് ഫിലിം ഫെസ്റ്റിവലുകളിൽ വളരെ പ്രധാനമാണ്. ലോകത്ത് നടക്കുന്ന പ്രധാനപ്പെട്ട ചലച്ചിത്രമേളയിൽ പുരസ്കാരങ്ങൾ നേടിയ സിനിമകൾ പ്രത്യേകം ശ്രദ്ധിക്കും. പിന്നെ നമുക്ക് പ്രിയപ്പെട്ട

സംവിധായകരുടെ ചിത്രങ്ങൾ ഉണ്ടോ എന്ന് നോക്കും. ചില രാജ്യങ്ങളുടെ തെരഞ്ഞെടുപ്പും നടത്തും. പ്രധാനമായും ഏറ്റവും വിശ്വാസമുള്ള സംവിധായകരെയാണ് പിന്തുടരുക.

മലയാളം സിനിമകൾ ഇപ്പോൾ ലോക സിനിമയിൽ തന്നെ ശ്രദ്ധിക്കപ്പെടുന്നു. ഡോ ബിജുവിന്റെ സിനിമകൾ ഷാങ്ഹായി അടക്കം ഒട്ടേറെ ലോകമേളകളിൽ പ്രദർശിക്കപ്പെടുന്നു. ലിജോ ജോസ്, സനൽ കുമാർ ശശിധരൻ, ഗീതു മോഹൻദാസ് എന്നിവർ ഇതിനകം തന്നെ റോട്ടർഡാം, ടൊറന്റോ തുടങ്ങിയ ലോകമേളകളിൽ വലിയ ശ്രദ്ധനേടുന്നു. അടൂർ, അരവിന്ദൻ, ഷാജി തുടങ്ങിയവരുടെ കാലത്തെക്കാളും ലോക ശ്രദ്ധ ഇന്ന് മലയാളം സിനിമകൾക്ക് ലഭിക്കുന്നുണ്ടോ?

മലയാള സിനിമയിലെ പുതിയ തലമുറയെ സംബന്ധിച്ചിടത്തോളം ഇതൊക്കെ വലിയ അവസരങ്ങൾ ആയി ഇപ്പോൾ വികസിച്ചു വന്നിട്ടുണ്ട്. ഇപ്പോൾ വിവരസാങ്കേതികവിദ്യ വളരെ പുരോഗമിച്ചത് കൊണ്ട് ലോകത്തെ ഏതു മേളകളുമായി ബന്ധപ്പെടാനുള്ള അവസരം പുതിയ സംവിധായകർക്കുണ്ട്. അതിനുള്ള സാങ്കേതികവിദ്യ മുഴുവൻ അറിയുന്നവരാണ് നമ്മുടെ പുതിയ സംവിധായകർ. ലോകത്ത് എത്രത്തോളം ഫിലിം ഫെസ്റ്റിവലുകൾ ഉണ്ട്, അതിന്റെ സാധ്യതകൾ എന്താണ് എന്നൊക്കെ പലർക്കും പഴയ കാലത്ത് അറിഞ്ഞുകൂടായിരുന്നു. ലോകത്തെ പല പ്രധാനപ്പെട്ട ഫെസ്റ്റിവലുകളുടെയും പ്രതിനിധികൾ മുൻപു തന്നെ നമ്മുടെ ദേശീയ മേളകളിൽ പങ്കെടുക്കുകയും ഇവിടെ നിന്ന് സിനിമകൾ തെരഞ്ഞെടുക്കുകയും ചെയ്യാറുണ്ട്. എന്നാൽ അവരുടെ അടുത്ത് കാര്യങ്ങൾ അവതരിപ്പിക്കാനും അവരിൽ സിനിമയെക്കുറിച്ച് താത്പര്യം ജനിപ്പിക്കാനുമൊക്കെ നമ്മുടെ സംവിധായകരിൽ എല്ലാവർക്കും കഴിഞ്ഞിട്ടില്ല. ആ കാലത്ത് വളരെ ചുരുക്കം ആളുകൾക്ക് മാത്രമേ അത്തരം അവസരങ്ങൾ തുറന്നു കിട്ടിയിട്ടുള്ളു. ഉദാഹരണമായി, ലോകത്തെ പ്രധാനപ്പെട്ട ഏതെങ്കിലും വിദേശ മേളകളിൽ കെ ജി ജോർജ്ജിന്റെ സിനിമകൾ പ്രദർശിപ്പിച്ചിട്ടുണ്ട് എന്ന് എനിക്ക് തോന്നുന്നില്ല. അന്ന് ഇന്ത്യയിൽ നിർമിക്കപ്പെട്ട പല മാസ്റ്റർ സംവിധായകരുടെയും സിനിമകൾ പോലും പ്രധാനപ്പെട്ട വിദേശ മേളകളിൽ പോയിട്ടുണ്ടായിരുന്നില്ല. പിന്നെ ഒരു ഘട്ടം കഴിഞ്ഞപ്പോൾ അവയ്ക്ക് സ്വീകാര്യതയുണ്ടാകുന്നുണ്ട്. ഇന്ത്യൻ സിനിമയിൽ സത്യജിത്ത് റായിയുടെ സിനിമകൾക്കാണ് കാനിലും വെനീസിലും അടക്കം ലോകത്തെ പല ചലച്ചിത്രമേളകളിലും വലിയ പുരസ്കാരങ്ങൾ ലഭിച്ചിട്ടുള്ളത്. മലയാളത്തിൽ അടൂർ ഗോപാലകൃഷ്ണനും ഷാജിക്കും ലഭിച്ചിട്ടുണ്ട്. എന്നാൽ അരവിന്ദന്റെ സിനിമകൾ കാൻ പോലുള്ള വലിയ ഒരു മേളയിലും പ്രദർശിപ്പിച്ചതായി ഓർക്കുന്നില്ല. അതിന്റെ പ്രധാനപ്പെട്ട പ്രശ്നം ഇവർ തമ്മിലുള്ള വിനിമയത്തിന്റെ ആയിരുന്നു. ലോകത്ത് ഇത്രയേറെ ഫെസ്റ്റിവലുകൾ

ഉണ്ടെന്നും അതിനായി ബന്ധപ്പെടേണ്ട വഴികൾ എന്തെന്നും നമ്മുടെ പല സംവിധായകർക്കും അറിയില്ലായിരുന്നു. അക്കാര്യങ്ങളെക്കുറിച്ച് ശരിയായി അറിയാവുന്നവർക്കാണ് വിദേശമേളകളിൽ സ്വീകാര്യത കിട്ടിയിട്ടുള്ളത്. പുതിയ തലമുറയിൽ പെട്ട സംവിധായകർക്ക് വിദേശ മേളകളെക്കുറിച്ചും അതിൽ എത്തിച്ചേരാനുള്ള വഴികളെക്കുറിച്ചും ശരിയായി അറിയാം. ആദ്യം തന്നെ ഈ ഫെസ്റ്റിവലിലേക്കുള്ള സാധ്യതകളാണ് അവർ കാണുന്നത്. അത് അവർ പ്രയോജനപ്പെടുത്തുന്നുമുണ്ട്. വിവര സാങ്കേതിക വിദ്യ അതിന് അവരെ നന്നായി സഹായിക്കുന്നുമുണ്ട്. വിദേശമേളകളിലെ പ്രദർശനങ്ങളും സമ്മാനങ്ങളും സിനിമയുടെ മുടക്കുമുതൽ തിരിച്ചുകിട്ടാനും അവർക്ക് സഹായകമാകുന്നു. പ്രേക്ഷക പിന്തുണയിൽ നിന്നും മാത്രം കലാ സിനിമകൾക്ക് സ്വന്തം കാലിൽ നിൽക്കാൻ കഴിയുന്ന സാഹചര്യം ഇന്നും ഇവിടെ ഉണ്ടായിട്ടില്ല.

ഇഫി അമ്പതു കൊല്ലം പൂർത്തീകരിക്കുകയാണ്. പല ഭരണാധികാരികളുടെയും കാലത്ത് ഇഫി അതിന്റെ സ്വതന്ത്രസ്വഭാവം നിലനിർത്തിക്കൊണ്ടുതന്നെ ലോകത്തിലെ മികച്ച സിനിമകളെ ചലച്ചിത്രപ്രേമികൾക്ക് മുന്നിൽ എത്തിച്ചിരുന്നു. എന്നാൽ ഭീതിദമായ ഒരു സാമൂഹിക സാംസ്കാരിക പരിസരത്തുകൂടിയാണ് ഇപ്പോൾ നമ്മുടെ രാജ്യം കടന്നുപോയ്ക്കൊണ്ടിരിക്കുന്നത്. കലാപരമായ ഔന്നത്യം കാത്തുസൂക്ഷിച്ചും സിനിമയെ പ്രതിരോധത്തിനുള്ള ഉപാധിയാക്കുന്ന സാമൂഹികബോധം ഉയർത്തിപ്പിടിച്ചും ഇനി എത്രകാലം ഈ മേളയ്ക്ക് ഇങ്ങനെ തുടരാൻ കഴിയും എന്നാണ് സി വി കരുതുന്നത്?

ഇഫി പലതരത്തിലുള്ള ഭരണമാറ്റങ്ങളെയും അതിജീവിച്ചിട്ടുണ്ട്. എന്നാൽ ഇപ്പോൾ നടന്നുവരുന്ന സാംസ്കാരിക ഫാസിസം ഇത്തരത്തിലുള്ള ഉന്നതമായ കലാമേളകളുടെ ഗാംഭീര്യം നശിപ്പിച്ചുകളയും എന്നു തന്നെ തോന്നുന്നു. കാരണം മേളകളിൽ പ്രദർശിപ്പിക്കേണ്ടുന്ന സിനിമകളുടെ തെരഞ്ഞെടുപ്പുകൾ നടത്തേണ്ട കമ്മിറ്റികളിൽ അത്തരത്തിലുള്ള ആശയങ്ങൾ പ്രചരിപ്പിക്കുന്ന ആളുകളെ അംഗമാക്കി കൊണ്ടാണ് അത് നടപ്പിലാക്കുക. മികച്ച സിനിമകൾ ബോധപൂർവം ഒഴിവാക്കപ്പെടുന്നു. കഴിഞ്ഞ തവണ ഗോവ ചലച്ചിത്രോത്സവത്തിൽ ഫാൽക്കെ അവാർഡ് നേടിയ സംവിധായകരുടെ ചിത്രങ്ങളുടെ പ്രത്യേക പ്രദർശനം ഉണ്ടായിരുന്നു. അതിൽ ബോധപൂർവ്വം അടൂർ ഗോപാലകൃഷ്ണനെ ഉൾപ്പെടുത്തിയില്ല. അത് അടൂർ സ്വതന്ത്രമായ നിലപാടുകൾ എടുക്കുന്നതിലുള്ള എതിർപ്പുകൊണ്ട് ചെയ്തതാണ്. ഇഫിയിൽ സർക്കാരിനെ പിന്തുണയ്ക്കുന്ന ചിത്രങ്ങൾ മാത്രം പ്രദർശിപ്പിക്കപ്പെടുന്ന ഒരു അവസ്ഥ നാളെ ഉണ്ടായേക്കാം. ഭിന്നാഭിപ്രായം പുറപ്പെടുവിക്കുന്ന ഒന്നും വെളിച്ചം കാണാതാവാം. അവയുടെ നിർമ്മാണം തന്നെ തടസ്സപ്പെടുത്താം. നമ്മൾ നിരുപദ്രവമായ എന്തെങ്കിലും പ്രമേയങ്ങൾ സ്വീകരി

ക്കുകയാണെങ്കിൽ ആരും അതിനെ എതിർക്കില്ല. എന്നാൽ ഭരണകൂട ത്തെ വിമർശിക്കാൻ, മൂർത്തമായ ഇമേജുകൾ കൊണ്ട് സത്യം വരച്ചു കാട്ടാൻ ഉള്ള സ്വാതന്ത്ര്യം ഇന്ന് ചലച്ചിത്രകാരൻമാർക്ക് നഷ്ടപ്പെട്ടിരി ക്കുന്നു. ഇത് വളരെ ദുഃഖകരമാണ്. ഇത് ചലച്ചിത്രോത്സവത്തിന്റെ നി ലവാരത്തെ മാത്രമല്ല സിനിമയുടെ സത്യസന്ധതയെ തന്നെ സാരമാ യി ബാധിക്കും.

(ദേശാഭിമാനി വാരിക

2019 നവംബർ 24)

www.ingramcontent.com/pod-product-compliance
Lightning Source LLC
LaVergne TN
LVHW100436051026
849518LV00004B/1510